சைபீரியப் பனியில் நடனக் காலணியுடன்...

ஸைபீரியப் பனியில் நடனக் காலணியுடன்...

அம்பை (பி. 1944)
மொழிபெயர்ப்பாளர்

அம்பை என்ற புனைப்பெயரில் எழுதும் சி.எஸ். லக்ஷ்மி. வரலாற்றாசிரியர்; புது தில்லி ஜவஹர்லால் நேரு பல்கலைக்கழகத்தில் முனைவர் பட்டம் பெற்றவர். நாற்பது ஆண்டுகளாகப் பெண்கள் வரலாறு, வாழ்க்கை பற்றிய ஆய்வில் ஈடுபட்டிருப்பவர். பெண் எழுத்தாளர்கள், பெண் இசைக் கலைஞர்கள், பெண் நடனக் கலைஞர்கள் குறித்து இவர் மேற்கொண்ட ஆய்வுகள் *The Face Behind the Mask, The Singer and the Song, Mirrors and Gestures* என்னும் புத்தகங்களாக வெளிவந்துள்ளன.

சிறுகதைத் தொகுதிகள் 'சிறகுகள் முறியும்' (1976), 'வீட்டின் மூலையில் ஒரு சமையலறை' (1988), 'காட்டில் ஒரு மான்' (2000), 'வற்றும் ஏரியின் மீன்கள்' (2007), 'ஒரு கறுப்புச் சிலந்தியுடன் ஓர் இரவு' (2013), 'அந்தேரி மேம்பாலத்தில் ஒரு சந்திப்பு' (2014) 'சிவப்புக் கழுத்துடன் ஒரு பச்சைப் பறவை' (2019), 'ஸாரஸ் பறவை ஒன்றின் மரணம்' (2019) 'இரு பைகளில் ஒரு வாழ்க்கை' (2024). இவரின் கதைகள் ஆங்கிலத்தில் *A Purple Sea, In a Forest, A Deer, Fish in a Dwindling Lake, A Night With a Black Spider, A Meeting On the Andheri Over Bridge* என ஐந்து தொகுதிகளாக மொழிபெயர்க்கப்பட்டிருக்கின்றன.

ஆங்கிலத்தில் மொழிபெயர்க்கப்பட்ட இரோம் ஷர்மிலாவின் *Fragrance of Peace* கவிதைத் தொகுப்பைத் தமிழில் 'அமைதியின் நறுமணம்' (2010) என்ற தலைப்பில் மொழிபெயர்த்திருக்கிறார். விளக்கு அமைப்பின் புதுமைப்பித்தன் விருது (2005), டொரான்டோ பல்கலைக்கழகத் தமிழ் இலக்கியத் தோட்டத்தின் வாழ்நாள் இலக்கிய விருது (2008), தமிழக அரசின் கலைஞர் மு. கருணாநிதி பொற்கிழி (2011), சென்னைப் பல்கலைக்கழகத்தின் இலக்கியத்தில் உன்னதத்திற்கான விருது (2011), 'சிவப்புக் கழுத்துடன் ஒரு பச்சைப் பறவை' நூலுக்காக சாகித்திய அகாதெமி விருது (2021) முதலானவற்றைப் பெற்றிருக்கிறார்.

SPARROW (Sound & Picture Archives for Research on Women) என்னும் பெண்கள் ஆவணக் காப்பகத்தை மும்பையில் 1988இல் நிறுவி அதன் இயக்குநராகச் செயல்பட்டுவருகிறார்.

All illustrations from the private archive
of Sandra Kalniete.
GULAG map by Ļevs Domburs and
Ruta Ozoliņa (Rīga: Memorial, 1993)

அனைத்துப் புகைப்படங்களும் ஸான்ட்ரா கால்னியடேயின் தனிப்பட்ட ஆவணக்காப்பகத்திலிருந்து.

குலாக் வரைபடம்: லெவ்ஸ் டாம்பர்ஸ் மற்றும் ரூட்டா ஓஸோலின்யா (ரீகா நினைவுச் சின்னம், 1993)

குலாக் வரைபடம்: தமிழ்ப் பதிப்பு: மானிக் ஸொன்கார், ஸ்டெனோலின் மற்றும் பா. கலா

ஸான்ட்ரா கால்னியடே

ஸைபீரியப் பனியில் நடனக் காலணியுடன்...

ஆங்கிலத்திலிருந்து தமிழில்
அம்பை

காலச்சுவடு பதிப்பகம்

● **அன்பார்ந்த வாசகருக்கு,**

வணக்கம்.

காலச்சுவடு நூலை வாங்கியமைக்கு நன்றி.

நூலின் உள்ளடக்கம், உருவாக்கம், அட்டைப்படம் இன்ன பிற அம்சங்கள் பற்றிய உங்கள் கருத்துகளையும் ஆலோசனைகளையும் காலச்சுவடு வரவேற்கிறது. தகவல், எழுத்து, வாக்கியப் பிழைகள் தென்பட்டால் அவசியம் தெரிவித்து உதவுங்கள். நூல் தயாரிப்பில் கடும் குறைபாடு இருப்பின் மாற்றுப் பிரதி உங்களுக்குக் கிடைக்கக் காலச்சுவடு ஏற்பாடு செய்யும்.

மின்னஞ்சல்: **publisher@kalachuvadu.com**

காலச்சுவடு நாகர்கோவில் அலுவலகத்திற்குக் கடிதம் அனுப்பலாம்.

தங்கள்
எஸ்.ஆர். சுந்தரம் (கண்ணன்)
பதிப்பாளர் — நிர்வாக இயக்குநர்

LATVIAN LITERATURE

"This book was published with the support of the Latvian Literature platform together with the Ministry of Culture of the Republic of Latvia and the Latvian State Culture Capital Foundation."

© 2001 by Sandra Kalniete

சைபீரியப் பனியில் நடனக் காலணியுடன் . . . ❖ லாட்விய நினைவுக்குறிப்புகள் ❖ ஆசிரியர்: ஸான்ட்ரா கால்னியடே ❖ ஆங்கிலத்தில் மார்கிடா கைலீட்டிஸ் ❖ ஆங்கிலத்தி லிருந்து தமிழில்: அம்பை ❖ முதல் பதிப்பு: டிசம்பர் 2019, ஆறாம் பதிப்பு: மே 2025 ❖ வெளியீடு: காலச்சுவடு பப்ளிகேஷன்ஸ் (பி) லிட்., 669, கே.பி. சாலை, நாகர்கோவில் 629001

caipiiriyap paniyil naTanak kaalaNiyuTan . . . ❖ Memoirs ❖ Author: Sandra Kalniete ❖ In English: Margita Gailītis ❖ Translation from English to Tamil by Ambai ❖ Language: Tamil ❖ First Edition: December 2019, Sixth Edition: May 2025 ❖ Size: Royal ❖ Paper: 18.6 kg maplitho ❖ Pages: 352

Published by Kalachuvadu Publications Pvt.Ltd., 669, K.P. Road, Nagercoil 629001, India ❖ Phone: 91-4652-278525 ❖ e-mail: publications@kalachuvadu.com ❖ Printed at Clicto Print, Jaleel Towers, 42 KB Dasan Road, Teynampet Chennai 600018

ISBN: 978-93-89820-22-5

05/2025/S.No.957, kcp 5737, 18.6 (6) uss

என் அம்மாவின் தாய் எமீலீயா ட்ரைஃபெல்ட்ஸ்/காலீன்யா
என் அம்மாவின் தந்தை யானிஸ் ட்ரெய்ஃபெல்ட்ஸ்
திரும்பியே வராத என் அப்பாவின் தந்தை
அலெக்ஸான்டர்ஸ் கால்னியடிஸ்
இவர்களுக்கும்

பிழைத்துத் திரும்பி வந்த என் அப்பாவின் தாய்
மில்டா கால்னியடே/கைமின்யாவுக்கும்

பொருளடக்கம்

மொழிப்பெயர்ப்பாளர் குறிப்பு

மொழிப்பெயர்ப்பாளர் முற்கூற்று

முன்னுரை 19

"நாங்கள் அமர்ந்திருக்கிறோம்..." 27

குடும்ப வரைபடம் 33

பீடிகை 35

ஆக்கிரமிப்பு 49

நாடுகடத்தல் 64

என் தாத்தா யானிஸ் 78

வ்யட்லாக் 90

லாட்வியாவில் போர் 113

"உங்களைக் கெஞ்சிக் கேட்கிறேன்–என்னைச் சுட்டுவிடுங்கள் அல்லது மன்னித்துவிடுங்கள்" 137

பலவந்தக் குடியிருப்பும் பட்டினியும் 158

மாற்றங்கள் 183

என் பாட்டி எமீலியா 195

கொள்ளைக்காரனின் குடும்ப உறுப்பினர் 219

"என் அம்மா என் கூந்தலை மழை நீரில் அலசுவாள்" 259

"மேலும் அடிமைகளை நாம் பெற்றுக்கொள்ளப்போவதில்லை" 274

வீடு திரும்பும் நீண்ட பாதை 291

அன்புள்ள வால்டின்யா! 323

பாரீஸிலிருந்து ஒரு சிறு குறிப்பு 326

நாடுகடத்தப்பட்டிருந்த ஆண்டுகள் 327

நிகழ்வுகளின் கால வரிசை 329

உயவுத்துணை 345

மொழிபெயர்ப்பாளர் குறிப்பு

இந்தப் புத்தகத்தை மொழிபெயர்க்கும்போது சில முடிவுகளை எடுக்க நேர்ந்தது. அவற்றை விளக்கத்தான் இந்தக் குறிப்பு.

லாட்வியாவிலிருந்து சைபீரியாவுக்கு நாடுகடத்தப்பட்ட நூலாசிரியர் ஸான்ட்ரா கால்னியடேவின் பெற்றோர் குடும்பங்களின் அனுபவங்கள், நினைவுகள் இவற்றுடன் லாட்விய வரலாற்றையும் லாட்வியா தொடர்ந்து வல்லரசு களால் ஆக்கிரமிக்கப்பட்டதையும் முடிவில் அது சுதந்திர நாடானதையும் இணைத்துக் கூறும் நூல் இது. சரித்திர ஆதாரங் களுக்குப் பல லாட்விய நூல்களையும் கட்டுரைகளையும் அரசு ஆவணக்காப்பகம் மற்றும் வேறு பல ஆவணக் காப்பகங்களின் லாட்விய மொழித் தரவுகளையும், வேற்று மொழி நூல்கள் மற்றும் கட்டுரைகளையும் (ஆங்கிலம், பிரெஞ்ச், ரஷ்ய மொழி போன்றவை) ஸான்ட்ரா கால்னியடே உபயோகித்திருக்கிறார். இவற்றைத் தனியாக உயவுத்துணை பகுதியில் குறிப்பிடுகிறார். லாட்விய மொழியின் மூலக் குறிப்புடன் ஆங்கில மொழிபெயர்ப்பில் இவை அடிக்குறிப்பு களில் தரப்பட்டிருக்கின்றன. அவை அனைத்தையும் மீண்டும் லாட்விய ஆங்கில மொழிபெயர்ப்புடன் தமிழ் மொழிபெயர்ப்பில் தமிழில் தருவது தேவையற்றது என்பதால் நூலுக்குத் தேவையான மிக முக்கியமான குறிப்புகள் இறுதிக் குறிப்புகளாகவும் அடிக்குறிப்புகளாகவும் அந்தந்த அத்தியாயங்களின் கீழேயே தரப்பட்டிருக்கின்றன. சில குறிப்புகளை மேலும் விளக்க என் குறிப்புகளும் சேர்க்கப் பட்டிருக்கின்றன. வாசிப்பின் ஓட்டம் தடைபடாமல் இருக்கச் சில குறிப்புகளின் விளக்கங்கள் பிரதியிலேயே சேர்க்கப்பட் டிருக்கின்றன.

லாட்விய மொழியின் உச்சரிப்பில் உள்ள பல ஒலிகள் ஆங்கிலத்திலேயே இல்லை. முற்றிலும் வேறு மொழியான தமிழில் லாட்விய மொழியின் உச்சரிப்புகளைக் கொண்டு வருவது சாத்தியமில்லை. ஆனாலும் இதிலுள்ள லாட்விய,

ரஷ்ய, ஜெர்மானிய மொழிச் சொற்களின் உச்சரிப்புகளைக் கூடியவரை அந்தந்த மொழிகளின் உச்சரிப்புகளுக்கு எவ்வளவு அருகே கொண்டுசெல்ல முடியுமோ அவ்வளவு அருகே தமிழில் கொண்டுசெல்ல முயன்றிருக்கிறேன். ஜார் மன்னர், பாசிசம், நாஜி போன்ற சில சொற்கள் தமிழில் வழக்கமாகப் பயன்படுத்தும் சொற்கள். அவற்றில் சில சொற்களைப் புரிந்துகொள்ள எளிதாக்க அவ்வாறேயும் சிறிது மாற்றியும் உபயோகித்திருக்கிறேன்.

லாட்விய மொழியிலும் மரியாதை விளிகளான அவர், உங்கள், நீங்கள் இருக்கின்றன. ஆங்கில மொழிபெயர்ப்பில் அவை மறைந்துவிடுகின்றன. தமிழில் அதை இரு வகையில் செய்திருக்கிறேன். அம்மா, பாட்டி போன்றவர்களைப் பற்றிச் சொல்லும்போது நெருக்கத்தைக் குறிக்க 'அவள்' என்றே கூறியிருக்கிறேன். குடும்ப உறவுகளில் பெண்களிடையே இருக்கும் உறவுப் படிநிலைகளையும் மீறி நெருக்கமும் அன்பும் இருப்பதால் ஒருமை விளியும் ஒருமையில் குறிப்பிடுவதும் பேச்சில் அமைகிறது என்பதால் இங்கு அப்படியே செய்திருக்கிறேன். தன் அப்பா ஐவர்ஸைப் பற்றிச் சொல்லும்போது 'என் அப்பா' என்று குறிப்பிடும்போது 'அவர்' என்றும் ஐவர்ஸ் என்று குறிப்பிட்டு, அவர் வாழ்க்கை பற்றிக் கூறும்போது 'அவன்' என்றும் எழுதியிருக்கிறேன். ஸான்ட்ராவை நூலாசிரியராகக் குறிப்பிடும்போது 'அவர்' என்றும் நூலில் ஒரு பாத்திரமாக அவர் வரும்போது 'அவள்' என்றும் குறிப்பிட்டிருக்கிறேன். பிரதியை நெருங்கிவர உதவும் என்று கருதி செய்யப்பட்ட தேர்வுகள் இவை.

மொழிபெயர்ப்பாளர் முற்கூற்று

என் முனைவர் பட்டப் படிப்புக்கு நான் எடுத்த பொருள் **1956**ல் ரஷ்யாவை எதிர்த்து நடந்த ஹங்கேரிய எழுச்சிக்குப் பின் நாட்டை விட்டு வெளியேறிய ஹங்கேரியர்களைப் பற்றியது. அமெரிக்காவில் வாஷிங்டனில் இருந்த அவர்கள் அமைப்பு ஒன்றில் இருந்த ஹங்கேரியர்கள் பலரை நான் சந்தித்து உரையாடியிருந்தேன். ரஷ்யாவின் கம்யூனிஸக் கோட்பாடு பற்றியும் பொதுவாகப் பொதுவுடமைக் கோட்பாடு பற்றியும் அவர்கள் கூறிய பல அனுபவபூர்வமான தகவல்கள் என்னைச் சிந்திக்கவைத்தன.

ஐரோப்பாவின் வரலாற்றில் பால்டிக் நாடுகளின் தனிப்பட்ட வரலாறு புதையுண்டிருக்கிறது என்பது அதிகம் கணிப்பில் எடுத்துக்கொள்ளப்படாத ஒன்று. லாட்வியாவைப் பொருத்தவரை நாஸிகளோடு உடன்போன நாடு என்றே அது அறியப்படுகிறது. ஸான்ட்ரா கால்னியடேயின் *சைபீரியப் பனியில் நடனக் காலணியுடன்* நூல் ரஷ்யக் கம்யூனிஸ அரசு லாட்வியாவை ஆக்கிரமித்து ஆயிரக்கணக்கான லாட்விய யூதர்களையும் மற்ற லாட்வியர்களையும் கொன்று, ஆயிரக்கணக்கானவர்களை சைபீரியாவுக்கு நாடுகடத்திய லாட்விய வரலாற்றுடன் ஸ்டாலின் என்ற கொடுங்கோலனின் ஆட்சி முறையையும் அதில் சிக்குண்டு அலைக்கழிக்கப்பட்டக் குடும்பம் ஒன்றின் வரலாற்றையும் நினைவுகளையும் கூறுவது. கால்நடைகளுக்கான சரக்கு வண்டிப் பெட்டிகளில் ஏற்றப்பட்டு சைபீரியாவின் கடும் பனியில் வாழ்ந்தும் இறந்தும் போன குடும்பத்தின் உண்மை வரலாறு. பெற்றோர்களிடமிருந்து பிரிக்கப்பட்டக் குழந்தைகள், பிரிக்கப்பட்டக் காதலர்கள், தந்தை ஒரு புறமும் தாயும் குழந்தைகளும் ஒரு புறமும் மீண்டும் சந்திக்கவே முடியாதபடி பிரிக்கப்பட்ட அவலம், சிறை முகாம்களில் நோயால் பீடிக்கப்பட்டு ரத்தம் கக்கி உயிர்விட்டவர்களின் சோகம், பட்டினியிலிருந்து மீள எலிகளையும் இறந்த மிருகங்களை யும் புல்லையும் மரப்பட்டைகளையும் புசித்து வாழ்ந்த

குலாக் என்னும் கொடுமை இவற்றைக் கூறும் நூல் இது. இடையில் ஓராண்டில் நாடுகடத்தப்பட்டபோது குழந்தைகளாக இருந்தவர்கள் மீண்டும் லாட்வியாவுக்குச் செல்ல அனுமதி தரப்படுகிறது. லிகிடாவுக்கு அனுமதி கிடைக்கிறது. வாய்ப்பை நழுவ விடாமல் போகவேண்டும் என்று வற்புறுத்துகிறாள் அவள் தாய் எமீலியா. தாய் எமீலியாவும் மகள் லிகிடாவும் பிரியும்போது அந்தப் பிரிவை வெகு உருக்கமாக எழுதுகிறார் ஸான்ட்ரா கால்னியடே:

"... எமீலியா அழுதுகொண்டிருந்தாள். தன் குழந்தையைச் சோகப்படவைக்கக் கூடாது என்று நினைத்தாலும் பிரிவின்போது அவள் உறுதி குலைந்துபோனது. லிகிடாவும் அழுதுகொண்டிருந்தாள். இவ்வாறு மே மாத ஆரம்பத்தில் பழைய துணிகளிலிருந்து எடுத்தத் துண்டுத் துணிகளிலிருந்து தைத்த, அவளுடைய எல்லாவற்றையும்விட நல்ல ஆடையில், அவள் பாட்டி லீபாவின் காலணிகளை அணிந்துகொண்டு, கையில் அவள் உடைமைகள் அடங்கிய ஒரு பெட்டியுடன் திரும்புவதற்கான 6000 கிலோமீட்டர் நீண்ட பயணத்தைத் தொடங்கினாள் லிகிடா.

"படகு கிளம்ப ஆரம்பித்ததும் லிகிடா எமீலியாவைக் கரையில் பார்த்தாள். பைத்தியம் பிடித்தவள்போல் அவள் கையை ஆட்டவும் கத்தவும் ஆரம்பித்தாள். ஆனால் அவள் அம்மா உறைந்துபோய் தன் பெரிய விழிகளை லிகிடாவின் முகத்திலிருந்து அகற்றாமல் நின்றாள். கடைசி நிமிடம் வரை லிகிடா எமீலியாவை வெறித்துப் பார்த்தபடி இருந்தாள். அந்தச் சிறிய சாம்பல் நிற உருவம் ஆற்றின் ஒரு திருப்பத்தில் மறையும்வரை. அந்தக் கணத்தை காலமெல்லாம் இருக்கும்படி தன் நினைவில் பொறித்துவைத்திருக்கிறாள் லிகிடா – கடைசி முறையாகத் தன் அம்மாவை உயிருடன் பார்த்த கணம்."

இந்த வரிகளை எழுதும்போது என் கண்களிலும் நீர் நிரம்பியது. மீண்டும் தன் அம்மாவைச் சந்திக்கும் ஆவலுடன் மீண்டும் நாடுகடத்தப்பட்டு லிகிடா வரும்போது அவள் அன்னை இறந்து சில மாதங்களாகிவிட்டன.

இன்னோர் உருக்கமான இடம் வாழ்நாளெல்லாம் எதையும் பெரிதாகச் சாதிக்காத க்ஷயரோகியான அலெக்ஸான்டர்ஸ் கால்னியடிஸ் துருவமுனையிலிருந்த பெசோர்லாக் சிறை முகாமிலிருந்து மனைவி மில்டாவுக்கு எழுதும் கடிதங்கள்:

"... நான் சீக்கிரம் குணமாவேன் என்று தோன்றவில்லை. நான் இதைப் படுத்துக்கொண்டு எழுதுகிறேன். அதனால்தான் இது தெளிவாக இல்லை. வடக்கில் மிக தூரம் துருவ முனையையும் தாண்டி ஒரு பெரிய ஆற்றின் அருகே இருக்கிறேன். இது யூரல்ஸ் மலையிலிருந்து வரும் ஆறாம். இதில் படகுகளும் ஓடுகின்றன. மிகப் பெரிய ஆறு இது. வடக்கு ட்வினா நதியில் போய்ச் சேர்கிறதாம் . . . .

"நான் இனி இல்லை என்ற உண்மையை நீ ஏற்றுக்கொள்ள வேண்டும்; அதற்கு உன்னைப் பக்குவப்படுத்திக்கொள்ள வேண்டும்.

இது நடப்பது அதிக நாள் தூரத்தில் இல்லை. காலப்போக்கில் இரும்புகூட துருப்பிடித்துப் போகும்போது ஆரோக்கியமான உடல்நிலை என்பது கடினமான பல பருவநிலைகளில் நான் எப்படியோ வாழ்ந்த வாழ்க்கையில் குறைவாகவே சாத்தியப்படும். [...] இதை நான் ஏற்றுகொண்டு தயாராக இருக்கிறேன். இதுதான் கடைசியில் நேரும் என்றால் எதற்கும் வருத்தப்படுபவனாக அல்ல வாழ்க்கையில் தோற்றுப்போன ஒருவனாகவே நான் என் வாழ்க்கையை விட்டுப் போவேன்." [...]

அவர் தன்னந்தனியனாக இறப்பதையும் ஸான்ட்ரா கால்னியடே ஒரு சோக காவியத்தின் முடிவை எழுதுவதுபோல் எழுதுகிறார்:

"... அலெக்ஸான்டர்ஸ் துருவமுனையின் இரவின் இருளில் இறந்துகொண்டிருந்தார். மெள்ள; தாங்கமுடியாத வலியில். முதலில் வழக்கமான வறண்ட இருமல் ரத்தம் கலந்த கோழையாக மாறியது. வேர்வையில் நனைந்து, காய்ச்சலால் பீடிக்கப்பட்டிருந்தார்.... அலெக்ஸான்டர்ஸின் வாயில் கொழகொழவென்று அருவருப்பையூட்டும் சூடான ரத்தம் நிறைந்து அது வாயிலிருந்து சிவப்பாக நீர்போல் ஒழுக ஆரம்பித்ததும் இதுதான் முடிவு என்பது அவருக்குப் புரிந்துவிட்டது. அந்தக் கணத்திலிருந்து ஒரு நிகழ்வைத் தூரத்திலிருந்து பார்க்கும் அலட்சியத்துடன் வாயிலிருந்து கொஞ்சங்கொஞ்சமாய், மங்கிய நிறத்தில், புரைகளுடன் ரத்தக் கட்டிகளாகத் தன் நுரையீரல் துப்பப்படுவதை அவர் பார்த்தவாறு இருந்தார். கனமான ஒன்று அவர் நெஞ்சை அழுத்தியதும் மூச்சுக்குப் போராடினார். கொஞ்சம் அசைந்தால்கூடச் சுரீரென்று ஒரு வலி உடம்பைக் குத்தியது. நைந்துபோன தன் உடலைவிட்டு மனத்தால் பல பாதைகளில் போனார் அலெக்ஸான்டர்ஸ். நிமோனியாவாலும் தீவிரக் காய்ச்சலாலும் பாதி உணர்வையிழந்த அந்த நிலையில் காலத்தின் குரூரமான யதார்த்தமும் அது பின்னோக்கிப் போகாது என்பதும் இல்லாமல் போயிற்று. அலெக்ஸான்டர்ஸ் மீண்டும் சிறுவனாக மாறித் தன் அருமைத் தோழனுடன் விளையாடிக்கொண்டிருந்தார். அந்த அருமைத் தோழன் அவர் மகன் ஆர்னிஸ்ஸாக இருந்தான். எப்போதோ இறந்துபோன அவர் அப்பாவும் அம்மாவும் மீண்டும் சின்னப் பையன் ஸாஷாவுடன் இருந்தார்கள். முடிவில் அவரை அன்புடன் நேசித்த அவர் சொந்த மனிதர்களுடன் அவர் இருந்தார். இவ்வாறு ரத்தத்தில் மூழ்கியபடி என் தாத்தா அலெக்ஸான்டர்ஸ் கால்னியடிஸ்ஸின் வாழ்க்கை முடிந்தது ...."

நாடுகடத்தப்படுபவர்கள் லாட்வியாவின் எல்லையைத் தாண்டியதும் தங்கள் நாட்டிலிருந்து விடைபெறும் சோகப்பாடல்களைப் பாடுவதும் அவர்களில் பலர் பட்டினியிலும் குளிரிலும் மெல்லச் சாவதும் குலாக்கின் வதை முகாம்போன்ற சிறை முகாம்களும் மட்டுமில்லை இந்த நூலில். இதிலிருந்தெல்லாம் மீண்டு வந்து அதன் அத்தனை தழும்புகளையும் இன்னும் சீழ் கூடிய புண்களையும் மனத்தின் ஆழத்தில் புதைத்துவைத்து

மீண்டும் மீண்டும் துர்க்கனவுகளால் வதைபட்டாலும் நம்பிக்கை இழக்காமல் லாட்வியாவின் விடுதலையை எதிர்நோக்கும் மனங்களின் உறுதியும் திடமும்கூட இந்த நூலின் ஒரு பகுதியாக இருக்கிறது. துன்பம், சோகம், பரிதவிப்பு, நோய், பட்டினி இவற்றுடன் குடும்ப உறவுகளின் இதம், காதலின் பரவசம், தாய்மையின் நெகிழ்வு இவை எல்லாமும் நேராகக் காலவரிசையில் கூறப்படாமல் முன்னும் பின்னுமாகப் போய், சில சமயம் சொன்னதையே வேறு மாதிரி நினைவுகூர்ந்து அல்லது வேறு விதமாக அழுத்தம் தந்து ஒரு புதினத்தை எழுதுவதுபோல் இதை வடிவமைக்கிறார் ஸான்ட்ரா கால்னியடே. அவரும் இதில் பாட்டியின் கண்ணில் விரலை விட்டு ஆட்டும் குறும்புக்காரச் சின்னக் குழந்தையாகவும் பள்ளியில் கற்றுத்தரப்பட்டதால் ஸ்டாலின் புகழ்பாடிக் கட்டுரை எழுதும் பள்ளிச் சிறுமியாகவும் சுற்றிலும் ரஷ்ய உளவுத் துறை சேக்காவைச் சேர்ந்தவர்கள் இருந்ததால் சுதந்திரச் சின்னத்தருகே மலர்வளையம் வைக்கச் செல்பவர்களை வெறுமே பார்த்தபடி நிற்கும் கோழை இளம் பெண்ணாகவும் ஒரு நாள் தைரியம் பிறந்து தெருவைக் கடந்து சுதந்திரச் சின்னத்தின் அருகே மலர்வளையம் வைப்பவர்களுடன் இணைந்து கொள்ளும் பெண்ணாகவும் அரசு ஆவணக் காப்பகத்தில் தன் குடும்பக் கோப்புகளைச் சில சமயம் கண்ணீருடனும் சில சமயம் கோபத்துடனும் பார்க்கும் ஆராய்ச்சியாளராகவும் குலாக் வாழ்க்கை பற்றியும் பட்டினியின் வேதனையில் உயிர்வாழ உண்ட எலியின் ருசி எப்படி இருந்தது என்றும் தன் அம்மாவிடம் உணர்ச்சிவசப்படாமல் கேட்டுவிட்டுப் பிறகு அந்தப் பதிவைப் போட்டுக் கேட்கும்போது விம்மியழும் நுண்ணுணர்வு கொண்ட பெண்ணாகவும் பல பாத்திரங்களில் வருகிறார். குடும்ப வரலாறு லாட்விய வரலாறு இரண்டும் இணையாகவும் பிணைந்தும் ஓடும் தடத்தில் பயணிக்கும் புதினம் இது.

இந்திய மொழிகள் பலவற்றிலிருந்து கதைகளும் நாவல்களும் தொடர்ந்து சரளமான மொழியில் தமிழில் தொடர்ந்து மொழிபெயர்க்கப்பட்டப் பொற்காலத்தில் நான் வளர்ந்ததால் மொழிபெயர்ப்பின் அவசியத்தை உணர்ந்தவள் நான். ஆனால் தமிழிலிருந்து ஆங்கிலத்தில் எச்.ஜி.ரசூல், மனுஷ்யபுத்திரன் போன்ற சில கவிஞர்களின் கவிதைகளையும் பெருமாள் முருகனின் *சாதியும் நானும்* நூலின் கட்டுரைகளையும்தான் செய்திருந்தேன். *சாதியும் நானும்* கட்டுரைகளின் மொழிபெயர்ப்பு புத்தகமாகவும் வந்தது. முகநூலில் கலாப்ரியா, அனார் போன்ற கவிஞர்களின் கவிதைகளை ஆங்கிலத்தில் மொழிபெயர்க்கும் சில விளையாட்டான முயற்சிகளையும் செய்திருந்தேனே ஒழிய, ஆங்கிலத்திலிருந்து தமிழில் செய்தது இரோம் ஷர்மிலாவின் கவிதைகளை மட்டும்தான். ஸான்ட்ரா கால்னியடேயின் இந்தப் புத்தகத்தைப் படித்துப் பார்க்குமாறு கண்ணன் அனுப்பியபோது ஸான்ட்ரா கால்னியடே யார் என்றே தெரியாதது மட்டுமல்ல லாட்வியச் சரித்திரமும் அதிகம் தெரியாது. ஆனால் புத்தகத்தில் உணர்ச்சி கொப்பளிக்கும் மொழியில் கூறப்பட்டுள்ள ஸைபீரியாவுக்கு நாடுகடத்தப்பட்ட ஒரு குடும்பத்தின் வரலாறும் மனக்கொந்தளிப்பும் பரிதவிப்பும் அத்துடன் இணைந்துவரும் லாட்விய நாட்டு வரலாறும் என்னை வெகுவாக ஆட்கொண்டன. தமிழில் மொழிபெயர்க்க விருப்பமா என்று கண்ணன்

கேட்டபோது ஒப்புக்கொண்டுவிட்டாலும் அதைச் செம்மையாகச் செய்ய முடியுமா என்ற மலைப்பு இருந்துகொண்டே இருந்தது. அந்த மலைப்பு இன்னும் நீங்கவில்லை. நூறு சதவிகிதம் இது கச்சிதமாக வந்திருக்கிறதா என்ற ஐயம் இருக்கத்தான் செய்கிறது. ஆனால் செய்து முடித்ததில் திருப்தி இருக்கிறது. இதைச் சாத்தியப்படுத்தியவர்கள், 'செய்து முடியுங்கள்' என்று தொடர்ந்து சொல்லிக்கொண்டே இருந்த காலச்சுவடு கண்ணனும் தமிழ்ச் சொற்களில் ஐயங்கள் ஏற்பட்டபோது சலித்துக்கொள்ளாமல் உதவிய கவிஞர் மகுடேசுவரனும் கால வித்தியாசம் இருப்பதை மறந்து இரவு ஒன்றரை மணிக்கு அமெரிக்காவில் தூக்கத்தில் இருந்தவனை அவசரம் என்று எழுப்பிச் சில சொற்களைப் பற்றி விசாரித்ததும் இரண்டு திட்டு திட்டிவிட்டு விளக்கம் தந்த 'சொல்வனம்' ரவிசங்கரும் கவிஞர்களும் எழுத்தாளர்களுமான சுகுமாரனும் மாலன் நாராயணனும்தாம். ஸ்பாரோ நிறுவனத்தில் என் குழுவில் இருக்கும் பூஜா பாண்டேயும் மானிக் ஸொன்காரும் வரைபடங்களையும் புகைப்படங்களையும் விளக்க அட்டவணைகளையும் செய்து தருவதில் சளைக்காமல் உதவினார்கள். இந்த ஆண்டு வெளிநாட்டுப் பயணத்தில் தொலைந்துபோன சாமான்களுடன் மூல நூலும் செய்து வைத்த சில அத்தியாயங்களும் தொலைந்துபோன பின்னும் இந்த மொழிபெயர்ப்பைச் செய்து முடித்திருப்பது இவர்கள் உதவியால்தான். அவர்கள் அனைவருக்கும் என் நன்றி. காலச்சுவடு குழுவில் இருக்கும் பா. கலா "கொன்றுவிடுவேன்" என்ற என் செல்ல மிரட்டல்களையும் மீறி, பொறுமையாகத் திருத்தங்களைச் செய்து படிகளை அனுப்பியபடி இருந்தாள். அவளுக்கும் எல்லாவற்றையும் ஒருங்கிணைக்கும் வேலையை உற்சாகத்துடன் செய்த ஜெபாவுக்கும் என் நன்றி. இதை வெளியிட காலச்சுவடு பதிப்பகம் எடுத்திருக்கும் முயற்சிக்கும் என் நன்றி. மொழிபெயர்ப்பை மேற்கொள்ள நிதி நல்கை தந்து உதவிய லாட்விய இலக்கியம் (Latvian Literature) நிறுவனத்துக்கும் என் நன்றி.

மும்பாய், **அம்பை**
24 டிசம்பர் *2019.*

முன்னுரை

நான் நினைக்கிறேன்
இந்த பூமியில் நான் இருப்பது
அது பற்றிய அறிக்கை ஒன்றைச் சமர்ப்பிக்க என்று
யாருக்குத் தர வேண்டும் என்பது தெரியவில்லை
நடப்பது எல்லாம்
நினைவாக மாறிய பின்னரே அர்த்தம் பெற
நான் அனுப்பப்பட்டது போல்

– செஸ்ஸ்வாஃப் மீவோஷ் "பிரக்ஞை"

நான் சிறுமியாக இருந்தபோது கடந்த காலம் பற்றிய பேச்சு குடும்ப நிகழ்வுகள் அல்லது வீட்டில் நடந்த சம்பவங்கள் இவற்றைப் பற்றிப் பேசும்போதுதான் எழுந்தது. அதன் அரசியல் அல்லது வரலாற்று முக்கியத்துவத்துக்காகக் கடந்த காலம் எப்போதுமே பேசப்படவில்லை. சோவியத் பிரசாரத்தின் தாக்கத்தில், லாட்விய வரலாறு பற்றி கிட்டத்தட்ட ஒன்றுமே அறியாமல்தான் நான் வளர்ந்தேன். லாட்வியா ஒரு மௌனத்தில் முற்றிலும் புதைக்கப்பட்டிருந்தது. பதிலளிக்க முடியாத கேள்விகளாலும், ஆபத்தை ஏற்படுத்தக்கூடிய ஐயங்களாலும் தங்கள் குழந்தையின் வாழ்க்கையைச் சிக்கலாக்க விரும்பவில்லை என் பெற்றோர். அதன் பிரதிபலிப்புதான் இந்தச் சுய தணிக்கை. எல்லாவற்றுக்கும் மேல், விதியின் சோகம் மீண்டும் ஒரு முறை எங்கே என்னையும் தாக்கிவிடுமோ என்று அதிலிருந்து என்னைப் பாதுகாக்க விரும்பினார்கள் அவர்கள்.

–ஸான்ட்ரா கால்னியடே
'ஸைபீரியப் பனியில் நடனக் காலணியுடன்'

"நினைவைக் கட்டமைத்தல்" என்பது இப்புத்தகத்தின் துணைத் தலைப்பாவது பொருத்தமாகவே இருக்கும். முதல் முறை நான் படித்தபோது அப்படித்தான் தோன்றியது எனக்கு. இல்லாமல்போன நினைவை, கவனத்துடன் – கருணையின்றிக்கூட – உருவாக்குவது. மொழியாக்கம் செய்தவர் அப்படியே தர முயன்றிருக்கும், உள்முகமான, சில சமயம் வலிந்து உள்ளே உள்ளே சுருளும் இதன் நடை, மனத்தின் உழல்வைத் திறந்து காட்டிவிடுகிறது.

கற்பனை செய்து பாருங்கள் – முப்பத்தைந்து வயதில் உங்களுக்குத் தெரிகிறது உங்கள் நினைவு மோசமாகக் கீறல் விழுந்த, பழுதுபட்ட ஒன்று என்று; அதன் அந்தரங்கத்தைக் கட்டும் செங்கல்களுக்கும் வெளியே தெரியும் தோற்றத்துக்கும் எந்தப் பொருத்தமும் இல்லை என்பது. அதன் காரை பெயர்ந்தபடி. கண்ணைக் குத்தும் ஓட்டைகள் எல்லா இடத்திலும். ஆரம்பத்தில் அசையவும் அச்சமாக இருக்கிறது எங்கே அது பொளிந்துபோய்விடுமோ என்று. பிறகு சிறிது நகர்ந்ததும் அது குலைகிறது. ஆனால் அதன் குலைவே அதை மீண்டும் கட்டமைக்கிறது.

*1987*ல் லாட்வியாவின் மாற்றுக் கருத்துடைய ஒரு சிறு குழுவினர் சோவியத் நாடு செய்த நாடுகடத்தல்களைக் குறித்த தங்கள் எதிர்ப்பை முதன்முறையாக வெளிப்படையாகப் பொதுவெளியில் காட்ட, ரீகாவின் சுதந்திரத்திற்கான நினைவுச்சின்னத்தில் மலர்களை வைத்தபோது ஸான்ட்ரா கால்னியடே அறிந்துகொண்டது இதைத்தான். அதைப் பற்றிக் கூறும்போது, “அமைதியாகப் பார்த்துக்கொண்டிருந்த ஆதரவாளர் களின் கூட்டத்திலிருந்து விலகி, தெருவைக் கடக்க எனக்குத் தைரியம் இருக்கவில்லை. சுற்றிலும் சோவியத் படையினரும், சேக்கா உளவுத்துறைப் போலீஸாரும் பார்த்துக்கொண்டிருந்தனர். இதற்காக நான் என்னையே வெறுக்கிறேன். ஆனால் அப்படிப்பட்டவளாகத்தான் நான் இருந்தேன். காரணம் நாடுகடத்தப்பட்ட என் குடும்பத்தின் அந்த மறைத்துவைக்கப்பட்டப் பயம் என்னுள் ஊறிப்போயிருந்தது. சுதந்திர நினைவுச் சின்னத்தின் அருகே நடந்த நிகழ்வுகளின் இந்த நாட்களில்தான் என் சுதந்திர உணர்வு மீண்டும் பிறந்தது” என்கிறார் ஸான்ட்ரா.

இந்தச் சுதந்திர உணர்வின் மீள்பிறப்புத்தான் ஸான்ட்ராவை சுதந்திரம் பெறுவதற்கான லாட்வியப் போராட்டத்தை ஆரம்பிக்க மட்டுமல்ல, அதன் முக்கியத் தலைவர்களில் ஒருத்தியாகவும் ஆக்கியது. லாட்வியப் பொதுமக்கள் முன்னணியில் அகிம்சை முறையில் “பாடும் புரட்சி”யைச் செய்த வெறிபோதை மண்டையை முட்டிய அந்த நாட்கள் பற்றித் தன் முதல் வெளியீடான *நான் அவர்களை உடைத்தேன், நீங்கள் அவர்களை உடைத்தீர்கள், நாம் அவர்களை உடைத்தோம், அவர்கள் உடைந்துபோனார்கள்* என்ற புத்தகத்தில் ஸான்ட்ரா எழுதியிருக்கிறார். பயமுறுத்தல்களையும், தொடர்ந்து ஊட்டப்பட்ட பயத்தையும் மீறி உருவாகிய ஆயிரக்கணக்கானவர்கள் கொண்ட அந்த எதிர்ப்புக் கூட்டம், “பாடும் புரட்சி”யில் கலந்துகொண்டது. சோவியத் கம்யூனிஸ அமைப்பும் அதன் கருத்தாக்கச் சாரங்களும் ஏன், சோவியத் குழுமமே முறிந்துபோயிற்று. இந்த அலை, கலை வரலாற்றாசிரியரான ஸான்ட்ரா கால்னியடேவை மீண்டும் புதிதாகப் பிறந்த நாட்டின் வெளிநாட்டுப் பிரதிநிதியின் வேலைக்கு இட்டுச்சென்றது. அரசுத் தூதராகவும் வெளிநாட்டமைச்சராகவும் இருந்த பின்னர் கடைசியாக ஐரோப்பியக் குழுமத்தில் லாட்வியா இணைந்ததும் ஐரோப்பிய ஆணையராகவும் ஆனார் ஸான்ட்ரா.

திரிக்கப்பட்ட, ஏய்ப்பு நிறைந்த சோவியத் வரலாற்றைக் கட்டவிழ்ப்பதும், மறைக்கப்பட்ட, மறுக்கப்பட்ட லாட்விய வரலாற்றை மீள் உருவாக்கம் செய்வதும் அவ்வளவு கடினமாக இருக்கவில்லை. அரசு

கூறிய வரலாற்றுக்கும், நினைவில் இருந்த வரலாற்றுக்கும் இடையே இருந்த வேறுபாடு கண்கூடாக இருந்தது. உலக மகா யுத்தத்தின் முன்பு ஜெர்மனி லாட்வியாவை ஆக்கிரமித்தபோது சோவியத் நாடு நாஸி ஜெர்மனியின் செயலுக்கு உடன்பட்டது முற்றிலும் நயவஞ்சகமான செயல் என்று தெரிந்தது. ஒரு நாடே தன் சரித்திரத்தை மீண்டும் உருவாக்கும் முயற்சி அனைவரின் இணைந்த நினைவிலும் உள்ள கட்டடச் செங்கல்கள் ஒவ்வொன்றும் மீண்டும் அதனதன் இடத்தில் வைக்கப்படத் தயாராக இருந்ததால்தான் சாத்தியப்பட்டது. ஆனால் இதைவிடக் கடினமான ஒரு வேலையை ஸான்ட்ரா கால்னியடே என்ற பெண் எதிர்கொள்ள வேண்டியிருந்தது. அது அவள் குடும்பத்தின் கடந்த காலத்தை உருவாக்கும் வேலை. அவள் ஏன் ஸைபீரியாவில் பிறந்தாள்? அவள் முன்னோர்கள் யார்? கடந்த காலத்தின் பல பகுதிகள் காணாமல் போயிருந்தன. அவள் அவற்றைத் தேடத் தொடங்கினாள்.

ஒரு பேட்டியில் இது பற்றிக் கூறினார்: “இந்தப் புத்தகத்தை நான் எழுத ஆரம்பித்தபோது, அது பற்றிய பொதுவான விஷயங்களை மட்டுமே நான் அறிந்திருந்தேன். ஒரு நாள் அதைச் சொற்களாக்கவேண்டும் என்று தீர்மானிக்காமலே, எழுத வேண்டும் என்ற எண்ணத்தை என்னுள்ளேயே பல நாட்கள் வைத்திருந்தேன். பிறகு ஒரு நாள் முற்றிலும் தற்செயலாக முதல் பாரா தாளில் தோற்றம் கொண்டது எனலாம். . . . அதை முடித்த பின்னர் நான் மனத்தளவில் இந்தப் புத்தகத்தை எழுதத் தயாராக இருப்பதை நான் அறிந்துகொண்டேன். பிறகு நான் ஆராய்ச்சியைத் துவங்கினேன்.” ஸைபீரியா பற்றிய நினைவுக் குறிப்புகளும், லாட்வியா பற்றிய புது சரித்திர ஆராய்ச்சிகளும் லாட்வியாவிலும், மேற்கு நாடுகளிலும் இருந்தன. அவை வெகு கவனத்துடன் இப்புத்தகத்தில் பதிவாக்கப்பட்டிருக்கின்றன. “காஃப்காவின் புதிர்ப்பாதைக் கூடமொன்றில் இருப்பது போன்ற வாதனையில் நான் இருந்தபோது, எதைத் தேட வேண்டும் என்று எனக்குப் புலப்பட்டது; நான் ஆவணக்காப்பகத்துக்குச் சென்றேன்.”

அவர் குடும்பத்தின் கதையை நாட்டின் வரலாற்றின் பகுதியாக உருவாக்கும், சிதறுண்ட துண்டுகளை இணைக்கும் இந்த வரலாற்றைக் கட்டும் சிக்கலான வேலை இப்படித்தான் ஆரம்பித்தது. நாடு மற்றும் அதன் இருபதாம் நூற்றாண்டு வரலாற்றின் ஒரு நுணுக்கமான படிவமாகத்தான் ஸான்ட்ராவின் குடும்பத்தைப் பார்க்கமுடியும். ரஷ்ய சாம்ராஜ்யத்தின் பகுதிகளாக லாட்விய நிலப்பகுதிகள்; முதல் உலக மகா யுத்தம்; சுதந்திர லாட்வியாவை உருவாக்கப் போராடிப் பின்னர் அது உருவானது; சோவியத் ஆக்கிரமிப்பு; பலரைக் கைது செய்தது மற்றும் நாடு கடத்தியது; நாஸி ஜெர்மனியின் ஆக்கிரமிப்பு; யூதர் வதை படலம்; இரண்டாம் சோவியத் ஆக்கிரமிப்பு நடக்கலாம் என்ற திகிலில் மேற்கு நாடுகளுக்கு அகதிகள் செல்வது; சோவியத் ஆக்கிரமிப்பாளர்களை எதிர்த்து நடந்த பிளவுபட்ட யுத்தம்; மீண்டும் பலர் கைது செய்யப்பட்டு நாடு கடத்தப்படுவது; முடிவில் மீண்டும் விடுதலையும் சுதந்திரமும். குடும்பத்தின் கிளைகளையும் அதில் இணைந்துள்ள ஊர்ப்பெயர்களையும் பார்க்கும்போதே எல்லாம் தெரிந்துவிடுகிறது. லாட்வியப் பெயர்கள், ரஷ்யப் பெயர்களும் கூட; பிறகு – பிறப்பு, இறப்பு, இட மாற்றங்கள் இவற்றைக் குறிக்கும் பெல்ஜியம், கனடா,

இங்கிலாந்து, ஜெர்மனி போன்ற நாடுகளின் பெயர்கள். கிழக்கிலும் மேற்கிலும் சிதறுண்ட, ஓர் அற்புதம்போல் லாட்வியாவிலும் இன்னும் எஞ்சியிருக்கும் ஒரு குடும்பமும் ஒரு நாடும். வன்முறையையும் பெரும் அவலத்தையும் குறிக்கும் புதிரான ரகசியக் குறிப்புகள்: "சுவடில்லாமல் மறைந்தவர்", "ரஷ்யாவில் சுவடில்லாமல் மறைந்தவர்", "சைபீரியாவுக்கு நாடுகடத்தப்பட்டவர்", "சைபீரியாவுக்கு நாடுகடத்தப்பட்டவர்", "சைபீரியாவுக்கு நாடுகடத்தப்பட்டவர்", "சைபீரியாவுக்கு நாடுகடத்தப் பட்டவர்", "சைபீரியாவுக்கு நாடுகடத்தப்பட்டவர்", "கைது செய்யப் பட்டவர்", "வ்யட்லாக்கில் மரணம்", "டாம்ஸ்க் பகுதியில் மரணம்", "பெசோர்லாக்கில் மரணம்".

சோவியத் குற்றப்பதிவுக் கோப்புகளில் நம்பவே முடியாத தகவல்கள் இருந்தாலும் சேக்கா என்று லாட்வியாவிலும் கேஜிபி என்று மேற்கு நாடுகளிலும் குறிப்பிடப்படும் உளவுத்துறையினரின் செயல்பாட்டுமுறையில் அகப்பட்டுக்கொண்டவர்கள் என்ன ஆனார்கள் என்பதை ஓரளவாவது மீளுருவாக்கம் செய்ய முடிகிறது. பிழைகளுக்குக் குறைவில்லை. நீதிமன்ற வழக்குகளின் மற்றும் விசாரணைகளின் முடிவுகள் முன்கூட்டியே எழுதப்படுகின்றன. தெரியவந்த அதிர்ச்சி அளிக்கும் ஒரு தகவல்: "...என் அம்மாவுக்கும் பாட்டிக்கும் தனிப்பட்ட பதிவுகள் இல்லை. அவர்கள் வழக்குகள் என் தாத்தாவின் வழக்கு பற்றிய கோப்புடன் இணைக்கப்படுகின்றன. என் அப்பாவும் அவர் அன்னையும் கூட, தனிப்பட்ட நபர்களாய் பார்க்கப்படவில்லை. ஒரு கொள்ளைக்காரக் கூட்டத்தின் குடும்ப அங்கத்தினர்களாகவே நோக்கப்படுகிறார்கள்." வாழ்வா சாவா என்ற விஷயங்களைப் பற்றிய, போலியான, உணர்ச்சியற்ற மொழியில் சோவியத் அரசு ஊழியர்களால் எழுதப்பட்ட இந்தத் தரவுகள், மனிதத்தன்மை இழந்த இந்த அமைப்பின் போக்கை ஒவ்வொரு பக்கத்திலும் வெளிப்படுத்துகிறது. ரஷ்ய மொழியில் எழுதப்பட்டவைதாம் இவை.

கடந்த காலத்தை ஒரு நாட்டின் வரலாறாக உருவாக்குவது கடினமான ஒன்று. தனிப்பட்ட நினைவுகளை உருவாக்குவது கொடுமைப்படுத்தும் முயற்சி. ஒவ்வொரு தகவலைக் கண்டுபிடிக்கும்போது அது முந்தைய தகவலைவிட வலி கூடியதாகவும் அதிர்ச்சி அளிப்பதாகவும் இருக்கிறது. அதன் வலி கூடும்போது, தகவல்களின் வெறும் விவரணையின் பின் ஒளிந்துகொள்ளத் தோன்றுகிறது. "வறண்ட, அடிப்படையான தகவல்களைத் தரும் முறையில் உள்ள நோக்கு என் சொந்த நோக்கைக் குலைக்காமல் இருப்பதைத் தவிர்ப்பது ஒரு பிரச்சினையாகவே இருந்தது" என்கிறார் ஸான்ட்ரா. அதே சமயம், "என்னை இவற்றிலிருந்து எட்ட வைத்துக் கொள்வது வெகு கடினமாக இருந்தது" என்று ஒப்புக்கொள்கிறார். புறவய நோக்கோடு தகவல்களைப் பதிவு செய்வதற்கும், தகவல்களில் இணைந்துள்ள வாழ்க்கைகளை வாழ்ந்து பார்க்கும் சுய விருப்பத்துக்கும் இடையே உள்ள இறுக்கம் கூடிய இழுபறி இந்தப் படைப்பில் தெரிகிறது: "நான் பார்த்தே இராத மறைந்த என் பாட்டனார்களையும், என் பாட்டியையும் நான் எனக்காக மீண்டும் உயிரூட்டினேன் எனலாம்." அந்த மீளுருவாக்கம் ஸான்ட்ராவை அவர்களாக வாழ்ந்து பார்க்கும் உலகொன்றுக்கு இட்டுச்

சென்றது. கோப்புகள் இல்லா உலகம் அது. அவள் தாத்தா யானிஸுடன் அவள் வ்யாட்லாக்கில் மரிக்கிறாள்; ஸைபீரியாவின் டகூர் கிராமத்தில் அவள் பாட்டி எமீலியாவுடன்.

ஒரு மாட்டுக்கொட்டகையில் அவள் உயிர்விடுகிறாள்; இன்னொரு தாத்தா அலெக்ஸான்டர்ஸுடன் பெசோர்லாக்கில் அவள் இறந்துபோகிறாள். அவள் அம்மா மற்றும் பாட்டியுடன் ஸைபீரியாவில் அவள் பட்டினியையும் இழப்பையும் அனுபவிக்கிறாள். இது வெறும் கற்பனை மட்டும்தானா? சுயநோக்கில் மீளுருவாக்கம் செய்யப்பட்ட, வாழ்க்கை வாழப்பட்ட விதங்களைப் பற்றிய பதிவுகள் நம்பத்தக்கவைதானா? "நான் அப்போது எப்படி உணர்ந்தேன் என்பது உனக்கு எப்படித் தெரிந்தது?" என்று "பலவந்தக் குடியிருப்பும் பட்டினியும்" என்ற அத்தியாயத்தைப் படித்துவிட்டுத் தன் தாயார் கூறியதைப் பகிர்ந்துகொண்டு ஸான்ட்ரா இதற்குப் பதில் கூறுகிறார். இதுபோன்ற கேள்விகள் பற்றி ஸான்ட்ரா முடிவாகக் கூறுவது: "அம்மாவின் அந்த வார்த்தைகளைக் கேட்டபின் மற்றவர்கள் என்ன சொல்வார்கள் என்ற கவலை எனக்கு முற்றிலும் இல்லாமல் போயிற்று." சொல்ல யாருக்காவது துணிவிருக்குமா என்ன?

மீள் உருவாக்கம் செய்யப்பட்ட நிகழ்வுகளும் உணர்ச்சிகளும் வாசகர்களை எப்படி எட்டுகின்றன? நம் அன்றாட வாழ்க்கையின் யதார்த்தத்திலிருந்து மிகவும் விலகியுள்ள நிகழ்வுகளையும் உணர்ச்சிகளையும் நம்மை ஏற்கவைப்பது எது? இதைப் படிக்கும்போதும், இதைப் பதிப்புக்காகத் திருத்தியமைத்தபோதும் இந்தக் கேள்வியை நான் மீண்டும் மீண்டும் கேட்டேன். இதற்கான பதில் ஸைபீரியப் புதிர்க்கூடத்திலும், குலாக் அனுபவத்தினூடேயும், கிட்டத்தட்ட இத்தாலியக் கவி டான்டேயின் பாணியில் ஸான்ட்ரா நம்மைக் கைபிடித்துக் கூட்டிச்சென்று வெளியே கொண்டுவரும் முறையில் அடங்கியிருக்கிறது. கால எல்லையைக் கடந்து பயணித்து அவர் கண்டறிவதுதான் அவரையும் நம்மையும், நம் காலத்தின் தூரம், மற்றும் பதிவு செய்யப்பட்ட சரித்திரத்தின் புறவய நோக்கிலிருந்து, தரவுகள், பாதுகாப்பான வாழ்க்கை இவை எல்லாவற்றையும் மீறி, கடந்த காலத்தை அகவயமாக மீண்டும் அனுபவிக்க இட்டுச் செல்கிறது. அவலத்தில் அழும் மானுடம் மற்றவர்களின் அனுபவங்களைத் தனதாக்கிப் பார்த்துத்தான் தன் பாட்டை அர்த்தப்படுத்திக்கொள்கிறது. வாழ்க்கை தொடருவது இதனால்தான். இந்த அனுபவத்தை, சுயத்தை முற்றிலும் துலக்கிக்கொள்ளும் ஒன்றாகப் பண்டைய கிரேக்கர்கள் கருதினார்கள்.

துன்பமும் சாவும் மட்டுமே இல்லை இப்புத்தகத்தில். பார்க்கப்போனால், தாங்கும் சக்தி, மாளாத தொடர்ந்த உய்வு, மீண்டெழுதல் என்ற மானுடத்தின் அழிக்க முடியாத இன்னொரு பக்கம்தான் இப்புத்தகத்தின் முக்கியமான செய்தி. அதுதான் நினைவுச் செங்கல்களை மீண்டும் விழாதபடி பிணைத்துவைக்கும் காரை. தன்னுடைய மற்றும் தன் குடும்பத்தின் நினைவுகளைக் கட்டும்போது ஸான்ட்ராவுக்கு வேறு சிலதும் சாத்தியமாகிறது. இட்டுக்கட்டிய போலிக் கோப்புகளிலும், ஏமாற்றுச் சரித்திரத்திலும் பல காலம் மறைந்திருந்த தன் நாட்டின், ஐரோப்பாவின், உலகின் நினைவுகளின் சில பகுதிகளையும் அவரால் உருவாக்க முடிகிறது.

ஸான்ட்ராவின் புத்தகம் கதை மற்றும் வரலாறு இரண்டின் வேறுபாடும் மறைந்துவிடும் ஓர் அபூர்வ நிகழ்வு. ஒன்று மற்றொன்றை விளக்கி அதைச் செழுமைப்படுத்துகிறது. மேலும் சொந்த அனுபவம் மற்றும் பொது மானுட அனுபவம், குடும்பக் கதை மற்றும் ஒரு சிறு நாட்டின் சரித்திரம், நாட்டின் சரித்திரம் மற்றும் அதைச் சூழ்ந்து அதை இல்லாமல் ஆக்கப் பயமுறுத்தும் அதி முக்கிய உலக நிகழ்வுகள் இவற்றைத் துல்லியமான முறையில் சமன்படுத்துகிறது.

இருந்தாலும் இதில் ஓர் எச்சரிக்கை இருக்கிறது. புத்தகத்தில் நம்பிக்கை தரும் முடிவாக இருந்தாலும், நினைவுகளின் ஆழம் நமக்கு நினைவுறுத்திக்கொண்டே இருப்பது இன்னொன்று. ஸான்ட்ராவும், அவர் குடும்பமும், லாட்வியாவும் சோவியத் ஆக்கிரமிப்பின் நீண்ட ஆண்டுகளுக்குப் பின் அடைந்த சுதந்திரத்துக்குப் பின்னால் செஸ்ஸ்வாஃப் மீவோஷ் தன் பிரசித்தி பெற்ற புத்தகத்தில் கூறிய, சோவியத் பொதுவுடமை அமைப்பின் "வசப்பட்ட மனம்" ஒளிந்திருக்கிறது; குருட்டுத்தனமாக, எந்த நிபந்தனைகளும் இன்றிக் கோட்பாட்டிற்குப் பணியும் குணம் இருக்கிறது. இந்த அமைப்பினால் அழிக்கப்பட்டு, குலைக்கப்பட்ட மனித உயிர்களின் எண்ணிக்கை கோடானுகோடி. அது சிதைத்த மனித மனங்களின் எண்ணிக்கை அதைவிட அதிகம். ஆள்பவர்கள் மட்டுமல்ல பொதுமக்களும் அதில் அடக்கம். வ்யட்லாக் சிறை முகாமில் சாவை நெருங்கிக்கொண்டிருந்த தன் பாட்டனார் யானிஸின் விசாரணையின்போது வசப்பட்ட, கட்டுப்பட்ட மனம் செயல்படும் விதத்தை ஸான்ட்ரா காட்டுகிறார். இன்னொரு பாட்டனார் அலெக்ஸான்டர்ஸ் விசாரணைக்கு உட்படுத்தப்பட்டு அவருக்கு எதிரான நீதிமன்ற நடவடிக்கைகளைக் கூறும்போதும் காட்டுகிறார். இந்த அமைப்பில் குற்றம் என்பது முன்பே தீர்மானிக்கப்பட்ட ஒன்று; மனித உணர்ச்சிகள் ஒதுக்கப்பட்டவை. ஆனால் ஸான்ட்ராவின் குடும்பம் ஸைபீரியாவின் மக்களிடையே மழுங்கிய, நோக்கற்ற மனம் கொண்ட பலரையும் பார்க்கிறது. அவர்களில் பலர் முந்தைய நாடுகடத்தல்களையும் அடக்குமுறைகளையும் அனுபவித்த பலியாட்கள். உதவிக்கரம் நீட்டி வறுமையிலும் தங்களிடம் எஞ்சி உள்ளவற்றைப் பகிர்ந்த சிலரை அவர்கள் சந்தித்தாலும், கொடுமையான கையறுநிலை பலரிடமிருந்து மானுடக் கருணையையும் சம்பிரதாய மரியாதையையும் பறித்திருந்தது. தனிமைப்படுத்தப்பட்டதும் சிறைப்பட்ட நிலையும் அவர்களைப் பணிந்து செல்பவர்களாக, எதையும் முன்னெடுத்துச் செய்ய முடியாதவர்களாக, சுதந்திரம் பற்றிய உணர்வில்லாதவர்களாக ஆக்கியிருந்தது. எல்லாவற்றையும் இழந்தவர்களிடையே, புதிதாக வந்த கைதிகள் அதிக சுதந்திரம் உள்ளவர்கள்போலத் தெரிகிறார்கள். ஸ்டாலினின் அரசியலுக்குப் பலியானவர்கள் கூட அவர் மரணச் செய்தியைக் கண்ணீர் விட்டுக் கதறி ஓலமிட்டு எதிர்கொள்கிறார்கள். ஒப்பிடும்போது, மின்சாரக் கம்பத்தில் ஏறி அமர்ந்து, மரணச் செய்தி சரியாக ஒலிபரப்பாவதைக் கண்காணித்துக்கொண்டிருந்த ஸான்ட்ராவின் தந்தை சுதந்திரத்தின் அடையாளமாகத் தெரிகிறார். "...சோகமாக முகத்தை வைத்துக்கொண்டு, மற்றவர்களுக்குத் தான் நினைப்பது தெரிந்துவிடுமோ என்று பயப்பட வேண்டியிராத அரிய நிலையில் அவர் இருந்தார்." பின்திரும்பிப்

பார்க்கும்போதும், இதனுள் உற்று நோக்கும்போதும், எல்லாமே ஏதோ ஒரு வகையில் அபத்தமாகத் தெரிகிறது. இருந்தாலும் இது நடந்தது. இது நாஸி ஜெர்மனியில் நடந்தது; இது சோவியத் குழுமத்தில் நடந்தது. இது ஒரு முறை நடந்திருக்கிறதென்றால், இது மீண்டும் நடக்கக் கூடும்.

எப்போதும் இது நடக்கலாம். லாட்விய மனம் சிறைப்படவில்லை. அதன் "பாட்டுப் புரட்சி"யும், சுதந்திர உலகில் மீண்டும் நுழைந்ததும் அதை நிரூபிக்கிறது. ஆனால் இதைவிட அதிகக் காலமாகச் சிறைபட்டவர்களின் மனங்களின் கதி என்ன? உணர்ச்சி செத்த விசாரணையாளர்கள், குருட்டுத்தனமாகக் கட்டளைகளைச் செயல்படுத்தியவர்கள், மூளையின்றிப் பின்தொடர்ந்த பொதுமக்கள், இவர்கள் கதி என்ன? இவை எல்லாம் உண்மையாகவே கடந்துவிட்டனவா? நடனத்துக்கான காலணியில் ஸைபீரியப் பனிக்குள் ஸான்ட்ராவின் அம்மா நாடுகடத்தப்பட்ட நிகழ்வுதான் எல்லாவற்றுக்கும் ஆரம்பம். தன் அம்மாவுக்குத் தொடர்ந்து வரும் துர்க்கனவு ஒன்று பற்றிய ஸான்ட்ராவின் விவரிப்புடன் புத்தகம் முடிகிறது: "மீண்டும் இரவு. யாரோ கதவைத் தட்டுகிறார்கள். முன்பின் அறியாத ஆண்கள் உள்ளே நுழைந்து அவளைத் தயாராகும்படி உத்தரவிடுகின்றனர். நாடுகடத்தப்படும் துர்க்கனவு தொடங்குகிறது. முற்றிலும் மனம் முறிந்துபோய் என் அம்மா நினைக்கிறாள்: 'கடந்த முறை நடந்தது கனவு. இதுதான் நிஜம்.' எழுந்து வெகு நேரம் ஏதுமில்லா இருட்டினுள் வெறித்த பின் அவள் அமைதியடைந்து புரிந்துகொள்கிறாள். அவள் வீடு திரும்பியாகிவிட்டது. லாட்வியாவில் உள்ள வீட்டுக்கு." அது கனவா? இது கனவுதானா? மற்றவை அனைத்தும் நினைவுகள்.

வால்டெர்ஸ் நால்லென்டார்ஃப்ஸ்

நேர்த்தியாக அலங்கரிக்கப்பட்ட சாப்பாட்டு மேசையருகே நாங்கள் அமர்ந்திருக்கிறோம். மெழுகுவர்த்திகள் எரிந்துகொண்டிருக்கின்றன. நாங்கள் மூவரும் சேர்ந்திருக்கும் போது அப்பா எப்போதும் மெழுகுவர்த்திகளை ஏற்றுவார். க்ரிஸ்டல் கண்ணாடிக் கோப்பைகளில் இந்தச் சந்தர்ப்பத்துக் கென்று நான் பிரான்ஸிலிருந்து வாங்கி வந்திருந்த மது குமிழ்விட்டு ஒளிர்ந்துகொண்டிருந்தது. காய்கறிகளைச் சேர்த்துக் குழைய வேகவைத்திருந்த மாட்டுக்கறி "ராகூ"வைச் சாப்பிட்டுக்கொண்டிருக்கிறோம். பாரீஸில் என் வாழ்க்கை பற்றியும், என் பெற்றோரின் அன்றாட வாழ்க்கை பற்றியும், நான் கடந்த முறை ரீகா வந்து சென்றபின் நடந்த வெகு முக்கிய நிகழ்வுகள் குறித்தும் பேசிக்கொண்டிருக்கிறோம். அவள் வழக்கமாகச் செய்வதுபோல் அம்மா ஒரு ரொட்டித் துண்டை எடுத்து இரண்டாக்கி அப்பாவிடம் ஒரு பாதியைத் தருகிறாள். பிறகு இருவரும் அவரவர் தட்டுகளில் இருப்பதை ரொட்டித் துண்டினால் வழித்தெடுக்கிறார்கள். ஒரு துளி சாறோ ரொட்டித்துகளோ இல்லாதபடி துடைத்தெடுக்கிறார்கள். அவர்கள் ஸைபீரியாவிலிருந்து திரும்பி வந்து நாற்பத்தி நான்கு ஆண்டுகளாகிவிட்டன. அப்படியும் அங்கு அவர்கள் அனுபவித்த பட்டினி போட்ட சூடு என் பெற்றோரிடம் இன்னும் தெரிகிறது. எங்கு எத்தனை பெரிய விருந்துக்கு நாங்கள் அழைக்கப்பட்டாலும், விருந்துக்கு அழைத்த வீட்டுத் தலைவி சாப்பிட்ட தட்டுகளை எடுக்கும்போது, அம்மாவின் கண்கள், சாப்பாட்டு மேசையிலிருந்து எடுக்கப்படும் தட்டுகளில் கொஞ்சமே கொஞ்சம் மிச்சம் வைத்ததையும்கூட கவலையோடு நோக்கும். அந்த மாதிரிச் சந்தர்ப்பங்களில் பொதுவாகக் கடைப்பிடிக்க வேண்டிய பண்பு ஸைபீரிய அனுபவத்தைவிட வலுவானதாக இருக்கும் – அந்தப் பண்பை அசட்டை செய்துவிட்டு ஒரு ரொட்டித்துண்டை எடுக்க அம்மா துணிய மாட்டாள்.

1941ம் ஆண்டு ஜூன் 14ஆம் தேதியன்று சோவியத் அரசு என் தாத்தா மற்றும் பாட்டியுடன் அவளை ஸைபீரியாவுக்கு நாடு கடத்தியபோது, என் அம்மா, லிகிடா ட்ரைஃபெல்ட்ஸுக்கு பதினாலு வயது முடிந்து ஆறு மாதம். ரஷ்யாவில் உள்ள பபினினோ என்ற இடத்தில் என் தாத்தா யானிஸ் தன் குடும்பத்திலிருந்து பிரிக்கப்பட்டார். அதன்பின், அவர் பற்றிய எந்தச் செய்தியும் என் அம்மாவுக்கும் பாட்டிக்கும் கிடைக்கவில்லை. 1990 ஏப்ரல்இல் லாட்விய சோவியத் சோஷியலிஸக் குடியரசின் அரசு பாதுகாப்புக் குழுவிடமிருந்து என் அன்னைக்கு ஒரு சிற்றறிக்கை வந்தது. அதில் என் தாத்தா தன் அறுபத்து மூணாவது பிறந்த நாளுக்கு ஆறு நாட்கள் முன்பு, 1941ல் டிசம்பர் 31ம் தேதி இறந்தார் என்றும் பாட்டி எமீலியா 1950ல் பிப்ரவரி 5ம் தேதியன்று டகூரில் இறந்தார் என்றும் குறிக்கப்பட்டிருந்தது. அம்மாவின் மூன்று சகோதரர்கள் வால்டெமார்ஸ், ஆர்னால்ட்ஸ் மற்றும் விக்டோர்ஸ் நாடு கடத்தப்படுவதிலிருந்து தப்பித்துவிட்டார்கள். வால்டெமார்ஸும் ஆர்னால்ட்ஸும் கைதுகள் நடந்தபோது வீட்டில் இருக்கவில்லை. விக்டோர்ஸ் நல்ல வேளையாக ஒரு பீரோவுக்குள் ஒளிந்துகொண்டான். பயத்திலும் பரிதவிப்பிலும் உறைந்துபோனபடி, தன் பெற்றோரும் சகோதரியும் அழைத்துச்செல்லப்படுவதை அவனால் கேட்க முடிந்தது. உலக மகா யுத்தத்தின் முடிவில், லாட்வியாவை விட்டு வெளியேறிய 240000 அகதிகளுடன் சகோதரர்களும் அவர்கள் குடும்பத்தினருடன் சிவப்பை நிறமாகக் கொண்ட படுகள ஆட்சியை விட்டு மேற்கு நாடுகளுக்கு வெளியேறினர். குடிபெயர்ந்தவர்களுக்காக ஜெர்மனியில் ஒழுங்காக அமைக்கப்படாத முகாம் ஒன்றில் பல நாட்கள் இருந்த பின்னர் அவர்களுக்குக் கனடா மற்றும் இங்கிலாந்தில் அடைக்கலம் கிட்டியது.

என் அப்பா ஐவர்ஸ் கால்னியடிஸ் என் பாட்டி மில்டாவுடன் 1949 மார்ச் 25 தேதியில் நாடு கடத்தப்பட்டபோது அவர் ஒரு பதினேழு வயது இளைஞர். அவர்கள் ஒரு "கொள்ளைக்காரக்" குடும்பத்தின் அங்கத்தினர்கள் என்று குறிக்கப்பட்டார்கள். காரணம் என் தாத்தா அலெக்ஸான்டர்ஸ் யுத்தம் முடிந்த பிறகும் சோவியத் ஆக்கிரமிப்பை எதிர்த்தபடி இருந்தார். "காட்டுச் சகோதர்கள்" என்ற எதிர்ப்புக் குழுவில் இருந்தார். அப்பாவின் தம்பி ஆர்னிஸ், கைதுகள் நடந்தபோது தன் பாட்டியுடன் கிராமத்தில் இருந்ததால் அதிர்ஷ்டவசமாக நாடுகடத்தப்படுவதிலிருந்து தப்பிக்க முடிந்தது. சில நாட்களில் பாட்டி இறந்துபோனதும் பெற்றோர்கள் உயிருடன் இருந்தும் அனாதையானான் ஆர்னிஸ். 1945ல் இலையுதிர்காலத்தின்போது அரசு பாதுகாப்பு மக்கள் குழு தாத்தா அலெக்ஸான்ட்ர்ஸைக் கைது செய்தது. உளவுத்துறை சேக்காவின் கிடங்குகளில் பலகாலம் சித்திரவதைக்கும் புனையப்பட்ட சட்ட நடவடிக்கைகளுக்கும் உள்ளான பின் அவர் ஸைபீரியாவுக்கு நாடு கடத்தப்பட்டார். 1953 பிப்ரவரி 18ல் ஒரு சிறை முகாமில் அவர் இறந்துபோனார். என் பாட்டி மில்டா பிழைத்து, எங்களுடன் லாட்வியாவுக்குத் திரும்பினார். ரீகாவில் அவர் 1975 நவம்பர் 5ல் இறந்தார்.

என் பெற்றோர் ஸைபீரியாவில் சந்தித்து 1951 மே 25ல் திருமணம் புரிந்துகொண்டனர். 1952 டிசம்பர் 22ல் கல்பாஷெவா மாவட்டத்தின் டாம்ஸ்க் பகுதியைச் சேர்ந்த டகூரில் நான் பிறந்தேன். என் பெற்றோர் ஒவ்வொரு மாதமும் இருமுறை முகாமுக்குப் பொறுப்பான படைத்தளபதியிடம் போய், தங்களைப் பதிவு செய்துகொள்ள வேண்டும். நாடு கடத்தப்பட்டவர்கள் அவரவர்களுக்கான உறைவிடத்திலிருந்து சொல்லாமல் வெளியேறாமல் இருக்க சோவியத் பாதுகாப்புத் துறையினர் மேற்கொண்ட முறை இது. நான் பிறந்த ஒரு மாதத்துக்குப் பின் முதல் முறையாக என்னைப் பதிவு செய்ய வேண்டிவந்தது அப்பாவுக்கு. சுதந்திரமாக இருக்கும் பாக்கியம் எனக்கும் இருக்கவில்லை. சோவியத் அரசாங்கத்துக்கு மேலும் அடிமைகளைத் தர என் பெற்றோர் விரும்பவில்லை. எனக்குத் தம்பியோ தங்கையோ கிடையாது.

மே 30, 1957ம் ஆண்டு நாங்கள் லாட்வியாவுக்குத் திரும்பினோம்.

குடும்பப் பிணைப்புகள்

யானிஸ்
ட்ரெய்ஃபெல்ட்ஸ்

இல்ஸே எமீலியா
ட்ரெய்ஃபெல்டே

லிகிடா
ட்ரெய்ஃபெல்டே

அலெக்ஸான்டர்ஸ்
கால்னியடிஸ்

மில்டா
கால்னியடே

ஐவர்ஸ்
கால்னியடிஸ்

ஆர்னிஸ்
கால்னியடிஸ்

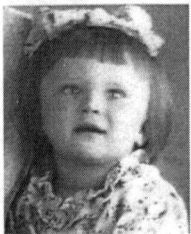

ஸான்ட்ரா
கால்னியடே

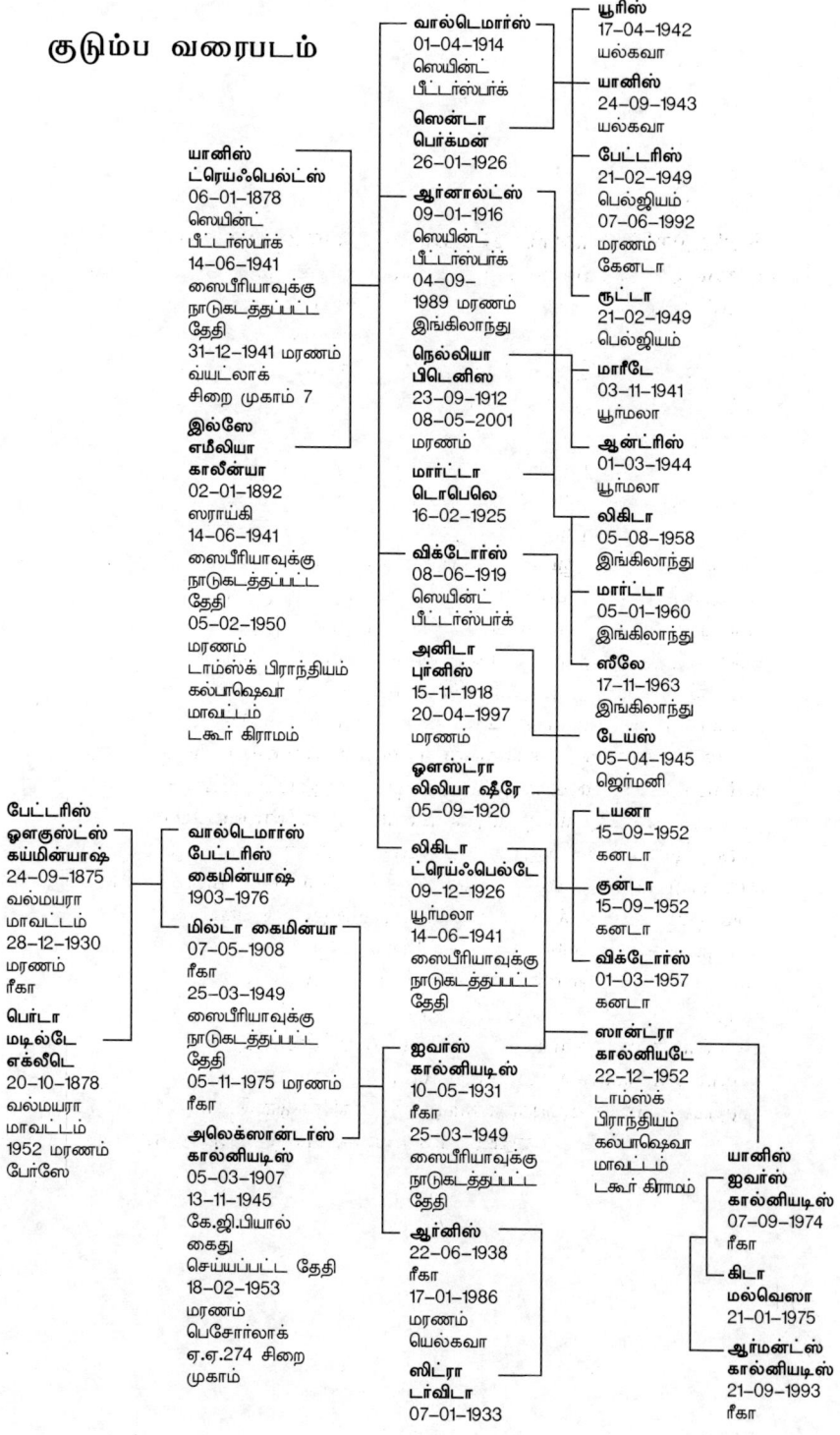

குடும்ப வரைபடம்

யானிஸ் ட்ரெய்ஃபெல்ட்ஸ்
06-01-1878
ஸெயின்ட் பீட்டர்ஸ்பர்க்
14-06-1941
சைபீரியாவுக்கு நாடுகடத்தப்பட்ட தேதி
31-12-1941 மரணம்
வ்யட்லாக் சிறை முகாம் 7

இல்ஸே எமீலியா காலீன்யா
02-01-1892
ஸராய்கி
14-06-1941
சைபீரியாவுக்கு நாடுகடத்தப்பட்ட தேதி
05-02-1950
மரணம்
டாம்ஸ்க் பிராந்தியம்
கல்பாஷெவா மாவட்டம்
டகூர் கிராமம்

வால்டெமார்ஸ்
01-04-1914
ஸெயின்ட் பீட்டர்ஸ்பர்க்

ஸென்டா பெர்க்மன்
26-01-1926

யூரிஸ்
17-04-1942
யல்கவா

யானிஸ்
24-09-1943
யல்கவா

பேட்டரிஸ்
21-02-1949
பெல்ஜியம்
07-06-1992
மரணம்
கேனடா

ரூட்டா
21-02-1949
பெல்ஜியம்

ஆர்னால்ட்ஸ்
09-01-1916
ஸெயின்ட் பீட்டர்ஸ்பர்க்
04-09-1989 மரணம்
இங்கிலாந்து

நெல்லியா பிடெனிஸ
23-09-1912
08-05-2001
மரணம்

மாரீடே
03-11-1941
யூர்மலா

ஆன்ட்ரிஸ்
01-03-1944
யூர்மலா

மார்ட்டா டொபெலெ
16-02-1925

லிகிடா
05-08-1958
இங்கிலாந்து

மார்ட்டா
05-01-1960
இங்கிலாந்து

ஸீலே
17-11-1963
இங்கிலாந்து

விக்டோர்ஸ்
08-06-1919
ஸெயின்ட் பீட்டர்ஸ்பர்க்

அனிடா பூர்னிஸ்
15-11-1918
20-04-1997
மரணம்

டேய்ஸ்
05-04-1945
ஜெர்மனி

ஓஸஸ்ட்ரா லிலியா வீரே
05-09-1920

டயனா
15-09-1952
கனடா

குன்டா
15-09-1952
கனடா

விக்டோர்ஸ்
01-03-1957
கனடா

லிகிடா ட்ரெய்ஃபெல்டே
09-12-1926
யூர்மலா
14-06-1941
சைபீரியாவுக்கு நாடுகடத்தப்பட்ட தேதி

பேட்டரிஸ் ஔகுஸ்ட்ஸ் கய்மின்யாஷ்
24-09-1875
வல்மயரா மாவட்டம்
28-12-1930
மரணம்
ரீகா

பெர்டா மடில்டே எக்லீடெ
20-10-1878
வல்மயரா மாவட்டம்
1952 மரணம்
பேர்ஸே

வால்டெமார்ஸ் பேட்டரிஸ் கைமின்யாஷ்
1903-1976

மில்டா கைமின்யா
07-05-1908
ரீகா
25-03-1949
சைபீரியாவுக்கு நாடுகடத்தப்பட்ட தேதி
05-11-1975 மரணம்
ரீகா

அலெக்ஸான்டர்ஸ் கால்னியடிஸ்
05-03-1907
13-11-1945
கே.ஜி.பியால் கைது செய்யப்பட்ட தேதி
18-02-1953
மரணம்
பெசோர்லாக் ஏ.ஏ.274 சிறை முகாம்

ஐவர்ஸ் கால்னியடிஸ்
10-05-1931
ரீகா
25-03-1949
சைபீரியாவுக்கு நாடுகடத்தப்பட்ட தேதி

ஸான்ட்ரா கால்னியடே
22-12-1952
டாம்ஸ்க் பிராந்தியம்
கல்பாஷெவா மாவட்டம்
டகூர் கிராமம்

யானிஸ் ஐவர்ஸ் கால்னியடிஸ்
07-09-1974
ரீகா

கிடா மல்வெஸா
21-01-1975

ஆர்மன்ட்ஸ் கால்னியடிஸ்
21-09-1993
ரீகா

ஆர்னிஸ்
22-06-1938
ரீகா
17-01-1986
மரணம்
யெல்கவா

ஸிட்ரா டர்விடா
07-01-1933

பீடிகை

ஆகஸ்டு 1939ல் சூரியன் பால்டிக் கடலில் மூழ்கியது ரத்தம் தோய்ந்த விரிப்புகளுக்குள் மூழ்குவது போல் இருந்தது என்கிறார்கள். வயதான கிழவிகள் ஏதோ பயங்கரமாக நடக்கப் போகிறது என்ற முன்னுணர்வுடன் இந்தச் செக்கச்சிவந்த சூரிய அஸ்தமனங்களைப் பார்த்தார்கள். இதில் எத்தனை உண்மை, எத்தனை கற்பனை என்பதை இப்போது கூற முடியாது. அது அவ்வளவு முக்கியமும் அல்ல. ஏனென்றால் ஒரு நாட்டின் நினைவாற்றல் என்பது நிகழ்வுகளையும், முக்கிய நிகழ்ச்சிகளையும் சலித்தெடுத்து, கூட்டிக்குறைத்து, அவைகளைக் காரண காரிய ரீதியில் அமைப்பதாகும். ஐரோப்பா யுத்தத்தின் விளிம்பில் இருந்தது. பின் வந்த நாட்களில், சரித்திரத்தைப் பின்னோக்கிப் பார்க்கும்போது, இதையே உலகச் சரித்திரத்தில் நடந்த அதீதக் குருதி தோய்ந்த யுத்தத்தின் ஓர் அச்சுறுத்தும் சூசகமாக மக்கள் நினைவு கூர்ந்தார்கள்.

1939 ஆகஸ்டு 23 அன்று நடந்த சூரிய அஸ்தமனமும் ரத்தம் தோய்ந்த ஒன்று என்றுதான் நான் நினைக்கிறேன். அன்றைய தினத்தை மக்கள் அமைதியான முறையில் கழித்திருந்தார்கள். ஆகஸ்டு மாதத்தின் கடைசி நாட்களாக இருந்தாலும் வழக்கத்தைவிடப் புழுக்கம் அதிகமாக இருந்தது. சூரியனும், தென் திசை காற்று வீசும் 23 டிகிரி சென்டிக்ரேட் அளவுக்குக் காற்றுமண்டலத்தில் வெப்பத்தை ஏற்றியிருந்தது. வசந்த காலத்தின் அறுவடை முடிந்து பயிர்களைக் கட்டிமுடித்துவிட்டு நல்ல அறுவடை நடந்த தென்ற திருப்தியில் இருந்தனர் விவசாயிகள். வெய்யில் காலம் திடீரென்று உடலை உறைப்பதும் பால்டிக் கடலின் நீர் பாலைப்போல வெதுவெதுப்பாக இருந்ததும் எல்லோருக்கும்

அனுகூலமாகவே இருந்தது. சிலர் கடலில் நீந்தப் போனார்கள்; இன்னும் சிலர் அவரவர் வயல்களைச் சீர்ப்படுத்தினர்கள்; சிலர் காடுகளில் நாய்க்குடைகளைப் பொறுக்கப் போனார்கள். அதற்கு முன்தினம்தான் தினசரிகள் ரஷ்யாவும் ஜெர்மனியும் தாக்குதல் நிறுத்த உடன்படிக்கை செய்துகொள்ளப்போவதாக அறிவித்திருந்தன. இந்த நிகழ்வு எத்தனை பயங்கரமான முக்கியத்துவம் வாய்ந்தது என்பதைச் சாதாரண மக்கள் அறிந்திருக்க வாய்ப்பில்லை. பத்திரிகைகள் இது குறித்து விவாதித்தன. இந்த உடன்படிக்கை ஐரோப்பாவின் அதிகார சமன் நிலையை மாற்றும் என்றும் பால்டிக் நாடுகளின் பாதுகாப்பு குலையலாம் என்றும் கூறின. இவற்றுடன் உடனுக்குடன் சோவியத் சோஷியலிஸக் குடியரசு மற்றும் ஜெர்மனியின் அமைதிப்படுத்தும் விமர்சனங்கள் வந்தன. "தாக்குதல் நிறுத்த உடன்படிக்கை பால்டிக் நாடுகளின் சுதந்திரத்துக்கும் பாதுகாப்புக்கும் நன்மையைத்தான் தரும்" என்றன அவை.

வெளிநாட்டுத் தூதரகங்கள் மூலம் ரிப்பன்ட்ராப் – மோலடவ் உடன்படுக்கையில் சில குறிப்புகள் ரகசியமாகச் சேர்க்கப்பட்டுள்ளன போன்ற வதந்திகள் ரீகாவை எட்டத்தான் செய்தன. ஆனால் இவை முறையாக உறுதி செய்யப்படவில்லை. யுத்தத்துக்குப்பின் அமெரிக்கா, ஜெர்மனியின் வெளிநாட்டுத் துறையின் ஆவணக்காப்பகத்தில் இக் குறிப்புகளைக் கண்டெடுத்து அவற்றை ந்யூரெம்பர்க் வழக்கு விசாரணையின் போது சான்றாகப் படித்தபோதுதான் உலகத்துக்குப் புரிந்தது. இரு வல்லரசுகள் ஐரோப்பாவை இரண்டாகப் பிரித்து அவரவர்களுக்கான இரு வேறு அதிகாரப் பரப்புகளாகப் பகிர்ந்துகொண்டன என்பது. லாட்வியா, லிதுவேனியா மற்றும் எஸ்டோனியா ரஷ்ய சோஷியலிஸக் குடியரசின் கீழே விடப்பட்டன. இது தவிர, சில நாட்களுக்குப் பிறகு ஜெர்மனி போலந்து நாட்டைப் படையெடுத்தது. நேச நாடுகள், நாஸி ஜெர்மனியை ஆதரித்து ஜெர்மனி போலந்தைத் தாக்கினால் அதை எதிர்க்க வேண்டியதில்லை என்று கூறிய பிரெஞ்சு அரசியல்வாதி மார்ஸெல் டேயா எழுதிய "டான்ஸிக் நகரத்துக்காக நாம் ஏன் மடிய வேண்டும்?"[1] என்ற கட்டுரையின் தலைப்பை நினைவுகூர்ந்து தம் குற்ற உணர்வைத் தணித்துக்கொண்டன. சோவியத் ஐக்கியம் லாட்வியா, லிதுவேனியா, எஸ்டோனியா மற்றும் கிழக்குப் போலந்து, பெஸரபியா மற்றும் ஃபின்லாந்து நாடுகளை நோக்கித் தன் படைபலம் கொண்ட கையை நீட்டியது.

என் அம்மா மற்றும் என் அப்பாவின் தெள்ளிய நினைவில் ஆகஸ்டு 23ம் தேதி எந்த முக்கியத்துவமும் பெறவில்லை. என் அம்மாவுக்கு அப்போது பனிரெண்டு வயது முடிந்து ஒன்பது மாதங்களாகியிருந்தன. என் அப்பாவுக்கு எட்டு வயது. என் இரு தரப்பு பாட்டி தாத்தாக்களும் என்ன நினைத்தனர்? யுத்தம் தவிர்க்க முடியாதது என்று அவர்கள் உணர்ந்தார்களா இல்லை அரசியலுடன் சம்பந்தப்படாத பலரைப்போல, எல்லாம் சரியாகிவிடும், முதல் உலகப் போரின் பயங்கரங்கள் மீண்டும் தங்கள் வாழ்க்கையில் நேராது என்ற நம்பிக்கையில் அமைதிகொள்ளத் தங்களைத் தயார்ப்படுத்திக்கொண்டார்களா?

பேட்டரிஸ் கைமின்யாஷ் ஆஸ்திரிய-ஹங்கேரியப் போர்முனையில் 1914

லாட்விய நாட்டினர் முற்றிலும் நம்பிக்கை எல்லாமே சிதையும் அளவுக்கு இந்தப் பயங்கரத்தை அனுபவித்திருந்தார்கள். ரஷ்ய ஜார் மன்னர் ஜெர்மன் கைஸருடன் போரிட்டபோது நான்காண்டுகள் போர்க்களமாக இருந்தது லாட்வியா. மக்களும், நிலங்களும், வீட்டு மிருகங்களும் பாதிக்கப்பட்டன. ஆயிரக்கணக்கான லாட்விய மக்கள் அகதிகளாகி ரஷ்யாவின் உள் பகுதிகளுக்கும், அதைத் தாண்டி ஸைபீரியா வுக்கும், ஆல்ட்டை பகுதிக்கும் ஓடினர். என் அப்பாவின் தாயார் மில்டாவின் குடும்பம் முதல் மகா யுத்தத்தின்போது ரஷ்யாவின் செயின்ட் பீட்டர்ஸ்பர்கில் இருந்தது. ஏனென்றால் என் தாத்தா பேட்டரிஸ் கைமின்யாஷ் நல்ல ஆகிருதியும் கம்பீரத் தோற்றமும் உள்ளவராக இருந்ததால், ஜாரின் குடும்பத்தைப் பாதுகாக்கும் ஸெம்யனாவ்ஸ்க் பாதுகாப்புப் படையில் வேலை செய்யும் அரிய வாய்ப்பு அவருக்குக் கிட்டியிருந்தது. ஜப்பான் – ரஷ்யப் போரில் அவர் ஏற்கனவே பங்கு பெற்றிருந்தார். இப்போது இரண்டாம் முறையாக ரஷ்ய ஜார் நிகோலஸ் சார்பாகப் போரிட, தன் ஆறு வயது மகள் மில்டாவையும், பத்து வயது மகன் வால்டெமார்ஸையும் தன் மனைவி பெர்டா மடில்டேயின் பொறுப்பில் விட்டுவிட்டு அவர் போக நேர்ந்தது. யுத்தத்தின் ஆரம்ப நாட்களிலேயே பேட்டரிஸ் கைமின்யாஷ் ஆஸ்திரிய – ஹங்கேரிய எல்லைக்கு அனுப்பட்டார். குடும்ப ஆவணக்காப்பகத்தில் நெகிழவைக்கும் அவர் புகைப்படம் ஒன்று பத்திரமாக இருக்கிறது. அது தன் சின்னப் பெண் மில்டாவுக்கு – என் பாட்டி – அவர் அனுப்பியது. “இதைப் பேணி வை நீ பெரிய பெண்ணாகும் வரை. அப்போதுதான் உன் தந்தை ஒரு கோரமான எதிரியை எதிர்த்துச் சண்டையிட்ட ஒரு சிப்பாய் என்று உனக்கு நினைவிருக்கும். உனக்கு என் நூறு முத்தங்கள்.” ஐரோப்பாவின்

ஆயிரக்கணக்கான மற்றக் குழந்தைகளைப்போல் அல்லாமல் தன் அப்பாவின் ஒரே ஒரு ஞாபகார்த்தமாய் மட்டுமே இந்தப் புகைப்படம் இருக்கவில்லை என் பாட்டி மில்டாவுக்கு. பேட்டரிஸ் அதிர்ஷ்டவசமாக இந்தப் போரிலிருந்தும் எந்த வகையிலும் பாதிக்கப்படாமல் திரும்பி வந்தார் தன் குடும்பத்துடன் இருக்க. என் அப்பாவின் தந்தை பற்றித் தெரிந்த ஒரே ஒரு விவரம் அவர் அனாதை என்பதுதான். தன் பெற்றோர்களை அவர் யுத்தத்தின்போது இழந்திருக்கலாம். 1912ல் திருமணம் செய்து கொண்ட நாட்களிலிருந்து என் அம்மாவின் பெற்றோர் எமீலியா மற்றும் யானிஸ், ரஷ்யாவில் வாழ்ந்துகொண்டிருந்தனர். செயின்ட் பீட்டர்ஸ்பர்கிலிருந்து அதிக தூரமில்லை அவர்கள் வாழ்ந்த இடம். என் தாத்தா ஒரு கடை வைத்திருந்தார் அங்கு. இவ்வாறு என் குடும்பத்தின் இரு கிளைகளும், ஒருவரையொருவர் அறியாமல், முதல் உலகப் போரின் போது வெகு தூரத்தே ரஷ்யாவின் ஒரு மூலையில் இருந்தன. 1917ல் நடந்த பால்ஷெவிக் திடீர்ப்புரட்சிக்குப் பிறகு சொத்துகள் எல்லாம் நாட்டுரிமையாக்கப்பட்டபோது ட்ரெய்ஃபெல்ட்ஸ் குடும்பம் 1919ல் லாட்வியாவுக்குத் திரும்பியது. கைமின்யாஷ் குடும்பம், போரினால் சிதைந்துபோன ரீகா நகரத்துக்குப் பத்திரமாகத் திரும்பி அங்கே வாழ ஆரம்பித்தது.

கைமின்யாஷ் குடும்பம் 1930களில்
(பேட்டரிஸ், மடில்டே, வால்டெமார்ஸ் மற்றும் மில்டா)

என் அம்மாவின் பெற்றோர் பழைய சரித்திரம் மறுபடியும் ஒரு முறை நிகழும் என்பதைச் சுட்டிய இந்தப் பயம் தரும் சூசகங்களையும் அறிகுறிகளையும் யூகித்திருக்க முடியாது. அவர்கள் பிரக்ஞையில் முதல்

உலகப் போரின் கசப்பான அனுபவங்களும், பித்து கொள்ளவைக்கும், மனத்தைக் குழப்பும் பிம்பங்களும் கட்டாயம் மேலே எழும்பி வரவே செய்தன. ஆனால் அவர்கள் இந்தத் தொல்லை தரும் எண்ணங்களை ஒதுக்கிவைத்தனர். 1939ம் ஆண்டின் இந்திய வேனிற்காலம் என்று கூறப்படும் வேனிற்காலம் அருமையான ஒன்றாக இருந்தது. இருள் கவிந்த எண்ணங்களை அப்போது நினைப்பது கடினமாக இருந்தது. மாலைகளில் தன் கணவன் யானிஸுடன் கைகோர்த்தபடி எமீலியா கடற்கரையில் அமைதியாக உலாவப்போனாள். அவர்கள் பிள்ளைகள் வால்டேமார்ஸ், ஆர்னால்ட்ஸ் மற்றும் விக்டோர்ஸ் எல்லோரும் அவரவர் வாழ்க்கையில் ஈடுபட்டிருந்தனர். எப்போதாவது அவர்கள் மகள் லிகிடா அவர்களுடன் உலாவ வந்தாள். பருவ அழகு அவள் முகத்திலும் உடலிலும் தன் அடையாளங்களைப் பதிக்க ஆரம்பித்திருந்தது. அவர்கள் மகள் – என் அம்மா – மனத்தில் பல்வேறு வகைப்பட்ட வாழ்க்கையும், அவள் மனத்தைக் கொள்ளைகொள்ள அது தரக்கூடிய போதையும், குதூகலமும் நிரம்பியிருந்தன. மகள் மாறிவருவதைக் கண்ட அவள் பெற்றோர் பக்கத்து நாடான போலந்தில் அப்போதுதான் துவங்கியிருந்த போர் பற்றி நினைப்பதைத் தவிர்த்தனர். ஓ, அது லாட்வியாவை எட்டாது, எங்கள் பெண்ணைப் பாதிக்காது, என்று கூறி ஒருவரையொருவர் சமாதானம் செய்துகொண்டனர்.

1939ல் என் அப்பா ஐவர்ஸ் துடிதுடிப்பான எட்டு வயதுப் பையன். அந்தக் கோடைகாலத்தை வழக்கம் போலத் தன் பாட்டி பெர்டா மடில்டே கைமின்யாவின் பண்ணையில் கழித்தான். அவள் கணவன் இறந்த பிறகு, ரீகா அருகிலிருந்த யம்ப்ரவா பண்ணை நில உரிமையாளர்களிடமிருந்து நிலத்தைக் குத்தகை எடுத்து, சர்க்கரைவள்ளிக் கிழங்கு சாகுபடி செய்து வந்தாள் மடில்டெ. பக்கத்துப் பண்ணை வீட்டின் தொல்லை தந்த வாத்துகளைச் சமாளித்தபடியும், தோழர்களுடன் யுத்த விளையாட்டுகள் விளையாடியபடியும் பொழுதைக் கழித்தான் ஐவர்ஸ். வயதில் பெரிய யார் துணையாவது எப்போதாவது கிடைத்தால் டௌகவா ஆற்றில் ஒரு முழுக்குப்போடச் சென்றான். ஆனால் அவனுக்கு மிகவும் பிடித்த விஷயம் புத்தகம் படிப்பது. அப்போதுதான் வெளிவந்த அடிதடி செய்யும் திருட்டுக் கும்பல் பற்றிய நாவல் ஒன்றைக் கையில் எடுத்துக்கொண்டு களஞ்சியத்தின் பின்னால் ஒளிந்துகொண்டு சாகசங்களின் கற்பனைகளில் மூழ்கியிருந்தான். பாட்டி மடில்டே எவ்வளவு கூப்பிட்டாலும், உரக்கக் குறைபட்டுக்கொண்டாலும் அது அவன் காதில் விழவே விழாது.

என் அம்மா லிகிடாவைப்போல் அல்லாது என் அப்பாவின் குழந்தைப் பருவம் வறுமையில் கழிந்தது. அந்தச் சிறுவனின் தந்தை நிமோனியா ஜுரத்தில் மகன் பிறக்கும் முன்பே இறந்துவிட்டார். தாய் மில்டா தனியாக மகனை வளர்த்துவந்தாள். அவள் சுதந்திரமான, நவீனச் சிந்தனை கொண்டவள். அவள் தலைமுறையினருடன் ஒப்பிட்டுப் பார்த்தால் அவள் நல்ல கல்வி கற்றிருந்தாள் என்றே கூற வேண்டும். அவள் பள்ளியில் மதம் சார்ந்த பாடங்களை அவள் படிக்க வேண்டாம், அதிலிருந்து அவளுக்கு விலக்கு வேண்டும் என்று பள்ளியிடம் ஒரு மாணவிக்காக அவள் பெற்றோர் கோரிக்கொண்ட ஒரே மாணவி

தான்தான் என்று பெருமையுடன் பாட்டி பின்னாட்களில் கூறுவாள். இந்தப் பாட்டியின் தந்தை பேட்டரிஸ் கைமின்யாஷின் பொது நீரோட்டத்தை எதிர்த்துச் செல்லும் முறை என்னை மிகவும் களிப்பூட்டிய ஒன்று. அவர் அப்படிப்பட்ட ஒரு நிலையைத் தேர்வு செய்தது மிகவும் அதிசயமானதுதான். காரணம் அவர் செருப்புத் தைத்து வாழ்க்கையை ஓட்டியவர். ஆனால் அவர் மிகவும் புத்திசாலி. வாழ்க்கை திணித்த பல்வேறு கட்டுப்பாடுகளில் வீழாமல், செருப்புத் தைக்கும் ஒருவனின் நிலையிலிருந்து ஆன்மிகமாக மேலெழுந்தவர். மானுடத்தைக் கல்விதான் காப்பாற்றும் என்று நம்பியதால் பேட்டரிஸ் தானே கல்வி பயின்றுவந்தார். தன் குழந்தைகள் கல்வி கற்க வேண்டும் என்று விரும்பினார். மில்டா உயர்நிலைப் பள்ளிப் படிப்பை முடிக்கும்போது, குடும்பத்தின் செல்வ நிலை வெகுவாகத் தாழ்ந்திருந்தது. பெற்றோர் கடினமாக உழைத்தபோதும் மில்டாவை மகனை அனுப்பியதுபோல பல்கலைக்கழகப் படிப்புக்கு அனுப்ப முடியவில்லை. இது தன் விதி என்று ஏற்றுக்கொண்ட மகளும், குறை கூறாமல் நர்ஸானாள். இது பற்றி அவளுக்கு எந்தவித மனக்குறையும் இருக்கவில்லை. அவளுக்கு முழுத்திருப்தி அளித்த அவளுக்கேற்ற வேலையாகவே அது அமைந்தது. ஆஸ்பத்திரியில்தான் என் பாட்டி தன் இரண்டாவது கணவன் அலெக்ஸான்டர்ஸைச் சந்தித்தாள்.

நோயால் ஒன்றும் செய்ய முடியாமல், ஆஸ்பத்திரி வாழ்க்கையில் சலித்துப்போன நோயாளி ஒருவன் நர்ஸைக் காதலிக்கும் வழக்கமான காதல் கதைதான். இள நீல வண்ணச் சீருடையுடன், கன்யாஸ்திரீகள்போல வெள்ளைக் கைக்குட்டையைத் தலையில் கட்டிக்கொண்டிருந்த என் பாட்டி மில்டாவை அலெக்ஸான்டர்ஸ் எப்படிக் காதலித்தார் என்பது இன்னும் எனக்குப் புதிராகவே இருக்கிறது. ஏனென்றால் தன் சீருடையில் மெலிந்த தோற்றமுடைய அவள் முப்பது வயதுப் பெண்மணியாக அல்ல, ஓர் இளம் பருவப் பெண்ணாகவே தோற்றமளித்திருப்பாள். எந்த வளைவுகளும் இல்லாத அந்த நர்ஸ்களுக்கான சீருடையின் கீழே என்ன இருந்தது என்று கண்டறிய அவருக்கு நல்ல கற்பனை தேவைப்பட்டிருக்கும். அந்தச் சீருடை மில்டாவின் பருத்து உருண்ட பின்பாகத்தையும் அவளிடமிருந்த இன்னொரு பெரும் தகுதியையும் மறைத்தது: அவள் கவர்ச்சிகரமான கால்கள். தன் கால்களை எப்படிக் காட்டவேண்டும் என்பது அவளுக்குத் தெரிந்தே இருந்தது. தலையைச் சற்றுப் பின்னால் சாய்த்து, கால் மேல் கால் போட்டபடி மெல்லத் தன் ஸ்கர்ட்டை யார் கவனத்தையும் ஈர்க்காதபடி முட்டிகளில் விழும் அழகுக் குழிகள் தெரியும்படி உயர்த்துவாள். பிறகு அழகுக் காலணி அணிந்த காலை மெல்ல மாற்றிப்போட்டு அந்த யுக்திகள் மற்றவர்களை எப்படிப் பாதிக்கிறது என்று ரசிப்பதுதான் பாக்கி. மற்றவர்கள் இதனால் ஈர்க்கப்பட அதிகக் காலமெடுக்கவில்லை. என் பாட்டி அழகில்லையென்றாலும் அவள் கவர்ச்சிகரமான தோற்றத்தால் ஆண்கள் வெகுவாகக் கவரப்பட்டார்கள். ஆஸ்பத்திரி காதல் விளையாட்டுகளைக் காட்டும் இடமில்லைதான். இது அவளுக்கும் தெரிந்திருந்தது. அங்கு அவள் அடிப்படையில் முக்கியமாக ஒரு நர்ஸாகவே மட்டுமே இருந்தாள். இரக்கமுடைய, அன்பாகப் பேசிய, மென் கரங்களுடைய நர்ஸ். ஒரு வேளை நர்ஸுகள் அணியும் தொப்பியால்

மறைக்க முடியாத என் பாட்டியின் விழிகளால் அலெக்ஸான்டர்ஸ் கவரப்பட்டிருக்கலாம். அவை அகன்ற, விசேஷமான பளபளப்புக் கூடிய, நீல விழிகள். அவளருகே இருந்தவர்களின் கவனத்தை ஈர்த்தவை. என் பாட்டியின் விழிகளின் பளபளப்பு துன்பம் நிறைந்த அவள் வாழ்க்கையின் கடைசி வினாடிகள் வரை இருந்தது.

அலெக்ஸான்டர்ஸ் மற்றும் மில்டா கால்னியடிஸ்
அவர்கள் திருமண நாளன்று 1937

ஆரம்பத்தில், அவர் அணுகியதை அவள் அதிகம் பொருட்படுத்த வில்லை. ஆனால் தாத்தா பின்வாங்கவில்லை. தொடர்ந்து முயற்சி செய்தார். மிகவும் ஆர்வம் கொண்டவர்போல் காட்டிக்கொள்ளாமல் இருக்க அவர் ஒரு தினசரியின் பின்னே தன்னை வெகு கவனமாக மறைத்துக்கொண்டார். ஆனால் ஒரு சிறு ஓட்டை மூலம் தான் விரும்பியவளின் ஒவ்வொரு அசைவையும் நோட்டமிட்டபடி இருந்தார். கொஞ்சங்கொஞ்சமாக, அதிகம் பேசும் அலெக்ஸான்டர்ஸ் மில்டாவின் மனத்தை வென்றார். 1937ன் முடிவில் அவர்கள் திருமணம் செய்துகொண்டனர். தன் மகனை தத்து எடுத்துக்கொள்வதாக அவர் கூறியதுதான் அவள் இதயத்தை நெகிழ்த்தியது. திருமணமானவுடனே அவர் அதைச் செய்யவும் செய்தார். இப்படித்தான் என் தந்தை ஐவர்ஸ் கால்னியிடிஸ் ஆனார். பெற்ற தந்தையை அறியாத அவர் உடனே அலெக்ஸான்டர்ஸை அப்பா என்று அழைக்கலானார். நான் அலெக்ஸான்டர்ஸின் நேர் வாரிசு இல்லையென்றாலும், அவரை என் தாத்தா என்றே நினைக்கிறேன். ஏனென்றால் அவருடைய அழகான குடும்பப் பெயரை நான் பெற்றிருக்கிறேன்: கால்னியடே என்றால் மலைவாழ்ப் பெண் என்று பொருள். என் மகன் யானிஸூம், என் பேரன் ஆர்மன்ட்ஸூம் இந்தப் பெயரைத் தொடரவைக்கிறார்கள். என் பாட்டி-தாத்தாவின் கதைக்குத் திரும்புவோம். ஆர்னிஸ் என்ற மகன் அவர்களுக்குப் பிறந்தான் வெகு சீக்கிரமே. அத்துடன் தன் தாயின் மனத்தை என் அப்பா மட்டுமே ஆண்டது முடிவுற்றது.

ஆகஸ்டு 1939ல் என் அப்பாவின் பெற்றோர் மனத்தில் அரசியல் பற்றிய எண்ணம் துளிக்கூட இருக்கவில்லை. பெரும் கோபக்காரர் அலெக்ஸான்டர்ஸ். மில்டாவும் பிடிவாதத்தில் குறைந்தவளில்லை. அவள் கணவரைப் பொறாமைப் பேய் பிடித்து ஆட்டியது. எல்லோருடனும் நன்றாகப் பழகும் என் பாட்டியால் இதைத் தாங்க முடியவில்லை. அலெக்ஸான்டர்ஸ் வெளித்தோற்றத்தில் உறுதியானவராகப் பட்டாலும் அவருக்குள்ளே பாதுகாப்பற்ற ஒரு சிறுவன் இருந்தான். சிறு வயதில் பெற்றோர்களை இழந்த பின் ஏற்பட்ட பயத்துடன் கூடிய அனாதை உணர்விலிருந்து அவர் இதயம் மீண்டிருக்கவில்லை. குழந்தைப் பருவத்திலிருந்து பெற்றோர் அன்பைப் பெற்று வளர்ந்த பலரைப்போல் என் பாட்டிக்கும் இதைப் புரிந்துகொள்ள முடியவில்லை. மில்டா தனக்கு மட்டுமே உரியவளாக இருக்க வேண்டும் என்று அவர் நினைத்தார். அவள் அருகில் இல்லாதபோது அலெக்ஸான்டர்ஸ் பேடித்துப்போனார். தன் பயத்தைப் போக்க அவர் மதுவை நாடினார். அது மில்டாவுக்குப் பிடிக்கவில்லை. அவராகக் கற்பனை செய்த அத்துமீறல்களுக்கு மில்டாவை வெகுவாக வருத்தினார் அலெக்ஸான்டர்ஸ். உலகத்திலுள்ள அத்தனை பாவங்களையும் அவள் செய்வதாக அநியாயமாகக் குற்றம் சாட்டினார். அமைதியான குணமுடைய லாட்வியர்களுக்கு முற்றிலும் நேர்மாறாக, ஆவேசத்துடன் வார்த்தைச் சண்டை போட்டு அவரவர் கூற்றில் உள்ள உண்மையை மற்றவருக்குக் கூற முற்பட்டனர். கொதித்தெழும் நிகழ்வுகள் அத்தனையும் ஐவர்ஸ் முன்னால் நடந்தன. அவன் குழந்தை மனத்தில் சோகமும், காரணமின்றி அவன் அப்பாவால் துன்புறுத்தப்பட்ட அம்மாவுக்கான அன்பும் பொங்கி வழிந்தது.

பிரதமர் உல்மானிஸ்ஸின் குடிமுதல்வராட்சியில் வெகு தீவிரமாகச் சுழன்றுகொண்டு, கொந்தளிப்பு இல்லாமல் ஓடிய வாழ்க்கை, பலரைப்போல் என் தாத்தா-பாட்டியையும் அமைதிப்படுத்தியிருந்தது. அது அவர்களை ஆகஸ்டு உடன்படிக்கை மற்றும் போலந்து மேல் ஜெர்மனியின் தாக்குதல் இவற்றுக்குப் பின் வந்த பெரிய மற்றும் சிறிய நிகழ்வுகள் மாற்றவே முடியாத பேரிடர் ஒன்றின் சூசகங்கள் என்பதைக் கண்டும் காணாதவர்கள் போல் இருக்கவைத்தது. பிரதமர் உல்மானிஸ்ஸின் அவலச்சுவை நிறைந்த, போற்றிக் கொண்டாடும் முறையிலான தலைமையும், உண்மையான லாட்வியப் பிரஜையாக இருப்பது என்னவென்றும், வேலை செய்வதில் இருக்கவேண்டிய லாட்விய ஒழுங்குமுறை பற்றியும், சார்பில்லா அரசு பற்றியும் அவர் ஆற்றிய உரைகளும், அறிவுஜீவிகளையும், தேசியப் படையில் இருந்தவர்களையும் கோபப்படுத்தியது. சார்பில்லா நிலையில்தான் அரசின் சுதந்திர இயக்கத்துக்கான அபாயம் மறைந்திருந்தது. தன்னுடன் துணைபோக வேண்டியவர்களை லாட்வியா தேர்வு செய்ய வேண்டியிருந்தது. இது பற்றி அரசாங்க உயர்மட்ட அதிகாரிகளிடையே கருத்து வேற்றுமை இருந்தது. சிலர் ஜெர்மனியுடன் நெருங்கிய தொடர்பு கொள்ள வேண்டும் என்றும், சிலர் இங்கிலாந்து மற்றும் பிரான்ஸ் தேசங்கள் உதவும் என்ற நம்பிக்கையுடனும் இருந்தார்கள். இன்னும் சிலர் சோவியத் குழுமத்துடன் நெருங்கிய உறவு வைத்துக்கொள்ளுவது பற்றிப் பேசினார்கள். மூன்றாவது கருத்துக்கு அதிக ஆதரவு இருக்கவில்லை. ஏனேன்றால்

சோவியத் குழுமத்தைப் பற்றிய பயம் மக்கள் மனத்தில் ஆழமாகப் பதிந்து போயிருந்தது. பால்ஷவிக் குழுவினர் 1919ல் லாட்வியாவில் நிகழ்த்திய பயங்கரங்களின் நினைவுகள் அழியாமல் அப்படியே இருந்தன. ரிபன்ட்ராப்-மோலடவ் உடன்படிக்கைக்குப் பின்னர் துணைபோக வேண்டியவர்களைத் தேர்வு செய்வதற்கான காலம் கடந்துவிட்டது. 1939 செப்டம்பர் ஒன்றாம் தேதியில் தன் சார்பற்ற நிலையை அறிவிப்பதைத் தவிர வேறு வழி இல்லாமல் போயிற்று லாட்வியாவுக்கு.

1939 செப்டம்பரில் எஸ்டோனியா, சோவியத் குடியரசின் படைத்தளங்கள் எஸ்டோனியாவில் நிறுவப்படவேண்டும் என்ற கோரிக்கைக்குப் பணியவேண்டி வந்தது. அக்டோபர் இரண்டாம் தேதி இதே கோரிக்கை லாட்வியாவின் முன் வைக்கப்பட்டது. பல நாட்கள் பேச்சுவார்த்தை நடந்தபின் வெளித்துறை அமைச்சர் வில்ஹெல்ம்ஸ் முன்டெர்ஸ் ஸ்டாலின் மற்றும் மோலடவ்வின் வலுக்கட்டாயத்துக்குப் பணிய நேர்ந்தது. லாட்வியா மற்றும் சோவியத் குடியரசினிடையே ஏற்பட்ட பரஸ்பர உதவி உடன்படிக்கையில் அவர் கையெழுத்திட்டார். உதவி என்பது சோவியத் தரப்பினரைப் பொறுத்தவரை “ஒரு குறிப்பிட்ட அளவு நிலத்தை வைத்துக்கொள்ளவும், தளங்களுக்கென்று தீர்மானம் செய்த இடங்களிலும் விமானத்திடல்களிலும் விமானப் படையினரை தன் செலவில் சோவியத் குழுமம் நிறுத்திக்கொள்வதற்குமான உரிமையும் சோவியத் குழுமத்துக்கு உண்டு”[2] என்று அர்த்தம் கொள்ளப்பட்டது. வெகு சில நாட்களிலேயே 21000 சிப்பாய்கள் லாட்வியாவுக்குள் நுழைந்தனர். லாட்வியாவின் மொத்தப் படையின் எண்ணிக்கையைவிடச் சிறிதே குறைவான எண்ணிக்கைதான் இது.[3] உதவி உடன்படிக்கை கையெழுத்திட்டபின் அம்மாவின் உயர்நிலைப்பள்ளியின் தலைமையாசிரியர் திரு. உர்பேன்ஸ் உயர்வகுப்பு மாணவர்களைக் கூட்டி ஒரு நீண்ட உரையாற்றி, சோவியத் படையினர் ஏன் லாட்வியாவில் இருப்பது அனுமதிக்கப்பட்டது என்பதையும், அவர்களுடன் மாணவர்கள் ஏன் நட்புடன் பழகவேண்டும் என்பதற்கான காரணங்களையும் மீண்டும் மீண்டும் வலியுறுத்திக் கூறியது அம்மாவுக்கு நினைவிருக்கிறது. பாவம் அந்தத் தலைமையாசிரியர்! மற்றத் தலைமையாசிரியர்கள் போலவே அவருக்கும் விளக்க முடியாத ஒன்றை விளக்க வார்த்தைகளைத் தேட வேண்டிவந்தது! ஆரம்பத்தில் சோவியத் படையினர் அதிகம் எதிலும் தலையிடாமல் விலகியே இருந்தனர். அவர்களுக்கென்று குறித்திருந்த இடத்தைத் தாண்டி அவர்கள் கண்ணில் அதிகம் படவில்லை. ஆரம்பத்தில் இது பற்றி இருந்த ஆர்வம் தணிந்ததும் மக்கள் அவரவர் அன்றாட வாழ்க்கைக்குத் திரும்பினர். லாட்வியாவில் மட்டும்தானா ஒரு வல்லரசின் படைத்தளம் இருந்தது? கட்டாயம் உடனடியாக யுத்தம் தொடங்குவதற்கு இது வலுவான காரணமாகாது. ஒருவேளை மேலும் சில நடவடிக்கைகளை மேற்கொள்ளுவதற்கு இன்னும் காலம் இருக்கிறது போலும். உணவுப் பொருட்களை விற்பதில் சில தடைகள் வந்தன முதலில். தொழிற்பட்டறைகளுக்கான மூலப்பொருட்கள் குறைய ஆரம்பித்தன. பயணத்துக்கான கடவுச்சீட்டுகள் தடைசெய்யப்பட்டன. மற்றபடி அமைதியான வாழ்க்கையின் மாயம் மறைந்துவிடவில்லை.

அதிகப் புலனுணர்வு கொண்டவர்கள் மட்டுமே நாட்டின் சுதந்திரம் கிட்டத்தட்ட பறிபோய்விட்டது என்பதையும், லாட்வியா சோவியத்தின் ஏவலாட்சியின் கீழ் வந்துவிட்டது என்பதையும் புரிந்துகொண்டார்கள்.

நவம்பரில் துவங்கிய, பால்டிக் நாடுகளில் இருந்த ஜெர்மானியர்களை ஜெர்மனியில் மீள்குடியேற்றம் செய்யும் வேலை இரண்டாவது அச்சுறுத்தும் சூசகமாக இருந்தது. அக்டோபர் ஆறாம் தேதி ரய்ஷ்டாக் மேடையிலிருந்து ஹிட்லர், லாட்வியா மற்றும் எஸ்டோனியாவில் வாழும் ஜெர்மானியர்களை அவர்கள் சரித்திர பூர்வமான தந்தை நாட்டுக்கு வரும்படி அழைப்பு விடுத்திருந்தார். பால்டிக் நாடுகளில் இருந்த ஜெர்மானியர்கள் பல தலைமுறைகளாக லாட்வியாவில் வாழ்ந்து, சமீப காலம் வரை அரசு நிர்வாகத்திலும் இருந்தனர். புதிய அரசுத் திட்டங்களைச் சிலர் விரும்பாமல் ஏற்றுக்கொண்டிருந்தனர். இந்தத் திட்டங்கள் அவர்களுக்கிருந்த சிறப்பு உரிமைகளை நீக்கி, பெரிய அளவில் இருந்த அவர்கள் நிலச் சொத்துக்களை நாட்டுடமையாக்கி அவர்கள் பொருளாதார அதிகாரங்களைப் பறித்திருந்தன. அதே சமயம் உலக அளவில் அது நில உடைமை சார்ந்த முற்போக்கான சீர்திருத்தமாக இருந்தது. என் அம்மாவின் தாயார் எமீலியாவின் சகோதரர்களான எய்னிஸ், யானிஸ், கார்லிஸ் காலின்யி அருகிலிருந்த கப்ஸேடே பெரிய பண்ணையின் ‘பரம்பரைச் சொத்தான’ நிலங்கள் உரிமையாக்கப்பட்டன. காலின்யி குடும்பத்தின் முன்னோர் 1817ல் கோர்ஸெமெயில் கொத்தடிமைத்தனம் ஒழிக்கப்படும்வரை இந்தப் பண்ணையில்தான் அடிமைகளாக இருந்திருந்தனர். வெற்றிகொண்ட உணர்ச்சியுடனும் சந்தோஷத்துடனும்தான் சகோதரர்கள் நிலத்தின் உழுசாலில் உழுதிருப்பார்கள். உரிமைகளற்ற அடிமைகளாகவும், பிறகு விவசாயக் கூலிகளாகவும், பிறகு குத்தகைக்காரர்களாகவும் பல நூற்றாண்டுகள் அவர்கள் முன்னோர்கள் வேலை செய்திருந்த நிலம் அது. ஜெர்மானிய ஃப்யூரர் (தலைவர்) விடுத்த அழைப்புக்கு இணங்கி ஜெர்மானியர்கள் அவர்கள் ஆழமாக உறவு பூண்ட நிலத்தை விட்டுப் போக நேர்ந்தது. உண்மையில் லாட்வியாதான் அவர்கள் தாய்நாடு. ஹிட்லரின் மூன்றாவது ரய்ஷ் (ஜெர்மன் குடியரசு) அவர்களைப் பொறுத்தவரை வெகு தூரத்தில் இருந்த பழங்கதையுடன் தொடர்புள்ள ஓர் ஆதித் தாயகம்தான். பழங்கதைப் புனைவுகளை நேசிக்க முடியாது யாராலும். தூரத்திலிருந்தே வேண்டுமானால் கொண்டாட முடியும். இதயங்கள் கனத்தாலும் அவர்கள் போகத்தான் செய்தார்கள். டிசம்பர் 12 தேதிக்குள் 45000 ஜெர்மானியர்கள் லாட்வியாவை விட்டுப் போயிருந்தார்கள். ஜெர்மானியர்களை ஜெர்மனியில் மீள்குடியேற்றம் செய்தது பற்றி மாறுபட்ட உணர்ச்சிகள் இருந்தன. அவர்கள் பயணம் நன்றாக அமைய வாழ்த்தியவர்கள் திரும்ப என்றும் வரவேண்டாம் என்றும் கூறினார்கள். மற்றும் சிலர் மூழ்கும் கப்பலிலிருந்து தப்பிக்கும் செயல் அது என்பதைப் புரிந்துகொண்டனர். மேலும், லிகிடா படித்த டுபுல்டி உயர்நிலைப்பள்ளியில் பல பால்டிக் நாட்டு ஜெர்மானியர் மாணவர்களாக இருந்தனர். அம்மாவின் வகுப்பிலிருந்த குன்னர் க்ரைஸ்லர் என்ற மாணவனும் வகுப்பை விட்டுப் போனான். விடை பெறும்போது அவன் அழுத்திச் சொன்னான்: நாங்கள் திரும்ப வருவோம். அது அவன் வெறும்

பேச்சுக்காகக் கூறிய சொல்லா அல்லது அவன் பெற்றோர் கூறியதைக் கேட்டு அதைத் திருப்பிக் கூறினானா? பார்க்கப் போனால், 1941ன் கோடை காலத்தில் வெற்றி கொண்ட நாஸிப் படைகள் படையெடுத்து பின் இரண்டாம் ஆக்கிரமிப்பு லாட்வியாவில் துவங்கியபோது சில பால்டிக் ஜெர்மானியர்கள் திரும்பினர். லிகிடா இதைப் பார்க்க இருக்கவில்லை. அவள் ஸைபீரியாவை நோக்கிப் போய்க்கொண்டிருந்தாள்.

சோவியத் படைத் தளங்களும், ஜெர்மானியர்களின் மீள்குடியேற்றமும் அபாயத்தின் நேரடி அறிகுறிகள். ஆனால் க்ரெம்லினின் தீர்மானங்களையும் திட்டங்களையும் செய்யும், மறைந்து செயல்படும் அலுவலகங்களில், எல்லா ஏற்பாடுகளும் செய்தாகிவிட்டன என்பது ஒரு மோசமான துர்க்கனவில் கூட லாட்வியாவில் யாருக்கும் வரவில்லை. சோஷியலிஸ ஆட்சியைப் பரப்பும் நோக்கத்தோடு சோஷியலிஸப் புரட்சியைச் செய்வது மட்டுமல்ல, அடக்குமுறையின் ஆரம்ப கட்டமும் தீர்மானமாகியிருந்தது. முக்கியமாக, அக்டோபர் 11, அதாவது, உதவி உடன்படிக்கை செய்துகொண்ட ஐந்து நாட்களுக்குள்ளேயே, லிதுவேனியா, லாட்வியா மற்றும் எஸ்டோனியாவில் உள்ள, சோவியத் நாட்டை எதிர்க்கும் நபர்களை நாடுகடத்துவதற்கான விவரங்களைக் கொண்ட உத்தரவு எண் 001223ல் சோவியத் குடியரசின் பாதுகாப்புத் துறையின் மக்கள் உதவிப் பொறுப்பாளர் இவான் ஸெரோவ் கையெழுத்திட்டார். அப்போதே, ஒடுக்கப்படப்போகும் என் குடும்பம் மற்றும் பலரின் விதி நிர்ணயிக்கப்பட்டுவிட்டிருந்தது. உத்தரவில் இருந்த செயல்பாட்டுக் கட்டளைகள் புதியவையோ, முதன்முறையாக உருவாக்கியவையோ அல்ல. உள்நிர்வாக மக்கள் பொறுப்புத் துறை[4] அது ஆரம்பிக்கப்பட்ட தினத்திலிருந்தே இதைத்தான் செய்துகொண்டிருந்தது. முன்பே இருந்த உதாரணங்களுடன், குறிப்பிட்ட ஓர் இடத்துக்கான

லிகிடா ட்ரெய்ஃபெல்டே
மேல்நிலைப்பள்ளி மாணவியாக 1938

விவரங்களை இணைத்தவுடன், இன்னொரு ஒடுக்குமுறைக்கான செயல்பாட்டு விவரங்கள் தயாராகிவிட்டன. சோவியத் அரசு யந்திரத்தின் மற்றும் கோட்பாட்டு மொழிக்கு பழக்கப்பட்டுப்போன நான்கூட

மனிதத்தன்மையே இல்லாத அந்தச் செயல்பாட்டுக் கட்டளைகளின் மொழியைக் கண்டு உடைந்துபோனேன். தயார் நிலையில் எந்தக் கணத்திலும் சுடுவதற்கான கருவிகள், படைத் தொகுதிகள், கடத்தப்பட்டவர்களைக் கூட்டுவதற்கான இடங்கள், மெய்க்காப்புக் குழு, குடும்பத் தலைவரைப் பிரித்தல், ஏற்றுவது, இறக்குவது, வண்டிகள் என்றிருந்தன அக்கட்டளைகள். பயங்கரமானவை அவை. அவற்றின் உள்ளடக்கம் சோவியத் ஆட்சியின் முகமூடியைக் கச்சிதமாகக் கிழித்து, அதில் இருக்கும் மனிதத்தன்மையற்ற, பெருங்குற்றம் செய்யும் உள்ளியல்பைக் காட்டுகிறது.

மாஸ்கோவில் 1939ன் இலையுதிர்காலத்தில் இத்தகைய உள்ளடக்கத் துடன் இன்னும் எத்தனை எத்தனைச் செயல்பாட்டுக் கட்டளைகள் உருவாக்கப்பட்டன என்பதை முழுவதும் அறிய முடியாமல் போகலாம். ஃபின்லாந்து நாட்டின் எதிர்பாராத எதிர்ப்பு மட்டும் இல்லாதிருந்தால் பால்டிக் நாடுகளின் ஆக்கிரமிப்பு இன்னும் ஆறு மாதங்களுக்கு முன்பே நடந்திருக்கக் கூடும். அக்டோபர் ஆரம்பத்தில் லாட்வியாவுக்கு இட்ட கோரிக்கைகள் ஃபின்லாந்துக்கும் இடப்பட்டன. ஃபின்லாந்து படைத்தளங் களை நிறுவதற்கான இடத்தையும், சோவியத் படைகள் நுழைவதற்கான அனுமதியையும் தர மறுத்தது. இந்தப் பணிவின்மை க்ரெம்லினை வியப்பிலாழ்த்தியது. இந்தச் சிறு நாட்டுக்கு ஒரு பாடம் கற்பித்தால்தான் மற்றவர்களுக்கு அது ஓர் உதாரணமாக இருக்கும்! படைகளுடன் குறுக்கிட முனைந்தது சோவியத் குடியரசு. சில சுற்றுகள் சுட்டால் போதும் ஃபின்லாந்துக்காரர்கள் பணிய என்று நினைத்தனர் ரஷ்யர்கள். அவர்கள் கணிப்பு தவறாகிப்போனது. தாக்குதல் வெற்றி பெறவில்லை. தொடர்ந்து போராடச் சிவப்புப் படையால் முடியவில்லை. காரணம் அது அதன் சிறந்த தளபதிகளில் பலரை ஸ்டாலினின் ஒடுக்குமுறையின் பல கட்டங்களில் இழந்திருந்தது. 1940 மார்ச் 13ல் வீழ்ந்ததுவரை யார் உதவியுமின்றி, தன்னந்தனியாக, 105 நாட்கள் ஃபின்லாந்து அதை முழுக அடிக்கக்கூடிய தாக்குதலிலிருந்து தன்னைப் பாதுகாத்துக்கொண்டதை இரக்கத்துடனும், வியப்புடனும் உலகம் பார்த்தது. இந்தக் குளிர்கால யுத்தத்தில் ஃபின்லாந்து தோற்றிருந்தாலும், அது உண்மையில் ரஷ்யாவின் தோல்விதான். நினைத்தபடி ஃபின்லாந்தில் சோஷியலிசப் புரட்சியைக் கொண்டு வந்து, வழக்கமாக மக்கள் தரும் கோரிக்கை மூலம் ஃபின்லாந்தைக் குழுமத்தில் இணைத்துக்கொள்வது நடக்கவில்லை. ஃபின்லாந்து தன் சுதந்திரத்தைத் தக்க வைத்துக்கொள்ள கொடுத்த விலை அதிகமானது – 23,000 ஃபின்லாந்தியர் இந்தப் போரில் கொல்லப்பட்டனர்; நாட்டின் 10% பகுதி சோவியத் குழுமத்துக்குப் போயிற்று. ஃபின்லாந்தின் இழப்பும், குளிர்காலப் போரின் முடிவும், சோவியத் குடியரசின் கோரிக்கைகளுக்கு இணங்கியது முற்றிலும் அழிந்துபோவதிலிருந்து நாட்டைக் காப்பாற்றும் என்ற லாட்வியா கொண்ட நம்பிக்கையை உறுதிப்படுத்தியது. இந்தச் சமாதானம் ஏய்க்கும் ஒன்றாகியது. ஆனால் அந்த நேரத்தில் லாட்வியா மூன்று தொடர் ஆக்கிரமிப்பை –சோவியத், ஜெர்மனி, மீண்டும் சோவியத் – எதிர்கொள்ளும் என்று யாரும் நினைக்கவில்லை. ஆனால் சிறிது காலம் தள்ளிப்போடப்பட்டாலும் குருதிக்கூலியைக் கொடுத்துத்தான் தீர வேண்டும். போரின் முன்பு, வாழ்க்கைத் தரத்தில் ஃபின்லாந்தும்

லாட்வியாவும் சமமாக இருந்தன. பார்க்கப்போனால், பொதுநலச் செயல்பாடுகளில் லாட்வியா ஃபின்லாந்தைவிட முன்னேறி இருந்தது. 1991ல் லாட்வியா தன் சுதந்திரத்தை மீட்டெடுத்தபோது ஃபின்லாந்து எங்களைவிட ஐம்பதாண்டுகள் முன்னேறி இருந்தது. நாங்கள் ஆக்கிரமிக்கப்பட்ட காலமும் அதே ஐம்பதாண்டுகள்தாம்.

இறுதிக் குறிப்புகளும் அடிக்குறிப்புகளும்

இறுதிக் குறிப்புகள்:

இந்த அத்தியாயத்துக்கான தரவுகள்:

லாட்விய அரசு ஆவணக்காப்பகத் தரவுகள், லாட்விய தேசிய புத்தகசாலை வெளியீடுகள் மற்றும் லாட்விய மொழியிலும் ஆங்கிலத்திலும் வெளிவந்த பத்திரிகைகள், ஆவணங்கள், புத்தகங்கள் இவற்றிலிருந்து பெற்ற தரவுகள். குறிப்பிட்டுச் சொல்லக்கூடியவை:

1. ஆன்ஸிஸ் ரெய்ன்ஹார்ட்ஸ் பதிப்பாசிரியாராக இருந்து லாட்விய தேசிய புத்தகசாலை வெளியிட்டத் தரவுகள்
2. எல்மார்ஸ் பெல்கெளஸ் ஆக்கிரமிப்புச் செய்த நாடுகளின் கொள்கை பற்றி 1999ல் பதிப்பாசிரியராய் இருந்து லாட்விய அரசு ஆவணக்காப்பகம் வெளியிட்ட *ஆக்கிரமிப்பு நாடுகளின் கொள்கை 1939-1991: ஆவணங்களின் தொகுப்பு* (ரீகா, நார்டிக், 1999)
3. எல்மார்ஸ் பெல்கெளஸ் பதிப்பாசிரியராக இருந்து லாட்விய அரசு ஆவணக்காப்பகம் வெளியிட்ட *நாடுகடத்தப்பட்டவர்கள்* (ரீகா, நார்டிக், 2001)
4. 1990ல் வெளிவந்த ஸ்டாலினிஸத்தால் பலியானவர்களின் வாக்குமூலங்களின் முதல் பகுதி,
5. டெல்ஃபோர்ட் டேய்லர், *ம்யூனிக்: அமைதியின் விலை* (நியூயார்க், வின்டாஜ் புக்ஸ், 1980)
6. வால்டிஸ் பேர்ஸின்ஷ் மற்றும் ஐனார்ஸ் பம்பால்ஸ், *லாட்விய ராணுவம்* (ரீகா, ஸினாட்னே, 1991)
7. எட்கார் ஆண்டர்ஸன்ஸ், *லாட்விய சரித்திரம் 1920-40. வெளிநாட்டு விவகாரங்கள்* இரண்டாம் பாகம், (ஸ்டாக்ஹோம், டௌகவா, 1984)
8. *யவ்னாகாஸ் ஸீனாஸ்* பத்திரிகையின் 1939ம் ஆண்டு பத்திரிகைச் செய்திகள்
9. *லவ்கு அவிஸே* பத்திரிகையில் 2000 ஆண்டில் வந்த கட்டுரை

அடிக்குறிப்புகள்:

1. 1925 லொகார்னோ மாநாட்டுக்குப் பிறகு இங்கிலாந்தின் வெளியுறவுச் செயலாளரான ஆஸ்டன் சேம்பர்லேன் அறிவித்தார்: "போலந்துத்

தாழ்வாரம் *(Polish Corridor)* பிரிட்டானிய படைவீரனின் ஓர் எலும்புக்குக் கூட தகுதியற்றது." *1939ல் இது வேறு மாதிரி கூறப்பட்டது.* காண்க: டெல்ஃபோர்ட் டேய்லர், *ம்யூனிக்: அமைதியின் விலை (1980)*

2. *1939 இலையுதிர்காலத்தில் சோவியத் ராணுவத்தின் காவற்படையில் 21,000 ராணுவ வீரர்கள் இருந்தார்கள்.*

3. லாட்விய ராணுவத்தில் 27,000-29,000 சிப்பாய்கள் இருந்தார்கள். *1939 வசந்த கால சமயத்தில் இறுக்கமான சூழ்நிலையை ஒட்டி ராணுவத் தளபதி ரகசியமாக பல தலைமுறைகளையும் பிரிவுகளையும் சேர்ந்த சேமக் காவல் படையிலிருந்து லாட்விய ராணுவத்துக்கு ஆள் சேர்த்திருந்தார். இதனால் லாட்விய ராணுவத்தில் கணிசமான அளவு ராணுவ வீரர்கள் இருந்தனர்.*

4. கே.ஜி.பி. நிறுவனம் (சோவியத்தின் அரசு பாதுகாப்புக் குழு) பல கால கட்டங்களில் பல மாதிரிப் பெயர்களில் இருந்தது. இப்புத்தகத்தில் இங்கும் இனியும் லாட்வியாவில் அந்தந்தக் காலகட்டத்தில் பயன்படுத்தப் பட்ட ரஷ்ய மொழிச் சுருக்கமே பயன்படுத்தப்படும். அவை: NKVD *(People's Commissariat of the Interior)* 17 June 1940-30 January 1941; NKGB *(Peoples Commissariat of State Security)* 31 January 1941-24 March 1946; MGB 25 March 1946-13 April 1953; சிறிது காலம் 13 April 1953-10 April 1954 வரை MGB உள்துறை அமைச்சரகத்துடன் இணைக்கப்பட்டது; KGB *(State Security Committee)* 10 April 1954-7 September 1978. *(என் குறிப்பு):* புத்தகத்தில் கே.ஜி.பிக்கான உள்ள பல ரஷ்ய மொழிச் சுருக்கங்களின் பொதுவான ஒரு மொழிபெயர்ப்பே சிறிது மாற்றங்களுடன் தமிழ் மொழிபெயர்ப்பில் பயன்படுத்தப்பட்டுள்ளது.

ஆக்கிரமிப்பு

1940, ஜூன் 17, திங்கட்கிழமையன்று என் அப்பா ஐவர்ஸ் தன் தம்பியுடனும் தாயார் மில்டாவுடனும் யும்ப்ரவா பண்ணையில் இருந்தார். அம்மாவும் பாட்டியும் சர்க்கரைவள்ளிக்கிழங்கைக் கொத்தி எடுத்துக்கொண்டிருந்தபோது ஐவர்ஸ், எந்தவிதக் கவலையுமில்லாமல் டௌகவா நதிக் கரையில் விளையாடிக்கொண்டிருந்தான். பச்சிளங் குழந்தையாக இருந்த அவன் தம்பி ஆர்னிஸ், புல்லின் மேல் போட்டிருந்த கம்பளத்தில் கிடத்தப்பட்டு அதில் உருண்டுகொண்டிருந்தான். யும்ப்ரவா பண்ணையில் என்றைக்கும்போல் ஒருநாள் அது. சோவியத் நாட்டின் ராணுவம் லாட்வியாவை ஆக்கிரமித்துவிட்டது; எதை நினைத்துக் கலங்கினோமோ அது நடந்தேவிட்டது என்பதற்கான எந்த அறிகுறியும் அன்று தென்படவில்லை. மில்டாவின் அம்மாவிடம் ரேடியோ இருக்கவில்லை. அக்கம்பக்கத்திலும் யாரிடமும் ரேடியோ இருக்கவில்லை. அதனால் உடனடியாக அன்றாட நிகழ்வுகள் குறித்தச் செய்திகளை அறிந்துகொள்ளும் ஒரே வழியான ரேடியோவும் அப்போது அங்கில்லை. இரவு எல்லோரும் வழக்கம்போல் படுக்கச் சென்றனர். அதிர்ச்சி தரும் அந்தச் செய்தி மறுநாள்தான் தெரிந்தது.

பல படை விமானங்கள் யும்ப்ரவா பண்ணை நிலத்தில் வந்து இறங்குவதைப் பார்த்த ஐவர்ஸ், சிறு பையன்களுக்கே உரிய ஆர்வத்துடன் விமானங்களைப் பார்க்க ஓடிச் சென்றான். விமான ஓட்டிகளுக்கும் அக்கம்பக்கத்து வீட்டிலிருந்த ஆண்களுக்குமிடையே நடந்த பதற்றமான உரையாடல்களைக் கேட்டபோதுதான் ரஷ்யர்கள் ரீகாவில் நுழைந்துவிட்டார்கள் என்பதும் ரயில் நிலையச் சதுக்கத்தில் ராணுவ டாங்கிகள் நிற்பதும் மாஸ்கோகாரர்கள் இருந்த புறநகர்ப் பகுதியில் எல்லோரும் சிவப்புக் கொடியுடன் நடமாடிக்கொண்டிருந்ததும் அவனுக்குத் தெரியவந்தது... செய்திகள் கொட்டியபடி இருக்கும் இன்றைய நாட்களில்

அந்த ஜூன் 17 அன்று உள்ளூர்களில் இருந்த பல லாட்விய மக்கள் கால்னியடிஸ் குடும்பத்தின் நிலையிலேயே இருந்தனர் என்பதையும் ரீகாவில் நடந்த சோக நிகழ்வு குறித்து ஏதும் அறியாமல் இருந்தனர் என்பதையும் புரிந்துகொள்வது கடினம்தான். ரேடியோ கேட்டிருந்தால் கூட ஏதும் தெரிந்திராது காரணம் ஊடகத் துறையை சோவியத் ராணுவம் முற்றிலும் கைப்பற்றியிருந்தது. என்ன நடந்துகொண்டிருக்கிறது என்பது குறித்த நம்பகமான தகவல்களையும் பத்திரிகைகள் மூலம் பெறுவதற்கான வாய்ப்பிருக்கவில்லை.

16 மற்றும் 17ம் தேதிகளில் என்ன நடந்தது என்பது ஓரளவு துல்லியமாக இன்று தெரிந்துகொள்ள முடிவதற்குக் காரணம் கவனமாகச் சேகரித்து, ஒழுங்குபடுத்தப்பட்டுப் பல வெளிநாட்டு ஆவணக்காப்பகங்களுக்கு அனுப்பப்பட்டு, மீண்டும் சுதந்திரம் வந்ததும் லாட்வியாவில் பார்வையிடக் கிடைத்த ஆவணங்களிலிருந்தும் உலகெங்கும் சிதறிப்போயிருக்கும் பல லாட்வியர்களின் நினைவுகளிலிருந்தும் அவர்கள் ஞாபகச் சின்னமாக வைத்திருக்கும் பொருட்களிருந்தும்தான். லாட்விய ஆக்கிரமிப்புக்காகத் தயாரிக்கப்பட்ட ஆவணங்கள் குறித்து முழுமையாக அறிந்துகொள்ள உதவக்கூடியவை சோவியத் ரஷ்யாவின் மக்கள் உள்துறையும் (USSR People's Commissariat of the Interior) மற்றும் ரஷ்ய அரசு பாதுகாப்புக் குழுவும் (USSR State Security Committee) ஆவணப்படுத்தியுள்ள ஆவணங்கள். ஆனால் அவற்றைப் பார்க்க லாட்விய வரலாற்றாசிரியர்களுக்கு இப்போதும் அனுமதியில்லை.[1]

மாஸ்கோவில் இருந்த லாட்விய வெளிநாட்டுத் தூதரான ஃப்ரிஸிஸ் கோட்ஸின்யாஷ் சோவியத் ரஷ்யாவின் இறுதி எச்சரிக்கையை ரகசிய மொழியில் தந்தியில் அனுப்பியதும் ஜனாதிபதி மாளிகையில் ஜூன் 16ம் தேதி மதியம் என்ன நடந்தது, அரசு பொறுப்பாளர்களும், உயர்மட்ட ராணுவத் தலைமையும் எல்லைக் காவலர்களும் என்ன செய்தார்கள் என்பது இப்போது எல்லோருக்கும் தெரிந்த விஷயம். அப்போது நடந்த விவாதங்கள், தேவையற்ற உயிர்த் தியாகங்களைத் தடுக்க லாட்வியாவை எந்த எதிர்ப்பும் இன்றி ஒப்படைப்பதற்கான மிகவும் கடினமான முடிவை அரசைச் சேர்ந்தவர்கள் எடுத்தது இவற்றுக்கான சாட்சியங்கள் பாதுகாக்கப்பட்டுள்ளன. சாதாரண லாட்வியர்களுக்கு அந்தச் சமயத்தில் இனி நடக்கப்போகும் அந்த சரித்திர முக்கியத்துவம் வாய்ந்த நிகழ்வுகளைப் பற்றி ஒன்றும் தெரிந்திருக்கவில்லை. ஞாயிறன்று பத்திரிகைகள் வரவில்லை; அதனால் அச்சு ஊடகத்தில் இறுதி எச்சரிக்கை குறித்து எதுவும் வெளியிடப்பட்டிருக்கவில்லை. சோவியத் ரஷ்யா மாஸ்லென்கி எல்லையைக் கடக்கும் பகுதியை 15ம் ஜூன் அன்று தாக்கியது குறித்து அச்சு ஊடகத்தில் எதுவும் வரவில்லை. மூன்று எல்லைக் காவலர்கள் அதில் உயிர் இழந்தார்கள் பத்து எல்லைக் காவலர்களும் பொதுமக்களிலிருந்து இருபத்தேழுபேரும் சிறைப்பிடிக்கப்பட்டார்கள். சிவப்புப் படை லிதுவேனியாவில் ஊடுருவி வருவது பற்றி பல செய்திகள் பரவி வந்ததால் பயங்கரமான சூசகங்கள் தென்பட்டன மக்களுக்கு. ஆனால் லாட்கலேயில் நடந்துகொண்டிருந்த இசைக் கொண்டாட்ட நிகழ்ச்சி பற்றி ரேடியோவில் செய்திகள் வந்தபடி இருந்ததால் மக்கள்

அமைதியடைந்தனர். உயிர்கள் பறிபோகும் நிலைமை இருந்தால் இப்படிப்பட்டக் கொண்டாட்டம் நடக்காது இல்லையா?

ஓ, அந்த லாட்கலே இசைக் கொண்டாட்டம்! லாட்விய நிலத்தின் நீல ஏரிகளைக் கொண்டாட அமைந்த சுதந்திர லாட்வியாவின் கடைசிப் பிராந்திய இசை விழாவான அது பயம் தரும் முன்னுணர்வுகளின் சோக நிழல்களின் கீழ் நடக்கவேண்டும் என்று விதிக்கப்பட்டு, சரித்திரத்தில் சோக விழாவாக எழுதப்பட்டதாகிவிட்டது. இந்த இசைக் கொண்டாட்டம் அதில் பங்குகொண்ட ஒவ்வொருவர் மனத்திலும் பசுமரத்தாணிபோல் பதிந்து காலப்போக்கில் ஒரு வலி மிகுந்த புராணக்கதையாக மாறியது. அதில் பங்குபெற்ற பாடகர்கள் மற்றும் அவையோர் மனத்தில் அடுத்து வந்த சில நாட்களின் நிகழ்வுகள் வெகுவாகப் பிணைந்துபோய்விட்டதால் பலர் அந்தக் கொண்டாட்டத்தின்போதுதான் பிரதமர் உல்மானிஸ் சோவியத் நாட்டின் ராணுவம் எல்லைகளைக் கடந்து லாட்வியாவில் புகுந்துவிட்டதை அறிவித்தார் என்பதில் மிக உறுதியாக உள்ளனர். லாட்கலே விழாவில் பங்குகொண்டு ராணுவப் பள்ளி பயிற்சிப் படையினரின் குழுவிசையில் பாடிய என் அன்னையின் சகோதரர் விக்டோர்ஸ் மனத்தில் இந்த உணர்வுதான் தேங்கியிருக்கிறது.

ஜனாதிபதி சிவப்புப் படையின் ஊடுருவலை அறிவித்திருக்க முடியாது. காரணம் சோவியத்தின் இறுதி எச்சரிக்கையை லாட்விய அரசு இன்னும் ஏற்றிருக்கவில்லை. சரியாக மாலை ஐந்து மணிக்கு ரேடியோவில் ஒலிபரப்பப்பட்ட விழாவுக்கான உரையில் நிலைமையின் தீவிரம் குறித்து ஜனாதிபதி எதையும் வெளிப்படையாகக் கூறவில்லை. “இந்த வாரம் அனைத்துலக நிகழ்வுகள் நிகழ்ந்துள்ள வேகம் இதுவரை நமக்கு நேர்ந்த எதையுவிட அதிகமானது” என்ற சொற்களில் மாத்திரமே வரப்போகும் ஆபத்து பற்றிய முக்கியமான சூசகம் தொக்கிநின்றது. சோவியத் டாங்கிகளும் காலாட்படையும் எல்லையில் குவிக்கப்பட்டுள்ளதும் சோவியத் ராணுவம் லிதுவேனியாவில் ஊடுருவி இருப்பதும் குறித்த வதந்திகள் ஏற்கனவே விழாவுக்கு வந்திருந்த அவையோரையும் இசைக்குழு பாடகர்களையும் எட்டியிருந்தன. ஜனாதிபதி அவை குறித்துப் பேசாததே அவற்றுக்கான மிகப் பெரிய அறிகுறியாய் இருந்தது. விரக்தியிலும் நம்பிக்கையிலும் இசைக்குழு பாடகர்களும் அவையோரும் நாட்டின் பிரார்த்தனையையும் தேசிய கீதமான “கடவுள் லாட்வியாவை ஆசிர்வதிக்கட்டும்” பாடலையும் மூன்றுமுறை பாடினர். மற்றவர்களைப் போலவே என் அன்னையின் சகோதரர் விக்டோர்ஸும் அன்னை மேரியின் புனிதநாடான லாட்வியாவைக் காப்பாற்றும்படி கடவுளிடம் மும்முறை வேண்டிக்கொண்டார். லாட்விய பிராத்தனை கீதம் முடிந்ததும் பயிற்சிப்படையினருக்கு முகாம் திரும்பி லாட்விய எல்லையை அடையும்படி ஒரு ரகசிய உத்தரவு வந்தது. சூரிய அஸ்தமன வேளைக்குள் லாட்கலே இசை விழா முடிவடைந்து எல்லோரும் அவரவர் வழியில் போகத் தொடங்கினர்.

அடுத்த நாள் – திங்கள், 17 ஜூன் – வேலைக்குச் செல்லும் ஒவ்வொரு நாளும் வழக்கமான காலை வேலைகளைத் துவக்கக் கண் விழிப்பதுபோல் மக்கள் உறக்கத்திலிருந்து எழுந்ததும் சோவியத் குண்டுவீச்சு விமானங்கள் ரீகாவின் வானில் வட்டமிடுவது தெரியவந்தது. அடுத்த சில மணி

நேரங்களில் சோவியத் டாங்கிகள் நகரின் மையத்தை எட்டிவிட்டன. அது ஒரு பேரதிர்ச்சியாக இருந்ததற்குக் காரணம் இறுதி எச்சரிக்கை, அரசின் ராஜினாமா, படைகளின் தாக்குதல் எல்லாமே ஒரே சமயத்தில் நேர்வதுபோல் தோன்றியதுதான். எல்லாம் நடந்தேறியபின்தான் மக்கள் அரசு ராஜினாமா குறித்தும் சோவியத் குழுமம் ஜூன் 16 அன்று அனுப்பிய இறுதி எச்சரிக்கையில் இருந்த கோரிக்கைகளையும் அறிந்துகொண்டனர்:

1. உடனடியாகக் காலதாமதம் இன்றி சோவியத்–லாட்விய பரஸ்பர உதவி உடன்படிக்கையை நிறைவேற்றும் நம்பகத்தன்மையுள்ள அரசு லாட்வியாவில் அமைக்கப்பட வேண்டும்.

2. சோவியத்–லாட்விய பரஸ்பர உதவி உடன்படிக்கையை நிறைவேற்ற எவ்வளவு ராணுவத்தினர் தேவைப்படுகின்றார்களோ அவ்வளவுபேர் லாட்வியாவின் மிக முக்கியமான இடங்களில் இருந்து செயலாற்ற வசதியாய் சோவியத் ராணுவப் பிரிவுகள் எந்தத் தடையுமின்றி லாட்விய நாட்டில் பிரவேசிக்க உடனடி ஏற்பாடுகள் காலதாமதம் இன்றிச் செய்யப்பட வேண்டும்; சோவியத் காவற்படையினரைத் தூண்டிவிடும் செயல்கள் தவிர்க்கப்பட வேண்டும்.

அதே செய்திப் பத்திரிகையில், பக்கத்தின் கீழே, பெரிய எழுத்துக்களில் லாட்விய அரசு சோவியத் நிபந்தனைகளை ஏற்பதாகவும் சோவியத் ராணுவப் பிரிவுகள் ஜூன் 16 அன்று லாட்வியாவின் எல்லையைக் கடந்துவிட்டதாகவும் ஜனாதிபதி அரசின் ராஜினாமாவை ஏற்றுக்கொண்டுவிட்டதாகவும் அறிவிப்பு இருந்தது. இந்த அறிவிப்பையும் தந்து *யௌனாகாஸ் ஸின்யாஸ்* பத்திரிகையின் முதல் பக்கத்தில் இசை விழாவில் ஜனாதிபதி ஆற்றிய சாந்தமான உரையிலிருந்து ஒரு சிறு பகுதியையும் தந்திருந்தது அந்தத் தறுவாய்க்கு முரணாகவும் வினோதமாகவும் இருந்தது. ஏதோ வேறு உலக்திலிருந்து, வேறுகாலத்திலிருந்து பேசிய பேச்சுபோல் அது தொனித்தது. எது நடக்கவேண்டுமோ அது நடந்துமுடிந்திருந்தது. இயல்பாக எழும் எதிர்ப்பும் இருக்கவில்லை; பரிதவிப்பின் ஓலமும் இருக்கவில்லை. பொதுவுடமைவாதிகள் ஏற்பாடு செய்து ஒரு சிறு குழு ரயிலடி சதுக்கத்தில் கூடியது தவிர, மற்ற ரீகாவாசிகள் பேச்சிழந்தவர்கள்போல் டாங்கிகளும் கச்சிதமான உடைகளை அணியாத சிவப்பு ராணுவ வீரர்களும் நகரத்தின் முக்கியமான சதுக்கங்களிலும் வீதிகளிலும் இருப்பதைப் பார்த்தபடி இருந்தனர்.

என்ன நடக்கும் என்று தெரியாத பீதி உணர்வுடன் மதியம் கடந்தது. ஜனாதிபதியும் அரசும் கைது செய்யப்பட்டுவிட்டார்கள் என்ற வதந்திகள் பரவ ஆரம்பித்தன. ஆனால் மதியம் நான்கு மணிக்கு உல்மானிஸ் ரீகாவின் வீதிகளில் திறந்த காரில் வந்து ஜனாதிபதி மாளிகைவரை சென்றார். அவர் பாதுகாப்புடன் நலமாகவே இருக்கிறார் என்று தோன்றியது. இது எல்லோரையும் அமைதிப் படுத்தியது. ஜூன் 17ம்தேதி மாலை ஜனாதிபதி மக்களுக்காகக் கடைசி முறையாக உரையாற்றினார். ஒரு மாதத்துக்குப் பின் அவர் கைது செய்யப்பட்டு ரஷ்யாவுக்கு நாடுகடத்தப்பட்டார்; அங்கு அவர் யாருக்கும் தெரியாத இடம் ஒன்றில் யாருக்கும் தெரியாத முறையில் மரணம் அடைந்தார்.[2] இந்த மரணமும் அவர் உரைக்குப்

பின் நடந்த நிகழ்வுகளும் அந்தக் கடைசி உரைக்கு ஒரு சோகமான முக்கியத்துவத்தைத் தருகிறது. காலம் செல்ல செல்ல அந்த உரையின் ஒவ்வொரு சொல்லும் ஒவ்வொரு வாக்கியமும் அவரவர் மனத்துக்கு ஏற்ப புரிந்துகொள்ளப்பட்டு பல வகைகளில் விளக்கப்பட்டு விரிவாக்கப்பட்ட ஒரு புராண கதையாகிவிட்டது. லாட்வியாவைச் சேர்ந்த யாரும் பலமுறை நினைவுகூரப்படும் "நான் எனக்கான இடத்தில் இருப்பேன்; நீங்கள் உங்களுக்கான இடத்தில் இருங்கள்" என்ற அவர் சொற்களை மனம் உருகாமல் கேட்க முடியாது. எனக்கும் அதைப் படிக்கும்போதும் கேட்கும்போதும் கண்களில் கண்ணீர் பெருகுகிறது. ஆனால் ஆக்கிரமிப்பு தினத்தன்று அவை எப்படி ஒலித்திருக்குமென்று கற்பனை செய்யும்போது எனக்குக் குழப்பமே உருவாகிறது.

ஜூன்17 அன்று நடந்த குழப்பமான நிகழ்வுகளுக்குப் பிறகு மக்கள் ஜனாதிபதியிடமிருந்து விளக்கங்களையும் அவர்களை ஆசுவாசப்படுத்தக் கூடிய உத்தரவாதங்களையும் எதிர்பார்த்திருந்தனர். ஆனால் ஜனாதிபதி இந்த எதிர்பார்ப்புகளுக்கு எதிர்வினையாற்றவில்லை. ஜனாதிபதியின் உரை மறைமுகமாகப் பலதைக் கூறியது; பரிதாபமான முறையில் முறையீடுகளை வைத்தது. அது யாரையும் சாந்தப்படுத்தவில்லை மாறாக பதற்றத்தையும் குழப்பத்தையுமே கூட்டியது. உள்ளே நுழைந்துகொண்டிருக்கும் சோவியத் ராணுவத்தை நட்புடன் எதிர்கொள்ளவேண்டும், ராணுவத்தைக் குறித்து அதிகப்படியான ஆர்வத்தைக் காட்டக்கூடாது, சட்டம் ஒழுங்குமுறை குலையும் வகையில் செயல்படக்கூடாது என்றெல்லாம் உல்மானிஸ் கூறியதிலிருந்து நிலைமை எவ்வளவு மோசமாக இருந்தது என்பதை உணரமுடிந்தது. ஜனாதிபதி எல்லோரையும் அவரவர் இடங்களில் அதே ஒற்றுமையுடன் இருந்து முன்பு செய்ததுபோலவே முனைப்புடன் வேலை செய்ய வேண்டும்; எல்லாவற்றையும்விட எல்லோருக்கும் மேலானதும் புனிதமானதுமான லாட்வியாவுக்கு எவை உசிதமோ அவற்றைச் செய்து நாட்டுக்காக வேலை செய்ய வேண்டும் என்றார். பரிதாபமான முறையில் அவர் மக்களைக் கெஞ்சினார்: "உங்கள் எண்ணங்களாலும், செயல்பாடுகளாலும், நடத்தையாலும் பூக்கள் ஆண்டுகளில் வெளிப்பட்ட உயிர்த்தெழுந்த லாட்வியாவின்[3] ஆன்மிக சக்தியைக் காட்டுங்கள். அப்போதுதான் நான் இப்போது நடப்பதும் இனி நடக்கப்போவதும் நம் நாட்டின் மற்றும் மக்களின் எதிர்கால நன்மைக்காகவும் கிழக்கில் உள்ள நம் அண்டை நாடான சோவியத் குழுமத்துடன் பூணும் தோழமையுடன் கூடிய உறவுக்காகவும் என்று உறுதிகொள்ள முடியும்."

எதிர்காலத்தில் அரசு எடுக்கப்போகும் நடவடிக்கைகள் பற்றிய விளக்கங் களும் இதுபோலவே தெளிவாக இல்லாததால் குழப்பமூட்டுபவையாகவே இருந்தன: "அரசு விடுத்திருக்கும் விடுக்கப்போகும் கட்டளைகள் சில சமயம் மிகவும் கடுமையாகவும் இரக்கமற்றதாகவும் தோன்றினாலும் நீங்கள் புரிந்துகொள்வீர்கள் என்று நம்புகிறேன். அவற்றைச் சிரத்தையுடன் கடைப்பிடியுங்கள் ஏனென்றால் அவை உங்கள் அமைதிக்கும் நலனுக்குமானவை." அடுத்த நாள் ஜனாதிபதியின் உரை பத்திரிகைகளில் வெளியாயிற்று.

இறுதி எச்சரிக்கை வெளியிடவும் அதன்பின் பால்டிக் நாடுகளை சோவியத் குழுமம் ஆக்கிரமிக்கவும் ஜூன் மாதத்தைத் தேர்ந்தெடுத்தது தற்செயலான நிகழ்வு அல்ல.[4] இந்த ஜூன் நாட்களில் உலகமே பிரான்ஸ் நாட்டின் வீழ்ச்சியை மூச்சுவிடாமல் பார்த்துக்கொண்டிருந்தது. 17 ஜூன் அன்று முதல் உலகப் போரின் வீரனாகக் கொண்டாடப்பட்ட மார்ஷல் [ஃபிலீப்] பித்தா தன் ராணுவத்திடம் எதிர்ப்பை நிறுத்தும்படி கூறினார். சில நாட்களிலேயே ஜெர்மானியர்கள் ஷாம்ஸ் எலிஸே வீதியில் போர்ச்சடங்குகளுக்கு ஏற்ப வெற்றிநடை போட்டபடி நடந்தார்கள். பதிலடி கொடுத்ததில் ஹிட்லருக்கு மிக மகிழ்ச்சி: பிரான்ஸின் அவமானகர மான போர் நிறுத்தத்துக்கான சமாதான உடன்படிக்கை பா டே கம்ப்யன்யாவில் கையெழுத்திடப்பட்டது. 1918ல் மூன்றாவது ரய்ஷ் தன் தோல்வியை ஒப்புக்கொண்ட அதே ரயில்பெட்டியில் வைத்து நடந்தது. உலகத்தையும் ஐரோப்பாவையும் ஒருங்கே தள்ளாடவைத்த இந்த நாடகத்துடன் ஒப்பிடும்போது சிறிய பால்டிக் நாடுகளின் தலைவிதி எப்படி ஒரு பொருட்டாக இருந்திருக்க முடியும்? இப்படித்தான் எங்கள் பரிதவிப்புடன் நாங்கள் தனியாக விடப்பட்டோம்.

அதிகாரபூர்வமான முறையில் லாட்வியா ஒரு சுதந்திரமான நாடாகவே இருந்தது அதுவரை. சோஷியலிசம் என்று அறியப்படும் சமத்துவக் கோட்பாட்டின் "புரட்சி"யை நிகழ்த்த சோவியத் குழுமத்தின் பொறுப்பாளர்களின் மக்கள் சபையின் உப தலைவராகவும் ஸ்டாலினின் ஒடுக்குமுறைகளை ஆர்வத்துடன் நிறைவேற்றுபவராகவும் இருந்த ஆண்ட்ரை விஷின்ஸ்கியைத் தேர்ந்தெடுத்தது மாஸ்கோ. அவருக்குத் தந்த வேலையை முடிக்க அவருக்கு 34 நாட்களே தேவைப்பட்டது. 1940, ஆகஸ்ட் 5ம் தேதி லாட்வியா பதினைந்தாவது சோவியத் குடியரசாகியது. விஷின்ஸ்கி செய்த முதல் காரியம் ஜனாதிபதிக்கு அதில் எந்தவித மாற்றமும் கொண்டுவர உரிமையில்லை என்ற விளக்கத்துடன் உல்மானிஸிடம் புது அரசின் உறுப்பினர்களின் பட்டியலைத் தந்ததுதான். உல்மானிஸ் மற்ற ஆவணங்களைக் கையெழுத்திட்டதுபோலவே அதையும் மௌனமாகக் கையெழுத்திட்டு 1918லிருந்து ஓர் அரசியல் தலைவராக அயரா உழைப்பினால் அவர் எழுப்பியிருந்த அனைத்தையும் அழித்தார். "தன் இடத்தில் இருப்பது" மூலம் அவர் அப்போது நடந்துகொண்டிருப்பதை சட்டபூர்வமாக்கி, சோவியத் திட்டங்களை நிறைவேற்றும் மிகச் சரியான கருவியாகவும் லாட்வியாவின் தனி நாட்டு அந்தஸ்தைச் சிதறடிப்பதில் அவர்களுக்கு உற்றதுணையாகவும் தான் மாறியிருப்பதை உண்மையாகவே உல்மானிஸ் புரிந்துகொள்ளவில்லையா என்ன?

இன்று இந்தக் கேள்வியைக் கேட்பது எளிது. ஆனால் அப்போது எல்லாமே விளக்கமுடியாதவையாகவும் குழப்பமாகவுமே இருந்தன. அப்போது இதற்கெல்லாம் சாட்சிகளாக இருந்த அவர் சமகாலத்தவர்கள் கூற்றுப்படி கடைசிவரை தான் அங்கு இருப்பதுதான் தன் முதலாய கடமை, தான் அங்கு இருப்பதன் மூலம் லாட்வியாவைக் காப்பாற்றலாம் அடக்குமுறைகளையும் வீணாகக் குருதி சிந்துவதையும் குறைக்கலாம் என்று உல்மானிஸ் நம்பினார்.[5] எல்லோரும் இதைப் புரிந்துகொள்ளவோ

ஏற்றுக்கொள்ளவோ இல்லை. குறிப்பிட்டுச் சொன்னால் ராணுவத்தைச் சேர்ந்த அனைவருக்கும் இதை ஏற்றுகொள்ள முடியவில்லை. எதிரிகளின் எண்ணிக்கை கணக்கிலடங்காதபடி இருந்தாலும் ராணுவ அதிகாரிகளும் மற்றவர்களும் ஜூன் 15 தினம் எல்லைத் தாக்குதல் நடந்ததிலிருந்து தாய்நாட்டைக் காப்பாற்றவும் மரியாதையுடன் நேரும் வீர மரணம் அடையவும் தங்களைத் தயார்ப்படுத்திக்கொண்டிருந்தார்கள். அவர்கள் எதிர்பார்ப்புக்கு மாறாக சோவியத் ராணுவப் பிரிவுகளை எந்த எதிர்ப்பும் இல்லாமல் உள்ளே நுழையவிடுவதற்கான உத்தரவு வந்தது. இந்த அவமானத்தைக் குருதியால்தான் சுத்தம் செய்யக்கூடும். 21 ஜூன் காலையில் எல்லா நம்பிக்கையையும் இழந்த ஜெனரல் லுட்விக்ஸ் போல்ஷ்டெயின்ஸ், தன் எதிர்ப்பைக் காட்டத் தன்னைச் சுட்டுக்கொண்டார். இன்னும் பல ராணுவ அதிகாரிகளும் அவரைத் தொடர்ந்து அதுபோலவே செய்தனர்.

அந்த ஜூன் நாட்களில் எங்கும் பரவியிருந்த நிச்சயமற்ற நிலை அசத்தக்கூடிய ஒன்று. இல்லாத வதந்திகள் பரவிக்கொண்டிருந்தன. ரேடியோவும் அச்சு ஊடகமும் ஆக்கிரமிப்பாளர்களின் கையில் இருந்ததனால் அரசில் மேற்பதவியில் இருப்பவர்கள் என்ன செய்கிறார்கள் என்ற எதுவும் தெரியவில்லை. செய்திப் பத்திரிகைகள் வந்துகொண்டுதான் இருந்தன ஆனால் சில நாட்களிலேயே அவற்றின் உள்ளடக்கம் மாறிப்போயிற்று. புது அரசுக்கு உழைக்கும் மக்களின் பலத்த ஆதரவு; லாட்வியாவின் ராணுவ வீரர்களும் சோவியத் ராணுவ வீரர்களும் கொண்டுள்ள நட்பு; அமைதியான தலைசிறந்த சோவியத் நாடு, உன்னதத் தலைவர் ஸ்டாலின் என்று அவை சோவியத் நாட்டுக்கு ஏற்ப தாளம்போட ஆரம்பித்தன. சோவியத் ராணுவத்தை மக்கள் உற்சாகத்துடனும் அன்புடனும் வரவேற்ற மனத்தை உருக்கும் கதைகள் அச்சு ஊடகங்களில் வர ஆரம்பித்தன.

உண்மையில் இந்த “வரவேற்பு” மிகுந்த கசப்பானது. ஒவ்வொரு நாளும் அவமான உணர்ச்சி பெருகியவண்ணம் இருந்தது. சோவியத் ராணுவத்தைச் சேர்ந்தவர்கள் வீதிகளிலும் சதுக்கங்களிலும் வரிசையாய் நிற்கத் தொடங்கியதைப் பார்த்து ஏற்பட்ட மனத்தைச் சுரீரென்று குத்திய வலியை அடக்க முடியவில்லை. என்ன நடந்திருக்கிறது என்பதை அது குரூரமாக நினைவூட்டியது. சுதந்திர நினைவுச் சின்னத்தின் முன் மக்கள் தினந்தோறும் பூக்களை வைத்தனர். சில சமயம் என் பாட்டி மில்டாவும் வேலை முடிந்தபின் மற்ற ஆண்களுடனும் பெண்களுடனும் இழந்த சுதந்திரம் பற்றிச் சோகம் காக்க நினைவுச் சின்னத்துக்குப் போனாள். சிலர் நினைவுச் சின்னத்தின் முன் மண்டியிட்டு லாட்வியத் தாயிடம் அவள் குழந்தைகளிடம் இரக்கம் காட்டும்படியும் அவர்களைக் கைவிடக்கூடாதென்றும் முறையிட்டனர். இதே பிரார்த்தனையுடன் சிலர் தேவாலயங்களுக்குச் சென்று தேவ பிதாவிடம் முறையிட்டனர். நாட்டின் இந்த நெருக்கடியான கட்டத்தில் லாட்விய ஆத்ம சக்தி பல நூற்றாண்டுகளுக்கு முன்பிருந்து பரம்பரைச் சொத்தாகப் பெற்ற கிறித்துவம் அல்லாத அஞ்ஞான புறச் சமயம் என்று கூறப்படும் தாய் வழிபாடு மற்றும் பிற்காலத்தில் வந்த தேவ பிதாவை வழிபடும் கிறித்துவ நம்பிக்கை இரண்டையும் இணைத்தே செயல்பட்டது.

சுதந்திர இயக்கம் எங்கள் சரித்திரத்தில் ஒரு முக்கிய பங்கு வகிக்கிறது. ஆக்கிரமிப்பு நடந்த பல ஆண்டுகளுக்குப் பிறகு இந்த நினைவுச் சின்னத்தின் கீழ்தான் லாட்விய நாட்டின் மூன்றாவது எழுச்சி ஆரம்பித்து மீண்டும் சுதந்திரம் அடைந்ததில் முடிந்தது. ஜூன் 14, 1987 தினம், பல ஆண்டுகளின் மௌனத்திற்குப் பின், எதிர்ப்புக் குழுவான ஹெல்ஸின்கி–86 ஸைபீரியாவில் இறந்தவர்களின் நினைவில் சுதந்திர நினைவுச் சின்னத்தின் முன் பூக்கள் வைக்க வரும்படி மிகவும் தைரியமாக அழைப்பு விட்டது. குறித்த நாளன்று குறித்த நேரத்துக்கு அங்கு வந்த தைரியசாலிகளின் எண்ணிக்கை அதிகமாக இருக்கவில்லை. ஆனால் பல நாட்கள் தொடர்ந்து தனியாகவோ ஜோடியாகவோ பலர் நினைவுச் சின்னத்துக்கு வர முற்பட்டனர். எனக்கும் ஞாபகார்த்தமாகக் கொண்டாட வேண்டிய சில நினைவுகள் இருந்தன. பல நாட்கள் கூட்டத்தில் ஒருத்தியாக நின்று நடப்பதைப் பார்த்தபடி நான் கண்ணீர் சிந்தினேன். 1940ல் வேனிற்காலத்தில் செய்ததுபோலவே மக்கள் மண்டியிட்டு லாட்வியத் தாயிடம் முறையிட்டனர். அமைதியாகப் பார்த்துக்கொண்டிருந்த ஆதரவாளர்களின் கூட்டத்திலிருந்து விலகி, தெருவைக் கடக்க எனக்குத் தைரியம் இருக்கவில்லை. சுற்றிலும் சோவியத் படையினரும், சேக்கா உளவுத்துறைப் போலீஸாரும் பார்த்துக்கொண்டிருந்தனர். இதற்காக நான் என்னையே வெறுக்கிறேன். ஆனால் அப்படிப்பட்டவளாகத்தான் நான் இருந்தேன். காரணம் நாடுகடத்தப்பட்ட என் குடும்பத்தின் அந்த மறைத்துவைக்கப்பட்ட பயம் என்னுள் ஊறிப்போயிருந்தது. சுதந்திர நினைவுச் சின்னத்தின் அருகே நடந்த நிகழ்வுகளின் இந்த நாட்களில்தான் என் சுதந்திர உணர்வு மீண்டும் பிறந்தது.

ஆக்கிரமிப்பின் முதலாம் ஆண்டு சோகமாகவும் பயங்கரமானதுமாக இருந்ததாக என் அம்மாவுக்கு ஏதும் நினைவில் இல்லை. அது அதி கோரமானதாகவே இருந்திருக்கவேண்டும். நினைவுகூரும்போது சிலர் மீண்டும் மீண்டும் கூறியது என்னை ஆச்சரியப்படுத்தியது: அப்போது நடந்துகொண்டிருந்தவை நம்பமுடியாதையாகவும் முட்டாள்தனமாகவும் பட்டதால் சோகத்துடனும் நாடகத்தன்மையுடனும் கண்முன்னே நடந்ததைவிட அதிகமாக அவர்கள் அன்றாட நிகழ்வுகளின் விவரணைகளையே கூற முற்பட்டார்கள். வெளித்தோற்றத்தில் ஏதோ வாழ்க்கை வழக்கமான தாளகதியில் இயங்கியபடி அன்றாட வாழ்க்கை வெளியே நடக்கும் நிகழ்வுகளால் பாதிக்கப்படாமல் இருப்பதாகப் பட்டது போலும். கடைகள், தொழிற்சாலைகள், சினிமா அரங்குகள் எல்லாம் வழக்கம்போலவே செயல்பட்டன. பால்டிக் கடலின் விடுமுறைக்கான பொழுதுபோக்கும் ஸ்தலமாக இருந்த யூர்மலாவில் வழக்கம்போல் அந்தப் பருவத்தின் விடுமுறைக்கான செயல்பாடுகள் மும்முரமாக இருந்தன. லீகோ இரவு – இடை வேனிற்காலக் கொண்டாட்டம் – தீ வளர்த்துக் கொண்டாடப்பட்டது. இசை நிகழ்வுகளும் தோட்டங்களில் விருந்துகளும் வழக்கம்போல் நிகழ்ந்தன. ஆனால் கடற்கரையில் மாறுபட்ட ஒரு பொதுக்கூட்டம் தென்பட ஆரம்பித்தது. வரிகள் போட்ட பைஜாமாக்களுடன் விடுமுறை கொண்டாட வந்த ரஷ்யர்கள் அவர்கள். எமீலியாவும் யானிஸூம் இரவுகளில் வழக்கம்போல்

உலாவப் போகவில்லை. சோவியத் ராணுவத்தின் சீருடை கண்ணை உறுத்தியது. அவர்கள் இல்லாத இடமே இருக்கவில்லை. அதுவும் ஞாயிற்றுக்கிழமைகளில் அவர்களுக்கு இட்ட உத்தரவுப்படி கலாசார இணக்கத்துக்கான விடாமுயற்சிகளாய் சிவப்பு ராணுவத்தின் இசைக்குழு முழங்கிய குதூகல சோவியத் அணிவகுப்புப் பாடல்கள் மணல் மீதும் திறந்த மேடைகளிலும் செவியைப் பிளக்கும்படி ஒலித்தன. இந்தச் செயற்கையான சிறுபிள்ளைத்தனமான உற்சாகம் லாட்வியர்களின் கவிதை உணர்ச்சியுடன் உலகை நோக்கும் பண்புக்குப் புறம்பானதாக இருந்தது. நிலைமை அவ்வளவு விரும்பத்தக்கதாக இல்லாவிட்டாலும் இந்த நிகழ்வுகளால் அச்ச உணர்வு ஏற்படவில்லை யாருக்கும். மக்கள் மெல்ல அமைதியடைந்தனர்.

அப்போதைய நிலைமையை வேறு வழியில்லாமல் ஏற்றுக்கொண்டார் ட்ரெய்ஃபெல்ட்ஸ். நாம் ரஷ்யர்களைச் சமாளித்து வாழ்வோம். எனக்கு ரஷ்யர்களைத் தெரியும். அவர்கள் ஒன்றும் அவ்வளவு மோசமானவர்கள் இல்லை. அதிகம் புத்திசாலிகள் இல்லை. அவர்களை எப்படிச் சமாளிக்கவேண்டும் என்று எனக்குத் தெரியும்" என்று கூறி எமீலியாவைச் சமாதானப்படுத்தினார். அவர் இளம் வயது அனுபவங்களை வைத்து இதை அவர் கூறினார். இருபது ஆண்டுகளில் பால்ஷவிக்குகள் மக்களை முற்றிலும் மூளைச்சலவை செய்து எது நல்லது எது கொடியது என்பதைப் பேதப்படுத்தும் மதியை முற்றிலும் இழந்து அப்பாவிகளைக் கொல்வதை தேவையான செயல்பாடாக அவர்கள் ஏற்பார்கள் என்பதை என் தாத்தா நினைத்திருப்பாரா? பிற்காலத்தில் குலாக் கட்டாய உழைப்பு முகாம்களின் இரக்கமற்றக் கொடூரங்களை அவர் அனுபவித்தபின் தான் நினைத்தது எவ்வளவு தவறு என்று உணர்ந்தபோது தான் எவ்வளவு அப்பாவியாகவும் தொலைநோக்கு இல்லாத நபராகவும் இருந்தோம் என்று தன்னைக் கட்டாயம் நொந்துகொண்டிருப்பார். இன்னும் வேறு பல விஷயங்கள் குறித்தும் மனம் நொந்திருப்பார். நொந்துகொள்வதால் என்ன பயன்? யூகிக்கமுடியாததை யூகிக்கவும் சோவியத் ஆட்சியின் வக்கிரமான மக்களைத் தீர்த்துக்கட்டும் இயந்திரத்தனத்தைவிட புத்திசாலியாக இருப்பதும் ஒரு சாதாரண நபருக்குச் சாத்தியமானது அல்ல. உடனடியாகவோ நாட்பட்டோ அது தன் பலிகடாவைக் கண்டுபிடித்துவிடும். அந்த ஜூன் நாட்களில் என் தாத்தா இதைக் கடக்கும் திறமை தனக்கு உண்டு என்று நம்பினார். முன்கூட்டியே திட்டமிட்டு உணவையும் மண்ணெண்ணெய்யையும் சேமித்துவைத்தார். மற்றப் பலரைப்போல் அவரும் காகித நாணயம் வேண்டாம் என்று அதைப் பாதுகாப்பான வெள்ளி நாணயங்களாக மாற்றலானார்.

நண்பர்களும் அக்கம்பக்கத்தவரும் ஆக்கிரமிப்பாளர்கள் எவ்வளவு வரலாற்று நாகரிகம் இல்லாதவர்கள், முட்டாள்கள், ஒன்றும் அறியாதவர்கள் என்பதைக் காட்டும் பல வேடிக்கையான கதைகளை ஒருவருக்கொருவர் சொல்லிக்கொண்டார்கள். அவர்கள் "ரட்சகர்கள்" என்று கருதப்பட்ட ஆக்கிரமிப்பாளர்களை இவ்வாறு கேலி செய்வதன் மூலம் தங்களுக்கு ஆக்கிரமிப்பால் நேர்ந்த தாங்கமுடியாத அவமானத்தை லாட்வியர்கள் ஈடுகட்ட முயன்றனர். உளவியல் ரீதியில் சுயமரியாதையைத்

தக்கவைத்துக்கொள்ளும், மனத்திற்குள்ளாவது ஆக்கிரமிப்பாளர்களை விடத் தாங்கள் உயர்ந்தவர்கள் என்று உணரவைத்துக்கொள்ளும் ஒரு தற்காப்பு முறைதான் அது. பார்க்கப்போனால் உண்மையில் அந்தச் சிரிப்பு யதார்த்தத்திலிருந்து தப்பிக்கும் முயற்சிதான்; உடல்பலமுள்ளவர்களைவிட புத்திசாலிகள் சக்திவாய்ந்தவர்களாக இருப்பார்கள் என்றொரு கற்பனை உலகத்தில் ஒளிந்துகொள்ளும் முயற்சிதான். நான் குழந்தையாக இருக்கும்போது ரஷ்ய ராணுவ அதிகாரிகளின் மனைவிகள் லேஸ் வைத்துத் தைத்தப் பட்டு இரவு உடைகளை அணிந்துகொண்டு நாடகம் பார்க்க வந்ததையும் சிவப்பு ராணுவத்தின் படைவீரர்கள் கடையில் வேலை செய்யும் பெண் ஒருத்தியிடம் வெள்ளை ரொட்டியும் வெண்ணெய்யும் தினம் தினம் கணக்கில்லாமல் வாங்கமுடியுமா என்று மீண்டும் மீண்டும் கேட்ட கதைகளையும் பற்றி என் பாட்டி மில்டா சொன்னபோது நானும் சிரித்தேன். இவை மரபுவழிக் கதைகளாகி சோவியத் ஆக்கிரமிப்பு நடந்த ஆண்டுகள் முழுவதும் கூறப்பட்டன. என் பாட்டி மில்டாவின் கதைகளை நானும் என் மகன் யானிஸுக்குச் சொன்னேன். மற்றக் குடும்பங்களும் இவ்வாறு செய்தன.

ஆக்கிரமிப்பின் ஆரம்ப மாதங்களில் வெளிவந்த தினசரிகளைப் பார்வையிடுகையில் மிகைப்படுத்தப்பட்ட மொழியில் சிறிதும் மாற்றமில்லாமல் சோவியத் குழுமத்தில் உபயோகித்த, அங்கு செயல்பட்ட, அதே மொழியில், அதே பிம்பங்களுடன் லாட்வியாவில் பரப்பப்பட்ட அரசியல் பிரசாரங்களைப் பார்க்கும்போது லாட்வியர்கள் ஏன் அதைத் தீவிரக் கணிப்பில் எடுக்கவில்லை என்பது தெளிவாகத் தெரிகிறது. "மலைக் கழுகான லெனின்", "சோவியத் குழுமம் – உலகத்தின் தலைசிறந்த நாடு. மாஸ்கோ – உலகத்திலேயே அழகான நகரம்" போன்ற சொற்கள் லாட்வியர்களின் செவிகளில் எவ்வளவு அபத்தமாகத் தொனித்திருக்கும்! சோவியத் குழுமத்தில் வாழும் எங்குமே போகாத சிறிதே கல்வியறிவு உள்ள ஒரு நபர்தான் இதை நம்பமுடியும். மக்கள் தொகையில் எத்தனை நபர்கள் என்று கணக்கெடுத்தால் ஐரோப்பாவிலேயே அதிக எண்ணிக்கை பல்கலைக்கழக மாணவர்களும் பட்டதாரிகளும் அப்போது லாட்வியாவில் இருந்தபோது அவர்கள் இதையெல்லாம் எப்படி நம்பமுடியும்?[6] இடதுசாரி அறிவுஜீவிகள் உல்மானிஸின் எதேச்சிகாரமான அரசையும் அரசின் மேலதிகாரர்களின் ஊழல்கள் குறித்தும் எழுதினாலும் இந்தச் சில கட்டுரைகள் அவற்றின் மூலம் எதிர்பார்த்ததற்கு எதிரான உணர்வையே மக்களிடம் ஏற்படுத்தின. சோக நிகழ்வுகள் ஜனாதிபதிக்கும் அவரைச் சார்ந்தவர்களுக்கும் தியாகிகளின் ஒளிவட்டத்தைத் தந்திருந்தன. அவர்களைக் கேவலப்படுத்தும் ஒவ்வொரு நிகழ்வும் இந்த ஒளிவட்டத்தை மேலும் உறுதிசெய்தது. மேலும், சோவியத் வரலாற்றுப் புத்தகங்களில் மிகையாகப் புகழப்பட்ட, பிற்காலத்தில் நான் படித்த உழைக்கும் மக்களின் அணிவகுப்புகள், ரீகாவாசிகளுக்கு நாடகத்தன்மை கூடியவையாகப்பட்டு, கேலிச் சிரிப்பை வரவழைத்தன. யாரோ கட்டளையிட்டதை நிறைவேற்றுவதுபோல் உறைந்த முகங்களுடன் ரீகாவாசிகள் ஏற்றுக்கொள்ளாத லெனின், ஸ்டாலின் இவர்களின் பிரமாண்டமான படங்களைக் கையில் பிடித்தபடி

குலையாத வரிசைகளில் முன்பின் பரிச்சயம் இல்லாதவர்கள் தலைமையில் நடைபோடும் இவர்கள் எங்கிருந்து திடீரென்று முளைத்தார்கள்? எதற்காகக் கிட்டத்தட்ட நடமாட்டமே இல்லாத வெறுமையான வீதிகளில் அவர்கள் நடைபோட்டனர் என்பது அவர்களுக்குத்தான் தெரியும். லாட்விய மக்கள் ஒவ்வொருவர் மனக்கிடையும் என்னவென்று அவர்கள் உணர்ந்திருந்தபோது அவர்கள் லாட்விய மக்களின் மனக்கிடையை வெளிப்படுத்தியதாக எப்படி நம்ப முடியும்? இயக்குனரால் இயக்கப்பட்டு, நடிகர்கள் முக்கிய பாகம் வகிக்கும் மக்கள் திரளாக வரும் காட்சிகளுடன் உள்ள அபத்த நாடகமாகப் பட்டது அது. பார்வையாளர்களின் இடத்தில் நாடு வைக்கப்பட்டிருந்தது.

மெல்ல மெல்லப் பயம் பரவியது. கைதுகள் பற்றிய முதல் வதந்திகளுடன். ஊடகங்களின் அதிகரிக்கும் உக்கிரமான மொழியுடன். ராணுவத் துணைப் படையான ஊர்க்காவல் படைகள் போன்ற பொதுக் குழுக்கள் தடைசெய்யப்பட்டபோது. வலிகூடிய முதல் அடி விழுந்தது ஜனநாயக முகாமின் போராளிகள் ஜூலை 9ம் தேதி கைது செய்யப்பட்டபோதுதான். ஸாயெய்மாவுக்கான – லாட்விய நாடாளுமன்றம் – தேர்தல் ஜூலை 14 மற்றும் 15ல் நடக்கும் என்று அறிவிக்கப்பட்டிருந்தது. தேர்தல் பிரசாரம் செய்ய மிகக் குறைவான பத்தே நாட்கள் தரப்பட்டிருந்தாலும் லாட்வியாவின் அரசியல் போராளிகள் ஜனநாயக முகாமாக ஒன்று சேர்ந்திருந்தார்கள். ஆனால் அவர்கள் தந்த பெயர்ப் பட்டியல் ஏற்றுக்கொள்ளப்படவில்லை. விஷின்ஸ்கியைப் பொருத்தவரை லாட்வியாவின் உழைக்கும் மக்கள் முகாம்தான் சமத்துவக் கோட்பாட்டுப் புரட்சியில் பங்கேற்கமுடியும். ஜனநாயகக் குழுவினர் தோல்வியை ஏற்காமல் தைரியமாகப் பிரசாரம் செய்தனர். ரகசியமாக அச்சிடப்பட்ட பிரசாரத் துண்டுப் பிரசுரங்கள் கைமாறி கைமாறி வந்தன. “இரண்டாவது பட்டியலுக்கு வாக்கிடுங்கள்” என்ற செய்தி வாய் மூலம் பரவியது. நாடே எதிர்ப்பு அலையில் எழப்போவது தெரிந்ததும் “ஜனநாயக”த் தேர்தலில் எந்த அசம்பாவிதமும் நிகழாமல் இருக்க அடுத்தடுத்து நூற்றுக்கணக்கான ஜனநாயக முகாமின் போராளிகள் சிறையிடப்பட்டனர்.

என்ன நடந்தது என்பதைக் குறித்த பீதியைக் கிளப்பும் செய்தி விரைவாகப் பரவியது. முரட்டுக் கோபத்துடன் சவால் விட்டுக்கொண்டிருந்த பலரை இது தணிந்துபோக வைத்தது. என் கொள்ளுத் தாத்தாவும் பாட்டியும் வாக்களிக்காமல் இருக்க முடியாது என்பதைப் புரிந்துகொண்டனர். காரணம் வாக்களித்தவர்களின் கடவுச் சீட்டில் முத்திரை அடித்துத் தரப்பட்டது. முத்திரை இல்லாவிடின் அந்தக் குடும்பத்துக்கு எதுவும் நேரலாம். என் அப்பாவின் அப்பாவின் வழக்கு குறித்த ஆவணங்களை நான் லாட்வியாவின் அரசு ஆவணப் பாதுகாப்பகத்தில் பார்வையிட்டபோது அவரிடமிருந்து பறிமுதல் செய்யப்பட்டப் பொருள்களில் ஒன்று என் கொள்ளுப்பாட்டி பெர்டா மடில்டே கைமின்யாவின் கடவுச் சீட்டு. அதில் அவர் ஜூலை 14, 1940 தேர்தலில் பங்குகொண்டதற்கு அடையாளமான முத்திரை குத்தப்பட்டிருந்தது. இந்த முத்திரை என் தாத்தா-பாட்டியான யானிஸ், எமீலியா, அலெக்ஸான்டர்ஸ், மில்டா இவர்களின் கடவுச் சீட்டுகளிலும் இருந்திருக்கும். சோவியத் புள்ளிவிவரங்களின்படி

94.8 சதவிகித லாட்வியர்கள் தேர்தலில் பங்குகொண்டிருந்தார்கள். வாக்களித்தவர்களில் 97.8 சதவிகிதத்தினர் உழைக்கும் மக்கள் முகாமுக்கே வாக்களித்திருந்தனர். அப்போதோ லாட்வியா சோவியத் குழுமத்தின் பாகமாக இருந்தபோதோ இப்போதோ இந்தப் புள்ளிவிவரங்களை யாருமே நம்பவில்லை. ஒரு சிறு பிழை காரணமாக சோவியத் செய்தி நிறுவனமான டாஸ் (TASS) எஸ்டோனியாவிலும் லாட்வியாவிலும் 15ம் தேதிவரையும் லிதுவேனியாவில் 17ம்தேதிவரையும் தேர்தல் நடந்துகொண்டிருக்கும்போதே பால்டிக் நாடுகளின் தேர்தல் முடிவுகளை 14ம் தேதியே அறிவித்துவிட்டது. மூன்று நாட்களின் பின்னர் தேர்தல் முடிவுகள் அறிவிக்கப்பட்டபோது டாஸ் நிறுவனம் முன்பே அச்சிட்ட முடிவுகளும் இந்த முடிவுகளும் ஒத்திருந்தன.

தேர்தலுக்குப் பின் சமத்துவக் கோட்பாட்டின் முதல் "புரட்சி"யின் முதல் கண்டம் நீங்கிவிட்டது. சோவியத் தூதுவர் ஆன்ட்ரெய் விஷின்ஸ்கிக்கு எஞ்சியிருந்த வேலை நாடாளுமன்றமான ஸாயெய்மாவின் முதல் அமர்வை மேற்பார்வை செய்வதுதான். நாடாளுமன்றத்தின் அங்கத்தினர்கள் மிகவும் கவனத்துடன் தேர்வு செய்யப்பட்டிருந்ததால் கவலைப்பட எதுவும் இல்லை என்று அவர் உறுதியாக நம்பினார். அதே கவனத்துடன் சோவியத் தூதரகத்தில் அங்கத்தினர்களின் "சரியான" உரைகளும் வரைவுச் சட்டங்களும் எழுதப்பட்டு லாட்விய மொழியில் மொழியாக்கம் செய்யப்பட்டிருந்தன. விஷின்ஸ்கி அதைக் கவனமாகப் படித்து, சில குறைகளை நீக்கியிருந்தார். ஸாயெய்மாவின் அமர்வு எந்தவிதத் தடங்கலுமில்லாமல் அமைதியாகவே நடந்தது. புதிதாகத் தேர்ந்தெடுக்கப்பட்ட அங்கத்தினர்கள் அவர்களுக்கு இடப்பட்ட வேலைகளைப் பணிவுடன் நிறைவேற்றினர் – "லாட்விய சோவியத் சமத்துவக் குடியரசு சோவியத் சமத்துவக் குடியரசுக் குழுமத்தின் ஓர் அங்கமாக ஏற்கப்படவேண்டும் என்று வேண்டுகிறோம்" என்ற தீர்மானத்தை ஏகமனதோடு நிறைவேற்றினர். சோவியத்தின் கைப்பாவையான பிரதம மந்திரி ஆவ்குஸ்ட்ஸ் கர்சென்ஷ்டெயினின் தலைமையில் ஸாயெய்மாவின் ஒரு குழு ஜூலை 30 தேதி மாஸ்கோ சென்று சோவியத் சமத்துவக் குடியரசுக் குழுமத்தின் உச்ச மன்றம் "உழைக்கும் மக்கள் வெகு ஆர்வத்துடன் வைக்கும் எதிர்பார்ப்பை" நிறைவேற்றுமாறு வேண்டிக்கொண்டது. இப்படித்தான் லாட்வியா ஆகஸ்ட் 5, 1940ல் சோவியத் குழுமத்தினுள் அடங்கிய ஓர் அங்கமாகி நடைமுறையில் லாட்வியா நாடு இல்லாமல் போயிற்று. என் அம்மாவும் அப்பாவும் இந்த சோகமான உண்மையைத் தங்கள் நினைவில் கீழ்க்கண்ட நாலடிப்பாடலாய்ப் பதிந்திருக்கிறார்கள்:

> ஸ்டாலினின் கதவருகே வெளிறிப்போன கர்சென்ஷ்டெயின் நிற்கிறார்
> ரொட்டிக்கும் உப்புக்குமான ஒரு விண்ணப்பத்துடன்
> கெஞ்சுகிறார் கெஞ்சுகிறார் கண்களில் நீர் வழிய
> ஸ்டாலின் சிரித்துக்கொண்டே சொல்கிறார் போய் ஒழி!

ஆகஸ்ட் 5லிருந்து லாட்வியாவில் இருக்கும் அனைவரின் வாழ்விலும் பயம் ஓர் அங்கமாகியது. தெரிந்தவர்களும் பொதுவெளியில் நன்றாக அறியப்பட்டவர்களும் மறையத் தொடங்கினார்கள். மக்களின் முகத்தில் எச்சரிக்கை மற்றும் மன அழுத்தத்தின் கோடுகள் பதியத் தொடங்கின.

சிரிப்பு மறைந்துபோயிற்று. பரஸ்பர நம்பிக்கையின்மையெனும் விஷம் சமூகத்தில் சிலந்திவலைபோல் பரவத்தொடங்கியது. இப்படிப்பட்ட சோதனையான கணங்களில் வழக்கமாக நேர்வதுபோல் இந்த ஆரோக்கிய மற்றச் சூழ்நிலையில் கீழ்த்தரமான உணர்வுகள் வெளிப்பட்டன. பொறாமை, உருப்படியான வேலையின்மையால் வரும் சோம்பல் உணர்வு, காழ்ப்பு இவற்றால் உந்தப்பட்டுச் சமூகத்தில் மிகவும் தாழ்நிலையில் இருந்தவர்கள் மற்றவர்களைச் சுரண்டத் தொடங்கினர். அத்துடன் பழிகூறும் கடிதங்களையும் எழுத ஆரம்பித்தனர். இந்த உள்ளூர் கருங்காலிக் கூட்டம் சோவியத் அதிகாரிகள் மக்கள் எதிரிகள் யார் என்று குறியிடுவதிலும் மாஸ்கோவின் "சமூகத்தை நிலைகுலைவிக்கும் கூறுகளை" விலக்கும் திட்டத்தை நிறைவேற்றவும் உதவியது.[7]

14 ஜூன், 1941ல் பயம் உச்சகட்டத்தை எட்டியது. ஒரே இரவில் 15, 424 உள்ளூர்வாசிகள் நாடுகடத்தப்பட்டனர். நாடுகடத்தப்பட்டவர்களில் 290 குழந்தைகளும் 60 வயதுள்ளவர்களும் அறுபதைக் கடந்தவர்களுமாக 55 முதியவர்களும் இருந்தனர். நாடுகடத்தப்பட்டவர்களிலேயே முதியவர் 1857ல் பிறந்தவர். சைபீரியாவுக்குப் போகும் வழியில் கால்நடைகளுக்கான வண்டிகளில் ஏற்றிச்செல்லப்பட்டபோது சில குழந்தைகள் பிறந்தன; சில மரித்தன. ஜூன் மாத இறுதியில் கைது செய்யப்பட்டு நாடுகடத்தப்பட்டவர்களின் எண்ணிக்கையில் 13,077 மக்கள் எண்ணிக்கை கூடியது. இந்த எண்ணிக்கையில் சோவியத் ஆக்கிரமிப்பின் முதலாம் ஆண்டில் பாதிக்கப்பட்டுக் கொல்லப்பட்டவர்களின் மறைந்துபோனவர்களின் எண்ணிக்கையையும் சேர்த்தால் மொத்த எண்ணிக்கை 34,250 ஆகிறது.[8] கைது செய்யப்பட்டவர்கள் மற்றும் நாடுகடத்தப்பட்டவர்களைக் குறித்தத் தகவல்கள் நம்பத்தகுந்தவைகை யாக இல்லை. பல ஆதாரங்களையும் நோக்கும்போது சில நூறுகள் அங்கிங்கு வித்தியாசப்பட்டன. தோராயமான கணக்கெடுப்பின்படி பார்த்தால் ஆக்கிரமிப்பின் முதல் ஆண்டில் லாட்வியா ஒவ்வொரு ஆயிரம்பேருக்கு எட்டு நபர்களை இழந்திருந்தது. இதில் லாட்வியர்கள், யூதர்கள், ரஷ்யர்கள் மற்றும் லாட்வியாவில் வாழ்ந்த மற்ற தேசத்தவர்களும் அடக்கம்.

இறுதிக் குறிப்புகளும் அடிக்குறிப்புகளும்

இறுதிக் குறிப்புகள்:

இந்த அத்தியாயத்துக்கான தரவுகள்:

1. 1955 மக்கள் கணக்கெடுப்பு, லாட்வியா ஆக்கிரமிப்பு அரசுகளின் அரசியல் கொள்கை பற்றிய தரவுகள், ராணுவத் தரவுகள், இக்காலகட்டத்தின் பல சரித்திர ஆவணங்களின் புத்தகப் பதிப்புகள்
2. 1940ன் *யௌனாகாஸ் ஸீன்யாஸ்* பத்திரிகை இதழ்கள்.
3. எட்கார் ஆண்டர்ஸன்ஸ், *லாட்வியாவின் வரலாறு* 1920-40. *வெளிநாட்டு விவகாரங்கள்* இரண்டாம் பாகம், (ஸ்டாக்ஹோம், டௌகவா, 1984)

4. கார்லீஸ் ஸ்ட்ராடின்யாஷ், *லாட்விய சோவியத் சோஷியலிஸக் குடியரசின் வரலாறு 1917-1950* (ரீகா, 1959)

5. எல்மார்ஸ் பெல்கௌஸ் ஆக்கிரமிப்புச் செய்த நாடுகளின் கொள்கை பற்றி 1999ல் பதிப்பாசிரியராய் இருந்து லாட்விய அரசு ஆவணக்காப்பகம் வெளியிட்ட *ஆக்கிரமிப்பு நாடுகளின் கொள்கை 1939-1991: ஆவணங்களின் தொகுப்பு* (ரீகா, நார்டிக், 1999)

6. ஆன்டா லீஸே பதிப்பாசிரியராய் வெளியிடப்பட்ட *ஸ்டாலினிஸத்தின் பலியாட்களின் சாட்சியங்கள்* (ரீகா, லயஸ்மா, 1990) புத்தகத்தில் யானிஸ் ஸ்ட்ராடின்யாஷ் எழுதிய *நினைக்கவும், புரிந்துகொள்ளவும், நம்பவும்* கட்டுரை.

7. கார்லிஸ் கங்கேரிஸ் எழுதிய ஹூவர் கல்வி நிலையத்தின் ஆவணக்காப்பகத்திலிருந்த லாட்விய பயங்கர ஆண்டின் புள்ளி விவரங்கள் குறித்து *லாட்வியாஸ் ஆர்க்கிவி* பத்திரிகையில் 1994ல் எழுதிய கட்டுரை. இன்டுலிஸ் ஸாலீடே மற்றும் ஸின்டியா டிமாண்டே 1940களின் நாடுகடத்தல்கள் குறித்து *லாட்வியாஸ் வேஸ்டுரே* பத்திரிகையில் 1998 இதழில் எழுதிய கட்டுரை.

8. நினைவுக்குறிப்புகள்: ஆல்ஃப்ரெட்ஸ் பேர்ஸின்யஷ், *நல்ல ஆண்டுகள்* (நியூ யார்க், 1963), எட்கார்ஸ் டன்ஸ்டார்ஃப்ஸ், *கார்லிஸ் உல்மானிஸ்ஸின் வாழ்க்கை* (ஸ்டாக்ஹோம், டௌகவா, 1978) மிகேலிஸ் வால்டர்ஸ் *கார்லிஸ் உல்மானிஸ்ஸுடனும் வில்ஹெல்ம்ஸ் முன்ட்டர்ஸ்ஸுடனும் எனக்கிருந்த கடிதப்போக்குவரத்து* (ஸ்டாக்ஹோம், யௌனா லாட்வியா, 1957)

அடிக்குறிப்புகள்:

1. இன்றுவரை ரஷ்யாவுடன் ஒத்துழைக்கும் லாட்வியாவின் ஆணைக்குழு ஒன்று சரித்திரம் மற்றும் ஆவணக்காப்பக ஆராய்ச்சி குறித்த அரசாங்கங்களுக்கிடையே செய்துகொள்ளப்படும் ஒத்துழைப்பு ஒப்பந்தம் செய்துகொள்வதில் வெற்றி பெறவில்லை.

2. லாட்வியாவின் ஆக்கிரமிப்புக்குப் பின் கார்லிஸ் உல்மானிஸ் ஐக்கிய சோவியத் சோஷியலிஸ குடியரசுக்கு நாடுகடத்தப்பட்டார். முதலில் ஆர்ஜானிகிட்ஸெ என்ற இடத்துக்கு பிறகு வாஷிலாவ்ஸ்க் என்ற இடத்துக்கு. (இப்போது அது ஸ்டாவ்ரபல் என்று அழைக்கப்படுகிறது) ரஷ்யாவுக்கும் ஜெர்மனிக்கும் இடையே போர் மூண்டபோது அந்தச் சிறையிலிருந்தவர்கள் வெளியேற்றப்பட்டார்கள். உடல்நலக் குறைவால் அவர் டூர்க்மெனிஸ்டானிலிருந்த க்ராஸ்னவாட்ஸ்க் என்ற இடத்துக்கு மாற்றப்பட்டு 20 செப்டெம்பர் 1942ல் அங்கே இறந்தார். அவர் கல்லறை இருக்கும் இடம் தெரியவில்லை.

3. 1918-20ல் ரஷ்யாவுக்கு எதிராக நடந்த போராட்டத்தின் பின் எழுந்த லாட்வியாவைக் குறிப்பிடுவது

4. ஐக்கிய சோவியத் சோஷியலிஸ குடியரசு ஜூன் 14 தேதி லிதுவேனியாவுக்கும் ஜூன் 16 எஸ்டோனியாவுக்கும் இறுதி ஒப்பந்தக்

கோரிக்கை ஒன்றை வைத்தது. இரண்டு நாடுகளும் அவற்றை ஏற்றுக்கொண்டன.

5. தங்கள் நினைவுக்குறிப்புகளில் உல்மானிஸின் சமகாலத்தவர் பலர் இதை உறுதி செய்திருக்கிறார்கள்.

6. புள்ளிவிவரங்களின்படி 1936-37 கல்வியாண்டில் லாட்வியாவில் ஒவ்வொரு 10,000 மக்களுக்கும் 30.4 கல்லூரி மாணவர்கள் இருந்தார்கள். இது ஐரோப்பாவில் இருந்த மற்ற எந்த நாட்டையும்விட அதிகமானது. பிரான்ஸ்: 20.8; இங்கிலாந்து: 16.

7. ஜுன் 1941ல் 5770 மக்கள் லாட்வியாவிலிருந்து யுக்னோவோவுக்கும், 1180 மக்கள் பெல்ட்பால்ட்லாகுக்கும் 1000 மக்கள் ஒனேகாவுக்கும் 6850 மக்கள் க்ராஸ்னயார்ஸ்க்குக்கும் அனுப்பப்பட இருந்தார்கள். விவரம் ஆக்கிரமிப்பு அரசுகளின் அரசியல் கொள்கை பற்றிய ஆவணத்தில் உள்ளது.

8. இது ஜெர்மானிய ஆக்கிரமிப்பின்போது செய்த சர்வேயின் ஆதாரத்தில் கூறப்படுவது. இதில் வெளியேற்றப்பட்ட யூதர்கள் பற்றிய விவரம் இல்லை. சமீபத்திய அராய்ச்சியின்படி சரியான எண்ணிக்கை இதைவிடக் குறைவாக இருக்கலாம் என்று கூறப்படுகிறது. காண்க: கார்லிஸ் காங்கெரிஸ் எழுதி வெளியிட்ட பயங்கர ஆண்டு பற்றிய ஆவண வெளியீடு.

நாடுகடத்தல்

ஜூன் 14, 1941ல் பெருமளவில் அதி ரகசியமாக நடந்த அந்த மாபெரும் நாடுகடத்தல் எப்படி நிகழ்ந்தது என்று நான் எப்போதும் வியந்திருக்கிறேன். எத்தனையோ ஆயத்த வேலைகள் அதற்குத் தேவை: நாடுகடத்தப்படவேண்டியவர்களின் பட்டியலைத் தயாரித்தல், ரயில்துறையின் கால்நடை களுக்கான பெட்டிகளை இணைத்து ரயில் வண்டிகளாக்குதல், கைது செய்யப்பட்டவர்களை ரயிலடிக்குக் கொண்டுசெல்லத் தேவையான வண்டிகளை ஏற்பாடு செய்தல், மக்களைக் கைது செய்யப் படையணிகளில் ஆட்களை வேலைக்கு வைத்தல் இப்படிப் பல வேலைகள். இத்தனை ஏற்பாடுகளும் எப்படி யாரும் கவனிக்காமல் செய்திருக்கமுடியும்? பரவும் வதந்திகள், கிசுகிசுப்பான குரலில் உரையாடல்கள், பயமூட்டும் முன்னெச்சரிக்கை உணர்வுகள் எல்லாம் இருந்திருக்க வேண்டும். ஆனால் இருக்கவில்லை. நாடுகடத்தப்பட்ட மற்றவர்கள் நினைவுகூரலின்படி நாடுகடத்தல் நிகழ்வு என் அம்மாவின் குடும்பத்தினரைப்போலவே எல்லோருக்கும் திடீரென்று நிகழ்ந்த, அவர்கள் அதற்குச் சற்றும் மனத்தளவில் தயாராகாத நிகழ்வாகவே இருந்தது என்பது தெளிவாகத் தெரிகிறது. அங்கிங்கு பேச்சுகள் இருந்திருக்கலாம், ஆனால் வதந்திகள் எப்போதும் இருப்பதுதானே?

என் கணிப்பின்படி – என் புரிதல் என் சோவியத் அனுபவங்களால் குலைக்கப்பட்ட ஒன்று என்றாலும் – குற்றம் செய்திருந்தாலும் செய்திருக்காவிட்டாலும் மக்கள் பயந்திருக்கவேண்டும் என்பது சர்வ சாதாரணமான விஷயம். மக்கள் சரியான நியாயம் நிலவும் நிலைமையில் வாழ்ந்து பழக்கப்பட்டவர்கள்; குற்றம் செய்யாத ஒரு நபர் ஒரு பெரும் அபராதிபோல் இரவு வேளையில் வீட்டிலிருந்து வெளியே இழுத்துவரப்பட்டு கால்நடைகளுக்கான பெட்டி களில் அடைக்கப்பட்டு முன்பின் அறியாத இடம் ஒன்றுக்கு நாடுகடத்தப்படமாட்டார் என்று நினைத்தவர்கள் என்பதை நான் மறந்துவிடுகிறேன். அமைதி காலத்தில் லாட்வியாவில்

இத்தகைய அனுபவம் எப்போதுமே ஏற்பட்டதில்லை. மற்றச் சுதந்திர நாடுகளிலும் இந்த அனுபவம் நேர்ந்திருக்கவில்லை. அதனால்தான் பிரான்ஸிலோ அமெரிக்காவிலோ இங்கிலாந்திலோ இருந்தவர்கள்கூட லாட்விய மக்களைப்போலவே பயமில்லாமலும் நிரபராதிகளுக்கு ஒன்றும் ஆகாது என்று உறுதியாக நம்பிக்கொண்டும் எந்தவித முன்னெச்சரிக்கையான நடவடிக்கைகளும் எடுக்காமலும்தான் இருந்திருப்பார்கள்.

யானிஸூம் எமீலியாவும்கூட அவர்கள் குத்தகைக்காரரான ரயில்துறையைச் சேர்ந்த ஷ்வேஹைமர்ஸ் தந்த எச்சரிகைகளை அலட்சியப்படுத்திவிட்டார்கள். கால்நடைக்கான ரயில்பெட்டிகள் மக்களை ஏற்றிச்செல்வதற்காக மாற்றப்பட்டு பெரிய ரயில் வண்டிகளுடன் இணைக்கப்படுவதைக் கண்டதும் அது பற்றிக் கவலைகொண்டு அதைக் கூற என் தாத்தா யானிஸைப் பார்க்க அவர் ஜூன் 12ம் தேதி வந்தார். ஆனால் யானிஸூம் எமீலியாவும் அந்த எச்சரிக்கையைப் புரிந்துகொள்ளவில்லை. அவர்கள் அரசியலிலிருந்து வெகுவாக விலகிய சாதாரண மனிதர்கள். அதனால் தங்களுக்கு எதுவும் நேராது என்றே நினைத்தார்கள். சில நாட்கள் முன்புதான் குடிப்படையினர் அவரைக் கூப்பிட்டிருந்தனர். சோவியத் குடிப்படையைச் சேர்ந்த ஒருவர் அவரிடம் நட்புடன் உரையாடி அவர் குடும்பம், உறவினர், சொத்து இவை குறித்து விசாரித்திருந்தார். அவர் விடைபெறும்போது அந்த ரஷ்ய அதிகாரி அவரைப் புகழ்ந்தார் – எல்லோரும் யானிஸ் க்ரிஸ்டாபோவிச்ஸ்போல் (ரஷ்யாவில் கூறுவதுபோல் க்ரிஸ்டாபோவிச்ஸ் என்ற தந்தைவழிப் பெயரை அவர் உபயோகித்தார்) நேர்மையானவராக இருந்தால் உலகம் வாழ்வதற்கு நல்ல இடமாக இருக்கும். அப்பாடா என்றாயிற்று யானிஸூக்கு. திரும்பி வந்ததும் மனைவியிடம், “இனிமேல் அவர்கள் நம்மை எதுவும் செய்யமாட்டார்கள். நாம் அமைதியாக வாழ முடியும்” என்று கூறினார். குடும்பத்தில் ஆபத்தில் இருந்த ஒரே நபர் என்றால் அது எல்லோரையும்விட இளையவனான மகன் விக்டோர்ஸ்தான். ஏனென்றால் அவன் லாட்விய ராணுவத்தில் அதிகாரியாக இருந்தான். ராணுவத்தினரையும் ஊர்க்காவல் படையினரையும் ஒடுக்கப்போவது குறித்து சில வதந்திகள் பரவியிருந்தன. மற்றபடி குடும்பத்தில் இருந்த மற்றவர்கள் என்ன குற்றம் செய்திருக்க முடியும்? இந்த வதந்திகளுக்கும் அவர்களுக்கும் எந்தச் சம்பந்தமுமில்லை என்று தீர்மானித்தார்கள் யானிஸூம் எமீலியாவும். இல்லாவிட்டால் ஜூன் 13 தேதியன்று யானிஸ் தன் குடும்பத்தை விட்டு குடும்பத்தின் பண்ணைக்குப் போய் அங்கு ஜூன் 15 ஞாயிற்றுக்கிழமைவரை இருந்திருப்பாரா?

9 ஜூன் தேதியில் லாட்விய சோவியத் சோஷியலிஸக் குடியரசின் மக்களுக்கான அரசு பாதுகாப்புத் துறையிலிருந்த காப்டன் ஷூஸ்டின் “பரம ரகசியம்” என்று குறிப்பிட்டு, ஸார்ஜென்ட் ம்யூடின் ஜே. கே. என்ற அதிகாரி ட்ரெய்ஃபெல்ட்ஸை கைது செய்யவேண்டும் என்று எடுத்த முடிவை உறுதிசெய்திருந்தார் என்பது என் கொள்ளுத் தாத்தா பாட்டிக்குத் தெரிந்திருக்க நியாயமில்லை. அந்த ஸார்ஜென்டின் குறிப்பில் கைதுசெய்யப்பட்டார் என்றே குறிப்பிடப்பட்டிருக்கிறது அது நடந்து முடிந்துவிட்டதை உறுதிசெய்வதைப்போல். ஆனால் கைது செய்யப்பட

இன்னும் நாலு நாட்கள் இருந்தன. லாட்விய மொழியில் "பேர்கோன் க்ரஸ்ட்ஸ்" என்றும் ஆங்கிலத்தில் *Thunder Cross* ("தண்டர் க்ராஸ்" – இடி குரிசு அல்லது அக்னி குரிசு)[1] என்றும் அழைக்கப்பட்ட ஒரு புரட்சி அமைப்பின் முன்னாள் அங்கத்தினர் யானிஸ் ட்ரெய்ஃபெல்ட்ஸ் என்றும் அவர் சோவியத்துக்கு எதிராகச் செயல்பட்டார் என்றும் கூறி கைது செய்வதற்கான காரணம் காட்டியிருந்தார் காம்ரேட் ம்யூடின். இது ஒரு புனையப்பட்ட குற்றச்சாட்டு; காரணம் தாத்தா அரசியலிலிருந்து விலகி இருந்தவர். எந்த அரசியல் அமைப்பின் அங்கத்தினராகவும் அவர் இருந்ததில்லை. அதுவும் "தண்டர் க்ராஸ்" அமைப்பை வெறுமே கும்பலைத் தூண்டிவிடும் ஓர் அமைப்பாகவே அவர் பார்த்தார். அவர் சமூகச் செயல்பாடு எல்லாம் அங்கிருந்த நில உரிமையாளர்களின் அமைப்பை ஒட்டித்தான் இருந்தன. இந்தப் புனையப்பட்டக் குற்றச்சாட்டை ஆதாரமாக வைத்து ரஷ்ய சேக்கா உளவுத்துறையைச் சேர்ந்த ம்யூடின் ஏற்கனவே அச்சிட்ட படிவத்தில் தன் தீர்ப்பை எழுதினார்: 1919ல் பிறந்த ட்ரெய்ஃபெல்ட்ஸ், விக்டோர்ஸ் என்ற மகனைக் கொண்ட கைதி ட்ரெய்ஃபெல்ட்ஸ், யானிஸ் க்ரிஸ்டாபோவிச்ஸின் குடும்பம் லாட்விய சோவியத் சோஷியலிஸக் குடியரசின் வெளியே நாடுகடத்தப்படவேண்டும்." ம்யூடினின் முடிவை அரசின் மக்கள் பாதுகாப்புத் துறையின் அரசியல் உளவுத் துறைத் தலைவரான கவர்ஸ் "ஒப்புக்கொள்கிறேன்" என்ற குறிப்புடன் ஏற்றுக்கொண்டார். முதல் முடிவில் என் பாட்டியும் அம்மாவும் குறிப்பிடப்படவில்லை. பிறகு இது விடுபட்டுப்போனதை அறிந்ததாலோ என்னவோ சேக்காவைச் சேர்ந்தவர்கள் இன்னொரு நாடுகடத்தல் அறிக்கையை எழுதினார்கள். அதில் விக்டோர்ஸ் ட்ரெய்ஃபெல்ட்ஸ் பெயருடன் யானிஸின் மனைவி எமீலியா ட்ரெய்ஃபெல்ட்ஸ் மற்றும் மகள் லிகிடா ட்ரெய்ஃபெல்ட்ஸ் என்ற பெயர்கள் சேர்க்கப்பட்டிருந்தன. மற்ற மகன்களான வால்டெமார்ஸ், ஆர்னால்ட்ஸ் இருவரும் "சமூகத்தைக் குலைக்கும்" நபர்கள் இல்லை, அதனால் அவர்கள் நாடுகடத்தப்பட வேண்டியதில்லை என்ற வினோதமான முடிவை எடுத்தது சேக்கா. ஒருவேளை இந்த மகன்களைக் குறித்தும் தீர்மானம் இருந்திருக்கலாம் பாதுகாப்புத் துறையின் வேறு கிளைகளான வேன்ட்ஸ்பில்ஸ் அல்லது

வால்டெமார்ஸ்
ட்ரெய்ஃபெல்ட்ஸ்

விக்டோர்ஸ்
ட்ரெய்ஃபெல்ட்ஸ்

ஆர்னால்ட்ஸ்
ட்ரெய்ஃபெல்ட்ஸ்

ஸ்க்ருந்தா கிளைகளில். ஏனென்றால் அந்த இடங்களில்தான் அவர்கள் வசித்துக்கொண்டு வேலையும் செய்துகொண்டிருந்தார்கள்.

வாழ்க்கை எடுக்கப்போகும் விபரீதமான திருப்பத்தை அறியாத லிகிடா அவளுடன் படித்த மற்றவர்களைப்போலவே தொழிலாளர்களுக்கான சிற்றுண்டிச்சாலை ஒன்றில் மூன்று நாட்களாக வேலை செய்துகொண்டிருந்தாள். நாட்டுடமையாக்கப்பட்ட யூர்மலாவின் பல தனியார் வீடுகளில் இப்படிப் பல சிற்றுண்டிச்சாலைகள் அமைக்கப்பட்டிருந்தன. வேலை செய்யாதவர்கள் சாப்பிடக்கூடாது என்ற சோவியத்தின் கொள்கை லிகிடாவுக்கு ஏற்புடையதாகவே இருந்தது. அவளுக்குத் தெரிந்தவரை அவர்கள் வீட்டில் எல்லோரும் எப்போதுமே உழைப்பாளிகள். உயர்நிலைப் பள்ளியின் முதல் நிலையை முடிப்பதற்கான ஒன்பது பரீட்சைகளையும் எழுதி முடித்திருந்தாள். இப்போது வேனிற்காலம் அவளுக்கேயானது. வெற்றியடைந்த ஒவ்வொரு பரீட்சைக்கும் ஒவ்வொரு கொண்டாட்டம் ஏற்பாடு செய்யப்போவதாக அவளுக்கு வாக்களித்திருந்தார்கள். அடுத்தநாள் ஜூன் 14 அன்றுதான் நடனத்தோடு கூடிய முதல் கொண்டாட்டம் ஏற்பாடாகியிருந்தது. லிகிடாவின் மனத்தில் ஓர் இளம் பெண் மனத்தில் என்னென்ன கேள்விகள் எழுமோ அவையே நிறைந்திருந்தன: என்ன உடை உடுப்பது, கூந்தலை எப்படிச் சிங்காரித்துக்கொள்வது போன்ற கேள்விகள். சில நாட்களுக்கு முன்தான் எமீலியாவுடன் ஒரு தையற்காரியிடம் சென்று அந்த வேனிற்காலத்துக்கான புதிய உடையை உடுத்திச் சரிபார்க்கப் போயிருந்தாள்.

டுபுல்டி மேல்நிலைப்பள்ளி சக மாணவிகளுடன் லிகிடா 1940

எவ்வளவு அழகு அந்தப் பச்சைப் பட்டுடை! எவ்வளவு பெரியவளாகத் தெரிந்தாள் லிகிடா அதில்! அதே துணியில் சுற்றிலும் விளிம்பு வைத்துத் தைத்த ஒரு தொப்பி அந்த உடையுடன் வெகு அழகாகப் பொருந்தும்

என்பது பற்றி அவளும் அவள் அம்மாவும் பேசியிருந்தார்கள். "லிகுட்ஸி, இதே பச்சைப் பட்டில் அது இருக்கவேண்டும். தையற்கார அம்மாவிடம் அதைத் தைக்கச் சொல்லலாம்" என்று எமீலியா கூறியிருந்தாள். "சரி மம்மா" என்று லிகிடா சந்தோஷமாக ஒப்புக்கொண்டாள். மாலையிலோ விக்டோர்ஸ் வேலையிலிருந்து திரும்பி வந்தான். தன் குட்டித் தங்கைக்காக அவனும் ஓர் அன்பளிப்பைக் கொண்டுவந்திருந்தான்: மெல்லிய "ஸ்வேட்" எனப்படும் துறு தோலினாலான, அடியில் தக்கை வைத்த குதிகால் உயர்ந்த வெகு அழகான காலணி. "என்ன, பிடித்ததா? போட்டுக்கொள்வாயா?" என்றான் தங்கையிடம். சந்தோஷம் தாளாத லிகிடா அண்ணாவை அணைத்துக்கொண்டாள். உடனே காலணியைப் போட்டுப்பார்த்தாள். அவள் பாதங்களுக்கென்றே அமைந்ததுபோல் இருந்தது. அந்தக் கணத்தில் இந்தக் காலணிதான் நாடுகடத்தலின் முதல் குளிர்காலத்தில் அவள் அணியவிருக்கும் ஒரே காலணியாக இருக்கும் என்று அவளுக்குத் தெரியாது.

சைபீரியப் பனியில் நடனக் காலணியுடன்!

அன்றிரவு லிகிடா தன் பெற்றோர்களின் படுக்கையறையில் படுத்துக்கொண்டாள். அவள் அப்பா ஒவ்வொரு முறையும் ஏதாவது வேலைக்காகவோ அல்லது பண்ணைக்குப் போகும்போதோ அவள் அனுபவிக்கும் உரிமை அது. அந்தச் சந்தர்ப்பங்களில் ஸாடீன் போர்வைக்கு அடியே அவள் அம்மாவின் அருகில் படுத்து ஆழ்ந்த உறக்கம் கொள்வாள். இதமான சூட்டிலும் சுகத்திலும். இந்த முறை அவள் உறக்கம் கலைந்தது யாரோ ஓங்கிக் கதவைத் தட்டும் ஒலியால். உறக்கத்தில் எமீலியா எழுந்து கதவைத் திறக்கப்போவதைப் அவள் பார்த்தாள். பிற்காலத்தில் சைபீரியாவின் நீண்ட உறக்கமற்ற இரவுகளில் இந்த நிகழ்வுகளைப் பலமுறை நினைவுகூர்ந்தார்கள்.

காலை கிட்டத்தட்ட மூன்று மணி அளவில் அது நடந்தது. கதவைத் திறக்கும் முன் எமீலியா இரண்டாவது மாடிக்குப் போகும் படிக்கட்டுகளுக் கருகே ஓடி போலீஸ் வந்திருக்கிறார்கள் என்று விக்டோர்ஸிடம் உரக்கக் கத்திக் கூறிவிட்டாள். விக்டோர்ஸ் தன் பெற்றோர்களைப்போல் எதுவும் நடக்காது என்று அலட்டிக்கொள்ளாமல் இருக்கும் மனநிலையில் இருக்க வில்லை போலும். அவன் எதையோ எதிர்பார்த்து அன்றிரவு மின்சாரத் தொடர்பை அணைத்திருந்தான். எமீலியா அதை நேராக்கும் முயற்சியில் இருக்கும்போது சற்றுக் காலம் கழிந்துவிட்டது. கதவைத் தட்டும் ஒலி கூடிக்கொண்டே போயிற்று. அவ்வப்போது கோபத்துடன் கத்தும் ஒலியும் கேட்டது. என்ன நடக்கப்போகிறதோ என்ற அதீத பயம் மனத்தில் ஓட நடுங்கியபடி எமீலியா கதவைத் திறக்கப் போனாள். அவள் பயத்தில் அங்கு ஆறேழு நபர்கள் இருப்பதுபோல் அவளுக்குத் தோன்றியது. ஆனால் அங்கு இருந்தது ஐந்து நபர்கள்தாம். இது செயற்குழுவில் இருந்த உயர் அதிகாரி ரூடால்ஃப்ஸ் ப்ரியடிஸ் "திட்டம் செயல்படுத்தல்" குறித்து எழுதிய அறிக்கை மூலம் உறுதியாகிறது. அந்த அறிக்கை மூலம் அன்று கைது செய்ய வந்த மற்றவர்களின் குடும்பப் பெயர்களையும் நான் தெரிந்துகொண்டேன் – டும்பெர்க்ஸ், போகோராட், ஷ்டெயின்பாம்ஸ் மற்றும் ஸோஸ்ஸோனோவ்.

கைது செய்ய வந்தவர்கள் ஒவ்வொரு மூலையிலும் கதவின் முன்பும் ஆயுதம் தாங்கிய காவலர்களை நிறுத்தியிருந்தார்கள். உள்ளே வந்தவர்கள் வேகமாக முதல் மாடியில் தேடிவிட்டு “மேலே யார்?” என்று கேட்டார்கள். எமீலியா தடுமாறாமல் மிகவும் அமைதியாக, “அங்கு வாடகைக்குக் குடியிருப்பவர்கள் இருக்கிறார்கள்” என்று பதில் சொன்னாள். இருந்தாலும் சேக்கா அதிகாரிகள் மேலே சென்றார்கள் உறுதிசெய்துகொள்ள. அவள் மகனின் அறைக் கதவை அவர்கள் தட்டுவதும் திறப்பதும் எமீலியாவுக்குக் கேட்டது. சிறிது நேரம் கழித்து அவர்கள் கீழே இறங்கிவந்தார்கள். விக்டோர்ஸ் அவர்களுடன் இருக்கவில்லை. விக்டோர்ஸ் அவர்களிடம் என்ன சொன்னான் என்று எமீலியாவுக்குத் தெரியாமலேயே போயிற்று. ஆனால் ஏதோ அற்புத நிகழ்வுபோல் அவன் கலங்கியபடி கூறிய பொய்களை அவர்கள் நம்பினார்கள். ஒருவேளை வீண் சத்தம் எழுப்புவதை அவர்கள் விரும்பவில்லையோ என்னவோ? காரணம் “குற்றவாளிகள்” கைது செய்யப்படுவது அதிகம் ஆர்ப்பாட்டமில்லாமல் அக்கம்பக்கத்தவரைத் தொந்தரவு செயாமல் நடக்கவேண்டும் என்று அவர்கள் மேலிடத்திலிருந்து எச்சரிக்கப்பட்டதால் இருக்கலாம். அப்படித்தான் எமீலியா தன் மகனை நாடுகடத்தப்படுவதிலிருந்தும் நிச்சயமாக நேர்ந்திருக்கக்கூடிய மரணத்திலிருந்தும் காப்பாற்றினாள். இரவெல்லாம் அங்கு படுத்தபடி தன் பெற்றோரும் தங்கையும் கைது செய்யப்பட்டு அழைத்துக்கொண்டு போகப்படுவதைக் கேட்டபடி இருந்தான் விக்டோர்ஸ்.

போர்வையைக் கழுத்துவரை இழுத்துவிட்டுக்கொண்டு லிகிடா அறிமுகமில்லாத பயங்கரமான உதாசீனக் குரல்களைக் கேட்டுக் கொண்டிருந்தாள். என்னவாகும் என்று தெரியாத அந்த நிலைமை தாங்கிக்கொள்ளமுடியாமல் இருந்தது. முடிவில், எமீலியா உள்ளே வந்தாள். அவளுடன் சீருடையில் இருந்த ஒரு படைவீரனும் படுக்கையறையினுள் வலிந்து புகுந்தான். கனிவான குரலில் மகளிடம், “லிகுட்ஸி, உடனே எழுந்திரு. சரியா?” என்றாள். அந்தப் படைவீரன் குறுக்கிட்டு, உடை மாற்றிக்கொண்டு தேவையான சாமான்களைக் கட்டும்படி கடுமையான குரலில் உத்தரவிட்டான். அவர்களை வேறோர் இடத்தில் வசிக்க அனுப்பப்போகிறார்கள் என்று கூறினான். அதிக தூரமில்லை அந்த இடம். லாட்வியாவிலேயே இருந்த ஒக்ரே என்ற இடம்தான். யானிஸ் ட்ரெய்ஃபெல்ட்ஸும் விக்டோர் ட்ரைஃபெல்ட்ஸும் எங்கே என்று கேட்டான். அவள் மகன் எங்கே என்று தெரியாது என்றும் கணவர் பண்ணைக்குப் போயிருக்கிறார் என்றும் குடும்பத் தலைவர் இல்லாமல் அவர்கள் எங்கும் வரமுடியாது என்றும் எமீலியா பதில் கூறினாள். சில காவல்துறையினரை மட்டும் விட்டுவிட்டு சேக்காவைச் சேர்ந்தவர்கள் பண்ணையை நோக்கிப் போனார்கள் என் தாத்தாவைக் கூட்டிவர. என் பாட்டி மட்டும் என் தாத்தா எங்கிருக்கிறார் என்பதைக் கூறியிருக்காவிட்டால் பிற்காலத்தில் அவர் ஸைபீரியாவில் அனுபவித்தத் துன்பத்திலிருந்தும் மரணத்திலிருந்தும் அவரைக் காப்பாற்றியிருக்கலாம். அவர்கள் தேடிப்போன நபர்கள் கிடைக்காதபோது சேக்கா துறையினர் கைவிட்ட வழக்குகள் உண்டு. ஜுன் 14 தேதியில் பலர் இவ்வாறு காப்பாற்றப்பட்டிருந்தனர். அந்தச் சமயத்தில் தாங்கள் எதிர்கொள்ளப்போகும் தவிப்பும் வலியும்

கூடிய பாதை பற்றி எமீலியா அறிந்திருக்கவில்லை. அருகே 70 கிலோமீட்டர் தூரத்திலிருந்த ஓக்ரேக்குத்தான் அவர்கள் வசித்த டுபுல்டியிலிருந்து போகும்படி வற்புறுத்தப்படுகிறார்கள் என்று அவள் நினைத்தாள். யானிஸ் இல்லாமல் அவர்கள் எப்படிப் போக முடியும்? சேக்காவைச் சேர்ந்த சில அதிகாரிகள் குடும்பத் தலைவனைத் தேடப்போனபோது மற்றவர்கள் வீட்டைக் கவனமாகச் சோதனை போட்டார்கள்.

கணவருக்காகக் காத்திருந்தபோது எமீலியாவும் லிகிடாவும் தத்தளித்தபடி தங்கள் உடைமைகளைக் கட்டுவதில் ஈடுபட்டார்கள். எதை எடுப்பது? எதை விடுவது? ஏன் போக வேண்டும்? அவர்கள் மனத்தில் இந்தப் பதிலில்லாக் கேள்விகள் ஓடியவண்ணம் இருந்தன. அந்தக் குழப்பத்தில் சாமான்களைக் கையில் எடுப்பதும் கீழே போடுவதுமாக இருந்தனர் இருவரும். தன் கணவர் சீக்கீரம் வந்தால் நன்றாக இருக்கும் என்று வேண்டியபடி இருந்தாள் எமீலியா. என்ன செய்யவேண்டும் என்பது அவருக்குத் தெரியும். முடிவில் ஒரு லாரி வரும் சத்தம் கேட்டது. அது வீட்டருகே நின்றது. அவள் கணவர் வந்துவிட்டார், இனி எல்லாம் சரியாகிவிடும்! இனி அவர்களுக்கு எந்தத் தீமையும் நேராது. யானிஸ் இந்த முறையும் எல்லாவற்றையும் கவனித்துக்கொள்வார் எப்போதும்போல். ரஷ்யா உள்நாட்டுப்போரில் சீரழிந்துகொண்டிருந்தபோது குடும்பத்தைப் பத்திரமாக லாட்வியாவுக்குக் கூட்டிவந்தவர் அவர்.

எதையும் நடைமுறையில் எது சரியாக வருமோ அந்த வகையில் சுறுசுறுப்புடன் செய்யும் ஆற்றலுடைய யானிஸ் உடனே இயங்கத் தொடங்கினார். எல்லோருக்கும் வேலைகளைப் பிரித்துத் தந்தார். போர்வை, தலையணை, படுக்கை விரிப்பு, காலணி, உடைகள் இவை எல்லாம்தான் கட்டவேண்டியவை. எல்லோரும் வீட்டிற்கான சில சாமான்களை எடுத்துகொள்ளவேண்டும். வெளியே நின்ற லாரி, முதல் மாடியிலிருந்து எப்போதும் கேட்காத சத்தம் இதையெல்லாம் பார்த்துவிட்டுப் பக்கத்துவீட்டு ட்ரெய்ஃபெல்ட்ஸ் குடும்பத்துக்கு என்ன பிரச்சினை என்று பார்க்க வந்தார் திருமதி மசான்ஸ். கதவைத் திறந்துவிட்டுப் பயத்துடன் பின்வாங்கினார். வேறு யாரோ வருவதைப் பார்த்ததும் சேக்காவின் அதிகாரி ஒருவர் அவரை உடனே உள்ளே நுழையும்படி உத்தரவிட்டுவிட்டு அவரைக் கேள்வி கேட்க ஆரம்பித்தார். அவள் ட்ரெய்ஃபெல்ட்ஸ் குடும்பத்துக்கு உறவினர் இல்லை என்று தெரிந்ததும் அவரை எல்லாம் முடியும்வரை அங்கேயே இருக்க உத்தரவிட்டார். அதிர்ச்சியிலிருந்து மீண்ட திருமதி மசான்ஸ் தன்னைச் சுதாரித்துக்கொண்டு சாமான்களைக் கட்டுவதில் தன்னால் முடிந்தவரை உதவ ஆரம்பித்தார். வீட்டிலுள்ள வெண்ணெய் எல்லாம் கொண்டுபோகும்படி வற்புறுத்தினார். ஒரு பெரிய ஜாடியில் ஐந்து லிட்டர் வெண்ணைய்யைப் போட்டுத் தந்தார். உணவுப் பொருட்கள் வைக்கும் அலமாரியிலிருந்து பதப்படுத்தப்பட பன்றி இறைச்சி, கம்பு ரொட்டி இவைகளை எடுத்துவந்தார். ஓக்ரேவரைதானே போகவேண்டும்? இதைவிட அதிகம் உணவுப்பொருட்கள் தேவைப்படாது. யானிஸ் மேசை இழுப்பறையிலிருந்து ரகசியமாகக் கொஞ்சம் பணம் எடுத்துத் தன் மனைவியின் கையில் வைத்து அழுத்தினார். தன் உள்ளாடையினுள்

அந்தப் பணத்தை வைத்துக்கொண்டாள் எமீலியா. முதலாம் உலக யுத்தத்தின்போது பஞ்சத்தையும் பேரழிவையும் அனுபவித்தவராதலால் யானிஸுக்குத் தொலைநோக்குப் பார்வை வந்திருந்தது. அவர் தன்னை மட்டுமே நம்பினார். ரஷ்யா 1940ல் உள்ளே வந்ததுமே மாவு, சர்க்கரை, பதப்பட்ட பன்றி இறைச்சி போன்ற உணவுப் பொருட்களை வெளியிலிருந்த கொட்டகையில் புதைத்துவைத்திருந்தார். இப்படிப்பட்டச் சேமிப்புகளுக்கு எதிராகக் கடும் தண்டனை உண்டு என்று சோவியத் அரசு உத்தர விட்டிருந்தது. அதனால் அவை இருக்கும் இடத்திலேயே இருக்கட்டும். சேக்கா அதிகாரிகளிடம் அந்த ஒளித்துவைத்திருக்கும் இடத்தைக் காட்டவேண்டிய அவசியம் இல்லை. பக்கத்திலேயே இருந்த விறகுக் கிடங்கின் மூலையில் எமீலியாவின் நகைகளும் வெள்ளிப் பாத்திரங் களும் புதைக்கப்பட்டிருந்தன. ஒக்ரேயிலிருந்து எப்படியும் சிறிது காலம் பொறுத்துத் திரும்பித்தானே வர வேண்டும்? தவிர, விக்டோர்ஸின் ராணுவத் துப்பாக்கியும் கொட்டகையில் மறைத்துவைக்கப்பட்டிருந்தது.

சேக்கா அதிகாரிகள் கொட்டகையின் சாவியைக் கண்டு பிடித்துத் துப்பாக்கியைப் பறிமுதல் செய்திருந்தார்கள். ஆனால் ப்ரியடிஸ்ஸின் அறிக்கையின்படி புதைத்துவைக்கப்பட்டப் பொருட்கள் கண்டுபிடிக்கப் படவில்லை. ட்ரெய்ஃபெல்ட்ஸின் வீட்டைச் சோதனைபோட்ட பின் கீழ்க்கண்ட பொருட்கள் எடுத்துச்செல்லப்பட்டிருந்தன: ஒரு தட்டச்சு இயந்திரம், வெடிமருந்து, துப்பாக்கி ரவைகள், பலதரப்பட்ட ஆவணங்கள், கட்டடச் சாமான்கள், சிமெண்ட், சுண்ணாம்பு, மண்ணெண்ணெய் டப்பா இவை எல்லாம் இருந்த கொட்டகையின் சாவி முதலியவை. பெரிய கொள்ளை ஏதும் இல்லை. ஆயுதங்கள், எதிர்ப்புரட்சிப் பிரசுரங்கள், வெளிநாட்டுப் பணம் எதுவுமே இல்லை. பறிமுதல் செய்யப்பட்ட எதுவுமே இந்த வழக்கில் குற்றம்சாட்டத் துணைபோகாது. பிற்காலத்தில் வீட்டுப் பிள்ளைகள் கொட்டகையில் உள்ள விலைமதிப்பற்றப் பொருட்களை எடுக்கத் தோண்டியபோது அதில் ஒன்றும் இருக்கவில்லை. வேறு யாரோ அவர்களுக்கு முன்வந்து அவற்றை எடுத்துச் சென்றிருந்தார்கள். அந்த வெகுமதிப்புள்ள பொருட்கள் நான்கு திசையிலும் காற்றோடு போயின. எந்தக் குடும்பத்தின் மூன்றாவது தலைமுறையினர் அவர்கள் குடும்பத்தின் பொருட்களுடன் சேராத, எமீலியா ட்ரெய்ஃபெல்ட்ஸ் என்ற பெயரைக் குறிக்கும் எ. டி. என்ற பெயர் பொறித்த, சாப்பாட்டு மேசைக்கான அந்தப் புராதனமான வெள்ளிச் சாமான்களைப் பார்த்து எப்படி வந்தன என்று வியந்துகொண்டிருக்கிறார்களோ, யாருக்குத் தெரியும்?

தன் சிறிய நீலப் பெட்டியில் சாமான்களை நிரப்ப ஆரம்பித்தாள் லிகிடா. எது மிகத் தேவையோ அதைத்தான் அவளும் எடுத்துச்செல்ல வேண்டியிருந்தது. முகத்துக்கான பூச்சுகள், வாசனைத் திரவியங்கள், நகப்பூச்சு போன்றவை. செல்லுமிடத்திலும் நடனக் கொண்டாட்டங்கள் நடக்கும், பெண்கள் சிங்காரித்துக்கொள்வார்கள், இல்லையா? ஒக்ரேயிலும் வாழ்க்கை மோசமாக இருக்காது. அழகான இடம் அது. அதுவும் லாட்வியாவில்தான் இருந்தது. குழந்தைத்தனமாகத் தன்னைச் சமாதானப்படுத்திக்கொண்டாள் லிகிடா. "லிகிடா, சும்மா அங்கேயும் இங்கேயும் ஓடிக்கொண்டிருக்காதே"

என்று கடிந்துகொண்டாள் எமீலியா. அவள் சாதாரணமாக அப்படித் திட்டமாட்டாள் தன் மகளை. சொல்லிக்கொண்டே படுக்கையின் ஸாடீன் விரிப்பில் லிகீடா பரப்பியிருந்த அத்தனைச் சாமான்களையும் உதறி எறிந்துவிட்டு பெட்டியை மூலையில் வீசினாள். லிகிடாவிடமிருந்து ஒரு விம்மல் கிளம்பியது. உலகம் கொடுமையானதாகிவிட்டது. கனவுகளும் விளையாட்டுகளும் முடிவுக்கு வந்துவிட்டன.

சேக்கா அதிகாரிகள் துரிதப்படுத்தியபடி இருந்தனர். பண்ணைக்கு வேறு போய்வந்திருந்ததால் காலம் கடந்துவிட்டிருந்தது. "சீக்கிரம்! சீக்கிரம்! கட்டிமுடியுங்கள்!" என்று கத்தியபடி இருந்தார்கள். முடிவில் அவர்கள் கிளம்பவேண்டிய நேரமும் வந்தது. கதவருகே நின்று முற்றத்தின் பக்கம் திரும்பிப் பார்த்தாள் லிகிடா. அவள் அருமை நாயிடம் விடை பெற ஓடினாள். சேக்கா அதிகாரிகள் அவளைத் தடுத்து வாயிற்பக்கம் தள்ளினார்கள். வீட்டின் வெளி மூலையில் சாய்ந்துகொண்டு அழுதாள் அந்தச் சின்னப்பெண். அவள் தோளில் கைபோட்டபடி எமீலியா மெல்லச் சோகத்துடன், "பரவாயில்லை லிகுட்ஸி. போகலாம் வா" என்றாள். ஆனால் அவள் குரல் உடைந்தது. யானிஸ் கசந்த குரலில், அவர்களைக் கைது செய்யவந்தவர்கள் காதில் படும்படி உரக்க அவர்களைக் கூப்பிட்டபடி சொன்னார்: "ஏறி உட்காருங்கள். உங்கள் அழுகையெல் லாம் இந்தத் திருட்டுப் பாவிகளை ஒன்றும் செய்யாது." லாரியின் பின்னால் ஏறிகொண்டார்கள். அவர்களைப்போலவே இன்னும் சில அதிர்ஷ்டம் கெட்டவர்கள் லாரியில் ஏற்கனவே அமர்ந்திருந்தார்கள். அந்த இடத்தின் போலீஸ்காரர் அன்ஷ்கின்ஸ் அவர் மனைவியுடனும் மகள் நெல்லீயாவுடனும் உட்கார்ந்திருந்தார். தன் தந்தை சொன்ன இந்த வார்த்தைகள்தாம் தன் மறைவிடத்திலுருந்து விக்டோர்ஸ் கேட்டக் கடைசி வார்த்தைகள். லாரி வேறு எங்கும் நிற்காமல் ஓடியது.

முதலில் டோர்ன்யாகோன்ஸ் ரயிலடிக்கு அழைத்துச் செல்லப் பட்டனர். ஆனால் அங்கிருந்த கால்நடைகளை ஏற்றிச்செல்லும் பெட்டிகளில் இடமிருக்கவில்லை. லாரிகளை ஓட்டிச் செல்பவர்களை "வண்டிகளை" இன்னொரு "சரக்கு ஏற்றுமிடத்திற்கு"க் கொண்டுபோகச் சொன்னார்கள். ட்ரெய்ஃபெல்ட்ஸ் குடும்பத்தினரும் அன்ஷ்கின்ஸ் குடும்பத்தினரும் ஷ்ட்யிரொடாவா ரயில் நிலையத்துக்கு வந்தபோது விடிந்திருந்தது. அங்கு எல்லோரையும் இறங்கச் சொன்னார்கள். மேலும் பல லாரிகள் வந்தன பல துரதிர்ஷ்டசாலிகளைச் சுமந்தபடி. இருண்டு கிடந்த கால்நடைப் பெட்டிகளின் கரும் வாய்களின் முன் பெண்களும் குழந்தைகளும் முதியவர்களும் கூட்டமாக நின்றுகொண்டிருந்தார்கள். சுற்றிலும் அழுகையும் ஓலமுமாக இருந்தது. ஓக்ரேவுக்குக் கால்நடைப் பெட்டிகளில் என் செல்ல வேண்டும் என்று புரியாமல் சுற்றும் முற்றும் பார்த்தபடி குழம்பி நின்றனர் ட்ரெய்ஃபெல்ட்ஸ் குடும்பத்தினர். எங்குதான் போகப்போகிறர்கள் அவர்கள்? கூட்டத்தில் பரிச்சயமானவர்கள் சிலர் இருந்தார்கள். ட்ரெய்ஃபெல்ட்ஸால் தொழிற்சாலைக்குச் சொந்தக்காரரான முஷ்காவுக்கு முகமன் கூற முடிந்தது. கால்நடைகளுக்கான ஒரு ரயில் பெட்டியில் எல்லோரையும் ஏறிக்கொள்ளச் சொன்னார்கள். அது

ஏற்கனவே நிரம்பி வழிந்துகொண்டிருந்தது. இருந்தாலும் குடும்பங்களை அதில் மேலும் மேலும் திணித்தார்கள். அதில் எல்லா "சௌகரியங்களும்" இருந்தன. இரண்டு முனைகளிலும் இரு அகலமான ஒன்றின் மேல் ஒன்றாக இருக்கும் அடுக்குப் படுக்கைககள் அவசர அவசரமாய்ப் பொருத்தப்பட்டிருந்தன. ஒவ்வொரு அடுக்குப் படுக்கையிடத்துக்கும் மேல் கம்பி போடப்பட்ட சன்னல்கள் இருந்தன. இரு பக்கப் படுக்கைகளுக்கும் இடையே உள்ள இடம் வெற்றிடமாக இருந்தது. பெட்டியின் வெளிச்சுவரில் ஓட்டை போடப்பட்டிருந்தது இயற்கை உபாதைகளைத் தீர்த்துக்கொள்ள. அந்த ஓட்டையின் பக்கத்திலேயே கம்பு ரொட்டிகள் அடுக்கப்பட்டிருந்தன. ட்ரெய்ஃபெல்ட்ஸ் குடும்பம் இருந்த பெட்டியில் நாற்பதுபேர் இருந்தனர். சின்னக் குழந்தைகளும் . . .

ஷ்ட்யிரொடாவா ரயில் நிலையத்தில் ரயில் மூன்று இரவு மூன்று நாள் நின்றது – 14, 15, 16 ஜூன். பெட்டியில் கால்நடைகள் போல் திணிக்கப் பட்டவர்களை வெளியே செல்ல அனுமதிக்கவில்லை. பெட்டிக்குள்ளே எல்லோர் முன்னிலையிலும்தான் இயற்கை உபாதைகளைக்கூடத் தீர்த்துக்கொள்ள வேண்டியிருந்தது. அதைப் பார்ப்பதைத் தவிர்க்க மற்றவர்கள் வேறு புறம் திரும்பிக்கொண்டாலும் அவமானமாகத்தான் இருந்தது. குறிப்பிட்டுச் சொன்னால் சிறுமிகளுக்கும் பெண்களுக்கும் அந்த நாற்றமெடுத்தக் குழியை உபயோகிக்க வெட்கமாக இருந்தது. கடைசியில் ஒரு விரிப்பால் அது சற்று மூடப்பட்டாலும் அதன் அசுத்தமான சுகாதாரமற்ற நிலைமை என்னவோ மாறவில்லை. ஒரு நாளில் இரண்டு முறை இரண்டு வாளிகளில் தண்ணீர் கொண்டுவரப்பட்டது. ஒவ்வொருவருக்கும் நாளுக்கு அரை லிட்டர் தண்ணீர்தான் குடிப்பதற்கு. குளிப்பதெல்லாம் நினைத்துக்கூடப் பார்க்க முடியாது. கைது செய்யப்படும் அதிர்ச்சியிலிருந்து மீளாமல் அடிப்படைத் தேவையான சில பாத்திரங்களைக்கூட எடுக்க மறந்து வந்திருந்த சிலருக்கு மற்றவர்கள் குவளையாகப் பயன்படுத்தக்கூடிய பாத்திரம் எதையாவது தந்து உதவினர். அடுக்குப் படுக்கைகளில் கூனிக் குறுகியோ அல்லது நடுவில் இருக்கும் இடத்தில் அவரவர் சாமான்களின் மேலோ அமர்ந்திருந்தனர் எல்லோரும். அவர்கள் பரிதவிப்புக்கு இடையிடையே அழுகையும் ஓலமும் கேட்டவண்ணம் இருந்தது. என்ன நடக்கிறது என்றறிய அடிக்கடி யாராவது ஏறிப்போய் கம்பி சன்னல் மூலம் வெளியே பார்த்தனர். இத்தனை நேரத்திலும் தொடர்ந்து லாரிகள் வருவதும் அதிலிருந்தவர்கள் பெட்டிகளில் திணிக்கப்படுவதும் நடந்தபடி இருந்தது. உணவு ஏதும் தரப்படவில்லை. யாருக்கும் சாப்பிடத் தோன்றவுமில்லை. யானிஸ் ட்ரெய்ஃபெல்ட்ஸ் எமீலியாவையும் லிகிடாவையும் தாங்கள் கொண்டுவந்திருப்பதிலிருந்து எதையாவது சாப்பிடும்படி அதட்டினார். ஆனால் ஏற்கனவே தொண்டை அடைத்துக்கொண்டு இருக்கும்போது அந்த வறண்ட உணவைச் சாப்பிட முடியவில்லை. தாகம் அதிகமாக எடுத்தது ஆனால் குடிக்க நீர் இருக்கவில்லை அவர்கள் "குற்றவாளிகள்"; அவர்களுக்கு இதற்குமேல் எதுவும் தரத் தேவையில்லை.

ஜூன் 16ம் தேதி மதியச் சாப்பாட்டுச் சமயத்தில் சேக்காவைச் சேர்ந்தவர்கள் ரயில் பெட்டிகளூடே நடந்து நாடுகடத்தப்பட்ட

வேண்டியவர்களின் பெயர்களை உரக்கக் கூவி அழைத்தனர். அவர்களை ஏதோ காகிதங்களில் கையெழுத்திடச் செய்தனர். முடிவில் 16ம்தேதி தொடங்கி 17ம் தேதி ஜூன் இரவை எட்டியதும் வண்டி நகர ஆரம்பித்தது. சிறு காகிதத் துண்டுகளில் தங்கள் நிலைமையை எழுதி வெளியே வீசினர் மக்கள் தங்கள் உறவினர்களுக்குச் சேதி சொல்ல. ஓடும் வண்டியின் வேகத்தில் கிளம்பிய காற்றில் மீண்டும் மீண்டும் அந்தக் காகிதத் துண்டுகள் தரையிலிருந்து எழும்பிப் பறந்து பின்பு தண்டவாளங்களின் மேல் கவிந்தன வெள்ளைப் பட்டாம்பூச்சிகளைப்போல். பின்னர் அருகில் இருந்த வீட்டில் வசித்தவர்கள் அவற்றை அக்கறையுடன் பொறுக்கி எடுத்து உறவினர் களுக்கு அனுப்பினர். ட்ரெய்ஃபெல்ட்ஸ் குடும்பத்தினரின் மனம் மூட்டம் போட்டிருந்ததால் அவர்கள் எதுவும் எழுதவில்லை.

விடிகாலையில் ரயில் வண்டி ஸிலுபே என்ற இடத்தில் லாட்வியாவின் எல்லையைக் கடந்தபோது தொண்டையடைக்க யானிஸ், எமீலியா, லிகிடா மூவரும் மக்கள் பாடல் ஒன்றைப் பாடினார்கள்: “விடை பெறுகிறேன், உட்பகுதியில் உள்ள என் நாடே! உன் தெருக்களில் இனி நான் நடக்க மாட்டேன்...” எட்டு ஆண்டுகளுக்குப் பிறகு மார்ச் 1949ல், என் பாட்டி மில்டாவும் என் அப்பா ஐவர்ஸூம் லாட்வியாவின் எல்லையைக் கடந்தபோது அதே பாடலைப் பாடி ஸைபீரியா செல்லத் தங்கள் சோகப் பயணத்தைத் துவக்கினார்கள். நாடுகடத்தப்பட்டவர்களின் பல நினைவுக்குறிப்புகளில் தாங்கள் லாட்வியாவை விட்டுச் செல்லும்போது பாடிய கடைசிப் பாடல் குறிப்பிடப்பட்டிருக்கிறது. சிலர், “கடவுள் லாட்வியாவை ஆசிர்வதிக்கட்டும்” பாடலையும் மற்றும் சிலர் “காற்றே வீசு, என் படகைச் செலுத்து...” பாடலையும் இன்னும் சிலர் “உன்னைப் பற்றிப் பாடுவேன், என் தந்தைநாடே” பாடலையும் பாடினர். இவ்வாறுதான் ஜூன் 17, 1941ல் ஆக்கிரமிப்பின் முதலாம் ஆண்டு நிறைவுற்றபோது பதினைந்தாயிரம் துரதிர்ஷ்டசாலிகளுடன் தாங்களும் ஒன்றாக என் அன்னையின் குடும்பம் லாட்வியாவிலிருந்து வெளியேறியது. பலர் திரும்பவில்லை, மற்றவர்கள் பல நீண்ட ஆண்டுகள் கழித்துத் திரும்பினர்.

லாட்வியாவின் எல்லையைத் தாண்டியதும் கண்ட காட்சிகள் முற்றிலும் வேறுமாதிரியாக இருந்தன. கோணலான குடிசைகள். திருத்தப்படாத நிலங்கள். இளைத்துத் துரும்பாக இருந்த பண்ணைக் கால்நடைகள். சரிதான், இதுதான் சோவியத் குழுமத்தின் லட்சணமா? ஆக்கிரமிப்பின் முதலாம் ஆண்டு சோவியத் ஆட்சியில் ஆனந்தமாகச் சுதந்திரத்துடன் வாழும் சோவியத் மக்கள் பற்றியும் செழிப்பான நாட்டில் கூர்ந்த அறிவுள்ள ஸ்டாலின் தலைமையின் கீழ் அவர்கள் சந்தோஷமாக வாழ்வது பற்றியும் கூறிய கதைகளுக்கும் இந்தக் காட்சிகளுக்கும்தான் எவ்வளவு வித்தியாசம்! ரஷ்யாவின் உட்பகுதிகளினுள் ரயில் வண்டி விரைந்தது. அவ்வப்போது சில ரயிலடிகளில் நின்றது. ஆனால் யாரையும் இறங்க விடவில்லை. நாளுக்கு ஒரு முறை பெட்டியின் கதவுகள் கீச்சிடும் ஓசையுடன் திறக்கப்பட்டு இருவர் உள்ளே வந்தனர் தண்ணீர் வழங்க. கிழிந்த ஆடைகளுடன் எலும்பும் துரும்புமாய் இருந்த குழந்தைகள் ரொட்டிக்காகப் பிச்சையெடுத்தபடி ரயிலுடன் ஓடி வந்தனர். நாடுகடத்தப்பட்டவர்கள் சில சமயம் இந்தப்

பசித்த குழந்தைகளுக்கு ரொட்டித் துண்டுகளை வீசிப்போட்டனர். சிலர் கருணையினால் அதைச் செய்தனர். பெட்டியில் இருந்த ரொட்டித் துண்டுகள் பூஞ்சைபிடித்துவிட்டதால் வெளியே வீசினர் மற்றும் சிலர். வீட்டிலிருந்து கொண்டுவந்த உணவு இன்னும் கைவசம் இருந்ததால் யாருமே அந்த ரொட்டிகளைச் சாப்பிடவில்லை எனலாம். மேலும் வாயில் வைக்கும்படி இருக்கவில்லை அந்த ரொட்டி. வாடிய முகங்களுடன் சில பெண்கள் வந்து வேகவைக்கப்பட்ட உருளைக்கிழங்கையோ அல்லது சிறிது பாலையோ வண்டியிலிருப்பவர்களுக்கு விற்க முற்பட்டனர். உருளைக்கிழங்குக்கும் பாலுக்கும் பதிலாக லாட்வியர்கள் சாப்பிடவே முடியாத அந்த ரொட்டிகளை வாங்கிக்கொள்ள அவர்கள் தயாராக இருந்தார்கள். அங்கு காவலுக்கு நிறுத்தப்பட்டிருந்த யாராவது ஒரு படைவீரனிடம் சிறிது பணம் தந்து அவனுடன் நட்பு பூண்டு, அவனிடம் சாப்பிட ஏதாவது வாங்கமுடியுமா என்று விசாரிக்க முயன்றார் யானிஸ் ட்ரெய்ஃபெல்ட்ஸ். ஆனால் படைவீரர்கள் மறுத்துவிட்டனர். “குற்றவாளிகளிடம்” காட்டப்படும் இத்தகைய “கருணை”க்குக் கடுமையான தண்டனை இருந்தது. இருந்தாலும் ஒரு படைவீரனுக்குப் பணத்தைப் பார்த்ததும் சிறிது சபலம் தட்ட ருசியே இல்லாத ஒரு பிஸ்கோத்துப் பொட்டலம் அவர்கள் குடும்பத்துக்குக் கிடைத்தது. ரயில் நிலையத்தில் வேறு எதுவும் கிடைக்கவில்லை. எங்கு அவர்களைக் கூட்டிச்செல்கிறார்கள் என்று அறிந்துகொள்ள முயன்றார் யானிஸ். ஆனால் அங்கிருந்த அனைத்து படைவீரர்களும் வாய்திறக்க மறுத்தனர். அவர்களுக்கே தெரியாமல் இருந்திருக்கலாம். அவர்கள் அதிகாரிகள்தாம் முடிவுகளை எடுத்தனர். அடுத்து என்ன நடக்கப்போகிறது என்பதைத் தெரிந்துகொள்ள முடியாத தவிப்பு கைதுசெய்யப்பட்ட அனைவரையும் ஆட்கொண்டது. எங்கெங்கு போவதற்கு வாய்ப்புண்டு என்று யூகிக்க முயன்றனர். கம்பி போட்ட சன்னல்கள் வழியாக அவர்கள் பார்த்திருந்த ஏழ்மை நிலைமையிலிருந்த கிராமங்களில் அவர்கள் வாழ நேரிடலாம் என்பது பயங்கரமாகத் தோன்றியது அப்போது. பசியிலும் குளிரிலும் அவர்கள் இருக்கப்போகும் ஸைபீரியாவைவிட இந்தக் கிராமங்களில் வாழ்வது பெரும் ரட்சிப்பாக இருந்திருக்கும் என்பதை அந்தத் துர்பாக்கியசாலிகள் அறிந்திருக்கவில்லை.

ஐந்து நாட்களுக்குப் பிறகு வண்டி பபினினோ ரயிலடியை எட்டியது. அங்கு சிறிது நேரம் நின்றது. அவர்கள் சேரவேண்டிய இடத்துக்கு வந்துசேர்ந்துவிட்டார்களா என்ன? ஒருவழியாகப் பெட்டியின் கதவுகள் திறக்கப்பட்டுப் பெண்களும் குழந்தைகளும் இறங்கும்படி உத்தரவு இடப்பட்டது. பெண்கள் கூச்சலிட்டு இறங்க மறுத்தனர். தங்கள் கணவன், மகன், சகோதரன், தந்தை இவர்களை விட்டுவிட்டுப் போக மறுத்தனர். அவர்களை வற்புறுத்துவதால் ஏதும் நடக்காது என்று புரிந்துகொண்ட சேக்கா அதிகாரிகள் தந்திரமாகச் செயல்பட்டனர். கடைசியாகப் போய்ச்சேரும் இடத்தில் பிரிந்த குடும்பங்கள் இணைக்கப்படும் என்றார்கள்... சோவியத்தின் மனிதாபிமான உணர்வுகளே இந்தப் பிரிவை நிகழ்த்தக் காரணம்... பெண்களும் ஆண்களும் இப்படி நீண்ட நாட்கள் ஓர் இடத்திலேயே அடைபட்டு இருப்பது ஒழுக்கக்கேடானது... சோவியத்தில் உள்ள விதிமுறைகளுக்கு ஏற்றது இல்லை அது.

அவர்கள் சொல்வதற்குக் கட்டுப்பட வேண்டிவந்தது. எமீலியாவும் லிகிடாவும் மற்றப் பெண்கள், குழந்தைகள் முதியவர்களுடன் தயங்கியபடி கீழே இறங்கினர். லிகிடா தன் அப்பாவையும் எமீலியா தன் கணவனையும் சிலநாட்கள்தான் பிரிந்திருக்க வேண்டும் என்று நம்பியதால் சரியாக விடைகூடப் பெற்றுக்கொள்ளவில்லை. யானிஸூம் அப்படித்தான் நினைத்தார். இல்லாவிட்டால் கம்பளி உடைகள், கோட்டு போன்ற அதிகப்படி உடைகளை விடுத்து அவ்வளவு சாதாரணமான உடைகளில் ஒரு சிறிய பெட்டியுடன் மட்டும் அவர்களைப் போகவிட்டிருப்பாரா? உடைமைகளைப் பகிர்ந்துகொள்ள சேக்கா அதிகாரிகள் அதிக நேரம் தரவில்லை, இருந்தாலும் திறமைசாலியான என் தாத்தா எப்படியாவது சில பெட்டிகளை வெளியே வீசி எறிந்திருப்பார் அவர்கள் எடுத்துச் செல்ல. ஆனால் தன் மனைவியும் மகளும் கனமான பெட்டிகளைத் தூக்கிக் கஷ்டப்படுவதை அவர் விரும்பவில்லை. எப்போதும்போல் குடும்பத்தின் அதிக பாரத்தைப் பெண்களைச் சுமக்கவிடாமல் தானே சுமக்க விரும்பினார் அவர். இப்படித்தான் எமீலியாவும் லிகிடாவும் பபினினோ ரயில் நிலையத்தில், இது வாழ்நாள் முழுவதற்குமான பிரிவு என்றறியாமலே யானிஸ் ட்ரெய்பெல்ட்ஸை விட்டுப் பிரிந்தனர். யானிஸ் ட்ரெய்பெல்ட்ஸூக்கு பிறகு என்ன நேர்ந்தது என்பது குறித்த தகவல் 1990ன் இளவேனிற் காலம்வரை எங்கள் குடும்பத்துக்குத் தெரியவரவில்லை...

இறுதிக் குறிப்புகளும் அடிக்குறிப்புகளும்

இறுதிக் குறிப்புகள்:

இந்த அத்தியாயத்துக்கான தரவுகள்:

லாட்விய தேசிய ஆவணக்காப்பகத் தரவுகள், லாட்வியா ஆக்கிரமிப்பு அரசுகளின் அரசியல் கொள்கை பற்றிய தரவுகள், லாட்விய ஆக்கிரமிப்பு அருங்காட்சியகத்தின் தரவுகள், லாட்வியக் கலைக்களஞ்சியம்.

அடிக்குறிப்புகள்:

1. "தண்டர் க்ராஸ்" 1930ல் இருந்த அரசியல் அமைப்பு. அதன் கோட்பாடு ஃபாசிசம் என்று பொதுவாக அறியப்படும் இன வல்லாண்மைக் கோட்பாட்டை ஒத்து இருந்தது. குறிப்பிட்டுச் சொன்னால் அது யூத எதிர்ப்பை வலியுறுத்தியது. ஜனாதிபதி உல்மானிஸ் 1934ல் லாட்வியாவில் இயங்க முடியாதபடி அதற்குத் தடைவிதித்தார். ஜூலை 1941ல் இந்த அமைப்பு மீண்டும் இயங்க ஆரம்பித்திருந்தது. 1933ல் இதை உருவாக்கியவர் குஸ்டாவ்ஷ் ஸெல்மின்ஷ் என்பவர். ஜெர்மானிய தேசியவாதத்திலிருந்து சில கூறுகளை இதில் இணைத்திருந்தாலும் ஜெர்மானிய தேசிய சோஷியலிசத்துக்கும் இத்தாலிய ஃபாசிசத்துக்கும் எதிரானவர். தடை செய்யப்பட்ட பின் அதன் தலைவர்கள் கைதுசெய்யப்பட்டு குஸ்டாவ்ஷ் ஸெல்மின்ஷ் 1937ல் நாடுகடத்தப்பட்டார். சிறையில் இருந்த அதன் உறுப்பினர் பலர் முதல் சோவியத் ஆக்கிரமிப்பின்போது துன்புறுத்தப்பட்டனர்.

சிலர் அதன்பின் வந்த நாஸி ஜெர்மனி படைகளுடன் இணைந்து யூதப் பேரழிவுக்கு உடன்போயினர். 1944வரை “தண்டர் க்ராஸ்” இருந்தது. 1944ல் ஆக்கிரமித்திருந்த ஜெர்மானிய நிர்வாகத்தில் வேலை செய்ய வந்திருந்த ஸெல்மின்ஷ் கைது செய்யப்பட்டார். லாட்வியா 1991ல் மீண்டும் சுதந்திரம் அடைந்ததும் புதிய தீவிரவாத தேசிய இயக்கம் ஒன்று அதே பெயரில் 1995ல் ஆரம்பிக்கப்பட்டது. முன்பு அதே பெயரில் இருந்த அமைப்பின் அதே கொள்கைகள்தாம் இந்த அமைப்புக்கும் இருந்தன. சோவியத் ராணுவத்துக்குக் கட்டப்பட்ட வெற்றிச் சின்னத்துக்குக் குண்டு வைக்கப் பலமுறை முயற்சி செய்யப்பட்டு அதன் பல உறுப்பினர் கைது செய்யப்பட்டு, நீதி மன்ற விசாரணைக்குப் பிறகு சிறைக்குச் சென்றனர். 2000க்குப் பிறகு இது இயங்கவேயில்லை என்று கூறலாம். (நான் விரிவுபடுத்திய குறிப்பு)

என் தாத்தா யானிஸ்

என் தாத்தா யானிஸ் பற்றி எனக்கு அதிகம் தெரியாது. உறவினர்களிடமிருந்து நாங்கள் திரும்ப வாங்கிக் கொண்ட புகைப்படங்களை நான் சிறுமியாக இருக்கும்போது ஆவலுடன் பார்த்திருக்கிறேன். அதில் தாத்தா குண்டாக, கண்டிப்பும் கடுமையும் கூடிய முகத்துடன் இருக்கிறார். அதைக் கூர்ந்து பார்த்தபோது அவரருகில் போய் அவர் முன் விளையாட நான் தயங்கியிருப்பேன் என்று தோன்றியது. ஆனால் அவரைக் குறித்த என் பயம் பற்றி நான் அம்மாவிடம் சொல்லவில்லை. ஏனென்றால் அவள் எப்போதும் தந்தையை மிகுந்த அன்புடன்தான் நினைவுகூர்ந்தாள். வயதான பெற்றோர்களுக்கு அவர்கள் மிகவும் ஆசைப்பட்டு எதிர்பார்த்த பின் பிறந்தவள் லிகிடா. மூன்று மகன்களுக்குப் பின் எமீலியாவும் யானிஸும் ஒரு பெண் குழந்தைக்காக ஏங்கினர். 1926ல் வரமாக ஒரு பெண் குழந்தை வந்தபோது என் தாத்தாவுக்குக் கிட்டத்தட்ட 40 வயது ஆகியிருந்தது. அந்தக் குட்டிப் பெண் லிகிடா கண்டிப்பான ட்ரெய்ஃபெல்ட்ஸை தன் விருப்பத்துக்கேற்ப ஆட்டுவித்தாள். பெண்ணின் குறும்புகளுக்கு அவர் புன்னகை செய்வார். பையன்களுக்கு மட்டும் நல்ல திட்டு விழும்.

பிற்காலத்தில் அந்தக் கண்டிப்பான குடும்பத் தலைவனுக்குப் பதில் நான் யானிஸ் ட்ரெய்ஃபெல்ட்ஸ் என்ற மனிதனைக் கண்டேன். கண்டிப்பானவராக அவர் காட்டிக்கொண்ட தோற்றம் மறைந்து பின்தள்ளப்பட்டது. என் தாத்தா எவ்வளவு கம்பீரமானவர் என்று எனக்குப் புரிந்தது. அவர் கம்பீரம், தன்னம்பிக்கை, சுறுசுறுப்பு, குறும்பு மின்னும் கண்கள் எல்லாம் கண்ணில் பட்டன. யானிஸ் ரஷ்யாவில் பிறந்தார். அவர் தந்தை க்ரிஷ் அல்லது க்ரிஸ்டாப்ஸ் ட்ரெய்ஃபெல்ட்ஸ் செயின்ட் பீட்டர்ஸ்பர்க் ஊருக்கு அருகேயிருந்த இடமொன்றில் கானகப்பணியாளராக இருந்தார். உறுதியானவர் ஆனால் முன்கோபக்காரர் அவர். ஆரம்பப் பள்ளிப் படிப்பு முடிந்ததுமே வேலை செய்ய

ஆரம்பித்தவர். நல்ல உழைப்பாளி; எதையும் சீக்கிரமே புரிந்துகொள்பவர் அதனால் சில நாட்களிலேயே ஒரு கடை வைத்து உணவகம் ஒன்றையும் ஆரம்பித்துவிட்டார். ஒரு குடும்பம் அமைத்துக்கொள்ளும் வேளை வந்ததும் 1912ல் ஒரு மனைவியைத் தேடி அவர் தந்தையும் தாத்தாவும் பிறந்த ஊரான ஸ்குருன்டாவுக்குப் போனார்.

யானிஸ் மற்றும் எமீலியாவின் திருமணம் 1912

அதைத்தான் தன் சொந்த ஊராக அவர் கருதினார். போகும் வழியில் தன் அத்தையை லியபாய என்ற ஊரில் பார்க்கப்போனார். அவர் அங்கு கடை வைத்திருந்தார். அங்குதான் அத்தையின் கடையில் விற்பனையாளராக இருந்த இளமையும் அழகும் கூடிய இல்ஸே எமீலியா காலின்யாவைச் சந்தித்தார். யானிஸைப் பொருத்தவரை அது கண்டதும் காதல். தன் எதிர்கால மனைவியையும் தன் குழந்தைகளுக்கு அம்மாவாகப் போகிறவளையும் அவர் சந்தித்துவிட்டார். அந்தக் காலத்துக்கே உரிய முறைகளிலிருந்து எந்த வகையிலும் வழுவாமல் "மரியாதைக்குரிய குமாரி காலின்யாவுக்கு... பெருமதிப்புக்குரிய திரு. ட்ரெய்ஃபெல்ட்ஸ் அவர்களுக்கு ..." என்றெழுதிய கடிதங்களைப் பரிமாறிகொள்ள ஆரம்பித்தனர். இப்படிக் கடிதம் எழுதியபடி ஆறு மாதங்கள் கழிந்தன. அதன்பின் மீண்டும் லியபாயவை நோக்கிச் சென்றார் யானிஸ். லியபாயவில் எல்லோரும் நன்கறிந்த ரோஜாச் சதுக்கத்தில் தன்னுடன் உலாத்த வரும்படி எமீலியாவை அழைத்தார். இங்குதான் என் பாட்டியைத் தன்னை மணந்துகொள்ளும்படி கேட்டார். எமீலியா அவர் விருப்பத்தை ஏற்றுக்கொண்டார். அவள் ஏற்றுக்கொண்டதும் அவர்கள் திருமணம் நிச்சயமானதுபோலாயிற்று. யானிஸ் தன் எதிர்கால மனைவியின் கையில் முத்தமிட்டார். அவள் உதடுகளை நோக்கி அவர் குனிந்தார் ஆனால் எமீலியா வெட்கத்துடன் மறுத்துவிட்டாள். அதன்பின் எமீலியாவுக்கு

ஒரு தங்க மோதிரத்தையும் தங்கக் காப்பையும் அன்பளிப்பாகத் தந்தார். இரண்டாம் முறையாக அவர்கள் சந்திப்பு அது.

எமீலியா தயங்காமல் திருமணத்துக்கு ஒப்புக்கொண்டது யானிஸ் திருமணம் குறித்துக் கேட்பார் என்பதை அவள் எதிர்பார்த்தே இருந்தாள் என்பதைக் காட்டுகிறது. யானிஸின் மனத்தில் ஓடும் எண்ணங்களை அவளுக்குக் கூறி யாரோ அவளைத் தயார்ப்படுத்தியிருந்தனர். தன் அத்தையைத் தவிர வேறு யாரிடம் தன் உள்ளக்கிடக்கையை யானிஸ் கூறி எமீலியா என்ன நினைக்கிறாள் என்று கண்டறியக் கூறியிருக்க முடியும்? தன் கோரிக்கையை அவள் மறுக்கக்கூடாது என்றுதான் அவரும் விரும்பினார். யானிஸின் அத்தை எமீலியாவிடம் தன் மருமகனின் நல்ல குணம் பற்றியும் அவன் வாழ்க்கையில் நல்ல நிலையில் இருப்பது பற்றியும் கூற கூற அதீதக் காதல் பற்றி அவள் கண்டுகொண்டிருந்த கனவுகளை விடுத்து எமீலியாவும் யானிஸின் அத்தை சொல்வதைச் செவிமடுக்க ஆரம்பித்திருந்தாள். என் கொள்ளுப்பாட்டி லீபாவும் மற்றப் பெண் உறவினர்களும் தங்கள் பங்குக்கு யானிஸைப் புகழ்ந்திருந்தனர். அந்தக் காலத்துக் கணக்குப்படி யானிஸ் நல்ல வரன்தான். குடும்பத்தை நன்றாகப் பார்த்துக்கொண்டு மனைவியை நன்றாக வைத்துக்கொள்ளக்கூடியவர். எமீலியாவுக்கு வறுமை என்னவென்று தெரியும். தன் பெற்றோர் லீபாவும் இன்ட்ரீட்யஸ்ஸூம் தங்கள் ஆறு குழந்தைகளை வளர்க்க எவ்வாறு களைக்கும் வரை உழைத்திருந்தார்கள் என்பதை அவள் நாள்தோறும் பார்த்திருந்தாள். இந்தக் கஷ்ட ஜீவனத்தை விட்டுப்போகும் வாய்ப்பை என் பாட்டியும் வரவேற்றாள். யானிஸ் திருமணம் குறித்துப் பேசினால் தான் சம்மதிக்கத் தயார் என்பதை அவள் சொல்லியிருந்தாள். யானிஸ் இரண்டாம் முறை லியபாயவுக்கு வரப்போவதை அவள் ஆவலுடன் எதிர்பார்த்துக் காத்திருந்தாள். எமீலியா யானிஸைக் காதலித்தாளா? அந்தத் தருணத்தில் இன்னும் அவள் காதல்வசப்பட்டிருக்கவில்லைதான்; ஆனால் தன் திருமணத்தையும் எதிர்காலத்தில் வாழப்போகும் இன்பமான வாழ்க்கையையும் எண்ணி அவள் மகிழ்ச்சியாகவே இருந்தாள். இருபதாம் நூற்றாண்டின் ஆரம்ப வருடங்களில் பல திருமணங்கள் அவ்வாறுதான் அமைந்தன. யாருமே திருமணத்தைச் சாதாரணமாகக் கருதவில்லை. அது எல்லோருக்குமான ஒரு கடமை. அதிர்ஷ்டம் இருந்தால் அந்தக் கடமையுடன் காதலும் கூடும். எமீலியா பாக்கியம் செய்தவள். யானிஸை அவள் காதலிக்க ஆரம்பித்தாள்.

மூன்றாம் முறை எமீலியாவும் யானிஸூம் சந்தித்தது அவர்கள் திருமணத்தின்போதுதான். இலையுதிர்காலத்தின் தூய திரு மார்ட்டின் திருநாளில் லியபாயவில் திருமணம் நடந்தது. திருமணத்தின் முன்பு யானிஸ் எமீலியாவை ஒருமுறைகூட முத்தமிட்டிருக்கவில்லை. புதுமணத் தம்பதியருக்கு அழகான ஹோட்டல் அறையொன்று ஏற்பாடு செய்யப்பட்டிருந்தது. திருமண இரவன்று முதன்முறையாக அவர்கள் இருவரும் தனியாக அந்த அறையில் இருந்தார்கள். அவர்கள் படுக்கப்போகும் அந்தப் படுக்கையின் அருகே நின்றபடி இருந்த அந்தப் புதுமணத் தம்பதிகள் மனத்தில் எத்தகைய உணர்வுகள் ஓடியிருக்கும் என்பதைக் கற்பனை

செய்வது கடினம். அவர்கள் அதிகம் பழகாதவர்கள்; ஒருவரையொருவர் அறியாதவர்கள். விக்டோரியா காலத்து முறையில் வளர்க்கப்பட்டிருந்தாள் எமீலியா. பெண் என்ற முறையில் திருமண வாழ்க்கை இன்பமாகக் கழிய "சில விஷயங்களை" கடமையாக ஏற்றுக்கொள்ள அவளைத் தயார்ப்படுத்தியிருந்தனர். எல்லாவற்றையும் ஆர்வத்துடன் ஏற்கும் என் பாட்டியின் குணமும் அவள் மன உறுதியும் மெச்சத்தக்கவை. இதுவரை முத்தமேயிடப்பட்டிராத எமீலியா தன் வெட்கத்தை மீறி முன்பின் அறியாத தன் புதுக் கணவனிடம் தன்னை ஒப்படைப்பது எவ்வளவு கடினமாக இருந்திருக்கும் என்பதை நாம் யூகிக்க முடியும். தான் மகிழ்ச்சியுடன் இருக்க வேண்டும் என்று அவள் உறுதிபூண்டிருந்தாலும் அவ்வாறு "நினைப்பதற்கும்" அப்படி "இருப்பதற்கும்" இடையே ஆயிரம் அடிகளாவது எடுத்துவைக்க வேண்டியிருந்தது. இதற்கு என் தாத்தா யானிஸையும் மெச்ச வேண்டும். காரணம் பொறுமையுடனும் பக்குவமாகவும் நடந்து கொண்டு தன் மனைவியின் அன்பை வென்றார். என் பாட்டியின் தங்கை ஆனாவின் சொற்படி, எமீலியா வெகு சீக்கிரமே தன் கணவன் யானிஸை வெகு ஆழமாகக் காதலித்தாள். என்னைப் பொருத்தவரை அது என் தாத்தா யானிஸ் எவ்வளவு நல்லவர் என்பதற்கான சரியான ஆதாரம். இருவரும் திருமண வாழ்க்கையில் மகிழ்ச்சியாக இருந்தனர்.

திருமணம் முடிந்த ஒரு வாரத்துக்குப் பிறகு எமீலியா தன் கணவன் அன்பளிப்பாகத் தந்திருந்த விலங்கின் மென்மயிரிலான கோட்டு அணிந்துகொள்ள, இருவரும் ரஷ்யா நோக்கிப் போனார்கள். அங்கு ஸெயின்ட் பீட்டர்ஸ்பர்கின் அருகில் இருந்த கிகொரினோ என்ற இடத்தில் எமீலியாவின் வாழ்க்கையின் அடுத்த அத்தியாயம் துவங்கியது. அவர் வாழ்க்கையின் பெரும் பகுதியை ரஷ்யாவில் கழித்திருந்ததால் அந்த நாட்டையும் அங்குள்ள மக்களின் தாராளத்தையும் நேர்மையையும் யானிஸ் வெகுவாக விரும்பினார். ஆனால் எமீலியாவுக்கோ ரஷ்யா அறிமுகம் இல்லாத வெளிநாடாக இருந்தது. கிகொரினோவில் மற்ற லாட்வியர்களும் இருந்தார்கள். யானிஸின் அக்கா அலெக்ஸான்ட்ரீனா வில்னீடேவும் தன் கணவன் யேகப்ஸுடனும் தன் மூன்று குழந்தைகளுடனும் அங்கிருந்தாள். ஆனால் ஆரம்ப நாட்களில் எமீலியாவின் மனம் லாட்வியாவுக்காக ஏங்கியது. ரஷ்யாவின் ஏற்ற இறக்கமற்ற நெடிய சம நிலம் அவளை மனச்சோர்வில் தள்ளியது. மேலும் ரஷ்ய மக்கள் லாட்வியா மற்றும் ஐரோப்பாவின் மற்ற நாடுகளைவிட அதிக வறுமையில் இருந்தனர். திருமணத்துக்கு முன் வெளிநாடு சென்றிருந்ததால் எமீலியாவால் இவ்வாறு ஒப்பிட முடிந்தது. அவள் உறவினர்களான காப்டன் நெவிகொர்ஸும் அவர் மனைவியும் தங்களுக்குக் குழந்தைகள் இல்லாததால் அவளைப் பலமுறை கடல் பயணங்களுக்கு மகிழ்ச்சியுடன் அழைத்துச் சென்றிருந்தனர். இளம் வயதில் அவள் ஆம்ஸ்டர்டாம், ராட்டர்டாம், ஹம்போர்க் மற்றும் பல பெரிய துறைமுகங்களைப் பார்த்திருந்தாள். அங்கு வாழ்க்கைத் தரம் ரீகா மற்றும் லியபாய போலவே இருந்தது. கிகொரினோவில் ரஷ்ய மொழியை நன்றாகப் பேச எமீலியா சீக்கிரமே கற்றுக்கொண்டாள். அந்த மொழி அவளுக்குப் பரிச்சயமான மொழிதான். காரணம் ஜார் மன்னர் மூன்றாம் அலெக்ஸான்டரின் 1885 ஆணைப்படி ரஷ்ய சாம்ராஜ்யத்தின்

ரஷ்ய மொழி பேசாத மாநிலப் பள்ளிகளில் ரஷ்ய மொழி மட்டுமே பயிற்றுமொழியாக்கப்பட்டது. இந்தத் தடையினால் அவருடைய சர்வாதிகாரத்தை எதிர்க்கத் தொடங்கியிருந்த உயர்பள்ளி மற்றும் பல்கலைக்கழக மாணவர்களிடையேயும் மற்ற புரட்சியாளர்களிடையேயும் சுதந்திரச் சிந்தனை பரவுவதைக் கட்டுக்குள் வைக்க முடியும் என்று ஜார் மன்னர் நம்பினார்.

தன் மாமியார் பௌலீனுக்கு சிற்றுண்டிச்சாலை நடத்தும் வேலைகளில் உதவினாள் எமீலியா. இதனால் யானிஸுக்கு மர வியாபாரத்தில் அதிக நேரம் செலவழிக்க முடிந்தது. முதல் குழந்தையைக் கர்ப்பமுற்றபோது தன் தாய்நாட்டுக்கான ஏக்கம் எமீலியாவின் மனத்திலிருந்து முற்றிலும் நீங்கியிருந்தது. அவள் மனம் முழுவதும் பிறக்கப்போகும் தன் முதல் குழந்தையைக் குறித்த எண்ணங்களே நிரம்பியிருந்தன. யானிஸுக்குத் தந்தையாகப்போவது குறித்துப் பெருமிதமும் மகிழ்ச்சியுமாக இருந்தது. தன் மனைவிக்கு முடிந்தவரை வேலையில் உதவினார். ஏப்ரல் 1, 1914ல் அவர்கள் மகன் வால்டெமார்ஸ் பிறந்தான். எமீலியா மற்றும் யானிஸின் வாழ்வும் அதன் பொருளும் முற்றிலும் மாறிவிட்டது. வெட்கமும் பயந்த சுபாவமும் கொண்ட தன் மனைவி தன்னம்பிக்கையுள்ள ஒரு பெண்ணாக மலரும் அதிசயத்தை யானிஸ் அன்பு பொங்கும் கண்களால் பார்த்தார். அவளே இதுவரை உணர்ந்திராத ஆழமான உணர்ச்சிகள் தன்னுள் இருப்பதை எமீலியாவும் உணர்ந்துகொண்டாள். தன் உடலின் அழகும் அதன் சக்தி அவள் மேலும் அவள் கணவன் மேலும் செலுத்தும் தாக்கமும் அவளுக்குப் புரிந்தது. பாலுணர்வில் கொடுத்து வாங்குவது எவ்வளவு பரவசமானது, திருப்தி தருவது என்பதைக் கண்டுபிடித்தது அவர்களுக்குப் போதையை ஏற்றியது. ஒத்த மனத்துடன் எல்லோருடனும் கூடி வேலை செய்து வாழும் அவர்கள் வாழ்கையின் அந்தக் காலம் சீக்கிரமே முடியப்போகிறது என்பதை அப்போது அவர்கள் அறிந்திருக்கவில்லை.

ஐரோப்பா முழுவதும் போர் மேகங்கள் சூழ ஆரம்பித்திருந்தன. செர்பியாவில் ஜூன் 28ம் தேதி ஆஸ்ட்ரோ ஹங்கேரிய சாம்ராஜ்யத்தின் அரியணைக்கு வாரிசான அரசகுமாரர் கொல்லப்பட்டார். ஆகஸ்ட் 1ம்தேதி ஜெர்மனி ரஷ்யாவின் மீது போர் தொடுத்தது. அப்போதிருந்த உலகச் சீரமைப்பை முதல் உலகப் போரின் பயங்கரத் தொடரலைகள் குலைத்தன. ஆஸ்ட்ரோ ஹங்கேரிய சாம்ராஜ்யமும் ரஷ்ய சாம்ராஜ்யமும் வீழ்ந்தன. பிப்ரவரி 1917ல் இரண்டாம் ஜார் நிகோலஸ் அரியணையை விட்டுக் கீழிறங்கும்படி வற்புறுத்தப்பட்டார். ரஷ்யாவில் முதன்முறையாக ஒரு ஜனநாயக அரசை உண்டாக்கும் நம்பிக்கை உருவாகியது. ரஷ்யாவை மேலும் பலவீனப்படுத்தி அதை உடைக்க கைசர் வில்ஹெல்ம் ரஷ்ய பல்ஷவிக் கட்சியின் தலைவர்களை ஜெர்மனி மூலம் ரஷ்யா திரும்ப அனுமதித்தார். பொதுவுடமைக் கட்சிக்கு அதிகாரத்தைக் கைப்பற்ற பெருத்த ஆவல் இருந்தது. நல்ல முறையில் அமையாத ஆட்சி, போர், சீர்குலைவுகள் இவற்றால் பெரிதும் சோர்ந்திருந்த மக்களை உசுப்பிவிடுவது எளிதாயிற்று. இவ்வாறுதான் அக்டோபர் 25, 1917ல் பல்ஷவிக் கட்சியினர் ஆட்சியைக் கவிழ்ப்பதில் வெற்றி அடைந்து அப்போதிருந்த அரசைச் சிறையிட்டு எழுபது நீண்ட ஆண்டுகள் ரஷ்யாவில் ஜனநாயகம் வளர

முடியாமல் தடுத்தனர். பல்ஷவிக்குகள் உறுதியளித்தபடி ஒரு நியாயமான அரசு உருவாகும் என்று எழுந்த ஆரம்பகால நம்பிக்கைக்கு மாறாக சீக்கிரமே அதற்கு எதிர்மறையான பாட்டாளி வர்க்க ரத்தம் தோய்ந்த சர்வாதிகார ஆட்சி அமைந்தது. ஐரோப்பா முழுவதும் சாமர்த்தியமாக நாட்டைவிட்டு ஓடிய ரஷ்யாவின் அரச குலத்தினரும் அறிவுஜீவிகளும், அரசு ஊழியர்களும் தொழிலதிபர்களும் வியாபாரிகளும் நிரம்பினர்.

இது லாட்வியாவில் எத்தகைய அதிர்வுகளை ஏற்படுத்திக்கொண்டிருந்தது என்பது பற்றிய செய்திகள் உறவினர்களின் கடிதங்கள் மூலம் யானிஸுக்கும் எமீலியாவுக்கும் வந்து சேர்ந்தன. ஆனால் அது எத்தகைய சீரழிவை ஏற்படுத்தியிருந்தது என்பதை அவர்களால் கற்பனை செய்ய முடியவில்லை. அவர்கள் மனத்தில் 1912ல் திருமணம் நடந்த தூய மார்ட்டின் திருநாளுக்கு ஒரு வாரத்துக்குப் பின் அவர்கள் விட்டுச்சென்ற அமைதியும் சுபிட்சமும் நிறைந்த நாடான லாட்வியாவே இருந்தது. ரஷ்ய ராணுவம் பயிர்களையும் வீடுகளையும் எரித்துவிட்டு கோர்ஸெமெயிலிருந்து பின்வாங்கியது. வயதுக்கு வந்த ஆண்கள் அனைவரும் ராணுவத்தில் சேர்க்கப்பட்டனர். மே 18, 1915ல் ஜெர்மானியர்கள் லியபாயவை வசப்படுத்தினர். எமீலியா தன் பெற்றோர்களைப் பற்றிக் கவலைப்பட்டாள். அவர்கள் கோர்ஸெமெயைச் சேர்ந்த மற்ற 400,000 மக்களைப்போல் அகதியாகிவிட்டார்களா அங்கேயே இருந்தார்களா என்பது அவளுக்குத் தெரியவில்லை. லீபாவும் இன்ட்ரீட்யஸ்ஸும் அங்கேயே இருக்கத் தீர்மானித்திருந்தார்கள். அவர்களிடம் இழப்பதற்கு சொத்து எதுவும் இருக்கவில்லை. மேலும் எந்த ஆட்சி வந்தாலும் சிரத்தையாக உழைப்பவர்கள் எப்படியும் தேவையாக இருக்கும் என்று அவர்கள் நினைத்தார்கள். ஓராண்டு கழிந்த பின்னர் 850,000 லாட்வியர்கள் தங்கள் நாட்டை விட்டு எஸ்டோனியாவையும் ரஷ்யாவையும் நோக்கிப் போனார்கள்.

மூன்று ஆண்டுகளுக்கு மேற்கு முன்னணி லாட்வியப் பிரதேசத்தை அறுத்துக்கொண்டு போயிற்று. புதிதாக உருவாகிய லாட்வியத் துப்பாக்கிப் படையினர் ஜெர்மானிய ராணுவத்தை எதிர்த்து டெத் ஐலண்ட் பாலத்தில் (மரணத் தீவு என்றழைக்கப்பட்டாலும் அது டௌகவா நதியின் மேலிருந்த ஒரு குறுகிய பாலம்) நிகழ்த்திய வீர சாகச யுத்தங்கள் குறித்துத் தினசரிகள் எழுதின. ஆனால் துப்பாக்கிப் படையினருக்கும் மக்களுக்கும் நேர்ந்த பெரும் இழப்புகள் குறித்துப் பத்திரிகைகள் எழுதவில்லை. வீழ்ந்தவர்கள், கொல்லப்பட்டவர்கள், காணாமல்போனவர்கள் இவர்களைப் பற்றிய தகவல்கள் போருக்குப் பின் சேகரிக்கப்பட்டபோது குடிமக்களைத் தவிர்த்துவிட்டுக் கணக்கெடுத்தால் முதல் உலகப் போரானது லாட்வியப் படைவீரர்கள் 30,000பேரை மாய்த்தது என்று லாட்விய வரலாற்றுப் பதிவேடுகளில் எழுதப்பட்டது. காணாமல்போனவர்களில் யானிஸின் தம்பி யூரிஸும் இருந்தார். போர் முடிந்த பல ஆண்டுகளுக்குப் பின்னும் குடும்பம் அவரைத் தேடியபடி இருந்தது; ஆனால் அவர் கிடைக்கவில்லை. 1917 பல்ஷவிக் ஆட்சிக்கவிழ்ப்பில் லாட்வியா குறித்து அவர்களை எட்டிய செய்திகள் துண்டுச் செய்திகளாகவும் ஒன்றுக்கொன்று முரண்பட்டவையாகவும் இருந்தன. குழப்பங்கள் தீரும்வரை ரஷ்யாவில் இருப்பதா இல்லை எல்லாவற்றையும் விட்டுவிட்டு லாட்வியாவுக்கு

ஓடிவிடுவதா என்று தீர்மானிக்க முடியாமல் குழம்பினார்கள் என் தாத்தா பாட்டி இருவரும்.

ரஷ்யாவைப் போலவே லாட்வியாவிலும் போருக்குப் பின் நாடகத்தன்மை கூடிய நிகழ்வுகள் நடந்தன. நவம்பர் 11, 1918ல் போர் நிறுத்தம் நடந்து ஜெர்மனி பா டே கம்ப்யன்யாவில் போர்க்கூட்டாளிகளிடம் நிபந்தனையின்றிச் சரணடையும் ஒப்பந்தத்தை ரீகாவில் நவம்பர் 18 தேதியில் கையெழுத்திட்டதும் லாட்விய தேசிய சபை சுதந்திர லாட்விய நாடு உருவாக்கத்தை அறிவித்தது. அது ஒரு பலமற்ற சுதந்திரம். டிசம்பர் மாதத்திலேயே பல்ஷவிக் நுழைவினால் ஆட்டம் கண்ட சுதந்திரம். போரின்போது ஜாரின் தடுமாற்றம் நிறைந்த சேனைத் தலைமையில் பல லாட்வியத் துப்பாக்கிவீரர்கள் இறந்ததும் அவர்களில் ஒரு பகுதி படைவீரர்கள் பிரிந்துபோய் பல்ஷவிக் ஆதரவாளர்கள் ஆயினர். இந்தத் தவறான முடிவுக்கு அவர்கள் துர்பாக்கியவசமாக ஒரு பெரும் விலையைத் தரவேண்டி வந்தது. 1934 மற்றும் 1937ல் அலையாக எழும்பிய ஸ்டாலினிய அடக்குமுறையின்போது ரஷ்யக் குழுமத்திலேயே இருந்துவிட்ட கிட்டத்தட்ட 70,000 லாட்வியர்கள் அடக்குமுறைக்கு உள்ளாக்கப்பட்டு அழிக்கப்பட்டனர். அதில் பலர் பல்ஷவிக் புரட்சியில் இருந்த அந்தக்காலத்துப் போர்வீரர்கள் – அன்றைய பல்ஷவிக் ஆதரவாளர்களான லாட்வியத் துப்பாக்கிவீரர்கள். 1919ல் இந்த லாட்வியத் துப்பாக்கி வீரர்களின் சுரிகைத் துப்பாக்கிகள்தாம் ரஷ்யா லாட்வியாவில் நுழைவதையும் அதேபோல் பெட்ரோக்ராடில் சோவியத் அரசை நிர்மாணிப்பதையும் சாத்தியப்படுத்தியிருந்தன. ஆனால் கம்யூனிஸ்டுகள் வெகு சீக்கிரமே எழை மக்களின் ஆதரவை இழந்தனர். காரணம் ஆரம்பத்தில் ஆதரவாக இருந்தவர்கள் பிறகு சிவப்பு பயங்கரம் என்னவென்று உணர்ந்தனர். ரஷ்ய பல்ஷவிஸம் பரவுவதைத் தடுக்க விரும்பிய மேற்கு நாட்டுக் கூட்டாளிகள் லாட்வியாவின் புது அரசை ஆதரிக்க முடிவெடுத்தனர். தங்கள் உயிரைத் தியாகம் செய்த நீண்ட போர்க்களச் சண்டைகளில் லாட்வியத் துப்பாக்கிவீரர் படை மற்றும் ஊர்க்காவலர் படை இரண்டும் சுதந்திரத்தை எதிர்த்த பல்ஷவிக்குகள் மற்றும் ஜெர்மானிய ராணுவத் தளபதி ருய்டிகர் ஃபான் டே கோல்ட்ஸ் மற்றும் தன்னிச்சையாகச் செயல்பட்ட பாவெல் பெர்மொண்ட் அவலோவ் இவர்களின் இணைந்த ராணுவப் படைகள் என இரு தரப்பினரையும் எதிர்கொண்டன. எமீலியாவின் சகோதரர்கள் அய்னிஸ், கார்லிஸ் காலின்ஷ் இருவரும் லாட்வியாவின் சுதந்திரத்துக்காகப் போராடினர். பிப்ரவரி 1920க்குள் லாட்வியாவில் இருந்த எல்லா வெளிநாட்டு ராணுவப்படைகளும் வெளியேற்றப்பட்டன.சோவியத் ரஷ்யா தன் தோல்வியை ஒப்புக்கொண்டது. ஆகஸ்ட் 11, 1920ல் ரீகாவில் லாட்விய சோவியத் ரஷ்ய அமைதி உடன்பாடு கையெழுத்திடப்பட்டது. அந்த உடன்பாட்டில் குறிப்பிடப்பட்டது:

> "எவ்வித நிபந்தனையுமின்றி ரஷ்யா லாட்விய நாட்டின் சுதந்திரத்தையும் வாழ்வாதாரத்தை அது சுயமாக மேற்கொள்வதையும் அதன் இறையாண்மையையும் ஏற்றுக்கொள்கிறது. அது தன்னிச்சையாகவும் என்றென்றைக்கும் லாட்வியாவின் மக்களின் மீதும் நிலத்தின் மீதும்

முன்பு ரஷ்யாவிடம் அப்போதிருந்த அரசியலமைப்புச் சட்டங்கள் வழியாகவும் அனைத்துலக உடன்பாடுகள் மூலமும் இருந்த இறையாண்மை உரிமைகளைத் துறக்கிறது. இங்கு குறிப்பிட்டுள்ள விதத்தில் அவை எதிர்காலத்தில் செல்லாதவை ஆகும்."

இந்த உரிமைகளைத் துறக்கும் வரிகளும் இத்துடன் செய்யப்பட்ட ஐந்து இரு தரப்பு ஒப்பந்தங்களும் 1940ல் சோவியத் குழுமத்தை இந்த உடன்பாட்டை உடைப்பதில் எந்த விதத்திலும் தடுக்கவில்லை. ஜனவரி 26, 1920ல் மேற்குக் கூட்டாளிகளின் மாநாட்டில் லாட்வியா ஒரு குடியரசாக அங்கீகரிக்கப்பட்டது.

ரஷ்யாவின் இந்த மாறுபட்ட நிலைமையைக் கண்டதும் என் தாத்தா யானிஸ் ஒரு புதிய மாறுபட்ட ரஷ்யா பிறந்திருக்கிறது என்பதையும் அதற்கும் அவர் அறிந்துகொண்டு நேசித்து தன் வாழ்நாட்களைக் கழித்த நாட்டுக்கும் எந்தவித ஒற்றுமையும் இல்லை என்ற கடுமையான யதார்த்த உண்மையையும் உணர்ந்துகொண்டார். பல்ஷவிக் வெற்றி மாற்றமுடியாதபடி சமீபத்தில் இருந்தது. இருக்க வேண்டுமா போக வேண்டுமா என்ற முடிவை இனியும் அவர் ஒத்திப்போட முடியாது. தான் வாழ்நாள் முழுவதும் செய்த வேலையைத் துறந்து அதன் பலன்களை விட்டுச் செல்வது யானிஸுக்கு அவ்வளவு எளிதாக இருக்கவில்லை. பெரும் பண வீக்கம் இருந்ததால் அவர் சேமித்து வைத்த பணத்துக்கு எந்தவித மதிப்பும் இருக்கவில்லை. கிட்டத்தட்ட வெறும் கையுடன்தான் அவர் குடும்பம் லாட்வியாவுக்குத் திரும்ப வேண்டும். ஆனால் எமீலியா அவள் கணவனைச் சமாதானப்படுத்தினாள்: "போகலாம். நம்மைக் காப்பாற்றிக்கொள்ளலாம். நாம் லாட்வியாவுக்குப் பத்திரமாகத் திரும்பிவிட்டால் திரும்ப எல்லாவற்றையும் ஆரம்பிக்க முடியும் கட்டாயம்." தாத்தா யானிஸ் லாட்வியாவுக்குத் திரும்ப முடிவெடுத்தார். மனைவி, தாயார், மூன்று மகன்கள் கொண்ட அவர் குடும்பத்தை அவர் காப்பாற்ற வேண்டியிருந்தது. தாத்தாவின் அக்கா அலெக்ஸான்ட்ரீனா வில்னீடே, ரஷ்யாவில் தன் கணவனுடனும் குழந்தைகளுடனும் இருந்தார். 1937ல் யானிஸுக்கு அவர் அக்காவிடமிருந்து கடைசியாக ஒரு கடிதம் வந்தது. அதன்பின் அவருக்கு என்ன ஆயிற்று என்பதைத் தெரிந்துகொள்ள முடியவில்லை. ஆனால் அவளும் அவள் கணவனும் 1937ல் நடந்த ஸ்டாலினின் அடக்குமுறையில் கொல்லப்பட்டார்கள் என்று நம்பப்படுகிறது.

என் தாத்தா யானிஸும் அவர் அம்மா பௌலீனும் அவர் குடும்பமும் அவர்கள் சொந்த நாட்டை நோக்கிப் போனார்கள். அபாயகரமான பயணம் அது. காரணம் ரஷ்யாவிலும் லாட்வியாவிலும் உள்நாட்டுப் போர்கள் நடந்தவண்ணம் இருந்தன. அவர்கள் லாட்வியாவுக்கு ரயிலிலா குதிரைவண்டியிலா எப்படி வந்தார்கள் என்பது தெரியவில்லை. 1919 முடிவில் குடும்பம் லாட்வியாவை எட்டிவிட்டது என்பது மட்டும் உறுதி. லாட்வியாவின் சுதந்திரத்துக்கான இறுதிச் சண்டைகள் முடிவதும் அவர்கள் வரவும் ஒருசேர நேர்ந்தது. தாங்கள் இழந்தவற்றைப் பற்றி எமீலியாவும் யானிஸும் அதிக நாட்கள் கவலைப்படவில்லை. அவர்கள்

மகன்களுக்கு எந்தவித ஆபத்தும் இல்லை என்பதுதான் முக்கியமாகப் பட்டது அவர்களுக்கு. அவர்களுக்கு வயது அதிகம் ஆகியிருக்கவில்லை; இன்னும் இளமையும் உடலில் சக்தியும் இருந்தது. கடுமையாக உழைக்கத் தயங்காத நபருக்கு எங்கு வேண்டுமானாலும் அன்றாடச் சாப்பாட்டுக்கான பணம் கிடைத்துவிடும். பேரழிவையும் பயங்கர அனுபவங்களையும் ரஷ்யாவில் எதிர்கொண்டு தங்கள் தாய்நாட்டுக்கு அகதிகளாகத் திரும்பியிருந்த மற்ற பல லாட்வியர்களைக் காட்டிலும் எமீலியா மற்றும் யானிஸ் தங்கள் வாழ்க்கையை வாழத் துவங்கிய விதம் சிறப்பாகவே இருந்தது. யானிஸின் பெரியப்பா அவருக்கு ஒரு வீட்டையும் கொஞ்சம் நிலத்தையும் யூர்மலாவில் விட்டுச் சென்றிருந்தார். அங்குதான் குடும்பம் வசிக்கத் தொடங்கியது. வாழ்க்கையை மீண்டும் துவக்க உதவியாக எமீலியாவின் அண்ணன் அவர்களுக்குச் சிறு தொகை ஒன்றைக் கடனாகத் தந்தார். விறகு விற்கும் வியாபாரம் ஆரம்பிப்பதற்குத் தேவையானவற்றை அந்தப் பணம் மூலம் யானிஸால் வாங்க முடிந்தது.

அமைதி ஒப்பந்தம் 1920ல் கையெழுத்திட்டபோது ரஷ்யாவிலேயே தங்கிவிட்ட மற்ற லாட்வியர்கள் அனுபவித்தக் கஷ்டங்களிலிருந்து ட்ரெய்ஃபெல்ட்ஸ் குடும்பத்தினர் தப்பினார்கள். லாட்வியா அப்போது இறையாண்மை அடைந்திருந்த நாடாதலால் ரஷ்யாவில் தங்கியிருந்தவர்கள் லாட்வியாவுக்குப் போக அவர்கள் லாட்வியாவில் குடிமை மக்களாகப் பதிவுசெய்தவர்களாதலால் அவர்கள் லாட்வியர்கள் என்று விளக்கி வெளியேற்ற அனுமதிச் சீட்டு பெற வேண்டியிருந்தது. லாட்விய-சோவியத் அமைதி ஒப்பந்தத்தில் இத்தகைய நாடு திரும்பும் அகதிகளைப் பாதுகாக்கத் தேவையான ஷரத்துகள் இருந்தன. தவிர, அதிகாரபூர்வமான ரஷ்ய நிறுவனங்கள் லாட்விய மக்கள் திரும்புவதற்கு எந்தத் தடைகளையும் செய்யக்கூடாது என்ற ஒப்பந்தமும் செய்யப்பட்டிருந்தது. இருந்தாலும் அமைதி உடன்பாடும் அதை நிறைவேற்றுவதும் இரு வேறு விஷயங்கள்.

எமீலியா மற்றும் லிகிடா அவர்கள் குடும்ப வீட்டின் வாயிலில்

சோவியத் ரஷ்ய அரசு அதிகாரிகள் தேவையான ஆவணங்களைத் தருவதில் ஒருவித குரூரமான மனப்பான்மையுடன் நாட்களைக் கடத்தினார்கள். அல்லது அவர்கள் திரும்ப லாட்வியாவுக்குப் போகலாம் என்ற தகவலை லாட்வியர்களிடமிருந்து மறைத்தார்கள். போர்க்காலத்தில் லாட்விய அகதிக் குழுக்கள் தொடங்கப்பட்டிருந்தன. இருந்தாலும் ரஷ்யாவில் பல இடங்களில் சிதறிக்கிடந்த லாட்வியர்களைத் தொடர்பு கொள்வதில் அவர்களுக்கும் பல தடைகள் நேரிட்டன. இப்படித்தான் சுமார் 150,000 லாட்வியர்கள் ரஷ்யாவிலேயே தங்கள் வாழ்நாள் முழுவதும் இருக்க நேரிட்டது. பலருக்கு அது அவர்களாவே செய்த தேர்வாக இருக்கவில்லை.

லாட்வியாவுக்குத் திரும்பிய இருபது ஆண்டுகளுக்குப் பிறகு கடுமையாக உழைத்தால் இழந்தவற்றை எல்லாம் திரும்பப் பெறலாம் என்ற எமீலியாவின் நம்பிக்கை நிறைவேறியது. அப்போது இருந்த வாழ்க்கைத்தரத்தின்படி ட்ரெய்ஃபெல்ட்ஸ் குடும்பத்தினர் பணக்காரர்கள் இல்லாவிட்டாலும் ஓரளவு வசதி படைத்தவர்கள் என்றே கூறவேண்டும். நான்கு தனி வீடுகளைக்கொண்ட இரண்டு மாடி வீட்டைக் கட்டுவதற்காக அடமானத்தின் பேரில் கடன் தரும் வங்கியிலிருந்து வாங்கிய கடன் 1938ல் அடைக்கப்பட்டுவிட்டது. ஸ்லோகாவில் இருந்த மரம் அறுக்கும் ஆலையும் அதையொட்டி இருந்த மரக் கடையும் நன்றாக ஓடிக்கொண்டிருந்தன. வங்கியில் சிறிது சேமிப்பு இருந்தது. வயதுகாலத்தில் அமைதியாக வாழமுடியும் என்று நினைக்க முடிந்தது. அவர்கள் இருவருமே

ட்ரெய்ஃபெல்ட்ஸ் குடும்பம் ஓய்வான ஒரு பொழுதில்

கிராமப்புறத்தில் பிறந்தவர்கள்; மீண்டும் நிலத்தை ஒட்டிய வாழ்வுக்குப் போகவேண்டும் என்ற ஏக்கம் இருந்தது. ஆகவே 1936ல் யானிஸ் 7 ஹெக்டேர் நிலம் வாங்கி அங்கு ஒரு பண்ணைவீட்டையும் கட்டினார். அருகே சிறு ஆறு ஒன்று ஓடிக்கொண்டிருந்தது. அதனால் அதற்கு உபீடெஸ்

(ஆற்றுப் பண்ணை) என்று பெயரிடப்பட்டது. மகன்கள் இருவரும் பள்ளிப் படிப்பை முடித்துவிட்டிருந்தனர். மூத்தவன் வால்டெமார்ஸ் விவசாயக் கல்வியில் பட்டம் பெற்றிருந்தான். இளையவன் விக்டோர்ஸ் ராணுவக் கல்லூரிப் படிப்பை முடித்துவிட்டு ராணுவத்தில் அதிகாரியாக இருந்தான்.

ஆர்னால்ட்ஸுக்கு படிப்பில் அதிகம் நாட்டமிருக்கவில்லை. ஆனால் அவன் கைகள் வெகு ராசியான கைகள். ஒரு கொல்லனாக அவன்

ХРАНИТЬ ВЕЧНО

СССР

НАРОДНЫЙ КОМИССАРИАТ ВНУТРЕННИХ ДЕЛ

Rīga

ДЕЛО № 13207

По обвинению Дрейфельде

Яниса Кристаповича

Начато 14 июня 1941 г. В 1 томах

Окончено 26 3 1941 г. Том №

После судебного рассмотрения и вступления приговора в силу, настоящее дело подлежит немедленному возвращению в

указать название органа НКВД

К делу должна быть приобщена копия приговора.

Основание: приказ НКВД, Прокуратуры и НКЮ Союза ССР № 00359 от 10 апреля 1939 года

Передача находящихся в производстве следственных дел, а также взятых из архива дел в другие отделы или органы НКВД, хотя бы и временно, производится исключительно через

название учетного аппарата

Передача следственного дела оформляется постановлением, утвержденным начальником соответствующего Управления НКВД или его заместителем.

20293 030

УЧТЕНО В 1962 г.

Арх. №

Сдано в архив „ “ 194 г.

RANCĒNS

யானிஸ் ட்ரெய்ஃபெல்ட்ஸின் நாடுகடத்தல் கோப்பின் முகப்பு

வேலை செய்துகொண்டிருந்தான். எல்லோருக்கும் செல்லமான குட்டித் தங்கை லிகிடா உயர்நிலைப் பள்ளியில் சேர்க்கப்பட்டுப் பல்கலைக் கழகம் செல்லும் கனவுகளில் ஆழ்ந்திருந்தாள். ரஷ்யாவிலிருந்து திரும்பிய ஆரம்பகால ஆண்டுகளின் வறுமை மற்றும் கஷ்டங்கள் குறித்து அவளுக்கு எதுவுமே தெரியாது. அவள் சகோதரர்கள் அதை உணர்ந்திருந்தார்கள். புது வீட்டில், செல்வச் செழிப்பான சூழ்நிலையில் அவள் பிறந்திருந்தாள். சோவியத் படைகள் ஜூன் 17, 1940ல் லாட்வியாவைத் தாக்கியபோது ட்ரெய்ஃபெல்ட்ஸ் குடும்பத்தினரின் வாழ்க்கை இவ்வாறுதான் இருந்தது. சோவியத் கூற்றுப்படி யானிஸ் "ஒரு வர்க்க எதிரி. அவர் உழைப்பாளி வர்க்கத்தையும் விவசாய வர்க்கத்தையும் சுரண்டியவர்"; ஆகவே அவரை "சமூகச் சீர்குலைவுக்கான சக்திகளுடன் இணைந்திருப்பவர்" என்று வகைப்படுத்தலாம். சோவியத் குழுமத்தின் அரசு பாதுகாப்பின் மக்கள் இணை அதிகாரியின் அக்டோபர் 11 ஆணைப்படி அவர் லாட்வியாவிலிருந்து நாடுகடத்தப்படவேண்டும்.

இறுதிக் குறிப்புகளும் அடிக்குறிப்புகளும்

இறுதிக் குறிப்புகள்:

இந்த அத்தியாயத்துக்கான தரவுகள்

லாட்விய கலைக்களஞ்சியம், லாட்விய அரசுத் தரவுகள், *லாட்வியாஸ் வேஸ்டுரே* (லாட்விய சரித்திரம்) என்ற பெயரில் லாட்வியப் பல்கலைக்கழகம் கொண்டுவரும் தொடர் பதிப்பின் எண் 4, 1998 பதிப்பு, லாட்வியா ஆக்கிரமிப்பு அரசுகளின் அரசியல் கொள்கை பற்றிய தரவுகள், மற்றும் ஸூஸான் ஷாம்பொனுவா மற்றும் ஃப்ரான்ஸுவா டெ லாப்ரீயோல் லாட்வியாவைப் பற்றி எழுதி பாரீஸில் 1999ல் வெளியிடப்பட்ட *லாட்வியா* புத்தகம்.

வ்யட்லாக்

ஜூலை, 2000. லாட்விய அரசு ஆவணக் காப்பகத்தில் நான் உட்கார்ந்திருக்கிறேன். என் கையில் அதிகப் பக்கங்கள் இல்லாமல் மெலிந்த பழுப்பு நிறக் கோப்பு. அதன் மேல் ரஷ்ய மொழியில் 13207 என்ற எண் குறிக்கப்பட்டு யானிஸின் பெயர் எழுதப்பட்டிருக்கிறது. அவருக்கு எதிரான வழக்கு ஜூன்14, 1941ல் ஆரம்பிக்கப்பட்டு மார்ச் 3, 1942ல் முடிகிறது. அதில் 39 பக்கங்கள் உள்ளன.

யானிஸ் ட்ரெய்ஃபெல்ட்ஸ்

தாத்தாவின் வழக்குக் கோப்பைத் திறக்க மனமில்லாமல் உட்கார்ந்திருக்கிறேன். என் கைகள் துவண்டுவிட்டன. பெருமூச்சு விட்டுக்கொண்டிருக்கிறேன். ஜூன் 1941. என் பாட்டியும் அம்மாவும் ரயிலிலிருந்து இறக்கப்பட்டு அவர் தனியாக விடப்பட்ட பிறகு அவருக்கு என்ன ஆயிற்று என்பதற்குச் சாட்சியமாக இருந்த அந்த ஆவணங்களைத் தொட்டுப் பார்க்கும் அவருக்கு நெருங்கியவர்களில் முதல்

நபர் நான்தான் என்பதை நான் உணர்கிறேன். எவ்வளவு மெலிதாக இருக்கிறது இந்தக் கோப்பு! என் தாத்தாவின் துன்பத்தையும் மரணத்தையும் என் பாட்டி மற்றும் அம்மாவின் பதினாறு வருட நாடு கடத்தப்பட்ட அனுபவத்தையும் இந்த மெல்லிய கோப்பில் அடைத்துவிட முடியுமா என்ன?! முடிவில் கோப்பைத் திறக்கும் தைரியத்தை வரவழைத்துக் கொள்கிறேன். முதல் ஆவணம் கைது செய்ய எடுத்த முடிவுக்கான தேதியை டிசம்பர் 17, 1941 என்று குறிப்பிடுகிறது. நான் திகைத்துப்போகிறேன். கைது செய்து ஆறு மாதங்கள் ஆனபின்னான தேதியான டிசம்பர் 17, 1941, எப்படிக் கைது செய்யும் முடிவுக்கான தேதியாக இருக்க முடியும்? மற்றப் பக்கங்களை வேகமாகப் புரட்டுகிறேன். அவரைக் கேட்ட கேள்விகளின் பட்டியல், அவரை விசாரித்ததற்கான பதிவு, அவர் மேல் குற்றம்சாட்ட எடுத்த முடிவு, அந்தக் குற்றச்சாட்டுகளைக் குறித்து முடிவில் எடுத்த தீர்மானங்கள் இவை எல்லாம் அடங்கிய பக்கங்கள். எல்லாவற்றுக்குமே தேதி 17 டிசம்பர் 1941 என்றே இருந்தது. அடுத்த காகிதம் 9 x 12 சென்டிமிட்டர் அளவில் இருந்த சாம்பல் நிறக் காகிதம். அதில் ஏதோ கிறுக்கியிருந்தது. என் பதற்றத்தில் எனக்கு அதில் சில சொற்களும் 31/12/1941 என்ற தேதி மட்டுமே தெரிந்தன. அது என் தாத்தாவின் மரணத்தைக் கூறும் அரசு அறிவிப்பு என்று எனக்குப் புரிகிறது! ஏதோ கோடு போட்ட பக்கம் ஒன்றிலிருந்து கிழிக்கப்பட்ட இந்தக் குப்பைக் காகிதம் போன்ற துண்டுக் காகிதம்தான் என் தாத்தாவின் மரணத்தை அறிவிக்கும் ஆவணம்... மீண்டும் தைரியத்தை வரவழைத்துக்கொண்டு அதில் என்ன எழுதியிருக்கிறது என்பதை ஒவ்வொரு வார்த்தையாக படித்துப் பார்க்க முயன்றேன். ஆனால் அந்தக் கிறுக்கலான எழுத்தைப் புரிந்துகொள்ள முடியவில்லை. வரலாற்றியலாளரான அய்னார்ஸ் பம்பல்ஸிடம் இதைப் படிக்க உதவச் சொன்னேன். அந்த அறிவிப்பு வ்யட்லாக் என்னும் இடத்திலிருந்த முகாம் 7ன் ஆஸ்பத்திரியிலிருந்து தரப்பட்டிருந்தது. அதில் ட்ரெய்ஃபெல்ட்ஸ் யானிஸ் க்ரிஸ்டாபோவிச்ஸ் நிமோனியா ஜுரம் மற்றும் தீவிர இருதயத் தசை வீக்கம் இவற்றால் டிசம்பர் 31, 1941 தேதியில் இறந்தார் என்று எழுதியிருந்தது.

சிறை முகாமின் இத்தகைய இயந்திரத்தனமான சாவுகளின் குரூரத்திலிருந்து மீண்டபின் நான் மீண்டும் கோப்பின் முதல் பக்கத்துக்குப் போய் அதைச் சரியாகப் படிக்க ஆரம்பித்தேன். என் உணர்ச்சிகளைக் கட்டுப்படுத்திக்கொண்டேன். இந்தக் கோப்பை நான் படித்து முடிக்க வேண்டும் காரணம் என் அப்பாவின் அப்பா அலெக்ஸான்டர்ஸ் கால்னியடிஸ்ஸின் வழக்கு குறித்த ஒன்பது தொகுதிகள் இன்னும் இருந்தன படிப்பதற்கு. இது தவிர அப்பாவின் அம்மா மில்டா மற்றும் என் அப்பா ஐவர்ஸின் வழக்குக் கோப்புகளும் இருந்தன படிக்க. ஆனால் நாலாவது பக்கத்திலேயே என்னை உணர்ச்சிவசப்படுத்தக்கூடிய விஷயம் ஒன்று காத்திருந்தது. கைதிகளுக்கான படிவத்தில் அவர் கையெழுத்தின் அருகே அவர் கைநாட்டு பதிக்கப்பட்டிருந்தது. என்னால் கண்ணீரைக் கட்டுப்படுத்தமுடியவில்லை. என் தாத்தாவின் கைநாட்டின் மேல் என் கையை வைத்து எங்கள் இருவரின் கைகளும் ஒன்றையொன்று தொட்டுக்கொள்வதைப்போல் கற்பனை செய்தேன்...

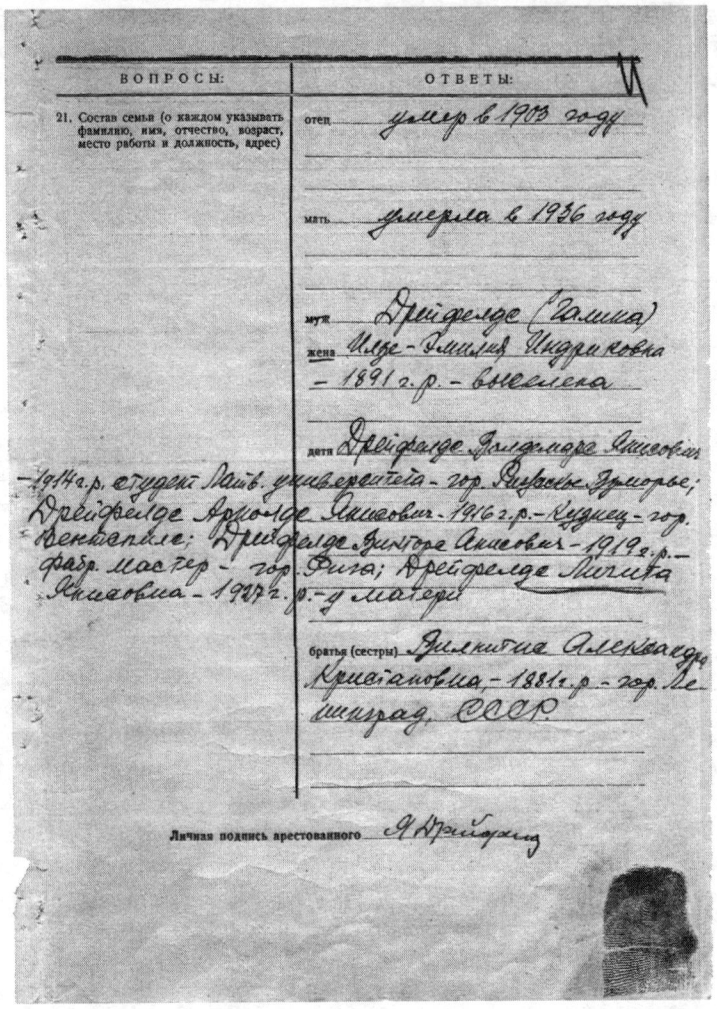

ВОПРОСЫ:	ОТВЕТЫ:
21. Состав семьи (о каждом указывать фамилию, имя, отчество, возраст, место работы и должность, адрес)	отец умер в 1903 году мать умерла в 1936 году муж / жена Дрейфелде (Галина) Илзе-Эмилия Индриковна – 1891 г.р. – выселена дети Дрейфелде [illegible] Янисович – 1914 г.р. студент Латв. университета – гор. [illegible]; Дрейфелде Арнолде Янисович – 1916 г.р. – кузнец – гор. Вентспилс; Дрейфелде [illegible] Янисович – 1919 г.р. – фабр. мастер – гор. Рига; Дрейфелде Лигита Янисовна – 1927 г.р. – у матери братья (сестры) Дриленгина Александра Кристаповна – 1881 г.р. – гор. Ленинград, СССР.

Личная подпись арестованного [illegible]

யானிஸ் ட்ரெய்ஃபெல்ட்ஸ் கையெழுத்திட்டு கைநாட்டும் பதித்த கைதிகளுக்கான படிவம்

லாட்விய சோவியத் சோஷியலிஸக் குடியரசின் அரசு பாதுகாப்பு மக்கள் குழு அனுப்பிய அதிரடிப் படையைச் சேர்ந்த சேக்கா அதிகாரி விட்ஸ் என்பவர்தான் விசாரணையாளராக இருந்தார். அவருக்குத்தான் என் தாத்தாவின் குற்றச்சாட்டுகளை உருவாக்கும் வேலை தரப்பட்டிருந்தது. இந்த அதிரடிப் படையின் தலைவர் சிறிதுகூட சிலாகித்துப் பேச முடியாத காப்டன் யானிஸ் வேவரிஸ் என்பவர். ஆகஸ்டு மாதத்தின் இடை நாட்களிலிருந்து இந்தக் குழு வ்யட்லாக், உஸோல்லாக் என்ற இடங்களிலிருந்து அதிவிரைவாகச் செயல்பட்டுக்கொண்டிருந்தது. கீரவ்விலிருந்த பிரதேச வழக்குமன்றம் அல்லது சோவியத் குழுமத்தின் உள்துறையைச் சேர்ந்த மக்கள் துறையின் சிறப்புக் குழுவின் பரிசீலனைக்கு

உடனே அனுப்ப குற்றம் சாட்டப்பட்ட வழக்குக் கோப்புகளில் உடனுக்குடன் ரப்பர் முத்திரையிட்டு அனுப்பிக்கொண்டிருந்தது. டிசம்பர் 17 தினத்தன்று காம்ரேட் விட்ஸ் "அவரிடமிருந்த யானிஸ் ட்ரெய்பெல்ட்ஸின் குற்றம்சாட்டக்கூடிய நடவடிக்கைகள் பற்றிய தரவுகளைப் படித்து விவரங்களை அறிந்துகொண்டதும்" நாட்டின் பாதுகாப்பு கருதி ட்ரெய்ஃபெல்ட்ஸ், யானிஸ் கிரிஸ்டாபோவிச்ஸ், வ்யட்லாக் முகாம் சிறையில் வழக்கு விசாரணை நடைபெறும்வரை சிறையிலிடப்படவேண்டும் என்ற சரியான முடிவுக்கு வந்திருந்தார். (இந்தக் குற்றம்சாட்டக்கூடிய நடவடிக்கைகளுக்கு ஆதாரம் தாத்தாவின் நான்கு உறைவிடங்களைக் கொண்ட வீடு, ஆண்டு வருமானமான 12000 லாட்ஸ் மற்றும் ஒரு பண்ணை.) குற்றம் சாட்டப்பட்டிருக்கும் நபர் 9வது ஜூலையிலிருந்து ஏற்கனவே கைதியாக இருந்த தெள்ளத்தெளிவான விவரம் "மிக நேர்மையான" அந்தச் சேக்கா அதிகாரி விட்ஸுக்கு எந்தவிதக் குழப்பத்தையும் உண்டாக்கவில்லை. பாதுகாப்பு நடவடிக்கைகள் ஒரு காகிதத்தில் எழுதப்பட்ட பின் சமீபத்தில்தான் நிரப்பப்பட்ட கேள்விகள் அடங்கிய படிவத்துக்கு எந்தவித முக்கியத்துவமும் தராமல் மேற்கொண்டு விசாரணையைத் தொடங்க முடியும்.

விசாரணை ஒன்றரை மணி நேரம்தான் நடந்தது. அதிக நேரம் நடக்காததால் தாத்தாவை அடித்தோ சித்ரவதை செய்யவோ இல்லை என்று நம்புகிறேன். தாத்தா எந்தக் குழுவைச் சேர்ந்தவர், எந்தக் குழுவுக்கு அவர் நிதியுதவி செய்தார், அவர் உறவினர்களில் யாராவது அடக்குமுறை செய்யப்பட்டார்களா என்று காம்ரேட் விட்ஸ் அறிந்துகொள்ள விரும்பினார். தாத்தா அளித்த பதில்களில் இந்தக் குற்றச்சாட்டுகளை நிரூபிக்கும் எதுவும் இருக்கவில்லை. சோவியத்துக்கு எதிராகச் செயல்பட்டாரா என்ற வழக்கமானக் கேள்வியைக் கேட்பதைத் தவிர வேறு வகையில் விசாரணை செய்ய வழியிருக்கவில்லை. இதையும் தாத்தா மறுத்தார். விட்ஸ் கோபத்தில் கத்தினார்: "நீ பொய் சொல்கிறாய்! சோவியத் குறித்த உன் அதிருப்தியை எப்படி வெளிப்படுத்தினாய்? சொல்லு!" தாத்தா அமைதியாக சோவியத் ஆட்சி பற்றி தனக்கு எந்தவித அதிருப்தியும் இருக்கவில்லை என்றார். தளர்ந்து இளைத்திருந்த கிழவர் காம்ரேட் விட்ஸின் பொறுமையைச் சோதித்துக்கொண்டிருந்தார். ஒரு கேஜிபி அதிகாரியின் வேலைதான் எவ்வளவு கடினமானது! மாதக்கணக்காக ஓர் அதிகாரி நாற்றமெடுக்கும் சிறை முகாமில் இருக்க வேண்டும்; ஒவ்வொரு நாளும் தொற்றுநோய்களால் பீடிக்கப்பட்டுப் பேன் பிடித்திருந்த அற்பர்களை விசாரிக்கவேண்டும். தவிர, அவர்கள் மேல் குற்றச்சாட்டுகள் வைப்பதற்கான ஆதாரங்களைப் புனைய வேண்டும். யானிஸிடம் அவர் சொத்து குறித்தும் வருமானம் குறித்தும் வழக்கமான கேள்விகளைக் கேட்ட பின் அவர் பார்வை கைதியின் படிவத்திலிருந்த இன்னொரு சுவாரசியமான தகவல் மேல் போயிற்று: கைதிக்கு ரஷ்யாவிலேயே தங்கிவிட்ட அக்கா ஒருத்தி இருந்தாள். ஏதாவது எதிர்ப் புரட்சி நடவடிக்கைகள் அதிலிருந்து தெரியவருமா? இல்லை, அது சாத்தியமில்லை; அக்கா தம்பிக்கிடையே 1937க்குப் பிறகு எந்தவிதத் தொடர்புமில்லை. அலெக்ஸான்ட்ரினா வில்னீடே ஏற்கனவே கண்டுபிடிக்கப்பட்டு தண்டிக்கப்பட்டுவிட்டார் போலும். அதை

எப்போதாவது உறுதிசெய்துகொள்ளவேண்டும். மதியச் சாப்பாட்டு நேரம் நெருங்கிக்கொண்டிருந்தது. விட்ஸ் இத்துடன் நிறுத்திக்கொள்வது என்று தீர்மானித்தார். ஆகவே டிசம்பர் 12 மதியம் 12 மணிக்கு என் தாத்தாவின் விசாரணை முடிந்தது. மத்தியானம் விட்ஸ் மிகுதி ஆவணங்களை எழுதிமுடித்தார். சோவியத் நடைமுறைகளுக்கேற்பத் தயாரிக்கப்பட்டு, சோவியத் குழுமத்தின் உள்துறையைச் சேர்ந்த மக்கள் துறையின் சிறப்புக் குழுவின் பரிசீலனைக்கு அனுப்புவதற்கு அந்த விசாரணைக் கோப்பு இப்போது தயாராக இருந்தது. அதில் எழுதப்பட்டிருந்த குற்றச்சாட்டின்படி, "நான்கு உறைவிடங்கள் உள்ள ஒரு வீடு, ஆண்டு வருமானம் 12000 லாட்ஸ், ஏழு ஹெக்டேர்கள் அளவுள்ள பண்ணை மற்றும் 12000 லாட்ஸ் ஆண்டு வருமானம் தரும் ஒரு கடை, சுரண்டப்பட்ட ஒரு தொழிலாளி இவற்றுக்குச் சொந்தக்காரராயிருந்த குற்றத்துக்கு ட்ரெய்ஃபெல்ட்ஸ் யானிஸ் க்ரிஸ்டாபோவிச்ஸ் பொறுப்பாகிறார்"; இந்தக் குற்றத்துக்கு சோவியத் குழுமத்தில் வெகு தூரத்தில் உள்ள ஓர் இடத்துக்கு அவர் ஐந்தாண்டுக் காலம் நாடுகடத்தப்பட வேண்டும் என்ற தண்டனை சிபாரிசு செய்யப்படுகிறது. இருபதாண்டுக் காலம் நாடுகடத்தப்படும் தண்டனை அல்லது மரண தண்டனை பெற்ற நாடுகடத்தப்பட்ட மற்றப் பலருடன் ஒப்பிடும்போது விட்ஸ் இவர் விஷயத்தில் கருணை காட்டியிருந்தார் என்றே சொல்லவேண்டும். என் தாத்தாவின் சோர்வுற்றத் தளர்ந்த நிலையைப் பார்த்து அந்த சேக்கா அதிகாரி எப்படியும் அவர் சீக்கிரமே இறக்கப்போகிறார் எதற்காக அதிகத் தண்டனை விதிக்கவேண்டும் என்று நினைத்திருக்கலாம். அப்படி அவர் நினைத்ததில் தவறேதும் இருக்கவில்லை. பதினான்கு நாட்கள் கழித்து என் தாத்தா இறந்துபோனார்.

ஒருமொத்தமாக மக்கள் கொல்லப்படுவதை மறைக்க எல்லாமே சட்டபூர்வமாகத்தான் செய்யப்படுகிறது என்ற ஒரு மாயையை ஏன் இவ்வளவு முயற்சியெடுத்து சோவியத் நீதித்துறை உருவாக்க முயல்கிறது என்று எண்ணி வியந்தவாறே மீண்டும் ஒரு முறை சேக்கா அதிகாரி விட்ஸின் விசாரணைத் தரவுகளைப் பார்வையிட்டேன். இதைச் செய்ய அதிக நேரம் பிடிக்கும்; இதனால் செலவுகளும் அதிகம் காரணம் மிகப் பெரிய சேக்காப் படையையும் நீதித் துறை அதிகாரிகளையும் தேவையில்லாமல் இதற்காக வேலையில் அமர்த்தவேண்டும். இப்படிக் காகித மலைகளை எழுப்பி நாடகம் போடாமல் பேசாமல் கொல்வது இன்னும் எளிதாக இருந்திருக்கும். ஆனால் ஏதோ காரணத்தினால் சோவியத் நடைமுறை விதிகளின் சட்டங்கள் ஒரு வார்த்தைகூடப் பிசகாமல் பின்பற்றப்பட்டிருந்தன. இது என்ன நடந்தது என்பதை ஏதோ ஒரு சோகமேறிய கனவுபோல் ஆழ்மன அதியதார்த்த வெளிப்பாட்டாகிக் காட்டுகிறது. சட்டத்துக்குப் புறம்பாக அவரவர் வீட்டிலிருந்து வெளியே இழுக்கப்பட்டு, தங்கள் குடும்பங்களிலிருந்து பிரிக்கப்பட்டுப் பட்டினியில் இளைத்து உடல் நலிந்த இந்தக் கைதிகள் இந்தச் சட்டபூர்வமாக நடவடிக்கை எடுக்கும் விளையாட்டில் பங்குபெற வேண்டிவந்தது. படிவத்தை "சரியாக" நிரப்பி முடிக்கக் குற்றம்சாட்டப்பட்டவரின் ஆறு கையொப்பங்கள் தேவைப்பட்டன.

பாதுகாப்பு நடைமுறைகள் எடுக்கப்படுவதற்கு என் தாத்தா முதலில் கையொப்பமிடவேண்டிவந்தது. பிறகு ரஷ்ய மொழியில் எழுதப்பட்டிருந்த படிவம் சரியாக நிரப்பட்டிருக்கிறது என்பதை ஒத்துக்கொள்ள ஒரு கையொப்பம். மூன்றாவது கையொப்பம், தரப்பட்டிருக்கும் விசாரணை அறிக்கையின் சுருக்கம், "நான் கூறியதை எழுத்தில் சரியாக எழுதியிருக்கிறது; லாட்விய மொழியில் எனக்குப் படித்துக் காட்டப்பட்டது" என்பதை ஒப்புக்கொள்வதற்கான கையொப்பம். அதுகூட முரணாகத் தெரிகிறது; ரஷ்ய மொழி அறிந்த யானிஸுக்கு ரஷ்யமொழியில் எழுதப்பட்ட இந்த அரசுக்கான அறிக்கை ஏன் லாட்விய மொழியில் படித்துக்காட்டப்பட வேண்டும்? அவருக்கு அதைப் படித்திருக்க முடியும் அல்லது ரஷ்ய மொழியில் படித்ததைக் கேட்டுப் புரிந்துகொண்டிருக்க முடியும். இதுதான் விசாரணை நடைமுறை என்பது இதிலிருந்து தெரிகிறது. அல்லது இதைச் செய்வதுதான் எளிமையான முறை. ஏனென்றால் எந்தவித வீண் மறுப்பையும் எழுப்பமுடியாதபடிக்கு கைதியை எதிலும் கையொப்பமிடவைக்கலாம். விசாரணை செய்யப்பட்டப் பலருக்கு ரஷ்ய மொழி தெரியாது. அப்படி என் தாத்தாவைப்போல் மொழி தெரிந்தவராக இருந்தாலும் இதே நடைமுறைதான் பின்பற்றப்பட்டிருக்கும் என்பது என் தாத்தாவின் வழக்கிலிருந்து தெரிகிறது. எப்படி இருந்தாலும் அந்தக் கையொப்பம் பெறப்பட்டுவிடும். அதற்காக அவர்கள் அதிகச் சக்தியை விரயமாக்கத் தேவையிருக்கவில்லை. கைதிகள் பட்டினியில் வாடி பரிதாபமான நிலையில் இருந்தார்கள். சிலருக்குத்தான் எதிர்க்கமுடியாவிட்டாலும் மறுக்க முடிந்தது. உடனே கையொப்பமிட மறுத்தவர்கள் கையொப்பமிடும்வரை அடிக்கப்பட்டார்கள். மற்றக் கைதிகள் எந்தவிதத் தொல்லையும் தராமல் பணிவதற்கு ஓர் எச்சரிக்கையாய் இருக்க, கூச்சல்போட்டு இடக்குச் செய்தவர்கள் வெளியே -50 டிகிரி செல்சியஸ் கொட்டும் பனியில் உறைந்துபோகும்படி இரவெல்லாம் விடப்பட்டார்கள். இதன்பிறகு எதுவும் செய்யத் தேவையிராது. ஏனென்றால் சோவியத்தின் நீதி வழிமுறைகள்கூட பிணங்களைக் குற்றம் சாட்டுமளவுக்குத் தங்கள் அபத்தத்தைச் செம்மைப்படுத்தியிருக்கவில்லை.

நீதி நடைமுறை விளையாட்டின் அடுத்த கட்டம் குற்றச்சாட்டுகளை நிரூபிப்பது. இது முடிவில் குற்றவாளியையே "இந்தக் குற்றச்சாட்டுகளின் சாராம்சத்தின்படி குற்றவாளி தன்னைக் குற்றவாளி என்று ஒப்புக்கொள்கிறாரா" என்ற ஒப்புக்கொள்வதைத் தவிர வேறு பதிலில்லாத கேள்வியில் முடிந்தது. குற்றவாளிக்கு வேறு பதிலளிக்கும் தேர்வு இருந்ததா என்ன?! என் தாத்தாவும் அவருக்கு முன் பலர் செய்தது போலவும் அவருக்குப் பின் வந்த பலரைப்போலவும் தான் குற்றவாளி என்று ஒப்புக்கொண்டார். இந்த அபத்த நாடகத்தில் அவர் கடைசிப் பதிலாக ஆவணத்தின் முடிவில் விசாரணை முடிவுற்றது என்று என் தாத்தா இட்ட கையொப்பம் அமைந்தது. அச்சிடப்பட்டப் படிவத்தின் இடையே விடப்பட்ட இடத்தில் விசாரணை செய்பவர் எழுதியிருந்தார்: "ட்ரெய்ஃபெல்ட்ஸ் யானிஸ் க்ரிஸ்டோபொவிச்ஸ் விசாரணையில் வேறு எந்தத் தகவலையும் சேர்க்க விரும்பவில்லை. ஏற்கனவே சமர்ப்பித்திருக்கும்

தன் சாட்சியத்தை அவர் உறுதிசெய்கிறார்." வேறு எந்த நீதி வழங்கும் விளையாட்டிலிருந்தும் என் தாத்தா தப்பினார். சோவியத் குழுமத்தின் உள்துறையைச் சேர்ந்த மக்கள் துறையின் சிறப்புக் குழுவின் பரிசீலனைக்கு வழக்கு வரும்முன்பே என் தாத்தா இறந்துவிட்டார். மார்ச் 25, 1942ல் எடுத்த தீர்மானத்தின்படி விசாரணை கைவிடப்பட்டு வழக்கின் கோப்பு ஆவணக்காப்பகத்துக்கு அனுப்பப்பட்டது.

ட்ரெய்ஃபெல்ட்ஸ் மீதான குற்றச்சாட்டு முழுவதுமாகக் கட்டப்படமுடியாமல் போனதால் இந்தப் புனையப்பட்ட விசாரணை வழக்கு ஆரம்பத்தில் எடுத்த நடவடிக்கையுடன் இணைக்கப்பட்டது. அதாவது ஜூன் 14, 1941ல் ஆரம்பிக்கப்பட்ட அவர் குடும்பத்தாரின் கோப்புடன் யானிஸ் ட்ரெய்ஃபெல்ட்ஸின் கோப்பு சேர்க்கப்பட்டது. எந்தவகையிலும் அடையாளப்படுத்தப்படாமல் அந்தக் கோப்பில் நிர்வாகரீதியாக நாடுகடத்தப்பட்ட எமீலியாவும் லிகிடாவும் இணைக்கப்பட்டனர். அவர்கள் பெயரும் குடும்பப் பெயரும் வழக்குக் கோப்பின் மேல் குறிக்கக்கூடப் படவில்லை. பதினாறு ஆண்டுகள் நாடுகடத்தப்பட்ட என் பாட்டிக்கும் என் அம்மாவுக்கும் அவர்கள் பெயரில் ஒரு வழக்குக் கோப்பு இருப்பதற்குக்கூடத் தகுதியில்லை என்பதை என்னால் புரிந்துகொள்ளமுடியவில்லை! ஏதோ மேசை நாற்காலிகள் அல்லது உயிரில்லாப் பொருட்கள்போல அவர்கள் வெறும் இணைப்புகளாய் இருந்தனர் யானிஸ் ட்ரெய்ஃபெல்ட்ஸின் வழக்குக் கோப்பில். எப்போதோ இறந்துவிட்ட யானிஸ் எங்கள் குடும்பத்தின் விதியை 1957வரையும் அதன் பின்னும் தீர்மானிப்பதற்கான காரணியாக இருந்தார். கடைசி முறையாக இந்தக் கோப்பு உயிர்பெற்றது டிசம்பர் 29, 1988ல். லாட்விய சோவியத் சோஷியலிஸக் குடியரசின் உள்துறையின் துணை மந்திரி ஜெனோன்ஸ் இன்ட்ரிகோவ்ஸ், "Popular Front of Latvia" என்ற பெயரில் சீரமைக்கப்பட்டச் சுதந்திரம் லாட்வியா பெறும் நோக்கத்துடன் கம்யூனிஸ்ட் கட்சிக்கு எதிராக 1988ல் உருவாக்கப்பட்ட மக்கள் ஜனநாயக இயக்கமான லாட்விய பொதுமக்கள் முன்னணியின்[1] போராளி ஸான்ட்ரா கால்னியடேவுக்கும் முன்பு நாடுகடத்தப்பட்ட யானிஸ் ட்ரெய்ஃபெல்ட்ஸுக்கும் ஏதாவது சம்பந்தம் உண்டா என்றறிய இந்தக் கோப்பைத் திறந்தார்.

யானிஸின் வழக்கில் "சரியாக" எழுதப்பட்டிருந்த குற்றச்சாட்டுகளில் பபினினோ ரயிலடி சம்பவத்துக்கும் கோப்பில் எழுதப்பட்டிருக்கும் முதல் குறிப்பின் தேதியான டிசம்பர் 17க்குமிடையே என்ன நடந்தது என்பது குறிப்பிடப்படுவதில்லை. என் தாத்தாவின் வாழ்க்கை குறித்து அதில் எதுவுமே இல்லை: எப்படி அவர் வ்யட்லாக்வரை வந்துசேர்ந்தார்? என் பாட்டியும் அம்மாவும் இறக்கிவிடப்பட்ட பின் என் தாத்தாவிடம் இருந்த குடும்பத்துச் சாமான்களுக்கு என்ன ஆயிற்று? அவர் என்ன சாப்பிட்டார்? சாப்பிட்டாரா இல்லையா? அவர் என்ன உடை உடுத்திக்கொண்டிருந்தார்? எந்த நோயால் பீடிக்கப்பட்டிருந்தார்? அவருக்கு உடல் அங்கங்களின் தேய்மானம் ஏற்பட்டிருந்ததா? எப்படி அவர் இறந்தார்? எங்கு அவர் புதைக்கப்பட்டார்? எதுவும் சரியாக இணைக்கப்படாமல் சிதறிப்போன கனவுபோல் இருந்த சோவியத்தின்

நீதி நடைமுறையில் இத்தகைய உண்மைத் தகவல்கள் குறித்து எந்தக் கவலையும் இருக்கவில்லை. அது வர்க்கப் போராட்டத்தில் ஆழ்ந்திருந்தது. மனிதர்களுக்கான அந்தப் போராட்டத்தில் மனிதர்களைக் குறித்து அக்கறை காட்டவில்லை. என் தாத்தாவின் சோகப் பாதை எப்படி அமைந்தது என்பதை வ்யாட்லாகிலிருந்து உயிருடன் வெளிவந்தவர்களின் மங்கிய நினைவுகளிலிருந்தும் சரித்திர ஆராய்ச்சியிலிருந்தும்தான் நான் கற்பனை செய்யவேண்டியிருக்கிறது. இந்த மீள் உருவாக்கம் ஒரு வகையில் என் யூகத்தின் அடிப்படையில் அமைந்ததுதான். காரணம் என் தாத்தா மற்ற பலிதானிகள்போல் அதே இடத்தில் அதே நேரத்தில் இருந்திருக்க முடியாது. அவர் அனுபவங்கள் மற்றவர் அனுபவங்களிலிருந்து மாறுபடலாம். ஆனால் பபினினோவிலிருந்து யூக்னவ் முகாமுக்கும் அங்கிருந்து மீண்டும் பபினினோ வழியாக வ்யட்லாக் சிறை முகாம் 7க்குமான கைதிகளின் வழிப்பயணம் கிட்டத்தட்ட ஒரேமாதிரியாகத்தான் இருந்திருக்கவேண்டும்.

ஆக்கிரமிப்புக் காட்சியக ஆவணக்காப்பகத்தில் பெரிய அதிர்ச்சி ஒன்று காத்திருந்தது எனக்காக. நாடுகடத்தப்பட்டவர்கள் பற்றிய தகவல்கள், லாட்வியர்கள் இறந்த முகாம்களின் பெயர்கள் இவற்றின் முழுமையான தொகுப்பு என்று தற்சமயம் கருதப்படும் தொகுப்பில் இருந்த லாட்வியக் கைதிகள் மற்றும் இறந்துபோன லாட்வியர்களின் பட்டியலில் தாத்தா யானிஸ் ட்ரெய்ஃபெல்ட்ஸின் பெயர் இருக்கவில்லை. கசந்துபோகிறது எனக்கு. பாதிக்கப்பட்டவர்களின் பட்டியலில் இருக்கும் கௌரவம் கூட அவரிடமிருந்து பறிக்கப்பட்டிருக்கிறது. காட்சியகத்தில் வேலை செய்யும் ஒரு பெண்மணி என்னைச் சமாதானப்படுத்துகிறார். ஆமாம், அவள் குடும்பத்தினரின் பெயர்களும் தற்போதைய எந்தப் பட்டியலிலும் இல்லை. ஆகையால் யானிஸ் ட்ரெய்ஃபெல்ட்ஸைப் போலவே பலரின் தனிப்பட்டக் கோப்பில் மரணம் குறிக்கப்பட்டிருந்தாலும் முகாம்களில் இருந்த நிர்வாகக் குழப்பத்தினால் உபயோகத்தில் இருந்த பட்டியலில் கோப்பில் குடும்பப் பெயர் மறைந்துவிட்டது அல்லது கவனக்குறைவாலோ தவறவிட்டுவிட்டதாலோ வேறொரு நிர்வாக பகுதியின் பாகங்கள் ஒன்றுக்குப் போய்விட்டது. சோவியத் சோஷியலிஸ பாதுகாப்பு குழுமத்தின் தரவுகளின்படி யானிஸ் ட்ரெய்ஃபெல்ட்ஸ் ரஷ்யாவில் பிறந்தவர். ஒருவேளை இக்காரணத்தினால் வ்யட்லாகில் இறந்த லாட்வியர்களின் பட்டியலில் அவர் பெயர் இல்லாமல் இருக்கலாம். ஜூன் 14, 2001ல் நாடுகடத்தப்பட்டவர்களின் ஞாபகார்த்தமாக லாட்விய அரசு ஆவணக்காப்பகம் ஒரு புத்தகம் கொண்டுவந்தபோதுதான் 560வது பக்கத்தில் என் தாத்தாவின் பெயரைப் பார்க்கமுடிந்தது. ஆனால் இது கூட எல்லாப் பெயர்களும் உள்ள முழுமையான புத்தகம் என்று சொல்ல முடியாது. காரணம் லாட்விய வரலாற்றாசிரியர்களுக்கு இன்னும் உயர்மட்ட அரசியல்வாதிகள், அரசாங்கத் தூதர்கள் மற்றும் ராணுவத் தலைமையின் கோப்புகளைப் பார்க்கும் வாய்ப்பு இல்லை. அதனால் பலர் எங்கே எப்படி மரணமடைந்தார்கள் என்பதற்கானத் தகவல்கள் தெளிவாக இல்லை.

எமீலியாவும் லிகிடாவும் வேறொரு ரயில்பெட்டிக்கு மாற்றப்பட்டு அது நகர்ந்தவுடனேயே ரயிலில் நிறுத்தப்பட்டிருந்த ஆண்கள் இறங்குமாறு

உத்தரவிடப்பட்டார்கள். டாக்டர் யானிஸ் ஷ்னைடர் அவர்கள் அங்கிருந்து பலத்த காவலுடன் ஒரு குழுவாய்ச் செல்லும் முன் செய்யப்பட்ட ஆயத்தங்கள் பற்றிக் கூறுகிறார்: "...எங்கள் எல்லோரையும் ஒருவர் பின் ஒருவராகச் சோதனை போட்டார்கள். எழுதும் உபகரணங்கள், கத்திகள், நகத்தை அரவும் சிறு அரம் இவை அனைத்தும் பறிக்கப்பட்டன. ரயில் நிலையத்தில் மேசைகள் போடப்பட்டு அருகே பல அதிகாரிகள் அமர்ந்திருந்தனர். தங்கம் மற்றும் வெள்ளி நகைகள், கைக்கடிகாரம் இவை அவர்களிடம் தரப்பட்டன. மற்றப் பெட்டிகள், உடைமைகள் இவை அடுக்கப்பட்டு எல்லோரும் ஆறுபேர்கொண்ட வரிசைகளில் ஒருவர் பின் ஒருவராக நிறுத்தப்பட்டோம். நின்றபடியும் குதிரைகளிலும் இருந்த காவலாளர்களால் சூழப்பட்டிருந்தோம். நாய்களும் இருந்தன." என் தாத்தாவும் இப்படி ஒரு நெடுவரிசையில் நடந்திருப்பார் பபினினோ மற்றும் யூக்னவ்வின் இடைப்பட்ட கிலோமீட்டர் தூரத்தைக் கடக்க. கைதிகளின் நினைவில் இந்தத் தூரத்தின் அளவு மாறுபடுகிறது. சிலர் 15 கிலோமீட்டர் என்றும் வேறு சிலர் 30 அல்லது 40 கிலோமீட்டர் என்றும் இந்தத் தூரத்தை நினைவுகூர்கிறர்கள். இந்த வித்தியாசம் முக்கியமான ஒன்று. ஏனென்றால் நடந்தவர்கள் எவ்வளவு களைத்திருந்தார்கள், அவர்கள் மனநிலை எவ்வாறு இருந்தது என்பதை இது படம்பிடித்துக்காட்டுகிறது. உண்மையில் பபினோவ் யூக்னவ்விலிருந்து 50 கிலோமீட்டர் தூரத்தில் இருந்தது.

பலர் நடந்து சில இடங்களில் மண்பாதையாகிவிட்டிருந்த அந்தத் தடத்தில் கைதிகளின் நெடுவரிசையில் இருந்தவர்கள் தடுமாறியபடி நடந்தனர். லாட்வியாவில் உழைத்து உரமேற்றிய உடல் பலம் இன்னும் சிலருக்கு இருந்தது. தாகம்தான் தாங்கமுடியவில்லை குடிக்க எதுவும் தராததால். சற்றுத் தள்ளிப்போய் நிற்கவோ பின்தங்கவோ கூட அனுமதியிருக்கவில்லை. அப்படிச் செய்தால் உடனே சுடப்படுவார்கள் என்று காவலாளிகளால் ஏற்கனவே எச்சரிக்கப்பட்டிருந்தனர். மெள்ள நடந்தவர்கள் விரைந்து செல்ல துப்பாக்கிக் குழலால் அடிக்கப்பட்டார்கள். சிலர் முகத்தில் விழுந்த அடியில் பல் உடைந்தது; சிலர் உடலில் நீலம் பாரிக்கும்படி அடி விழுந்தது. என் தாத்தா இந்த அடிகளை வாங்கியிருக்கக் கூடாதே என்று மனம் அடித்துக்கொள்கிறது. காரணம் அப்போது அவருக்கு உடம்பில் அவ்வளவு பலம் இருக்கவில்லை.

பல மணி நேரம் சோர்வுடன் நடந்தபின் நாடுகடத்தப்பட்டவர்களுக்குத் திடீரென்று காகங்கள் கரைவது கேட்டது. கரும் மேகங்களைப் போல் அவை தூரத்தில் இருந்த சில கட்டடங்களின் மேல் சுற்றி சுற்றி பறந்துகொண்டிருந்தன. அவர்களின் நெடுவரிசை நாடுகடத்தப்பட்டவர்களை ஓரிடத்திலிருந்து இன்னோர் இடத்துக்கு இடமாற்றம் செய்யப்படும் யூக்னவ் முகாமை நெருங்கிக்கொண்டிருந்தது. அது அங்கிருந்த ஒரு பண்ணைப் பங்களாவில் அமைக்கப்பட்டிருந்தது. தற்போது அங்கே கொண்டுவரப்படும் லாட்வியர்களுக்கு முன் ஐக்கிய சோவியத் சோஷியலிஸ ரஷ்யா ஆக்கிரமித்திருந்த போலந்தைச் சேர்ந்த போலந்து அதிகாரிகள் அங்கே இருந்தார்கள். குப்பையும் கண்ணாடித் துண்டுகளும் இறைந்து கிடந்த தோட்டத்துக்குள் கைதிகள் கொண்டுவரப்பட்டார்கள். ஏதோ

மனக்கிளர்ச்சியுற்றதுபோல் விடாமல் கத்திக்கொண்டிருந்த காகங்கள் அவர்கள் தலையைச் சுற்றிப் பறக்க ஆரம்பித்தன. மண்ணைத் தோண்டி வைத்திருந்தார்கள். ஒருவித நெடி காற்றில் கலந்துவந்தது. பதற்றத்துடன் இருந்த அவர்களுக்கு அது பிணவாடைபோல் இருந்தது. இதுதான் முடிவா என்று மனத்தினுள்ளும் ஒருவரையொருவரும் கேட்டுக்கொண்டனர். சாவு அவர்களை எதிர்நோக்கி அங்கே காத்திருந்ததா? அவர்களில் ஒருவனுக்குத் தாங்கமுடியவில்லை. உடையில் மறைத்திருந்த கத்தியை வெளியே எடுத்துத் தன் நெற்றியில் குத்திக்கொண்டான். ரத்தம் பொங்கிவந்தது. சேக்கா அதிகாரிகளும் காவலாளிகளும் பயந்துபோய் கத்த ஆரம்பித்தார்கள்: "கீழே படு. இல்லாவிட்டால் சுடுவோம்!" ரத்தம் கொட்டியபடி இருக்க அவன் தட்டுத் தடுமாறி சில அடிகள் எடுத்துவைத்தான். பிறகு கீழே விழுந்தான் ஒரேயடியாக. லாட்விய ரத்தத்தால் யூக்னவ் புனிதமடைந்துவிட்டது.

எதிர்பாராத இந்த நிகழ்வினால் பதற்றம் அடைந்திருந்த காவலாளிகள் சுதாரித்துக்கொண்டு, கைதிகளை நூறுபேர்கள் இருக்கும் குழுக்களாகப் பிரித்துப் பதிவுசெய்ய ஆரம்பித்தனர். நூறுபேர்கள் கொண்ட ஒரு குழு அமைக்கப்பட்டு பதிவுசெய்யப்பட்டதும் அவர்கள் சிறை முகாமுக்கு அனுப்பப்பட்டனர். கைதிகள் சற்று ஆசுவாசமடைந்தனர்: உடனடியாக அவர்களைச் சுடப்போவதில்லை போலும்! நூறுபேர்கள் கொண்ட மொத்தம் 80 குழுக்கள் அமைக்கப்பட்டன. பக்கத்தில் வேலி போட்டுத் தடுக்கப்பட்டிருந்த ஒரு பகுதியில் சுமார் 300 லாட்விய ராணுவ அதிகாரிகள் சிறைப்பட்டிருந்தனர். இன்னொரு பகுதியில் பெண்களின் குழு ஒன்று வைக்கப்பட்டிருந்தது.

"யானி" – நடுவேனிற்கால பருவத்தின் முன்னணைப் பொழுது – கொண்டாட்டத்திற்கான வேளை வந்தபோது யூக்னவ் முகாமிலிருந்தவர்கள் அத்தனை அனுபவங்களுக்குப் பிறகும் அதைக் கொண்டாடத் தயாராகவே இருந்தனர். முகாமின் குப்பையில் ஒரு உலோகப் பீப்பாய் கிடைத்தது. அதில் வழக்கமான நடுவேனிற்கால நெருப்பு மூட்டப்பட்டது. எல்லோரும் அதைச் சுற்றிக் கூடினார்கள். இந்தத் துர்ப்பாக்கிய நிலையிலிருந்த தன் சகோதரக் கைதிகளைக் கண்டதும் ட்ரெய்ஃபெல்ட்ஸுக்குத் துக்கம் தொண்டையை அடைத்தது. தன் மனைவியையும் குழந்தைகளையும் காண அவர் மனம் ஏங்கியது! கடந்த நடுவேனிற்காலக் கொண்டாட்டத்தின்போது அவர் அருமை லிகிடா எல்லோரையும் கவலைக்குள்ளாக்கியது நினைவுக்கு வந்தது. யானிஸும் எமீலியாவும் தங்கள் அடுத்தவீட்டு நண்பர்களான டாக்டர் ஓஸோலின்யாஷின் வீட்டில் கொண்டாட்டத்தில் இருந்தார்கள். வேண்டிய அளவு பாட்டெல்லாம் பாடித் திருப்தியடைந்தபின் வீடு திரும்பியபோது லிகிடா வீட்டில் இருக்கவில்லை. அவ்வளவுதான்! வீடு இரண்டுபட்டது. வீட்டில் வேலை செய்யும் பெண்ணிடம் ஒரு வார்த்தை சொல்லாமல் ரகசியமாக வீட்டை விட்டுப் போயிருந்தாள் லிகிடா. சில மணி நேரங்களுக்குப் பிறகு சந்தோஷத்தில் சிவந்த முகத்துடன் அந்தக் கள்ளி வீடு திரும்பியபோது யானிஸ் அவளைப் பிடித்து உலுக்கியெடுத்துவிட்டார் – அனுமதியில்லாமல் எப்படி அவள் வீட்டை விட்டுப் போகமுடியும்? எங்கே போயிருந்தாள்? எமீலியா அமைதியாகத் தன் மகளுக்காக வாதாட முயன்றாள் ஆனால் அவள் கணவனின் கோபம் அடங்கவில்லை.

மகளின் செய்கையால் கவலையும் கோபமும் அடைந்திருந்த அந்தக் குடும்பத் தலைவரின் பக்கத்தில்கூடப் போகமுடியவில்லை எமீலியாவுக்கு. கோபத்தில் உறுமியபடி உத்தரவிட்டார்: அடுத்த வாரம் முழுவதும் அவள் வீட்டை விட்டு நகரக் கூடாது! தந்தையின் கோபத்தால் பெரிதும் பாதிக்கப்பட்ட லிகிடாவிடமிருந்து ஒரு விம்மல் எழுந்தது: அவள் எந்தத் தவறையும் செய்யவில்லை. அவள் தோழி ஐனாவுடன் நடுவேனிற் காலத்தில் கடற்கரையில் பல இடங்களில் மூட்டப்படும் நெருப்பைப் பார்க்க அவள் கடற்கரைக்குப் போனாள் அவ்வளவுதான். அவர்கள் பறித்திருந்த வசம்புக் கொடிகள் மற்றும் பூக்கள் இவைகளை வைத்து ஒரு விளையாட்டுச் சண்டை போட்டுவிட்டு கொஞ்ச தூரம் நடந்தபின், ஐனாவின் வீட்டின் வைக்கோற்பரணில் அவர்கள் உறங்கிவிட்டார்கள். நடந்ததைக் கத்திச் சொல்லிவிட்டு மாடியில் இருந்த தன் அறைக்கு ஓடிப்போனாள் லிகிடா. கோபத்துடன் ஒரு பார்வையைத் தன் கணவன் பக்கம் வீசிவிட்டுத் தன் பெண் பின்னால் போனாள் எமீலியா . . . சீக்கிரமே யானிஸின் கோபம் தணிந்தது – அசட்டுக் குழந்தைதானே அவள்! திடீரென்று வாழ்த்துப்பாடல் ஒன்று சன்னல் வெளியே ஒலிக்க ஆரம்பித்தது. ஒவ்வோர் ஆண்டும் செய்வதுபோல் யானிஸின் பெயருக்கான நாளில் அவரைக் கௌரவிக்கப் பாடகர்கள் வந்திருந்தார்கள். பாட்டைக் கேட்டதும் எமீலியாவும் லிகிடாவும் சற்று முன் நடந்ததை மறந்து விட்டார்கள். சன்னல் அருகே போய் திரைச்சீலையின் முனையைச் சற்றே அகற்றிப் பார்த்துவிட்டு ஆறு பேர் வந்திருப்பதாகக் கணவனிடம் கிசிகிசுத்தாள் எமீலியா. பாடகர்களுக்கு எவ்வளவு சன்மானம் தர வேண்டும் என்று யானிஸுக்குத் தெரியும். அப்பாவிடம் சமாதானம் செய்து கொள்ளச் சரியான சந்தர்ப்பம் வந்துவிட்டதை உணர்ந்துகொண்ட லிகிடா அப்பாவின் கழுத்தைக் கட்டிக்கொண்டு “மன்னிச்சுக்குங்க அப்பா” என்று மென்குரலில் கூறினாள்... ஓ, எமீலியா, லிகிடா! எங்கே இருக்கிறார்களோ அவர்கள் இருவரும் இப்போது! அவர் கண்கள் நிரம்பின. உடனே ஆழ்ந்த மூச்சு விட்டுவிட்டு யானிஸ் எழுந்து நேராக நின்றார். பழைய நினைவுகளிலும் ஏக்கத்திலும் அவர் தன்னை மூழ்கடித்துக்கொள்ளக் கூடாது. இப்போது நடக்கும் பைத்தியக்காரத்தனம் நிரந்தரமாக இருக்கப் போவதில்லை; கட்டாயம் வாழ்க்கை மீண்டும் பழகிய பாதைக்கே வரும். நம்பிக்கை, பொறுமை இவற்றை இழக்காமல் இருப்பது முக்கியம்.

நடுவேனிற்காலத்தின் முன்னணைப் பொழுதில் யுத்தம் ஆரம்பித்து விட்டது என்ற வதந்திகள் பரவ ஆரம்பித்தன. கைதிகளில் ஒருவர் செய்தித்தாள் ஒன்றை ஒரு காரோட்டியிடமிருந்து எப்படியோ வாங்கி யிருந்தார். ஜெர்மனி சோவியத் குழுமத்தை ஜூன் 22ம்தேதி தாக்கிவிட்டது என்ற செய்தி வாய்வழி வதந்தியாகப் பரவிவிட்டது. கைதிகள் பரபரப்படைந் தனர். யுத்தம் ஆரம்பமாகிவிட்டது என்பது விடுவிக்கப்பட்டு லாட்வியா திரும்புவோம் என்ற நம்பிக்கையைத் தந்தது. கைதிகள் யூகத்தின் பேரில் அதிக நாட்கள் ரஷ்யாவால் தாக்குப்பிடிக்கமுடியாது; அதிகப்படி இரண்டு மூன்று மாதங்கள்தாம்; அதன்பின் லாட்வியாவின் மேலுள்ள சோவியத் குழுமத்தின் அதிகாரம் முடிந்துவிடும் என்று உற்சாகமாகக் கூற ஆரம்பித்தார்கள். தொடுவானத்தருகே [மாஸ்கோவிலிருந்து மேற்கே 400

கிலோமீட்டர் தூரத்திலிருந்த] ஸ்மல்யென்ஸ்க் எனும் ரஷ்ய நகரத்தின் திசையிலிருந்து எப்போதாவது துப்பாக்கி வெடிச் சத்தம் கேட்டது. இறுக்கமான சூழ்நிலை அதிகரித்திருப்பதற்கான அறிகுறிகள் பல முகாமில் தென்பட்டன. ஒலிபெருக்கிகளின் இணைப்புகள் நீக்கப்பட்டிருந்தன; தினம் தரப்படும் ரொட்டியின் அளவு குறைந்திருந்தது தவிர காவாலாளிகளின் பேச்சு சிடுசிடுப்பான சில சொற்களாகவும் முரட்டுத்தனமாகவும் மாறியிருந்தது. நாடுநீக்கம் செய்யப்பட்டிருந்த லாட்வியர்களை அவர்கள் அடிக்கடி ஃபாசிஸ்டுகள் என்று வசைபாடத் தொடங்கியிருந்தார்கள்.

ஜூன் 25 தேதிக்குள் கைதிகளை முகாமிலிருந்து நீக்குவது ஆரம்பித்துவிட்டது. முகாமிலேயே விடப்பட்டவர்கள் என்ன ஆவார்கள் என்றும் வெளியே சென்றவர்கள் கதி என்ன என்ற மனஉளைச்சலிலும் தங்களை வருத்திக்கொண்டார்கள். அவர்கள் எல்லோரும் சுட்டுக் கொல்லப்படுவார்கள் என்ற வதந்தி மீண்டும் பரவ ஆரம்பித்தது. அவர்கள் எல்லோரும் அவர்களிடமிருந்து பிரிக்கப்பட்ட மனைவி குழந்தைகள் அவர்களுக்காகக் காத்திருக்கும் இடத்துக்கு முடிவில் அழைத்துச்செல்லப்படுவார்கள் என்ற குருட்டு நம்பிக்கையும் சிலரிடம் பிறக்க ஆரம்பித்தது. ஜூன் 29ம் தேதியன்று கடைசி சில நூறு பேர் யூக்னவ் முகாமை விட்டுப் போயினர். ஜூன் 25க்கும் ஜூன் 29க்கும் இடையே என் தாத்தா மீண்டும் வரிசையில் நிற்கவைக்கப்பட்டு, காவலாளிகள் சூழ, கால்நடைகள் போல் செலுத்தப்பட்டு, பபினினோ ரயில்நிலையம் வந்தடைந்தார். அங்கிருந்த அவருடைய சில உடைமை களை எடுத்துக்கொள்ள அனுமதிக்கப்பட்டார். அவை ஒரு வாரம் வரை அங்கு வெட்ட வெளியில் கிடந்ததால் மழையில் நனைந்து, வெளியேற்றப்பட்ட மற்றவர்கள் பலர் அவற்றைக் கையாண்டிருந்ததால் கலைந்துபோய் சிதறிக் கிடந்தன. என் தாத்தா கட்டாயம் எமீலியா மற்றும் லிகிடா மேல் உள்ள கரிசனத்தால் அவர்களுக்கு என்னென்ன தேவைப்படுமோ அவற்றையெல்லாம் முடிந்தமட்டும் எடுத்துக்கொள்ள முயற்சித்திருப்பார் என்பதில் எனக்கு ஓர் ஐயமும் இல்லை. அதன்பின் அவர் ஒரு ரயில்பெட்டிக்குள் தள்ளப்பட்டார். ஐம்பது பேர் ஏற்றப்பட்ட அந்த ரயில்பெட்டி கால்நடைகளுக்கான பெட்டியா இல்லை புல்மன் என்றழைக்கப்படும், கிட்டத்தட்ட 90 அல்லது 100 பேரைத் திணிக்கக்கூடிய, வசதி கூடிய பெட்டியா என்று தெரியவில்லை. மாஸ்கோ பபினோவிலிருந்து 215 கிலோமீட்டர் தூரம்தான் இருந்தது. இருந்தாலும் கைதிகளைக் "கூட்டிச்சென்ற" ரயில் சுற்று வழியில், பல ரயில் நிலையங்களில் நின்று நின்று சென்றதால் அவர்கள் சென்றடைய வேண்டிய இடத்துக்குச் செல்ல இரண்டிலிருந்து ஐந்து நாட்கள்வரை ஆகியது. தொடர்ந்து பல சிப்பாய்க் குழுக்களும் போர் ஆயுதங்களும் மேற்கு நோக்கி சென்றுகொண்டிருந்ததால் ரயில் பயணம் நீண்டுபோயிற்று. தாங்கமுடியாத வெப்பம். அவர்களுக்குச் சாப்பிட எதுவும் தரவில்லை. பெட்டிக்குள் காற்றே இல்லை; குடிக்க நீரும் இருக்கவில்லை. தாங்கமுடியாத வெப்பத்தினாலும் பசியாலும் பலர் மயங்கி மயங்கி விழுந்தபடி இருந்தார்கள். கைதிகளுக்கும் வெளியுலகத்துக்கும் எந்தவிதத் தொடர்பும் இல்லாமல் அவர்கள் பிரிக்கப்பட்டுவிட்டதால் போரில் யார் பக்கம் வெற்றி என்பதுகூட அவர்களுக்குத் தெரியவில்லை.

ரயில்நிலையங்களில் ஒலிபெருக்கிகள் கூட மௌனமாக இருந்தன. டாக்டர் ஷ்னைடர் இந்தப் பயணத்தை நினைவுகூர்ந்தபோது மாஸ்கோவில் பெட்டியின் சுவரிலிருந்த ஒரு சிறு பிளவு மூலம் பார்த்தபோது விமானவழித் தாக்குதலை எதிர்கொள்ளும் பலூன்களை பார்த்ததால் ஜெர்மானிய விமானங்கள் மாஸ்கோவைத் தாக்க ஆரம்பித்துவிட்டன என்று யூகித்ததாகக் கூறினார். மாஸ்கோவிலிருந்து கார்கி–கச்சேல்னிச்–கீரவ் என்று போயிற்று வண்டி.

கீரவ்வில் வண்டி பல நாட்கள் நின்றது. கூட்டிச் செல்லவேண்டிய கைதிகள் வண்டியினுள்ளேயே அடைத்து வைக்கப்பட்டார்கள். அதன்பிறகு வண்டி வடக்குத் திசையில் ரூட்னிக்காயா கிராமம் நோக்கிச் சென்றது. அங்கிருந்துதான் வ்யட்லாக் முகாம்கள் தொடங்கின. சேக்காவின் தரவுகள்படி லாட்வியாவிலிருந்து வெளியேற்றப்பட்டவர்கள் நிறைக்கப்பட்ட முதல் வண்டி அவர்கள் சிறை முகாமுக்கு 9 ஜூலைக்கு வந்துசேர்ந்தது. முக்கால்வாசிக் கைதிகள் ஜூலை 10 அன்று வந்தனர். கடைசிக் குழு ஜூலை 13 வாக்கில் வந்தது. 1941ம் ஆண்டு இலையுதிர்காலத்தில் மொத்தம் 3281 லாட்வியர்கள் வ்யட்லாகில் கைதிகளாக இருந்தனர். டாக்டர் ஷ்னைடர் சொல்லியவற்றிலிருந்து அதிகபட்ச லாட்வியக் கைதிகள் இருந்த வ்யட்லாக் 7 சிறை முகாம் பற்றி எனக்குத் தெரியவந்தது. அங்குதான் என் தாத்தாவும் இருந்தார். அவர்களுக்கு ஒருவரையொருவர் தெரிந்திருக்கலாம். காரணம் டாக்டர் ஷ்னைடர் மருத்துவராக இருந்ததால் உடல் நலிவுற்றவர்களுக்கும் பலவீனமானவர்களுக்கும் தன்னாலியன்ற உதவிகளைச் செய்துவந்தார். இதனால் வெளியேற்றப்பட்ட பலருடன் அவருக்கு அறிமுகம் இருந்தது. வந்துசேர்ந்த பிறகு அவர்கள் அனைவரும் மீண்டும் வரிசையில் நிற்கவைக்கப்பட்டு அவர்கள் உடைமைகள் எல்லாவற்றையும் ஒப்படைக்கும்படி கூறப்பட்டார்கள். அவர்கள் விடுவிக்கப்படும்போது அவை அனைத்தும் மீண்டும் தரப்படும் என்று கூறப்பட்டது. அவர்களிடமிருந்து பறித்துக்கொண்ட உடைமைகளுக்கு ஒரு ரசீது அளிக்கப்பட்டது. பிறகு அவர்கள் மீண்டும் சோதனைக்கு உட்படுத்தப்பட்டபோது அந்த ரசீதும் பறிக்கப்பட்டது.

ஒவ்வொருமுறை என் அம்மா அவர்கள் கொண்டுபோன எங்கள் குடும்ப உடைமைகள் என் தாத்தாவிடம் இருந்தன என்று கூறும்போதும் குளிரில் அவர் கதகதப்பாய் இருக்க அணியவோ இல்லை உணவுக்காக விற்கவோ அவை பயன்பட்டிருக்கலாம் என்று நான் என்னைச் சமாதானப்படுத்திக்கொள்வேன். அப்படியெல்லாம் எதுவும் நடக்கவில்லை. அவை களவாடப்பட்டன அல்லது எதோ கிடங்கில் எறியப்பட்டு மக்கிப்போயின. என் தாத்தா வ்யட்லாகிலும் என் பாட்டியும் அம்மாவும் ஸைபீரியாவின் ஒரு மூலையிலும் குளிரில் உறைந்துபோய் பட்டினி கிடந்தனர்.

உடைமைகள் பறிக்கப்பட்டபின் கைதிகள் மரத்தால் கட்டப்பட்ட ராணுவக் குடியிருப்புப் பாசறைகளுக்கு அழைத்துச்செல்லப்பட்டனர். அங்கு சுவரோடு இணைக்கப்பட்ட, எந்த வித வண்ணமும் பூசப்படாத அடுக்குத் துயிலிடங்களின் ஒட்டைகளில் பசியால் வாடிப்போன

மூட்டைப்பூச்சிகள் இந்த அதிர்ஷ்டம் கெட்டவர்களுக்காகக் காத்திருந்தன. மனித உடல்களின் சூட்டை உணர்ந்ததும் அவர்கள் ரத்தத்தை உறிஞ்ச ஆயிரக் கணக்கில் அவை வெளியே வந்தன. குடியிருப்புகள் அசுத்தமாயும் குப்பையாகவும் இருந்தன. தூக்கி எறிந்தவை தரையில் இறைந்து கிடந்தன. அடுக்குப் படுக்கைகளின் கீழே விறகு வைக்கப்பட்டிருந்தது. இரும்பு அடுப்புகளில் நாள் முழுவதும் விறகு எரிக்கப்பட்டாலும் குடியிருப்புகளின் சுவர்களில் பனி உறைந்திருந்தது. இரவில் குடியிருப்புகள் வெளியே இருந்து பூட்டப்பட்டன. உள்ளே அடைத்துவைக்கப்பட்டவர்களின் இயற்கை உபாதைகளுக்காக "பராஷா" என்ற உலோக வாளி ஒன்று வைக்கப்பட்டிருந்தது. காலையில் ஒவ்வொரு நாளும் அதை அவர்கள் வெளியே தூக்கிக்கொண்டு வரவேண்டும். காற்றிலும் உடையிலும் உடம்பிலும் உணவிலும் எப்போதும் மூத்திரமும் மலமும் கலந்த நாற்றம் இருந்ததுபோல் உணர்வு ஏற்பட்டது. அந்த நாற்றம் தாங்க முடியாமல் இருந்ததால் அவர்கள் குடியிருப்புகளுக்கு வெளியே வந்தாலும் காடுகளில் வேலை செய்தாலும் அது அவர்களை விட்டுப் போகவில்லை. அந்தச் சிறை முகாம் பகுதியில் இருந்த கழிப்பிடங்கள் கூட சுத்தப்படுத்தப்படாமல் இருந்தன. குளிர்காலத்தில் அவற்றில் மலம் மலைபோல் உறைந்து கிடந்தது. காலை ஆறு மணி முதல் இரவு எட்டு மணி வரை ஒரு நாளின் வேலை இருந்தது. சில சமயம் இரவிலேயே முடிக்க வேண்டிய அவசர வேலையும் இருந்தது. வேலைக்குப் போகும் முன் கைதிகள் வரிசையில் நிறுத்தப்பட்டு பிறகு காடுகளை நோக்கி காவலாளிகளால் அழைத்துச்செல்லப்பட்டனர். அன்றன்றைக்கான வேலையை முடித்தவர்களுக்குச் சாப்பாட்டுக் கூப்பன்கள் தரப்பட்டன. சாப்பாடு என்றால் அது ரொட்டியுடன் தரப்பட்ட தண்ணிபோல் இருந்த சூப்பும் அல்லது ரொட்டியுடன் தரப்பட்ட ஒரு கரண்டி கஞ்சியும்தான். எப்போதாவது மீனும் கிடைக்கும். ஒரு நாளுக்கான வேலையை முடிக்காதவர்கள் கதி என்ன? அவர்கள் இருட்டறையில் குளிரில் அடைக்கப்பட்டு கிட்டத்தட்டப் பட்டினி போடப்படுவார்கள். வேலையை முடிக்காத தவறைச் செய்த நபருக்கு புத்தி புகட்ட அடி உதையும் தரப்படுவது உண்டு.

முகாமின் விதிகளின்படி கைதிகள் மூன்று குழுக்களாகப் பிரிக்கப் பட்டார்கள். ஏ குழுவில் கடினமான உடலுழைப்பைச் செய்யக் கூடியவர்கள் இருந்தார்கள். பி குழுவில் சிறை முகாமைச் சுற்றிலும் வேலை செய்யக்கூடியவர்கள். ஸி குழுவில் உடல் நலிவுற்றவர்களும் இன்னும் விசாரணையில் இருந்த கைதிகளும் இருந்தனர். ஆனால் ஸி குழுவில் விசாரணையில் இருந்த கைதிகளில் ஆரோக்கியமாக இருந்தவர்கள் கடினமான உடலுழைப்பைக் கோரும் வேலைகளிலும் ஈடுபடுத்தப் பட்டார்கள். கடைசிக் குழுவில் என் தாத்தா இணைக்கப்பட்டிருந்தார். குலாக் நிர்வாகம் அந்தந்தக் குழுவுக்கு ஏற்ப சாப்பாட்டு அளவைத் திட்டமிட்டது. ஏ குழுவில் இருந்தவர்களுக்கு வேலையை முடித்தவுடன் 500 கிராம் ரொட்டியும் பி மற்றும் ஸி குழுக்களுக்கு 400 கிராம் ரொட்டி என்றும் கணக்கிருந்தது. முதலிரண்டு குழுக்களில் இருந்தவர்கள் அன்றன்றைய வேலையைவிட அதிகப்படியான வேலை செய்திருந்தால் அவர்கள் பெறும் ரொட்டி அளவு அதிகரிக்கப்படும். ஆனால் அதிகமாகத்

தரப்படும் ஒரு துண்டு ரொட்டி எந்த வகையிலும் அதிக வேலைக்காகச் செலவிடப்பட்ட சக்திக்கு ஈடு செய்யாது என்பதைக் கைதிகள் சீக்கிரமே தெரிந்துகொண்டார்கள். மூன்றாவது குழுவில் இருந்த கைதிகளுக்கு இந்த வாய்ப்பு அமையவில்லை.

யுத்தம் துவங்கியபோது முகாமின் நிர்வாக அதிகாரிகளுக்கு வழக்கமாக வரும் உணவுக்கான சாமான்கள் நேரத்தில் வருவது தடைபட்டதால் கைதிகளின் உணவு குறைக்கப்பட்டது. கைதிகள் வெளி உலகத்திலிருந்து மேலும் விலக்கப்பட்டார்கள்: காவலாளிகளின் எண்ணிக்கை அதிகரிக்கப்பட்டது, ரேடியோ தொடர்புசாதனக் கருவிகள் துண்டிக்கப்பட்டன, முகாமுக்குச் செய்தித்தாள்கள் வருவது நின்றது, எங்கிருந்தாவது யாராவது அனுப்பும் பார்சல்களைப் பெற்றுக்கொள்வது தடைசெய்யபட்டது. ஐஸ் கட்டி மற்றும் பனியாலான கடலின் இடையே சிறை முகாம்கள் பயங்கரமான தீவுகளாகிப் போயின. பெருங் குற்றங்கள் செய்தவர்கள் – அதில் சிலர் கொலையாளிகள் கூட – இடையே லாட்வியர்கள் வாழ நேரிட்டது. உயர் கல்வி படித்தத் திறமைசாலிகள் சிறை முகாமின் அதிகாரிகளின் கொடூரங்களுக்குப் பணிய நேர்ந்ததோடல்லாமல் கீழ்த்தரமான குற்றவாளிகளின் உலகத்திலும் அந்த உலகத்துக்கே உரிய விதிகளுக்கும் உட்பட்டு உயிர் வாழப் போராட வேண்டியிருந்தது. அதோடு கூட, முகாமை "ஒழுங்காக" நடத்த முகாமின் நிர்வாகிகள் "பெருங்குற்றவாளிக"ளுடன் கைகோர்த்துக்கொண்டு "அறிவுக் கொழுந்துகள்" மற்றும் "வலதுசாரி எதிர்ப்பாளர்கள்" என்று முகாம் நிர்வாகிகள் எள்ளிய அறிவுஜீவிகளுக்கு எதிராக தகாத முறையில் அந்தக் குற்றவாளிகள் நடந்துகொண்டபோது கண்டும் காணாததுபோல் இருந்தார்கள்.

யானிஸ் ட்ரெய்ஃபெல்ட்ஸுக்கு அப்போது 63 வயது. வெளியேற்றப் படும் முன்பே முதுமையின் சின்னங்கள் தோன்ற ஆரம்பித்துவிட்டன. நல்ல ஆரோக்கியத்துடனும் உடல் பலத்துடனும் இருந்த பலரைப்போல அவரும் இந்தச் சின்னங்களைச் சற்றுக் கவலையுடனேயே பார்த்தார். மனைவி மிதமாகச் சாப்பிடச் சொன்னபோதும் அடிக்கடி சளி பிடிப்பதால் சரியான கம்பளி உடைகளை அணியச் சொன்னபோதும் புறுபுறுத்தார். ஸைபீரியாவில் யானிஸின் உடல்நிலை காட்டில் கடினமான வேலை களைச் செய்ய அவரை அனுமதிக்கவில்லை. ஆரம்பத்தில் சிறை முகாம் பகுதியில் ஏதாவது வேலை செய்யும் அளவுக்கு அவரிடம் சக்தி இருந்தது. ஆனால் வெகு சீக்கிரமே குளிரும் பட்டினியும் தந்த பாதிப்பில் அவர் மிகவும் தளர்ந்துபோனார். மற்றவர்கள் என்னிடம் நினைவுகூர்ந்து சொன்னதுபடி ஆகஸ்ட் மாத ஆரம்பத்திலேயே கொப்புளங்கள், ஆறாத சிரங்குகள், சொறிகரப்பான் நோய் என்று தளர்ச்சியின் அறிகுறிகள் தோன்ற ஆரம்பித்தன. உயிர்ச்சத்துக் குறைபாட்டைஎப்படியாவது தவிர்க்க, கைதிகள் தேவதாரு மரத்தின் ஊசிபோன்ற இலைகளைக் கொண்டு கஷாயம் கொதிக்கவைத்துக் குடித்தனர். பலவந்தப் பட்டினி கம்பீரமான என் தாத்தாவை அடையாளம் தெரிய முடியாதபடி உருக்குலைத்தது என்பது உண்மை. அவர் சிலசமயம் பட்டினியால் உடலெல்லாம் வீங்கியும் சிலசமயம் தசைகளெல்லாம் சிதைந்து மெலிந்தும் போனார்.

வ்யட்லாகிலிருந்தும் பக்கத்திலிருந்த உஸல்லாகிலிருந்தும் தப்பித்துப் பிழைத்தவர்கள் 1941–42 ஆண்டின் குளிர்காலம் மிகவும் பயங்கரமாக இருந்தது என்று நிச்சயமாகக் கூறுகிறார்கள். அவர்களுடைய எடை இரண்டு பங்கு குறைந்துவிட்டது. சிலரின் எடை 35 கிலோவாகக் குறைந்துவிட்டது. வ்யட்லாக் மற்றும் உஸல்லாகிலிருந்து 1995ல் சேகரித்தத் தரவுகளின்படி, 1941லிருந்து ஜூலை 1942வரை லாட்வியாவிலிருந்து கைது செய்யப்பட்டவர்களிருந்து 2337 கைதிகள் – கைதிகளில் கிட்டத்தட்ட 2/3 பகுதி – இறந்துபோனார்கள். இதில் என் தாத்தா யானிஸ் உட்பட 1603 நபர்கள், விசாரணை நடந்த காலத்திலேயே இறந்துவிட்டனர்.

சிறை முகாமின் நிர்வாகத்தினர் என் தாத்தாவைப் போன்றவர்கள் "உற்பத்தி புள்ளிவிவரங்கள்" அறிக்கையை வீணாகக் குலைப்பவர்கள் என்றே நினைத்தார்கள். இருப்புநிலை அறிக்கையின் வெளியே இருந்த இந்த நோயாளிகள் சீக்கிரம் இறந்துபோனால் அவர்களை உயிருடன் இருப்பவர்கள் பட்டியலிலிருந்து விலக்கிவிடலாம், வேலை மிஞ்சும் என்று அவர்கள் நினைத்தார்கள். நிர்வாகத்தினர் இவ்வாறு கவலைப்பட்டது ரஷ்ய நாட்டில் அவர்கள் வேலை செய்யும் முறையைப் பிரதிபலித்தது; காரணம் சோவியத் குழுமத்தில் எல்லா வேலையும் திட்டமிடப்பட்டு செய்யப்பட்டது. முகாமின் உற்பத்தித் திட்டம் அங்கிருந்த கைதிகளின் எண்ணிக்கையைப் பொருத்திருந்தது. ஒவ்வொரு கைதி முகாமிலிருந்த முகாம் தளபதியின் வேலையும் மேல் அதிகாரிகளால் அளவிடப்பட்டபோது அது கைதிகளைக் கடினமான வேலை செய்யும்படி வற்புறுத்தி உற்பத்தித் திட்ட இலக்குகளை எட்டுவதில் அந்தத் தளபதிக்கு இருந்த திறமையை ஒட்டி இருந்தது . . . வேலைக்காகப் பிரிக்கப்பட்டத் "தொழில் பிரிவுகள்" உணவும் உடையும் வேண்டிய ஓய்வும் இல்லாமல் வேலை செய்ய முடியாது போன்ற நியாயமான விளக்கங்களிலோ காரணங்களிலோ எந்தச் சிறை முகாம் தளபதிக்கும் அக்கறை இருக்கவில்லை. போர் ஆரம்பித்தபோது போர்த் தொழிலுக்காக விறகும் மரக்கட்டைகளும் அதிகமாகத் தேவைப்பட்டதால் ஏற்கனவே பல மணி நேரங்களாக நீண்டிருந்த ஒரு நாள் வேலையில் இன்னும் மூன்று மணி நேரம் கூட்டப்பட்டது. போர் நிலவரத்துக்கு ஏற்ப வெளியேற்றப்படுபவர்களின் எண்ணிக்கை குறைந்தது. ஏனென்றால் போர்முனைக்குப் போக அரசுக்கு ஆட்கள் தேவைப்பட்டனர். அதனால் "உள்ளூர்க் கருங்காலிகள்" என்று கருதப்பட்டவர்களுடன் செய்ய வேண்டிய சண்டையின் வேகம் சற்றுத் தணிந்தது. அப்போது இருந்த கைதிகளை வைத்துக்கொண்டு முகாம் நிர்வாகம் அங்கீகரிக்கப்பட்ட உற்பத்தித் திட்டத்தை நிறைவேற்ற வேண்டியிருந்தது. சிறை முகாமின் நிலைமை எவ்வளவு மோசமாக இருந்தது என்பதை வ்யட்லாக் முகாமின் நிர்வாகியாக இருந்த லெவின்ஸன் என்பவர் கட்சியில் இயங்கியவர்கள் கூட்டத்தில் பேசியதிலிருந்து தெரிந்துகொள்ளலாம். விளக்குகள் கிடையாது, வெப்பமூட்டக் கணப்பு கிடையாது, துணி முதலியவற்றை உலர்த்த அறை கிடையாது, நீராவிக் குளியலுக்கான அறைகள் கிடையாது, மரக்கட்டை அடுக்குப் படுக்கைகளுக்கு மெத்தைகள் கிடையாது. களைத்து விழும்வரை கைதிகள் ஒரு நாளுக்கு 16 மணி நேரம் வேலை செய்ய வேண்டும். சமையலறையிலிருந்து திருடினால்தான் உணவு. குறைக்கப்பட்ட உணவு

கூட கைதிகளுக்குக் கிடைப்பதில்லை. சரியான உடையும் காலணியும் இல்லாததால் கைதிகளுக்கு அடிக்கடி சளி பிடித்தது. இதையெல்லாம் லெவின்ஸன் ஒரு நல்ல மனிதனாக இருந்ததால் தன் நலம் கருதாமல் கைதிகள் வாழும் நிலைமையை உயர்த்துவதற்காகக் கூறினான் என்று முடிவு செய்வோமானால் அதை அப்பாவித்தனம் என்றுதான் கூற முடியும். இல்லை, அப்படி எதுவும் இல்லை. லெவின்ஸனின் கவலை எல்லாம் தனக்கு என்ன ஆகுமோ என்பதுதான். ஏனென்றால் ஸ்டாலின் அரசில் யாரை வேண்டுமானாலும் "சோவியத் அரசின் எதிரி; நாசவேலை செய்பவர்" என்று முத்திரையிட்டுவிட முடியும். பட்டினியில் இருக்கும் இரண்டு காலுள்ள கால்நடைகள் உற்பத்தித் திட்டத்தை நிறைவேற்ற முடியாது; பழி அவன் தலையில்தான் விழும் என்பது சேக்காவிலிருந்த அனுபவம் வாய்ந்த லெவின்ஸனுக்குத் தெரியும்.

டாக்டர் ஷ்னைடர் வ்யட்லாகில் இறந்த 409 லாட்வியர்களின் பட்டியலை பிப்ரவரி 1989ல் வெளியிட்டபோது லாட்வியா முழுவதும் இருந்த பலரின் உறவினர்களைப்போல எங்கள் குடும்பமும் குடும்பப் பெயரைத் தேடி ஒவ்வொரு பத்தியாய் அந்தப் பட்டியலை ஊன்றிப் படித்தது. பலருக்கு அவரவர் உறவுகளின் இறப்பு குறித்த செய்தியை முதல் முறையாக இந்தப் பட்டியலின் மூலமாகத்தான் அறிந்துகொள்ள முடிந்தது. பட்டியல் வெளியிடப்பட்டபோது தாத்தா யானிஸ் என்னவானார் என்றே எங்கள் குடும்பத்துக்குத் தெரியாது. அவர் அகன்ற சோவியத் நாட்டின் பல சிறை முகாம்களில் ஒன்றில் இறந்திருக்கலாம். ஜூன் 1989ல்தான் தன் தந்தையைப் பற்றிய தகவலுக்காக சோவியத் உளவுத் துறை கேஜிபியை அணுகும் தைரியம் அம்மாவுக்கு வந்தது. 21 ஏப்ரல் 1990ல் வந்த பதிலில் "1878ல் பிறந்த, க்ரிஸ்டாப்ஸின் மகனான ட்ரெய்ஃபெல்ட்ஸ் யானிஸ் ஜூன் 14 முதல் கைதியாக இருந்தார் 31 டிசம்பர், 1941ல் வ்யட்லாகில் இறந்தார்; ஏப்ரல் 6, 1990ல் கண்டெடுக்கப்பட்டு உரிய பட்டியலில் சேர்க்கப்பட்டார்" என்று இருந்தது. வ்யட்லாக் என்பது எப்படிப்பட்ட சிறை முகாம் என்பது எங்களுக்குப் பிறகுதான் தெரிந்தது. ஆகஸ்ட் 14 வரை என் தாத்தா டாக்டர் ஷ்னைடர்ஸுடன் சிறை முகாம் 7ல் இருந்தார். அதன்பின் டாக்டர் ஷ்னைடர்ஸ் 900 மற்ற லாட்வியக் கைதி களுடன் சிறை முகாம் 11க்கு மாற்றப்பட்டார். அங்கு அவர்கள் காட்டு வேலையில் ஈடுபடுத்தப்பட்டனர். டாக்டர் ஷ்னைடர்ஸின் பட்டியல் ஆகஸ்ட் 26க்குப் பிறகு எழுதப்பட்டது. அதாவது டாக்டர் 7ம் எண் கைதி முகாமை விட்டுப் போனபின் எழுதியது.

யானிஸ் ட்ரெய்ஃபெல்ட்ஸின் இறப்புச் சான்றிதழில் அவர் இதயத்தசையழல் பாதிப்பாலும் (chronic myocarditis) மூச்சுக்குழாய் வீக்கத்தினால் ஏற்பட்ட கபவாதத்தினாலும் (croupous pneumonia) இறந்தார் என்று குறிக்கப்பட்டிருந்தது. கிட்டத்தட்ட எல்லா அதிகாரபூர்வமான இறப்புச் சான்றிதழ்களிலும் இதே காரணம்தான் குறிக்கப்பட்டிருந்தது. குலாக் சிறையிலிருந்த மருத்துவர்கள் தந்த வாக்குமூலங்கள்படி மட்டுமல்லாமல் டாக்டர் ஷ்னைடர் தொகுத்த இதுவரை யாரும் தயாரிக்காத வ்யட்லாக் சிறை முகாம் 11ன் இறந்துபோனவர்கள் பற்றிய பட்டியல்படியும் அது தவிர டாக்டர். ஸில்வெஸ்டர்ஸ் சமானிஸ்

கூறியிருப்பதுபடியும் நோய் மற்றும் இறப்புக்குக்கான காரணங்கள் மனிதர்கள் செய்ய முடியாத கடினமான உழைப்பும் மனிதர்கள் வாழ முடியாத சிறை முகாம் நிலைமையும் பட்டினியும் அதனால் ஏற்படும் உடல் தேய்வும்தான் என்பது தெள்ளத் தெளிய தெரிகிறது அதிகமாகக் காணப்பட்டக் காரணங்கள் குடல் சம்பந்தமான நோய்கள், குடல் அழற்சி, மூளைக்காய்ச்சல், நுரையீரல் அழற்சி, கபவாதம் மற்றும் மூட்டுவீக்கம். இவை தவிர க்ஷயரோகம், பக்கவாதம், சிறுநீரக அழற்சி, காது அழற்சி, உடல் உறுப்புத் தேய்வு மற்றும் பல நோய்கள் இவைகளும் இறப்புக்குக் காரணங்கள். மற்றச் சிறை முகாம்களிலிருந்த கைதிகள் நினைவுகூரலிலும் இதே போன்ற நோய்களும் சாவும் விவரிக்கப்படுகின்றன. கைதிகளுக்கான ஆஸ்பத்திரிகளில் கிட்டத்தட்ட எந்த மருந்துகளுமே இல்லாத நிலைமையில் இறக்கும் நிலையில் இருந்தவர்களைக் காப்பாற்றுவது என்பது முடியாத காரியமாக இருந்தது. ஆஸ்பத்திரிகள் இதனால் சாவுக்கூடம் என்று அழைக்கப்பட்டன. மிகவும் மோசமான நிலையில் இருந்தவர்களும் இனிப் பிழைக்க வாய்ப்பே இல்லை என்றிருந்தவர்களும் மட்டுமே அங்கு அனுப்பப்பட்டார்கள். அங்கு சென்றவர்களுக்குத் தாங்கள் சாவது உறுதி என்பது தெரிந்திருந்தது. அங்கிருந்து திரும்பியவர்கள் யாருமில்லை.

தன் மீட்புக்கான காலம் நெருங்கிவிட்டது என்பதை யானிஸ் ட்ரெய்ஃபெல்ட்ஸ் உணர்ந்திருந்தார். மரணப்படுக்கையில் கிடந்தபோது அவர் எண்ணங்கள் என்னவாக இருந்திருக்கும்? அவரை மிகவும் துன்புறுத்திய எண்ணங்கள் அவர் குடும்பத்தைப் பற்றியதாக இருந்திருக்கும். அவர் மனைவி மற்றும் மகளின் கதி என்னவாயிற்று என்று அவருக்குத் தெரிந்திருக்கவில்லை. போரின் முதல் ஆண்டில் வெளியுலகத்துடன் தொடர்பு முற்றிலும் மறுக்கப்பட்டிருந்தது. எமீலியாவும் லிகிடாவும் தன்னைப்போலவே வேறொரு குலாக் சிறை முகாமின் கொடுமையை அனுபவித்துக்கொண்டிருப்பார்கள் அல்லது இறந்திருப்பார்கள் என்று மரத்துப்போன இதயத்துடன் தாத்தா நினைத்திருப்பார். அவர் வேறு மாதிரி நினைத்திருக்கச் சாத்தியம் இல்லை. ஏனென்றால் வ்யட்லாகிலிருந்த கைதிகளில் பெண்களும் இருந்தார்கள். முடிவில் டிசம்பர் 17ம் தேதி யானிஸ் ட்ரெய்ஃபெல்ட்ஸ் விசாரணைக்கு அழைக்கப்பட்டபோது அவரை விசாரணை செய்த விட்ஸ் கருணைகூர்ந்து “சுரண்டல் செய்தவன் சமூகத்துக்கு ஆபத்தானவன்” என்று கருதப்பட்ட அவரிடம் என் பாட்டியும் அம்மாவும் எந்த இடத்துக்கு வெளியேற்றப்பட்டார்கள் என்பதைக் கூறியிருப்பாரா என்பது சந்தேகம்தான்.[2]

சேக்காவில் ஊறிப்போன ஒரு சேக்கா உறுப்பினர் வர்க்கப் போராட்டத்தால் இறுகிப்போனவராகவே இருப்பார். வர்க்க எதிரிகளிடம் அவருக்கு எந்தவகைக் கருணையும் இருக்காது. இவ்வாறுதான் யானிஸ் ட்ரெய்ஃபெல்ட்ஸ் எமீலியா மற்றும் லிகிடா பற்றியோ அல்லது தன் மகன்கள் வால்டெமார்ஸ், ஆர்னால்ட்ஸ் மற்றும் விக்டோர்ஸ் பற்றியோ எதுவுமே தெரியாமலேயே இறந்துபோனார். வேறொரு நாளில் தன்னைப்போலவே கால்நடைகளுக்கான ரயில் பெட்டியில் ஏற்றப்பட்டு அவர்கள் ஸைபீரியாவுக்கு அனுப்பப்பட்டார்களா என்பது அவருக்குத் தெரியாது. அது சேக்காவுக்கு மட்டுமே தெரிந்த விஷயம். தன் குடும்பத்துக்கான

பொறுப்பை எப்போதும் ஏற்றவர் யானிஸ் ட்ரெய்ஃபெல்ட்ஸ். அதனால் ஒருவேளை தன்னையே குற்றம்சாட்டிக்கொண்டிருப்பாரோ? ரயில்துறையைச் சேர்ந்த ஷ்வெய்ஹைமர்ஸ் எச்சரிக்கை செய்தபோது அதைச் செவிமடுத்து தன் குடும்பத்தைக் காப்பாற்றாமல் போனோமே என்று அந்த ஜூன் 14 இரவிலிருந்து சாகும் கணம்வரை அவர் மீண்டும் மீண்டும் தன்மேல் பழி போட்டுக்கொண்டுத் தவித்திருப்பார். அவர்கள் பண்ணை வீட்டிலோ. அல்லது லைபாயாவில் இருந்த எமீலியாவின் சகோதரர்களிடமோ பாதுகாப்பாக இருந்திருக்கலாம். ஒரு வேளை எமீலியாவின் சகோதரர்களும் சைபீரியாவில் எங்கேயோ இருந்தால்? எல்லா லாட்வியர்களும் சைபீரியாவுக்கு வெளியேற்றப்பட்டு நாடே இல்லாமல் போயிருக்கலாம். லாட்வியாவே இல்லாமல் போயிருக்கலாம்...

யானிஸ் ட்ரெய்ஃபெல்ட்ஸ் டிசம்பர் மாதத்தின் உறை கடுங்குளிரில் இறந்துபோனார். சோவியத் நாட்டு வழக்கப்படி விசேஷமாகக் கொண்டாடப்படும் ஆண்டின் கடைசி நாள். விடுமுறை நாட்களில் வழக்கமாகச் செய்வதுபோல் கைதி முகாமின் காவலாளிகள் மூக்குமுட்டக் குடித்திருந்தனர். அவர்கள் உட்கொண்ட வோட்கா இறுகியிருந்த இதயங்களை உருக்கி அவர்களைப் பேச வைத்தது. தங்களை உலகின் இந்தப் பகுதிக்குக் கொண்டு வந்த விதியை அவர்கள் பழித்தார்கள். சேக்காவைச் சேர்ந்தவர்களுக்கு இருந்த சலுகைகளால் அவர்கள் போர்க்களத்தில் உயிரிழப்பதிலிருந்து பாதுகாக்கப்பட்டார்கள் என்பதை அவர்கள் மறந்துவிட்டார்கள். தங்கள் ஸ்லாவிய உள்ளத்துக்கு உற்சாகமூட்ட அவ்வப்போது சோகமான பாடல்களைப் பாடினார்கள். அவர்களும் எல்லோரையும்போல மனிதர்கள்தானே? பெருமைமிக்கத் தலைவர் ஜோசப் ஸ்டாலின் எல்லோருக்கும் ஆணையிட்டு அளித்த அழகான வாழ்க்கைக்கான தகுதி அவர்களுக்கு இல்லையா என்ன? க்ரெம்லினில் விளக்குகளுடன் ஒளிரும் தேவதாரு மரத்தைப் பார்த்தபடி எங்கோ வ்யட்லாகில் உள்ள அவர்களுக்காகச் சளைக்காமல் அக்கறை காட்டும் பெருமை மிக்கத் தலைவர் ஜோசப் ஸ்டாலின்.

யானிஸ் ட்ரெய்ஃபெல்ட்ஸ் தனிமையில் இறந்தார். சாகப்போகும் உடல்கள் அடைக்கப்பட்ட ஓர் அறையில். சிலர் கடவுளை அழைத்தார்கள்; சிலர் விதியை நொந்துகொண்டார்கள். சிலர் முனகினார்கள் பிறகு தங்கள் மனைவி மக்களுக்காக அலறினார்கள். இறந்தபின் அவர்கள் உடைகள் களையப்பட்டன. பிறகு அவை ஆவியில் வைக்கப்பட்டு இன்னும் உயிருடன் இருந்த அபாக்கியவான்களுக்குக் கொடுக்கப்பட்டன. ஒவ்வொரு கைகதியின் கோப்பு எண்ணும் குறிக்கப்பட்ட மரத்தாலான அடையாள அட்டை ஒன்று உலோகக் கம்பி ஒன்றில் கோர்க்கப்பட்டு பிணங்களின் கழுத்தில் கட்டப்பட்டது. அதன்பின் பிணங்கள் இழுத்துச் செல்லப்படும் வண்டி ஒன்றில் வீசப்பட்டு அந்த வண்டி பனியில் உறைந்து போன மண்ணில் பறிக்கப்பட்ட குழி அருகே கொண்டுசெல்லப்பட்டது. உடல்கள் அந்தக் குழியில் ஒட்டுமொத்தமாய் வீசப்பட்ட பின் தற்காலிகமாய் அந்தக் குழியை மூட உறைந்துபோன மண் அதன் மேல் போடப்பட்டது. சாவில் கூட இந்தத் தியாகிகளுக்கு அவர்கள் பெயரும் குடும்பப் பெயரும் திரும்பக்

கிடைக்கவில்லை. உழைப்புக்கான அங்கங்கள் பட்டியலிலிருந்து அவர்கள் உபயோகமில்லாத பொருட்கள் பட்டியலுக்கு மாற்றப்பட்டிருந்தார்கள்.

சிறை முகாம் 7 இருந்த இடத்தில் என் தாத்தாவின் உடல் இருக்கிறது. பக்கத்தில் உள்ள லெஸ்னோய் கிராமத்தில் இருக்கும் மிகவும் வயதானவர்களுக்குத்தான் லாட்வியர்களைப் புதைத்த இடம் எது என்பது தெரியும். அந்தச் செழிப்பான நிலத்தில் காற்று விதைகளை வீசி பிணங்களால் உரமூட்டப்பட்ட ஒரு பூச்ச மரத் தோப்பை உருவாக்கியிருக்கிறது. சிறிது காலமே இருக்கும் வடக்குத் திசை வேனிற்பருவத்தை அனுபவித்தபடி காற்றில் மெல்ல அசைகின்றன அந்த அப்பாவி மரங்கள்.

லாட்வியர்கள் துன்பப்பட்ட இடங்களைப் பார்க்கப் போகும் "வ்யட்லாக் – உஸல்லாக் 95" குழுப்பயணம் 1995ல் மேற்கொள்ளப்பட்டது. இந்த யாத்திரை அங்கு இறந்தவர்களின் பிள்ளைகள் மற்றும் அங்கு துன்பங்களை அனுபவித்தவர்களால் மேற்கொள்ளப்பட்டது. இல்மார்ஸ் நாகிஸ் மற்றும் ஆல்ஃப்ரெட்ஸ் புஷ்கெவிக்ஸ், வரலாற்றாசிரியர் ஐனார்ஸ் பம்பல்ஸ், ஸிகுர்ட்ஸ் ஷ்லீக்ஸ் மற்றும் டி.வி. ஒளிப்பதிவாளர் இங்வர்ஸ் லெய்டிஸ் இவர்களைக் கொண்ட குழு அது. வ்யட்லாகின் நடுவே, லெஸ்னோய் கிராமத்தின் ஒரு குன்றின் மேல் ஆக்ஸ்ட் 16 அன்று மரத்தில் செய்த தார் பூசப்பட்ட ஒரு குரிசை அவர்கள் எழுப்பினார்கள். 1941ல் இறந்த சிலர் புதைக்கப்பட்ட ரீகாவில் இருந்த காட்டுக் கல்லறையின் மேல் இருந்த பெரிய குரிசு இருந்த இடத்திலிருந்து எடுத்த ஒரு பிடி மண் நிறைந்த மண் பானையொன்று குரிசின் கீழ் புதைக்கப்பட்டது. வ்யட்லாகிலிருந்து ஒரு கைப்பிடி மண் லாட்வியாவுக்கு கொண்டுவரப்பட்டு பெரிய குரிசின் அடியே புதைக்கப்பட்டது. குலாக் சிறை முகாம்களின் பல இடங்களில் இருந்த லாட்வியப் புதைவிடங்களிலிருந்து கொண்டுவரப்பட்ட பல கைப்பிடி மண்ணோடு இதுவும் புதைக்கப்பட்டது.

வ்யட்லாக் நினைவுச் சின்னக் குரிசின் கீழ் வெங்கலத்தில் செய்த தகடு ஒன்றில் லாட்விய மொழியிலும் ரஷ்ய மொழியிலும் ஆங்கிலத்திலும் ஒரு குறிப்பு எழுதப்பட்டிருந்தது: "லாட்வியக் குடியரசு மக்களுக்காக – கம்யூனிஸ பயங்கரவாதத்தின் பலியாடுகள். லாட்வியா 1995." கைதிகளால் திருத்தப்பட்டக் காட்டில் சேக்கா உறுப்பினர்களின் வாரிசுகள் அங்குள்ள கே-231 சீர்திருத்தப்பள்ளியில் வேலை செய்தபடி இன்றும் வாழும் லெஸ்னோய் கிராமத்தில் உயர்ந்து நிற்கிறது குரிசு. என் தாத்தா யானிஸ் சிறைப்பட்டிருந்த சிறை முகாம் 7 எப்போதோ எரிக்கப்பட்டுவிட்டது. குலாக் தீவிரமாகச் செயல்பட்டபோது வரையறையில்லாமல் காட்டு மரங்கள் வெட்டப்பட்டதால் லெஸ்னோய் கிராமத்தைச் சுற்றியும் உள்ள மட்கரி செறிந்த புதை சதுப்பு நிலம் பெருகிவிட்டது. இலையுதிர்காலத்தில் தெருக்கள் சேறாகிவிடும். அவற்றைக் கடப்பது மிகவும் கடினம். ஜூன் 14, 1941ல் வெளியேற்றப்பட்டவர்கள் எதிர்கொண்ட அதே பனி செப்டம்பர் மாதம் விழ ஆரம்பிக்கும். பூஜ்யத்தின் கீழ் 40 அல்லது 50 டிகிரி கூடப் போய்விடும் கடும் பனி. லெஸ்னோய் கிராமத்தின் நடுவே லெனின் மற்றும் [ஃபெலிக்ஸ் எட்மூண்ட்விச்] ஜர்ஜின்ஸ்கி[3] இருவருக்குமான நினைவிடங்கள் உள்ளன. அரசாங்க ரீதியில் எழுப்பப்பட்ட மற்றக் கல்லறைகளில்

ஸ்டாலின் காலத்துச் சேக்கா உறுப்பினர்களின் பெயர்களைப் பார்க்கலாம். என் தாத்தாவையும் மற்ற லாட்வியர்களையும் பலவிதமாக வதை செய்தவர்கள், காவலாளிகள் மற்றும் விசாரணையாளர்கள் இவர்கள். அவர்களின் வழித்தோன்றல்கள், "கம்யூனிஸம்" மற்றும் "பயங்கரவாதம்" இரண்டும் இணைபிரியாமல் இணைந்திருப்பதை இன்னும் கூடப் புரிந்துகொள்ளவில்லை போலும்.

இறுதிக் குறிப்புகளும் அடிக்குறிப்புகளும்

இறுதிக் குறிப்புகள்:

இந்த அத்தியாயத்துக்கான தரவுகள்:

லாட்விய அரசுத் தரவுகள், லாட்வியா ஆக்கிரமிப்பு அரசுகளின் அரசியல் கொள்கை பற்றிய தரவுகள், லாட்விய தேசிய ஆவணக்காப்பகத்தின் தரவுகள், லாட்வியாவின் தேசிய புத்தகசாலை பதிப்பித்த புத்தகங்கள், லாட்விய ஆக்கிரமிப்பு அருங்காட்சியகத் தரவுகளும் ஆக்கிரமிப்பு பற்றிய நினைவுகளின் புத்தக பதிப்புகளும்.

1. *லிடெராடுரா உன் மாக்ஸ்லா* 11 பிப்ரவரி 1989 இல் வந்த யானிஸ் ஷ்னெய்டர்ஸின் "உயிர்வாழ்தலின் விளிம்பில்" கட்டுரை, அட்மோடா மற்றும் *லிடெராடுரா உன் மாக்ஸ்லா* பத்திரிகைகளில் வெளிவந்த ரொமன்ஸ் ஔஸர்ஸ் எழுதிய "நாங்கள் இன்னும் உயிருடன் இருக்கிறோம். உங்களை மன்னிக்க மாட்டோம்" (*அட்மோடா*, 12 ஜூன் 1990) கட்டுரை.

2. ஆன்ஸிஸ் ரெய்ன்ஹார்ட்ஸ் பதிப்பாசிரியராக இருந்த 1998ல் லாட்விய தேசிய புத்தகசாலை பதிப்பித்த *லாட்வியா-ரஷ்யா* புத்தகம், சோவியத் குழுமத்தின் உள்துறைக் குழுவின் நடவடிக்கைகள் பற்றிக் கூறும் ஜாக்கஸ் ரொஸ்ஸி எழுதி 1997ல் வெளியிடப்பட்ட *குலாக் கையேடு* என்ற புத்தகம். ஆன் ஆப்பில்பாம் *குலாக்: ஒரு சரித்திரம்* (நியூ யார்க், டபிள்டே, 2003) புத்தகம்.

(என் குறிப்பு: *அட்மோடா* (எழுச்சி) லாட்விய சோவியத் சோஷியலிசக் குடியரசிலும் லாட்வியாவிலும் 1988-1992 ஆண்டுகளில் வெளிவந்த ஒரு வாரப்பத்திரிகை. அது 9 அக்டோபர் 1988ல் உருவாக்கப்பட்ட லாட்விய பொதுமக்கள் முன்னணி "டௌடாஸ் ஃப்ரான்டே" (Popular Front of Latvia) என்ற கட்சியின் குரலாக இருந்தது. லாட்விய சோஷியலிஸக் குடியரசில் முதல் சுதந்திரமான எதிர்ப்புப் பத்திரிகையாக இருந்தது. பத்திரிகையின் பெயர் லாட்விய தேசிய எழுச்சி இயக்கங்களைக் குறிக்கிறது. லாட்விய மொழியிலும் ரஷ்ய மொழியிலும் வெளியிடப்பட்டது. லாட்வியாவிலும் ரஷ்யாவிலும் பிரபலமாக இருந்த பத்திரிகை. ரஷ்யப் பதிப்பு 100,000 பிரதிகள்வரை அச்சிடப்பட்டன. *அட்மோடா* ரஷ்யர்களின் உரிமைகளையும் மதித்ததால் லாட்விய தேசிய சுதந்திர இயக்கம் போன்ற தேசிய அரசியல் கட்சிகள் லாட்விய பொதுமக்கள் முன்னணியில் லாட்விய

தேசிய இயக்கத்தைக் கட்டுப்படுத்தும் நோக்கத்துடன் மாஸ்கோவின் கேஜிபி ஒற்றர்கள் நிறைந்திருப்பதாகக் குற்றம்சாட்டின. ஜனவரி 1991ல் கம்யூனிச நிர்வாகிகள் அச்சகத்தில் புகுந்து அது கட்சிப் பத்திரிகை என்று உரிமை கொண்டாடினார்கள். *அட்மோடா* அப்போது லிதுவேனியாவில் உள்ள ஷியொவ்லே நகரத்திலிருந்து வெளியிடப்பட்டது. 1993ல் வெகுஜன ஊடகம் பற்றிய புதிதாக உருவாகியிருந்த சுதந்திர லாட்வியாவில் சர்ச்சை எழுந்தபோது லாட்விய பொதுமக்கள் முன்னணி *அட்மோடா* பத்திரிகையைக் கட்சியின் குரலாக மட்டுமே பார்க்க விரும்பியது. ஆனால் பத்திரிகையாளர்கள் பத்திரிகைச் சுதந்திரம் குறித்து உறுதியாக நின்றனர். இது இருப்பு உடைமைகள் பிரிக்கக் கோரும் வழக்காக நீதி மன்றத்துக்கு வந்தது.

ஜுன் 1993ல் சுதந்திர மறுசீரமைப்புக்குப் பின்னான முதல் நாடாளுமன்றத் தேர்தல் நடந்தபோது பொருளாதாரப் பிரச்சினையாலும் பல அரசியல்வாதிகள் கட்சி மாறிவிட்டதாலும் லாட்விய பொதுமக்கள் முன்னணிக்கு 2.62 சதவிகிதம் வாக்குதான் கிடைத்தது. புது நாடாளு மன்றத்தில் அதற்கு ஓரிடம்கூடக் கிடைக்கவில்லை. கிறித்துவ ஜனநாயகக் கட்சியாகத் தன்னை மாற்றிக்கொள்ள நினைத்து “க்றிஸ்டீகா டௌடாச்ஸ் பார்டியா” (கிறித்துவ மக்கள் கட்சி – Christian People’s Party) என்று தன் பெயரை மாற்றிக்கொண்டது. ஆனால் அதனால் அதிகம் பயன் ஏதும் இருக்கவில்லை. பிறகு “க்றிஸ்டீகி டெமோக்ராடிஸ்கா ஸாவியனீபா” (கிறித்துவ ஜனநாயக சங்கம் – Christian Democratic Union) என்ற கட்சியுடன் இணைந்து கொண்டது. முடிவில் பொதுமக்கள் முன்னணி 9 அக்டோபர் 1999ல் அதன் ஒன்பதாவது மாநாட்டில் தன்னைக் கலைத்துக்கொண்டது.

(ப்ரூஸ் ஜே. எவென்ஸன் AEJMC பத்திரிகையில் 1994ல் எழுதிய “வெகுஜன ஊடகமும் புதிதாக எழும் ஜனநாயகமும்: லாட்வியா பற்றிய ஆய்வு” கட்டுரை மற்றும் உலகளாவிய வலையிலிருந்து கிடைத்த தகவல்களிலிருந்து.)

லிடெராடுரா உன் மாக்ஸ்லா (இலக்கியமும் கலையும்) ஒரு சோவியத் லாட்விய பத்திரிகை. லாட்விய சோவியத் சோஷியலிச குடியரசின் படைப்பிலக்கியச் சங்கங்களின் குரல். மார்ச் 1945இலிருந்து ரீகாவில் வாரப்பத்திரிகையாக வெளிவந்தது.)

அடிக்குறிப்புகள்

1. லாட்விய பொதுமக்கள் முன்னணி (The Popular Front of Latvia) ஒரு ஜனநாயக மக்கள் இயக்கமாக கம்யூனிஸ்ட் கட்சிக்கு எதிராக உருவானது. அதன் முக்கிய நோக்கம் லாட்வியாவின் சுதந்திரத்தை மீண்டும் பெறுவதுதான். மார்ச் 18, 1990ல் லாட்வியாவின் உச்ச மன்றத்துக்கான தேர்தல் நடந்தபோது லா.பொ.மு கட்சிக்குப் போதிய வாக்கு கிடைத்து மே 4, 1990ல் லாட்விய சுதந்திர மறுசீரமைப்பு பிரகடனத்தை ஏற்றுக்கொண்டனர். சுதந்திர மறுசீரமைப்புக்குப் பின் பல கட்சிகள் உள்ள அமைப்பு உருவானபோது லாட்விய

பொதுமக்கள் முன்னணி அதன் முக்கியத்துவத்தை மெள்ள இழந்து பிறகு *1999*ல் தன்னைக் கலைத்துக்கொண்டது.

2. இந்தப் புத்தகம் வெளிவந்த சில நாட்களில், *2003* வேனிற்காலத்தில் வ்யட்லாகில் சிறைப்பட்டிருந்த ஆல்ஃப்ரெட்ஸ் புஷ்கெவிக்ஸ் கீரவ் பிராந்தியத்திலிருந்த யானிஸ் ட்ரெய்ஃபெல்ட்ஸின் வழக்கின் கோப்பு *41468*ஐ என்னிடம் கொண்டுவந்து தந்தார். அதில் *22* நவம்பர் *1941*ல் கைதி முகாம் அதிகாரிகளிடம் எமீலியாவுக்கும் லிகிடாவுக்கும் என்ன ஆயிற்று என்று தெரிவிக்கும்படி கோரிக்கை வைக்கிறார். அந்தக் கோரிக்கையின் குறுக்கே எழுதப்பட்டிருந்தது: "உறவினர்களைத் தேடுவது உள் துறை விவகாரங்களுக்கான மக்கள் குழு உறுப்புகளைச் (The People's Commissariat for Internal Affairs, (NKVD)) சேர்ந்தது இல்லை என்று பதில் கூறவும்."

3. ஃபெலிக்ஸ் எட்மூண்ட்விச் ஜர்ஜின்ஸ்கி *(1877-1926)* ஒரு பால்ஷெவிக் தலைவர். சோவியத் ரகசிய போலீஸ் சேக்காவின் (The All-Russian Extraordinary Commission for Combating Counterrevolution and Sabotage (Cheka)) முதல் தலைவர். மிக நேர்மையான, ஈவு இரக்கமில்லாத, வெறிபிடித்த கம்யூனிஸ்ட் என்று பெயர் வாங்கியவர்.

லாட்வியாவில் போர்

என் அப்பா ஐவர்ஸ் போரின் ஆரம்பத்திலேயே காயமடைந்தார். சோவியத் ராணுவம் பின்வாங்கும்போது இன்னும் கட்டிமுடிக்காத யும்ப்ரவ்முயிஸா விமானதளத்தில் விமான தாக்குதல் நடந்தது. அந்த விமானதளம் என் அப்பாவின் பாட்டி பெர்டா மடில்டேயின் வீட்டுப் பக்கத்தில் இருந்தது. அது என் அம்மாவின் குடும்பம் ஜூன் 14ம் தேதி கால்நடைகளுக்கான ரயில் பெட்டியில் ஏற்றப்பட்டு ஸைபீரியாவுக்கு வெளியேற்றப்பட்ட ஷ்க்யுரோதவா சரக்குவண்டிகளுக்கான ரயில் நிலையத்துக்குக் கிட்டத்தட்ட ஒரு கிலோமீட்டர் தூரத்தில்தான் இருந்தது. பின்வாங்கிக் கொண்டிருந்த சோவியத் ராணுவம் உபயோகித்த பிரதான வீதிகளில் ஒன்று ஷ்க்யுரோதவா ரயில் நிலையத்தைத் தாண்டித்தான் போயிற்று. வேகமாகச் செல்ல ராணுவம் ரீகாவை நோக்கிச் செல்லும் டௌகாவ்பில்ஸ் நெடுஞ் சாலையில் விரைந்துகொண்டிருந்தது. அவன் பாட்டி வெளியே போகக்கூடாது என்று தடைவிதித்திருந்தாலும் அந்த வயதுப் பையன்களுக்கே உரிய ஆர்வத்துடன் ஏதாவது போர் சம்பந்தமான கிளர்ச்சியூட்டும் சம்பவம் நடந்தால் அதைத் தவறவிடக்கூடாதென்று வீதியின் இரு மருங்கிலும் இருந்த புதர்ச்செடிகளுக்கிடையே போய்க்கொண்டிருந்தான் ஐவர்ஸ். ஜெர்மானிய குண்டுகளும் ரஷ்ய விமான எதிர்ப்புக் குண்டுகளும் அவனைச் சுற்றி வெடித்துக்கொண்டிருந்தன. அந்தச் சிறுவனுக்குப் பயமாக இருந்தது ஆனால் அந்தப் பயமே அவன் உள்ளக் கிளர்ச்சியை அதிகப்படுத்தியது. பக்கத்தில் சில சோவியத் ராணுவ வீரர்கள் ஒரு குழியில் பதுங்க முயற்சி செய்துகொண்டிருந்தார்கள். அதுதான் ஐவர்ஸின் நினைவில் இருந்த கடைசிக் காட்சி. அதன்பின் அதிர்ந்துபோகும்படி வெடித்த ஒரு குண்டு ஒரு ரப்பர் பந்துபோல அவனைத் தூக்கி எறிந்தது. கீழே விழுந்த ஐவர்ஸின் தலையில் அடிபட்டு, காலும் உடைந்தது. பாட்டி மடில்டேவுக்கு என்ன செய்வதென்று தெரியவில்லை. சுற்றிலும் குண்டுகள் வெடித்துக்கொண்டிருந்தன. பையனை

டாக்டரிடம் கூட்டிப்போக ஒரு குதிரைகூட இருக்கவில்லை என்பது ஒரு பக்கம் இருக்க டாக்டர்களே யாரும் இருக்கவில்லை. போர்க்காலத்தில் தொடர்பு சாதனங்கள் துண்டிக்கப்பட்டிருந்ததால் அவள் பெண் மில்டாவுக்கும் பையனின் விபத்து பற்றித் தெரிவிக்க முடியவில்லை. என் பாட்டி மில்டாவுக்குப் பல நாட்கள் சென்றபின்தான் தன் மகனுக்கு விமானத் தாக்குதலில் ஏற்பட்ட விபத்து குறித்துத் தெரியவந்தது. எந்த டாக்டரின் உதவியும் இல்லாமல் போனதால் கால் எலும்பு சரியாகச் சேராமல் கோணலாகிப்போனது. சூழ்நிலை சரியாக இருந்திருந்தால் இதைச் சரிப்படுத்தியிருக்கலாம். ஆனால் அறுவைச் சிகிச்சை நிபுணரின் உதவி தேவைப்பட்டிருக்கும். போர்க்காலக் குழப்பத்திலும் போருக்குப்பின் நடந்த நிகழ்வுகளினாலும் அதைச் செய்ய முடியாமல் போயிற்று. என் தந்தை வாழ்நாள் முழுவதும் நொண்டியாகவே இருந்தார்.

ஜெர்மனி சோவியத் குழுமத்தை ஜூன் 22ம் தேதி இரவு தாக்கியது. சில நாட்களிலேயே எல்லையைத் தாண்டி ஜெர்மன் ராணுவம் லாட்வியாவினுள் நுழைந்துவிட்டது. எல்லாம் மிக வேகமாக நடந்ததால் ஸ்டாலின் உத்தரவுப்படி எதிரிக்கு உபயோகப்படும் எல்லாவற்றையும் அழிக்கவோ எதிரிக்குப் பயன்படும் திறன்கள் உள்ளவர்களை அங்கிருந்து விரைவில் வெளியேற்றவோகூட சோவியத் ராணுவத்துக்கு முடியாமல் போயிற்று. சோவியத் ராணுவத்தின் சிப்பாய்களும் சோவியத் அதிகாரிகளும் பயந்துபோய் ஓர் ஒழுங்கில்லாமல் ஓடிக்கொண்டிருந்ததில் அவர்களில் சிலர் தங்கள் ஆயுதங்களைக்கூட விட்டுவிட்டுப் போய்விட்டார்கள். ரீகாவின் அருகிலிருந்த யுக்லா பாலத்திலிருந்து ஸிகுல்டா நகரம் வரை நெடுஞ்சாலையின் இரு புறமும் கவர்ந்துகொண்ட சாமான்கள், சீருடைகள், நச்சுப்புகைக்கான முகமூடிகள், போர்த் தளவாடங்கள் இவை இறைந்து கிடந்தன. ஜூலை 1ம் தேதியன்று ஜெர்மானியர்கள் ரீகாவில் நுழைந்தார்கள். ஓர் ஆண்டுக்கால இடைவெளிக்குப் பிறகு “கடவுள் லாட்வியாவை ஆசிர்வதிக்கட்டும்” என்ற தேசிய கீதம் ரேடியோவில் மீண்டும் ஒலித்தது. சிவப்பு, வெள்ளை, சிவப்பு வண்ணக் கொடி தெருக்களில் பறந்தபடி இருந்தது. லாட்வியாவின் கொடி மூன்றாவது ரய்ஷின் சிவப்பில் கறுப்பு ஸ்வஸ்திகச் சின்னத்துடன் இருந்த கொடியுடன் பறந்தபோதிலும் அந்தச் சமயத்தில் லாட்வியர்களின் கண்களுக்கு அது லாட்வியாவின் தேசியக் கொடியின் அழகை எந்தவகையிலும் குலைக்கவில்லை என்றே பட்டது. விடுதலை குறித்த தங்கள் மகிழ்ச்சியைக் காட்ட அன்னை லாட்வியாவுக்குக் கட்டிய சுதந்திர நினைவுச் சின்னத்தில் பூக்களை வைக்க மக்கள் வந்தார்கள். தேவாலயங்களில் நன்றி தெரிவிக்கும் பிரசங்கங்கள் நடந்தன.

ஐரோப்பாவின் வேறெந்த நாட்டிலும் ஜெர்மானிய ராணுவம் இவ்வளவு உற்சாகத்துடன் வரவேற்கப்பட்டிருக்காது. ஒரு வேளை மற்ற இரு பால்டிக் நாடுகளிலும் அப்படி இருந்திருக்கலாம். இன்றுவரை ஐரோப்பியர்களை அதிர்ச்சிக்குள்ளாக்கும் விஷயம் இது. ஆனால் அவர்களுக்கு லாட்விய சரித்திரம் கம்யூனிஸ அரசால் முற்றிலும் குலைத்துப்போடப்பட்டது தெரியாது. மேற்கு ஐரோப்பா ஃபாசிசத்தின் கொடூரத்தை அனுபவித்திருக்கிறது. ஆனால் பலருக்குக் கம்யூனிஸம் என்பது எந்தத் தவறும் இழைக்க முடியாத ஒரு கொள்கை மேல்

அறிவுஜீவிகளுக்கு உள்ள மோகமாகவும் வீட்டின் வரவேற்பறையில் அமர்ந்து பொழுதுபோக்கிற்காகச் சமத்துவம் மற்றும் சமூக நீதி பற்றிப் பேசும் பேச்சாகவுமே பட்டது. ஆனால் யதார்த்தமாக நோக்கினால் இரண்டுமே இனப்பாகுபாடு, தேசிய அளவில் சகிப்புத்தன்மையற்ற வெறுப்பு, பெருமளவில் இனப்படுகொலை இவற்றை ஆதரித்த, சட்டத்தை மீறும் குற்றயியல்புடைய சர்வாதிகார அரசுகள்தாம். விதியின் விளையாட்டால் லாட்வியர்கள் கம்யூனிசம் பற்றியும் அது அரசு செய்யும் விதங்கள் பற்றியும் முதலில் தெரிந்துகொள்ளவேண்டிவந்தது. அதனால் அப்போதுதான் அனுபவித்திருந்த சோவியத் ஆக்கிரமிப்பு, ஜூன் 14 தேதியில் ஒரு பெரும் கூட்டமாக மக்கள் நாடு கடத்தப்பட்டது இவை நடந்த ஓராண்டுக்குப் பிறகு ஜெர்மானியப் படைவீரர்கள் விடுதலையளிப்பவர்களாகவே நோக்கப்பட்டனர். போர் முடிந்த பின் சோவியத் பிரசாரம் மேற்கத்திய நட்பு நாடுகளை லாட்விய மக்கள் ஃபாசிச உணர்வும் யூத வெறுப்புணர்வும் கொண்டவர்கள் என்பதை நம்பவைக்க இதைத் தனக்குச் சாதகமாகப் பயன்படுத்திக்கொண்டது. ஜெர்மானியத் தாக்குதல் பற்றிய சினிமாப் படங்களின் சில பகுதிகள் இப்போதும் ஐரோப்பிய தொலைக்காட்சிகளில் காட்டப்படுகின்றன. இவற்றைக் காட்டும் தொலைக்காட்சி நிகழ்ச்சிகளைத் தயாரிப்பவர்களுக்கு லாட்வியர்கள் ஏன் இப்படி உணர்ந்தார்கள் என்பது மறந்துபோகிறது அல்லது அவர்களுக்கு அது குறித்து எதுவுமே தெரியாது. பார்வையாளர்களுக்கு அவர்கள் சோவியத் ஆக்கிரமிப்பில் லாட்வியாவில் என்ன நடந்தது என்பதை விளக்குவதில்லை.

ஜூலை 4ம்தேதி புதைக்கப்பட்டிருந்த 98 உடல்கள் மத்திய சிறைச்சாலை அருகே எடுக்கப்பட்டன என்ற செய்தி ரீகாவை அதிர்ச்சிக்கு உள்ளாக்கியது. ரீகாவின் மக்கள் கூட்டம் கூட்டமாகத் தங்கள் தொலைந்துபோன உறவினர்களைத் தேட மத்திய சிறைச்சாலைக்குச் சென்றனர். சேக்காவைச் சேர்ந்தவர்கள் பின்வாங்கத் தொடங்கியபோது லாட்வியா முழுவதும் பல லாட்வியர்களை ஒரேயடியாகச் சுட்டு வீழ்த்தியிருந்தனர். ஒரே ஆண்டில் சோவியத் அரசின் கீழே நடந்த கொடுமைகளைப் பற்றியும் நாடு கடத்தப்பட்ட அல்லது காணாமற்போன உறவினர்களைப் பற்றியும் வாய்விட்டு உரக்கப் பேச முடிந்தது. இறந்தவர்கள் பற்றிய அறிக்கைகளும் காணாமற் போனவர்கள் பட்டியலும் பத்திரிகைகளில் வர ஆரம்பித்தன. ஒவ்வொரு நாளும் சேக்காவைச் சேர்ந்தவர்கள் செய்த குற்றங்கள் குறித்த புதுத் தகவல்கள் வர ஆரம்பித்தன. அரசு அலுவலர்கள், அதிகாரிகள், வயதானவர்கள், மாணவர்கள், பெண்கள் என்று யாருமே குழந்தைகள் உட்பட அவர்கள் வதை கூடங்களிலிருந்து தப்பவில்லை. சோவியத் தணிக்கையினால் அவரவர் துக்கத்துடனும் பயத்துடனும் மக்கள் வாழ்ந்திருந்தனர். அதனால் இந்தப் பயங்கரக் குற்றங்கள் பற்றிய முழு விவரங்களை யாருமே அறிந்திருக்கவில்லை. “பயங்கர ஆண்டு” என்று அறியப்பட்ட அந்த சோவியத் ஆண்டின் நிகழ்வுகளை ஜெர்மானிய பிரசார இயந்திரங்கள் தங்கள் சுயநல நோக்கத்துக்காகப் பயன்படுத்திக்கொண்டன. பல்ஷவிஸக் கருத்துகளைக் குறித்து எல்லோரையும் உசுப்பிவிடவும் அது குறித்த அச்சத்துக்குத் தீனி போடவும் மூன்றாவது ரய்ஷின் கீழ்தான் லாட்வியர்களுக்கு எதிர்காலம் உண்டு என்பதை உறுதிப்படுத்தவும்

சோவியத் ஆக்கிரமிப்பு பற்றிய விவரங்கள் பயன்படுத்தப்பட்டன. அந்தச் சமயத்தில் இந்தப் பிரசாரம் லாட்வியர்களுக்கு அர்த்தமற்றதாகவே பட்டது. ஏனென்றால் கண்ணால் கண்ட பிணங்களும் அனுபவித்தத் துன்பங்களும் மாற்றவே முடியாத உண்மையாக இருந்தன.

அந்த ஆண்டின் சோகம் எல்லோரையும் தொட்டிருந்தது. குழந்தைகள் பெரியவர்களுடன் சோகம் கொண்டாடினார்கள். என் அப்பாவின் நெருங்கிய உறவினர்களில் யாரும் நாடுகடத்தப்படவோ சுட்டுக்கொல்லப்படவோ இல்லை. ஆனால் போர்க்காலத்தின் அந்த முதல் வேனிற்பருவத்தில் பாட்டி மடில்டேயின் வீட்டைத் தாண்டி, கம்யூனிசத்தால் பாதிக்கப்பட்டவர்கள் கொண்டுசெல்லப்படுவதைப் பார்த்தபோது தன் குழந்தை உள்ளத்தில் இதுவரை உணர்ந்திராத எத்தகைய சோகத்தையும் கோபத்தையும் உணர நேரிட்டது என்பது ஐவர்ஸுக்கு இன்னும் நினைவிருக்கிறது. ரம்புலா கிராமத்தைத் தாண்டி ஓர் இடத்தில் அந்த வதைபட்டவர்கள் தோண்டி எடுக்கப்பட்டுக்கொண்டிருந்தார்கள். வெள்ளைத் துணியால் போர்த்தப்பட்ட பிணங்கள் அடுக்கப்பட்ட தள்ளுவண்டிகள் ஊர்க்காவல் படையினர் மற்றும் ஜெர்மானிய ராணுவ வீரர்கள் சகிதம் வீட்டைத் தாண்டிச் சென்றன. மத்திய சிறைச்சாலையில் சுடப்பட்டவர்களில் ஒரு டாக்டரும் இருந்தார். அவருடன் என் அப்பாவின் அம்மா மடில்டே பல ஆண்டுகள் செஞ்சிலுவை ஆஸ்பத்திரியில் வேலை செய்திருந்தார். நான் குழந்தையாக இருந்தபோது ஒரு முறை என் பாட்டி சோவியத் நாட்டின் ஆரோக்கியம் குறித்த பத்திரிகை (*வெஸேலீபா*) ஒன்றில் அவருடன் வேலை செய்த ஒருவரைப் பற்றி வந்த கட்டுரை ஒன்றைப் படித்தபோது மறந்துபோய் என் முன்னால் சேக்காவைச் சேர்ந்தவர்கள் அந்த டாக்டரை சுடும் முன் செய்த தாங்கமுடியாத வதை பற்றிக் கூறியது எனக்கு இன்னும் நினைவிருக்கிறது. அவர் நகங்களின் கீழே ஆணியைப் புகுத்தினார்கள். என் பாட்டி கூறியதை நான் நம்பமுடியாமல் வாய் பிளந்து கண்கள் ஆச்சரியத்தில் விரியக் கேட்டேன். ஃபாசிசவாதிகள்தான் அப்படிச் செய்ய முடியும் சேக்காவைச் சேர்ந்தவர்கள் அப்படிச் செய்திருக்க முடியாது; நான் படித்துக்கொண்டிருந்த சோவியத் பள்ளி எனக்குக் கற்றுக்கொடுத்தவரை சேக்காவைச் சேர்ந்தவர்கள் உன்னதத்துக்கும் மனிதாபிமானத்துக்கும் உதாரணமாக இருப்பவர்கள். தொல்லையில் மாட்டிக்கொள்ளாதிருப்பதற்காக இந்தச் சோவியத் கற்பனைக் கதைகளை பள்ளியிலிருந்து வந்தபின் நான் உற்சாகமாகக் கூறும்போது மறுக்காமல் இருந்தார்கள் என் பெற்றோர்கள்.

என் அப்பா மட்டும் என்னிடம் சேக்காவின் நிலவறைகளில் பார்த்ததைக் கூறியிருந்தால் நான் எவ்வளவு அதிர்ச்சி அடைந்திருப்பேன்! பதின்ம வயதுக்கே உரிய ஆர்வத்தில் தான் கேள்விப்பட்டப் பயங்கரக் கதைகளெல்லாம் உண்மையா என்றறிய அவர் நிலவறைகளைப் பார்க்கச் சென்றாராம். அத்தனையும் உண்மை! சேக்காவை நோட்டமிட அவர் கைதிகள் உடற்பயிற்சி செய்யும் இடத்துக்கும் பிறகு நிலவறைகளுக்கும் போனார். அவற்றை ஜெர்மானியர்கள் பிரசார நோக்கத்துடன் பொதுஜனங் களுக்காகத் திறந்து வைத்திருந்தனர். கைதிகளின் சிறைகளில் மனத்தைச் சோர்வுறச் செய்யும் மிகவும் தாழ்ந்த கூரைகள் இருந்தன. ஒவ்வொரு

சிறையிலும் கைதிகளின் குடும்பப் பெயர்களின் பட்டியல் சுவர்களில் ஒட்டவைக்கப்பட்டிருந்தது. மரண தண்டனை விதிக்கப்பட்டவர்களுக்கான தனிச் சிறையில் சுவரில் தோட்டாக்கள் பதிந்த அடையாளம் எதுவும் இருக்காவிட்டாலும் ரத்தம் போக இருந்த சாக்கடை எல்லாக் கதைகளையும் கூறியது. சுவரில் தொங்கிய ஜர்ஜின்ஸ்கியின் படம் ஒன்றுடன் இருந்த விசாரணை அறை என் அப்பாவை வெகுவாகப் பாதித்தது. அந்தப் புகழ்பெற்ற மிகவும் மேம்பட்ட சேக்காவின் தலைவர் சுவரிலிருந்தபடி மிக்க அகந்தை கூடிய அலட்சியத்துடன் அந்த அறையில் அடிப்பதற்காக இருந்த சாதனங்கள், மேசை மேல் வைக்கப்பட்டிருந்த பிய்ந்துபோன நகங்கள் இருந்த டப்பா போன்ற வதைப்பதற்கான பல சாமான்களைப் பார்த்தபடி இருந்தார்.

நான் என் புத்தகத்தை எழுத ஆரம்பித்ததும் இது குறித்தும் இன்னும் பல விஷயங்கள் பற்றியும் நான் வற்புறுத்திக் கேட்டதால் என் அப்பா என்னிடம் கூறினார். நான் சிறுமியாக இருந்தபோது கடந்த காலம் பற்றிய பேச்சு குடும்ப நிகழ்வுகள் அல்லது வீட்டில் நடந்த சம்பவங்கள் இவற்றைப் பற்றிப் பேசும்போதுதான் எழுந்தது. அதன் அரசியல் அல்லது வரலாற்று முக்கியவத்துக்காகக் கடந்த காலம் எப்போதுமே பேசப்பட வில்லை. சோவியத் பிரசாரத்தின் தாக்கத்தில், லாட்விய வரலாறு பற்றிக் கிட்டத்தட்ட ஒன்றுமே அறியாமல்தான் நான் வளர்ந்தேன். லாட்வியா ஒரு மௌனத்தில் முற்றிலும் புதைக்கப்பட்டிருந்தது. பதிலளிக்க முடியாத கேள்விகளாலும், ஆபத்தை ஏற்படுத்தக்கூடிய ஐயங்களாலும் தங்கள் குழந்தையின் வாழ்க்கையைச் சிக்கலாக்க விரும்பவில்லை என் பெற்றோர். அதன் பிரதிபலிப்புதான் இந்தச் சுய தணிக்கை. எல்லா வற்றுக்கும் மேல், அவர்கள் விதியின் சோகம் மீண்டும் ஒரு முறை எங்கே என்னையும் தாக்கிவிடுமோ என்று அதிலிருந்து என்னைப் பாதுகாக்க விரும்பினார்கள் அவர்கள். இப்போதுதான் அவர்கள் மௌனம் எவ்வளவு எனக்கு நன்மை செய்தது என்பதை நான் உணர முடிகிறது – என் குழந்தைப் பருவம் பயத்தால் பாதிக்கப்படவில்லை ஏனென்றால் சுதந்திரமாகச் சிந்திப்பதில் உள்ள ஆபத்து குறித்தும் சோவியத் அரசு எத்தனை கொடூரமாகச் செயல்படக்கூடும் என்பது குறித்தும் எனக்கு எதுவுமே தெரிந்திருக்கவில்லை. அவர்கள் மௌனமாகவே இருந்தார்கள். அதனால் பள்ளியிலோ வீதியிலோ மற்றவர்கள் நடுவிலோ பொய் சொல்ல வேண்டிய அவசியமோ நடிக்க வேண்டிய அவசியமோ எனக்கு இல்லாமல் போயிற்று. மனத்தை வாட்டியிருக்கக்கூடிய இரட்டை முகங்களைப் பூணாமல் இருக்க அவர்கள் மௌனம் எனக்கு உதவியது. இன்னொரு காலகட்டத்தில் காரண காரியங்கள் பற்றி நான் ஆழமாகச் சிந்திக்கத் தொடங்கியபோதும் சோவியத் அரசின் சாரம் குறித்த கசப்பான உண்மையை அறிந்துகொண்டபோதும் என் ஆளுமையின் நேர்மைத் தன்மையை அது எந்த வகையிலும் பாதிக்கவில்லை. இந்த அறிதல்தான் சோவியத் ஆட்சியை எதிர்த்தவர்களை நோக்கிச் செல்ல எனக்கு உதவியது.

வெகு சீக்கிரமே லாட்வியர்கள் தொடர்ந்து நேரும் “விடுதலை” பற்றிய அப்பாவித்தனமான உற்சாகங்களிலிருந்து மீண்டு வந்தார்கள். சுய ஆட்சி அமைக்கவும் லாட்விய ஆட்சியில் சமபங்கு வகிப்பது குறித்தும்

லாட்விய அரசியல்வாதிகள் செய்த எந்தப் பரிந்துரைகளுக்கும் ஜெர்மானிய அதிகாரம் இணங்க மறுத்தது. ஜூலை 17 தேதியன்று எதிர்காலத்தில் லாட்வியர்கள் எஸ்டோனியா, லிதுவேனியா மற்றும் பைலோரஷ்யா நாட்டு மக்களுடன் ஆஸ்ட்லண்ட் மாகாணத்தில் இருப்பார்கள் என்றும் அவர்கள் ஆஸ்ட்லண்டியர்கள் என்று அறியப்படுவார்கள் என்றும் ஹிட்லர் அறிவித்து லாட்வியர்களை மகிழ்ச்சியில் ஆழ்த்தினார். ஆஸ்ட்லண்டின் தலைநகரமாக இருக்கும் பெரும் கௌரவம் ரீகாவுக்கு அளிக்கப்பட்டது. பாதுகாப்பு மற்றும் நிர்வாகத்திற்கான எல்லா அமைப்புகளுக்கும் ரீகாவே மையமாக இருக்கும் எனக் கூறப்பட்டது. இது பற்றி லாட்வியர்கள் கருத்து என்ன என்பது கேட்கப்படவே இல்லை. சோவியத் ஆட்சி போலவே பத்திரிகைகளும் கலாசார வாழ்க்கையும் பலத்த தணிக்கைக்கு உட்படுத்தப்பட்டன. லாட்வியாவின் கலாசாரம் சம்பந்தப்பட்ட எல்லாமே முன்புபோல் கடுமையாகப் பார்க்கப்படவில்லை என்றாலும் லாட்விய பாரம்பரியங்கள் குறைக்கப்பட்டு, குடும்பத்தை ஒட்டி மட்டுமே இருக்கும்படி கடுமையாகக் கட்டுபடுத்தப்பட்டன. சோவியத் ஆட்சி போலவே லாட்விய சுதந்திர நாளான நவம்பர் 18 தேதியைக் கொண்டாடுவது தடைசெய்யப்பட்டது. தேசியக் கொடி மறைந்து போயிற்று; தேசிய கீதமும் எங்கும் ஒலிக்கவில்லை. ப்ரீவீபஸ் இயலா – சுதந்திர வீதி – அடால்ஃப் ஹிட்லர் ஸ்ட்ராஸ்ஸே (அடால்ஃப் ஹிட்லர் வீதி) என்று மாற்றப்பட்டது. பத்திரிகைகளில் தந்தை ஸ்டாலினின் படத்துக்குப் பதிலாக ஃப்யூரர் ஹிட்லரின் படம் போடப்பட்டது. சோவியத் ராணுவத்தைப் புகழும் பாடல்களுக்குப் பதிலாக இப்போது வீரம் செறிந்த விடுதலையாளர்களான "வேர்மாக்ட்" என்று கூறப்பட்ட ஜெர்மானிய ராணுவத்தின் வீரர்களைப் புகழும் பாடல்கள் பாடப்பட்டன. ரஷ்ய மொழியைக் கற்க வேண்டும் என்றக் கண்டிப்பான வற்புறுத்தலுக்குப் பதிலாக ஜெர்மன் மொழியைக் கற்பதற்கான பாடநெறிகள் குறித்த விளம்பரங்கள் வர ஆரம்பித்தன.

மூன்றாவது ரய்ஷிலிருந்து கிட்டத்தட்ட 25,000 அதிகாரிகள் புதிய பிரதேசத்தில் நிர்வாக வேலைகளைச் செய்ய லாட்வியாவுக்கு வந்தார்கள். அரசு வேலைக்காக அமர்த்தப்பட்ட பலர் திரும்ப லாட்வியாவுக்கு அனுப்பப்பட்ட பால்டிக் ஜெர்மானியர்களாக இருந்தார்கள். அவர்கள் தங்கள் குடும்பங்களோடு திரும்பி வந்து பழிக்குப் பழி வாங்கிய உணர்வை அடைந்தார்கள். பால்டிக் நாடுகளில் அவர்களுக்குச் சரித்திர ரீதியாக இருந்த உரிமைகள் குறித்து ஃப்யூரருக்கு நினைவூட்டும் வேலையை அவர்கள் பிரதிநிதிகள் செவ்வனே செய்திருந்தார்கள். இது மூன்றாவது ரய்ஷ் 1918ல் இழந்த பரம்பரை அரசியல் உரிமைதான் என்று அவர்கள் ஃப்யூரரின் செவியில் கிசுகிசுத்திருந்தார்கள். இது போருக்குப் பின் லாட்வியாவை காலனியாட்சிக்கு உட்படுத்த ரய்ஷின் அரசியல் தலைவர்கள் செய்திருந்த திட்டங்களுடன் அருமையாக ஒத்துப்போயிற்று. லாட்வியாவில் வந்திருக்கக் கட்டடங்களும் நிலமும் வேறு வகைச் சொத்துகளும் காலனியாட்சியாளர்களுக்குத் தேவைப்பட்டன. அதனால் சோவியத் காலத்தில் நாட்டுடமையாக்கப்பட்ட சொத்துக்களைத் திரும்பத் தருவதில் ஜெர்மானிய அதிகாரிகளுக்குச் சுணக்கம் ஏற்பட்டது. அது மட்டுமல்லாமல் மறைமுகமாக நாட்டுடமையாக்கும் திட்டம் தொடர்ந்தது.

700 ஆண்டுகளாக இருந்த நில உரிமைகளைப் புதுப்பிக்க 1920களில் லாட்வியாவில் நடந்திருந்த விவசாயச் சீர்திருத்தங்களைச் சட்டப்படி நடந்ததாக ஜெர்மனி ஏற்கவில்லை. இந்தத் திட்டங்கள் அமலில் வரும்வரை லாட்விய விவசாயி அரசு நிலங்களைக் குத்தகைக்கு எடுத்தவராகவே சட்டப்படி கருதப்படுவார். இப்போது அது தற்கால உபயோகத்துக்குத் தரப்பட்ட ரய்ஷின் சொத்து!

எதெது ஆக்கிரமிப்பின் முதலாம் ஆண்டு மாஸ்கோவுக்கு ஏற்றுமதி செய்யப்படவில்லையோ அதெல்லாம் இப்போது பெர்லினுக்கு ஏற்றுமதி செய்யப்பட்டது. சில மாதங்களிலேயே ஜெர்மானியர்கள் கடைகளை எல்லாம் வாங்கிவிட முடிந்தது. காரணம் சாமான்களின் விலை முடக்கப்பட்டு ஜெர்மானிய நாணயமான ரயிஷ்மார்க்கின் பரிமாற்ற வீதம் நிலையான ஒன்றாக நிர்ணயிக்கப்பட்டது. அதன் அசல் மதிப்பீட்டுக்கும் நிர்ணயிக்கப்பட்டப் பரிமாற்ற வீதத்துக்கும் எந்தவித ஒற்றுமையும் இருக்கவில்லை. செப்டம்பர் 1ம் தேதியிலிருந்து ரேஷன் அட்டைகள் தரும் திட்டம் அறிமுகப்படுத்தப்பட்டது. அது வழக்கமான ஜெர்மானியப் பாணியில் துல்லியமாக, நுணுக்கமான விவரங்களுடன் இருந்தது. அதிகாரபூர்வமான *டேவீயா* (தந்தைநாடு) பத்திரிகையில் எல்லோரும் மிகவும் கவனமாகப் படித்த பகுதி வினியோகம் சம்பந்தப்பட்டக் கையேடுகள், ரேஷன் அட்டைகள், உணவு அளவுகள் இவற்றின் விதிகளைக் குறித்துத் தொடர்ந்து வெளியிடப்பட்டப் பகுதிதான். போர் தொடர்ந்தபோது ஒவ்வொரு நபருக்கும் தரப்படும் உணவுப் பொருட்கள் மற்ற தேவையான பொருட்கள் இவற்றின் அளவு குறைந்தபடி இருந்தது. ஒரு பெரிய கறுப்புச் சந்தை உருவாகிச் செயல்பட்டது. ஒழுங்கு முறைக்குப் பொறுப்பாக இருந்த ஜெர்மானியர்கள் இதில் ஆதாயம் பார்ப்பவர்களிடமிருந்து கணிசமான வரித் தொகையை அள்ள முடிந்தது. இது நாடெங்கும் நடந்த பெரும் ஊழல். லாட்விய கிராமப்புறம் வரிகளின் கனத்தால் அழுத்தப்பட்டிருந்தது. ஆனால் விவசாயிகளுக்கு உணவாவது இருந்தது. மேலும் நகர்ப்புறத்தில் இருந்தவர்களுடன் பரிமாற்றங்களைச் செய்துகொள்ள முடிந்தது. நகர்ப்புறத்தாரும் ஜெர்மானிய நிர்வாகத்தால் தடை செய்யப்பட்டிருந்தாலும் உணவுப் பொருட்களுக்காகக் கிராமத்தை நோக்கி வரத்தான் செய்தார்கள். எந்தவகை மனக்கூச்சமும் இல்லாமல் ஜெர்மானியர்கள் "ரய்ஷ் ஜெர்மானியர்கள்" "உள்ளூர்க்காரர்கள்" இவர்களுக்கிடையே இருந்த வேற்றுமைகளை வலியுறுத்தும் விதிமுறைகளையும் உத்தரவுகளையும் ஏற்றுக்கொண்டார்கள். ஜெர்மானியர்களைவிட உள்ளூர்க்காரர்களுக்கு வழங்கப்பட்ட உணவின் அளவு 33% குறைவாகவும் ஊதியம் 50% குறைவாகவும் இருந்தது.

இவற்றையும் இன்னும் பலதரப்பட்ட சமத்துவமின்மையையும் கண்டதும் சில மாதங்களிலேயே ஆரம்பத்தில் "விடுதலை" குறித்து இருந்த உற்சாகம் வடிந்து அது கசப்பாக மாறியது. "விடுதலை அடைந்தவர்கள்" இன்னொரு ஆக்கிரமிப்பு ஆரம்பித்துவிட்டது என்றும் லாட்வியா பிரதேசத்தில் சுயாட்சி குறித்து எந்தவித நம்பிக்கையும் வைக்க முடியாது என்றும் தெரிந்துகொண்டார்கள். லாட்வியர்கள் மீண்டும் ஜெர்மன் முதலாளிகளின் கீழ் "பாவ்வர்" (விவசாயிகள்) ஆகிவிட்டார்கள். இருபது

ஆண்டுகள் சுதந்திரமாக வாழ்ந்தபின் மீண்டும் அடக்கப்படுவதை ஏற்பது கடினமாக இருந்தது!

இலையுதிர்காலத்தில் ஒரு சமயத்தில் ஐவர்ஸின் கால் சரியான முறையில் இல்லாவிட்டாலும் எதோ வகையில் குணமடைந்தது. தன் தாயின் வீட்டுக்கு அவன் திரும்பிவந்தான். ரீகாவுக்காகப் போடப்பட்டச் சண்டைகளில் அதிக அளவில் பாதிக்கப்படாத, தொழிலாளிகள் வசித்த பகுதியான மேனெஸ் இயலாவில் ஒற்றை அறை வீடு ஒன்றில் அவர்கள் வசித்தார்கள். ஊரின் நடுவேயும் பழைய நகரம் என்று அறியப்பட்ட இடத்திலும் இருந்த கட்டடங்கள் விளக்குகள் ஏற்றப்படாமல் கரிய, உடைந்த கண்களுடன் ஆகாயத்தைப் பார்த்தபடி இருக்க, இவர்கள் இருந்த வீட்டில் ஒரு சன்னல் கூட உடைபடாமல் இருந்தது. பழைய ரீகா முற்றிலும் சிதிலமடைந்திருந்தது. புனித பேதுரு தேவாலயம் எரிந்துபோயிருந்தது. ரீகாவுக்குப் புகழ் சேர்த்த “ப்ளேக்ஹெட்ஸ் ஸொஸைட்டி” என்ற 14ம் நூற்றாண்டின் இடைக்காலத்தில் செல்வந்தர்களான வியாபாரிகளால் கட்டப்பட்டக் கட்டடமும் தேவாலயத்தின் கதியையே அடைந்திருந்தது. டௌகவா ஆற்றின் பாலங்களைக் குண்டுகள் இல்லாமல் ஆக்கியிருந்தன. ஆரம்பப் பள்ளியில் படிக்க ஐவர்ஸ் இலையுதிர்காலத்தில் மீண்டும் வந்தபோது ரீகா இப்படித்தான் காட்சியளித்தது. என் அப்பாவின் வகுப்பு முன்போல் வெளிச்சமாக இருந்த இரண்டாம் மாடியில் இருக்க வில்லை. ரய்ஷிலிருந்து வந்திருந்த அதிகாரிகளும் அவர்கள் குடும்பங்களும் தங்குவதற்காக மேல் மாடிகள் ஒதுக்கப்பட்டிருந்தன. பள்ளியின் அருகே ஹாஸ்பிடால்யூ இயலா (ஆஸ்பத்திரி வீதி) மியெரா இயலா (ஓய்வு வீதி) என்ற இரு வீதிகளுக்குமிடையே இருந்த ஜெர்மானியத் தோட்டம் என்றறியப்பட்ட தொகுப்பு வீடுகளுக்கு முன்பு அதில் குடியிருந்த பால்டிக் ஜெர்மானியர்கள் திரும்பிவந்திருந்தனர். பள்ளியின் முதல் மாடியும் நிலவறைகளும் பள்ளிக் குழந்தைகளுக்காக விடப்பட்டிருந்தன. ஆசிரியர்கள் லாட்வியர்கள். அவர்கள் தங்கள் உணர்ச்சிகளை மறைத்துக்கொள்ள முயன்றாலும் பள்ளிப் பிள்ளைகளுக்கு அவர்கள் எப்படி உணர்ந்தார்கள் என்பது புரிந்தது. முட்டைக்கோஸ் காய்கறியால் செய்த “ஸொவ்வெர்க்ரெளட்” என்ற புளித்த உணவை அதிகம் சாப்பிடுவதால் “க்ரெளட்ஸ்” என்று அவர்கள் ஏளனமாக அழைத்த ஜெர்மானியர்கள் ஹிட்லரின் சீருடையில் மேலேயிருந்து கீழே வந்து தங்களை அடி பின்னிவிடுவார்கள் என்று அந்த லாட்வியப் பள்ளி மாணவர்கள் எதிர்பார்த்தது ஒரு பக்கமிருக்க பள்ளி ஆசிரியர்களும் எது தேச பக்தி எது லாட்விய அடையாளம் என்பதை ஜாக்கிரதையுணர்வுடன் ஆனால் மறக்காமல் வலியுறுத்தியபடியே இருந்தார்கள். இலக்கியம் கற்றுத் தந்த ஆசிரியர் மெஷ்கைலிஸ் அலெக்ஸான்டர்ஸ் க்ரீன்ஸ் எழுதிய லாட்விய ராணுவம் சுதந்திரத்துக்காகப் புரிந்த சண்டைகள் குறித்த *ஆத்மாவின் கொந்தளிப்பு* நாவலைப் படித்தபோது வகுப்பில் மரியாதை கலந்த மௌனம் நிலவியது ஐவர்ஸுக்கு நினைவிருக்கிறது.

போருக்குப் பின் என் அப்பா தொழில்நுணுக்கம் கற்க பாலிடெக்னிக் கல்லூரியில் படிக்க ஆரம்பித்தபோதுதான் ஜெர்மானிய காலத்துக் கல்வி தன் அறிவில் எவ்வளவு இடைவெளிகளை ஏற்படுத்தியிருக்கிறது என்பதை அவரால் உணர முடிந்தது. எதிர்கால ஜெர்மானிய காலனியவாதிகளுக்கு

உழைப்பதற்கு ஏற்றத் தொழிலாளிகளாக மாறுவதற்கான அடிப்படைக் கல்வி மட்டுமே ஆஸ்ட்லாண்டியர்களுக்குத் தரப்பட்டது. கணக்கும் மூன்றாம் ரய்ஷின் சரித்திரத்தோடும் என் அப்பா திருப்தியடைய வேண்டியிருந்தது. இயற்கணிதம், வடிவியல், இயற்பியல், வேதியியல் போன்ற பாடங்கள் கொண்ட விரிவான பாடத்திட்டம் தேவைப்படாத ஆடம்பரப் படிப்பாகவே பார்க்கப்பட்டது. ஆஸ்ட்லாண்டிய அறிவுஜீவி ஒருவரை உருவாக்குவது ஹிட்லரின் திட்டங்களில் இருக்கவில்லை. பால்டிக் ஜெர்மானிய நாடாக வேண்டும். ரய்ஷின் "மனிதாபிமானம்" கொண்ட சில கோட்பாட்டாளர்கள், இனரீதியில் சற்று உயர்ந்த தகுதியுடைய லாட்வியர்களை ஜெர்மானியப்படுத்தியிருக்கலாம் என்று கருதினார்கள்தாம். ஆனால் என்ன செய்ய? ரஷ்யா "திருத்தமுடியாதவர்கள்" என்று அறிவுஜீவிகளை ரஷ்யாவுக்கு வெளியேற்றிய திட்டங்களைச் செய்யாமல் இருந்திருந்தால் அது சாத்தியமாகியிருக்கலாம். லாட்வியாவில் இருந்த "இரண்டாம்தர நபர்கள்" அங்குள்ள "மூன்றாம் தர நபர்களை" ஜெர்மானியர்களுக்குக் கீழே கொண்டுவர உதவுவதுதான் தற்போது சாத்தியம்.

சட்டங்கள், அறிக்கைகள், விதிகள் இவை லாட்வியர்களுக்கு நாளடைவில் பழகிப்போயிற்று. போர் ஆரம்பித்தபோது என் பாட்டி மில்டா, ரீகா முதல் ஆஸ்பத்திரியில் நர்ஸாக வேலை பார்த்தார். ஜெர்மானிய தாக்குதலுக்குப் பிறகு ஒரு ஜெர்மானிய ஆஸ்பத்திரிப் பகுதி ஆஸ்பத்திரியில் உருவாக்கப்பட்டிருந்தது. ஆரம்பத்தில் கைதுசெய்யப்பட்டிருந்த சோவியத் ராணுவ வீரர்களுக்குச் சிகிச்சை அளித்த பகுதியில் மில்டா வேலை பார்த்தார். அவர் முழுமனத்துடன் வேலை செய்தார். அப்போது கிட்டத்தட்ட சாகப்போகும் நிலையில் இருந்த நோயாளிகளைத் தான் கவனித்துக்கொள்கிறோம் என்பதை அவர் கற்பனைகூடச் செய்யவில்லை. அவர்கள் ஆஸ்பத்திரியிலிருந்து நேராக போர்க்கைதிகளுக்கான சிறை முகாம்களுக்கு அனுப்பப்பட்டனர். பிற்காலத்தில் ஸலாப்ஸில் போர்க்கைதி முகாமிலிருந்து தப்பித்த போர்க்கைதிகள் ஷ்கிரொடாவாவில் வசித்த என் பாட்டி மடில்டேயின் வீட்டின் கதவைப் பலமுறை தட்டியதுண்டு. ரீகாவிலிருந்த தன் பள்ளியிலிருந்து பாட்டியைப் பார்க்க நடந்து வந்தபோது ஒரு முறை என் அப்பா அவ்வாறு வந்த ஒருவரை நேருக்கு நேர் பார்க்க நேரிட்டது. 1942ம் ஆண்டின் குளிர்காலம் அது. சோவியத் ராணுவச் சீருடை அணிந்த ஒருவர் கதவைத் தட்டிவிட்டு உள்ளே நுழைந்தார். குளிர்காய அனுமதி தரக் கெஞ்சினார் அவர். பரிதாபப்பட்ட மடில்டே ஒரு கிண்ணத்தில் சூப் ஊற்றித் தந்தார். இளைத்துப் போயிருந்த அவர் சூப்பைச் சாப்பிடத் தொடங்கினார். என் அப்பாவின் தலையைத் தட்டித் தந்த அவர் தனக்கும் ஒரு மகன் இருப்பதாகக் கூறினார். துரதிர்ஷ்டவசமாக சரியாக அந்தச் சந்தர்ப்பத்தில் ஊரைச் சேர்ந்த யாரோ ஒருவர் மடில்டேயின் வீட்டுக்கு வந்து முன்பின் அறியாத ஒருவர் அங்கிருப்பதைப் பார்த்துவிட்டார். சாப்பிட்டுவிட்டு உடலில் சற்று வெப்பம் ஏறியதும் அந்தக் கைதி இரவு தங்க அனுமதி கேட்டார். என் அப்பாவின் பாட்டி, ஜெர்மானியத் தளபதியின் அலுவலகத்தின் உத்தரவுக்கு எதிராக கைதிகளுக்கு அடைக்கலம் தர முடியாது என்று

கனத்த இதயத்துடன் அவருக்குப் பதிலளித்தார். மறுநாள் காலை சற்றுத் தூரத்திலிருந்த வைக்கோல் கொட்டகைவரை செல்லும் காலடிகளைப் பார்த்தார் ஐவர்ஸ். அந்தக் கொட்டகையில் அந்தக் கைதி இரவைக் கழித்திருந்தார். அதற்குப் பிறகு அந்தப் போர்க்கைதி என்ன ஆனார் என்று தெரியவில்லை.

ஆஸ்பத்திரியின் ஜெர்மன் பகுதியில் காயப்பட்ட ஜெர்மானிய ராணுவ வீரர்களும் சிகிச்சைக்கு வருவார்கள். சோவியத் போர்க்கைதிகளுக்குப் பேணுகை தந்தபின் மில்டாவுக்கு வேலை உயர்வு அளிக்கப்பட்டு ஆரிய இனத்தில் பிறந்த நோயாளிகளைப் பேணும் கௌரவம் அளிக்கப்பட்டது. என் பாட்டி அவர்களையும் முழுமனத்துடனேயே கவனித்துக் கொண்டார். நன்றாகப் பராமரிக்கப்பட்ட உடலுடன் நேர்த்தியான உடைகளையும் அணிந்த, மிகவும் கண்ணியமான அந்த ஜெர்மானியக் கனவான்கள் அந்த உற்சாகமும் கருணையும் கூடிய நர்ஸை பலவாறு புகழ்ந்தார்கள். எப்போதாவது சாக்கலேட்டும் தருவார்கள். மில்டா அதைக் குழந்தைகளுக்காக வைத்துவிடுவாள். ஆனால் மேற்பார்வைக்கு மிகவும் கண்ணியமான அவர்கள் நடவடிக்கையால் மில்டா ஏமாந்துவிடவில்லை. கருணைகூர்ந்த அவள் மனம் போர்க்கைதிகளும் யூதர்களும் மனிதாபிமானமில்லாமல் நடத்தப்பட்டதை ஏற்கவில்லை. ஐவர்ஸுடனோ அல்லது தனியாகவோ ஷ்கிரொடாவாவில் இருந்த தன் தாயாரைப் பார்க்கப்போகும்போது பலமுறை கட்டுமானப் பணிகளில் ஈடுபடுத்தப்பட்ட சோவியத் போர்க்கைதிகளைப் பார்க்க நேரிட்டது. அந்த உறையவைக்கும் பிப்ரவரி மாதக் குளிரில் சரியான உடைகள் இல்லாமல் சாக்கினாலான உடைகள் அணிந்தும் மிகவும் மெலிந்துபோயும் இருந்த அவர்கள் குளிரில் நீலம்பாரித்துப்போயிருந்தனர். குளிரிலிருந்து தங்களைப் பாதுகாத்துக்கொள்ள நிலத்தில் வளைகளைப்போல் குழி தோண்டி வைத்திருந்தனர். கடுமையான குளிர் காற்றிலிருந்து அது அவர்களுக்குப் பாதுகாப்பளித்தது. எப்போதாவது போர்க்கைதிகள் நிரம்பிய ரயில் வண்டி ஷ்கிரொடாவாவில் நிற்கும். அந்தக் கால்நடைகளுக்கான வண்டியிலிருந்தவர்கள் ரயில் வண்டி நகர்ந்துகொண்டிருக்கும்போதே கயிற்றில் கட்டிய தகரக் குவளைகளை சிறு சன்னல் வழியே வெளியே வீசி குவளைகளில் பனியை அள்ள முயன்றது ஐவர்ஸுக்கு நினைவிருக்கிறது. சிலசமயம் பனியை அள்ள முடிந்தது ஆனால் குவளை கயிற்றிலிருந்து அறுபட்டு பெரும் சத்தத்தோடு தண்டவாளத்தினடியே விழுந்து மறைந்துவிடுவதும் உண்டு. அதோடு தாகத்தைத் தணித்துக்கொள்வதற்கான கடைசி நம்பிக்கையும் போய்விடும்.

ஜெர்மானியர்களுக்கு அவர்கள் இனத்தின் உயர்வைப் பற்றி அதீத நம்பிக்கை இருந்தது. அதனால் அவர்கள் போர்க்கைதிகளை மனிதாபமானமற்று நடத்துவதை மறைத்துக்கூடச் செய்யவில்லை. அவர்களைத் தெருவில் நெடுவரிசைகளில் நடத்திச்சென்றார்கள். ஒரு முறை மார்க்கெட்டில் பண்டமாற்று முறையில் சிறிது உணவு வாங்கிவிட்ட திருப்தியில் சிறுவன் ஐவர்ஸ் திரும்பி வந்துகொண்டிருந்தான். ப்ரீவீபஸ் இயலாவில் (லாட்வியர்கள் அதை என்றுமே அடால்ஃப் ஹிட்லர் ஸ்ட்ராஸ்ஸே என்று அழைக்கவில்லை) ஜெர்மன் காவலாளிகள்

போர்க்கைதிகளை நடத்திக்கொண்டு போய்க்கொண்டிருந்தார்கள். ஒரு நூறுபேர் இருந்தார்கள். கிழிந்த ஆடைகளுடன் கைக்குக் கிடைத்ததை அணிந்திருந்தார்கள். சிலர் சிமெண்டுப் பைகளை உடலில் சுற்றியிருந்தார்கள். இளைத்துத் துரும்பாய் இருந்த அவர்கள் எப்படியோ தங்கள் உடலை இழுத்துக்கொண்டு நடந்தார்கள். அதில் ஒருவர் தடுமாறி விழுந்தார். உடனே காவலாளி – அவன் ஒரு பதினெட்டு வயதுப் பையன் – மயக்கமடைந்த அவரைத் தன் துப்பாக்கிக் கட்டையால் அடிக்க ஆரம்பித்தான். தன் கோபம் அடங்கியதும் அந்த ராணுவ வீரன் அடிப்பதை நிறுத்தினான். மற்றவர்கள் தங்ககள் சக கைதித் தோழரைத் தூக்கியெடுத்துக்கொண்டு நொண்டியபடி சென்றனர். அதைப் பார்ப்பது மிகவும் மனத்தை வருத்தியது. ஆனால் என் அப்பா உட்பட அந்த வழியே போனவர்களால் எதுவும் செய்ய முடியவில்லை. அவர்கள் தங்கள் வழியில் செல்ல ஆரம்பித்தனர். அங்கு நடந்த குற்றத்தில் தங்களுக்கும் பங்குண்டு என்ற குற்றவுணர்வு அவர்களுக்கு ஏற்பட்டது. தாங்களே அதிகாரமற்று இருப்பது அவர்களுக்கே அவமானமாக இருந்தது.

1940 முதல் ஷ்கிரொடாவா மேல் ஏதோ சாபம் கவிந்ததுபோல் இருந்தது. அது துர்ப்பாக்கியத்துக்கு உறைவிடமாயிற்று. சாக விதிக்கப்பட்டவர்கள் கடந்துசெல்லும் இடமாயிற்று. முதலில் ஜூன் 14 தேதியன்று நடந்த ஒட்டுமொத்த நாடுகடத்தல். ஜெர்மானியத் தாக்குதலுக்குப் பிறகு ரயில் வண்டிகளில் கூட்டம் கூட்டமாய்ப் போர்க்கைதிகளும் மேற்கு ஐரோப்பிய யூதர்களும் வந்தார்கள். அவர்கள் ஷ்கிரொடாவாவில் இறக்கப்பட்டார்கள் அல்லது அங்கிருந்து வேறு எங்காவது கொண்டுசெல்லப்பட்டார்கள். அந்தப் பகுதியில் வாழ்ந்தவர்களின் கண்களின் முன்னால் இதுவெல்லாம் நடந்தது. ஆனால் மிகவும் பயங்கரமான நாட்கள் என்று கூறினால் அவை நவம்பர் 30 மற்றும் டிசம்பர் 8 1941தாம். அந்த நாட்களில்தான் பக்கத்திலிருந்த ரும்புலாவில் ரீகா நகரத்தின் யூதர்கள் வாழும் பகுதியிலிருந்து வந்த 24,000 லாட்விய யூதர்களும் ஜெர்மனியிலிருந்து வந்த 1000 யூதர்களும் கொல்லப்பட்டார்கள். ஜெனரல் ஜெக்கெல்ன் அவருக்கே உரிய முறைப்படி ஒவ்வொரு விஷயத்தையும் கூர்ந்து கவனித்து எல்லாவற்றையும் மிகச் சரியாகத் திட்டமிட்டிருந்தாலும் இவ்வளவு பெரிய ஒட்டுமொத்தமான அழித்தொழிப்பை மறைக்க முடியவில்லை. என் பெரிய பாட்டி பெர்டா மடில்டேவும் அந்தச் சம்பவத்துக்குச் சாட்சியாக அங்கே அப்போது இருந்தாள்.

சோவியத் ஆக்கிரமிப்பின்போது ராணுவத்தைச் சேர்ந்தவர்கள் என் அப்பாவின் பாட்டியின் வீட்டுக்குச் சில கிலோமீட்டர் தூரத்தில் ஒரு ராணுவ விமானதளத்தைக் கட்ட ஆரம்பித்தார்கள். போர் வந்துவிட்டதால் விமானதளமும் அதை எட்டுவதற்கான வீதியும் கட்டமுடியாமல் போயிற்று. இப்போது சமதளமாகிவிட்ட அந்தத் தெருவின் மண்மேடு மட்டும் இருந்தது. என் அப்பாவின் பாட்டியின் முன்வாசலிலிருந்து ஒரு 400 மீட்டர் தூரத்தில் அது இருந்தது. ஒரு ஞாயிறு அன்று காலை உரத்த முனகலும் கத்தலும் கேட்டு மடில்டே திடுக்கிட்டுப்போனாள். வெளியே ஓடிப்போய்ப் பார்த்தபோது தெருவின் மண்மேட்டின் வழியே ஒரு பெரிய முடிவில்லா நெடுவரிசையில் பலத்தக் காவலுடன் பலர்

நடத்திச் செல்லப்பட்டுக்கொண்டிருந்தார்கள். அவர்கள் யூதர்கள் – பெண்கள், குழந்தைகள், வயதானவர்கள், ஆண்கள். காவலாளிகளின் உரத்த வசவுகள் ஜெர்மன் மொழியிலும் லாட்விய மொழியிலும் கேட்டன. அவ்வப்போது நடத்திச்செல்லப்பட்டவர்களில் ஒருவர் அதிகக் களைப்பினாலோ தாங்கவொணா விரக்தியினாலோ தடுமாறி விழுவார். துப்பாக்கி சுடும் சத்தமும் மடில்டேவுக்குக் கேட்டது. ரும்புலாவை நோக்கி நடத்திச்செல்லப்பட்டுக்கொண்டிருந்த அந்தத் துர்ப்பாக்கியசாலிகளை பார்த்தபடி உறைந்துபோய் நின்றாள் என் அப்பாவின் பாட்டி. நாள் முழுவதும் நிறுத்தாமல் துப்பாக்கி சுடும் சத்தம் எதிரொலித்தபடி இருந்தது அந்தப் பகுதியில். இருட்டிய பிறகும் துப்பாக்கி சுடும் ஒலி மடில்டேயின் தலைக்குள் சுழன்றபடி இருந்தது. அதிர்ச்சியிலும் நம்பிக்கை முற்றிலும் இழந்த நிலையிலும் என்ன செய்வதென்று அவளுக்குத் தெரியவில்லை. அக்கம்பக்கத்தில் இருந்தவர்களிடம் இது குறித்துப் பேச அவள் விரும்ப வில்லை. அவர்களும் எதையும் காணாதது போலவும் கேட்காதது போலவும் நடந்துகொண்டார்கள். மில்டாவும் ஐவர்ஸூம் வார முடிவில் வந்தபோதுதான் அந்தப் பயங்கரமான நிகழ்வுகள் குறித்துப் பேசமுடிந்தது. மடில்டேவும் மில்டாவும் வாயைத் திறக்கக் கூடாது, ரும்புலா பக்கமே போகக்கூடாது என்று பையனிடம் சத்தியம் வாங்கியிருந்தாலும் வசந்தம் வந்ததும் அவன் அவர்கள் சொன்னதைக் கேட்காமல் மீதி இருந்த பனியில் பனிக்கட்டையில் சறுக்கிக்கொண்டு எல்லோரும் கொல்லப்பட்ட இடத்துக்குப் போனான். பாட்டியின் கதை மனத்திலிருந்து எப்போதோ மங்கி மறைந்துபோயிருக்கும். ஆனால் அவன் பார்த்தது என்றென்றும் அவன் மனத்தில் பதிந்துபோயிற்று.

தேவதாரு மரங்களுக்கிடையே மரங்கள் வெட்டப்பட்டுத் திருத்தப் பட்டப் பகுதிகள் இரண்டு இருந்தன. ஒன்று பெரிய பகுதி. சற்றுத் தள்ளி இருந்த இன்னொன்று சிறியது. பாதிப் பனி உருகியிருந்தது. சின்னப் பகுதி முழுவதும் லாட்விய மற்றும் வெளிநாட்டுக் கடவுச் சீட்டுகள், தெரியாத மொழிகளில் எழுதப்பட்ட ஆவணங்கள் மற்றும் வேற்று நாட்டுப் பணம் இவை இருந்தன. இறந்து கிடந்த குப்பையில் சோவியத் ராணுவம் மற்றும் லாட்விய ராணுவங்களின் அடையாளம் குறிக்கும் காகிதங்கள் இருந்தன. அதில் லாச்ப்லேஸிஸ் நன்மதிப்புச் சான்றிதழும்[1] இருந்தது ஐவர்ஸூக்கு ஆச்சரியத்தைத் தந்தது. பெரிய பகுதியில் ஆறு கூம்பு வடிவக் குழிகள் இருந்தன. பனி உருகியதால் அவை கீழே போய்விட்டிருந்தன. பக்கத்திலேயே அங்கேயே விட்டுவிட்டுப் போயிருந்த மண்வாரிகளும் மற்றக் குழிவெட்டுவதற்கான சாதனங்களும் இருந்தன. மற்றப் பல சாமான்களும் அந்த இடம் முழுவதும் சிதறிக் கிடந்தன – அறுந்த தோல் வார், நனைந்து கிடந்த காலுறை, அழுக்குப் படிந்த கிழிந்த துணி . . . சுடப்படுவதற்காகக் குழியில் படுக்கும் முன் எந்தக் குற்றமும் செய்யாத அந்தப் பலியாட்கள் களைந்து போட்டவை. அழுகல் வாடை எங்கும் பரவியிருந்தது. ஐவர்ஸின் கால்கள் நடுங்கத் தொடங்கின. அவனுக்கு வாந்தி எடுக்க வேண்டும்போல் இருந்தது. உடனே திரும்பி எவ்வளவு வேகமாகப் போக முடியுமோ அவ்வளவு வேகமாக பனிக்கட்டையில் சறுக்கிக்கொண்டு அந்த இடத்தை விட்டு அவன் போனான்.

அவர்களைக் கொன்றழித்தது எப்படி என்று தெரிந்திருந்தால் என் அப்பாவின் அருவருப்பு இன்னும் அதிகமாக இருந்திருக்கும். அந்தப் பலியாட்கள் சிறிய பகுதிக்கருகே நின்று முதலில் உடைகளைக் களைய வேண்டும். பிறகு தங்களிடம் இருந்தவற்றைச் சரியாகப் பிரித்து வைக்க வேண்டும். அப்போதுதான் மதிப்புள்ள சாமான்கள் எதையும் மூன்றாவது ரய்ஷ் இழக்காமல் இருக்க முடியும். அதன்பின் முற்றிலும் நிர்வாணமாக அவர்கள் தோண்டிவைத்திருந்த குழியருகே போய் நின்றுகொண்டு, கல்லறைக்குழிக்குள் இறங்கி அப்போதுதான் சுடப்பட்டிருந்த இன்னும் சூடாக இருந்த உடல்கள் மேல் படுத்துக்கொள்ளும் அவர்கள் முறைக்காகக் காத்திருக்க வேண்டும். துப்பாக்கியின் தண்ணென்றிருந்த முனை அவர்கள் தலையில் படுவதைக்கூட அந்தத் துர்பாக்கியசாலிகள் அறிந்திருக்க முடியாது. ஒரே தோட்டா அவர்களைத் தீர்த்துக்கட்டிவிடும். பின்பு, 1943ல், சோவியத் நாட்டுடன் இனித் தாக்குப்பிடிக்க முடியாது என்று ஜெர்மானியர்கள் உணர்ந்தபோது தங்கள் குற்றங்களின் தடயங்களை மறைக்கவும் ஹிம்லரிடமிருந்து வந்த உத்தரவை நிறைவேற்றவும் குழிகளைத் தோண்டிப் பிணங்களை வெளியே எடுப்பதும் அவற்றை எரிப்பதும் ஆரம்பித்தது. துர்நாற்றம் கூடிய கனத்தப் புகைப்படலமும் எலும்புகளும் அழுகும் உடல்களும் எரியும் தாங்கமுடியாத நெடியும் அருகில் இருந்த பகுதியில் படர்ந்தது. கிழக்குப் பக்கமாக காற்று அடிக்கும்போது அந்தத் துர்நாற்றம் ரீகாவைக்கூட எட்டியது.

பலர் கொல்லப்பட்ட அந்த இடத்தை விட்டு ஓடிவந்த என் அப்பா ஐந்து ஆண்டுகளுக்குப் பிறகு சைபீரியாவில் நாடுகடத்தப்பட்டவனாக இருக்கும்போது அவர் செய்யவேண்டிய முதல் வேலை ஓர் இடத்திலிருந்து இன்னொரு இடத்துக்கு மாற்றப்படும்முன் தங்கும் தற்காலிக முகாமில் இறந்தவர்களின் பிணங்களை டாம்ஸ்க் மருத்துவ நிறுவனத்தின் உடற்கூறியல் அறைக்குக் கொண்டுசெல்வதாக இருக்கும் என்று கற்பனைகூடச் செய்திருக்க மாட்டார். அந்தப் பிணங்களில் பல பத்துப் பனிரெண்டு வயதுக் குழந்தைகளுடையவை. அவர்கள் பல நாட்களுக்கு முன் இறந்திருந்ததால் எலிகள் அவர்கள் முகங்களைக் கடித்துத் தின்றிருந்தன. அக்குழந்தைகளின் உறவினர்கள் இது பற்றி எப்போதுமே தெரிந்து கொள்ளாமல் இருந்தது அவர்கள் பாக்கியம்தான்.

ஜெர்மானிய ஆக்கிரமிப்பின் முதலாம் ஆண்டிலேயே கடுமையான யூத வெறுப்புப் பிரசாரத்தைத் நாஸிகள் துவக்கினார்கள். பயங்கர ஆண்டில் நடந்த எல்லாவற்றுக்கும் அவர்கள் யூதர்களைக் குற்றம்சாட்டினார்கள். "யூதர்கள்" என்று சொல்லும்போதே "சேக்கா உறுப்பினர்கள்" "பல்ஷவிஸக் கருத்தாளர்கள்" என்ற சொற்களும் உடன்வரும் சொற்களாகப் பார்க்கப் பட்டன. பிரதமர் உல்மானிஸ்[2] மற்றும் லாட்விய அரசின் மற்ற உறுப்பினர் களும் கூட யூதர்கள் மற்றும் ஃப்ரீமேஸன்ஸ் என்று அறியப்பட்ட மறை குறியீடுகளுடன் இயங்கிய ஒத்தப் பண்புடையாரின் அனைத்துலகக் கூட்டுரிமைக் கழகத்தின் சொற்படி நடந்ததாகக் குற்றம்சாட்டப்பட்டார்கள். இத்தகைய பிரசாரம் லாட்விய அரசை இல்லாமல் ஆக்குவதற்கான முயற்சிகளுடன் ஒத்துப்போயிற்று. லாட்வியர்கள் மீது வெறுப்பு வெடித்து எழுந்தது. சேக்கா உறுப்பினர்களால் சித்திரவதை செய்யப்பட்டுக்

கொல்லப்பட்டக் கணக்கற்றவர்கள் ஒரேயடியாய்ப் புதைக்கப்பட்ட கல்லறைக்குழிகளைப் பார்த்த அனுபவத்திலிருந்தும் 14 ஜூன் தேதியன்று நடந்த நாடுகடத்தல்களாலும் மனத்தில் விரியும் பயங்கரக் காட்சிகளின் நினைவுகளிலிருந்தும் லாட்வியர்கள் இன்னும் மீண்டுகூட வந்திருக்கவில்லை. எதுவும் செய்யமுடியாத நிலைமையில் இருந்த உறவினர்கள் எந்த வகையிலும் உறுதிசெய்யப்படாத இந்தப் பிரசாரங்களை நம்பினார்கள். இப்படித்தான் யூதர்கள் எல்லோரும் கம்யூனிஸ்டுகள் என்ற புராணக் கதைகளை ஒத்த புதுக் கட்டுக்கதை உருவாக்கப்பட்டது. குற்றவாளிகளைக் கண்டுபிடிக்கும் தேவை இவ்வாறு திருப்தி செய்யப்பட்டது. 1970களிலும் இதேதான் நடந்தது. சோவியத் பிரசார சாதனங்கள் லாட்வியர்களைத் தீய யூதக் கொலைகாரர்களாகப் பார்த்தன. உண்மையில் சோவியத் நோக்கம் இவ்வாறெல்லாம் கூறி நாடுகடத்தப்பட்ட லாட்வியர்களை எல்லா வகையிலும் பலவீனப்படுத்துவதுதான். இதைச் செய்ய சில "உண்மைகள்" தேவைப்பட்டன. ஆகவே கேஜிபி வரிசையாகச் சில வெளியீடுகளைக் கொண்டுவந்தது. இவை ஹோலோகாஸ்ட் என்று கூறப்படும் யூதப் பேரழிவு குறித்து ஆராய்ச்சி செய்பவர்களுக்கு "ஆதாரத் தரவுகளாக" ஆனதுதான் வினோதம்.

பல அறிஞர்கள் இந்தக் கட்டுக்கதைகளுக்கு எந்தவிதச் சான்றுகளு மில்லை என்று தகுந்த ஆதாரங்களுடன் நிரூபிக்க முயற்சித்த பின்னும் இந்த இரண்டு கட்டுக்கதைகளும் ஐரோப்பிய அரசியல் மற்றும் சரித்திரக் கட்டுரைகளில் தொடர்ந்து பரப்பப்பட்டன. லாட்வியர்கள் ஃபாசிசத்தை ஆதரிப்பவர்கள், உள்ளூர யூத வெறுப்பாளர்கள் என்பது வெளிப்படை என்று ஒவ்வொரு முறை நான் படிக்கும்போதும் அது என்னைப் புண்படுத்துகிறது. என்னை அவமதிக்கிறது. என்னை அவமானப்படுத்து கிறது. என் கொள்ளுப்பாட்டி மடில்டே ஒரு சாதாரண கிராமத்து மனுஷி. அலைந்து திரிந்து வந்து அவள் வீட்டுக் கதவைத் தட்டிய போர்க்கைதிகளுடன் எந்தத் தயக்கமும் இல்லாமல் தன் உணவைப் பகிர்ந்துகொண்டவள். யும்ப்ரவ்முயிஷா கைதிமுகாமிலிருந்து தவழ்ந்தபடி வெளியே வந்து, மெல்ல நகர்ந்தபடி அருகிலிருந்த வீட்டுக்கு எப்படியோ வந்து சேர்ந்த யூதப் பெண்களிடமும் அதையேதான் செய்தார். என் பாட்டி மில்டா சோவியத் ராணுவ வீரர்களுக்குப் பேணுகை செய்தவர். பல் டாக்டராக இருந்த தன் தோழி, யூதரான தன் கணவனை வீட்டில் மறைத்து வைத்திருந்தாள் என்ற விஷயமும் அவருக்குத் தெரியும். பல லாட்வியர்கள் அப்படித்தான் நடந்துகொண்டிருப்பார்கள் என்பதில் எனக்கு எந்த ஐயமும் இல்லை. அடிப்படை மனிதாபிமான உணர்வு அது. நாஸி தாக்குதலுக்குப் பின் புகழார்வம் கொண்ட பராக்கிரமசாலிகள் என்று தங்களைக் கூறிக்கொண்ட சிலர் விக்டோர்ஸ் ஆராய்ஸின் தலைமையின் கீழ் அமைக்கப்பட்டப் படையில் இணைந்துகொண்டு யூதர்களையும் கம்யூனிஸ்டுகளையும் ஜிப்ஸி இனத்தவரையும் சுட்டுத் தள்ளியதை வைத்து இந்த "உள்ளூர இருக்கும் குற்றவுணர்வு" என்ற அடையாளம் என் மேலோ மற்றக் கௌரவமான லாட்வியர்கள் மீதோ திணிக்கப்படுவதை ஏற்க நான் தயாரில்லை. லாட்வியர்களின் யூத வெறுப்புக்கான சான்றாக இதை ஏற்க முடியாது. ஒவ்வொரு சமூகத்திலும் கசடுகள் உண்டு. ஏகாதிபத்திய

அரசும் ஆக்கிரமிப்பும் பலதரப்பட்ட தார்மீக ஒழுக்கமற்றவர்களையும் துணிச்சல் மிகுந்த காரியங்கள் செய்பவர்கள் என்று தங்களைக் கூறிக்கொள்பவர்களையும் வெளியே கொண்டுவரும்தான். ஒரு குறிப்பிட்ட அரசுக்கு அடிபணிந்து அதன் அநியாயமான வேலைகளைச் செய்யும் கருவிகளாகிவிடுவார்கள் அவர்கள். நாஸி ஜெர்மனி ஆக்கிரமிக்கப்பட்ட எங்கள் நாட்டை எங்கள் ஒப்புதல் இல்லாமல் மேற்கு ஐரோப்பா மற்றும் லாட்விய யூதர்களைக் கொன்று குவிக்கும் களமாக்கியதற்கான பொறுப்பின் சுமையை வேற்று நாட்டின் ஆதிக்கத்தில் இருந்த லாட்வியாவோ அதன் மக்களோ ஏற்க முடியாது. அதற்கான பொறுப்பு முற்றிலும் மூன்றாவது ரய்ஷின் ஆட்சியாளர்களுடையது.

ஆக்கிரமிப்பு என்பது அசாதாரணமான நிலை. அதன் விளைவுகள் ஆக்கிரமிப்பிலிருந்து விடுதலை செய்யப்பட்ட நாட்டின் மக்களைப் பல தசாப்தங்கள்வரை தொடர்கின்றன. “சரியான” நிலைப்பாடு எடுத்தவர்கள் “தவறான” நிலைப்பாடு எடுத்தவர்களை நடந்த எல்லாக் கேடுகளுக்கும் குற்றங்களுக்கும் காரணமாக்குவார்கள். ஃபிரான்ஸ் நாடு நாஸி ஆக்கிரமிப்பில் ஐந்தாண்டுகள் இருந்தது. மற்ற ஐரோப்பிய நாடுகளிலும் அதுவே நடந்தது. இந்த நாடுகளில் சில கேள்விகளுக்கு இன்னும் திருப்தியளிக்கும் விடைகள் தரப்படவில்லை. தவிர ஆக்கிரமிப்புக்கு உடன்போனவர்கள் எந்த அளவுக்கு உடன்போனார்கள் என்பது இன்னும் சூடான விவாதமாக இருக்கிறது. லாட்வியா ஒன்றன்பின் ஒன்றாக மூன்று ஆக்கிரமிப்புக்களை அனுபவித்தது. அவற்றின் மொத்தமான காலம் – ஐம்பது ஆண்டுகள் – இருபதாம் நூற்றாண்டில் ஐரோப்பா அனுபவித்த எதையும்விட மிக அதிகமானது. ஒவ்வொரு ஆட்சியிலும் யார் யார் ஒத்துப்போனார்கள் உடன்போனார்கள் என்ற கேள்வியை எழுப்புவது மிகவும் வேதனை தரும் ஒன்று. சுதந்திரம் மீண்டும் வந்தபின்தான் எங்கள் சரித்திரத்தைச் சரியாக எடைபோட்டு ஒரு முடிவுக்கு வரவும் அதில் வெளிநாட்டு அரசுகள் புகுத்திய பொய்களையும் பிரசாரங்களையும் களைந்து அதைச் சீராக்குவதற்குமான சுதந்திரம் எங்களுக்கு வந்திருக்கிறது. ஃபாசிச ஆட்சி பல்ஷவிக் ஆட்சி இரண்டுமே லாட்வியாவில் பெருங்குற்றங்களைப் புரிந்தன. நாஸி அல்லது கம்யூனிஸம் என்ற எந்தக் கோட்பாட்டுக்காகவும் வேலை செய்த குற்றவாளிகளும் குடிமக்களுக்கு எதிராகக் குற்றம் செய்த உடன்போனவர்களும்தான் அவர்கள் செயல்களுக்குப் பொறுப்பேற்க வேண்டும். மனிதகுலத்துக்கு எதிராக செய்யப்படும் குற்றங்களுக்குத் தண்டனையளிக்க எந்தச் சட்ட வரம்பும் கிடையாது.

சோவியத் குழுமத்துக்கு எதிராக விமானம் மூலமும் தரைப் படைகள் மூலமும் ஹிட்லர் திட்டமிட்டக் கடுமையான திடீர்த் தாக்குதல் தோல்வியில் முடிந்தது. ஜெனரல் பௌலஸின் படை ஜனவரி 1943ல் ஸ்டாலின்கார்டில் வோல்கா ஆற்றில் கைப்பற்ற பின், ரய்ஷின் எதிரிகள் மற்றும் “யூதர்களின் அன்பர்கள்” ரூஸ்வெல்ட், சர்ச்சில் மற்றும் ஸ்டாலின் ஒத்தமொழியில் பேசுவார்கள் என்று நாஸிகளுக்குத் தோன்றியது. அக்டோபர் 1943ல் அமெரிக்கா, இங்கிலாந்து மற்றும் சோவியத் குழுமத்தின் வெளிநாட்டு விவகாரங்களுக்கான மந்திரிகளுக்கான மாநாடு கூடியது. அது பெர்லினை பெரும் திகைப்பில் ஆழ்த்தியது. மக்கள் திரண்டு வரும் எதிர்ப்பு

ஆர்ப்பாட்டங்களை ரீகா, டாலின் மற்றும் வில்னியஸ்ஸில் ஏற்பாடு செய்யும்படி ஆஸ்ட்லாண்டுக்கு உத்தரவுகள் வந்தன. லாட்வியாவில் இருந்த ரய்ஷ் ஆணையர் உத்தரவுப்படி அலுவலகங்களும் பள்ளிகளும் மூடப்பட்டன. தொழில் வர்த்தக சபை கேட்டுக்கொண்டதால் மக்கள் ஏற்கனவே எழுதிவைத்திருந்த பதாகைகளுடன் 13 நவம்பர் டோம் சதுக்கத்துக்குப் போனார்கள் என்று கூறப்பட்டது. இந்தத் "தன்னிச்சையான போராட்டங்கள்" 1940ல் சோவியத் நாட்டுக்கே உரிய பாணியில் மக்களை முடுக்கிவிட்டு "உழைக்கும் மக்களின் சோஷியலிசப் புரட்சி" போராட்டம் நடத்தப்பட்டதை நினைவூட்டுகின்றன! "லாட்வியாவை மீண்டும் அடிமைப்படுத்த அமெரிக்கா மற்றும் இங்கிலாந்து ஆதரிக்கும் பல்ஷவிக் திட்டத்தை எதிர்த்துப் போராட்டம் நடத்திய 100,000 பேரில்" என் அப்பா ஐவர்ஸூம் இருந்தார். சதுக்கத்தின் ஒரு பக்கத்தில் தற்போது யூனிபங்கா வங்கி இருக்கும் இடத்தில் அவர் வகுப்பு மாணவர்கள் நின்றனர். வானொலி நிலையம் மற்றும் மற்றக் கட்டடங்களின் முகப்புகள் மூன்றாவது ரய்ஷின் கொடி மற்றும் லாட்வியாவின் சிவப்பு-வெள்ளை-சிவப்புக் கொடி இவற்றுடன் வண்ணமயமாக அலங்கரிக்கப்பட்டிருந்தன. மாணவர்கள் சதுக்கத்தில் காலையிலிருந்து நின்று சலித்துப் போயிருந்தனர். கூட்டத்துக்கான வேளை நெருங்கிக்கொண்டிருந்தது ஆனால் மேடையில் எதுவும் நடப்பதாகத் தெரியவில்லை. ஆஸ்ட்லாண்டில் நியமிக்கப்பட்டிருந்த மூன்றாம் ரய்ஷின் ஆணையாளர் லோஸே பேசுவார் என்ற வதந்தி பரவிக்கொண்டிருந்தது. மாணவர்கள் முட்டிமோதிக்கொண்டிருந்தபோது டமாரென்ற ஒலி கேட்டது. வானொலி நிலையத்தின் சுவரில் இருந்த குப்பைப்பெட்டியிலிருந்த குண்டு ஒன்பதரை மணிக்கு வெடித்தது. கூட்டம் பரபரப்படைந்தது. கத்தலும் கூச்சலும் கேட்டது. ஆனால் யாரும் பதற்றம் கொள்ளவில்லை. அங்கிருந்து செல்ல யாருக்கும் அனுமதியும் தரப்படவில்லை. பத்து வயதுப் பையன் ஒருவன் உடனே இறந்துவிட்டான் என்றும் இருவர் படுகாயமடைந்தனர் என்றும் வாய்வழியாகச் செய்தி மின்னல் வேகத்தில் பரவியது. படுகாயமடைந்த இருவரில் ஒருவர் பிறகு இறந்தார்.

குண்டுவெடிப்பின் தடயங்களை இன்றும் வானொலி நிலையத்தின் முகப்பின் கருங்கல் முனையில் காணலாம். 1980களில் ஒரு முறை டோம் சதுக்கத்தில் சுற்றுலாப் பயணிகளுக்கான வழிகாட்டிப் பெண்மணி ஒருவருக்கு இதைக் காட்டினார் என் அப்பா. ரகசியமாகச் செயல்பட்ட சோவியத் நாட்டின் தீரமிக்கப் படை பற்றிச் சுற்றுலாப் பயணிகளிடம் அப்பெண்மணி கூறிகொண்டிருந்தார்: "குண்டு வெடிப்பின் ஒலி லாட்வியா மற்றும் ஐரோப்பா முழுவதும் எதிரொலித்தது. சோவியத் மக்களின் சகோதரத்துவ உணர்வுடன் இணைய விரும்பிய, அடிபணிய விரும்பாத லாட்விய மக்களின் உறுதிக்கான சான்று அது." என் அப்பாவால் சும்மா இருக்க முடியவில்லை. ஒன்றுமறியாத மக்கள் அந்த குண்டுவெடிப்பில் காயமடைந்தார்கள் என்று கூறினார். சோவியத் நாட்டின் அரசு தரப்பு கூறும் விளக்கத்திலிருந்து அவர் கூறியது மாறுபட்டது. அந்தப் பெண்மணி எதுவும் கூறாமல் அவர் சொல்வதைக் கேட்டார். அவர் என்ன சொல்லியிருக்க முடியும்? சுற்றுலாப் பயணிகள் முன்னால் ஏதாவது

கேட்டால் சோவியத் அரசின் நேர்மையை அவர் கேள்வி கேட்பதுபோல் ஆகிவிடும். யாருக்கு அந்தத் தைரியம் இருக்கும்? நானும் பள்ளியில் அந்தக் குண்டு வெடிப்பு போர்க்காலத்தில் நடந்த ஃபாசிசத்துக்கு எதிரான மகத்தான எதிர்ப்பு என்றுதான் படித்திருந்தேன். ஒவ்வோர் ஆண்டும் அந்த நாள் கொண்டாடப்பட்டது. கம்யூனிஸ்ட் இளைஞர் அணியின் தீரமிக்க இளைஞர்களான இமன்ட்ஸ் ஸுட்மலிஸ், மால்டிஸ் ஸ்க்ரேயா மற்றும் செம்ஸ் பங்கோவிச்ஸ் பற்றி மாணவர்கள் கட்டுரை எழுதவேண்டிவந்தது. என் அப்பா ஒரு போதும் குண்டு வெடிப்பின் போது தான் டோம் சதுக்கத்தில் இருந்ததாகக் கூறியது கிடையாது. நான் “சரியாக” எழுதிய கட்டுரை பற்றி அவர் என்ன நினைத்தாரோ கடவுளுக்குத்தான் வெளிச்சம். அதைப் பற்றி முரணாக எதுவும் கூறாமல் எப்படி அவரால் இருக்க முடிந்தது?

இதுவரை என் தாத்தா அலெக்ஸான்டர்ஸ் பற்றி எதுவும் சொல்ல வில்லை. 1941லிருந்து அவர் ஜெர்மானிய ராணுவப் படைப் பிரிவில் மோட்டார் மெக்கானிக்காக இருந்தார். அங்கு அவருக்கு நல்ல பெயர் இருந்தது. அலெக்ஸான்டர்ஸுக்கு மெக்கானிக் வேலையில் எந்தவிதப் பயிற்சியும் இருக்கவில்லை. ஆனால் இயற்கையான திறமை இருந்தது.

STRASSENTRANSPORTLEITUNG

Dienstausweis Nr. 37047

Kalnietis — Alexander
Name — Vorname
5.3.1907 — Kraftfahrer
geb. — Beruf
Riga — Himmelfahrtstr. 1
Wohnort — Strasse
Lette
Staatsangehörigkeit — Gebietskommissariat
19 IV 19
19 19
19 19
O.U, den 25.11.19
I.A.
Eigenhändige Unterschrift des Inhabers — Unterschrift

அலெக்ஸான்டர்ஸ் கால்னியடிஸ்ஸின் பணியிடத்து அடையாளச் சீட்டு

தங்கமான கைகள் இருந்தன. ஒன்றுமே செய்ய முடியாது என்று மற்றவர்கள் கைவிட்ட வேலையே செய்யாத மோட்டார்களை அவரால் உயிர்ப்பிக்க முடியும். போர் ஆரம்பித்ததும் மில்டாவுக்கும் அலெக்ஸான்டர்ஸுக்கும் இருந்த உறவில் சிக்கல்கள் கூடின. காரணம் அலெக்ஸான்டர்ஸ் வழக்கத்தைவிட அதிகமாக பொறாமைப்பட ஆரம்பித்தார். சாதாரண விஷயங்கள் பெரிய சண்டையாக மாறின. மில்டா ஏதாவது பார்ட்டிக்குப் போய் தன் மதுக்கோப்பையை யாராவது ஒருவரின் கோப்பையில் தட்டி அவர் முகத்தை நேரிட்டுப் பார்த்துவிட்டால் – அப்படிப் பார்த்து வாழ்த்துக்களைப் பரிமாறிக்கொள்வதுதான் வழக்கம் – போதும் அலெக்ஸான்டர்ஸ் உடனே அந்த நபருடன் அவள் வெளிப்படையாகக் காதல் விளையாட்டு விளையாடுவதாகக் குற்றம் சாட்டுவார். அதன் பிறகு அவளுக்கும் அந்த நபருக்கும் இடையே என்ன உறவு என்று கேள்வி மேல் கேள்வி கேட்டுத் துளைத்தெடுத்துவிடுவார்.

ஆஸ்பத்திரியின் நோயாளிகள் அவளுக்கு ஏதாவது சிறு அன்பளிப்போ மலர்ச்செண்டோ வைத்துவிட்டுப் போவார்கள். வெறும் அழகான கண்களுக்காக மட்டும் அதையெல்லாம் தர முடியாது; வேறு ஏதோ விஷயம் இருக்கிறது என்பது அலெக்ஸான்டர்ஸின் வாதம். மலர்களைக் கடுங்கோபத்துடன் பிய்த்து எறிவார். மில்டா தன் தோழி லிடியாவை ஏதாவது சிற்றுண்டிச்சாலையில் சந்தித்துவிட்டுத் தாமதமாக வருவாள். அவள் கணவர் காதலனைச் சந்தித்துவிட்டு வந்ததாகக் கூறி அவன் பெயரைச் சொல்லும்படி வற்புறுத்துவார். திருமணத்தின் ஆரம்ப நாட்களில் பொறாமை பிடித்த கணவன்களுடன் தவிக்கும் மற்றப் பல மனைவிகளைப் போலவே மில்டாவும் அலெக்ஸான்டர்ஸுக்குக் கோபம் வரும்படி எதுவும் செய்யாமல் இருந்தாள். ஆனால் எதுவுமே நடக்காவிட்டாலும் ஒரு பெரிய சண்டையை உண்டாக்க முடியும் அலெக்ஸான்டர்ஸால். முடிவில் தன் நடவடிக்கைகளை எந்த வகையிலும் மாற்றிக்கொள்ளப்போவதில்லை என்று தீர்மானித்தாள் மில்டா. அவள் கணவனின் பொறாமைக்கும் தனக்கும் எந்தவிதச் சம்பந்தமும் இல்லாதவள்போல் நடந்துகொண்டாள்.

அது அவ்வளவு எளிதாக இருக்கவில்லை. மிக அதிகமான ஆத்ம சக்தி தேவைப்பட்டது என் பாட்டிக்கு. என் இளம் வயதில் நான் என் பாட்டியிடம் ஆரம்பகாலக் காதல் உணர்வுகள் பற்றிக் கூறுவதுண்டு. பொறாமைக்காரனான ஒருவனை எப்போதும் காதலிக்காதே என்றாள். பிறகு "அதைவிட மோசமான ஒன்று வேறில்லை" என்று நீண்ட மௌனத்துக்குப் பின் கூறினாள். அவர்கள் உறவு சிலசமயம் உச்சகட்ட நெருக்கடியான நிலையை எட்டியது. அப்போது அலெக்ஸான்டர்ஸ் கதவை அறைந்து சாத்திவிட்டு எப்போதும் வரமாட்டேன் என்று போவிடுவார். ஆனால் எப்போதும் திரும்புவார். காரணம் மில்டாவை அவருக்கே உரிய முழுமையற்ற, தன்னையே துன்புறுத்திக்கொள்ளும் விதத்தில் அவர் காதலித்தார். அவர் மனைவியின் சுதந்திரமான இயல்பை அவரால் தாள முடியவில்லை. இவ்வாறு போரின் மிகக் கடினமான கட்டத்தில் அவர் உதவியை நம்பி இருக்க முடியவில்லை என் பாட்டிக்கு. தன் இரு பையன்களான ஐவர்ஸ், ஆர்னிஸ் இருவருக்குமான உணவுத் தேவைகளை நிறைவேற்றும் பொறுப்பை அவளே ஏற்கவேண்டிவந்தது. அவள்

ஆஸ்பத்திரியிலேயே சாப்பிட்டுவிட்டு அவர்கள் இருவருக்கும் பெரிய பாத்திரத்தில் சூப் எடுத்து வருவாள். அவர்கள் கிராமத்து உறவினர்களும் அவள் அம்மா மடில்டேயும் பலவகையில் உதவினாலும் ரேஷன் மூலம் கிட்டிய உணவு அளவு போதவில்லை. வளரும் வயதில் தன்னை வதைத்த பசி பற்றி அப்பாவுக்கு நினைவு இருக்கிறது. இளைத்துப்போயிருந்த ஐவர்ஸின் உடம்பைத் தேற்றி ஆரோக்கியமாக்க வேறு வழி இல்லாமல் மில்டா ஐவர்ஸை கிராமப்புறத்துக்கு ஆடு மேய்க்க அனுப்பினாள். அவனாவது சாப்பிட முடிந்தது. அத்தோடு குளிர்காலத்துக்கான உடையும் தவிர ஐந்து கிலோ பதப்படுத்தப்பட்டப் பன்றி இறைச்சியும் கிடைத்தது. 1943 மற்றும் 1944 ஆண்டுகளின் வேனிற்காலத்தில் என் அப்பா ஆடு மேய்க்கும் இடையனாக இரு வேறு பண்ணைகளில் வேலை பார்த்தார். அவர் வேலை பார்த்த விவசாயிகள் அன்பானவர்கள். நல்ல குணமுடையவர்கள். அந்தச் சிறுவனை நன்றாக நடத்தினார்கள். எவ்வளவு பால் வேண்டுமானாலும் குடிக்கலாம். ஆனால் பண்ணையில் ஒவ்வொரு நாளும் தரப்பட்டதால் இன்றுவரை என் அப்பாவுக்கு வறுத்த அல்லது புகையில் இட்டுப் பதப்படுத்தப்பட்ட கெண்டை மீன் பிடிக்காது.

கிழக்குப் போர் முனை நெருங்கி வர வர ரய்ஷின் தலைவர்கள் ஒஸ்ட்லாண்டர்களின் உரிமைகளை அதிகரிக்க ஆரம்பித்தார்கள். பாகுபாடு செய்ததால் இழந்த நல்லுறவை அவர்கள் மீட்கவேண்டிவந்தது. 1943ம் ஆண்டு ஆரம்பம் முதல் அவ்வப்போது அரசுச் சொற்பொழிவுகளில் லாட்வியா என்ற சொல் கேட்டது. லாட்வியாவின் சிவப்பு-வெள்ளை-சிவப்புக் கொடிகள் தெருக்களில் தென்பட ஆரம்பித்தன. பிப்ரவரி மாதம் ஹிட்லரின் ஒப்புதலுடன் சோவியத் அரசால் நாட்டுடமையாக்கப்பட்ட சில தனியார் சொத்துக்களைத் திருப்பித்தரத் தீர்மானிக்கப்பட்டது. போரின் ஆரம்பத்தில் லாட்விய ராணுவப் படைப்பிரிவுகள் குறித்து ஜெர்மனி பேசக்கூடத் தயாராக இருக்கவில்லை. ஆனால் போரில் ஜெர்மனியின் நிலைமை மாறியதாலும் போர் முனையில் போதிய படைவீரர்கள் இல்லாமல் போனதாலும் “சுய நிர்வாகம்” பற்றி முன்பு பேசிய லாட்வியத் தலைவர்களிடம் லாட்வியர்கள் சுயநலமின்றி பல்ஷவிக்கு களுடன் போரிட்டால் போருக்குப்பின் லாட்வியாவுக்கு மீண்டும் தேசம் எனும் அந்தஸ்து தரப்படலாம் என்று மறைமுகமாகக் கூறப்பட்டது. பிப்ரவரி 1943ல் ஜெர்மனியின் மிகப்பெரிய ராணுவத் துணைப்படையாக இருந்த, எஸ்.எஸ். என்று உலகளவில் அறியப்பட்ட, *ஷூட்ஸ்ஸ்டாஃபெல்* நிறுவனத்தின் ராணுவக்கிளையாக இருந்த “*வாஃபென்* எஸ்.எஸ்”ன் ஓர் அங்கமாக ஒரு லாட்விய தொண்டர் படையை நிறுவும்படி ஹிட்லர் உத்தரவிட்டார். “தொண்டர்” என்ற சொல் 1907ல் நடைபெற்ற ஹேக் உச்சிமாநாட்டின் போர் வழிமுறைகள் குறித்த விதிகள் – குறிப்பிட்டுச் சொன்னால் ஆக்கிரமித்த நாட்டிலிருந்து ஆக்கிரமிப்பு செய்த நாட்டின் ராணுவத்துக்கு அணிதிரட்டல் தடைசெய்யப்படுகிறது என்ற நிபந்தனை – மீறப்படுவதை மறைக்க உதவியது. ஜெர்மானியர்களுக்கே உரிய துல்லிய நிர்வாகத் திறமையுடன் ராணுவத்துக்கான அணிதிரட்டல் நடந்தது. சேர்க்கவேண்டிய ஆண்கள் வயதுவாரியாகப் பிரிக்கப்பட்டபின் முடிவில் அவர்களை ராணுவத்தில் இணைப்பது பல கட்டங்களாக நடந்தது.

ஜெர்மானியர்கள் எந்தத் தொண்டர்களையும் எதிர்பார்க்கவில்லை என்பதற்கான சரியான சான்று இது. மார்ச் 9 தேதியில் இருப்பதிலேயே வயதில் இளையவர்களின் அணிதிரட்டல் ஆரம்பித்து ஜூலை 15, 1944 அன்று அணிதிரட்டல் நடந்து முடிந்தது என்று அறிவிக்கப்பட்டது. ஆரம்பத்தில் அணிதிரட்டல் என் தாத்தாவை, அவர் வயது காரணமாக, எந்த வகையிலும் பாதிக்கவில்லை. ஆனால் 26 மார்ச் 1944 அன்று அணிதிரட்டலுக்கான அறிவிப்பு ஒன்று வந்தது. தொடர்ச்சியாக இல்லாவிட்டாலும் விட்டு விட்டு அலெக்ஸான்டர்ஸ் 19ம் பிரிவில் போர் தோல்வியில் முடியும் வரை மோட்டார் மெக்கானிக்காக இருந்தார். அதன்பிறகு ஆயிரக்கணக்கான லாட்வியர்கள்போல அவரும் நாடு ஆக்கிரமிக்கப்படுவதை ஆயுதம் தாங்கிய படையாய் எதிர்க்கும் "காட்டுச் சகோதரர்கள்" படையில் ஒருவரானர்.

1943ன் இலையுதிர்காலத்திலும் 1944ம் ஆண்டின் குளிர்காலத்திலும் பத்திரிகைகள் மூலமாகவும் வானொலி மூலமாகவும் வந்த அறிவிப்புகள் ராணுவம், கப்பற்படை, விமானப்படை இவை மூன்றும் சேர்ந்த ஜெர்மானிய ஆயுதப்படை *வேர்மாக்ட்* பின்வாங்கியது "தந்திரமாகத் திட்டமிடப்பட்ட பின்வாங்குதல்" என்றும் அடுத்த வெற்றிகரமான தாக்குதலுக்குப் படைகளை ஒருமுகப்படுத்துவதற்காகச் செய்யப்பட்டது என்று கூறினாலும் போரின் கிழக்குமுனை முன்னேறி வந்துகொண்டிருந்தது என்பதுதான் உண்மை. லாட்வியாவில் இருந்தவர்களின் ரேடியோ பறிமுதல் செய்யப்படவில்லை. எல்லோரையும்போல ஐவர்ஸூம் ஆங்கிலச் செய்தி அறிக்கைகளைக் கேட்டான். ஒரு வரைபடம் கொண்டுவந்து, ஆங்கிலச் செய்தி அறிக்கைகளின்படி எல்லைக்கோட்டில் ஏற்படும் மாற்றங்களைக் காகிதக்கொடிகளால் குறித்துவைத்தான். பிப்ரவரி 1944ல் ரஷ்ய ராணுவப் படைகள் லாட்வியாவின் எல்லையை எட்டியிருந்தன. எங்கும் பயம் கவிந்துகொண்டது. அதற்குள் மக்கள் ஜெர்மானியர்கள் எப்படிபட்டவர்கள் என்று தெரிந்துகொண்டிருந்தனர். அவர்களை விரும்ப முடியாது; இருந்தாலும் அவர்கள் யார் என்று தெரியும். பயங்கர ஆண்டின் நினைவுகளும் மீட்டெடுத்தப் பகுதிகளில் சோவியத் படைவீரர்கள் செய்த அட்டூழியங்களைப் பற்றிய மனத்தை உலுக்கும் கதைகளும் பயங்கரமும் பல்ஷெவிசம் பற்றிய பயத்தை மிகைப்படுத்தியது. திரும்பி வந்தால் ரஷ்யர்களின் பழிவாங்கல் பயங்கரமாக இருக்கும் என்ற வதந்தி எங்கும் பரவியது. ஐவர்ஸுக்குப் பயமாக இருந்தது. மில்டாவும் பாட்டி மடில்டேயும்கூடப் பயந்திருந்தார்கள். மக்கள் ஏதாவது அற்புதம் நடந்துவிடும், லாட்விய அணி ஜெர்மானியரின் உதவியுடன் லாட்வியாவைப் பாதுகாத்துவிடும் என்ற கனவைப் பிடித்துக்கொண்டு இருந்தார்கள். ஜெர்மானியர்களிடம் அற்புதங்களைச் செய்யக் கூடிய ஓர் ஆயுதம் போரில் உபயோகப்படுத்த எந்த நிமிடமும் தயாராகிவிடும் நேரத்தில் இருக்கிறது என்றும் அது போரின் போக்கை முற்றிலும் திருப்பிவிடும் என்றும் ஒரு பேச்சு பரவலாயிற்று. லாட்விய அணியைப் பொருத்தவரை இது அவர்கள் தாயகத்துக்காகச் செய்யப்படும் ஒரு புனிதப் போர். அவர்கள் பாடினார்கள்: "பேன் பிடித்தவர்களை முதலில் துவம்சம் செய்வோம்; அதன்பின் அந்த நீலச்-சாம்பல்காரர்களை" – லாட்வியாவின்

பெயரை உச்சரித்தபடிதான் அவர்கள் இறந்தார்கள். இப்போதைக்கு, லாட்வியாவுக்கு மீண்டும் “பேன் பிடித்த” பல்ஷவிக்காரர்கள் வராதபடி லாட்வியாவைப் பாதுகாக்க அவர்கள் ஜெர்மானிய “நீலச் சாம்பலை” பொறுத்துக்கொள்ளவேண்டும். இது நடந்தபின் ரய்ஷின் தலைவர்கள் லாட்விய நாடு மீண்டும் ஒரு நாடாகும் என்று லாட்விய அணிக்குத் தந்த வாக்குறுதியை நிறைவேற்றியே ஆக வேண்டும். அவர்கள் அதை உண்மையாகவே நம்பினார்கள்.

1944ம் ஆண்டின் இடைவேனிற்காலம் வரும்போது வரப்போகும் விபரீதம் பற்றி எந்த ஐயமும் இருக்கவில்லை. ஆகஸ்டில் ஜெர்மானியர்கள் வெளியேற ஆரம்பித்தார்கள். ஜெர்மனியில் வேலை செய்யவும் கோர்ஸெமெ பகுதியில் பதுங்கு குழிகள் வெட்டவும் வீதிகளில் ஆட்களைத் துரத்தித் தேடினார்கள். மில்டா பயப்பட வேண்டிய தேவையிருக்கவில்லை. அவள் ஜெர்மனியின் ராணுவ ஆஸ்பத்திரியில் வேலை செய்ததால் மூன்றாவது ரய்ஷுக்கு அவள் உதவி இங்கேயே தேவைப்பட்டது. ஐவர்ஸ் ஆடு மேய்க்கும் வேலை செய்தபடி கார்னிகாவாவில் பாதுகாப்பாக இருந்தான். சின்னப் பையன் ஆர்னிஸ் ரீகாவின் புறநகர்ப் பகுதியில் மடில்டேயுடன் இருந்தான். அவ்வப்போது அலெக்ஸான்டர்ஸிடமிருந்து கடிதம் வந்தபடி இருந்தது. ஜெர்மானிய ஆஸ்பத்திரியைச் சேர்ந்தவர்களுடன் வெளியேறும் வாய்ப்பு மில்டாவுக்கு அளிக்கப்பட்டது. வெளியேறிவிடலாமா என்ற ஆசை ஒரு கணம் என் பாட்டிக்கு வந்தது ஆனால் தன் குழந்தைகளை இழந்துவிடும் ஆபத்தும் அதிகமாக இருந்தது; அவர்களைத் தனியாக வெளியேற்றி பிறகு பெற்றோர்களிடம் ஒப்படைப்போம் என்று வாக்குறுதி தந்திருந்தார்கள் என்றாலும் மில்டாவுக்குச் சந்தேகமாக இருந்தது – வழியில் ஏதாவது ஆகி ஒருவேளை அவர்கள் சந்திக்க முடியாமல் போய்விட்டால்? ஐவர்ஸும் ஆர்னிஸ்ஸும் இல்லாத அவள் வாழ்க்கை எப்படிப்பட்டதாக இருக்கும்? ஆகவே என் பாட்டி இருக்கத் தீர்மானித்தாள். இந்தக் குழப்பமான காலத்தில் குடும்பத்தை ஓர் இடத்தில் ஒன்று சேர்ப்பதுதான் மிக முக்கியமாகச் செய்ய வேண்டியது. அவன் வேலை செய்த விவசாயி மறுத்தபோதும் தன் ஆடு மேய்க்கும் வேலையை விட்டுவிட்டு ஐவர்ஸ் தன் தாயுடன் அவள் வீட்டில் இருக்க ரீகாவுக்குத் திரும்பிவந்தான். சில நாட்களுக்குப் பிறகு ஆர்னிஸ்ஸும் மடில்டேயும் கூட மேனெஸ் இயலாவில் இருந்த வீட்டுக்கு வந்துவிட்டார்கள். எல்லோரும் சேர்ந்து போர் முடிவுக்காகக் காத்திருந்தார்கள். அலெக்ஸான்டர்ஸ் எங்கிருந்தார் அவர் உயிருடன் இருந்தாரா என்பதுகூட குடும்பத்துக்குத் தெரியவில்லை.

விமானத் தாக்குதல்கள் ரீகாவில் ஆரம்பித்துவிட்டன. போர்க்கால சங்கொலிகள் ஒலித்தபடி இருந்தன. ஒலித்தவுடன் மக்கள் நிலவறைகளுக்கு ஓடினார்கள். மில்டா நடப்பது நடக்கட்டும் என்று நினைப்பவள். நிலவறை எந்தவிதப் பாதுகாப்பையும் அளிக்காது என்பதால் எல்லோரும் அறையிலேயே இருந்து காத்துக்கொண்டிருந்தார்கள். குண்டு வீச்சு விமானங்களின் அலறல் அதிகரித்துக்கொண்டே போவதைக் கேட்பது தாங்கமுடியாமல் இருந்தது. பிறகு குண்டு வெடிப்பது ஆரம்பித்தது: பூம்! பூம்! பூம்! ஒவ்வொரு குண்டுக்கும் பிறகு இந்த முறை தாக்கிவிடும் என்ற எண்ணம்தான் மேலோங்கியிருந்தது. இன்னொரு “பூம்!” அதன் பிறகு ஒரே

பயம். கடைசியில் குண்டு வீச்சு விமானங்கள் பின்வாங்கத் தொடங்கும்வரை இதேதான். இந்த முறை இல்லை! இன்னும் இல்லை! இந்தச் சில்லிடும் பயத்திலிருந்து அவர்களைப் பாதுகாக்க, தன் உறவினர்களைக் கூட்டிச் செல்லவும் கிராமப்புறத்தில் பாதுகாப்பாக வைத்திருக்கவும் “ஆர்கால்யீ” பண்ணையை வைத்திருந்த மடில்டேயின் சகோதரர் எக்லீடே அவர் மகன் ஆர்வீட்ஸுடன் இரண்டு குதிரைகள் பூட்டிய வண்டிகளுடன் வந்தார். மடில்டே, ஐவர்ஸ் மற்றும் ஆர்னிஸ் ஸ்ட்ரௌபே கிராமத்தை நோக்கிச் செல்ல முற்பட்டனர். அது ஒரு பயங்கரமான இரவு. சிகுல்டா நெடுஞ் சாலையில் அவ்வப்போது குண்டுகள் விழுந்தவண்ணம் இருந்தன. அவர்கள் வடகிழக்குத் திசையில் விரைந்தபோது ஜெர்மானிய ராணுவ வண்டிகளும் குதிரை வண்டிகளும் எதிரே இருந்த தெரு வழியாக அவர்களை நோக்கி வந்தன. குதிரைகள் பயத்தில் கனைத்தன. வண்டிகளின் ஒலிப்பான்கள் சத்தமிட்டன. பெரிய பையனான ஐவர்ஸுக்கு இரண்டாவது குதிரை வண்டியை ஓட்டும் பொறுப்பு தரப்பட்டிருந்தது. சுற்றுப்புறத்தில் ஏகப்பட்டக் குழப்பம் இருந்தபோதிலும் அவன் சற்றே கண் அயர்ந்துவிட்டதால் குதிரை வண்டி எதிரே வரும் மோட்டார் வண்டியில் மோத இருந்தது. கோபமடைந்த ஒரு ஜெர்மானியப் படைவீரர் ஐவர்ஸின் கன்னத்தில் அடித்தார். தெருவில் அந்த வேளையில் அவனுக்கு என்ன வேலை! அதன் பிறகு அவனை விட்டுவிட்டார் அவன் வழியில் போக. இவ்வாறு பயத்துடனும் பிரச்சினைகளை எதிர்கொண்டபடியும் அந்த ரீகாவாசிகள் அவர்கள் அடைய வேண்டிய இடத்துக்கு மறுநாள் வந்துசேர்ந்தார்கள். ரீகாவின் பைத்தியக்காரத்தனமான நிலைமைக்குப் பிறகு கிராமப்புறத்தின் மௌனமும் அமைதியும் வித்தியாசமாகப் பட்டது. உடனே கறுப்புக் கம்பு ரொட்டியும், பதப்படுத்தப்பட்டப் பன்றி இறைச்சியும் வீட்டில் செய்த பாலாடைக்கட்டியும் களைத்துப்போய் வந்த பயணிகளுக்குத் தரப்பட்டது. நகரத்தில் கிடைக்கும் குறைந்த அளவு உணவுக்குப் பிறகு இது பெரிய விருந்தாக இருந்தது. ஒரு கணம் போரே இல்லையென்றும் அப்படியேதான் இனி இருக்குமென்றும் தோன்றியது. சொர்க்கத்தைப்போல.

என் பாட்டி மில்டா மட்டுமே நகரத்தில் இருந்தாள். ஆகஸ்டில் ஜெர்மானிய ஆஸ்பத்திரியை ஒழித்து வைத்துவிட்டு ஆஸ்பத்திரியைச் சேர்ந்தவர்கள் சென்றுவிட்டார்கள். அவர்களுடன் மருந்துகள் ஆஸ்பத்திரி உபகரணங்கள், கருவிகள் என்று எவையெல்லாம் மூன்றாவது ரய்ஷுக்குப் பயன்படுமோ அவற்றை எடுத்துச் சென்றார்கள். ஆக்கிரமிப்பு அதிகாரிகள் லாட்விய டாக்டர்களிடம் அந்தச் சிதைந்த ஆஸ்பத்திரியின் பொறுப்பை ஏற்றுக்கொள்ளும்படி சொன்னார்கள். ஜெர்மானிய ஆஸ்பத்திரியிலிருந்து அது மீண்டும் ரீகாவின் முதல் ஆஸ்பத்திரி ஆகியது. அக்டோபர் 13ம்தேதி ரீகா மீண்டும் ஆக்கிரமிக்கப்பட்டது. மீண்டும் அது சோவியத் ராணுவப் படைகளின் அதிகாரத்தில் இருந்தது. ஆக்கிரமிப்பாளர்களின் கருத்தில் லாட்வியர்கள் ஃபாசிசவாதிகள். அவர்களுக்கு எந்த உரிமைகளும் கிடையாது. அவர்கள் பொருட்கள் திருடப்படலாம், அவர்களை உதைக்கலாம், சுட்டுத் தள்ளலாம், வன்புணர்வு செய்யலாம். ஒரு மதியம் ஒரு ரஷ்ய சிப்பாய்க் கூட்டம் மேனெஸ் இயலாவின் வெளிமுற்றத்தில் நுழைந்தது. சன்னல் திரைச்சீலைகளின் இடைவெளியூடே மோசமாக

உடையணிந்த அந்தப் படைவீரர்களைப் பார்த்தாள் மில்டா. படிகளில் அமர்ந்துகொண்டு உலோகக் குடுவை ஒன்றை உரக்கச் சிரித்தபடி ஒருவரிட மிருந்து இன்னொருவருக்குத் தந்துகொண்டிருந்தார்கள். அதில் ஒருவன் அடிபாகம் கிழிந்து கயிற்றால் கட்டப்பட்டிருந்த தன் காலணியைக் காட்டி, "என்ன சொல்கிறாய்? நான் பெர்லின்வரை கஷ்டப்பட்டு நடந்துபோய்விட முடியுமா?" என்று கேட்டுக்கொண்டிருந்தான். கிழிந்த உடைகளும் அறுந்த செருப்புகளுமாய்! மில்டாவால் நம்பமுடியவில்லை. அந்தச் சமயத்தில் பிரித்தானியர்களுக்கும் அமெரிக்கர்களுக்கும் புத்தி வந்து ரஷ்யர்களுடனான தங்கள் நட்பை மறுபரிசீலனை செய்து அவர்களை ஐரோப்பாவினுள் தங்கள் அதிகாரத்தை விரிவாக்க விடக்கூடாது என்று நினைத்தாள்.

சோவியத்தின் ராணுவம் லாட்வியாவில் ஆக்கிரமிக்காத ஒரே பகுதி கோர்ஸெமெ பகுதிதான். மே மாதம் 9ம் தேதிவரை கடுமையான சண்டைகள் அங்கே தொடர்ந்தன. அதிலும் லாட்விய அணியின் 19வது பிரிவிலிருந்தவர்கள் பங்கெடுத்துப் போரிட்டனர்.

இறுதிக் குறிப்புகளும் அடிக்குறிப்புகளும்

இறுதிக் குறிப்புகள்

இந்த அத்தியாயத்துக்கான தரவுகள்:

1. போர் அருங்காட்சியகத்துத் தரவுகள், லாட்விய தேசிய ஆவணக்காப்பகத்தின் தரவுகள், லாட்வியக் கலைக்களஞ்சியம், லாட்விய ஆக்கிரமிப்பு அருங்காட்சியகம் தரவுகள்

2. ஆர்டுர்ஸ் ஷ்வின்க்லிஸ் எழுதிய *நாஸி ஜெர்மனியின் ஆக்கிரமிப்பின் போது லாட்விய ஊடகம்* புத்தகம்

3. ஆர்னால்ட்ஸ் ஐஸ்ஸில்நியக்ஸ் 1968ல் எழுதிய *லாட்வியாவின் பொருளாதார வரலாறு* 1914-1941 ஸ்டாக்ஹால்மில் வெளியிடப்பட்ட புத்தகம்.

4. ஹைன்ரீஸ் ஸ்ட்ரோட்ஸ் 1992ல் எழுதிய *லாட்வியாவின் விவசாய வரலாறு* ரீகாவில் வெளியிடப்பட்ட புத்தகம்

5. ஆண்ட்ரீவ்ஸ் எஸர்கைலிஸ் எழுதிய *ஜெர்மனி ஆக்கிரமித்த லாட்வியாவில் பேரழிவு* 1941-1944 1999ல் ரீகாவில் வெளியிடப்பட்ட புத்தகம்.

6. ஆண்ட்ரீவ்ஸ் எஸர்கைலிஸ், *லாட்விய படையணி: ஹீரோக்களா, நாஸிகளா, பலியாட்களா?* ஓ எஸ் எஸ் போர் குற்ற விசாரணைத் தரவுகள் தொகுப்பு 1945-1950 லாட்விய வரலாற்று நிறுவனம் 1997 பதிப்பு.

7. மார்ஷெர்ஸ் வெஸ்டர்மானிஸ் 1998, ,லியோ ட்ரிபின்ஸ் 1996, ஃப்ர்ரன்க் கார்டன் 2001ல் எழுதிய நாஸி காலத்தில் யூதர்கள் பற்றிய புத்தகங்கள்.

8. ஆஸ்வால்ட்ஸ் ஃப்ரெய்வால்ட்ஸ், *கோர்ஸெமெ அரண்* முதல் பாகம், 1954, கோபென்ஹேகனில் வெளியிடப்பட்ட புத்தகம்

9. ஆக்கிரமிப்பு ஆண்டுகளில் வெளியிடப்பட்ட நாஸிகளின் கட்டுப்பாட்டில் இருந்த தினசரி *டேவியா* (தந்தைநாடு) டிசம்பர் பிரதிகள்

10. லாட்விய அரசுப் பிரசுரங்கள், பால்டிக் நாடுகளிலிருந்து மக்களை வெளியேற்ற ஜெர்மானிய திட்டங்கள் மற்றும் கட்டாயத் தொழில், ராணுவ சேவை மற்றும் ஜெர்மனிக்கு வெளியேற்றம் பற்றிய கார்லிஸ் காங்கரிஸ் மற்றும் மிர்ஸா கேட் பல்தாயிஸ் 1988லும் 2000லும் எழுதிய வெளியீடுகள்.

அடிக்குறிப்புகள்

1. *The Lacplesis Order* லாக்ப்லேஸிஸ் விருது லாட்விய தேசிய விருதாகும். 1915-25 லாட்விய சுதந்திரப்போராட்டத்தில் பங்குகொண்டவர்களுக்குத் தரப்படுவது. நவம்பர் 11, 1919ல் தர ஆரம்பிக்கப்பட்டு 1928 வரை தரப்பட்டது. 2116 ராணுவத்தாருக்குத் தரப்பட்ட விருது. அதில் லிதுவேனியர்கள், எஸ்தோனியர்கள், போலந்து நாட்டவர்கள், ஃப்ரென்ச்சுக்காரர்கள், ஃபின்லண்டைச் சேர்ந்தவர்கள் மற்றும் சில தேசிய இனக் குழுவைச் சேர்ந்தவர்கள். லாட்விய சுதந்திரத்துக்காகப் போராடியவர்கள் அடக்கம்.

2. ஜனாதிபதி கார்லிஸ் உல்மானிஸ்ஸின் ஆட்சியில் வெளிப்பாட்டுச் சுதந்திரம் குறைக்கப்பட்டது. ஆனால் அது யூத வெறுப்பு ஆட்சி கிடையாது. யூதர்களுக்கு மற்ற இனக் குழுக்களுக்கு உரிய எல்லா உரிமைகளும் இருந்தன. 1940ல் சோவியத் அக்கிரமிப்பு வரை மற்ற நாடுகள் நிறுத்திய பின் கூட உல்மானிஸ் ஆஸ்ட்ரிய ஜெர்மானிய யூதர்களுக்காக எல்லைகளைத் திறந்து வைத்திருந்தார். காண்க எஸர்கைலிஸ் பக்கம் 91.

“உங்களைக் கெஞ்சிக் கேட்கிறேன்– என்னைச் சுட்டுவிடுங்கள் அல்லது மன்னித்துவிடுங்கள்”

மே 8, 1945 தேதியன்று ஜெர்மானிய கடற்படை அதிகாரி அட்மிரல் [கார்ல்] டூனிட்ஸ்[1] எந்தவித நிபந்தனையும் இல்லாமல் வெற்றிபெற்ற நேச நாடுகளிடம் சரணடைவதாகக் கையொப்பமிட்டார். கோர்ஸெமெயிலும் செக்கோஸ்லொவேகியாவின் தலைநகர் ப்ராகிலும் இன்னும் போரிட்டுக்கொண்டிருந்த ஜெர்மானியப் படைகள் அடுத்த நாள்தான் சரணடைந்தன. அதனால் தன் வெற்றியை சோவியத் குழுமம் எப்போதும் மே 9ம் தேதிதான் கொண்டாடுகிறது. என் தாத்தா அலெக்ஸான்டர்ஸ் கால்னியடிஸ் கோர்ஸெமெயில்தான் தோல்வியுற்ற நேரத்தில் இருந்தார். வானெ கிராமத்திலிருந்து சற்றுத் தூரத்தில். போரின் முடிவில் அவர் லாட்வியப் படையணியின் 19வது பிரிவில் 6வது படையின் ஊழியர்களில் மோட்டார் மெக்கானிக்காக இருந்தார். மே 7ம் தேதி படைவீரர்கள் எங்கு வேண்டுமானாலும் செல்லலாம் என்று அறிவிக்கப்பட்டபோது அலெக்ஸான்டர்ஸ் தன் சக படைவீரர்களுடன் பாரம் ஏற்றும் லாரி ஒன்றில் துறைமுக நகரமான வேன்ட்ஸ்பில்ஸ்வரை போக முயற்சித்தார். வேன்ட்ஸ்பில்ஸிலிருந்து ஏதாவதொரு கப்பலில் லாட்வியாவரை போவதாகத் திட்டம். வேன்ட்ஸ்பில்ஸை நெருங்கும்போது எதிரே வந்த வண்டியில் இருந்தவர்களிடமிருந்து அங்கு எந்தக் கப்பலும் இப்போது இல்லை என்று தெரிந்தது. உடைந்துபோனவை கூட கடலில் ஓடிக்கொண்டிருந்தன.

அடுத்து என்ன செய்யவேண்டும் என்று தெரியவில்லை அலெக்ஸான்டர்ஸுக்கு. ரீகாவுக்குப் போவது ஆபத்தாக இருக்கும்; காரணம் அங்கிருந்த சோவியத் நாட்டு அதிகாரிகள் அவரைப்போன்ற “தாய்நாட்டுத் துரோகிகளை” வலைபோட்டுத் தேடிக்கொண்டிருந்தார்கள். கோர்ஸெமெயில்

இன்னும் குழப்பநிலை இருந்ததால் அங்கிருப்பதே மேல் என்று தோன்றியது. முதலில் உடைகளை மாற்றிக்கொள்ளவேண்டும். ஒரு லாட்வியப் படையின் உடையில் இருப்பது பைத்தியக்காரத்தனமாக இருக்கும். யாருமே இல்லாத ஒரு வீட்டில் அவருக்கு ஏற்ற உடைகள் கிடைத்தன. இப்போது பாதுகாப்பாக இருப்பதாகத் தோன்றியது. வீட்டின் பக்கத்தில் விட்டுவிட்டுப் போன ஒரு மோட்டார் வண்டியும் இருந்தது. அது பழுதாகிக் கிடந்தது. ஆனால் அதில் பெட்ரோல் இருந்தது. எல்லாமே கைவிட்டுப் போகவில்லை இன்னும் என்று கூறும் ஒரு நல்ல அறிகுறியாக அது பட்டது. அலெக்ஸான்டர்ஸ் வெகு விரைவில் வண்டியைச் சரிசெய்தார். மீண்டும் வேன்ட்ஸ்பில்ஸ்வரை போய் என்ன ஆகிறது என்று பார்க்கலாம் என்று நினைத்தார். எப்படியாவது ஸ்வீடன்வரை போய்விட்டால் எவ்வளவு நன்றாக இருக்கும்! ஆனால் அவர் முயற்சி வெற்றிபெறவில்லை. பல நாட்கள் அந்த நகரத்தில் அலைந்து திரிந்தார். தங்கள் ராணுவக் கிடங்குளில் இருந்த சாமான்களை எடுத்துவிட்டு இன்னும் காலிசெய்திருக்கவில்லை ஜெர்மானியர்கள். பல சுவையான உணவுப் பண்டங்களும் மதுவும் எல்லோருக்கும் கிடைக்கும்படி கிடங்குகள் திறந்து கிடந்தன. கொள்ளைநோய்க் காலத்தில் விருந்து சாப்பிட்டதுபோல் மக்கள் தங்கள் விரக்தியையும் சோகத்தையும் குடியில் மூழ்கடிக்கப் பார்த்தார்கள். இது லாட்வியாவின் இறுதிச் சடங்கு. அதில் அலெக்ஸான்டர்ஸூம் கலந்துகொண்டார். இரண்டு முறை தன் வாழ்க்கையைச் சீரழித்த போர்களை நினைத்து அவர் கோபவெறியில் குடித்தார். முதல் போரில் அவர் பெற்றோர்களை இழக்க நேரிட்டது; இப்போதோ அவர் தாய்நாடு, ஆரோக்கியம் மற்றும் குடும்பம் எல்லாவற்றையுமே இழந்தாகிவிட்டது. எல்லாவற்றையும் மறக்க, எதையுமே உணராமல் இருக்க, மயங்கிவிழும்வரை அவர் குடித்தார்... மறுநாள் காலையில் உணர்வு வந்ததும் சோவியத் ராணுவ வண்டிகள் காவலுக்காகச் சுற்றிக்கொண்டிருந்த அந்தப் பேரழிவை அடைந்திருந்த இடத்தை விட்டுப் போகத் தீர்மானித்தார். காடுகள்தாம் பாதுகாப்பான இடம். இப்படித்தான் என் தாத்தா நாடு ஆக்கிரமிக்கப்படுவதை ஆயுதம் தாங்கிய படையாய் எதிர்க்கும் "காட்டுச் சகோதரர்கள்" படையில் ஒருவரானர்.

காட்டுக்குப் போகவேண்டும் என்பது அலெக்ஸான்டர்ஸ் மிகவும் யோசித்த பின் சுதந்திரமாக எடுத்த முடிவல்ல. மற்றப் படைவீரர்கள்போலவே அவருக்கு வேறு வழி இருக்கவில்லை. அவர் ஜெர்மானிய ராணுவத்தில் வேலை பார்த்தவர். சோவியத்காரர்களைப் பொருத்தவரை அவர் ஒரு துரோகி. பயங்கர ஆண்டில் சேக்காவைச் சேர்ந்தவர்கள் ஒன்றுமே செய்யாத குற்றமற்றவர்களை எப்படி நடத்தினார்கள் என்பது தெரிந்திருந்ததால் மற்ற லாட்விய அணியின் படைவீரர்கள்போல அலெக்ஸான்டர்ஸூக்கும் "சோவியத் தாய்நாட்டின் துரோகிகள்" எப்படிச் சித்திரவதைப்படுத்தப்படுவார்கள் என்பது தெரிந்தே இருந்தது. 1941ல் ஜெர்மனி லாட்வியாவை ஆக்கிரமித்தபோது யாரும் வேலை செய்வதிலிருந்து தப்பிக்காமல் இருக்கத் தொழில்துறை நிர்வாகம் கொண்டுவந்த மக்கள் கணக்கெடுப்புத் திட்டத்தின்படி

அலெக்ஸான்டர்ஸுக்கு ஜெர்மானிய ராணுவத்தில் மோட்டார் மெக்கானிக்காக வேலை தரப்பட்டது என்பது குறித்து புது நிர்வாகத்தில் இருப்பவர்களுக்கு எந்த அக்கறையும் இருக்காது. வாழ்வதற்கு ஒரு வேலை தேவை அவ்வளவுதான். அதன்பிறகு மார்ச் 1944ல் வலது நுரையீரல் க்ஷயத்தால் பீடிக்கப்பட்டிருந்தபோதும் அணிதிரட்டலின்போது லாட்வியப் படையணியில் அவர் சேர்க்கப்பட்டார். மற்ற சில குடிமக்கள்போல கிராமப்புறத்தில் உறவினர்கள் வீட்டில் ஒளிந்துகொள்ளவோ படையணியை விட்டு ஓடவோ முடியவில்லை அவரால். அவர் ஏற்கனவே ஜெர்மானிய ராணுவத்தின் தொழிற்பட்டறையில் வேலை பார்த்ததால் அவர் மறுத்திருந்தால் அவர் ராணுவ விசாரணைக்கு உட்படுத்தப்பட்டிருப்பார். ஜனவரி 1945ல் அவர் உடல்நிலை காரணத்தால் அவர் செயலார்ந்த பணியிலிருந்து விலக்கப்பட்டிருந்தாலும் ஜெர்மனியில் தொழில்முறை பணி செய்ய அனுப்பப்பட்டிருந்தார். போரின் இறுதியில் தன் இறுதிக் கணங்களை லாட்வியா எட்டியபோது அணிதிரட்டலில் என் தாத்தா மீண்டும் 19வது லாட்வியப் படையணிப் பிரிவில் சேரும்படி உத்தரவிடப்பட்டார். அப்போது அது கோர்ஸெமெ பகுதியில் மூர்க்கமாய்ப் போரிட்டுக்கொண்டிருந்தது. லட்சக்கணக்கான மக்களுக்கு நேர்ந்ததுபோல தன் விதியைத் தானே நிர்ணயிக்க முடியாத நிலைமை அலெக்ஸான்டர்ஸுக்கும் ஏற்பட்டது.

இதன் பின் அலெக்ஸான்டர்ஸ் எங்கு யாருடன் இருந்தார் என்பது குறித்து ஆதாரபூர்வமான தகவல் எதுவும் இல்லை. அவர் கைது செய்யப்பட்டுச் சிறைவைக்கப்பட்ட பின், சேக்காவைச் சேர்ந்த விசாரணை நிபுணர்கள் அவரைக் காட்டுச் சகோதரர்களின் குடும்பப் பெயர்களை யும் அவர்கள் காட்டில் இருக்குமிடங்களையும் கூறும்படி கேட்டுத் துன்புறுத்திகொண்டிருந்தபோது என் தாத்தா பலமுறை தான் கூறியதை மாற்றி மாற்றிக் கூறினார். ஆனால் மூன்றாம் முறை கேட்டபோது அவர் கூறியது சற்றுத் தெளிவாக இருந்தது. வேன்ட்ஸ்பில்ஸை விட்டுப்போன அலெக்ஸான்டர்ஸ் ஸுரஸ் கிராமத்துக்குத் தனியாக வந்துசேர்ந்தார். அங்கு மோசமான நிலையிலிருந்த சிலரைச் சந்தித்தார். சிறிது நேர உரையாடலுக்குப் பின் அவர்கள் அலெக்ஸான்டர்ஸை தங்கள் குழுவில் சேர்ந்துகொள்ளும்படி கூறினார்கள். அந்த இடம் சேக்காவின் தரவுகளில் ஸில்ஸ் என்று குறிக்கப்பட்டுள்ளது. அதாவது தேவதாரு மரக் காடு. ஜூலை மாத நடுவில்தான் ஸில்ஸ் ஆட்களை விட்டுப் போனார். அதுவரை அவர்களுடன் இருந்தார். அதன் பின் அவர் குல்டீகா பகுதியில் செயல்பட்டுக்கொண்டிருந்த ஆயுதப் போராளிக் குழுவிலிருந்த லாபயடிஸ் என்றழைக்கப்பட்ட ஆல்கேர்ட்ஸ் ஸ்டுரிஸுடன் இருந்தார். ஆகஸ்ட் மாத இடையிலேயே, அவர் கூறியிருப்பதன்படி, அவர் பிர்ஸ்காலே வந்து, அக்டோபர் மாத முடிவில் அவர் தன் குடும்பத்துடன் இருக்க ரீகாவை நோக்கிப் பயணமானார். சேக்கா உறுப்பினர்களிடம் அவர் கூறாமல் விட்டது என்னவென்றால் அவரும் இன்னும் சிலருமாக யும்ப்ரவா என்ற இடத்தில் டௌகவா ஆற்றைத் தாண்டி செப்டம்பர் மாத ஆரம்பத்திலிருந்து விட்ஸெமெ என்ற இடத்தில் இயங்கிகொண்டிருந்தனர் என்பது. ஸ்ட்ரௌபே பகுதியில் இருந்த தன் மனைவியின் உறவினர்களை எந்த வகையிலும் ஆபத்தில் ஆழ்த்த விரும்பவில்லை அலெக்ஸான்டர்ஸ். அவர்கள்

உடனே சந்தேகத்துக்கு ஆளாக்கப்பட்டு, கைது செய்யப்படாவிட்டாலும் விசாரணைக்கு உட்படுத்தப்பட்டிருப்பார்கள். ரீகா திரும்பிய பின் அவர் எங்கிருந்தார் என்பதை அவர் விவரமாகக் கூறவில்லை. விட்ஸெமெயில் காட்டுச் சகோதரர்களுக்கு ஆதரவு தந்தது ட்ஸெப்லீஷி பண்ணைதான். அங்குதான் அவர் மீண்டும் மனிதனாக உணர்ந்தார்—சாப்பிட்டு, குளித்து, ஸௌனாவில் நீராவிக் குளியல் செய்து, சுத்தமான சட்டை உடுத்து அமைதியாக உறங்க முடிந்தது.

அக்டோபர் இறுதியில் ஓரிரவு அவர்கள் எல்லோரும் வைக்கோல் பரணில் உறங்குவதற்குத் தயாராகிக்கொண்டிருந்தபோது வெளியே துப்பாக்கிச் சத்தம் கேட்டது. சேக்காவைச் சேர்ந்தவர்கள் கொட்டகையைச் சுற்றியும் இருந்தார்கள். ஒரு வினாடி கூட யோசிக்காமல் பரணில் இருந்த சிறு கதவு வழியாக அலெக்ஸான்டர்ஸ் வெளியே குதித்தார். கீழே விழுந்து, குட்டிக்கரணம் அடித்து வளைந்து வளைந்து போய், தோட்டாக்களுக்குத் தப்பி, காட்டை நோக்கி ஓடினார். அவரைச் சுற்றியும் தோட்டாக்கள் ஒலியுடன் சுழன்றபடியிருக்க என் தாத்தா பைத்தியம் பிடித்தவர்போல் ஓடினார். வெள்ளை உள்ளாடையில் இருந்த அவர் சுடுவதற்கு அருமையான இலக்காக இருந்தார். புதர்கள் மண்டிக்கிடந்த காட்டில் அவரை ஒரு முயலை வேட்டை செய்வதுபோல் துரத்தினார்கள். எப்படியோ அலெக்ஸான்டர்ஸ் தப்பினார்.

முடிவில் காட்டை எட்டியதும் முற்றிலும் களைத்துப்போன அலெக்ஸான்டர்ஸ் படர்ந்திருந்த ஈரப் பாசியில் விழுந்து நீண்ட நேரம் அந்தக் குளிரில் கிடந்தார். அவர் உயிருடன் இருந்தார். ஆனால் இன்னும் எவ்வளவு நேரம் இருப்பார்? இலையுதிர்பருவத்தின் இறுதிக்காலம் அது. கடும் குளிர்காலம் வரவிருந்தது. அவரிடம் கம்பளி ஆடையோ காலணியோ இருக்கவில்லை. வெறும் உள்ளாடைகள் மட்டுமே இருந்தன. மற்றக் காட்டுச் சகோதரர்கள்போல் கடுமையான காட்டு வாழ்க்கைக்குப் அவர் நுரையீரல் பழகாததால் க்ஷயத்தினால் வரும் ஜுரத்தில் அலெக்ஸான்டர்ஸின் உடல் நடுங்கியது. இரவுகளை வைக்கோல் பரண்களிலும் குழிகளிலும் கழித்துக் காட்டில் ஒளிந்து திரியும் வாழ்க்கை அவருக்குச் சலித்துவிட்டது. அமைதி எங்கும் கிட்டவில்லை. கோர்ஸெமெயின் வீழ்ச்சிக்குப் பிறகு ரஷ்யர்கள் பதினாறிலிருந்து அறுபதுவரை வயதுள்ளவர்கள் எல்லோரையும் ஒருசேர “வடிகட்டும் முகாம்”களில் போட்டிருந்தார்கள். உடனடியாக அவர்கள் “கொள்ளைக்காரர்களை”த் துரத்துவதாகக் கூறி காடுகளில் ஓரிடம் விடாமல் தேட ஆரம்பித்தார்கள். விட்ஸெமெயில் இருப்பது பாதுகாப்பாக இருக்கும் என்று ஆரம்பத்தில் தோன்றினாலும் இங்கும் காட்டுச் சகோதரர்களைப் பிடிப்பதற்காக சேக்காவின் தேடல் தாக்குதல்கள் அதிகரித்தன. அமெரிக்கர்களும் பிரித்தானியர்களும் உதவுவார்கள் என்ற நம்பிக்கையளிக்கும் வதந்திகளை அலெக்ஸான்டர்ஸ் நம்பவில்லை. அவையெல்லாம் வெறும் வெற்று வாக்குறுதிகளாகப் பட்டன அவருக்கு. ஏனென்றால் நேச நாடுகள் ஐரோப்பாவில் ரஷ்யா செய்த ஊடுருவல்களை அனுமதித்திருந்தன. தவிர ஜப்பானுடன் போரிட சோவியத் நாட்டின் உதவிக்காகக் கெஞ்சிக்கொண்டிருந்தன.

ஏதோ சில பால்டிக்காரர்களுக்காக அவர்கள் சோவியத் குழுமத்துடன் இருந்த உறவைக் கெடுத்துக்கொள்வார்களா என்ன? இல்லை; காட்டில் தொடர்ந்து இருப்பதில் எந்தப் பயனும் இல்லை. அவர் எப்படியாவது ரீகாவுக்குப் போக வேண்டும். அந்தப் பெரிய, நெரிசலான நகரத்தில் அவர் யாரும் கண்டுபிடிக்காதபடி காணாமல் போனால் தங்குவதற்குப் பாதுகாப்பான இடமும் குளிர்காலத்தைத் தாங்கவும் முடியும் என்ற நம்பிக்கையாவது உண்டு. மில்டாவின் உதவி குறித்து அவருக்கு அதிக நம்பிக்கை இருக்கவில்லை. காரணம் அவர்கள் கடைசியாகப் பிரிந்தபோது அவர்களுக்குள் அவ்வளவு சுமுகமான உறவு இருக்கவில்லை. அவர் மனைவி மன்னிக்கமுடியாத அளவுக்கு அவர் அவளைப் புண்படுத்தியிருந்தார். ஆனால் அவர் மகன் ஆர்னிஸ்ஸைப் பார்க்க அவர் மனம் துடித்தது. ஒரே ஒரு தடவையாவது அவனைப் பார்க்கவேண்டும்.

விடிகாலையில் ஒரு நாள் சற்றுத் துணிச்சலைத் திரட்டிகொண்டு அவர் ஒரு வீட்டின் சன்னலைத் தட்டினார். ட்ஸெப்லீஷியில் துப்பாக்கியால் சுட்டு இவர்களுக்காக நடந்த வேட்டை பற்றி அந்தப் பகுதியில் இருந்த எல்லோருக்கும் தெரிந்திருந்தது. தங்களுக்கும் அந்தக் கதி நேரலாம் என்று மக்கள் பயந்திருந்தார்கள். சீக்கிரம் அவர் அங்கிருந்து போனால் போதும் என்று எண்ணி சாக்குத்துணியில் தைத்த உடை ஒன்றை அலெக்ஸான்டர்ஸுக்குத் தந்து, மேற்கொண்டு பயணிக்கக் கையில் ஒரு பெரிய துண்டு ரொட்டியைத் திணித்து அனுப்பினார்கள். என் தாத்தாவுக்கும் அவசரம்தான். காட்டின் பாதுகாப்புக்குப் திரும்பிப்போக விரும்பினார் அவர். ஒரு காட்டிலிருந்து இன்னொரு காட்டுக்குப் போய் ரீகாவை நோக்கிப் போக ஆரம்பித்தார். காலணி இல்லாததால் வேகமாக நடக்க முடியவில்லை. குளிரில் கல்லும் முள்ளும் கிடந்த கரடுமுரடான பாதையில் நடப்பதற்காக வழியில் குழிகளில் கிடைத்த கந்தல் துணிகளைப் பாதங்களில் கட்டிக்கொண்டார். துண்டு ரொட்டி எப்போதோ தீர்ந்துவிட்டது. என் தாத்தாவை பசி வாட்டத் தொடங்கியது. ஆனால் ஏதாவது வீட்டைத் தேடிப் போகப் பயமாக இருந்தது. ஒரு முறை தனியாக வந்த ஒருவரைப் பார்த்ததும் துணிந்து அவரிடம் உணவு தரும்படி கெஞ்சினார். முன்பின் தெரியாத அந்த மனிதர் உணவு கொண்டுவரப் போனதும் அவரை யாராவது தொடர்கிறார்களா என்று ஒளிந்துகொண்டு பார்த்தார். ஆனால் பயந்ததுபோல் ஒன்றும் ஆகவில்லை. பல நாட்களுக்குப் பின் சாப்பிட உணவு கிடைத்தது. லீகடனே கல்லறையின் கல்வேலி அருகே தன் கைத்துப்பாக்கியைத் தாத்தா புதைத்துவைத்தார். பிறகு ஒரு முறை என் அப்பாவிடம் அது இருக்குமிடத்தைக் கூறி அதை எப்படி ஒளித்துவைப்பது என்று கூறினார். அடுத்த வேனிற்காலத்தில் ஐவர்ஸ் துப்பாக்கியைத் தேடிப்போய் அதை வீட்டின் பரணில் ஒளித்துவைக்க எடுத்துவந்தார். அது இன்றுகூட ஒளித்துவைக்கப்பட்ட அதே இடத்தில் இருக்கலாம். அலெக்ஸான்டர்ஸ் கடைசியில் அக்டோபர் 30ம் தேதியன்று ரீகா வந்துசேர்ந்தார்.

மாலை முடிந்து இரவு நேரம். வாயில் மணி ஒலித்தது. போருக்குப் பின்னான ரீகாவில் வாயில் மணி ஒலிப்பது நல்லதுக்காக இருக்காது.

என் அப்பாவுக்குத் தூக்கிவாரிப்போட்டது. அவர் வீட்டில் தனியாக இருந்தார். மில்டாவுக்கு அன்று ஆஸ்பத்திரியில் இரவுநேர வேலை. பாட்டி மடில்டேயுடன் ஆர்னிஸ் கிராமத்தில் இருந்தான். ஐவர்ஸ் மெல்லக் கேட்டான்: "யார் அது?" ஒரு கண மௌனத்துக்குப் பின் பதில் வந்தது: "உன் அப்பா." ஐவர்ஸ் உடனே கதவைத் திறந்தான். சமையலறையிலிருந்து வந்த விளக்கு வெளிச்சம் படிக்கட்டின் இருட்டில் நின்றுகொண்டிருந்த அலெக்ஸான்டர்ஸின் மேல் விழுந்தது. அவர் தோற்றம் திடுக்கிடவைப்பதாக இருந்தது. அழுக்கான கிழிந்த சாக்குத்துணி உடையுடன் மரம் வெட்டும் ரம்பம் ஒன்றைத் தோளில் வைத்துக்கொண்டு நின்றார் அவர். சற்று விசித்திரமான தொப்பியொன்று அவர் தாடியையும் மழிக்காத முகத்தையும் பாதி மறைத்தபடி இருந்தது. எல்லாவற்றையும்விட கந்தல் துணியால் சுற்றப்பட்டுக் கயிற்றால் கட்டப்பட்ட அவர் பாதங்கள்தாம் பார்க்கவே சகிக்காமல் இருந்தன. இப்படித்தான் என் தாத்தா அலெக்ஸான்டர்ஸ் வீடு திரும்பினார்.

அலெக்ஸான்டர்ஸை வீட்டினுள் சேர்க்க மில்டா மறுக்கவில்லை. அவர்களுடைய பழைய சண்டைகள் எப்போதோ வெகுகாலத்துக்கு முன் நடந்த, அர்த்தமே இல்லாமல்போன கடந்தகாலத்தின் ஒரு பகுதியாகத் தோன்றின. போரின் முடிவுக்குப் பின் பேரிடராய் வந்த ஆயிரக்கணக்கான அகதிகளும் பல்ஷவிக்கின் பயங்கரமும் முற்றிலும் மறைத்துவிட்டக் கடந்தகாலம். உயிருடன் இருக்கிறாரா இல்லையா என்றே இவ்வளவு காலமும் தெரியாமல் இருந்த பின் தன் கணவன் உயிருடன் இருப்பது மில்டாவுக்கு மகிழ்ச்சியைத் தந்தது. இளைத்துத் துரும்பாக இருந்த தன் கணவனை அணைத்துக்கொண்டாள். மீண்டும் ஒரு பெண்ணாகத் தன்னை உணர்ந்தாள். அந்தச் சமயத்தில் அலெக்ஸான்டர்ஸ் கைது செய்யப்பட்டுச் சிறையிடப்பட இன்னும் பதிமூன்றே நாட்கள்தாம் இருந்தன என்பது அவளுக்குத் தெரியாது. ஒரு மனைவியாக இருப்பது இதுதான் கடைசிமுறை என்பதும். மில்டாவுக்கு அப்போது 37 வயது. கணவர் திரும்பியதில் அவளுக்கு மகிழ்ச்சி இருந்தாலும் அவர் வரவு ஐவர்ஸுக்கும் ஆர்னிஸுக்கும் எவ்வளவு ஆபத்தானது என்ற எண்ணம் அந்த மகிழ்ச்சியைப் பின்தள்ளியது. தன் மனத்துடன் சற்றுப் போராடிய பின் அலெக்ஸான்டர்ஸ் குடிப்படையை அணுகித் தன்னைச் "சட்டபூர்வமான" நபராக ஆக்கிக்கொள்ளவேண்டும் என்று மில்டா தீர்மானித்தாள். நான் குழந்தையாக இருக்கும்போது எனக்குக் கூறியதுவரை என் பாட்டி தன் கணவனுக்குச் சிறையைத் தவிர வேறு எந்த ஆபத்தும் கிடையாது என்றே தன் மன ஆழத்தில் நம்பினாள். இப்போது நினைக்கும்போது அந்த முக்கியமான சமயத்தில் அவள் தன் பகுத்தாராயும் உணர்வை தானே தணிக்கை செய்துகொண்டிருந்தாள் என்பது எனக்குப் புரிகிறது. தன் மகன்களைக் காக்கும் ஆர்வத்தில் அவள் பயங்கர ஆண்டின் அனுபவங்களை அவள் மனத்திலிருந்து முழுவதுமாக நீக்கிவிட்டிருந்தாள். "இப்படி எங்களுக்கு நடக்காது", "நாங்கள் எப்போதுமே செல்வந்தர்கள் அல்லாத சாதாரண மனிதர்கள்தாம்", "என் கணவர் எதுவும் தப்பு செய்யவில்லை" போன்ற எண்ணங்கள் மேலோங்கி அவளை யதார்த்ததைக் காணவிடாமல் மயக்கின. சோவியத் கொலைகாரர்களுக்கு குற்றத்தின்

அளவு ஒரு பொருட்டா என்ன?! பல்ஷவிக்காரர்கள் "நாஸிகளுடன் உடன்போனவர்கள்" என்று கருதப்படுபவர்களின் "பாவங்களை" அவர்கள் "சட்டபூர்வமான" நபர்களாக மாறிவிட்டதாலேயே மன்னித்து தங்கள் வாக்குறுதியைக் காப்பாற்றுவார்கள் என்று அலெக்ஸான்டர்ஸுக்கு எந்த நம்பிக்கையும் இல்லாவிட்டாலும் அவர் மில்டா கூறியதை ஏற்றுக்கொண்டார். போரில் தோற்ற நாளன்று அவருக்கு வேறு எந்த வழியும் இல்லாததுபோலவே இப்போதும் இருக்கவில்லை. சாவு நிச்சயமாக அவருக்காகக் காட்டில் காத்திருந்தது. பாதிக்கப்பட்ட நுரையீரல்களுடன் இந்தக் குளிர்காலத்தைக் கடப்பது என்பது சாத்தியமில்லை. சோவியத் அதிகாரிகளிடம் தன்னை ஒப்படைத்துக்கொள்வதன் மூலம் ஸைபீரியாவுக்கு நாடுகடத்தப்பட்டு அங்கு சாவதுதான் அவர் விதி. அவர் மிகவும் களைத்துவிட்ட மனநிலையையும் தாண்டி நடப்பது நடக்கட்டும் என்று விதிவசம் தன்னை ஒப்படைக்கத் தயாரானார்.

அலெக்ஸான்டர்ஸுக்கு கம்பளி உடைகளும் காலணியும் தேவைப் பட்டன. என்ன ஆகப்போகிறது என்று தெரியாத நிலையில் பதிவு செய்து கொள்ளப்போகும் முன் அவரைப் பாதுகாக்க இவ்வளவாவது செய்ய வேண்டியிருந்தது. போர்காலத்துக்கு முன்பு அணிந்த அவருடைய கோட்டு ஒன்று இருந்தது. மற்ற உடைகள் நண்பர்களிடமிருந்து சேகரிக்கப்பட்டன. ஆனால் காலணிகளை வாங்கவேண்டிவந்தது. வீட்டில் எப்போதும்போல் பணமிருக்கவில்லை. கறுப்புச் சந்தையில் தேவையானவற்றை வாங்க மில்டாவின் சம்பளநாளுக்காகக் காத்திருக்கவேண்டிவந்தது. அழைக்கப் படாத விருந்தாளிகள் யாராவது திடீரென்று வந்துவிட்டால் தாத்தா மறைந்துகொள்ள, சமையலறை மேசையின் கீழ் ஒரு மறைவிடம் கச்சிதமாக இல்லாவிட்டாலும் தற்சமயத்துக்கு ஏற்ப கட்டப்பட்டது அந்தச் சமயத்தில். அப்பா வந்திருப்பது குறித்து யாரிடமும் மூச்சுவிடக்கூடாது என்று ஐவர்ஸை கண்டித்துவைத்தார்கள். இந்த ரகசியத்தை மறைப்பது எவ்வளவு முக்கியம் என்பது ஐவர்ஸுக்கே தெரிந்திருந்தது. போர்க்காலஆண்டுகளில் எத்தனையோ அனுபவித்துவிட்டதால் அவனுடைய குழந்தைப்பருவம் அதை வாழும் முன்பே முடிந்துவிட்டது.

அக்டோபர் 1944ன் முடிவில் ஐவர்ஸ் கிராமப்புறத்திலிருந்து "விடுதலை" அடைந்த ரீகாவுக்கு வந்தபோது முற்றிலும் முறைகேடான நடவடிக்கைகளும் வன்முறையும் ஆண்டுகொண்டிருந்தன. ஜெர்மானிய ஆட்சியின்போது நகரத்தில் ஏதோ வகையில் ஒழுங்கு இருந்தது. ரஷ்யர்கள் உள்ளே நுழைந்த பின் இருந்த ஒழுங்கின்மை மற்றும் குழப்பத்தில் தெருவில் மட்டுமல்ல வீட்டிலேயே யாருக்கும் பாதுகாப்பில்லை என்ற உணர்வு எல்லோருக்கும் ஏற்பட்டது. ஆயுதம் ஏந்திய கொள்ளைக்காரர்கள் மட்டுமல்ல சிப்பாய்கள்கூட திருடுவதும் வன்புணர்வு செய்வதும் வெற்றி கொண்டவர்கள் என்ற விதத்தில் தங்கள் சட்டப்படியான உரிமை என்று நினைத்தார்கள். அவர்கள் கருத்துப்படி லாட்வியர்கள் ஃபாசிசவாதிகள்; இதற்குத்தான் அவர்களுக்குத் தகுதி. கொள்ளைகள் பற்றியும் வன்புணர்வு பற்றியும் எல்லோரும் மிக ரகசியமாகவே பேசிக்கொண்டாலும் தன் குடியிருப்பில் இருந்த பல பெண்களுக்கும் இது நேர்ந்திருக்கிறது என்பது

ஐவர்ஸுக்குத் தெரிந்திருந்தது. மேனெஸ் இயலாவிலேயே ஒரு சிறு கடையை ஆயுதம் ஏந்திய கொள்ளையர்கள் மூன்று முறை கொள்ளையடித் திருந்தார்கள். ரீகா மாறிக்கொண்டிருந்தது. வீட்டின் சொந்தக்காரர்கள் மேற்கு நாடுகளுக்கு அகதிகளாகச் சென்றுவிட்டதால் பல வீடுகள் காலியாகக் கிடந்தன. வெற்றியடைந்த ரஷ்ய நாட்டுக்காரர்கள் அந்த வீடுகளில் குடிபுகுந்தனர். என் அப்பாவின் குடியிருப்பில் 1941ல் பின்வாங்கிய சோவியத் ராணுவத்துடன் சென்றிருந்த ஒரு குடித்தனக்காரர் திரும்பிவந்திருந்தார். லாட்வியாவிலேயே தங்கிவிட்டவர்களும் இன்னும் சாகாதவர்களும் ஃபாசிசவாதிகள் அல்லது அவர்களை ஆதரிப்பவர்கள் என்பது அவர் உறுதியான நம்பிக்கை. ஒரு “கொள்ளைக்காரன்” ஒளிந்திருப்பதை முதலில் அவர்தான் காட்டிக்கொடுப்பார். அதனால் முன்னெச்சரிக்கையாக மிகவும் கடுமையான நடவடிக்கைகளை எடுக்க வேண்டிவந்தது. அதனால் கிராமப்புறத்தில் இருந்த ஆர்னிஸிடம் அவன் தந்தை வந்திருப்பதைச் சொல்லாமல் இருப்பதே மேல் என்று மில்டா தீர்மானித்தாள். கள்ளங்கபடில்லாத அந்த ஏழு வயதுச் சிறுவன் தன் அப்பா வந்திருப்பதை யாரிடமாவது வாய்தவறிச் சொல்லிவிடலாம். தன் மகனைப் பார்க்கவேண்டும் என்ற அலெக்ஸான்டர்ஸின் இதயபூர்வமான ஆசை இவ்வாறு நிறைவேறாமல் போயிற்று.

என் தாத்தா அலெக்ஸான்டர்ஸ் கால்னியடிஸ் நவம்பர் 13க்கும் 14க்கும் இடைப்பட்ட இரவு நேரத்தில் கைது செய்யப்பட்டார். மில்டாவின் சம்பளநாளுக்கு இன்னும் இரண்டு நாட்கள் இருந்தன. யாரோ கதவை ஓங்கித் தட்டினார்கள். பெற்றோர்கள் இருவரும் சமையலறையில் உறங்கிக் கொண்டிருந்தனர். வரவேற்பறையில் இருந்த அமர்வதற்கும் உபயோகப்பட்ட படுக்கையில் உறங்கிக்கொண்டிருந்த ஐவர்ஸ் பயந்து நடுங்கியபடி என்ன நடக்கிறது என்று சற்றுத் திறந்து வைத்திருந்த கதவின் இடுக்கிலிருந்து பார்த்தான். அவன் அப்பா எப்படிச் சமையலறை மேசையின் கீழ் புகுந்துகொண்டார் என்பதைப் பார்த்தான். இன்னொருவர் அதில் படுத்திருந்தது தெரியாமல் இருக்க மில்டா அவசரமாக மெத்தையைத் தட்டிப்போட்டாள். தன் இரவு உடையின் மேல் வீட்டில் அணியும் கவுனை மாட்டிக்கொண்டு கதவைத் திறக்கப்போனாள். துப்பாக்கி ஏந்திய இருவர் உடனே உள்ளே புகுந்து சமையலறையின் மறைவிடத்தில் துப்பாக்கியைக் காட்டியபடி கூவினார்கள்: “ஏய் திருடா! வெளியே வா! சுட்டுவிடுவோம்!” அலெக்ஸாண்டர்ஸ் எங்கே ஒளிந்திருந்தார் என்பது அவர்களுக்குத் தெரிந்திருந்தது. யாரோ சேக்காவுக்கு அலெக்ஸான்டர்ஸ் திரும்பிவந்துவிட்டார் என்ற தகவலைத் தெரியப்படுத்தியிருந்தார்கள். யார் அது? மில்டாவின் சகோதரன் வால்டெமார்ஸின் மனைவியாகத்தான் இருக்க வேண்டும். அவள்தான் வீட்டுக்கு வந்திருந்தாள். அவளுக்கு மட்டும்தான் அலெக்ஸான்டர்ஸ் திரும்பிவந்திருப்பது தெரியும்.

வெளியே வா என்று கட்டளையிட்டுச் சுட்டுவிடுவோம் என்று கூறியதும் அலெக்ஸான்டர்ஸ் தவழ்ந்தபடி கைகளைத் தலைமேல் உயர்த்திக் கொண்டு வெளியே வந்தார். ஆயுதத்தைத் தரும்படி கத்தினார்கள் சேக்காவைச் சேர்ந்த அந்த இருவர். பிறகு அவரிடம் எந்த ஆயுதமும் இல்லை என்று உறுதிசெய்துகொண்ட பின் தங்கள் பின்னால் வரும்படி

கூறினார்கள். அலெக்ஸான்டர்ஸ் தன் உடைகளை மெல்ல அணிந்து கொண்டார். அவருடைய சொந்த ஆவணங்கள் மற்றும் குடும்பப் புகைப்படங்கள் கொண்ட ஒரு சிறிய மஞ்சள் பையைத் தன் பாக்கெட்டில் போட்டுக்கொண்டார். மில்டா உடைகளை வைத்துக் கட்டியிருந்த சிறு துணி மூட்டையை எடுத்துக்கொண்டு மனைவியை அணைத்துக்கொண்டு விடைபெற்றார். பயத்தில் உறைந்துபோய் நின்றுகொண்டிருந்த ஐவர்ஸின் தலையைத் தட்டித் தந்தார். இப்படித்தான் வேனிற்காலத்து மெல்லிய காலணியுடன், தான் தேர்வு செய்யாத, வாழ்க்கையின் கடைசிக் கட்டப் பயணத்தை அலெக்ஸான்டர்ஸ் தொடங்கினார். தன் அப்பாவைக் குறித்த ஐவர்ஸின் கடைசி நினைவு சமையலறை வாசலில் தெரிந்த அவர் கரிய நிழலுருவம்தான். மில்டாவோ ஐவர்ஸோ அலெக்ஸான்டர்ஸை அதன் பின் உயிருடனோ பிணமாகவோ பார்க்க முடியாமல் போயிற்று.

அலெக்ஸான்டர்ஸ் ஸ்டாபு மற்றும் ப்ரீவீபாஸ் இயலாவின் இடையே முனையில் இருந்த சேக்கா கட்டடத்துக்கு அழைத்துச் செல்லப்பட்டார். அவர்கள் சொன்னபடி கைதிகள் தங்களைப் பற்றியத் தகவல்களைத் தரும் கேள்விப்படிவத்தை நிரப்பித் தந்தார். பிறகு அவரை உடைகளைக் கழற்றச் சொல்லிவிட்டு அவர் பாக்கெட்டில் வைத்திருந்த மஞ்சள் பையை எடுத்து வைத்துக்கொண்டனர். லாட்வியாவின் தேசிய ஆவணக் காப்பகத்தில் அந்த மஞ்சள் பையில் இருந்தவை இன்னும் அலெக்ஸான்டர்ஸின் வழக்குக் கோப்பில் உள்ளன. தன் மகனின் புகைப்படத்தை வைத்துக்கொள்ளக்கூட அந்த "கொள்ளைகாரனை" சேக்கா உறுப்பினர்கள் அனுமதிக்கவில்லை. அதே நாளில் மதியம் இரண்டு மணிக்குப் பின் பத்து நிமிடங்கள் ஆனபோது சேக்காவைச் சேர்ந்தவர்கள் என் தாத்தாவை விசாரணை செய்யத் தொடங்கினார்கள். முதல் அமர்வு பதினோரு மணி நேரம் நீடித்தது. அதைப் பத்துப் பக்கங்களில் கையால் எழுதிப் பதிவு செய்தார் ஒருவர். எழுதும் வேகம் சராசரியாக ஒரு மணி நேரத்தில் ஒரு பக்கத்தைவிடச் சற்றுக் குறைவு என்ற ரீதியில் இருந்தது. அந்தப் பதிவு, மற்ற விசாரணை ஆவணங்களைப்போலவே ரஷ்ய மொழியில் இருந்தது. சேக்காவின் நிலவறைகளில் இருந்துவிட்டு எப்படியோ ஸைபீரியாவிலிருந்து உயிர்பிழைத்து வந்த காட்டுச் சகோதரர்களின் சாட்சியங்களை நான் படித்திருந்ததால் என் தாத்தா எத்தகைய சித்திரவதைகளையும் துன்பத்தையும் அனுபவித்திருப்பார் என்பதை என்னால் யூகிக்க முடிகிறது. விசாரணை செய்தவர் அவரை அடிக்கவில்லை. அதைப் பதிவு செய்பவரும் அடிக்கவில்லை. அடிப்பதற்கென்று தனியாக ஒரு நபர் வேலையில் அமர்த்தப்பட்டிருந்தார். எதிர்பாராத நேரத்தில் மிகவும் வலிக்கும் இடங்களில் அவர் அடித்தார். விசாரணை செய்யப்படுபவர் கீழே விழுந்தபின்னும் அவர் விழுந்தவரை உதைத்துக்கொண்டே இருப்பார். உறுதியான ராணுவக் காலணியணிந்த கால் சித்திரவதைக்கு மிக உகந்த சாதனம்.

சேக்காவின் மற்ற "நாகரிகமான" விசாரணை முறைகளான கூரையி லிருந்து தொங்கவிடப்படுவது, கைகளை முதுகுக்குப் பின் வளைப்பது, முட்டியைத் தாடையருகே வலிந்து கொண்டுவருவது, எலும்புகளை இரும்புத் தளைகளில் வைத்து இறுக்குவது போன்றவற்றை அலெக்ஸான்டர்ஸ்

அனுபவித்தாரா என்பதை யூகிக்கத்தான் முடியும். அது தாங்கமுடியாத அனுபவமாக இருந்தது என்பதை மில்டா ஸைபீரியாவுக்கு வந்துசேர்ந்த பின் அலெக்ஸான்டர்ஸ் எழுதி மில்டாவின் கைக்கு வந்து சேர்ந்த ஆறு கடிதங்களின் மூலம்தான் தெரிந்துகொள்ள முடியும். அலெக்ஸான்டர்ஸ் எழுதியிருந்தார்: "நான் தாங்கிக்கொண்டதையெல்லாம் நினைக்கும்போது சாவு ஒரு தோழனாக, ஒரு மீட்பனாகத் தோன்றுகிறது. இப்போது பல நாட்களாகச் சாவு என்பது அவ்வளவு ஒன்றும் மோசமானது இல்லை என்று தோன்றுகிறது. வாழ்ந்துகொண்டிருப்பவர்களுடன் நான் இல்லாமல் இருக்கலாம் ஆனால் பிடிவாதமாக நான் முயற்சிக்கிறேன் – நான் வாழ்கிறேன்!" பாதி மயங்கி விழுந்தபோது பாதுகாப்புக் குழுவின் கட்டடத்தின் ஐந்தாவது மாடியிலிருந்த சித்திரவதைக் கூடங்களிலிருந்து கொண்டுவரப்பட்டு ஓதமாக இருந்த குளிரும் நிலவறையில் அவர் தள்ளப்பட்டார். அங்கு இரவும் பகலும் ஒரு பிரகாசமான விளக்கு கூரையில் எரிந்தது. அந்த விளக்கு துளைப்பதுபோல் மிகவும் பிரகாசமாக இருந்ததால் தூக்கம் குலைந்தது. இந்த "விளக்கு சிகிச்சை"யும் தூக்கமின்மையும் ஒரு கைதியைப் பலவீனப்படுத்தும் அதிகப்படியான முறைகள். காரணம் இரவில்தான் பெரும்பாலும் விசாரணைகள் நடந்தன. விசாரணை முடிந்த பிறகு கைதிகள் குப்புறப் படுக்க அனுமதியில்லை; அவர்கள் கண்களின் மேல் கைவைத்தும் படுக்கக் கூடாது. இந்த விதி மீறப்படாமல் இருக்கும்படி காவலாளிகள் கவனமாக இருந்தனர்.

அடுத்த விசாரணை இரண்டு நாட்களுக்குப் பின் நடந்தது. முதல் "உரையாடல்" நடந்த பின் என் தாத்தாவின் நிலைமை மிகவும் மோசமாக இருந்ததால் இரண்டு நாட்களுக்கு முன் விசாரணை நடத்த முடியவில்லை போலும். இதுபோன்ற ஏழு விசாரணைகளை அலெக்ஸான்டர்ஸ் தாங்கிக்கொள்ளவேண்டிவந்தது. மற்றக் காட்டுச் சகோதரர்கள் பட்ட துன்பத்துடன் ஒப்பிட்டால் இது அதிகமில்லைதான். ஆனால் தங்கள் "தொழிலில்" மிகத் திறமைவாய்ந்த சேக்காவின் உறுப்பினர்களை ஒரு முறை சந்திப்பதே ஒருவரை வாழ்நாள் முழுவதும் முடமாக்கப் போதுமானதாக இருந்தது. ஒவ்வொரு "அமர்வு"க்குப் பிறகும் மீண்டும் நிலவறைக்குக் கொண்டுவரப்பட்டார். இதனால் அவருடைய க்ஷய பாதிப்பு அதிகரித்தது. ஒவ்வொரு முறை அவர் வேறு வேறு விசாரணையாளருக்குப் பதிலளித்தபோதும் என் தாத்தா வலியிலும் சோர்விலும் தாகத்திலும் தான் என்ன சொன்னோம் என்று குழம்பிப்போகும்வரை பலமுறை கேட்டதையே மீண்டும் மீண்டும் கேட்பார் அந்த விசாரணையாளர். அவர் யாருடன் எங்கே இருந்தார்; அந்தக் குழுவிடம் என்ன ஆயுதங்கள் இருந்தன; கோர்ஸெமெயிலும் லாட்வியாவிலும் வேறு எந்தெந்தக் குழுக்கள் இயங்கின; அவர்கள் எப்படி அவர்களுக்குள் தொடர்பை ஏற்படுத்திக் கொண்டார்கள்; அவர்கள் இருந்த மண்மேட்டுப்பகுதிகளை எட்டும் தெருக்களில் நிலக்கண்ணிவெடிகள் வைக்கப்பட்டு இருந்தனவா; அவர்கள் ஆதரவாளர்கள் யார் இதுபோன்ற கேள்விகளுக்குப் பதில் பெறுவதில் சேக்காவைச் சேர்ந்தவர்கள் ஆர்வம் காட்டினர்.

முதல் விசாரணையில் அலெக்ஸான்டர்ஸ் எல்லாவற்றையும் போட்டுக் குழப்பினார். ஒவ்வொரு பதிவும் கவனமாகப் படிக்கப்பட்டு இடத்தின்

பெயர்கள், குடும்பப் பெயர்கள், தேதிகள் ஒவ்வொன்றும் சிவப்பு மையில் அடிக்கோடிடப்பட்டுப் பிறகு சரிபார்க்கப்படும் என்பது அவருக்குத் தெரியாமல் போயிற்று. சேக்காவைச் சேர்ந்தவர்கள் என் தாத்தாவின் கதைகளிலிருந்த முரண்பாடுகளை உடனே கண்டுகொண்டதால் அதிக்கப்படியான அடியும் உதையும் விழுந்தது. மூன்றாவது விசாரணையில் அலெக்ஸான்டர்ஸ் தனக்குத் தெரிந்ததையெல்லாம் கூறுவதாகக் கூறினார். ஆனால் சேக்காவைச் சேர்ந்தவர்களுக்கு ஏமாற்றமாகப் போயிற்று. காரணம் அவருக்குத் தெரிந்தது மிகக் குறைந்த அளவு விவரங்கள்தாம். இந்த விசாரணை மற்றவையைவிட நீண்ட நேரமாக கிட்டத்தட்ட இரண்டு நாட்கள் நடந்தது. பதிவு செய்வது இடையிடையே நிறுத்தப்பட்டு மீண்டும் சில மணி நேரத்துக்குப் பிறகு தொடர்ந்தது. அலெக்ஸான்டர்ஸ் மயங்கிவிழுந்தாரா? அவர் கூறியது யாரையும் பாதிக்கவில்லை. காரணம் அவர் பெயரிட்டுக் கூறியவர்கள் காட்டின் உள்ளே தள்ளி இருந்தார்கள்; அங்கிருந்துகொண்டு இன்னும் பல ஆண்டுகள் இயங்கினார்கள். என் தாத்தாவின் சுயக்கட்டுப்பாட்டுக்குச் சான்று அவர் விட்ஸெமெயில் தன் நடவடிக்கைகள் பற்றி ஏதும் கூறவில்லை என்பதுதான். இவ்வாறு அவர் மில்டாவின் உறவினர்களைக் கைதுசெய்யப்படுவதிலிருந்தும் நாடுகடத்தப்படுவதிலிருந்தும் காப்பாற்றினார். கடைசி விசாரணைக்குப் பிறகு என் தாத்தா இட்ட கையெழுத்து கோணலும் மாணலுமாய் வெறும் கிறுக்கலாய், அவருடையதுதானா என்று புரிந்துகொள்ளமுடியாதபடி இருக்கிறது. முடிவில் ஏழாவது விசாரணைக்குப் பின் அவரிடமிருந்து இன்னும் எந்தத் தகவலையும் அடித்துப் பெற முடியாது என்பதைப் புரிந்துகொண்டார்கள் சேக்கா உறுப்பினர்கள். வழக்குக் கோப்பை மூடத் தீர்மானித்தார்கள். அலெக்ஸான்டர்ஸ் மத்தியச் சிறைச்சாலையில் 40பேர் நிரம்பிய மிகப் பெரிய சிறைக்கு மாற்றப்பட்டார். அரசியல் குற்றவாளிகள் தவிர அங்கு மற்றக் குற்றவாளிகளும் இருந்தனர்.[2] இது ஒரு புதிய சோதனையாக இருந்தது என் தாத்தாவுக்கு. குற்றவாளிகளின் உலகத்தின் ஈவிரக்கமற்ற விதிமுறைகளை அவர் கற்க நேர்ந்தது. முடிவில் மே 6ம் தேதி அவர் கோர்ட்டில் ஆஜராக வேண்டிய நாள் வந்தது.

புள்ளிவிவரக் கணக்கை மிகைப்படுத்தத் தனிக் "கொள்ளைக்காரர்கள்" "ஆயுதம் ஏந்திய குழுக்களுடன்" வரைமுறை எதுவும் இல்லாமல் சேர்க்கப் பட்டார்கள். இப்படிச் செய்வதால் மெச்சக்கூடிய விதத்தில் வழக்குமன்ற நடவடிக்கைகளைக் கற்பனை செய்து உருவாக்க முடிந்தது. ஃபாசிசக் கொள்ளைக்காரர்களுடன் போராடியதற்கு விருதுகள் பெற முடிந்தது. மார்ச் 30ம் தேதி விசாரணை வழக்கு விவரங்கள் அலெக்ஸான்டர்ஸுக்குத் தெரியவந்தது. ராக்னியா யான்ஸோன் குழு என்று கூறப்பட்டக் குழுவில் இருந்ததற்குத்தான் தன் மேல் வழக்குத் தொடரப்படபோகிறது என்பதைத் தெரிந்துகொண்டார். அவர்கள் வழக்கு சம்பந்தப்பட்ட ஆவணங்கள் ஒன்பது பாகங்களாக இருந்தன. விசாரணையில் தற்போது அவருடன் சேர்த்து வழக்குத் தொடரப்பட்டவர்களின் யார் பெயரையும் என் தாத்தா கூறியிருக்கவில்லை. அதேபோல் மற்ற 24 "குழு உறுப்பினர்கள்" யாரும் கால்னியடிஸ்ஸின் பெயரைக் கூறியிருக்கவில்லை. நம்பத்தகுந்ததாக இருக்கவேண்டும் என்பதால் சேக்கா விசாரணையாளர்கள் லாட்விய

தேசியக் கிளர்ச்சியாளர்கள் சங்கத்தின் தொடர்பு ஏற்படுத்தும் நபராக என் தாத்தாவை ஆக்கியிருந்தார்கள். அதனால்தான் அவரை யாருக்கும் தெரியவில்லை. வழக்குக் கோப்பில் அந்தக் கிளர்ச்சியாளர்கள் இயக்கக் குழுவின் தொடர்பை ஏற்படுத்தும் திட்டம் ஒன்று இணைக்கப்பட்டிருந்தது. அதில் என் தாத்தாவின் பெயர் எங்கேயோ ஒரு மூலையில் ஒரு சதுரக் கட்டத்தில் இருந்தது.[3] குற்றம் சாட்டப்பட்டுப் பிழைத்துவந்து இன்னும் வாழும் சிலருடன் நான் செய்த கடிதப் போக்குவரத்தில் 25பேர் கொண்ட இந்தக் குழுவில் ஐந்துபேர்தான் சேர்ந்து இயங்கியிருந்தார்கள் என்று நான் தெரிந்துகொள்ள முடிந்தது. மற்றவர்கள் வழக்கு எல்லோர் கவனத்தையும் ஈர்க்கும்படியாக இருப்பதற்காகச் சேர்க்கப்பட்டவர்கள் – அவர்கள் ஒருவரையொருவர் கோர்ட்டில்தான் முதல் தடவையாகச் சந்தித்துக்கொண்டார்கள்.

யுத்தத் தீர்ப்பு மன்றம் பொதுமக்கள் அனுமதிக்கப்படும் திறந்த நீதிமன்றமாக இருக்கவில்லை. மூடிய கதவுகளுக்குள்தான் அதன் நடவடிக்கைகள் அமைந்தன. சோவியத் நாட்டின் வழக்கமான நீதிமன்ற நடவடிக்கைகளுக்கு ஏற்ப நீதிபதிகளும் குற்றஞ்சாட்டு வழக்குரைஞர்களும் இருந்தார்கள். என்னை ஆச்சரியப்படுத்தியது என்னவென்றால் அதில் ஒரு வக்கீலும் இருந்ததுதான். மொத்தம் 31 சாட்சிகள் விசாரிக்கப்பட்டார்கள். நீதிமன்ற நடவடிக்கைகள் ரஷ்ய மொழியில் நடந்தன. அதனால் குற்றம் சாட்டப்பட்டப் பலருக்கு எதுவும் புரியவில்லை. நீதி தேவியின் சேவகர்களான மேஜர் ராகுலவ், லெஃப்டினன்ட் ஓலெய்நிகாவ் மற்றும் லெஃப்டினன்ட் லெவான் மூவருக்கும் சலிப்பு ஏற்பட்டிருந்தது. காரணம் நீதி நிலைநாட்டப்பட்டது என்று நடிப்பது இது முதல்முறையல்ல. அவர்கள் என்ன செய்யவேண்டும் என்பது தெரிந்ததே. இதில் எதிர்பாராதது எதுவும் நடந்து ஆச்சரியப்படுத்தாது. விசாரணையாளர்கள் தங்கள் வேலையைத் துல்லியமாகச் செய்திருந்தார்கள். எல்லா நடவடிக்கைகளும் வரையறுத்தபடி எந்தத் தவறும் இல்லாமல் மேற்கொள்ளப்பட்டிருந்தன. குற்றம் சாட்டப்பட்டவர்கள் மறுமுறை விசாரிக்கப்பட்டார்கள். அலெக்ஸான்டர்ஸ் தான் ஸ்வீடனுக்குத் தப்பியோட முயலவில்லை என்றும் சோவியத் நாட்டுக்கு எதிரான கையேடுகளை வினியோகிக்கவில்லை என்றும் ரீகாவுக்கு மற்ற “ஆயுதமேந்திய குழுக்களுடன்” தொடர்புகொள்ளப் போகவில்லை என்றும் வாதாடினார். ஆனால் அதில் எந்தப் பயனுமிருக்க வில்லை. இதற்குப் பின் குற்றஞ்சாட்டும் வழக்குரைஞரின் நாடகக் காட்சி: முகத்தில் சினம் கொப்பளிக்க உத்வேகத்துடன் அவர் பேசியது, எதிரிகளை நீக்கியும் ஒடுக்கியும் கொன்றும் ஸ்டாலின் செய்த ஒழித்துக்கட்டல்களின்போது அவருடைய நட்சத்திர அந்தஸ்து பெற்ற அரசுதரப்பு குற்றச்சாட்டு வழக்குரைஞராக இருந்த [ஆன்ட்ரெய்] விஷின்ஸ்கியுடன் ஒப்பிடக்கூடியதாக இருந்தது. கொள்ளைகாரர்கள் சோவியத் அரசுக்கெதிராகச் செய்த குற்றங்களை அவர் நிரூபித்தார். என் தாத்தாவுக்கு எதிரான குற்றச்சாட்டுகளில் கூறியிருந்தது:

> கால்னியடிஸ் அலெக்ஸான்டர்ஸ் யானோவிச்ஸ் […] 14.11.1945ல் அவர் கைது செய்யப்படும்வரை வடக்கு கோர்ஸெமெ பகுதியிலிருந்த கொள்ளைக்காரக் குழுவின் தொடர்புகொள்ளும்

வேலையைச் செய்துவந்தார். தலைமறைவாக இயங்கிய மாற்றுப் பாதையில் போகும், புரட்சிக்கு எதிரான அமைப்பான 'லாட்விய தேசியக் கிளர்ச்சியாளர்கள் சங்க'த்தில் தீவிரமாகச் செயல்பட்டுவந்தார். கொள்ளைகாரக் குழுவின் உறுப்பினர் என்ற முறையில் அவர் வடக்கு கோர்ஸெமெயின் மக்களைப் பயமுறுத்தி வைத்திருந்தார். அவர்களில் சோவியத் நாட்டு மக்களும் கட்சி செயல்பாட்டாளர்களும் அடக்கம். விவசாயிகள் அரசுக்குத் தர வேண்டிய தானியங்கள் மட்டும் வரிகளைக் கொண்டுசேர்ப்பதைத் தடுத்தார். சோவியத் நாட்டுக்கு எதிரான கையேடுகளை வினியோகித்தார். அந்தக் கையேடுகளில் சோவியத் அரசை முனைந்து எதிர்க்கவேண்டும் என்று கூறியிருந்தார்.

முடிவு: ரஷ்ய சோவியத் கூட்டமைக்கப்பப்பட்ட சோஷியலிச குடியரசின் குற்றவியல் சட்டம் பாரா 58–1 "அ," 19–58–8, 19–58–9 பாகம் 2 மற்றும் 58–11 பிரிவுகளின்படி கால்னியடிஸ் அலெக்ஸான்டர்ஸ் யானோவிச்ஸ் குற்றஞ்சாட்டப்பட வேண்டும்."

இதேபோன்ற குற்றச்சாட்டுகள் மற்றக் குற்றஞ்சாட்டப்பட்ட நபர்கள் மீதும் வைக்கப்பட்டது. வக்கீல் குஸீன் எதிர்வாதிகளின் தரப்பை உறுதியே இல்லாமல் எடுத்துரைத்த பின் நீதிபதிகள் கலந்தாலோசிக்க நீதிமன்றம் ஒத்திவைக்கப்பட்டது. தீர்ப்பு முதலிலேயே எழுதிவைக்கப்படவில்லை என்பது ஆச்சரியம்தான். ஐந்து மணி நேர இடைவெளி விட்ட காரணம் எல்லாம் சட்டபூர்வமாகவே செய்யப்படுகிறது என்ற தோற்றத்தைத் தரத்தான் என்று தோன்றுகிறது. அதைவிட அபத்தமான விளக்கத்தையும் தரமுடியும் – அப்போது சாப்பாட்டு நேரம். உணவை ஆசுவாசமாக உட்கொண்டுவிட்டு மற்றச் சில சிறிய வேலைகளை முடிப்பதற்குள் ஐந்து மணிநேரம் ஓடிவிட்டது. மே 10ம் தேதி மாலை ஐந்து மணி நாற்பத்தைந்து நிமிடங்களில் ரஷ்ய மொழியில் எழுதிய தண்டனை வாசிக்கப்பட்டது. அந்த "உலகத்திலேயே மிகவும் அதிகமான மனிதாபிமான உணர்வுடைய நீதிமன்றம்," குற்றஞ்சாட்டப்பட்டவர்களுக்குக் கூறியது எதுவும் புரியவில்லை என்பதைப் பொருட்படுத்தவில்லை. யான்ஸோன் குழுவில் யாருக்கும் மரணதண்டனை அளிக்கப்படவில்லை. ஐந்துபேர்களுக்கு அதிகப் பாதுகாப்புடைய சிறை முகாமில் இருபது ஆண்டுகளும் அதன் பின் ஐந்தாண்டுகள் குறிப்பிட்ட ஓரிடத்தில் வலுக்கட்டாயக் குடியிருத்தலும் தண்டனையாகத் தரப்பட்டது. அலெக்ஸான்டர்ஸின் குற்றங்கள் இன்னும் சிலருடையதைப்போலவே சற்றுக் கருணையுடன் பார்க்கப்பட்டன – பத்து ஆண்டுகள் அதிகப் பாதுகாப்புடைய சிறை முகாமிலும் ஐந்து ஆண்டுகள் குடியிருத்தலிலும்.

தீர்ப்பு படிக்கப்படும் முன் என் தாத்தா கூறியது: "உங்களைக் கெஞ்சிக் கேட்கிறேன் – என்னைச் சுட்டுவிடுங்கள் அல்லது மன்னித்துவிடுங்கள்."...

பதிலே கிடைக்க முடியாத விரக்தியின் கூவல்தான் அவர் கேட்டுக் கொண்டது. ஏனென்றால் அலெக்ஸான்டர்ஸுக்குத் தெரியும் தான் மன்னிக்கப்படமாட்டோம் என்பது. மரணதண்டனை தனக்கு ஒரு மீட்பாக

இருக்கும் என்று அவர் நினைத்தார். சேக்காவின் அறைகளிலும் மத்தியச் சிறைச்சாலையிலும் அனுபவித்த சித்திரவதை மீண்டும் மீண்டும் தொடரும் என்ற எண்ணம் தாங்கமுடியாததாக இருந்தது. ஆனால் அது தொடரத்தான் செய்தது. என் அம்மாவின் தந்தை யானிஸ் ட்ரெய்ஃபெல்ட்ஸைப்போல அலெக்ஸான்டர்ஸூம் கால்நடைகளுக்கான ரயில்பெட்டியில் நீண்ட பயணம் செய்யவேண்டி நேர்ந்தது. ஆனால் யானிஸ் சிறை முகாம் போகும் வழியில் நல்ல மனிதர்களுடன் இருந்தார். அதனால் பயங்கரக் குற்றவாளிகளிகளிடமிருந்து பாதுகாக்கப்பட்டார். அதைப்போலல்லாமல் அலெக்ஸான்டர்ஸூடன் கொண்டுசெல்லப்பட்டவர்களில் அரசியல் கைதிகளும் குற்றவாளிகளும் ஒன்றாக இருந்தார்கள். அதனால் கடகட வென்று ஆடிக்கொண்டுபோன அந்த வண்டியில் சென்ற ஒவ்வொரு கிலோமீட்டரும் அத்துடன் வாட்டிய தாகமும் வேனிற்காலத்து வெப்பமும் தாங்கமுடியாத துன்பமாக இருந்தது. ஒவ்வொரு கட்டமாகப் போய், ஒரு சிறையிலிருந்து இன்னொரு சிறைக்குப் போய் கடைசியில் அலெக்ஸான்டர்ஸ் தான் இருக்க வேண்டிய முதல் சிறை முகாமை எட்டினார். அது எங்கே இருந்தது என்பது குறித்து அவர் குடும்பத்துக்கு எந்த விவரமும் இருக்கவில்லை.

1950ல் முதன் முதலாக அலெக்ஸான்டர்ஸ் தன் குடும்பத்துடன் தொடர்பு கொண்டார். அப்போது அவர் வேல்ஸ்க் மாவட்டத்திலிருந்த அர்க்ஹான்கிஸ்க் பகுதியிலிருந்த சிறை முகாமில் இருந்தார். இதைக் குறிப்பிட்டுவிட்டு தபால் பெட்டி எண் 219லிருந்து கடிதம் வந்திருந்தது. கடிதம் எழுதக்கூடாது என்று என் தாத்தா தடுக்கப்பட்டாரா இல்லை அவரே எழுத விரும்பாமல் இருந்தாரா என்று தெரியவில்லை. சிறை முகாமின் ஆஸ்பத்திரியிலிருந்து நண்பர்களின் நண்பர்கள் மூலம் அனுப்பப்பட்ட அந்தக் கடிதம் லாட்வியாவிலிருந்த மில்டாவின் மகன் ஆர்னிஸையும் அவள் அம்மா மடில்டேயையும் சென்றடைந்தது. அதற்கு ஆர்னிஸ் எழுதிய பதில் மூலம் மார்ச் 25 1949ல் மில்டாவும் ஐவர்ஸூம் “கொள்ளைக்காரன்” குடும்பத்தைச் சேர்ந்தவர்கள் என்று குற்றம் சாட்டப்பட்டு ஸைபீரியாவுக்கு நாடுகடத்தப்பட்டார்கள் என்று அலெக்ஸான்டர்ஸ் தெரிந்துகொண்டார். மில்டா எதற்காகப் பயந்தாளோ அது நடந்தே விட்டது. மடில்டே சற்றும் கரிசனமில்லாமல் அவரைக் குற்றஞ்சாட்டி அது ஆர்னிஸின் குழந்தைக் கையெழுத்தில் எழுதியிருந்ததைப் படிக்க அலெக்ஸான்டர்ஸூக்கு மிகவும் வேதனையாக இருந்தது. குடும்பத்தின் அனைத்துத் துர்ப்பாக்கியங்களுக்கும் அவரே காரணம் என்று சொல்லப்பட்டது. குடும்பத்திலிருந்து பச்சாத்தாபத்தை எதிர்பார்த்த அவருக்குக் கிடைத்தது குற்றச்சாட்டுதான். எவ்வளவு அநியாயம்! தான் அவமதிக்கப்பட்டோம், புண்படுத்தப்பட்டோம் என்ற ஆழமான சோகம் சற்றுக் குறைந்ததும் கோபம் பயனற்றது என்பதை அவர் உணர்ந்துகொண்டார் ஏனென்றால் அம்மா என்ற முறையில் அப்படி உணர மடில்டேக்கு உரிமை இருந்தது. உண்மையில் அது மில்டாவுக்கான கடிதமாக இருந்தாலும் ஐவர்ஸூக்கு அலெக்ஸான்டர்ஸ் எழுதிய முதல் கடிதத்தில் அவர் கேட்டார்: “...மற்ற அம்மாக்களும் தங்கள் மகன்களும் சகோதரர்களும் கணவர்களும் குற்றவாளிகள் என்று

நினைக்கிறார்களா அல்லது அவர்கள் குறிப்பிடுவது உண்மையாகவே குற்றம் செய்த மற்றவர்களையா!”

என் தாத்தா அனுப்பிய முதல் கடிதம் வந்தது மே 5, 1950ல். கடைசிக் கடிதம் – ஆறாவது – ஏப்ரல் 27, 1951ல் அனுப்பப்பட்டக் கடிதம். பிப்ரவரி 18, 1953ல் அவர் இறந்துபோனார். எல்லாக் கடிதங்களும் குலாக் சிறை முகாம்களின் ஆஸ்பத்திரிகளிலிருந்து வந்தவை. க்ஷயமும் சேக்காவின் சித்திரவதைச் சிறைகளும் அவற்றின் வேலையைச் செய்திருந்தன. அக்டோபர் 26, 1946லிருந்து வேலைக்கு லாயக்கில்லாதவர் என்று கூறப்பட்டு, இருப்பு நிலை அறிக்கையில் இல்லாத நோயாளி என்ற முறையில் அவருக்கு நாளுக்கு 400 கிராம் ரொட்டி மட்டுமே தரப்பட்டது. ஆனால் அது சிறை முகாமின் நிர்வாகம் அவரை மேலும் மேலும் வடக்கு நோக்கியே தள்ளுவதைத் தடுக்கமுடியவில்லை. ஏப்ரல் 1951 தேதியிட்ட தாத்தாவின் கடைசிக் கடிதம் ஊஸ்டேவைம்லாகிலிருந்து வந்திருந்தது.[4] ஆனால் அவர் இறப்பு பற்றிய அறிவிப்பு பெசோர்லாக் AA–274 கைதி முகாமிலிருந்து வந்திருந்தது.[5] முன்பு சிறையிலிருந்த வேல்ஸ்க் பகுதியிலிருந்து ஊஸ்டேவைம்லாக் 400 கிலோமீட்டர் வடமேற்கே இருந்தது. ஆனால் பெசோர்லாக் துருவ முனையிலிருந்தது. இந்தச் சிறை முகாம் பனிக்கட்டிகளால் நிரந்தரமாக இறுகிப்போன ஒரு குளிர் மண்டலத்தில் ரயில்பாதை அமைக்க, ஊதியமில்லாத வேலை வாங்க உருவாக்கப்பட்ட ஒன்று. ஒரு நோயாளியை இவ்வளவு தீவிரக் குளிர் உள்ள இடத்தில் சிறையில் போடுவது எவ்வளவு அபத்தமான முடிவு! அவரை அங்கு மாற்றுவது யோசித்துச் செய்த முடிவாகத் தெரியவில்லை. இதற்குக் காரணம் ஸ்டாலினின் சிறை முகாம் அமைப்பு குறித்த நோக்கை அரசு நிர்வாகம் செயல்படுத்தும் முறையிலிருந்தது. ஒவ்வொரு சிறை முகாமிலும் இருந்த நிர்வாகிகள் தங்களையே காத்துக்கொள்ள, மைய அதிகாரத்திலிருந்து வந்த உத்தரவுகளை, அவை அபத்தமானவையாக இருந்தாலும் கூட, துல்லியமாகவும் எந்தவிதக் குறையுமில்லாமல் நிறைவேற்ற வேண்டிவந்தது. இல்லாவிட்டால் நாசவேலை செய்பவர்களாக அவர்கள் குற்றஞ்சாட்டப்படலாம். நாடுகடத்தப்படுவதற்கான உத்தரவுகள் வந்ததும் கைதிகள் வேறு இடத்துக்கு மாற்றப்பட்டார்கள்.

தன் மூன்றாம் கடிதத்தில் அலெக்ஸான்டர்ஸ் மில்டாவுக்கு எழுதினார்: “எதுவுமே நிரந்தரம் இல்லை! நான் இன்னும் மேற்கே ஒரு புதிய “வேலை செய்யும்” இடத்தில் இருக்கிறேன்! இவர்கள் ஓர் இடத்தில் மரிக்க விடுவதில்லை. சாத்தான் மீட்பரை அலைக்கழித்ததைப்போல அலைக்கழிக்கிறார்கள். என்ன செய்தாலும் செத்துத்தொலைய வழியில்லை. தற்போது என் உடல்நிலை மிகவும் மோசமாக இருக்கிறது – கால்நடைகளுக் கான ரயில் பெட்டியில் அருமையான பயணம் செய்ததால். நான் சீக்கிரம் குணமாவேன் என்று தோன்றவில்லை. நான் இதைப் படுத்துக்கொண்டு எழுதுகிறேன். அதனால்தான் இது தெளிவாக இல்லை. வடக்கில் மிக தூரம் துருவ முனையையும் தாண்டி ஒரு பெரிய ஆற்றின் அருகே இருக்கிறேன். இது யூரல்ஸ் மலையிலிருந்து வரும் ஆறாம். இதில் படகுகளும் ஓடுகின்றன. மிகப் பெரிய ஆறு இது. வடக்கு ட்வினா நதியில் போய்ச் சேர்கிறதாம். ஆனால் முன்பு இரண்டு ஆண்டுகள் ஏழு மாதங்கள் இருந்த இடத்தை

தேடுகிறது எனக்கு. அந்த இடம் எனக்கு நன்றாகப் பழகிப்போயிருந்தது. அங்கு எனக்கென்று உருளைக்கிழங்கு, பீட்ரூட், கேரட், வெங்காயம், பச்சைக் காய்கறி, முள்ளங்கி இவை பயிரிட சிறு துண்டு நிலம் இருந்தது. வேலைக்குக் கூலியாக எனக்கு முள்ளங்கியும் பச்சைக் காய்கறியும் கிடைத்தது. மற்றவையை நான் விட்டுவிட்டு வரவேண்டிவந்தது. இப்போது நான் இங்கே எனக்கான வேர்களை அமைக்க வேண்டும். அதாவது நான் அதற்கு முன் சாகாவிட்டால். உடல்நிலை ஒன்றும் சரியாக இல்லை. சிறிது காலம் பொறுத்து என் கடிதங்கள் வருவது நின்றுவிட்டால் நான் வாழும் உலகில் இல்லை என்பதை நீ தெரிந்துகொள்ளலாம். அது அப்படித்தான்; நான் என்றென்றும் வாழ முடியாது. மேலும் இந்த நரகத்தை என்றென்றும் தாங்கிக்கொள்ள முடியாது. எதைக் குறித்தும் எனக்கு வருத்தம் இல்லை.”

அலெக்ஸான்டர்ஸுக்கு வைத்தியம் செய்த டேர்வெதெ டி.பி. சானடோரியத்தின் முன்னாள் இயக்குனர் புரின்யாஷ், ஊஸ்டேவைம்லாகில் என் தாத்தா இருந்தபோது இருந்தவர். முன்னாளில் தான் வைத்தியம் செய்த நோயாளியைப் பார்த்தபோது அவர் நிலைமை மிகவும் மோசமாக இருப்பதாகக் கூறினார். சாதாரண நிலைமையில் நல்ல காற்று, நல்ல உணவு ஓய்வு இவை அவரைக் காப்பாற்ற உதவியிருக்கலாம். ஆனால் சிறை முகாமில் பனிக்காற்றாக இருந்தாலும் காற்று இருந்தது. ஆனால் மற்றவை எதுவும் கிடையாது. சுற்றியும் நம்பிக்கையூட்டும் எதுவும் இல்லை. மரங்களே இல்லாத உறைந்துபோன நிலம்; பனி மற்றும் கிட்டத்தட்ட துருவ முனை இரவுகள். சாவின் நிழலில் இருக்கும் ஒரு நபர் இப்படிப்பட்ட நிலைமையில் எப்படி மன அழுத்தத்தில் மூழ்காமல் இருக்க முடியும்? வேல்ஸ்க் சிறை முகாமில் கைதிகளின் இசைக் குழு ஒன்று இருந்தது. அதில் தாத்தா வயலினும் மாண்டலினும் வாசித்தார். அந்த இசைக்குழு பலரை உயிரைக் கையில் பிடித்துக்கொண்டு இருக்க உதவியது. அலெக்ஸான்டர்ஸ் கொஞ்சம் கலைத் திறமையும் உள்ளவர். ஒரு துண்டுக் காகிதமோ சிறிய பென்சிலோ எங்காவது கிடைத்திருந்தால் அவர் வடக்குப் பகுதியின் இயற்கைக் காட்சியையோ ஏதாவது கேலிச்சித்திரத்தையோ ஒருவேளை வரைந்திருப்பார். அந்தக் கணங்களில் அவர் தன்னை ஒரு மனிதனாக உணர்ந்திருக்கலாம். வேல்ஸ்க் சிறை முகாமில் இருந்த மற்றக் கைதிகள் ஊஸ்டேவைம்லாக் முகாமில் இருந்த கைதிகள்போல அவ்வளவு மன அழுத்தத்தில் இருக்கவில்லை. காரணம் வேல்ஸ்க் முகாமில் வாழ்வது இவ்வளவு கடினமாக இருக்கவில்லை. இந்தப் புது முகாமின் அதிகாரிகளுக்கு கைதிகளுக்குச் சிறை வாழ்க்கையைத் தவிர மனத்தை உற்சாகமாக வைத்துக்கொள்ள இசை, விளையாட்டு, நடனம் போன்ற இணைந்து செய்யும் சில விஷயங்கள் மேம்போக்கானவையாகப் பட்டன. முற்றிலும் நம்பிக்கை இழந்த மனநிலையிலிருந்து என் தாத்தாவை மீட்க அங்கு எதுவும் இருக்கவில்லை. தான் இன்னும் அதிகம் நடைப்பயிற்சி செய்ய முயல்வதாயும் ஆனால் 40 டிகிரிக்குக் கீழே இருந்த உறையவைக்கும் காற்றின் குளிர் தாங்க முடியாமல் இருப்பதால் ஒவ்வொரு மூச்சும் நுரையீரலை ஆயிரம் ஊசிகளைப்போல் குத்தியது என்றும் அவர்

மில்டாவுக்கு எழுதியிருந்தார். பாதி கட்டியிருந்த ஆஸ்பத்திரியில் வெள்ளையடித்தச் சுவர்களை வெறித்துப் பார்த்தபடி பலவாறு யோசித்து மனத்தை உழப்பிக்கொண்டு இருக்கவேண்டி வந்தது அவரை முற்றிலும் விரக்தியில் மூழ்க வைத்தது.

அலெக்ஸான்டர்ஸ் தான் தன்னந்தனியாக இருப்பதாக உணர்ந்தார். குடும்பத்துடன் கடிதப்போக்குவரத்தும் குறைவாக இருந்ததால் மற்றவர்களைவிட அதிகமாகத் தனிமை உணர்வு அவருக்கு ஏற்பட்டது. ஆவலுடன் எதிர்பார்த்த கடிதங்கள் அதிகமில்லை; அவையும் வழியில் தொலைந்தால் தொலைந்ததுதான். எல்லோரும் தன்னை மறந்தேபோய்விட்டதாக அலெக்ஸான்டர்ஸுக்குத் தோன்றியது. அவர் மகன் ஆர்னிஸ் தன்னை அலட்சியப்படுத்துவது அவரைப் பெரிதும் புண்படுத்தியது. ஆர்னிஸ் சிறு பையன்களுக்கே உரிய மற்ற விஷயங்களில் மும்முரமாக இருந்ததால் தன் தந்தை எவ்வளவு ஆர்வத்துடன் எப்போதாவது வற்புறுத்தப்பட்டால் மட்டுமே அவன் கிறுக்கும் சில வரிகளுக்காகக் காத்திருந்தார் என்பதை உணரவில்லை. ஆர்னிஸ் அவன் அப்பாவைக் கிட்டத்தட்ட மறந்தே போய்விட்டான் எனலாம். போரினாலும் பெற்றோர்களுக்கிடையே இருந்த தொடர்ந்த மனஸ்தாபத்தினாலும் அவன் அதிகம் தன் தந்தையுடன் இருக்கவே இல்லை. மில்டாவும் ஐவர்ஸும் நாடுகடத்தப்பட்ட பின் வாழ்வது மிகவும் கடினமாகப் போய்விட்டதால் தற்போது 16 வயதுப் பையனாக எப்படியாவது வாழப் பிடிவாதமாகப் போராட முயன்றுகொண்டிருந்த ஆர்னிஸ்ஸாக அல்லாமல் 1944ல் அணிதிரட்டலுக்கு முன் அலெக்ஸான்டர்ஸ் பார்த்த ஆறு வயதுப் பையனாக ஆர்னிஸ் அவன் தந்தையின் நினைவுகளில் இருந்தான். ஆர்னிஸ்ஸும் அவன் பாட்டியும் மற்றவர்கள் காட்டிய கருணையில் வாழ்ந்தார்கள். பாதி நேரம் அரைப் பட்டினியில்தான் கழிந்தது. விரக்தியில் மூழ்கியிருந்த அலெக்ஸான்டர்ஸுக்கு தானும் தன் துன்பமும்தான் தெரிந்தது. அனாதையாக வளர்ந்து, வாழ்நாள் முழுவதும் மற்றவர்களிடமிருந்து அவர் அன்புக்காக ஏங்கினாரே ஒழிய அன்பைத் தர அவர் பயிலவே இல்லை.

அலெக்ஸான்டர்ஸின் கடைசிக் கடிதம் பாவமன்னிப்புக் கேட்பதுபோலவும் அதே சமயம் குற்றஞ்சாட்டுவது போலவும் இருந்தது. வாழ்க்கைக் கணக்கைத் தீர்த்துக்கொள்ளும் முயற்சியாகவும் ஓர் இறுதி ஆவணமாகவும் அது இருந்தது.

“உனக்குப் பதில் கூறுவது அவசியமா என்று நான் நீண்ட நேரம் யோசித்தேன். காரணம் நான் இனி இல்லை என்ற உண்மையை நீ ஏற்றுக்கொள்ள வேண்டும்; அதற்கு உன்னைப் பக்குவப்படுத்திக்கொள்ள வேண்டும். இது நடப்பது அதிக நாள் தூரத்தில் இல்லை. காலப்போக்கில் இரும்புகூட துருப்பிடித்துப் போகும்போது ஆரோக்கியமான உடல்நிலை என்பது கடினமான பல பருவநிலைகளில் நான் எப்படியோ வாழ்ந்த வாழ்க்கையில் குறைவாகவே சாத்தியப்படும். [...] இதை நான் ஏற்றுகொண்டு தயாராக இருக்கிறேன். இதுதான் கடைசியில் நேரும் என்றால் எதற்கும்

வருத்தப்படுபவனாக அல்ல வாழ்க்கையில் தோற்றுப்போன ஒருவனாகவே நான் என் வாழ்க்கையை விட்டுப் போவேன். [...] ஆரோக்கியமான தர்க்கரீதியாகச் சிந்திக்கும் மனத்தின் துணையுடன் என் மனசாட்சியின்படி நான் நடந்துகொண்டிருக்கிறேன். நான் வேறு எதுவும் செய்திருக்க முடியாது. நான் உன்னை எந்த வகையிலாவது துன்புறுத்தியிருந்தால் என் மனசாட்சி என்னை அதற்காகத் தண்டித்துவிட்டது. கடும் தண்டனை அது. நீ எனக்குத் தந்த துன்பத்துக்கு உன் மனசாட்சி உன்னைத் தண்டிக்கும். [...] பலமுறை நாம் ஒத்துப் போகவில்லை. உன் விஷயத்தில் நான் செய்த குற்றத்தை நான் ஏற்றுக்கொள்கிறேன். ஆனால் அதற்கு இணையாக நீ செய்த குற்றத்தால் என் குற்றத்திலிருந்து நான் விடுவிக்கப்படுகிறேன் என்றே நினைக்கிறேன். ஐவர்ஸ் பற்றியும் சொல்ல வேண்டும். அவன் பொருட்டாவது விதி எனக்கு அவனுடன் கழிக்கச் சில ஆண்டுகளைத் தர வேண்டும். நாங்கள் ஒருவரையொருவர் புரிந்துகொண்டு நண்பர்களாய் இருப்போம் என்று நான் நிச்சயமாக நம்புகிறேன். [...] என் இதயத்தின் ஆழத்திலிருந்து அவனை நான் வாழ்த்துகிறேன். என் வாழ்த்துகள் அவனுடன் இருக்கும். அவன் நன்றாக இருப்பான்.

“உன்னுடைய தற்போதைய துர்ப்பாக்கிய நிலைமைக்கு நான்தான் காரணம் என்று நீ நினைத்தால் அது சுத்தமாகத் தவறு; உண்மையான நிலைமை உனக்குப் புரியவில்லை என்றுதான் சொல்ல முடியும். நீ அதிகம் சோகப்பட வேண்டிய அவசியம் இல்லை. ஏனென்றால் நம் நாட்டு மக்கள் உன்னைவிட நல்ல நிலைமையில் எல்லாம் ஒன்றும் இல்லை. [...] நான் இதற்குமுன் எழுதிய கடிதங்கள் ஆகஸ்ட் 20 மற்றும் நவம்பர் 2 தேதிகளில் உனக்கும் நவம்பர் 13ம்தேதி ஆர்னிஸ்ஸுக்கும் எழுதியவை. எனக்கு யாரிடமிருந்தும் பதில் வராததால் இனி உனக்கு எழுதக்கூடாது என்று நினைத்தேன். [...] ஆர்னிஸ்ஸும் எனக்கு இத்தனை நாட்களாக எழுதவில்லை; நானும் அவனுக்கு எழுதப்போவதில்லை. இந்த நிலைமையின் உள்ளே என்ன இருக்கிறது என்பதைப் புரிந்துகொள்ளும் அளவு அவன் வளர்ந்தாகிவிட்டது. அவன் புரிந்துகொள்ளவில்லையென்றால் அது அவன் பாடு. வாழ்க்கையின் யதார்த்த உண்மைகளை சிறு வயதிலேயே எதிர்கொள்ளும்படி அவன் விதி அமைந்துவிட்டது. அவன் வாழ்க்கையை அவன் வழியில் அவன் வாழ வேண்டும். அவனுக்கு நான் கூற விரும்பும், அவனுக்காக நான் ஆசைப்படும் ஒன்று என்னவென்றால் இப்போதிலிருந்து ஓராண்டுக்குள் அவன் ஒரு தொழிலைக் கற்க வேண்டும். இதை அவனுக்குக் கட்டாயம் எழுது.

“வீட்டில் உள்ள அனைவருக்கும் என் வாழ்த்துகள். உங்கள் இருவருக்கும் என் வாழ்த்துகள். கூடவே பிறந்தநாள் வாழ்த்துகளும். நல்லதே நடக்கட்டும். அ. கால்னியடிஸ்.”

மில்டா தன் கணவனுக்குப் பல கடிதங்கள் எழுதினாள். ஆனால் பதில் வரவில்லை.

அலெக்ஸான்டர்ஸ் துருவமுனையின் இரவின் இருளில் இறந்து கொண்டிருந்தார். மெள்ள; தாங்கமுடியாத வலியில். முதலில் வழக்கமான

வறண்ட இருமல் ரத்தம் கலந்த கோழையாக மாறியது. வேர்வையில் நனைந்து, காய்ச்சலால் பீடிக்கப்பட்டிருந்தார். சில நாட்கள் நன்றாக இருந்தன. வாழும் ஆசை அதீதத் தாக்கத்துடன் வந்தது அப்போது. அப்போது மெல்ல எழுந்து, காய்ச்சலுடன் அந்த முகாமின் ஒன்றுமே சரியாக இல்லாத ஆஸ்பத்திரியில் அங்கும் இங்கும் நடப்பார். அலெக்ஸான்டர்ஸின் வாயில் கொழகொழவென்று அருவருப்பையூட்டும் சூடான ரத்தம் நிறைந்து அது வாயிலிருந்து சிவப்பாக நீர்போல் ஒழுக ஆரம்பித்ததும் இதுதான் முடிவு என்பது அவருக்குப் புரிந்துவிட்டது. அந்தக் கணத்திலிருந்து ஒரு நிகழ்வைத் தூரத்திலிருந்து பார்க்கும் அலட்சியத்துடன் வாயிலிருந்து கொஞ்சங்கொஞ்சமாய், மங்கிய நிறத்தில், புரைகளுடன் ரத்தக் கட்டிகளாகத் தன் நுரையீரல் துப்பப்படுவதை அவர் பார்த்தவாறு இருந்தார். கனமான ஒன்று அவர் நெஞ்சை அழுத்தியதும் மூச்சுக்குப் போராடினார். கொஞ்சம் அசைந்தால்கூடச் சுரீரென்று ஒரு வலி உடம்பைக் குத்தியது. நைந்துபோன தன் உடலைவிட்டு மனத்தால் பல பாதைகளில் போனார் அலெக்ஸான்டர்ஸ். நிமோனியாவாலும் தீவிரக் காய்ச்சலாலும் பாதி உணர்வையிழந்த அந்த நிலையில் காலத்தின் குரூரமான யதார்த்தமும் அது பின்னோக்கிப் போகாது என்பதும் இல்லாமல் போயிற்று. அலெக்ஸான்டர்ஸ் மீண்டும் சிறுவனாக மாறித் தன் அருமைத் தோழனுடன் விளையாடிக்கொண்டிருந்தார். அந்த அருமைத் தோழன் அவர் மகன் ஆர்னிஸாக இருந்தான். எப்போதோ இறந்துபோன அவர் அப்பாவும் அம்மாவும் மீண்டும் சின்னப் பையன் ஸாஷாவுடன் இருந்தார்கள். முடிவில் அவரை அன்புடன் நேசித்த அவர் சொந்த மனிதர்களுடன் அவர் இருந்தார். இவ்வாறு ரத்தத்தில் மூழ்கியபடி என் தாத்தா அலெக்ஸான்டர்ஸ் கால்னியடிஸ்ஸின் வாழ்க்கை முடிந்தது.

தன் பேத்தி ஸான்ட்ரா பிறந்துவிட்டாள் என்று தெரியாமல் என் தாத்தா இறந்துபோனார். மில்டா எழுதிய இந்தச் செய்தியைத் தாங்கிய கடிதம் அவர் சாவுக்குப் பின்னரே கைதி முகாமுக்கு வந்துசேர்ந்தது. சக கைதி ஒருவர் அவர் இறந்துபோன சோகச் செய்தியை என் பாட்டியிடம் அறிவித்தார். 1954ல் ஸ்டாலினின் மறைவுக்குப் பின் “தனிநபர் வழிபாட்டுக் கால”த்தில் குற்றஞ்சாட்டப்பட்டவர்களின் வழக்குக்கோப்புகள் மறுபரிசீலனைக்கு வந்தபோது லாட்வியப் படையணியில் இருந்த பலருக்கான நீதிமன்றத் தீர்ப்புகளுக்கு முற்றிலும் மாறான தீர்ப்புகள் எழுதப்பட்டன அல்லது தீர்ப்புகள் மாற்றப்பட்டன. என் தாத்தாவின் பெயருக்கு அருகே அந்த “நீதிக்” குழு எழுதியிருந்த குறிப்பு: சரியான தீர்ப்பு என்று கருதப்படுகிறது. “யான்ஸோன் குழு வழக்கு” அடுத்த பரிசீலனைக்கு ஜனவரி 1990ல் வந்தது. லாட்விய சோவியத் சோஷியலிஸக் குடியரசின் உதவிக் குற்றஞ்சாட்டு வழக்குரைஞர் வி. படரக்ஸ், “யுத்த நீதி மன்றம் மே 10, 1946ல் செய்த தீர்ப்புகளை மாற்ற எந்தவித ஆதாரமும் இல்லை. இருபத்திநாலுபேரின் குற்றமும் நிரூபிக்கப்பட்டுள்ளது. மீண்டும் குடிமகனாகும் புனர்வாழ்வுக்கு யாருக்கும் தகுதியில்லை” என்று தீர்மானித்தார். இது மே மாதம் நாலாம் தேதியன்று லாட்விய சுதந்திரத்தைப் புதிப்பிக்கும் பிரகடனத்தை லாட்விய உச்ச சபை அங்கீகரிக்கும் மூன்று மாதங்களுக்கு முன்னான தீர்மானம். மே மாத அங்கீகாரத்தின்படி அலெக்ஸான்டர்ஸ் கால்னியடிஸ் தன் பழைய

குடிமகன் நிலையை எட்டும் மறுசீரமைப்புக்கு உரிமையுள்ளவரானார். அவர் மரணத்தின் பின்.

இறுதிக் குறிப்புகளும் அடிக்குறிப்புகளும்

இறுதிக் குறிப்புகள்:

இந்த அத்தியாயத்துக்கான தரவுகள்:

1. லாட்விய அரசு ஆவணக்காப்பகத் தரவுகள்
2. லாட்வியக் கலைக்களஞ்சியத் தரவுகள்
3. மாஸ்கோ 1944ல் வெளியிட்ட ரஷ்யக் கூட்டமைப்பு சோவியத் சோஷியலிஸ குடியரசின் குற்றவியல் சட்டம்
4. எல்மார்ஸ் பெல்கெளஸ் ஆக்கிரமிப்புச் செய்த நாடுகளின் கொள்கை பற்றி 1999ல் பதிப்பாசிரியராய் இருந்து லாட்விய அரசு ஆவணக்காப்பகம் வெளியிட்ட *ஆக்கிரமிப்பு நாடுகளின் கொள்கை 1939-1991: ஆவணங்களின் தொகுப்பு* புத்தகம்
5. ஹெய்ன்ரீஸ் ஸ்ட்ராட்ஸ், *லாட்விய தேசிய ஆதரவாளர்களின் போர், ரீகா, 1956* புத்தகம்
6. ஃப்ரிஸிஸ் ஸிர்ஸ்னின்யாஷ், *நினைவுகள்,* ரீகா, 1997
7. ஆன் ஆப்பில்பாம் *குலாக்: ஒரு சரித்திரம்* (நியூ யார்க், டபிள்டே, 2003) புத்தகம்
8. ஜாக்கஸ் ரொஸ்ஸி எழுதி 1997ல் வெளியிடப்பட்ட *குலாக் கையேடு* என்ற புத்தகம்.
9. அலெக்ஸான்டர்ஸ் கால்னியடிஸ் மில்டாவுக்கு 22 ஆகஸ்ட், 2 நவம்பர் 1950 மற்றும் 27 ஏப்ரல் 1951ல் எழுதிய கடிதங்கள்
10. அலெக்ஸான்டர்ஸ் கால்னியடிஸ் ஐவர்ஸ் கால்னியடிஸ்ஸுக்கு 5 மே 1950ல் எழுதிய கடிதம்.

அடிக்குறிப்புகள்:

1. (என் குறிப்பு) கார்ல் டூனிட்ஸ் (16 செப்டம்பெர் 1891-24 டிசம்பர் 1980) நாஸி காலத்தில் ஜெர்மானியக் கப்பற்படையின் அட்மிரலாக இருந்தவர். 1945ல் ஹிட்லருக்குப் பின் சிறிது காலம் ஜெர்மானிய அரசின் தலைவராக இருந்தவர். 1943இலிருந்து கப்பற்படையின் உச்ச கமாண்டராக இருந்தவர். இரண்டாம் உலகப்போரின் கடற்படைக்கான வரலாற்றில் முக்கிய பங்கு வகித்தவர். போருக்குப் பின் போர்க் குற்றங்களுக்காகத் தண்டிக்கப்பட்டவர். முதலாம் உலகப்போருக்கு முன்னரே பேரரசுக்குரிய கடற்படையில் சேர்ந்தவர். 30 ஏப்ரல் 1945ல் ஹிட்லர் இறந்ததும் ஹிட்லரின் உயிலில் கூறியபடி ஜெர்மனியின் பிரதமராகவும் அனைத்து ஆயுதப்படைகளின் உச்ச

கமாண்டராகவும் ஆனார். 7 மே 1945ல் பிரான்ஸில் போரை நிறுத்திச் சரணடைய உத்தரவிட்டார். நேச நாடுகள் 23 மே தினம் அதை நீக்கும்வரை இவர் அரசு இருந்தது. டூனிட்ஸ் மிகவும் அர்ப்பணிப்புடன் நாஸியாக இருந்தவர். ஹிட்லரை ஆதரித்தவர். யூதர்களை வெறுத்தவர். ஹம்போர்க் விசாரணையில் பெருங்குற்றவாளியாகக் குற்றஞ்சாட்டப்பட்டவர். பத்து ஆண்டுகள் சிறைத்தண்டனைக்குப் பிறகு ஹம்போர்க் அருகே ஒரு கிராமத்தில் 1980ல் இறக்கும்வரை வாழ்ந்தார். அனைத்துலக தீர்ப்பாயம் ஒன்றால் தண்டிக்கப்பட்ட ஒரே அரசுத் தலைவர் ஏழு தசாப்தங்கள்வரை இவர் மட்டும்தான். இவருக்குப் பிறகு சமீபத்தில் ஏப்ரல் 2012ல் லைபீரியாவின் சார்ல்ஸ் டேய்லர்தான் இவ்வாறு தண்டிக்கப்பட்டார்.

2. ஃப்ரிஸிஸ் ஸிர்ஸின்யாஷ் 2 அக்டோபர் 1945ல் சேக்காவில் அலெக்ஸான்டர்ஸ் கால்னியடிஸ் கைது செய்யப்பட்டு வந்த கிட்டத்தட்ட அதே சமயத்தில் இருந்தார். அவர் அதிக விவரங்களுடன் தன் விசாரணை, சிறை வாழ்க்கை, நாடுகடத்தப்பட்ட படிப்படியான நிலைகள் இவைகள் குறித்து எழுதியிருக்கிறார். தன் *நினைவுகள்* புத்தகத்தில்.

3. ஆயுதப் போராட்டம் நடத்திய பல குழுக்கள் இருந்தன. சில போராட்டக் குழுக்கள் எல்லாக் குழுக்களையும் ஒன்று சேர்க்க முயற்சி செய்தன. அவற்றில் ஒன்றுதான் விட்ஸெமெயிலிலும் லாட்கலேயிலும் இயங்கிய லாட்விய தேசியக் கிளர்ச்சியாளர்கள் சங்கம்.

4. ஊஸ்டேவைம்லாக் 16 ஆகஸ்ட் 1937ல் உருவாக்கப்பட்டது. ஜனவரி 1, 1960வரை இயங்கியது.

5. பெசோர்லாக் 24, ஜூலை 1950ல் உருவாக்கப்பட்டு 5 ஆகஸ்ட் 1959ல் மூடப்பட்டது.

பலவந்தக் குடியிருப்பும் பட்டினியும்

ஜுன் 20 அல்லது 21 தேதியில் பபினினோ ரயில் நிலையத்தில் யானிஸ் ட்ரெய்ஃபெல்ட்ஸிடமிருந்து பிரிந்த மூன்று வாரங்களுக்குப் பின் எமீலியாவும் லிகிடாவும் அவர்கள் பயணத்தின் முடிவை எட்டிக்கொண்டிருந்தார்கள். யூரல் மலைகளைக் கடந்து, செல்யாபின்ஸ்க், குர்கன், பெத்ராபாவ்லவ்ஸ்க், ஓம்ஸ்க் நகரங்களைத் தாண்டி, அவைகளைப் பின்னால் விட்ட பின் எல்லோரும் அடுத்த ரயில் நிலையத்தில் இறங்குவதற்குத் தயாராகும்படி உரக்க ஓர் உத்தரவு பிறந்தது. பயணம் முழுவதும் என் பாட்டியும் அம்மாவும் அவர்கள் ரயில்பெட்டியை விட்டு இறங்கியிருக்க வில்லை. அவர்கள் கைகால் கழுவி சுத்தமான மாற்றுடை உடுத்தவில்லை. அவர்கள் சாமான்கள் அவர்கள் வீட்டு ஆண்களிடம் இருந்துவிட்டதால் மற்றப் பல பெண்களும் அதே நிலையில்தான் இருந்தார்கள். லாட்வியா ரயில்நிலையத்தில் "ஏற்றப்பட்ட" போதே தங்கள் குடும்பத்து ஆண்களிடமிருந்து பிரிக்கப்பட்டவர்கள் தாங்கள் கொண்டுவந்திருந்த சுத்தமான மாற்று உடைகளையாவது அணியமுடிந்தது. ஆனால் அவர்களுக்கும் கைகால் கழுவ முடியவில்லை. இந்த உடை மாற்றிக்கொள்ளும் சொகுசு எல்லாம் கைதானபோது இருந்த குழப்பத்திலும் சுதாரித்துக்கொண்டு பயணத்துக்காக ஏதாவது எடுத்து வந்திருந்தால்தான் சாத்தியம் என்பது என்னவோ உண்மைதான். அதாவது சேக்காக்காரர்கள் அதைத் தடுக்காதிருந்தால். அதிர்ஷ்டவசமாக என் அம்மா இருந்த பெட்டியில் சின்னக் குழந்தைகள் அதிகம் இல்லை. அதனால் சின்னக் குழந்தைகள் தவிப்பதை ஒன்றும் செய்ய முடியாமல் நின்றுகொண்டு பார்த்துக்கொண்டிருக்க வேண்டிய அவசியம் இருக்கவில்லை. ரயில்பெட்டியில் இருந்த ஒரே குழந்தை திருமதி பலோடிஸ்ஸின் மூன்று வயதுப் பெண் இன்டாதான். அந்த இளம் பெண் இரண்டாம் முறையாகக் கர்ப்பமாக இருந்தாள். ரயில் பயணத்தின் போது பிரசவ நேரம் வந்துவிடக்கூடாதே என்பதுதான் அவளுடைய ஒரே வேண்டுதலாக இருந்தது. அவளுடைய பிரார்த்தனை

நிறைவேறியது. பலவந்தக் குடியிருப்பின் முதல் இடத்தில்தான் அவளுக்குக் குழந்தை பிறந்தது. உணவு சரியாக இல்லாததாலும் அவளுடைய மோசமான அனுபவங்களாலும் குழந்தையை உயிருடன் வைத்திருக்க அதற்குப் புகட்டவேண்டிய தாய்ப்பால் அவளிடம் இருக்கவில்லை. வெகு சீக்கிரமே குழந்தை இறந்துவிட்டது. இன்டா பிழைத்து, மீண்டும் தன் தாயுடன் லாட்வியா திரும்பி வந்தாள்.

ஜெர்மனி சோவியத் குழுமத்தைத் தாக்கிய செய்தி இடைவேனிற் காலத்து ஜூன் 23ம் தேதி ரயிலில் இருப்பவர்களை எட்டியது. இது மாற்றங்களையும் லாட்வியாவுக்கு விரைவிலேயே திரும்பக்கூடிய அற்புதத்தை உருவாக்கக்கூடிய செய்தியாகவும் பார்க்கப்பட்டது எல்லோராலும். ஜூன் 14ன் நாடகத்தன்மை வாய்ந்த இரவுக்குப் பின் நம்பிக்கை மீண்டும் பிறந்ததால் முதல் முறையாக உற்சாகம் அடைந்தார்கள். இந்த நம்பிக்கை தந்த பூரிப்பில் வெளியே தெரிந்த இடைவேனிற்கால இரவுகூட அழகாகத் தெரிந்தது. யூரல் மலைகளைக் கடந்த பின், நகரங்களினூடே போகும்போது தவிர மற்ற நேரங்களில் ரயில்பெட்டியின் கதவுகளைத் திறந்துவைத்துக்கொள்ள அனுமதிக்கப்பட்டிருந்தார்கள். எமீலியாவும் லிகிடாவும் கரிய இரவில் தாரகைகள் ஒளிர்ந்த வானத்தைப் பார்த்தபடி இடைவேனிற்காலப் பாடல்களை மற்றவர்களுடன் இணைந்து பாடினார்கள். ரயில் பெட்டியின் தாங்கமுடியாத நாற்றம்கூட அந்தக் கணத்தில் மறந்துபோய்விட்டது. மற்றப் பெட்டிகளிலிருந்தும் பாடல்கள் எழுந்தன. இருட்டில் தெரிந்த கரிய மரங்களுக்குப் பின்னால் அவர்களுக்கேயான கடற்கரையில் மக்கள் இடைவேனிற்கால இரவை மகிழ்ச்சியுடன் பாடியபடி கொண்டாடிக்கொண்டிருப்பார்கள் என்ற கற்பனை குதூகலத்தைத் தந்தது. அருமை அப்பா யானிஸ் பற்றியும் பேசினார்கள். மறுநாள் அவருடைய பெயரின் தினம். லாட்வியா திரும்பியதும் என்னவெல்லாம் செய்யலாம் என்பது பற்றியும் பேசினார்கள். லாட்வியாவில் அண்ணா வால்டெமார்ஸ் லிகிடாவையும் எமீலியாவையும் ஆபெராவுக்கு அழைத்துச்செல்வார். அவர்கள் இருவரும் உலகத்திலேயே அழகான உடைகளை உடுத்தியிருப்பார்கள். ஆபெரா அரங்கிலிருக்கும் அந்த அதியற்புதமான சரவிளக்கின் ஒளி மெல்ல மங்கத்தொடங்கும்போது மூச்சு விடாமல் அதைப் பார்ப்பார்கள். அதன் பின் ஆபெரா இசை தொடங்கும்... ஸைபீரியாவில் இருந்த அந்த முடிவில்லா ஆண்டுகளில் இந்தப் படிமம் – அந்த மெல்ல மங்கும் ஆபெரா சரவிளக்கு – அடையமுடியாத ஒரு சராசரி வாழ்க்கையின் கனவாக என் அம்மாவின் மனத்திலிருந்தது. இப்போதெல்லாம் ஒவ்வொருமுறை நாங்கள் இருவரும் ஆபெராவுக்குப் போகும்போதும் மங்கும் அந்த சரவிளக்கை ஏறிட்டுப் பார்க்கும்போது அது என் அம்மாவுக்கு எவ்வளவு புனிதமான கணம் என்பது எனக்குத் தெரியும். எனக்கும்தான்.

ரயில்வண்டி நவாஸிபிர்ஸ்க் ரயில் நிலையத்தில் நின்றது. எல்லோரும் இறங்கி ஆப் ஆற்றின் கரைக்குப் போக வேண்டும் என்று உத்தரவிடப்பட்டது. அங்கு சரக்கு ஏற்றிச் செல்லும் கப்பல்போன்ற பெரிய விசைப்படகு அவர்களுக்காகக் காத்திருந்தது. ரயிலில் வந்த எல்லோரும் கொள்ளும்படி அவ்வளவு பெரிய விசைப்படகு. அவர்களுக்கு நடப்பது மறந்துபோயிருந்தது.

சில சிறு குழந்தைகளுக்கு நடக்கவே முடியவில்லை. அங்கே, ஆப் ஆற்றின் கரையில் எமீலியாவுக்கும் லிகிடாவுக்கும் குளிக்க முடிந்தது. உற்றுப் பார்க்கும் காவலாளிகளின் கண்களைப் பற்றிய கூச்சம் இல்லாமல் வெளியேற்றப்பட்டவர்கள் அனைவரும் குளித்தார்கள். குளுமையான நல்ல தண்ணீர் உடலில் படும் சுகம் கிட்டத்தட்ட மறந்தேபோயிருந்தது. வதங்கி நாற்றமடித்த அழுக்கான உடல் புத்துயிர் பெற்றது. இத்துடன் எதிர்காலத்தைப் பற்றிய அக்கறையும் மீண்டெழுந்து வந்தது.

எப்போது பிரிக்கப்பட்டக் குடும்பங்கள் ஒன்றுசேரும் என்று காவலாளிகளிடம் கேட்க ஆரம்பித்தார்கள் பெண்கள் எல்லோரும். எல்லோருக்கும் ஒரே பதில்தான்: கப்பலில் ஏறுங்கள் முதலில் இடத்தை அடைத்துக்கொள்ளாமல். அப்போதுதான் ஆண்கள் ஏறிய ரயில்வண்டி வர முடியும், என்றார்கள் காவலாளிகள். அவர்கள் வண்டி முதலில் கிளம்பியது தெரியாதா? சொன்ன இடத்துக்குப் போய் ஆண்கள் வரக் காத்திருங்கள். இவ்வளவு பெரிய பெண்கள் கூட்டத்தில் உண்மையைச் சொன்னால் ஆபத்து என்பதால் காவலாளிகள் இப்படிப் பொய் சொல்வதை வழக்கமாக்கிக்கொண்டிருந்தார்கள் என்பதைப் பெண்களுக்குப் புரிந்துகொள்ள முடியவில்லை. முற்றிலும் களைத்துப்போன பெண்கள் என்றால்கூட கோபம் வந்துவிட்டால் அவர்களை அடக்கமுடியாது. காவலாளிகள் கூறியதை நம்பலாம் என்று தோன்றியது. அவர்கள் கூறுவது சரிதானே? அவர்கள் ஏறிய ரயில்வண்டிதானே முதலில் கிளம்பியது? ஆண்களுடைய வண்டி இன்னும் கிளம்பாமல் அங்கேயே இருந்தது. அதனால் அவர்கள் மீண்டும் சேர்வது நடக்கும். இது அத்தனையும் பொய், மீண்டும் இவர்களெல்லோரும் கூடி இணைந்து வாழ்வது பற்றி ஆரம்பத்திலிருந்தே எந்தத் திட்டமும் இருக்கவில்லை என்பதைக் கடைசியாக அவள் எப்போது புரிந்துகொண்டாள் என்று நான் அம்மாவிடம் கேட்டபோது அம்மா சோகத்துடன் மௌனமாக இருந்தாள். அவளுக்கு அது நினைவிருக்கவில்லை. அவள் எதிர்கொண்டிருந்த முரட்டுத்தனங்கள் மற்றும் பொய்கள் எல்லாம் அவள் நினைவில் பிரித்தெடுக்க முடியாதபடி கலந்துபோய்க் கிடந்தன.

நீண்ட ரயில் பயணத்துக்குப் பின் என் பாட்டி எமீலியா மிகவும் இளைத்துப் போய் பலவீனமாக இருந்தாள். காவலாளிகள் ரயில்பாதையின் பக்கத்திலிருந்த சாக்கடைகளிலிருந்து எடுத்த அழுக்குத் தண்ணீரைக் குடித்ததால் அவளுக்குப் பேதி கண்டிருந்தது. லிகிடாவின் உதவியுடன் எப்படியோ மெல்லத் தடுமாறியபடி நடந்துபோய் அந்தப் பெரிய கப்பலில் ஏறி, உட்காரும்போதே மயங்கி விழுந்தாள். அவளைப் போலவே பலருக்கு உடம்பு சரியில்லாமல் இருந்தது. எல்லோருக்குமே அதேபோல் வயிற்றுப்போக்கு ஏற்பட்டிருந்தது. லிகிடாவுக்கும் சீக்கிரமே வயிறு கெட்டுப்போய்விட்டது. ஆனால் எமீலியா அளவு அவ்வளவு மோசமில்லை. அவளுக்கு நடக்கவாவது முடிந்தது. கப்பலின் முனையில் இரு மரத்தால் கட்டிய கழிப்பிடங்கள் இருந்தன. அதன் முன் எப்போதும் வயிறு கெட்டுப்போன ஒரு நீண்ட வரிசை நின்றது. ஒரு தடவை போய்விட்டு வந்த பின் மீண்டும் போக வரிசையில் நிற்கவேண்டிவந்தது. சில நாள் பயணத்தின் பின் சிலருக்கு சொறிநச்சுக்காய்ச்சல் வர ஆரம்பித்ததும் ஆரோக்கியமாக

இருந்தவர்கள் பயந்துபோனார்கள். தொற்று வராமல் தடுக்க எந்த வழியும் இல்லை. அத்தனை பெரிய கூட்டத்தில் ஒவ்வொருவருக்கும் கிடைத்தது மிகவும் கொஞ்சமான இடம்தான். காலை நீட்டித் தூங்கக்கூட வழியிலாமல் இருந்ததால், நோயுற்றவர்கள் உட்கார்ந்துகொண்டும் குப்புறப் படுத்தபடியும் இன்னும் எப்படியோ ஆரோக்கியமாக இருந்தவர்களை இடித்துக்கொண்டுதான் இருக்க முடிந்தது. நிறுத்தப்பட்ட இடங்களில் சிறு படகுகள் கப்பலருகே கொண்டுவரப்பட்டன. குழுக்களாகச் சிலரைப் படகுகளில் இறங்கச் சொன்னார்கள். படகுகளில் போகும் சக பயணிகள் விடைபெறும் பாடலைப் பாடிக்கொண்டே போக அது முடிவில் செவிக்கு எட்டாத தூரத்துக்குப் போய்விடும் அந்தக் கணங்கள் வெகு சோகமானவை. முடிவில் எமீலியாவும் லிகிடாவும்கூட படகில் இறங்கும் நேரம் வந்தது.

ஆப் ஆற்றிலும் அதன் கிளையாறான பராபெல் ஆற்றிலும் ஒரு வாரத்துக்கும் மேலான பயணத்துக்குப் பின் ஜூலை 10, 1941ல் அவர்கள் பல்ஷோய் சீகாஸ் என்ற ஆற்றுப்பள்ளத்தாக்கில் இருந்த கூட்டுப்பண்ணைக்கு வந்துசேர்ந்தார்கள். அதுதான் என் பாட்டி மற்றும் அம்மாவின் முதல் பலவந்தக் குடியிருப்பிடம். அப்போது அவர்களுக்கு லாட்வியா எட்டவே முடியாத 6000 கிலோமீட்டர் தூரத்தில் இருக்கிறது என்பது தெரியவில்லை. அந்தத் தூரத்தை எமீலியா கடக்கவே இல்லை. லிகிடா அதை இருமுறை கடக்க நேரிட்டது. முதல்முறை அது 1948ம் ஆண்டின் வசந்தகாலத்தில் நடந்தபோது மனத்தில் நம்பிக்கை ஊறத்தொடங்கியது. வெளியேற்றப்பட்டக் குழந்தைகளும் சில இளையர்களும் லாட்வியாவுக்குத் திரும்பிச்செல்ல அனுமதிக்கப்பட்டார்கள் அப்போது. ஆனால் ஒரு வருடம் நான்குமாதங்கள் கழிந்த பின் வர்க்க விரோதிகளின் குழந்தைகளிடம் இப்படி மனம் இளகிப்போனது சரியில்லையென்று பாதுகாப்பு நிறுவனங்கள் தீர்மானித்து, என் அம்மா உட்பட, பலர் மீண்டும் சைபீரியாவுக்குக் குற்றவாளிகள்போல அனுப்பப்பட்டு ஒரு சிறையிலிருந்து இன்னொரு சிறைக்கு மாற்றப்பட்டுக்கொண்டே இருந்தார்கள். பதினாறு நீண்ட ஆண்டுகளுக்குப் பின் 1957ல்தான் சோவியத் அரசு லிகிடா கால்னியடே அல்லது ட்ரெய்ஃபெல்ட்ஸை சோவியத் நாட்டின் மதிப்புமிக்கக் குடியுரிமையாளராக அங்கீகரித்து லாட்வியாவில் வாழும் உரிமையை வழங்கியது.

ஆற்றங்கரையிலிருந்து கிராமத்துக்கு எட்டு கிலோமீட்டர் தூரமிருந்தது. தானாகவே கரையில் இறங்கும் அளவுக்கு எமீலியாவின் உடல் தேறியிருந்தாலும் அவ்வளவு தூரம் அவளால் நடக்கமுடியவில்லை. அவர்களை நடத்திக்கொண்டு போனவர் கருணையான விவசாயி. அவர் எமீலியாவை ஒரு கட்டைவண்டியில் ஏறிக்கொள்ள அனுமதித்தார். சதுப்பு நிலத்தினூடே வெறும் காலடித்தடமான சாலையில் அவர்கள் எப்படியோ கூட்டுப்பண்ணையை வந்தடைந்தனர். லிகிடா கட்டைவண்டியின் பக்கத்தில் நடந்துவந்தாள். அவள் காலணிகள் – நாடுகடத்தப்பட்டதற்கு முதல் நாள் இரவு அவள் அண்ணா தந்த நடனக் காலணிகள் – கிழிந்துவிடக்கூடாதென்று என் அம்மா அவற்றைக் கழற்றிவிட்டாள். மென்மையான சொகுசுடன் பராமரிக்கப்பட்டப் பாதங்கள் அவளுடையவை. கல்லும் முள்ளும்

மண்டிக்கிடந்த குண்டுங்குழியுமான பாதையில் வெறும் காலில் நடக்க முடியவில்லை அவளால். கல்லும் மண்ணும் குத்தியதால் பாதங்களில் ஏற்பட்ட வலி தாங்கமுடியாமல் இடையிடையே அழுதபடி அவள் நடந்தாள். அழுவதால் ஒரு பிரயோசனமும் இல்லை. நடக்கத்தான் வேண்டியிருந்தது. அதுவுமில்லாமல் அழுவது அவளுக்குப் பழகிவிட்டது.

முன்பின் அறியாதவர்கள் வரும்போது கூட்டுப்பண்ணைகளில் ஏகப் பரபரப்பு ஏற்பட்டது. ஏனென்றால் இவ்வளவு நல்ல உடைகள் அணிந்த யாரையும் கிராமத்துக்காரர்கள் எப்போதுமே பார்த்ததில்லை. அல்லது சோவியத் பிரசாரப் படங்களில்தான் கூட்டுப்பண்ணை களைச் சேர்ந்தவர்களும் தொழிலாளிகளும் நல்ல உடையணிந்து ஸ்டாலினின் சூரியனின் கீழே அமைந்த அழகான வாழ்க்கை பற்றிப் பாடுவதைக் கேட்டிருக்கலாம். இப்போது அப்படிப்பட்டப் பிரசாரப் படங்களில் நடிப்பவர்கள் அவர்கள் கிராமத்துக்கே வந்திருந்தார்கள். கிராமத்துக்காரர்களும் வர்க்க விரோதிகள்தாம். ஆனால் அது பலகாலமாக இருக்கும் விஷயம். 1930ல் ஸ்டாலின் அவர்களை ஸைபீரியாவுக்கு நாடுகடத்தியிருந்தார். அவர்கள் பணம் படைத்த நிலவுரிமையாளர்களாக – கூலாக் என்று கூறப்பட்ட விவசாயிகள் அல்லது அவர்களோடு ஒத்துப்போனவர்கள் – இருந்தவர்கள். சோவியத் அரசால் பொத்தாம்பொதுவாக கூட்டமைப்புச் செயல்முறைகளை யும் தொழிலாளிகள்-விவாசாயிகள் இணைந்த அரசையும் எதிர்த்த நாசகாரர்களாகக் கருதப்பட்டவர்கள். அவர்கள் சோகக் கதை பயங்கர மானது. அவர்களிடமிருந்து எல்லாவற்றையும் பறித்துக்கொண்ட பின் விதைகளோ பண்ணை மிருகங்களோ எதுவும் இல்லாமல் ஸைபீரியாவின் ஊசிமரக் காட்டில் சாகவிடப்பட்டவர்கள் அவர்கள். எப்படியோ அந்த மண்ணில் விடாமல் வாழ்ந்து முடித்த சில ஆண்டுகளுக்குப் பின் குளிரிலும் பட்டினியிலும் சாகாத சிலர் பசு, பன்றி, செம்மறியாடு என்று ஏதாவது மிருகங்களுடன் அங்கு வாழ முற்பட்டபோது சோவியத் அரசின் கண்களுக்கு அவர்கள் மீண்டும் கூலாக்குகளாக மாறிப்போனார்கள். அவர்களை வேறு எங்காவது மாற்ற வேண்டும் என்று முடிவாகியது. அர்த்தமேயில்லாத இந்தச் செயல் அந்தக் கிராமத்துக்காரர்களை முற்றிலும் முடக்கிப்போட்டுவிட்டது. அதனால் தங்கள் வாழ்க்கையை எந்த வகையிலும் முன்னேற்றப்படுத்திக்கொள்ள விரும்பாமல், அடுத்த நாசகாரப் பட்டம் யார் மேல் விழுமோ என்று காத்துக்கொண்டு, வாயைத் திறக்காமல் அந்த எதுவுமேயில்லாத கூட்டுப்பண்ணையில் வேலை செய்தார்கள். கஷ்டப்படுவது என்பது என்னவென்று தெரிந்திருந்ததால் அவர்கள் நேர்மையாக இருந்து உதவியும் செய்தார்கள். இவர்களை என் அம்மா நன்றியுடன் நினைக்கிறாள். தங்கள் ஏழ்மையிலும் தங்களிடமிருந்ததை வெளியேற்றப்பட்டவர்களுடன் அவர்கள் பகிர்ந்துகொண்டார்கள். பல தலைமுறைகளாக அங்கே வாழ்ந்திருந்த ஸைபீரியக் கிராமத்தார்களைவிட இவர்கள் அதிகமாக உதவினார்கள்.

கிராமத்துக் கூட்டம் அங்கிருந்த பள்ளியொன்றில் வந்தவர்கள் குடியிருத்தப்படுவதை பார்த்தபடி நின்றது. அது புதிதாகக் கட்டப்பட்டிருந்த ஒரு கட்டடம். இரண்டு பெரிய அறைகளில் சுமார் இருபத்தைந்துபேர்

குடியிருத்தப்பட்டனர். சிறிது நாட்களுக்குப் பிறகு தளபதி கிராமத்துக்கு வந்து குடியிருப்பிலிருந்து நினைத்தபோது வெளியேற எந்தவித உரிமையுமில்லாமல் அங்கு இருபது ஆண்டுகளுக்கு வெளியேற்றப்பட்டிருப்பதாகக் கூறும் பத்திரத்தில் வயதுக்கு வந்த எல்லோரையும் கையெழுத்துப்போடச் சொன்னார்.

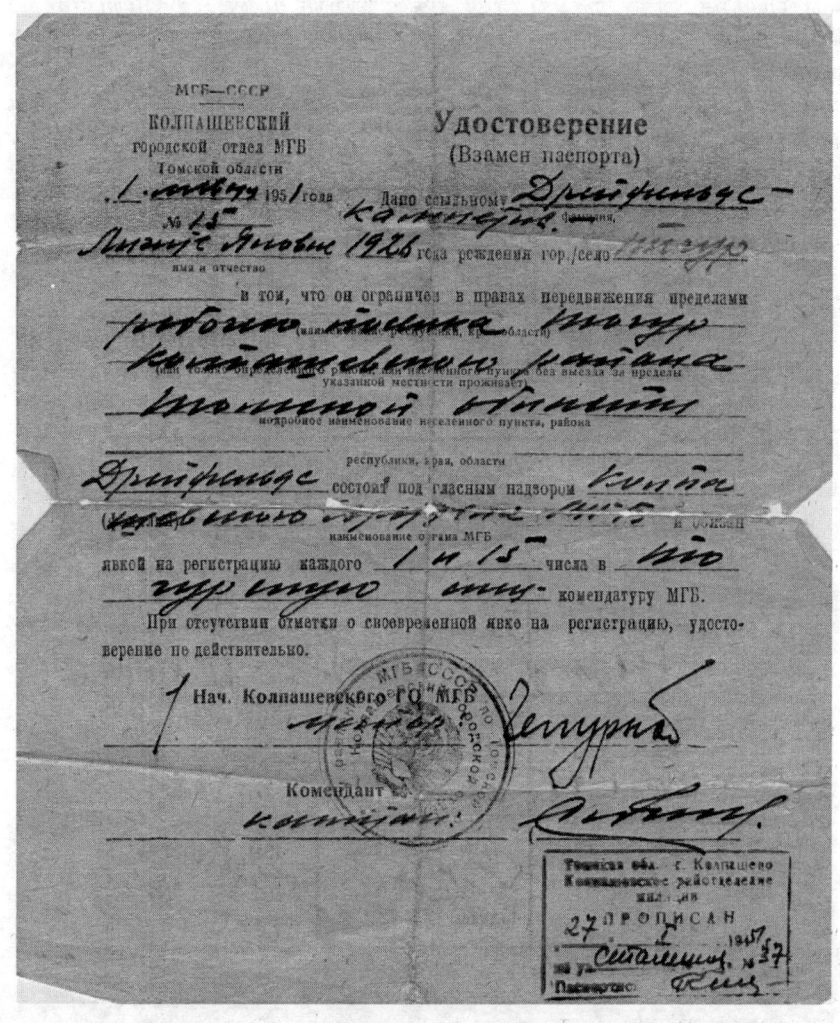

МГБ—СССР
КОЛПАШЕВСКИЙ
городской отдел МГБ
Томской области
1 1951 года
№ 15

Удостоверение
(Взамен паспорта)

Дано ссыльному ______ фамилия
______ имя и отчество ______ 1926 года рождения гор./село ______
______ в том, что он ограничен в правах передвижения пределами
(наименование республики, края, области)
(или точно определенного района или населенного пункта без выезда за пределы указанной местности проживает)
подробное наименование населенного пункта, района
республики, края, области
______ состоит под гласным надзором ______
______ наименование органа МГБ ______ и обязан
явкой на регистрацию каждого 1 и 15 числа в ______ комендатуру МГБ.
При отсутствии отметки о своевременной явке на регистрацию, удостоверение не действительно.

Нач. Колпашевского ГО МГБ
Комендант

Томская обл. г. Колпашево
Колпашевское райотделение милиции
ПРОПИСАН
27 1957

லிகிடா ட்ரெய்ஃபெல்டேயின் பலவந்தக் குடியிருப்பின்
பதிவுப் படிவம்

அதன் பிறகு தளபதியின் அலுவலகத்திலிருந்து பிரதிநிதி ஒருவர் வந்து யாராவது தப்பிப்போயிருக்கிறார்களா என்று பார்க்க வந்தார். எங்கேயாவது தப்பிப்போக இடமிருந்தால்தானே! பிற்காலத்தில் பதிவுப்பத்திரங்கள் வேளியேற்றப்படவர்களிடம் தரப்பட்டு ஒவ்வொரு மாதமும் ஒன்றாம்

தேதியும் பதினைந்தாம் தேதியும் தளபதியின் அலுவலகத்துக்குச் சென்று கையெழுத்துப்போடுவது என்றாயிற்று. பத்திரத்தில் நிரப்ப 21 பெட்டிகள் இருந்தன. அத்தனையும் நிரப்பப்படுவதற்குள் பத்தரை மாதங்கள் ஓடிவிட்டன. அதன் பின் புதுப் பத்திரம் தரப்பட்டது நிரப்ப. இது ஒன்றுதான் வெளியேற்றப்பட்டவர்களிடம் இருந்த அடையாளத்தை நிரூபிப்பதற்கான ஒரே ஆவணம். அதில் "திறந்த முறையில் மேற்பார்வை செய்யப்பட்டு" தளபதி அலுவலகத்தின் சிறப்பு அனுமதியுடன் அவர்கள் நடமாடக்கூடிய இடம் குறிக்கப்பட்டிருந்தது. இந்த அனுமதி இல்லாமல் பலவந்தக் குடியிருப்பைவிட்டு மூன்று கிலோ மீட்டருக்கு மேல் போக யாருக்கும் அனுமதியிருக்கவில்லை. இந்த எச்சரிக்கையின் கீழேயே அச்சிட்டக் குறிப்பு ஒன்று இருந்தது:

Дата регистрации «1» I 1951 г. Подпись	Дата регистрации «15» I 1951 г. Подпись	Дата регистрации «1» II 1951 г. Подпись
Дата регистрации «15» II 1951 г. Подпись	Дата регистрации «1» III 1951 г. Подпись	Дата регистрации «15» III 1951 г. Подпись
Дата регистрации «1» IV 1951 г. Подпись	Дата регистрации «15» IV 1951 г. Подпись	Дата регистрации «3» IV 1951 г. Подпись
Дата регистрации «15» V 1951 г. Подпись	Дата регистрации «1» VI 1951 г. Подпись	Дата регистрации «2» VII 1951 г. Подпись
Дата регистрации «15» июня 1951 г. Подпись	Дата регистрации «1» VIII 1951 г. Подпись	Дата регистрации «15» августа 1951 г. Подпись
Дата регистрации «1» IX 1951 г. Подпись	Дата регистрации «15» IX 1951 г. Подпись	Дата регистрации «1» X 1951 г. Подпись
Дата регистрации «15» X 1951 г. Подпись	Дата регистрации «1» XI 1951 г. Подпись	Дата регистрации «15» XI 1951 г. Подпись

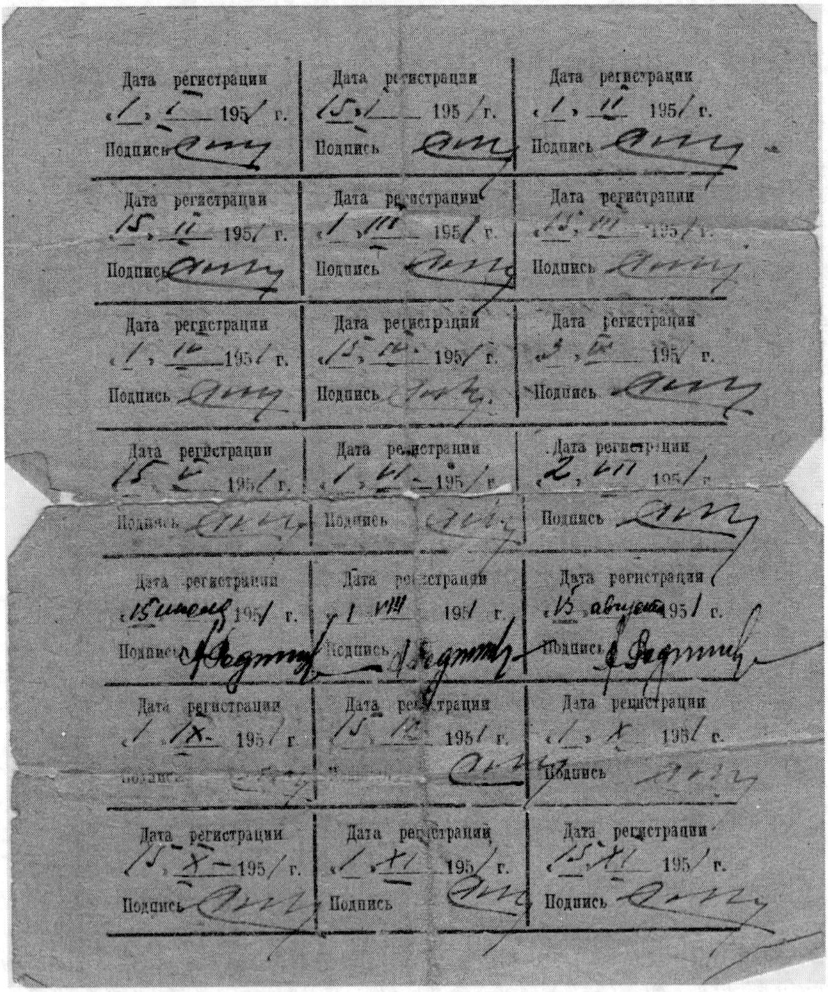

லிகிடா ட்ரெய்ஃபெல்டேயின் பலவந்தக் குடியிருப்பின்
பதிவுப் படிவம்

“ஒழுங்காகப் பதிவு செய்யப்பட்டிருப்பதை அங்கீகரிக்கும் கையெழுத்து இல்லாமல் இந்த அடையாள அட்டை செல்லுபடி ஆகாது.” அந்தப் பகுதியின் அல்லது நகரத்தின் இரண்டு கேஜிபி அதிகாரிகளின் கையழுத்தும் இரண்டு அதிகாரபூர்வமான முத்திரிகைகளும் இட்ட பின் அடையாள அட்டை செல்லுபடியாகும்.

வெளியேற்றத்தின் முதல் ஆறு மாதங்களில் அவர்கள் குடியிருப்பை ஒன்பது முறை மாற்றவேண்டிவந்தது. மாறுவதற்கு என்று சரியான முறை எதுவும் இருக்கவில்லை. மாறவேண்டியதற்கான உத்தரவு சாதாரணமாக எந்த முன்னறிவிப்பும் இல்லாமல் வரும். உடனே மாறவேண்டிவரும். பட்டினி கிடக்காமல் இருக்கத் தாங்கள் பயிரிட்ட சிறு காய்கறித் தோட்டத்தை விட்டுவிட்டுப் போகும் வெளியேற்றப்பட்டவர்களின் கஷ்டம் குறித்து யாருக்கும் அக்கறையிருக்கவில்லை. மேலேயுள்ள யாரோ தீர்மானம் செய்ய ஒவ்வொரு முறையும் மீண்டும் இவர்கள் வேறு குடியிருப்புக்குப் போகவேண்டிவந்தது. பலமுறை அது மனிதர்களே வாழமுடியாத பொட்டல்காடாக இருக்கும். என் அம்மாவிடம் ஏன் இவ்வாறு வெளியேற்றப்பட்டவர்களை அடிக்கடி இடம் மாற்றினார்கள் என்று கேட்டபோது அவர் வறண்ட குரலில் கூறினார்: “ஓர் இடத்தில் நிலையாக இருக்க முடியாமல் ஒரு மனித உயிர் சீக்கிரம் சாகத்தான்.” சோவியத் ரஷ்யாவின் மக்கள் உள்துறை தன் அரசுபூர்வமான அறிக்கையில் குறிப்பிட்டுச் சொல்லியிருந்தது நவாஸிபிர்ஸ்க் பகுதியில் “வெளியேற்றப்பட்டவர்கள் பலவந்தக் குடியிருப்புப் பகுதியில் வாழும் நிலைமை திருப்திகரமாக இல்லை.” “அவர்கள் மிகவும் கடினமான நிலைமையில் உள்ளார்கள். பட்டினி, வறுமை, “வேலையில்லாமை” எல்லாமே அங்கே காணப்படுகிறது.[...] மக்கள் உள்நாட்டுத் துறையிலிருந்து யாருமே பலவந்தக் குடியிருப்பில் உள்ள வெளியேற்றப்பட்டவர்களைக் கவனிக்க நியமிக்கப்படவில்லை. அவர்கள் நிலைமைக்கு யாருமே பொறுப்பேற்கவில்லை.” இருந்தாலும் இந்தப் பாவங்களின் வாழும் வகையைச் சிறிதாவது மாற்ற எதுவுமே செய்யப்படவில்லை.

செப்டம்பர் நெருங்கியதும் அந்தப் பள்ளிக் குடியிருப்பைவிட்டுப் போகவேண்டிவந்தது. கிராமத்துவாசிகளுடன் தங்க வேறு ஏற்பாடு செய்துகொள்ளவேண்டிவந்தது. சில ரூபிள்களைக் கொடுத்து ஒரு பெண்மணியுடன் தங்க ஏற்பாடு செய்துகொண்டார்கள் எமீலியாவும் லிகிடாவும். அந்தப் பெண்மணியின் கணவர் போரில் இறந்திருந்தார். இந்த எதிர்பாராத அதிகப்படியான வரும்படி அவருக்கு மகிழ்ச்சியைத் தந்தது. சமையலறையில் அடுப்பருகே தரையில் படுக்க அவர்களுக்கு இடம் தரப்பட்டது. அவர்களின் அடுத்த வீட்டுக்காரியாக அங்கே அவர்கள் பக்கத்தில் இருந்தது வீட்டுக்காரப்பெண்ணின் இளைத்துப்போன ஒரு பசு. வெளியே குளிராக இருந்ததால் மாட்டைக் கொட்டிலில் வைக்க மனமில்லை வீட்டுக்காரம்மாவுக்கு. மரக்கட்டைகளின் பிளவுகளில் மூட்டைப்பூச்சிகள் நிரம்பியிருந்தன. உடையிலும் தலையிலும் மெல்லப் பேன்பிடிக்க ஆரம்பித்தது. அப்போதிலிருந்து 1946ன் இலையுதிர்காலம் வரை எமீலியா, லிகிடா மற்றும் மற்ற குடியிருப்புவாசிகளின் வாழ்க்கையின் இன்றியமையாத அங்கமாயிற்று மூட்டைபூச்சியும் பேனும்.

கிராமத்துவாசிகள் அவற்றுடன் இருக்கப் பழகிவிட்டார்கள். அவர்களுக்கு அது எந்த வகையிலும் அசௌகரியமாக இருக்கவில்லை. இந்தப் பூச்சிகள் வெளியேற்றப்பட்டவர்களுடன் ஒரு குடியிருப்பிலிருந்து இன்னொரு குடியிருப்புக்குச் சென்றன. அங்கே காத்துக்கொண்டிருந்த பூச்சிகளுடன் இந்தப் பூச்சிகள் கூடி, மரபணுத் தொகுப்பு புதிக்கப்பட்டதும் புதிய புதிய தலைமுறைகளைச் சேர்ந்த பூச்சிகள் வெளியேற்றப்பட்டவர்களின் வற்றிப்போன உடல்களிலிருந்து தங்களுக்கான உணவை எடுத்துக்கொள்ள ஆரம்பித்தன. இந்த ஒட்டுண்ணிகளை ஒழிப்பதற்கான சக்தியோ சுகாதார முறைகளோ அவர்களிடம் இருக்கவில்லை. மிகவும் உதவியாக இருந்தது மாட்டின் கால் எலும்பில் செய்த ஒரு பேன் சீப்புத்தான். அது ஒருவர் கையிலிருந்து இன்னொருவர் கைக்குப் போயிற்று. தாங்கவே முடியாத அரிப்பிலிருந்து அது கொஞ்ச நேரமாவது விடுதலை அளித்தது.

முதல் குளிர்காலத்திலிருந்து வெளியேற்றப்பட்டவர்கள் எப்படியோ பிழைத்துவந்தார்கள். அவர்கள் கொண்டுபோயிருந்த பொருட்களும் உடைகளும் வேண்டிய அளவு இருந்ததால் அவற்றை உருளைக்கிழங்குக்காகவோ இல்லை மற்ற உணவுக்காகவோ பண்டமாற்று செய்துகொள்ள முடிந்தது. எமீலியாவுக்கும் லிகிடாவுக்கும் இருந்த ஒரே டாம்பீகப்பொருள் அவர்கள் அவசரமாக எடுத்துச் சென்றிருந்த ஒரு சிறு சட்டி வெண்ணெய்தான். சில நாட்கள் வரை அவர்கள் சாப்பிட்ட உருளைக்கிழங்குக்கு அது சுவையூட்டியது. ஆனால் அதுவும் சீக்கிரமே தீர்ந்துபோயிற்று. தன் உள்ளாடையில் என் பாட்டி ஒளித்துக் கொண்டு வந்திருந்த பணத்துக்கு மிகவும் சீரழிந்து கிடந்த அந்தக் கிராமத்தில் வழக்கமான மதிப்பு இருக்கவில்லை. ஆனால் அவ்வப் போது யாராவது ஏதாவது உணவுப்பொருளை விற்க வருவார்கள். கிராமத்துவாசிகளுக்கு வெளியேற்றப்பட்டவர்கள் கொண்டு வந்த சாமான்களில்தான் ஆர்வம் இருந்தது. ஆனால் எமீலியாவிடம் பண்டமாற்றுச் செய்துகொள்ள எதுவுமே இருக்கவில்லை. எல்லாம் யானிஸிடம் இருந்தது. கம்பளியோ படுக்கைவிரிப்போ தலைகாணியோ எதுவுமே இல்லை. அவர்கள் உடுத்தியிருந்த உடையும் பபினினோவில் அவர்கள் சின்னப் பெட்டியில் திணித்துக்கொண்ட வேறு சில உடைகளும்தான் இருந்தன. அவற்றில் யானிஸின் கால்களை மறைக்கும் நீள உள்ளாடை, பெண்களின் உள்ளாடைகள், ஒரு கம்பளியாடை இவைதான் இருந்தன. எவையெவை தேவையில்லையோ அவை எல்லாவற்றையும் விற்றாகிவிட்டது. தன் மேல்கோட்டின் உள்ளே தைக்கப்பட்டிருந்த இருந்த அணைத்துணியைக்கூட பிரித்தெடுத்து அதிலிருந்து ஒரு வண்ண உடையைத் தைத்தாள் எமீலியா. அது ஒரு வாளி உருளைக்கிழங்காயிற்று. அவள் வைரத்தோட்டுக்கும் அதேதான் கிடைத்தது. அதை வாங்கிய பெண்ணுக்கு தான் என்ன வாங்கியிருக்கிறோம் என்பதுகூடப் புரியவில்லை. டாலடித்த வைரக்கற்களைப் பார்த்து அதிசயித்துப்போனாள் அவள். வெளியே எப்போதாவது போகவேண்டுமானால் அணிந்துகொள்ள பழைய காலணிகள் லிகிடாவுக்காக வாங்கினார்கள். தன் கால்கள் பனிக்குளிரில் உறைந்துபோகாமல் இருக்க என் அம்மா அவற்றின் மேல் கந்தல் துணிகளைச் சுற்றிவிட்டு, தன் தந்தையின் நீள உள்ளாடையை

அணிந்துகொண்டாள். இன்றுகூட சைபீரியா முழுவதும் பால்டிக் நாடுகளைச் சேர்ந்த பலர் நாடுகடத்தப்பட்டு இருந்த இடங்களில் அங்கு வசிப்பவர்களின் வாழ்க்கைமுறைக்குச் சற்றும் சம்பந்தப்படாத, எப்படி எங்கிருந்து வந்தன என்று அவர்களுக்குத் தெரியாத சின்ன சின்ன பொருட்கள் கிராமங்களிலும் வீடுகளிலும் கட்டாயம் காணக்கிடைக்கும். உடைகள் நைந்துபோயிருக்கலாம். கைக்கடிகாரங்கள் உடைந்திருக்கலாம். நகைகள் தொலைந்துபோயிருக்கலாம்.

முதல் குளிர்காலத்தை ஸிடரென்கோவ் குடிசையில் தூங்கிக் கழித்த பின் லிகிடாவும் எமீலியாவும் உப்பீட்டிஸ் குடும்பத்தைச் சேர்ந்த[1] இன்னும் மூன்று பெண்களுடன் அந்தக் கிராமத்தைச் சேர்ந்த பெண்ணொருத்தி வாடகைக்கு விடச் சம்மதித்த ஒரு சிறு கொட்டிலில் தங்கினார்கள். அந்தக் கொட்டில் ஏகப்பட்ட இடிபாடுகளுடன் இருந்தது. கூரைவரை உலர்ந்துபோன எரு குவிந்து கிடந்தது. ஆனால் அவர்கள் அதைச் சுத்தப்படுத்திவிட்டு கூரையை பூச்சமரப் பட்டை போட்டு மறைத்து கூட்டுப்பண்ணையின் குதிரை லாயத்திலிருந்து திருடிய மரக்கட்டைகளைத் தரையில் போட்ட பின் அது ஒரு வசிக்கக்கூடிய வீடாகியது. பூச்சமரக் கம்புகளைக்கொண்டு படுக்க இடம் அமைப்பதும் வீட்டில் செய்த செங்கல்லை வைத்து அடுப்புப் போடுவதும்தான் பாக்கி. எவ்வளவு அசிங்கமாக இந்த இடம் இருந்தாலும் தங்களுக்குச் சொந்தமானவர்களுடன் இருப்பது மகிழ்ச்சியாக இருந்தது. குளிர்காலம் நெருங்கி வந்ததால் அவர்கள் இதமான வெப்பம் வீட்டினுள் இருக்க, கொட்டிலைச் சுற்றி வைக்கோலைப் போட்டனர். பனி கொட்டிய பாதி இருளில் இருந்த அந்தக் குடிசையில் அவர்கள் சைபீரியாவில் தங்கள் இரண்டாம் குளிர்காலத்தைக் கழித்தனர். எமீலியாவுக்கும் லிகிடாவுக்கும் அது முதல் குளிர்காலத்தைவிடக் கடினமான ஒன்றாக இருந்தது.

இந்த இரண்டாம் குளிர்காலத்தில் அவர்கள் லாட்வியாவிலிருந்து கொண்டுவந்ததெல்லாம் தீர்ந்துபோயிருந்தது. வேனிற்காலத்திலும் இலையுதிர்காலத்திலும் அவர்கள் சேர்த்ததையெல்லாம் வைத்து அவர்கள் வாழவேண்டிவந்தது. எமீலியா கூட்டுப்பண்ணையில் வேலை செய்யப் போகவேண்டிவந்தது. ஆனால் கிடைத்த கூலி மிகக் குறைவாக இருந்ததால் அந்த வேலை செய்வதில் எந்தப் பலனும் இருக்கவில்லை. மிஞ்சி மிஞ்சிப்போனால் 300 கிராம் ரொட்டிதான் ஒரு நாள் கூலியாகக் கிடைத்தது. உப்பீட்டிஸ் குடும்பப் பெண்களுடன் லிகிடா காளான் மற்றும் கொட்டை பொறுக்கப் போனாள். துடைப்பம் கட்டி அதை உருளைக்கிழங்குக்கும் உப்புப் போட்ட மீனுக்கும் விற்றாள். கொட்டையில்லா பெர்ரி பழங்கள் சர்க்கரை போடாமல் குளிர்காலத்திற்காகப் பதப்படுத்தப்பட்டன. பொறுக்கிய கொட்டைகள் மிக ருசியான சத்துணவாக இருந்தன. இலையுதிர்காலத்தில் எல்லோரும் சேர்ந்து தானியங்களைச் சேகரிக்கவும் ஆளி விதைகளைப் பறிக்கவும் போனார்கள். அந்த நாளைக்கான வேலையைச் செய்துமுடித்துவிட்டால் சுமார் அரைக்கிலோ ரொட்டி கிடைத்தது கூலியாக. உருளைக்கிழங்கைத் தோண்டி எடுப்பதுதான் அவர்களுக்கு ஏற்ற வேலையாக இருந்தது. மிகக் குறைந்த கூலிக்கு

வேலை செய்ததால் கிராமத்துவாசிகள் வெளியேற்றப்பட்டவர்களைச் சந்தோஷமாக வேலைக்கு வைத்துக்கொண்டார்கள். குளிர்காலத்தில் தரை பனியில் உறைந்துபோய் உருளைக்கிழங்கு அழுகிவிடும் என்பதை மறந்து கொட்டிலில் ஒரு குழியைத் தோண்டி அதில் உருளைக்கிழங்குகளைப் போட்டுச் சேமித்து வைத்தார்கள். என்ன செய்தாலும், எதைச் சேமித்துவைத்திருந்தாலும் வேண்டிய உணவு இருக்கவில்லை. கொட்டிலில் பசி நிரந்தரமாகக் குடியிருந்தது. ஒரு வீட்டின் கூரையின் கீழ் எமீலியாவுக்கு சில பஞ்சு அடைத்துத் தைக்கப்பட்ட மேல்கோட்டுகள் கிடைத்தன. அவை பழையதாகிக் கந்தலாகிப் போனதால் கிராமத்துக்காரர்களுக்கு அதனால் எந்த உபயோகமுமிருக்கவில்லை. என் பாட்டி ஒவ்வொரு தையலாய்க் கவனமாகப் பிரித்து, உதிர்ந்துபோய்க்கொண்டிருந்த பஞ்சை மீதமிருந்த துணியில் மீன்வலை நூலால் தைத்தாள். அவை மிகவும் அழகானவையாக மாறின. அவற்றை ஆஸ்ட்ரஹன் மென்மயிர் ஜாக்கெட்டுகள் என்று எல்லோரும் சொல்லத் தொடங்கினார்கள். தூரத்திலிருந்து பார்க்கும் போது கறுப்பு வெள்ளைத் தையல்கள் ரஷ்யாவின் ஆஸ்ட்ரஹன் நகரத்திலிருந்து வரும் மத்திய ஆசிய செம்மறியாடுகளின் கறுப்பு அல்லது சாம்பல் நிறச் சுருண்ட மென்மயிரை ஒத்திருந்ததால் அப்படிக் கூறினார்கள். இந்தப் புதிய மேல்கோட்டுகளை விற்று முடித்ததும் லாட்வியாவிலிருந்து கொண்டுவந்திருந்த இரு மேல்கோட்டுகளையும் விற்க முடிவுசெய்தனர். ஆனால் அதனால் கிடைத்த இரண்டு வாளி உருளைக்கிழங்கு அவர்கள் தாளமுடியாத பசியைச் சிறிது நாட்களுக்குத்தான் தணித்தது. அடையாளம் தெரியாதபடி இளைத்து உருமாறியிருந்தனர் அவர்கள். மார்ச் 31ம் தேதி உப்பீட்டிஸ் குடும்பத்தின் பாட்டி இறந்துவிட்டார். அவர் மரணத்துக்குப் பின் உப்பீட்டிஸ் குடும்பத்தின் பெண்கள் தங்கள் தாயுடன் பக்கத்திலிருந்த நகரத்தில் வேலை தேடிப்போனார்கள். மூன்றாவது பெண் ரூட்டா மட்டும் எமீலியாவுடனும் லிகிடாவுடனும் கொட்டிலில் இருந்தாள்.

இத்தனைக்குப் பின்னும் லிகிடாவின் உள்மனத்தில் மென்விளக்கு ஒன்று எரிந்துகொண்டிருந்தது. காரணம் காதல் என்னும் அற்புதம் அவளைத் தொட்டிருந்தது. நவாஸிபிர்ஸ்க்கிலிருந்து பல்ஷோய் சீகாஸுக்கு வரும் வழியில் கப்பலிலேயே அவள் அந்தக் கம்பீரமான இளைஞனைப் பார்த்திருந்தாள். அவர்கள் அடுத்துச் சந்தித்தது வெளியேற்றப்பட்டவர்களின் குழுவில் இருந்த இளையர்களுக்கு நடந்த விருந்து ஒன்றில். மக்கள் விரோதி என்று கூறப்பட்டு நகரத்திலிருந்து கிராமத்துக்கு வெளியேற்றப்பட ஓர் இளம் டீச்சரிடம் ரெகார்ட் ப்ளேயர் ஒன்றும் சில வால்ட்ஸ், ஃபாக்ஸ்ட்ராட், டாங்கோ இசைத் தட்டுகளும் இருந்தன. கூட்டுப்பண்ணைக்காரர்களுக்கு இந்த நகர்ப்புறத்து நடனமெல்லாம் ஆடத் தெரியவில்லை. அவர்கள் ஆனந்தக் கொண்டாட்டமெல்லாம் குடிப்பதிலும் அதன் பின் சண்டைபோடுவதிலும் தள்ளாடியபடி வீடு திரும்புவதிலும் இருந்தது. இந்த ரௌடிகள் அவர்கள் கூடியிருந்த க்ளப்பின் அறையை விட்டுப் போனதும் அந்த டீச்சர் தன் ரெகார்ட் ப்ளேயரைக் கொண்டுவந்தாள். அதன் பின் அந்த “வெளிநாட்டவர்கள்” நடனமாட ஆரம்பித்தனர். கிராமத்திலிருந்த சில இளம் ஆண்களும் பெண்களும் ஆர்வத்துடன் ஆச்சரியமாகப் பார்த்தபடி நின்றனர். இப்படி இளம்

வயதினர் வித்தியாசமாக இணைந்து பழகுவது அவர்களுக்குள்ளும் அப்படிச் செய்யலாமே என்ற ஆசையைத் தூண்டியிருக்கலாம். ஆனால் வெளியேற்றப்பட்டிருந்த அந்த இளையர்கள் அதைப் பற்றியெல்லாம் கவலைப்படவில்லை. சந்தோஷமாகவும் சுதந்திரமாகவும் இருப்பது தற்சமயம் அவர்களுக்குத் மறுக்கப்பட்டிருந்தாலும் அவர்கள் இளமை அப்படியிருக்க அவர்களைத் தூண்டியது.

அந்த மாலை லிகிடாவின் கண்கள் மீண்டும் ஒளிர்ந்தன. முகத்தில் ஒரு குறும்புப் புன்னகையும் இருந்தது. மீண்டும் ஒரு முறை அந்த நடன நிகழ்சியின் ராணியாகத் தன்னை உணர்ந்தாள். ஏதோ சந்தர்ப்பவசத்தால் தங்கள் குடும்பங்களுடன் இருக்கும் பாக்கியத்தைப் பெற்று லாட்வியாவில் இருந்ததைவிட மூன்று மடங்கு அதிகம் இளம் பெண்களால் சூழப்பட்டு உற்சாகத்திலிருந்த லாட்விய இளைஞர்களை தன் அழகின் உச்சத்திலிருந்து கொண்டு மயக்கினாள். டுபுல்டி உயர்நிலைப் பள்ளியின் நடன நிகழ்ச்சியில் உயர் வகுப்பு மாணவர்களும் அவள் அண்ணாவின் நண்பர்களும் மின்னிக்கொண்டிருந்த மிஸ். ட்ரெய்ஃபெல்டேயுடன் நடனமாடப் போட்டிபோட்டபோது எவ்வளவு மனம் ஒளிர்ந்ததோ அதே போன்ற பூரிப்பில் அவள் அப்போது இருந்தாள். அந்த மாலையில் மற்றப் பெண்கள் அங்கு நடப்பதை சற்று வெறுப்புத்தட்டும் புன்னகையுடன் பார்த்துக்கொண்டிருந்தார்கள். அப்போது அது அவள் வெற்றியடைந்த மகிழ்ச்சியை இன்னும் கூட்டியது. தன் தாடையை உயர்த்திக்கொண்டு தன் பொன்னிறக் கூந்தலை பின்னே தள்ளிவிட்டு அவள் ஒரு நடனத்துக்குப் பிறகு இன்னொரு நடனம் என்று சுற்றி சுற்றி ஆடியிருந்தாள் அன்று. இந்த மாலையிலும் அவள் அதையே செய்தாள். ஆனால் ஒவ்வொரு புன்னகையும் நடனமும் அவள் மனம் கவர்ந்த அவனுக்காக இருந்தது. அவன் நடனம் ஆடவில்லை. ஆனால் அமைதியாக அவ்வளவாகப் பட்டுக்கொள்ளாமல் நின்றுகொண்டிருந்தான். வெளியேற்றப்படுவதற்குச் சிலநாட்கள் முன்பு அவன் திருமணம் செய்துகொண்டிருந்தான் என்பதும் ஆனால் ஜூன் 14 தேதியில் எல்லாவற்றையும் தலைமுழுகிவிட்டான் என்பதும் அவளுக்குத் தெரியும். முடிவில் அவள் காத்துக்கொண்டிருந்த சொற்கள் அவள் செவியில் விழுந்தன: “இந்த நடனம் என்னுடன் ஆட முடியுமா, மிஸ். ட்ரெய்ஃபெல்டே?” குழப்பத்தில் லிகிடா அவன் கரங்களில் புகுந்துகொண்டாள். அவனுடன் மௌனத்தைப் பகிர்ந்து கொண்டு முதல் தொடுகையை அனுபவிக்க விரும்பினாள் என் அம்மா. அவள் உணர்வதை அவன் புரிந்துகொண்டுவிடுவானோ என்ற பயம் அவளை மிழற்றியபடி கொஞ்சலாகப் பேசவைத்தது. சில நடனங்கள் சேர்ந்து ஆடிய பின் மாலை முடிந்தது. அந்த மோசமான கொட்டில்வரை அவன் அவளைக் கொண்டுவந்துவிட்டான். அவளை முத்தமிடக்கூட இல்லை. இப்படித்தான் என் அம்மாவின் முதல் காதல் தொடங்கியது. அது நிறைவேறக்கூடிய காதலாக இருக்க எந்த வாய்ப்பும் இருக்கவில்லை. சிறிது காலத்துக்குப் பின் அவன் ப்ரகோப்யவ்ஸ்க் என்ற இடத்திலிருந்த நிலக்கரிச் சுரங்கத்துக்கு அனுப்பப்பட்டான். என் அம்மா சாவுத் தீவு என்று அறியப்பட்ட பிலீனா என்ற இடத்துக்கு அனுப்பப்பட்டாள்.

1945ல் அவர்கள் கடிதம் எழுதிக்கொள்ள ஆரம்பித்தார்கள். இவர்கள் இருவரும் எழுதிக்கொள்வது அவனுடைய அம்மாவுக்குத் தெரிந்திருந்தது. எங்கே தன் மகன் அங்கேயே யாராவது ஒரு பெண்ணை மணந்துகொண்டுவிடுவானோ என்ற பயத்தில் அவனுடைய அம்மா லிகிடாவிடம் மறைமுகமாகப் பல வகைகளில் அவள் அங்கு மகனைப் பார்க்கப் போகவேண்டும் என்று சொல்ல ஆரம்பித்தார். தன் அம்மாவின் உதவியுடன் லிகிடா குடியிருப்பிலிருந்து தப்பித்துக்கொண்டு சென்றாள். ப்ரகோப்யவ்ஸ்க் போக தளபதியின் அலுவலகத்தின் அனுமதி இல்லாமல் அவள் பயணச்சீட்டு எடுக்க முடியாது. தவிர அவளிடம் பணமும் இல்லை. பல வண்டிகளைக் கைகாட்டி நிறுத்தியபடி பலர் தயவில் பயணம் செய்தாள். 600 கிலோமீட்டர் தூரத்தைக் குளிர்காலத்தில் கடப்பது கடினமான, ஆபத்தான பயணமாக இருந்தது. கடைசியில் லிகிடா தன் காதலனைச் சந்தித்தபோது வாழ்க்கையின் கொடுமையான அனுபவங்கள் அவர்களை வெகுவாகச் சோதித்திருப்பது தெரிந்தது – அவர்கள் இருவரும் மாறியிருந்தார்கள். ஒருவரைவிட்டொருவர் வெகுவாக விலகிப்போயிருந்தார்கள். சில மாதங்களுக்குப் பின் தோல்வியுணர்வுடன் லிகிடா எமீலியாவிடம் திரும்பி வந்தாள். சிறையில் இருக்கும்படி விதிக்கப்பட்ட அவர்கள் இருவரின் உணர்வுகளையும் இப்போது நான் கற்பனை செய்து பார்க்கும்போது அந்தக் கொடுமையான காலத்தில் காதலிக்கும் சக்தி அவர்களுக்கு இருந்ததே எனக்கு அற்புதமாகப் படுகிறது. தன் மனைவி என்ன ஆனாளோ என்று தெரியாத நிலையில் அவன். தேடிப்பிடித்து எடுத்த நைந்துபோன ஒரு கம்பளிச் சால்வையின் துண்டுகளை ஒட்டுப்போட்டுத் தைத்த ஸ்கர்ட் அணிந்தபடி என் அருமை அம்மா. பருத்தி மேஜோடுகளிலிருந்து பிரித்து எடுத்த பருத்தி நூலால் அவளே பின்னியிருந்த சட்டையை ஸ்கர்ட்டின் மேல் அணிந்திருந்தாள். காலுறைகள் இல்லாத வெறும் காலில் காலணி நாடாக்களால் கட்டப்பட்டிருந்த கனமான காலணி. இருவருமே அரைப் பட்டினியாக இருந்தார்கள். இந்த நிலைமையில் ஒருவரையொருவர் காதல் பொங்கப் பார்ப்பது எவ்வாறு சாத்தியம்?

எதிர்பார்த்துக் காத்திருந்த வசந்தம் குளிருடனும் மழையுடனும் வந்தது. வெளியேற்றப்பட்டவர்களுக்கு ரொட்டி தருவது நிறுத்தப்பட்டது. ஆனால் தளபதி அலுவலகத்தின் உத்தரவுப்படி கூட்டுப்பண்ணைகளில் வேலை செய்வது தவிர வேறு வழியில்லை. கூட்டுப்பண்ணைகளில் இருந்த எல்லாக் குதிரைகளுமே இறந்திருந்தன. ஏரை இழுக்க வழியில்லாமல் போகவே குதிரைகளுக்கும் ஏர்களுக்கும் பதிலாக வெளியேற்றப் பட்டவர்களை உபயோகித்துக்கொள்ளும் “வேடிக்கையான” எண்ணம் கூட்டுப்பண்ணையாளர்களுக்குத் தோன்றியது. அந்தப் பசியில் இளைத்த பெண்களுக்கு நிலத்தைக் கொத்தி உருளைக்கிழங்கு பயிரிடும் வேலை தரப்பட்டது. வசந்தகாலத் தவளைகளின் கத்தல் கேட்கத் தொடங்கியது. அவற்றைப் பிடிக்கக் கற்றுக்கொண்டாள் லிகிடா. வேகவைத்த பின் அதற்குக் கோழியின் சுவை இருந்தது. உறைநிலையில் கெட்டித்துப்போகாத நிலத்தில் பயிரிட உருளைக்கிழங்கின் சிறு துண்டங்களும் தோலும் குளிர்காலம்

முழுவதும் சேமிக்கப்பட்டிருந்தன. இந்த அத்தனை முயற்சிகளும் பசித்த வயிற்றுக்குச் சோறு இல்லாமல் போகும்போது மனிதர்களுக்குள்ள மன உறுதிக்கும் தைரியத்துக்கும் விடாமுயற்சிக்கும் சான்று. அத்தனைத் தியாகங்களும் வீண் என்றாயிற்று. மே மாதம் 27ம் தேதி பால்ஷோய் சீகாஸில் இருந்த எல்லா லாட்வியர்களும் பக்கத்தில் இருந்த பராபெல் என்ற சிறு நகரத்துக்குப் போகவேண்டும் என்று உத்தரவு வந்தது. அக்கம்பக்கத்திலிருந்த இடங்களிலிருந்த லாட்விய வெளியேற்றப்பட்டவர்களை அங்கே ஒன்றாகக் கூட்டிக்கொண்டிருந்தார்கள். எமீலியாவை மலேரியா தாக்கியிருந்தது. பால்ஷோய் சீகாஸிலிருந்து பாதி மயக்க நிலையில் குப்புறப் படுத்தபடி அவள் வண்டியில் கொண்டுசெல்லப்பட்டு பராபெல்லின் தேவாலயத்தில் கிடத்தப்பட்டாள். இப்போது அதற்கு ஒரு க்ளப்பின் பெயர் தரப்பட்டிருந்தது. கால் வைக்கக்கூட இடமில்லாமல் மிகவும் பக்கத்தில் ஒருவரருகேயொருவர் நெருக்கமாகத் தரையில் நீட்டிப் படுத்திருந்தார்கள். அவர்களுக்குத் தரப்பட்டச் சிறிதளவு உணவு ஆற்றங்கரையில் அடுப்பில்லாமல் வெறும் நெருப்பைப் பற்றவைத்துச் சமைக்கப்பட்டன. அங்கேயேதான் அவர்கள் குளியலும் மற்ற விஷயங்களும் நடந்தன. ஒரு மாதம் அவர்கள் மீண்டும் வேறு இடத்துக்கு மாற்றப்பட்டபோது என் பாட்டி மலேரியா பாதிப்பிலிருந்து வெளியே வந்திருந்தாள்.

பராபெல் ஆற்றின் கரையில் இருந்தபோதுதான் முதல்முறையாக ஒரு விசைப்படகில் பூட்டப்பட்டு அதை ஆற்றின் மேற்பகுதிக்கு ஆற்றில் இழுத்துவரும் வேலை லிகிடாவுக்குத் தரப்பட்டது. இது ரஷ்யாவில் பண்டைய காலத்திலிருந்து கைதிகளுக்குத் தரப்பட்ட வேலை. ஆனால் ஜார் காலத்தில் விசைப்படகு இழுக்கும் வேலையிலிருந்து பெண்கள் நீக்கப்பட்டிருந்தார்கள். இழுக்கும்போது குளிர்ந்த நீர் பலமுறை கழுத்துவரை வந்ததால் சிறு கிளையாறுகளைத் தாண்டுவதுதான் எல்லாவற்றையும் விடக் கடினமாக இருந்தது என்பது என் அம்மாவுக்கு நினைவிருக்கிறது. முற்றிலும் நனைந்துபோய் மழையில் ஊறிப்போன மணலில் கால்கள் புதைய, மெதுவாகச் சிரமப்பட்டுப் பசியுடன் பலமணி நேரம் இழுக்க வேண்டிவந்தது. விசைப்படகுகளில் சரக்கு ஏற்றும் இறக்கும் வேலையும் உண்டு. உப்பையும் செங்கல்லையும் கிடங்குகளிலிருந்து ஆற்றங்கரைக்குக் கொண்டுவந்து எடுத்துப்போக வேண்டியிருந்தது. செங்கல்லை நான்கு பின்னால் நான்கு முன்னால் என்று கயிற்றால் தோளில் கட்டப்பட்டு இருநூறுபேர் அதை ஒரு நீண்ட ஒற்றை வரிசையில் ஆற்றங்கரைக்கு இழுத்துவந்து கிடங்குக்கும் கொண்டுபோக வேண்டியிருந்தது. முட்டிவரை கால் புதைந்துபோகும். பக்கவாட்டிலிருந்து பார்க்கும்போது அது வேடிக்கையாக இருந்திருக்கும். காரணம் இழுத்து வந்தவர்கள் ஏதோ சடங்கு நடனம் செய்பவர்கள்போல் கால்களை மெல்ல மேலே உயர்த்தி நடந்தார்கள். அது ஒரு சித்திரவதையாக இருந்தது. கிழிந்த காலணிகள் அணிந்ததால் பாதங்கள் ஈரத்தில் ஊறிப்போய் வீங்கி, கொப்புளம் வந்து புண்ணாகிப் போயிற்று. கயிறு தோளை உரசி அறுத்தது. ஆனால் வெய்யிலோ மழையோ இரண்டு வாரங்களில் செங்கல் சரக்கு விசைப்படகில் ஏற்றப்பட்டது.

பராபெல்லில் இருந்த பலர் "டர்ராஸ் ஷெவ்சென்கோ" என்று பெயரிடப்பட்டிருந்த ஆற்றுப்படகில் ஏற்றப்பட்டு பிலீனாவுக்கு மாற்றப்பட்டார்கள். பிலீனா ஆப் ஆறும் அதன் கிளையாறான கெட்டும் கூடும் இடத்தில் இருக்கும் ஒரு சிறு தீவு. தட்டையான அந்தத் தீவில் ஏதோ சில காற்றாடிவகை மரங்களைத் தவிர வேறு எதுவும் கிடையாது. அந்தத் தீவில் நான்கு மீனவர் குடிசைகளும் சற்றே பெரிய ஒரு கட்டடமும் இருந்தன. அது இதுவரை திறக்கப்படாத மீனைப் பதப்படுத்தும் தொழிற்சாலை. லாட்வியர்களும் பெஸ்ஸரேபியர்களும் கொண்ட முன்னூறுபேரை கூரையில்லாத திறந்த வெளியில் கொசுக்களுக்கும் கடிக்கும் சின்ன ஈக்களுக்கும் உணவாகும்படி விட்டுவிட்டு அந்தப் படகு போய்விட்டது. கொண்டுவந்த மாலுமிகள் இங்கே சாகக் கொண்டுவரப்பட்டவர்கள் இவர்கள் என்று ஏளனமாகச் சிரித்துக்கொண்டுபோனாரகள். மறுநாளே அவர்கள் சொன்னது நடந்தது. முதலில் இறந்தது ஒரு சிறு பையன். பலருக்கு பிலீனா அவர்கள் கடைசி அமைதியடையும் இடமாயிற்று. அங்கு கொண்டுவரப்பட்ட 200 லாட்வியர்களில் 50பேர் இறந்துபோனார்கள். எமீலியாவுக்கும் லிகிடாவுக்கும் இந்தத் தீவிலிருந்து திரும்பிவரும் பாக்கியம் இருந்தது.

பிலீனாவில் அடிக்கடி மழை பெய்தது. ஒரே ஒரு மரக்கொட்டில்தான் ஒதுங்குவதற்கு இருந்தது. எல்லோரும் ஒதுங்க அதில் இடமிருக்கவில்லை. ஒதுங்க முடியாதவர்கள் கம்பளிகள், படுக்கை விரிப்புகள் இவைகளைக்கொண்டு தற்காலிகக் கொட்டகைகளை அமைத்துக்கொண்டார்கள். குடைந்து அமைக்கப்படும் மறைவிடத்தை அமைக்க புற்பற்றையைத் தோண்டும்படி வந்த மறுநாள் தளபதியிடமிருந்து உத்தரவு வந்தது. 80 x 5 மீட்டரில் செவ்வக வடிவொன்று நிலத்தில் வரையப்பட்டது. நான்கு மூலைகளிலும் கம்புகள் நடப்பட்டன. உள்ளேயும் செவ்வகத்தின் சுற்றளவை ஒட்டியும் மரத்தால் அடித்தளம் போடப்பட்டது. புற்பற்றை ஒரே அளவையுடைய நாற்கோணங்களாக வெட்டப்பட்டது. ஒன்றன்மீது ஒன்றாக அவை வைக்கப்பட்டு ஒரு மீட்டர் கனமுள்ள சுவர் கட்டப்பட்டது. அதில் கதவுகளுக்கும் சன்னல்களுக்கும் இடம் விடப்பட்டது. காலப்போக்கில் புற்பற்றைத் துண்டுகள் இறுகிக்கொண்டன.

இருப்பதற்கான இடம் ஒன்றை எழுப்பும் வேலையில் எல்லோரும் இருக்கவில்லை. கொட்டையில்லாத பழங்கள், கொட்டைகள், காளான்கள் இவற்றைப் பொறுக்க சிலர் குழுக்களாக ஊசிமரக்காட்டுக்குப் போனார்கள். எமீலியாவும் லிகிடாவும் அதிர்ஷ்டவசமாக இவர்களுடன் இணைக்கப்பட்டார்கள். முகாமிலிருந்து பத்து கிலோமீட்டர் தூரம் படகில் கொண்டுசெல்லப்பட்டு இலையுதிர்காலத்தின் கடைசிக் கட்டம்வரை அங்கே அவர்கள் விடப்பட்டார்கள். ஊசிமரக்காட்டின் வியக்கவைக்கும் அழகும் பறவைகளின் ஒலியும் காற்றும் ஆறும் சிலகாலம் அவர்களைக் கொடுமையான யதார்த்த உலகை மறக்கச் செய்து சுதந்திரமாக இருப்பதுபோல் உணரச் செய்தது. சைபீரியாவின் இயற்கைக்கோலம் அற்புதமான அழகையுடையது. அதை எதிர்கொள்ளும்போது மனிதர்கள் அதன்முன் தாங்கள் மிகவும் சிறுத்துப்போவதைப்போல் உணர்கிறார்கள்.

அதைப் போற்றி வணங்கும் உணர்வு ஏற்படுகிறது. பிலீனாவின் தாங்கவே முடியாத நிலையிலிருந்து பெற்ற ஒளிகூடிய இடைவேளையாக ஊசிமரக்காட்டில் இருந்தது என் அம்மாவின் நினைவில் நிலைத்திருக்கிறது. சுற்றிலும் இனிப்பான கொட்டையில்லாத பழங்கள் உள்ள செடிகள் வளர்ந்திருந்தன. கறுப்புத் திராட்சைப் புதர்கள் பறிப்பவர்களின் தலைக்குமேல் வளர்ந்திருந்தன. பறிக்கவேண்டிய அளவைப் பறித்துவிட்டு வேண்டிய அளவு சாப்பிடவும் முடிந்தது. குளிர்காலத்துக்கான பழக்கூழை மரப்பட்டையிலான வாளிகளில் செய்தும் வைக்கமுடிந்தது. மாலைகளில் நெருப்பு மூட்டப்பட்டு கொட்டையில்லாத பழங்கள் பாத்திரங்களில் சமைக்கப்பட்டன அல்லது பலவகைக் கொட்டைகள் இரவு உணவுக்காக வறுக்கப்பட்டன. பசியாறியதும் லாட்வியா பற்றிய நினைவுகளைப் பகிர்ந்துகொண்டார்கள். இந்த நினைவுகள் சோகமாக மாறும்போது வேடிக்கைக் கதைகளைக் கூறி பாட்டுப் பாடினார்கள். மாஸ்கோவின் பால்ஷோய் நாடகக் குழுவில் இருந்த ஒரு பாடகி எமீலியா, லிகிடா இருவருடனும் சேர்ந்து வேலை செய்தாள். மாஸ்கோவில் நடந்த ஒரு கச்சேரிக்குப் பின் பழைய பாடல்கள்தாம் தனக்குப் பிடிக்கும் என்று அவள் முட்டாள்தனமாகச் சொல்லிவிட்டாள். “வெள்ளைக் கரடிகளுடன்” இருக்கும்படி அவளை வெளியேற்ற அது போதுமானதாக இருந்தது. எப்போதாவது அவள் ஆபெராவில் ஒருவர் தனியாகப் பாடும் ஆரியா எனப்படும் பாடல்களையும் ரஷ்யக் காதல் பாட்டுக்களையும் அந்தப் பேரிடர் காலத்தில் தன் கூட்டாளிகளாக இருந்தவர்களுக்காகப் பாடினாள். அந்த நெருப்பு ஒளியிலும் அற்புதமான இயற்கைச் சூழலிலும் அவை மிகவும் வித்தியாசமானதாகவும் நாகரிகங்கள் உருவாகாத காலத்தின் கட்டற்ற இசையாகவும் பட்டன. செப்டம்பரின் முடிவில் குளிர ஆரம்பித்தது. அக்டோபரில் பனிப்படகுகள் வந்தன பழங்கள் பொறுக்கியவர்களைத் திரும்ப பிலீனா கூட்டிச்செல்ல. துளியும் இதயமில்லாச் செயல் ஒன்று அவர்கள் திரும்பிய பின் நடந்தது. காவலாளிகள் திரும்பும் தொழிலாளிகளின் உடைமைகளைப் பரிசோதித்து, பழக்கூழ் நிரப்பி வைத்திருந்த மரப்பட்டை டப்பாக்களைப் பறிமுதல் செய்தனர்...

பிலீனாவில் வாழ்வது சிறை முகாமில் வாழ்வதுபோலவேதான் இருந்தது. குடைந்து எழுப்பப்பட்டிருந்த மறைவிடத்தின் நெருக்கடியில் எல்லோரும் இருக்க நேர்ந்தது. வெளியுலகத்துடன் எந்தவிதத் தொடர்பும் இருக்கவில்லை. ஒரே ஒரு வித்தியாசம் என்னவென்றால் பலவந்தக் குடியிருப்பாளர்களுக்கு இங்கே அதிகக் காவல் இருக்கவில்லை. ஏனென்றால் வேனிற்காலத்தில் தீவிலிருந்து தப்ப முடியாது; குளிர்காலத்தில் யாரும் தப்ப நினக்க மாட்டார்கள். பிலீனாவில் முதல் முறையாக சோவியத் அரசுக்கு அவர்கள் உடைகள் பற்றிய எண்ணம் தோன்றியது. ஒட்டுக்கம்பளம் வைத்துத் தைத்த, மரத்தாலான அடிபாகம் வைத்த நீண்ட காலணிகளும் ஆட்டுத் தோலின் பல நிறத் தோல் துண்டுகளை ஒட்டவைத்துத் தைத்த சொறசொறப்பான அரை மேல்கோட்டுகளும் தரப்பட்டன. குலாக்கில் இருந்ததுபோலவே உணவு அளவும் இருந்தது. வேறு எந்த உணவும் வாங்க வழியுமில்லை. வறண்ட நிலத்தில் அங்கிருப்பவர்களுக்கு ஏதாவது வேலை செய்துகொடுத்தால் ஒன்றோ

இரண்டோ உருளைக்கிழங்கோ ஒரு சொட்டுப் பாலோ கூலியாகப் பெறவாவது முடியும். சற்றுத் துணிந்தவர்கள் உறைந்த பனியைத் தாண்டிக்கொண்டு பக்கத்திலிருந்த கிராமத்துக்குப் போய் தங்களிடம் எஞ்சியிருந்த சில பொருட்களைக் கொடுத்து உணவு வாங்கப் போனார்கள். ஆனால் கிராமத்திலிருந்தவர்கள் வெளிநாட்டுக்காரர்களிடமிருந்து பொருட்களை வாங்கிக்கொண்டு வியாபரம் செய்வதில் அதிக ஆர்வம் காட்டவில்லை. உறைந்த பனியைத் தாண்டிச் செல்வதற்கு விரயம் செய்த சக்திக்கு பண்டமாற்றில் கிடைத்த எதோ கொஞ்சம் ஈடாக இருக்கவில்லை. பட்டினி என்றால் என்னவென்று உணரவைக்கும் பட்டினி அனுபவம் வந்தது. வைக்கோலையும் மரப்பட்டைகளையும் உறைந்த பனியின் கீழே நசுங்கிப்போன மீன்களையும் சாப்பிட்டனர். முன்பு இருந்த தோற்றத்தின் நிழல்களைப்போல் ஆனார்கள் எல்லோரும். உடல் முழுவதும் கட்டிகள். கடுமையான குளிர்காலத்துக்குப் பிறகு ஏப்ரலில் – சிலருக்கு அதுவே கடைசிக் குளிர்காலமாகியது – வெள்ளம் வருவதற்குச் சற்றுமுன், வெளியேற்றப்பட்டவர்களில் பிழைத்திருந்தவர்கள் "பெரிய நிலம்" ஒன்றுக்கு மாற்றப்பட்டு பெட்ரோபவ்லவ்ஸ்க் கிராமத்தில் குடிவைக்கப்பட்டார்கள். எமீலியாவும் லிகிடாவும் பிலீனாவிலிருந்து அவர்களுடன் வந்த சில நண்பர்களுடன் பாதி கட்டப்பட்ட ஒரு குடிசையில் இருக்க ஆரம்பித்தார்கள்.[2] வெளியேற்றப்பட்ட ரஷ்ய நாட்டு ஜெர்மானியர்களுக்காக வேயப்பட்டிருந்தவை அவை. பொங்கிப் பாய்ந்துகொண்டிருந்த ஆப் நதி மற்றும் கெட் நதியின் வெள்ளம் அவர்கள் அவ்வளவு கஷ்டப்பட்டுக் குடைந்து எழுப்பியிருந்த மறைவிடத்தை துரும்பைப்போல் அடித்துக்கொண்டுபோயிற்று. அங்கு உறைபனியின் கீழே இருந்த ஆழமில்லாத கல்லறைகளில் புதைக்கப்பட்டிருந்த லாட்வியர்களின் பிணங்களிலிருந்து எஞ்சியவற்றை அந்த வெள்ளம் அடித்துக்கொண்டுபோயிருக்கலாம். ஆர்க்டிக் கடலின் தூரம்வரை அந்த அபாக்கிய மனிதர்களின் எலும்புகளை அந்த வெள்ளம் இறைத்திருக்கலாம்.

பிலீனாவிலும் பெட்ரோபவ்லவ்ஸ்க்கிலும்தான் குளிர் மிகக் கடுமையாக இருந்தது என்பதுபோல் பட்டாலும் 1947வரை பட்டினி என்பது எமீலியா மற்றும் லிகிடாவின் வாழ்வில் மிகவும் இணைந்த ஒன்றாகவே இருந்தது. பட்டினி மற்றும் கடுமையான அதிகப் பலன் தராத அடிமைகளின் உழைப்பு. கூட்டுப்பண்ணையின் தலைவர் அவர்களை வேறு பல உபரி வேலைகளிலும் ஈடுபடுத்தினார். அவற்றுக்கு நாட்கூலியான ரொட்டியைப் பெறுவது கடினமாகவே இருந்தது. வலை பின்னுவது, மீனுக்கு உப்பிடுவது, விறகு கொண்டுவருவது, வரிசையாக அறைகளுள்ள கட்டடங்களை எழுப்புவது, விறகு வெட்டுவது, மண் தோண்டுவது, விசைப்படகுகளை இழுப்பது, தானியங்களை அறுவடை செய்வது, உருளைக்கிழங்கைத் தோண்டி எடுப்பது ... இப்படிப் பல வேலைகள். சரியான உடையும் காலணியும் இல்லாததால் குளிர்காலத்தில் வேலை செய்வது மிகக் கடினமாக இருந்தது. பட்டினியால் இளைத்துப்போய் இருந்த அனைவரையும் எந்தப் பலனுமில்லாத வேலை மேலும் கொடுமைப் படுத்தியது.

என் அம்மாவிடம் நான் பிலீனா மற்றும் பெட்ரோபவ்லவ்ஸ்க் அனுபவங்களைக் குறித்து இந்தப் புத்தகத்தின் ஆரம்பக் கட்டத்தில் பேசியபோது எந்த வகையிலும் என் உணர்ச்சிகள் மேலோங்காமல் நான் கவனமாக இருந்தேன். அவள் நினைவுகூரலின் ஓட்டத்தை எந்தவகையிலும் தடைசெய்யாமல் பட்டினி என்பது எப்படி உடலை உருக்குலைத்து மனநிலையை முற்றிலும் மாற்றுகிறது என்பது பற்றி உணர்ச்சிவசப்படாமல் கேள்விகள் கேட்டுக் கற்றுக்கொள்வதுதான் என் முக்கிய நோக்கமாக இருந்தது. பதிவுசெய்யப்பட்ட உரையாடல்களை நான் பிறகு கேட்ட போது அவற்றின் அமைதியான ஓட்டத்தை என்னால் தாங்கிக்கொள்ள முடியாது என்று தோன்றியது. அவற்றில் கூறப்பட்டவை சராசரி வாழ்க்கையிலிருந்து முற்றிலும் மாறுபட்டவையாக இருந்தன. அந்தச் சோகக் கதை என் அம்மாவின் அன்றாட உரையாடல் செய்யும் குரலில் இருந்ததைக் கேட்டு அலைகளாய் வலி வந்து என்னைச் சுட்டது. என் உடல் நடுங்கத் தொடங்கியது. அடக்கமுடியாமல் பீறிட்டுவந்த விம்மல்களைக் கட்டுப்படுத்த என் மேசையைக் கெட்டியாகப் பிடித்துக்கொள்ளவேண்டிவந்தது. எலியின் ருசி எப்படி இருந்தது என்றும் எப்படிக் குதிரையின் பிணத்தைச் சாப்பிட்டுவிட்டு அவள் சாகாமல் இருக்கமுடிந்தது என்றும் எந்த உணர்ச்சியும் இல்லாத என் குரலில் நான் இரண்டாம் முறையாக மீண்டும் கேட்டதை என்னால் செவிகொண்டு கேட்க முடியவில்லை. என் அம்மாவும் அதேபோல் எந்த உணர்ச்சியையும் காட்டாமல் எலியைச் சாப்பிடுவது மண்ணையும் பூஞ்சக்காளானையும் சாப்பிடுவதுபோல் இருக்கும் என்று பதில்சொல்லிவிட்டுச் சிரித்தாள்: "எலி கிடைப்பது அவ்வளவு சுலபமும் இல்லை. பாட்டிக்குக் கூட்டுப்பண்ணையின் கோழிப்பட்டியில் இருந்த சிலரைத் தெரிந்திருந்தது!" நானும் அம்மாவுடன் சிரித்தேன். ஏனென்றால் ரஷ்யாவில் எதுவுமே யார் மூலமாவது அல்லது ரஷ்ய மொழியில் "ப்லாட்" என்று கூறப்படும் லஞ்சத்தின் மூலம்தான் நடக்கும். குப்பைமேனியிலைப் புழுங்கலில் சேர்க்க எலிகள் தேவைப்படும்போது கூட! நாங்கள் சிரித்து சிரித்து வழிந்த கண்ணீரைத் துடைத்துக்கொண்ட பின் அம்மா கூறினாள்: செத்துப்போன குதிரை, கன்று, எலி மாமிசத்தை எந்த வியாதியில் செத்துப்போனது என்றுகூடத் தெரியாமல் சாப்பிட்டுவிட்டு நாங்கள் உயிர் பிழைத்தது அதிசயம்தான். எலிகளைச் சாப்பிடுவதும் அதே மாதிரி ஆபத்தானதுதான். எல்லாம் விஷத்தால் கொல்லப்பட்ட எலிகள். அதைச் சாப்பிட்டபோது அவ்வளவு ஒன்றும் வாயில் வைக்க முடியாதபடி இருக்க வில்லை. எங்களுக்கு அப்போது உணவு தேவைப்பட்டது..."

ஒரே ஒரு முறைதான் என் அம்மாவுக்கு எங்கேயோ கிடைத்த மீனைச் சாப்பிட்டதால் நச்சு உணவு பாதிப்பு ஏற்பட்டது. பல மணி நேரம் மயக்கமாகக் கிடந்து விழித்த பின் சில காலம் நினைவாற்றலை இழந்தாள். அவள் அம்மாவைக்கூட அவளுக்கு அடையாளம் தெரியவில்லை.

பட்டினி எல்லாவற்றையும் புரட்டிப்போட்டது. தாங்க முடியாத பசி எல்லா எண்ணங்களையும் எல்லா உரையாடல்களையும் வியாபித்தது. வழக்கமான மரியாதையும் ஒழுக்க உணர்வும் இல்லாமல் போயின. எதெல்லாம் முன்பு மறுக்கப்பட்டதோ அதெல்லாம் சரியென்றாகியது:

சாப்பாட்டுக்காகத் திருடுவதும் பொய் சொல்வதும் அனுமதிக்கப்பட்டது. என் பாட்டி மற்றவர்களைப்போல் இரவில் உருளைக்கிழங்கு திருட கூட்டுப்பண்ணையின் உருளைக்கிழங்கு பயிரிடும் வயலுக்குப் போனாள். இப்படிப்பட்ட நாசகார வேலைக்குத் தண்டனை சிறைத்தண்டனை. ஆனால் பட்டினியுடன் ஒப்பிட்டால் சிறை எம்மாத்திரம்? மேலும் அப்போதிருந்த கொடூரத்தைவிட சிறை எந்தவகையில் வித்தியாசமானது? ஒரு முறை சற்றுத் தூரத்தில் வசித்த ஒருவர் வீட்டிலிருந்து வாத்துகள் வெளியேற்றப்பட்டவர்களின் குடிசை வரை வந்துவிட்டன. லிகிடாவும் அவள் தோழி ஐனாவும் ஒரு வார்த்தைகூடப் பேசிக்கொள்ளவில்லை. ஒருவரையொருவர் அர்த்தம் பொதிந்தபடி பார்த்துக்கொண்டார்கள். அவ்வளவுதான். அடுத்த நிமிடம் வாத்துகளைப் பிடித்து, உரித்து, சுட்டுச் சாப்பிட்டாகிவிட்டது. அந்த வீட்டுகாரர் பிறகு வந்து ஏதாவது வாத்துகளைப் பார்த்தீர்களா என்று கேட்டபோது எமீலியா வாத்துகள் எப்போதும் அந்தப் பக்கம் வருவதால் காலையில் பார்த்ததாகக் கூறி காட்டுப்பக்கம் கையைக் காட்டினாள். அவள் மனசாட்சி அவளை உறுத்தவே இல்லை. எல்லாமே சாப்பிடக்கூடியதுதான். புல், மரப் பட்டை, குத்தும் குப்பைமேனி இலைகள், அழுகிய உருளைக்கிழங்கு, ஆளி விதை, தவளை, மிருகங்களின் அழுகிய உடல்கள்... குப்பைமேனியிலை அதே போன்ற வேறு இலைகள் இவை போட்டுச் செய்த புழுங்கலை ஏகப்பட்டது சாப்பிட்டதால் வயிறு ஒத்துழைக்க மறுத்தது. சாப்பிட்டதெல்லாம் ஜீரணமாகாமல் வெளியே வந்தது. வறுத்த ஆளி விதை மயக்கத்தைத் தந்தது. அதைச் சாப்பிட்டதும் பாதி மயக்க நிலை எற்பட்டது. ஆனால் பட்டினியின் கொடுமை வெளியேற்றபட்ட அந்த மனிதர்களை மலத்தில் ஜீரணமாகாத ஆளி விதைகளைப் பார்த்தால் அவற்றைக் கழுவி எடுத்து மீண்டும் சாப்பிட வைத்தது. பட்டினி மனித உடலை மாற்றியது. சிலர் இளைத்துத் துரும்பாய்ப் போனார்கள். சிலரின் உடல் உள்வீக்கத்தால் ஜீரணம் செய்து வெளியே தள்ளும் உறுப்புகள் வேலை செய்யாமல் போகும்வரை வீங்கிப்போயிற்று. லிகிடாவின் மாதவிடாய் முற்றிலும் நின்றுபோயிற்று. மற்றப் பெண்களுக்கும் இது நேர்ந்தது. 1947ல் லாட்வியாவிலிருந்து வந்த உணவுப் பொட்டலங்கள் வந்துசேர்ந்த பின்தான் அவர்கள் மாதவிடாய் மீண்டும் வர ஆரம்பித்தது. போருக்குப் பின்னான பொதுவான நிலைமையின் முன்னேற்றமும் கூடுதல் காரணம்.

எமீலியா தன் மகள் உருக்குலைந்துபோவதை எதுவும் செய்யமுடியாமல் பார்த்துக்கொண்டிருந்தாள். பிலீனாவில் லிகிடாவின் அழகான பொன்முடி மழிக்கப்பட்டது. முன்தலையில் மட்டும் பேருக்கு ஒரு கொத்து முடி இருந்தது. அவள் மொட்டைத் தலையில் கட்டிகள் வந்து அதில் சீழ் கோர்த்துக்கொண்டது. அந்தக் கட்டிகளில் தலைப்பேன்கள் வந்தமர்ந்து பாத்திரத்தில் வைத்த இறைச்சியை ருசிப்பதுபோல் தங்கள் பளபளத்த பின்பாகங்களைக் காட்டியபடி கட்டிகளை ருசித்தன. பெட்ரோபவ்லவ்ஸ்க்கில் லிகிடாவுக்கு மலேரியா வந்தது. நெடு நாள் பட்டினியால் இளைத்துப்போன அவள் உடம்புக்கு அது சாவில் முடியும் நோய். மலேரியாவிலும் பட்டினியிலும் பாதி மயக்கத்திலிருந்த அவள் பெண்ணின் நெற்றியில் வைத்து அழுத்த எமீலியாவிடம் ஒரு துண்டு

ஈரத்துணிதான் இருந்தது. எமிலியாவே எலும்பும் தோலுமாய்த்தான் இருந்தாள். ஆனால் தன் ஒவ்வொரு வாய் உணவையும் தன் மகளுக்குத் தந்தாள். எல்லாவற்றையும்விடக் கொடுமை என்னவென்றால் லிகிடாவுக்கு வாழும் விருப்பம் இருக்கவில்லை. வாழவேண்டும் என்ற விருப்பத்தை அவளுக்கு ஊட்டவோ பட்டினியால் வந்த எதிலும் பற்றில்லாமல் போன மனநிலையிலிருந்து அவளை வெளியே கொண்டுவரவோ எமீலியாவால் முடியவில்லை. லிகிடா கண் விழிக்கும்போதெல்லாம் அந்தத் தாய் தன் மகளிடம் அவள் அப்பாவைப் பற்றிப் பேசினாள். அவள் அப்பா அவருடைய “லிகுட்ஸிஸ்”ஸை எவ்வளவு நேசித்தார்! மகளிடம் கெஞ்சினாள்: “இப்படி உன் அப்பாவைக் கஷ்டப்படுத்தாதே. அவரால் இதைத் தாங்கிக் கொள்ள முடியாது.” டுபுல்டி வாழ்க்கை பற்றிய நினைவுகளிலிருந்து பல விஷயங்களை விவரித்தாள். லிகிடா அவள் சகோதரர்களுடன் எவ்வளவெல்லாம் சேட்டைகள் செய்தாள்! இப்போது அவர்கள் தங்கள் சின்னத் தங்கை வருவதற்காகக் காத்துக்கொண்டிருக்கிறார்கள். சுட சுட கோக்கோ நிரப்பிய பல கோப்பைகளை வைத்ததும் பாரம் தாங்காமல் உடைந்துபோன மேசை பற்றி, லாட்வியா திரும்பியதும் அவர்கள் இருவரும் சாப்பிடப்போகும் டௌகவா ஆற்றின் ரோஜா வண்ண காளை மீன், ரீகாவில் கிடைக்கும், புகையில் வைத்துச் சமைத்த பன்றியின் வாசனையான தொடைப்பகுதி இறைச்சி இவ்வாறு பலவற்றைக் கண்முன் கொண்டுவருவதுபோல் பேசினாள். அவள் மனத்தை விட்டுவிடாமல் இருக்க வேண்டும். வாழ வேண்டும். லிகிடா ஒளிரும் கண்களுடன் தன் அம்மாவைப் பார்த்தாள். அவை மெல்ல மெல்லத் தெளிவாகிக்கொண்டுவந்தன. ஒவ்வொரு முறை அவள் மகள் மீண்டும் மயக்கத்தில் ஆழ்ந்ததும் எமீலியா கையாலாகாத நிலைமையில் கடவுளிடம் கோபம்கொண்டு கத்தினாள். கணவன், மகன்கள் என்று அவளிடமிருந்த எல்லாவற்றையும் எடுத்துக்கொண்டாகிவிட்டது. என்னிடம் இருப்பதெல்லாம் இது ஒன்றுதான். இதைப் பறித்துவிடாதே! ஓர் அற்புதம் நடந்தது. அதிர்ஷ்டவசமாக யாருக்கோ க்வினீன் மருந்தின் பல பொட்டலங்கள் கிடைத்தன. அந்த மருந்து லிகிடாவைச் சாவின் பிடியிலிருந்து மீட்டு வந்தது.

அம்மாக்களுக்கே உரிய கவலையில் எமீலியா தனக்கு வயதாகி சக்தி குறைந்துவிட்டதால் இன்னும் அதிகம் வேலை செய்து நோயிலிருந்து மீண்ட லிகிடாவுக்குச் சரியான உணவளித்து அவள் உடல் முன்புபோல் வலுவடைய வைக்க முடியவில்லையே என்று வருந்தினாள். இச்சை கொண்ட யாராவது ஒருவனுக்குத் தன் உடலை விற்று சில உருளைக்கிழங்குகளை வாங்கக்கூட முடியாமல் அவள் உடல் மூப்படைந்துவிட்டது. ஆனால் கிராமத்தில் இருந்த சேமிப்புக் கிடங்கில் வேலைபார்த்த மேற்பார்வையாளரின் கருணை எமீலியாவுக்குக் கிட்டியது. என் பாட்டியை ஏதாவது வீட்டிலோ வயலிலோ வேலை தந்து பதிலுக்கு சில உருளைக்கிழங்குகளையோ மீந்துபோன மீன் எலும்புகளையோ தர அவர் ஒப்புக்கொண்டார். கிராமத்தைச் சேர்ந்தவர்களே வசந்தகாலத்தில் பாதிப்பட்டினியில் இருந்தபோது அவர் இப்படிக் கூறியது அவர் பெருந்தன்மையைக் காட்டியது. லாட்வியாவிலிருந்து கொண்டுவந்த இருபது வத்திக்குச்சிகள்

எமீலியாவிடம் இன்னும் இருந்தன. அதை ஒரு விவசாயியிடம் கொடுத்து அதற்குப் பதிலாக இறந்து சில நாட்களாகி உடல் உப்பிப்போன கன்று ஒன்று கிடைத்தது. அதிலிருந்து கெடாத இறைச்சியை அறுத்தெடுத்து அதை நீண்ட நேரம் சமைத்த பிறகு லிகிடாவுக்குத் தந்தாள். இதுபோன்ற உணவையும் வழக்கமான நாட்கூலியில் கிடைக்கும் ரொட்டியையும் தந்து தன் மகளை முழு வசந்தம் வரும் முன் மீட்டுவந்தாள் எமீலியா. அதன்பிறகு அவர்கள் வழக்கமாகச் சாப்பிடும் குப்பைமேனியிலையையும் தவளைகளையும் சாப்பிட ஆரம்பித்தார்கள். சிலகாலம் சென்ற பிறகு எதிர்பாராத அதிர்ஷ்டம் வாய்த்தது எமீலியாவுக்கு. கிராமத்து மேற்பார்வையாளர் ஒருவர் வந்தார். அவர் கொஞ்சம் ஷோக்குப் பேர்வழி. இதுவரை யாருமே வாங்காத தங்கக் கைக்கடிகாரத்தை வாங்க அவர் முன்வந்தார். அவர் நகரத்தில் வாழ்ந்தவர். அதனால் அந்தக் கைக்கடிகாரத்தின் மதிப்பு அவருக்குத் தெரிந்திருந்தது. இவ்வாறு எமீலியா அந்தக் கைக்கடிகாரத்தை நம்பவே முடியாத மிக உயர்ந்த விலைக்கு விற்றாள்: 16.39 கிலோ எடை இருந்த கம்பு மாவு, ஒரு வாளி உப்பிட்ட கெண்டை மீன், பத்து கிலோ அப்போதுதான் வலையில் விழுந்த மீன். மோசமான காலத்தைத் தாண்டி அவர்கள் வந்தாயிற்று.

வசந்த காலம் நீண்ட நாட்களாகக் காத்திருந்த செய்தியைக் கொண்டு வந்தது. "போர் முடிந்துவிட்டது! போர் முடிந்துவிட்டது!" எமீலியாவுக்குக் கேட்டது. சன்னல் வெளியே பார்த்தபோது வெளியேற்றப்பட்ட ஜெர்மானியர் கௌஃப்மன் கையைத் தூக்கி ஆட்டியபடி இன்னும் அங்கங்கு பனியுடன் பல குட்டைகளுடன் இருந்த நிலத்தின் மேல் வேடிக்கையாகக் குதித்துக்கொண்டு மீண்டும் மீண்டும் கத்தியபடி செல்வது தெரிந்தது. அவ்வளவு பெரிய செய்தி அது. மெள்ள அவள் மன ஆழத்திலிருந்து ஆதாரமற்ற ஒரு நம்பிக்கை எழுந்தது: "லிகுட்ஸி! வீடு! கடைசியில் நாம் நம் வீட்டுக்குப் போகப்போகிறோம்!" ஆனந்தத்துடன் எமீலியாவும் லிகிடாவும் ஒருவரையொருவர் அணைத்துக்கொண்டு அழத்தொடங்கினார்கள்.

நாட்கள் வந்துபோய்க்கொண்டிருந்தன. போரின் முடிவு பற்றியச் செய்தியால் மனத்தில் தலைதூக்கிய நம்பிக்கை மெள்ள மறைந்துபோயிற்று. எவ்வளவு பரபரப்புடனும் உறுதியுடனும் அவர்கள் மேற்கு நாடுகள் உதவும் என்று எதிர்பார்த்தார்கள் என்பது என் அம்மாவுக்கு நினைவிருக்கிறது. அவர்கள் இத்தகையக் கொடூரங்களைத் தொடரவிடமாட்டார்கள்! லாட்வியா சுதந்திரம் அடைந்தவுடனேயே எல்லோரும் வீடு திரும்பமுடியும். எங்கோ தூரத்தில் ஸைபீரியாவில் உள்ளவர்களைப் பற்றி உலகத்தில் யாருக்கும் எந்த அக்கறையும் கிடையாது என்று எழுந்த சில குரல்கள் எதிர்ப்பில் அமிழ்ந்துபோயின. நல்லது குறித்து மனிதர்களுக்கு நம்பிக்கை இருக்கவேண்டும். கையாலாகாத நிலைமையில் எழுந்த அதீதக் கற்பனையில் பிரிட்டானியர்களும், பிரெஞ்சு நாட்டவரும், அமெரிக்கர்களும் பராக்கிரமச் செயல்களைச் செய்யக்கூடிய வீரர்களாய், நியாயம் வழங்குபவர்களாய், அபாக்கிய மக்களை ஆதரித்து, கெட்டவர்களைத் தண்டிப்பதைத் தங்கள் பணியாகக் கொண்டவர்களாய் மாறிப்போனார்கள். எல்லோரும் போருக்கு

முன்னால் நடந்த விளையாட்டுகளை மறந்தோ நினைவில்கொள்ளாமலோ போய்விட்டார்கள் – ம்யூனிக் ஒப்பந்தம் மற்றும் ஃபின்லாந்து சோவியத் குழுமத்துடன் தனியே போட்ட சண்டை போன்றவை. யதார்த்தத்துடன் ஒட்டாத குழந்தைத்தனமான வெற்று ஆசை அது. இருந்தாலும் அது நம்பிக்கையை ஊட்டவும் வாழவும் உதவியது.

வேனிற்காலத்தில் எமீலியாவும் லிகிடாவும் மீண்டும் இடம் மாற்றப் பட்டனர். பக்கத்தில் இருந்த பரவோய் போகும்படி உத்தரவு வந்தது. இதில் எந்த அர்த்தமும் இருக்கவில்லை. ஏனென்றால் வேலைக்கு அவர்கள் பெட்ரோபவ்லவ்ஸ்க் போகவேண்டியிருந்தது. இந்த அர்த்தமேயில்லாத நடையாலும் தளர்ச்சியால் ஏற்பட்டக் குழப்பத்தாலும் 1946ன் குளிர்காலத்தில் எமீலியா வழிதொலைந்துபோய் கிட்டத்தட்ட இறந்தேபோனாள். ப்ரிகேடியர் அவளை ஏதோ செய்தியுடன் பரவோய்க்குத் திருப்பி அனுப்பியிருந்தார். அவ்வளவு தூரமில்லை. ஐந்தாறு கிலோமீட்டர்தான். வழியும் பலமுறை சென்ற தெரிந்த வழிதான். யாருமே எமீலியாவைப் பார்க்கவில்லை என்பது மாலையில்தான் தெரிந்தது. எல்லோரும் கூட்டப்பட்டு, தொலைந்து போன பெண்ணைத் தேடிப்போனார்கள் எல்லோரும்.

எமீலியா தொலைந்துபோனதும் லிகிடா பயந்துபோனாள். அவள் வயதுள்ள தோழிகளான மாராவின் அம்மாவும் ஐனாவின் அம்மாவும் அந்த வாழமுடியாத இடத்தின் நிலைமையைத் தாங்கமுடியாமல் ஏற்கனவே இறந்துபோயிருந்தார்கள். இப்போது கட்டாயம் எமீலியாவின் முறையாக இருக்கும் என்று லிகிடாவுக்குத் தோன்றியது. பைத்தியம் பிடித்தவள்போல் அவள் அழுதுகொண்டே இருந்தாள். எமீலியாவின் அன்பு உன்னதமானது, தன்னலமற்றது. பாதுகாப்பு உணர்வையும் அடைக்கல உணர்வையும் உண்டாக்குவது. குழந்தைகளுக்கே உரிய அகந்தையுடன் லிகிடா அதை அம்மா என்றால் அப்படித்தான் இருப்பாள் அந்த அன்பு எப்போதும் இருக்கும் என்று நினைத்திருந்தாள். இப்போது என் அம்மாவுக்குப் புரிந்தது எமீலியா இல்லாமல் வாழ்வது சாத்தியமில்லை என்று. ஒவ்வொரு மாலையும் தேடிப்போனவர்கள் திரும்பிவந்தார்கள். ஒவ்வொரு நாளும் தொலைந்த பெண் கிடைப்பாள் என்ற நம்பிக்கை மங்கிக்கொண்டே வந்தது. காரணம் வானிலை ஸீரோ டிகிரிக்கு முப்பது டிகிரி கீழே இருந்தது. மூன்று நாட்களும் மூன்று இரவுகளும் அவர்கள் அவளைத் தேடினார்கள். நாலாம் நாள் காலையில் பக்கத்துக் கிராமத்து பள்ளி செல்லும் சிறுவர்கள் அவளைப் பார்த்தார்கள். இத்தனை நாட்களும் என் பாட்டி அங்கேயேதான் அலைந்துகொண்டிருந்தாள். ஏதோ ஒரு கெட்ட ஆவி அவளைச் சுற்றி சுற்றி அலைய விட்டது.

உறையவைக்கும் அந்தப் பனியில் காட்டில் அலைந்தபோது வாழ்வதற்கு ஒரே வழி நடந்துகொண்டே இருப்பதுதான் என்று எமீலியாவுக்குப் புரிந்தது. பசியால் இளைத்துக் களைத்துப் போன தன் உடலை நிற்காதே என்று சொல்லி அவள் நடந்தபடி இருந்தாள். கீழே பனியில் படுத்துக்கொண்டு தூங்கவேண்டும் என்ற ஆசை வந்தாலும் அதை அனுமதிக்கவில்லை அவள். அது சாவில்தான் முடியும் என்பது

எமீலியாவுக்குத் தெரியும். அவள் வாழவேண்டும். ஏனென்றால் அவள் குழந்தை அம்மா இல்லாமல் இருக்க முடியாது. மூன்றாம் நாள் இரவு எமீலியாவுக்கு நடக்கும் சக்தி இருக்கவில்லை. தூங்காமல் இருக்க அவள் காற்றில் கீழே விழுந்த கிளைகளைப் பொறுக்கி ஒடித்து சாவுப் படுக்கை தயாரிக்க ஆரம்பித்தாள். எமீலியாவுக்குத் தெரிந்திருந்தது இதுதான் அவள் கடைசி இரவு என்று. இதற்கு மேல் அவளால் தாக்குப்பிடிக்க முடியாது என்பதும். காலையில் குழந்தைகளின் குரல்களைக் கேட்டதும் தன் சக்தி எல்லாம் திரட்டிக்கொண்டு அவள் கத்தினாள். நல்லகாலமாக குழந்தைகள் அவள் மெலிந்த குரலைக் கேட்டனர். எமீலியா ஒரு பனிச்சறுக்கு வண்டியில் கிராமத்துக்குக் கொண்டுவரப்பட்டதும் பனிக்கடுப்பினால் தாக்கப்பட்டிருந்த அவள் மூக்கு புண்ணாகியிருந்தது. பிறகு அவள் மூக்கின் நுனி முறிந்து விழுந்துவிட்டது. அவள் அடிப்பாதங்களும் கைவிரல்களும் கூட உறைந்துபோயிருந்தன. நல்லவேளையாக அழுகிப்போகாமல் இருந்ததால் அவை குணமாக முடிந்தது. அவளுடைய ஒரு கட்டைவிரல் மட்டும் நீலமாகி இறுகிப்போய் அவள் வாழ்நாள் முழுவதும் அப்படியே இருந்தது.

பக்கத்து ஆஸ்பத்திரி நாற்பது கிலோமீட்டர் தூரத்தில் கல்பாஷெவா நகரத்தில் இருந்தது. அந்தப் பல மணி நேரப் பயணத்துக்கு முஸ்தீபாக எமீலியாவை அக்கம்பக்கத்தில் இருந்தவர்கள் தந்த கந்தைத் துணிகளில் சுற்றி ஒரு பனிச்சறுக்கு வண்டியில் வைத்தார்கள். ஒரே ஓர் இடத்தில்தான் நிறுத்தி ஒரு வீட்டில் சற்றுக் குளிர்காய்ந்து தேநீர் அருந்தினார்கள். லிகிடா குளிரில் இதமான சூட்டைத் தரக்கூடிய உடை அணிந்திருக்கவில்லை. ஒரு பழைய பஞ்சு திணிக்கப்பட்ட மேல்கோட்டுதான் அணிந்திருந்தாள். அவள் பருத்தி ஸ்கர்ட்டின் கீழே வெறும் உள்ளாடைதான் அணிந்திருந்தாள். தொடைகள் மூடப்பட்டிருக்கவில்லை. மரத்தாலான அடிபாகத்துடன் ஒட்டுக்கம்பளம் வைத்துத் தைத்தக் காலணிகளை அணிந்திருந்தாள். ஒரு வழியாக அவர்கள் கல்பாஷெவா வந்து சேர்ந்தபோது லிகிடாவின் மூடப்படாத தொடைகளின் சருமத்தைத் தொட்டவுடன் சடசடவென்று முறியும் சத்தம் கேட்டது. பிறகு அது கறுப்பாகி உரிய ஆரம்பித்தது. லிகிடாவை கல்பாஷெவாவில் இருக்க அனுமதிக்கவில்லை. அவள் அம்மாவின் உயிருக்கு எந்தவித ஆபத்துமில்லை என்பதை உறுதிசெய்துகொண்ட பின் அவள் மறுநாள் திரும்பி வந்தாள். வண்டியோட்டி திரும்பிப் போயிருந்ததால் நடப்பதைத் தவிர வேறு வழியிருக்கவில்லை. நாற்பது கிலோமீட்டர் தூரம் நடக்க ஒரு நாள் பிடித்தது. நடந்ததால் அவ்வளவு குளிர் தெரியவில்லை.

எமீலியா பல மாதங்கள் ஆஸ்பத்திரியில் இருந்தாள். ஆஸ்பத்திரியின் மோசமான உணவு கிராமத்தில் அனுபவித்தப் பட்டினியுடன் ஒப்பிட்டால் விருந்துபோல் இருந்தது. கல்பாஷெவாவில் இருந்த லாட்வியர்கள் என் பாட்டியை எவ்வளவு முடிந்ததோ அவ்வளவு கவனித்துக்கொண்டார்கள். ஒவ்வொருவரும் அவர்களிடமிருந்த கொஞ்சம் உணவிலிருந்து ஏதாவது எடுத்து வந்தார்கள்: ஒரு வேகவைத்த உருளைக்கிழங்கு அல்லது காரட் அல்லது ஒரு துண்டு மீன். லிகிடா தன் அம்மாவை ஒரு முறைதான் வந்து பார்த்தாள். பாதிப் பட்டினியில் உறையவைக்கும் பனியில் நாற்பது கிலோமீட்டர் தூரம் நடந்தே வந்து நடந்தே போக அவளிடம் சக்தி

இருக்கவில்லை. கல்பாஷெவாவுக்குச் செல்பவர்களிடம் கடிதங்கள் எழுதி தன் அம்மாவுக்கு அனுப்பினாள். வசந்தகால சமயத்தில் எமீலியா குணமடைந்தாள். சூரியன் வானத்தில் உயரே வந்துவிட்டிருந்தது. ஆனால் பனி இன்னும் இருந்தது. லிகிடா கூட்டுப்பண்ணையிடம் அவள் அம்மாவை அழைத்துவர ஒரு குதிரை கேட்டாள். ஆனால் அது தரப்படவில்லை. ஒரு பனிச்சறுக்கு வண்டியைக் கடன் வாங்கி அவள் அம்மாவை அவளே இழுத்துவருவது தவிர வேறு வழி இருக்கவில்லை. எமீலியா சில தடவை இறங்கித் தானே நடக்க முயன்றாள். ஆனால் அவள் உடம்பில் சக்தி இருக்கவில்லை. பிறகு மீண்டும் பனிச்சறுக்கு வண்டியில் அமர்ந்துகொண்டாள். கிழவிகளைப்போல் ஒவ்வொரு அடியாய் எடுத்து வைத்து நடந்து பனிச்சறுக்கு வண்டியை லிகிடா இழுத்துபடி கொஞ்சங்கொஞ்சமாய் நகர்த்துவதைப் பார்க்க முடியாமல் பரிதவித்து என் பாட்டி அழுதாள். ஏப்ரல் மாதத்தில் வெளிச்சம் அதிக நேரம் இருக்கும் என்பது நல்லதாயிற்று. இரவு வரும்போது அந்த நாற்பது கிலோமீட்டர் உடலை வருத்தும் பயணம் ஒருவழியாக முடிவுற்றது. நடந்தபோது சில உருளைக்கிழங்குகளைச் சாப்பிட்டிருந்தார்கள் தளர்ந்துபோகாமல் இருக்க. அவர்கள் குடிசையில் சாப்பிட எதுவுமில்லை என்பது அவர்கள் இருவருக்கும் தெரிந்தே இருந்தது.

இறுதிக் குறிப்புகளும் அடிக்குறிப்புகளும்

இறுதிக் குறிப்புகள்:

இந்த அத்தியாயத்தின் தரவுகள்:

1. நாடுகடத்தப்பட்ட பலவந்தக் குடியிருப்பில் குடியிருப்பவர்களின் குடியிருப்பு மற்றும் வேலை குறித்து ரஷ்ய அரசின் உள் துறை எழுதிய அரசுத்துறை அறிக்கை. .
2. எல்மார்ஸ் பெல்கௌஸ் ஆக்கிரமிப்புச் செய்த நாடுகளின் கொள்கை பற்றி 1999ல் பதிப்பாசிரியராய் தொகுத்து லாட்விய அரசு ஆவணக்காப்பகம் வெளியிட்ட *ஆக்கிரமிப்பு நாடுகளின் கொள்கை 1939-1991: ஆவணங்களின் தொகுப்பு* புத்தகம்.
3. லாட்விய அரசு ஆவணக்காப்பகம் 2001ல் வெளியிட்ட எல்மார்ஸ் பெல்கௌஸ் பதிப்பாசிரியராக இருந்து எழுதிய *நாடுகடத்தப் பட்டவர்கள்: ஜூன் 14, 1941* புத்தகம்.
4. ரூட்டா உப்பீட்டே, *அன்புக் கடவுளே, நான் வாழ ஆசைப்பட்டேன்,* நியூயார்க், 1982 புத்தகம்

அடிக் குறிப்புகள்:

1. மூத்த சகோதரி ரூட்டா உப்பீட்டே 1947ல் லாட்வியா திரும்பியபின் தன் ஸைபீரிய அனுபவங்களின் நினைவுகளை எழுதினாள். அவள் மரணத்தின்பின் 1967ல் அது வெளிநாட்டுக்கு எடுத்துச் செல்லப்பட்டு பெயரில்லாமல் 1977ல் வெளியிடப்பட்டது அடக்குமுறையிலிருந்து

வெளிவந்து உயிர்வாழ்ந்த தன் அப்பாவையும் தங்கை ட்ஸீட்ராவையும் பாதுகாக்க. அதை முதன்முறை படித்தபோது மிஸஸ். டி மற்றும் எல் என்று புத்தகத்தில் குறிப்பிட்டது என் பாட்டியும் அம்மாவும் என்று எனக்குப் புரியவில்லை.

2. பிலீனாவின் "தோழர்கள்" ஐனா பகின்ஸ்கா/ஸாலீடே மற்றும் மாரா க்ரமின்யா, இன்றும் இருக்கிறார்கள் லாட்வியாவில். மாரா க்ரமீன்யாவின் அம்மா வெரா க்ரமின்யா, 1941ல் இறந்துபோனார். ஐனாவின் அம்மா யூலியா ஸாலிடே பிலீனாவிலிருந்து திரும்பிய நாளன்று 3 மார்ச் 1944ல் இறந்தார். ஐனாவின் ஒன்றுவிட்ட சகோதரன் யூரிஸ் கோல்பர்க்ஸ் 6 ஏப்ரல் 1944ல் திரும்பி ஒரு மாதத்துக்குப் பின் இறந்தான். ஒலிடா ஸிலின்யா நாடுகடத்தப்பட்ட ஒரு மால்டாவிய நாட்டு நபரை மணந்துகொண்டு விடுதலையான பின் அவருடன் வாழ மால்டாவியா சென்றாள். அவள் இப்போது உயிருடன் இல்லை. விடவுட்ஸ் ஸிலின்யிஸ் லாட்வியா திரும்பி ஒரு கார் விபத்தில் இறந்தார். இரண்டு ஸிலின்யிஸ்களின் அம்மா ஸைபீரியாவில் 1950களில் இறந்துபோனார்.

மாற்றங்கள்

முதல் கடிதம் எமீலியாவின் தங்கை ஆனாவிடமிருந்து 1946ல் வந்தது. பாட்டியும் அம்மாவும் பலமுறை மரப்பட்டையில்[1] கடிதங்கள் எழுதி கோர்ஸெமெ பகுதியில் இருந்தத் தங்கள் உறவினர்களுக்கு அனுப்பியிருந்தார்கள். ஆனால் பதில் ஏதும் வரவில்லை.[2] லாட்வியா போர்முனையின் மறுபக்கத்தில் இருந்ததால் கடிதங்கள் குறிப்பிட்ட முகவரி களைச் சென்றடையும் வாய்ப்புகள் இல்லை என்பது அவர்களுக்குத் தெரிந்திருக்கவில்லை. போருக்குப் பின் ஆனாவுக்கு எல்லாக் கடிதங்களும் மொத்தமாய்ப் போய்ச்சேர்ந்து இப்போதுதான் தன் சகோதரியுடன் அவளால் தொடர்புகொள்ள முடிந்திருந்தது. ஆனாவின் கடிதங்களிலிருந்து தன் மகன்கள் உயிரோடு இருக்கிறார்கள் என்பதையும் அவள் பாட்டியாகியிருக்கிறாள் என்பதையும் தெரிந்துகொண்டாள். வால்டெமார்ஸ் ஸென்டாவை மணம் புரிந்துகொண்டிருந்தான். அவர்களுக்கு இரு பையன்கள் – யூரிஸ் மற்றும் யானிஸ். ஆர்னால்ட்ஸுக்கு மாரீட்டே என்றொரு பெண்ணும் ஆன்ட்ரிஸ் என்றொரு மகனும். வால்டெமார்ஸும் அவன் குடும்பமும் விக்டோர்ஸ் மற்றும் ஆர்னால்ட்ஸும் நலமாக இருக்கிறார்கள் என்றும் ஆர்னால்ட்ஸின் மனைவி நெல்லியா அவர்கள் குழந்தைகளுடன் வேன்ட்ஸ்பில்ஸில் இருக்கிறாள் என்றும் கூறியிருந்தாள். ஆனாவின் கடிதத்தை எமீலியாவும் லிகிடாவும் மட்டுமல்ல பரவோயில் இருந்த எல்லா லாட்வியர்களும் படித்தார்கள். முடிவில் அது கிழிந்துபோயிற்று. வீட்டிலிருந்து செய்திகளைத் தாங்கிவரும் கடிதம் வந்த நபருக்கு மட்டுமல்ல எல்லோருக்குமேயானது என்றிருந்தது. எல்லோருமே வெளியேற்றப்பட்டவர்கள் என்ற ரீதியில் விதி அவர்கள் எல்லோரையும் மிகவும் நெருக்கமாகப் பிணைத்திருந்ததால் துக்கத்தையும் சந்தோஷத்தையும் ஒருமனத்தோடு உணர்ந்து பகிர்ந்துகொள்ளும் ஒரு குடும்பமாக தங்களை உணர்ந்தார்கள்.

ஆனா எதையும் நேரிடையாகக் கூறாமல் சற்றுச் சுற்றிவளைத்து எழுதியிருந்தாள். ஆனால் தன் மகன்கள்

லாட்வியாவில் இல்லை, பாதுகாப்பு வெளிநாட்டில்தான் உள்ளதால் வெளிநாட்டில் இருக்கிறார்கள் என்பதை எமீலியா புரிந்துகொண்டாள். போரின் முடிவு நெருங்கியபோது வால்டெமார்ஸ், ஆர்னால்ட்ஸ் மற்றும் விக்டோர்ஸ் லாட்வியாவைவிட்டுப் போயிருந்தார்கள். அவர்கள் எங்கு இருக்க முடிவுசெய்தார்கள் என்பது தெரியவில்லை. லாட்வியாவை விட்டுப்போன அகதிகள் தங்கள் உறவினர்களுக்கு எந்தவிதத்திலும் கஷ்டங்கள் வரக்கூடாது என்று நினைத்து அவர்களுக்கு எழுதுவதில் தயக்கம் காட்டினார்கள். தங்கள் இருப்பிடத்தையும் அவர்கள் கூற விரும்பவில்லை. ஜெர்மனியில் அகதிகளின் முகாமில் நேச நாடுகளை நம்ப முடியாது என்ற வதந்தி பரவத் தொடங்கியது. ஏனென்றால் சோவியத் வேண்டுகோள்படி அவர்கள் பால்டியர்களை ரஷ்யாவிடம் ஒப்படைக்கத் தயாராக இருந்தார்கள். அகதிகளின் கருத்துப்படி சோவியத்திடம் ஒப்படைக்கப்படுவது மரணதண்டனைக்கு ஒப்பானது. அக்டோபர் 1944ல் சோவியத் ஆக்கிரமிப்பின்போது லாட்வியாவில் நேர்ந்த கொடுமைகள் பற்றி ஒவ்வொருவருக்கும் ஒரு சில பயங்கரக் கதைகளாவது தெரிந்திருந்தன. ஜெர்மனியில் சோவியத் ராணுவம் ஆக்கிரமித்தப் பகுதிகளில் இருந்த தங்கள் நாட்டுத் துர்பாக்கியசாலிகளின் கதியை நினைத்துப்பார்க்கவும் பயங்கரமாக இருந்தது. அவர்கள் எல்லோருமே கால்நடைகளுக்கான ரயில்பெட்டியில் அடைக்கப்பட்டு சைபீரியாவுக்கு நாடுகடத்தப் பட்டார்கள்.

மற்றொரு முக்கியமான நிகழ்வு 1946ல் வசந்தகாலத்தில் லாட்வியாவி லிருந்து பார்சல் ஒன்று வந்தது. அது மற்றவர்களுக்குக் கிடைப்பதைவிடச் சீக்கிரமாகவே வந்தது. ஆனால் முன்னெச்சரிக்கையுடன் அதை ரயிலில் முதலில் மாஸ்கோவில் உள்ள தன் கணவனின் சகோதரிக்கு அனுப்பி, அவள் அதை எமீலியாவுக்கும் லிகிடாவுக்கும் அனுப்பியிருந்தாள். அந்தச் சமயம் லாட்வியாவுக்கும் “சிறந்த சோவியத் தாய்நாட்டுக்கும்” இடையே இருந்த தகவல்தொடர்புப் பாதைகள் இன்னும் முழுமையாக முன்பிருந்த நிலைக்குக் கொண்டுவரப்பட்டிருக்கவில்லை. பக்கத்திலிருந்த தபால் நிலைய அலுவலகம் பதினாறு கிலோமீட்டர் தூரத்திலிருந்த ஊஸ்டிசயாவில் இருந்ததால் பார்சலை வாங்க அவ்வளவு தூரம் நடந்துபோக வேண்டி யிருந்தது. நடையின் முதல் பகுதி சதுப்பு நிலத்தில் கிளைகள், குச்சிகள் மரத் துண்டுகள் இவற்றால் போடப்பட்டப் பாதையில் அமைந்தது. சில இடங்களில் உருகி வழிந்த பனி பாதையின் குறுக்கே ஓடியதால் அதைக் கடக்கவேண்டிவந்தது. நோயிலிருந்து மீண்டுவந்திருந்த எமீலியா இன்னும் பலவீனமாக இருந்ததால் அவளால் நடக்க முடியவில்லை. பாதி வழியில் அவள் பெட்ரோபவ்லவ்ஸ்க்கில் நின்றுவிட்டாள். மீதி வழியை லிகிடா தனியே கடந்தாள். பார்சல் பத்து கிலோ எடையுள்ள ஒரு பெரிய ஒட்டுப்பலகை டப்பா. அத்தனை பெரிய டப்பாவில் என்னதான் இருக்கும் என்று நினைத்து அவளை உற்றுப்பார்த்தபடி இருந்த தபால் நிலையப் பெண் அதிகாரியின் பார்வையிலிருந்த் தப்பி என் அம்மா பெட்டியைத் திறந்து பார்க்க விரைந்து வேளியே வந்தாள் – அதில் கட்டாயம் சாப்பிட ஏதாவது இருக்கும்! வெகு கச்சிதமாக ஆணி அடிக்கப்பட்டு மூடப்பட்டிருந்தது பார்சல். அதைத் திறக்கக் கல்லையும் மரத்துண்டுகளையும் வைத்து

முடியாமல்போன பின் லிகிடாவுக்குத் தன் முடியில் இருந்த க்ளிப்பை வைத்துத் திறக்கப் பார்க்கலாம் என்று தோன்றியது. அதிசயத்திலும் அதிசயமாக ஆணிகள் அசைந்துகொடுத்தன. பெட்டியின் மூடியை ஆட்டி எடுக்க முடிந்தது. மேலே துணிமணிகள் இருந்தன. லிகிடா அவற்றை அவசரமாக வெளியே எடுத்தாள். கீழே அவள் எதிர்பார்த்தபடியே தகர டப்பாக்களில் பலவகை உணவு வகைகளும் சீனியும் புகையில் சமைத்த ஒரு பெரிய துண்டு பன்றி இறைச்சியும் இருந்தன. நாக்கில் ஜலம் ஊற, பன்றி இறைச்சியை ஒரு கடி கடித்தாள் லிகிடா. எவ்வளவு ருசியாக இருந்தது அது! எவ்வளவு நல்ல வாசனை! அகோரப் பசியில் அதைக் கடித்துப் பிய்த்த பின்தான் அம்மாவை மறந்துபோனோமே என்ற நினைவு வந்து வெட்கப்பட்டாள். எல்லாவற்றையும் மீண்டும் பெட்டியில் அடைத்துவிட்டுப் பெட்டியை ஒரு கயிற்றால் கட்டி முதுகில் தூக்கிக்கொண்டு நடக்க ஆரம்பித்தாள். ஏகக் கனமாக இருந்தது! அடிக்கடி நின்று ஓய்வெடுக்கவேண்டிவந்தது. சூரியனைப் பார்த்தால் மதிய நேரம் நெருங்கிக்கொண்டிருப்பது தெரிந்தது. கிராமத்துப் பெண் ஒருத்தி அவளைக் கடந்துபோனதும் லிகிடா அவளிடம் எமீலியாவிடம் அவள் பெண்ணுக்கு மேலே நடக்கச் சக்தியில்லை என்ற தகவலைக் கூறிவிடும்படி வேண்டிக்கொண்டாள். சோர்வுடன் தொப்பென்று கீழே அமர்ந்து எமீலியாவுக்காகக் காத்துக்கொண்டிருந்தாள். “என் அருமை அம்மா அவளுடைய குச்சிக்கால்களில் வேகமாக நடந்துவந்தாள். பெட்டியைத் தூக்கிக்கொண்டு நடந்தாள்... இளைத்துத் துரும்பாய் இருந்த அவள்...” நினைத்துக்கொண்டு என் அம்மா விம்மினாள்.

பரவோய் குடியிருப்பில் இருந்த எல்லா லாட்வியர்களும் இந்த முக்கிய நிகழ்வுக்காகக் கூடினர். பெட்டியில் மூன்று கம்பளி மேல்கோட்டுகள், பருத்தியும் சணலும் கலந்து நெய்யப்பட்ட ஃப்லானல் துணியில் இரவு உடை, பல உடைகள், காலணிகள், உள்ளாடைகள், ஒரு கம்பளி, படுக்கைவிரிப்புகள், துண்டுகள் மற்றும் சோப்பு இவை எல்லாம் இருந்தன. இவை அருமையான செல்வங்கள். எல்லோரும் தொட்டு தொட்டுப் பார்த்தனர். பல காலமாக அங்கிருந்த யாருமே இவ்வளவு அழகானவற்றைக் கையில் எடுத்ததில்லை: நாடுகடத்தப்பட்ட நாளிலிருந்து இப்போதுவரை போட்டுக்கொண்டிருந்த உடைகள் சுருங்கி, நூல்நூலாய்க் கிழிந்து கந்தையாகியிருந்தன. பலகாலமாக யாரிடமும் சாதாரணமாக அணியும் காலணிகள் இருக்கவில்லை. எல்லோரும் அதே ஒட்டுக்கம்பளி வைத்துத் தைத்த அடிபாகம் மரத்தாலான, முட்டிவரை வரும் பூட்சுக்காலணிகளையே அணிந்துகொண்டிருந்தார்கள். எதோ அபூர்வமான உணவைப்போல எமீலியா அந்தக் கிராமத்துப் பன்றி இறைச்சியைச் சிறு துண்டுகளாக வெட்டி அங்கிருந்த விருந்தினர்களுக்குத் தந்தாள். பெண்கள் பெரியமனத்துடன் வேண்டாமென்று மறுக்க முயன்றார்கள். ஆனால் இவ்வளவு மரியாதையாக இருப்பது பொறுமையைச் சோதிக்கும் ஒன்று. ஆகவே அந்த ருசியான துண்டுகள் எல்லோர் வாயிலும் கரைந்தன. இவ்வளவு ஆண்டுகளுக்குப் பிறகு குளிப்பதற்கு வாசனைச் சோப்பும் படுக்கச் சுத்தமான படுக்கையும் கிடைத்தன. எமீலியா ஒரு விரிப்பைப் போட்டால் போதும் இன்னொன்றை ஜாக்கிரதையாக எடுத்து வைக்கலாம்

என்று மெல்லச் சொல்லிப்பார்த்தாள். ஆனால் லிகிடா முடியவே முடியாது என்று இரண்டு விரிப்புகளை விரித்துப்போட்டு கம்பளியைப் போர்த்திக்கொண்டு ஆனந்தமாகத் தூங்கிப்போனாள். ஒவ்வொரு முறை இதைக் கூறும்போதும் அந்த அனுபவத்தின் நினைவு அவள் முகத்தில் ஒளியைக் கூட்டும்.

மே 1947ல் ஆனா விக்டோர்ஸின் கடிதத்தை எமீலியாவுக்கும் லிகிடாவுக்கும் அனுப்பினாள். அது வெளிநாட்டிலிருந்து வேறு வழியில் அவளுக்கு வந்திருந்தது. அதைப் படிக்க ஆரம்பித்தபோது "அருமை அம்மாவுக்கும் தங்கைக்கும்" என்ற வரியைத் தாண்டி அழாமல் அவர்களால் போக முடியவில்லை. அலையலையாக உவகையும் உணர்ச்சிகளும் எழுந்துவர மீண்டும் மீண்டும் அழுவார்கள். விக்டோர்ஸ் எப்போதோ இந்தச் சொற்களைச் சொல்லிக் கேட்டது. அருமையான விஷயங்களைப் பற்றி அவன் எழுதியிருந்தான்: "பிரிய அம்மா, நாம் மீண்டும் சேரும்போது, நீங்கள் உங்கள் மகன்களுடன் மாறி மாறி இருக்கவேண்டிவரும்." விக்டோர்ஸுக்கும் திருமணம் ஆகி டாட்ஸே என்ற பெயரில் ஒரு மகள் இருந்தாள். அவளை டாட்ஸீடே என்று செல்லமாகக் கூப்பிட்டனர். "எனக்கு ஐந்து பேரக் குழந்தைகள்!" என்று கண்ணீரூடே கூறினாள் எமீலியா. அன்று மாலை விக்டோர்ஸ் கூறியதை அவள் நம்பினாள்: சீக்கிரம் வெகு சீக்கிரம் அவர்கள் லாட்வியாவுக்குத் திரும்புவார்கள். அவர்கள் குடும்பம் கூடுவது சீக்கிரமே நடக்கும்! பட்டினியிலும் குழப்பத்திலும் கடந்த ஒவ்வொரு நாளும் கணவன் மற்றும் மகன்கள், அப்பா மற்றும் அண்ணாக்கள் இவர்களை நினைத்தபடி இதைப்பற்றிக் கனவு கண்டனர் எமீலியாவும் லிகிடாவும். ஒவ்வொருவாருடைய பிறந்த நாளும் பெயரைக் கொண்டாடும் நாளும் அவர்களை நினைத்துக்கொண்டு நினைவுகளைப் பகிர்ந்துகொண்டது பசியையும் விரக்தி உணர்வையும் மறக்கடித்து அவர்களைக் குடும்பம் ஒன்றாக இருந்த அந்த வெகு தூரத்து சந்தோஷமான நாட்களுக்குத் திரும்பிப்போக வைத்தது. யானிஸும் பிள்ளைகளும் என்ன ஆனார்களோ என்று அவளுக்கு இருந்த கவலையை எமீலியா லிகிடாவிடம் காட்டிக்கொள்ளவில்லை. என் பாட்டி அவர்களைப் பற்றி அவ்வளவு உறுதியாகவும் நம்பிக்கையுடனும் பேசியதால் என் அம்மா தன் அண்ணன்களும் அப்பாவும் நன்றாக இருப்பதாகவும் தன் அப்பா உயிருடன் இருப்பதாகவுமே நம்பினாள். என்னவானாலும் எப்படியோ அவர்கள் உயிர்தப்பிவிட்டார்கள். விக்டோர்ஸ் எமீலியாவுக்கும் லிகிடாவுக்கும் எழுதிய கடிதம் நம்பிக்கை தரும் சேதியாக விதியின் வாக்குறுதியாக இருந்தது. சீக்கீரம், வெகு சீக்கிரம்!

அன்று மாலையே லிகிடா தன் அண்ணனுக்கு ஒரு கடிதம் எழுதினாள். அதை லாட்வியாவிலிருந்து அவனுக்கு அனுப்பும்படி வேண்டிக்கொண்டாள். ஆரம்பத்தில் சந்தோஷமாக எழுதிவிட்டுப் பின் கசப்பான யதார்த்தத்தை விவரித்து எழுதினாள்: "நாங்கள் இருவரும் இருண்ட உணர்வைத் தரும் ஒரு கிராமத்தில் இருக்கிறோம். அம்மாவுக்கு வயதாகிவிட்டது; மிகவும் வயதாகிவிட்டது. நான் வளர்ந்து விட்டேன். என்னுடைய முக்கிய வேலை மரம் அறுப்பதுதான். 1946ன் குளிர்காலத்தில்

மூன்று நாட்கள் காட்டில், சதுப்புப் பகுதியில் அம்மா தொலைந்து போய் மோசமாக பனியில் உறைந்துபோய் பாதிக்கப்பட்டதால் இப்போது ஒரு வருடமாயிற்று அவள் வேலைக்குப் போய். அவள் உடல்நிலை தேறிவிட்டது. ஆனால் மூக்கு சிறுத்துவிட்டது. அவள் ஒரு விரலிலும் உணர்வில்லை. எனக்கு இப்போது 20 வயதாகிறது என்பது உனக்குத் தெரிந்திருக்கலாம். [...] அம்மாவுடன் பேசும்போது இன்னும் உங்களையெல்லாம் பையன்கள் என்கிறோம். ஆனால் நீங்கள் எல்லோரும் இப்போது பையன்கள் இல்லை கட்டாயம்! ...” அந்தக் கடிதத்தைப் படிப்பது விக்டோர்ஸுக்கு எவ்வளவு கஷ்டமாக இருந்தது! தன் செல்லத் தங்கையையும் மென்மையான அம்மாவையும் இந்தப் பாழாய்ப்போனவர்கள் என்னசெய்து தொலைத்து விட்டார்கள்! ஆனால் விக்டோர்ஸ் மீண்டும் எழுதத் துணியவில்லை. ஆனா தன் கணவன் யானிஸின் கையெழுத்தில் ஆனால் ரூட்டா என்று கையெழுத்திட்டு எழுதிய கடிதத்திலிருந்து உறவினர்களுக்குக் கடிதம் எழுதுவது ஆபத்தானது என்பதை அவன் தெரிந்துகொண்டான். லாட்வியாவுக்குத் திரும்பவேண்டாம் என்ற மறைமுகமான எச்சரிக்கை இருந்தது அக்கடிதத்தில். யானிஸ் சித்தப்பா எழுதியிருந்தார்: லிகிடா தன் அம்மாவுடன் இருக்கிறாள், [...] 1943ல் முன்பு இருந்த அதே வீட்டில். நீங்கள் திரும்பிவந்தால் அவர்களுடன் வாழ்நாள் முழுவதும் இருக்கவேண்டும். ஏனென்றால் அவர்களுடைய வீடு பெரிய வீடு. அதில் உங்கள் எல்லோருக்கும் இடம் இருக்கும்.” ஸ்டாலின் வழிபாடு துகிலுரிக்கப்பட்ட பின், வெளிநாட்டிலிருக்கும் உறவினர்களிடமிருந்து கடிதம் வருவதால் லாட்வியாவில் இருந்தவர்களுக்கோ வெளியேற்றப்பட்டவர்களுக்கோ எந்தவித ஆபத்தும் இல்லை என்ற நிலை ஏற்பட்ட பின் 1955ல்தான் அவர்கள் தொடர்பு மீண்டும் புதுப்பிக்கப்பட்டது.

எமீலியாவுக்குத் தன் மகன்களை மீண்டும் பார்க்கக் கொடுத்து வைத்திருக்கவில்லை. தன் பேரக் குழந்தைகளையும் அவள் பார்க்கவில்லை. தனக்கு பதினாலு பேரக்குழந்தைகள் இருப்பது தெரியாமலேயே அவள் இறந்துவிட்டாள். என் அம்மா பல ஆண்டுகளுக்குப் பின்தான் தன் சகோதரர்களைப் பார்த்தாள். அவள் மூத்த சகோதரர் வால்டெமார்ஸ் லாட்வியாவுக்கு 1982ல் வருகை தந்தார். சோவியத் ஆக்கிரமிப்பு அவர் நாட்டில் செய்திருந்ததைப் பார்க்க மிகவும் கடினமாக இருக்கும் என்பது அவருக்குத் தெரிந்திருந்தது. இருந்தாலும் தைரியத்தைத் திரட்டிக்கொண்டு அவர் வந்தார். அவர் தங்கை அவரைப் பார்க்க வரமுடியும் என்ற அவர் நம்பிக்கை மறைந்ததும் அவர் வரத் தீர்மானித்தார். உள்துறை அமைச்சகத்தில் தன் சகோதரர்களைக் கனடாவில் சென்று காண அனுமதி கோரி என் அம்மா ஒரு விண்ணப்பக் கடிதத்தைத் தந்தார். பதினாறு முறை அது மறுக்கப்பட்டது. ஒவ்வொரு முறையும் அந்த அச்சடித்தப் படிவத்தில் தட்டச்சுச் செய்த ஒரு குறிப்பு எழுதப்பட்டிருந்தது: “உங்கள் பயணம் உகந்ததாகப் படவில்லை.” குடும்பத்திலுள்ளவர்களிடையே உள்ள உறவு அரசுக்கு “உகந்ததா” இல்லையா என்ற கேள்விக்கு உட்படுத்தப்பட்டு நோக்கப்படுவது எப்படிபட்ட சோவியத் பாணி! 1987ல்தான் மிஹயில் கர்பாசொவ்வின் புதிய கொள்கைகளுக்கு ஏற்ப உறவினர்களைக் காணப்

போவதற்கான நடவடிக்கைகள் எளிமையாக்கப்பட்டு என் அம்மாவுக்கு அவள் மிகவும் ஆவலுடன் காத்துக்கொண்டிருந்த அனுமதி கிடைத்தது. விக்டோர்ஸும் லிகிடாவும் மான்ட்ரெயால் விமானதளத்தில் கனடாவில் சந்தித்தபோது ஜூன் 14, 1940ம் ஆண்டு விக்டோர்ஸ் பரிதவிப்புடன் தன் பெற்றோர்களையும் தங்கையையும் சேக்காவைச் சேர்ந்தவர்கள் லாரியில் கூட்டிப்போவதைப் பார்த்த இரவுக்குப் பின் நாற்பத்தியேழு ஆண்டுகள் கழிந்திருந்தன. இரண்டாவது அண்ணனான ஆர்னால்ட்ஸ் இங்கிலாந்திலிருந்து டொரான்டோ, கனடாவுக்குத் தன் தங்கையைப் பார்க்க வந்தார். அதுதான் அவர்கள் கடைசிச் சந்திப்பு. ஓராண்டு கழிந்த பின் ஆர்னால்ட்ஸ் இறந்துபோனார்.

1946 வேனிற்காலத்தில் க்ரஸ்னயார்ஸ்க் பகுதியிலும் டாம்ஸ்க் பிராந்தியத்திலும் மின்னல் வேகத்தில் செய்தி ஒன்று பரவியது: லாட்வியாவிலிருந்து 1941ல் நாடுகடத்தப்பட்டக் குழந்தைகளை கொண்டு செல்ல லாட்வியாவிலிருந்து ஒரு குழு வந்திருந்தது. கல்வித் துறை அமைத்திருந்த பணிக்குழு அது. நான்கு வயதிலிருந்து பதினாறு வயதுவரையிருந்த அனாதைக் குழந்தைகளையும் பாதி அனாதையான குழந்தைகளையும் மீண்டும் வீடு திரும்ப லாட்வியாவுக்குத் திருப்பிக் கொண்டுவரும் பொறுப்பு அதற்கு ஒப்படைக்கப்பட்டிருந்தது. அக்கம்பக்கத்துக் கிராமங்களிலிருந்து க்ரஸ்னயார்ஸ்க்கு வந்து குவிந்த இளைத்துத் துரும்பாகப்போய் கந்தல் உடைகளில் வந்த நோஞ்சான் குழந்தைகளைப் பார்த்ததும் பணிக்குழுவின் தலைவரான ஆனா லூஸ் கல்வித்துறை அமைச்சகத்தின் யார் வரலாம் யார் வரக் கூடாது என்ற கண்டிப்பான செயல்முறை உத்தரவுகளை மீறத் தீர்மானித்தார். தங்கள் குழந்தைகளைக் காப்பாற்றும்படி வந்து கெஞ்சிய அம்மாக்களின் கோரிக்கையை அவரால் மறுக்கமுடியவில்லை. அனாதைகளின் பட்டியலில் பலர் சேர்க்கப்பட்டனர். அங்கிருந்த நிர்வாக நிறுவனங்களுக்கு மாஸ்கோவிலிருந்து லாட்வியக் குழந்தைகளின் பட்டியலை உருவாக்கவும் அவர்கள் மறு வெளியேற்றம் செய்யப்பட்டு வீடு திரும்பவும் எல்லா உதவிகளையும் செய்யும்படி உத்தரவு வந்திருந்தது. ஆனால் அங்கு கிராமத்திலிருந்த அதிகாரிகள் அந்த உத்தரவை அவர்களுக்கேற்றபடி அர்த்தப்படுத்திகொண்டார்கள். சிலர் உதவினார்கள். சிலர் சின்ன சின்னக் காரணங்களைக் காட்டி எல்லாவகையிலும் தடங்கல்களை ஏற்படுத்தினார்கள். முடிவில் ஆனா லூஸ் உருவாக்கியிருந்த பட்டியல் உறுதியாக்கப்படவில்லை. உள் விவகார பிராந்தியத் துறையின் அனுமதியின்றி யாரும் போக முடியாது. இருந்தாலும் அரசுப் பணித்துறைத் தடங்கல்கள் மற்றும் நடைமுறைச் சிக்கல்கள் இவற்றை மீறி, 1946ம் ஆண்டு இறுதிவரை இருந்த பயணம் போகக்கூடிய பருவகாலத்திற்குள் 1425 குழந்தைகள் அங்கிருந்து மறு வெளியேற்றம் செய்யப்பட்டு லாட்வியாவுக்கு வந்தார்கள். அப்போது வராத குழந்தைகளின் தாயார்களிடம் மறு வெளியேற்றம் மீண்டும் அடுத்த வசந்தகாலத்தில் தொடங்கும் என்று உறுதியளிக்கப்பட்டது. அந்த வாக்கு காப்பாற்றப்படவில்லை. சோவியத் அரசு அதற்கு எதிராகத் தீர்மானித்தது. உருவாக்கப்பட்டப் பட்டியல்கள் ஆவணக்காப்பகத்தில் வைக்கப்பட்டன. “சமூகத்துக்கு ஆபத்தான குழந்தைகள்” ஸைபீரியாவிலேயே ஏங்கிக் கிடந்தனர்.

குழந்தைகள் செல்வதைப் பார்த்தபோது சீக்கிரமே அவர்கள் தாயார்களும் அவர்களைப் பின்தொடர்வார்கள் என்பது நிதரிசனமாகத் தெரிந்தது. அதற்குப் பிறகு இன்னும் பலரும் வரலாம். அக்கம்பக்கத்திலிருந்த எல்லோரும் மனுக்களைத் தயாரிக்க விரைந்தார்கள். லிகிடாவும் ஒரு மனு தயாரிக்கத் தீர்மானித்தாள். மனுவில் அவள் தானும் எமீலியாவும் குற்றவாளிகள் இல்லையென்றும் நாடுகடத்தலின்போது இருந்த விளங்கிக்கொள்ளமுடியாத நிலைமையையும் குறித்து எழுதி அவர்கள் வழக்கு மறுபரிசீலனை செய்யப்படவேண்டும் என்று வேண்டுகோள் வைத்தாள். தற்போது கருத்தியல்ரீதியாக அவள் புனரமைக்கப்பட்டுவிட்டதாகவும் லாட்வியாவில் சோஷியலிஸத்தை அமைக்க ஏற்றவளாக இருப்பதாகவும் உறுதியளித்தாள். வீணாகச் சில காலம் காத்திருப்பதுதான் நேர்ந்தது. யாருக்குமே பதில் வரவில்லை.ஆவணக்காப்பகத்தில் என் அம்மாவின் வழக்கைக் குறித்து நான் தெரிந்துகொள்ள ஆரம்பித்தபோது அவள் நாடுகடத்தப்பட்ட ஆரம்ப ஆண்டுகளில் சோவியத் ஒன்றியத்தின் உச்ச மன்றத்தின் சபைக்கு எழுதிய மனுவோ சோவியத் குழுமத்தின் கம்யூனிசக் கட்சியின் மையக் குழுவுக்கு எழுதிய மனுவோ எதுவுமே எனக்குக் கிடைக்கவில்லை. இந்த மனுக்கள் டாம்ஸ்க் பிராந்தியத்தை விட்டு வெளியேவே போகவில்லை என்பது தெரிகிறது. அவை அழிக்கபட்டிருக்கலாம் அல்லது இன்றுவரை அந்தப் பிராந்தியத்தின் சேக்காவின் ஏதாவது புழுதி படிந்த ஆவணக்காப்பகத்தில் இருக்கலாம்.

1947ம் ஆண்டு குளிர்காலம் வரும்போது பரவோய் கூட்டுப்பண்ணையில் வெகு சில லாட்வியர்களே இருந்தனர். மற்றவர்கள் எப்படியோ வெளியேறி வேறு வேலை செய்துகொண்டிருந்தனர். பிலீனாவில் அவளுடன் இருந்து துன்பப்பட்டவர்களில் முதலில் திருமணம் செய்துகொண்டது ஐனாதான். தன் கணவன் யூரிஸ் பகின்ஸ்கிஸ்ஸுடன் அவள் சற்றுத் தூரத்திலிருந்த கல்பாஷெவாவுக்குப் போய்விட்டாள். மரம் அறுக்கும் ஆலை, கம்பளி பதப்படுத்தும் தொழிற்சாலை, மரக்கட்டைகளைக் கட்டி ஆற்றில் மிதக்கவிட்டு இழுத்து வேறு இடம் சேர்க்கும் நிலையம் இவை இருந்த டகூர் கிராமத்தில் லாட்வியர்களைக் கொண்ட ஒரு சிறு குழு இருந்தது. டகூரில் இருந்த லாட்வியர்களிடமிருந்து லிகிடா அங்கு தொழிலாளிகள் தேவைப்படுகிறார்கள் என்று கேள்விப்பட்டாள். அவளும் அவள் தோழி மாராவும் அங்கு முயற்சித்துப் பார்க்கலாம் என்று ஓர் இரவு தளபதியின் அலுவலகத்திலிருந்து அனுமதி பெறாமல் அந்தக் கிராமத்தை நோக்கிப் போனார்கள்.

இந்தப் பயணத்தின் உல்லாசமான அனுபவங்கள் நாடுகடத்தப்பட்ட அந்த நீண்ட ஆண்டுகளில் அபூர்வமானவையாக என் அம்மாவின் நினைவில் இருக்கின்றன. கூட்டுப்பண்ணையிலிருந்து திருடிய ஒரு காளையை பனிச்சறுக்கு வண்டியில் பூட்டிவிட்டு, தலையைக் கம்பளிச் சால்வைகளால் மூடிக்கொண்டு, கால்களைக் கந்தைத் துணிகளால் கட்டிக்கொண்டு அவர்கள் கிளம்பிவிட்டார்கள். மகிழ்ச்சியான மனநிலையில் இருந்தார்கள் பெண்கள் இருவரும். மேற்கொள்ளப்போகும் பயணம் வெகு சாகசமானதாகத் தோன்றியது. கிராமத்தை விட்டுக் கிளம்பி, கிரீச்சிட்டுக்கொண்டும் சிரித்துக்கொண்டும் காளையை இறங்கல்

பாதை ஒன்றில் ஓட்டினார்கள். நாடுகடத்தப்பட்ட ஜெர்மானியர்கள் யாரிடமிருந்தோ கற்றுக்கொண்ட ஜெர்மன் பாடலைப் உரத்த குரலில் பாட ஆரம்பித்தார்கள்: "மாலேயின் ஊர் ஆப்பிரிக்கா. மாலே அழகி இல்லை." லிகிடா பெண் பாடுவதைப் பாட மாரா ஆண் பாடுவதைப் பாடினாள். வெகுண்ட காளை ஒரு பக்கமாக முறுக்கிக்கொண்டு பின்னால் இருந்த வினோதப் பிராணிகளைத் தன் சிவந்த கண்களால் கோணல் பார்வை பார்த்துவிட்டு, பயத்தில் தறிகெட்டு ஓட ஆரம்பித்தது. தன்னை ஓட்டும் இந்தக் குறும்புக்கார வண்டிக்காரர்களிடமிருந்து தப்ப முடியாது என்று உணர்ந்ததாலோ என்னவோ களைத்துப்போன மாடு பிறகு மெல்ல நடக்க ஆரம்பித்தது. பாடகர்களுக்கு ஆரம்பத்தில் இருந்த உற்சாகமும் சற்று வடிந்துபோய் அவர்கள் மௌனமாக வந்தனர். மறுநாள் சாப்பாட்டு வேளையில் குளிரில் உறைந்துபோய் காளைமாட்டுப் பயணத்தால் உலுக்கப்பட்டு டகூர் கிராமத்துக்கு வந்துசேர்ந்தனர். கம்பளி பதப்படுத்தும் தொழிற்சாலையில் ஆள் தேவைப்பட்டது. அதன் நிறுவனர் தளபதி அலுவலகத்தில் பேசி பரவோய் லாட்வியர்கள் இங்கே வர ஏற்பாடு செய்வதாக மகிழ்ச்சியுடன் கூறினார். அங்கிருந்த லாட்விய நண்பர்களைப் பார்த்துப் பேசிவிட்டு இனி வரப்போகும் மாற்றங்களைப் பற்றிய மகிழ்ச்சியுடன் லிகிடாவும் மாராவும் தங்கள் கிராமத்துக்குத் திரும்ப ஆரம்பித்தார்கள்.

திரும்பி வரும் வழியில் காளையை அடக்குவது கஷ்டமாக இருந்தது. தன் வயலுக்கு அருகே வந்ததும் அதை அடக்கவே முடியவில்லை. சாட்டையும் உரத்த குரல்களும் அதை ஒன்றுமே செய்யவில்லை. திடீரென்று அவர்கள் எதிர்பாராமல் காளை வீதியை விட்டுத் திரும்பி வயலை நோக்கி ஓட ஆரம்பித்தது. முரட்டுத்தனமாக எக்காளமிட்டபடி வாயில் நுரைதள்ள அது பனியில் தடுமாறியபடி ஓட ஆரம்பித்தது. பனி ஆழமாக இருந்ததால் அதன் கால் உள்ளேபோய் வயிறுவரை அது பனிக்குள் போய்விட்டது. வயலின் நடுவே வைத்திருந்த வைக்கோல் போர் ஒன்றின் வெளிக்கோட்டைப் பார்த்தபிறகுதான் லிகிடாவுக்கும் மாராவுக்கும் மாட்டுக்கு பைத்தியம் பிடிக்கவில்லை அதற்குப் பசிக்கிறது என்று புரிந்தது. அதற்குத் தீனி வைக்க மறந்திருந்தார்கள். பாவம் மாடு எதுவும் சாப்பிடாமல் பயணத்தைச் செய்திருந்தது. பெண்கள் இருவரும் மீண்டும் சிரிக்க ஆரம்பித்தார்கள். இந்தப் பைத்தியக்காரப் பயணத்தையும் மாட்டையும் பற்றிச் சொல்லும்போது என் அம்மா மீண்டும் சிரித்தார். பிறகு சற்றுக் கர்வத்துடன் சொன்னாள்: பைத்தியங்கள் நாங்கள்! வெறும் பைத்தியங்கள்!"

டகூர்தான் லிகிடாவும் எமீலியாவும் விரும்பிச் சென்ற முதல் இடம். அது என் அம்மாவின் கடைசிக் குடியிருப்பு இடமாக இருந்தது. அங்கு இடையில் ஒரு சிறிதுகால இடைவெளியுடன் அவள் பத்து வருடங்கள் இருந்தாள். என் பெற்றோர் அங்குதான் திருமணம் செய்துகொண்டார்கள். நான் அங்கேதான் பிறந்தேன்.

மீண்டும் சூழ்நிலையில் நம்பிக்கை தந்த உற்சாகம் பரவியது. நாடுகடத்தப்பட்டவர்களில் சிலருக்கு லாட்வியா திரும்ப அனுமதி

கிடைத்திருந்தது. அடுத்தது யாருக்கு அதிர்ஷடம் வாய்க்கும் என்று எல்லோரும் காத்திருந்தார்கள். எமீலியாவும் லிகிடாவும் ஒவ்வொரு நாளும் திரும்பிப்போவது பற்றிப் பேசுவார்கள். சேக்கா எந்த விதிமுறைகளை ஆதாரமாக வைத்துத் திரும்பிச் செல்பவர்களைத் தேர்வு செய்கிறது என்பது தெளிவாக இருக்கவில்லை. லிகிடாவின் வயதைச் சேர்ந்தவர்களாகவே முக்கால்வாசிப்பேரும் இருந்தார்கள். ஆனால் வயதானவர்களும் விடுவிக்கப்பட்டவர்களில் இருந்தார்கள் என்ற வதந்தி பரவியிருந்தது. அவர்கள் இருவரும் செல்ல அனுமதிக்கப்படுவார்களா அல்லது ஒருவரா என்று அறிந்துகொள்ள முடியாமல் இருந்தது. ஒருவர்தான் என்றால் அது கட்டாயம் அவள் அம்மாவாகத்தான் இருக்கும் என்று உறுதியாக நம்பினாள். அவள் எதுவும் செய்ய முடியாத நோயாளி. அதனால் திருப்பி அனுப்பப்படுவாள். லிகிடாவைக் காட்டில் வேலை செய்ய வைத்துக்கொள்வார்கள். இதைப் பற்றிய பேச்சு வரும்போதெல்லாம் எமீலியா கோபமாகச் சொல்வாள்: "அசடு மாதிரிப் பேசாதே லிகுட்ஸி! நான் உன்னைவிட்டுப் போக மாட்டேன்." பிறகு கூறுவாள்: "ஆனால் நீ போக வேண்டும்!"

ஏப்ரல் 1948ல் என் அம்மாவுக்கு டகூர் தளபதியின் அலுவலகத்துக்கு வரும்படி அறிவிப்பு வந்தது. எமீலியாவும் லிகிடாவும் பரபரப்படைந்தார்கள். எவ்வளவு காலம் இதற்காகக் காத்திருந்தார்கள்! ஆனால் நம்பிக்கை அடையாமல் இருந்தார்கள்; இல்லாவிட்டால் ஏமாற்றத்தைத் தாங்க முடியாது. தளபதியின் அலுவலகத்துக்குச் செல்லும் வழியெல்லாம் தன்னிடமே சொல்லிக்கொண்டாள் லிகிடா – இது கட்டாயம் உண்மை யில்லை! இருந்தாலும் மீண்டும் மீண்டும் அந்த எண்ணம் – ஒருவேளை உண்மையாக இருந்தால்? – ஒரு சூடான அலையாய் எழுந்து அவளை நனைத்தது. தளபதியின் காரியதரிசி குறிப்பாகத் தன்னைப் பார்ப்பதுபோல் தோன்றியது அவளுக்கு. முடிவில் அவளை உள்ளே கூப்பிட்டார்கள். தளபதி குகுஷ்கின் மேசை அருகே அமர்ந்திருந்தார். லாட்வியர்கள் அவரை ஸேகுஸே என்று அழைத்தார்கள். [குகுஷ்கா என்றால் ரஷ்ய மொழியில் குயில். லாட்விய மொழியில் குயிலுக்கு ஸேகுஸே என்பார்கள்.] அந்தச் சந்திப்பு மிக முக்கியமானது என்று காட்ட முதலில் சிறிது கனத்த மௌனம் பிறகு சில சம்பிரதாயப் பேச்சு. பிறகு முடிவில் என் அம்மாவின் முகத்திலிருந்து கண்களை அகற்றாமல் அவர் அறிவித்தார்: "லிகிடா யனோவ்ன்யா, சோவியத் அதிகாரக் குழு நீங்கள் நடந்துகொள்ளும் முறையை மதிப்பிட்டு உங்களுக்கு லாட்வியா திரும்பிச் செல்ல அனுமதி வழங்குகிறது. நாங்கள் உங்கள்மீது வைத்திருக்கும் நம்பிக்கை சரியானதுதான் என்பதை நிரூபிக்க உங்களுக்கு ஒரு வாய்ப்பு தரப்படுகிறது." லிகிடாவின் முகம் வெளிறியது. மூச்சுத் திணறியது: "என் அம்மா?" என்று கேட்டாள். அது பிறகு அனுமதிக்கப்படும். 1925க்குப் பிறகு பிறந்தவர்களுக்கு முதலில் அனுமதி தரப்படுகிறது. அவளை நினைத்து அவள் மகிழ்ச்சி அடைய வேண்டும். போதையில் இருப்பவள்போல் அவள் வெளியே வந்தாள். அவள் சுதந்திரமானவள்! ஏப்ரல் 15, 1948ல் தளபதி அலுவலகத்திலிருந்து தரப்பட்ட லிகிடாவின் அடையாள அட்டையில் கடைசிப் பதிவுக்கான கையெழுத்து இருக்கிறது.

நாடுகடத்தப்பட்டு சைபீரியாவில் இருந்தபோது லிகிடாவும்
எமீலியாவும் எடுத்துக்கொண்ட முதல் புகைப்படம்

திரும்புவதற்கான காலம் ஆரம்பிக்க ஒரு மாதம் கூட இருக்கவில்லை. மிகவும் மகிழ்ச்சியுடன் எமீலியா லிகிடா திரும்பிப் போவதற்கான ஏற்பாடு களைச் செய்ய முற்பட்டாள். அவர்களுக்குத் தபால் மூலம் வந்த உடைகளை முடிந்தவரை மாற்றித் தைத்தாள். லாட்வியாவிலிருந்து உறவினர்கள் பயணத்துக்கான செலவை ஏற்றுகொண்டு பணம் அனுப்பினார்கள். என் பாட்டிக்கு உபயோகமாக இருக்கக்கூடியவர்களிடம் நல்ல நட்பை ஏற்படுத்திக்கொள்ளும் திறமை இருந்தது. அதை மீண்டும் உபயோகித்து, கிராமத்துக் கிடங்கின் மேற்பார்வையாளரிடமிருந்து வழிபயணத்துக்கு ரொட்டி சுட மாவு வாங்கிவந்தாள். டகூரை விட்டுப் போவது லிகிடா மட்டுமல்ல. ஒலிட்டா ஸிலின்யாவுக்கும் திரும்புவதற்கான அனுமதி கிடைத்திருந்தது. மாராவும் ஐனாவும் கொஞ்சம் பெரியவர்களாக இருந்ததால் போகமுடியவில்லை. முடிவில் மே மாத ஆரம்பத்தில் ஆப் நதியில் பனி இல்லாமல் போனது. வசந்தகால வெள்ளமும் நின்றுவிட்டது. எல்லோரும் ஆவலுடன் கல்பாஷெவாவுக்கு எப்போது முதல் படகு வரும் என்று காத்திருக்க ஆரம்பித்தார்கள்.

தன் அம்மாவைப் பிரிவதைப் பற்றி நினைக்காமல் இருக்கப்பார்த்தாள் லிகிடா. எமீலியா தன் துக்கத்தை மன ஆழத்தில் போட்டுப் புதைத்திருந்தாள். லிகிடா மனம் மாறி தாங்கள் இருவரும் சேர்ந்து போகும்வரை காத்திருக்கத் தீர்மானித்துவிடுவாள் என்று பயந்தாள். அப்படி நடக்க அனுமதிக்கக் கூடாது என்று மேலுக்குத் தைரியமாகப் புன்னகை பூத்த முகத்துடன் இருந்தாள். தன் மென்மையான கோர்ஸெமெ பேச்சுவழக்கில் லிகிடாவைச் செல்லும்படி வற்புறுத்தினாள்: "என் செல்லமே, சீக்கிரமே நானும் வருவேன்."

டகூரிலும் கல்பாஷெவாவிலும் இருந்த எல்லா லாட்வியர்களும் ஐனாவின் வீட்டில் லிகிடாவுக்கும் ஒலிட்டாவுக்கும் விடைதர கூடினார்கள். எல்லோரும் சந்தோஷமான மனநிலையில் இருந்தார்கள். யாரும் சோகமாக இல்லை. ஏனென்றால் அந்தப் பெண்கள் போவது தாங்களும் விரைவிலோ பிற்காலத்திலோ விடுவிக்கப்படுவதற்கான அறிகுறி என்று நினைத்தார்கள். இளையர்கள் படகுவரை பெண்களுடன் வந்தார்கள். லிகிடா தன் அம்மாவை துறைமுகம்வரை வரவேண்டாம் என்று சொல்லிவிட்டாள். வந்தால் தன்னால் விடைபெற முடியாமல் போய்விடும் என்று பயந்தாள். ஐனாவின் வீட்டில் அவர்கள் ஒருவரிடமிருந்து ஒருவர் விடைபெற்றுக்கொண்டார்கள். எமீலியா அழுதுகொண்டிருந்தாள். தன் குழந்தையைச் சோகப்படவைக்கக் கூடாது என்று நினைத்தாலும் பிரிவின்போது அவள் உறுதி குலைந்துபோனது. லிகிடாவும் அழுதுகொண்டிருந்தாள். இவ்வாறு மே மாத ஆரம்பத்தில் பழைய துணிகளிலிருந்து எடுத்தத் துண்டுத் துணிகளிலிருந்து தைத்த, அவளுடைய எல்லாவற்றையும் விட நல்ல ஆடையில், அவள் பாட்டி லீபாவின் காலணிகளை அணிந்துகொண்டு, கையில் அவள் உடைமைகள் அடங்கிய ஒரு பெட்டியுடன் திரும்புவதற்கான 6000 கிலோமீட்டர் நீண்ட பயணத்தைத் தொடங்கினாள் லிகிடா.

படகு கிளம்ப ஆரம்பித்ததும் லிகிடா எமீலியாவைக் கரையில் பார்த்தாள். பைத்தியம் பிடித்தவள்போல் அவள் கையை ஆட்டவும் கத்தவும் ஆரம்பித்தாள். ஆனால் அவள் அம்மா உறைந்துபோய் தன் பெரிய விழிகளை லிகிடாவின் முகத்திலிருந்து அகற்றாமல் நின்றாள். கடைசி நிமிடம்வரை லிகிடா எமீலியாவை வெறித்துப் பார்த்தபடி இருந்தாள். அந்தச் சிறிய சாம்பல் நிற உருவம் ஆற்றின் ஒரு திருப்பத்தில் மறையும்வரை. அந்தக் கணத்தை காலமெல்லாம் இருக்கும்படி தன் நினைவில் பொறித்துவைத்திருக்கிறாள் லிகிடா – கடைசி முறையாகத் தன் அம்மாவை உயிருடன் பார்த்த கணம்.

இறுதிக் குறிப்புகளும் அடிக்குறிப்புகளும்

இறுதிக் குறிப்புகள்:

இந்த அத்தியாயத்தின் தரவுகள்:

1. லாட்விய ஆக்கிரமிப்பு அருங்காட்சியகத் தரவுகள்
2. வால்டெர்ஸ் நால்லென்டார்ஃப்ஸ் எழுதி லாட்விய ஆக்கிரமிப்பு அருங்காட்சியகம் 2002ல் வெளியிட்ட *சோவியத் குழுமம் மற்றும் சோஷியலிஸ ஜெர்மனியின் கீழ் லாட்வியா: லாட்விய ஆக்கிரமிப்பு அருங்காட்சியகம்* புத்தகம்.
3. நிகொலாய் டால்ஸ்டாய், *யால்டாவின் பலியாடுகள்*, (கார்கி புக், 1990) புத்தகம்
4. ரீகாவிலிருந்து வெளியிடப்படும் *லாட்வியாஸ் அவீஸே* (லாட்விய தினசரி) 8 மே 2001

5. *ஆனா டும்பே மற்றும் யானிஸ் டும்பே விக்டோர்ஸ் ட்ரெய்ஃபெல்ட்ஸுக்கு எழுதிய கடிதங்கள்.*

6. *லாட்வியாஸ் வேஸ்டுரெஸ் இன்ஸ்டிடூடா ஸுர்னால்ஸ் (லாட்விய சரித்திர நிறுவனத்தின் பத்திரிகை)யின் குறிப்பிட்ட இதழ்கள். (என் குறிப்பு: இந்த நிறுவனம் ரீகாவிலுள்ள லாட்விய பல்கலைக் கழகத்திலுள்ளது. அது வெளியிடும் பத்திரிகை 1936ல் ஆரம்பித்து 1940வரை வெளியிடப்பட்டது. பிறகு மீண்டும் 1991ல் தொடங்கப்பட்டது. 2017வரை காலாண்டிதழாக இருந்து பின் 2018இலிருந்து ஆண்டுக்கு மூன்று இதழ்கள் வெளியிடப்படுகின்றன.)*

அடிக்குறிப்புகள்:

1. *காகிதம் இல்லாததால் நாடுகடத்தப்பட்ட ஆரம்ப ஆண்டுகளில் நாடுகடத்தப்பட்டவர்கள் கடிதங்களை மரப்பட்டைகளில் எழுதினார்கள். இந்தக் கடிதங்கள் லாட்விய ஆக்கிரமிப்பு அருங்காட்சியகத்தில் இருக்கின்றன. காண்க: வால்டெர்ஸ் நால்லென்டார்ஃப்ஸ் எழுதி லாட்விய ஆக்கிரமிப்பு அருங்காட்சியகம் 2002ல் வெளியிட்ட சோவியத் குழுமம் மற்றும் சோஷியலிஸ ஜெர்மனியின் கீழ் லாட்வியா: லாட்விய ஆக்கிரமிப்பு அருங்காட்சியகம், பக்கம் 146.*

2. *நாடுகடத்தப்பட்டவர்களின் நினைவுக்குறிப்புகளில் முதல் கடிதங்கள் 1945ன் வசந்தகாலத்தில் வந்ததாகக் குறிப்புகள் உள்ளன. இந்தக் கடிதங்கள் அக்டோபர் 1944ல் சோவியத் ராணுவம் ஆக்கிரமித்தப் பகுதிகளிலிருந்து எழுதப்பட்டவை. கோர்ஸெமெயில் இருந்தவர்களுடன் தொடர்பு கொள்வது மே 1945ல்தான் சாத்தியமாயிற்று.*

என் பாட்டி எமீலியா

லிகிடா போன பிறகு, எமீலியாவின் வாழ்க்கை இரண்டு பகுதிகளாகப் பிரிந்தது. உணவு கிடைக்கவும் தன்னை உயிரோடு வைத்துக்கொள்ளவும் அவள் வேலை செய்தாலும் அவள் வாழ்க்கையின் இந்தப் பகுதி அவளுக்கு ஒரு பொருட்டாகவே இருக்கவில்லை. தன் பெண்ணுடன் மீண்டும் இணைந்துகொள்ளும் நாளுக்காகவே அவள் வாழ்ந்தாள். இது சாத்தியமில்லை என்பதால் தன் மனத்தினுள் ஒரு வெளியை உருவாக்கி அதில் எப்போதுமே லிகிடாவுடன் இருந்தாள். அந்த வெளி எப்போதுமே முடியாத ஒரு கைவேலையாக இருந்தது. ஒரு பிரம்மாண்டமான பூத்தையல். லிகிடாவின் கடிதங்களிலிருந்து அதற்கான வற்றாத உத்வேகத்தைப் பெறும் வேலையை எமீலியாவின் உள்ளாத்மா செய்தபடி இருந்தது. கண்பார்வை மங்கிவிட்டதால் என் பாட்டியால் இந்தக் கடிதங்களைத் தானே படிக்கமுடியவில்லை. அதற்கு யாருடைய உதவியாவது தேவைப்பட்டது. ஒரு கடிதம் பலமுறை உரக்கப் படிக்கப்பட்டதும் அது அவள் மனத்தில் பொறிக்கப்பட்டு அங்கேயே குடிகொண்டு வாழ்ந்ததால் அதன் மகத்துவம் அதிகரித்து அதில் கூறப்பட்டவை உருப்பெற்றன. என் பாட்டி அதில் கூறப்பட்ட ஒவ்வொரு நபரையும் ஒவ்வொரு நிகழ்வையும் தன் மனவெளியில் படைக்கும் பூத்தையலில் விடாமல் இணைத்தபடி இருந்தாள். அவை ஆயிரம் வகைகளில் இணைக்கப்பட்டும் அதன் விவரங்கள் கற்பனை செய்யப்பட்டும் போய்க்கொண்டே இருக்க ஒரு கட்டத்தில் புதிதாகக் கூறப்பட்டவை ஏற்கனெவே கூறப்பட்ட நபர்களுடனோ நிகழ்வுகளுடனோ பிரிக்கமுடியாமல் கலந்து போயிற்று. கடந்தகாலத்தில் எவ்வளவு ஆழம் மூழ்கினாளோ அவ்வளவு ஆழத்துடன் அவள் கற்பனை நூல்கள் நுணுக்கமாக வும் அடர்த்தியாகவும் நெய்யப்பட்டன. புதிதாக வந்த ஒரு கடிதம் அவள் மனத்தில் நெருக்கமாக இருக்கும்போது அவள் மனத்தில் உருவாக்கியதும் லேசாக, கண்ணாடிபோல் தெள்ளத்தெளிய இருந்தது. பதிலளிக்கப்படாத கேள்விகள் பூவேலை விரிந்துகொண்டே போகும் துணியிலிருந்து நீண்ட

நூல்களாய்த் தொங்கின – பதிலில்லாத வெற்றுவெளியை வெல்ல முயலும் மனத்தை உறுத்தும் கேள்விக்கணைகள் அவை. ஆனால் அவள் கண்டுபிடித்த ஒவ்வொரு பதிலும் புதுக் கேள்விகளை உருவாக்கின. இவ்வாறு அவள் லிகிடாவின் வாழ்க்கையைத் தான் வாழ ஆரம்பித்தாள். அவர்கள் சந்தித்துக்கொண்ட அந்த மனவெளி அவளுடைய அன்றாட வாழ்க்கையைவிட உண்மையானது என்று அவள் நம்பினாள். அந்த இடம் அவளுக்கே ஆனது. யாரும் எந்த உத்தரவாலும் தடையாலும் அவளை அங்கிருந்து நாடுகடத்தவோ வற்புறுத்தி வெளியேற்றவோ முடியாது.

குடும்ப ஆவணக்காப்பகத்தில் என் பாட்டி எமீலியாவின் பதினைந்து கடிதங்கள் பத்திரப்படுத்தப்பட்டிருக்கின்றன. முதல் சில கடிதங்கள் பென்சிலால் தாளிலும் துண்டுக் காகிதங்களிலும் எழுதப்பட் டிருந்தன. எங்கிருந்து அவளுக்கு எழுதக் காகிதம் கிடைத்ததோ கடவுளுக்குத்தான் வெளிச்சம். போருக்குப் பின்னான ஸைபீரியாவில் காகிதம் கிடைப்பது அபூர்வம்தான். லிகிடாவிடமிருந்து வந்த முதல் பார்சலுக்குப் பிறகு எமீலியா நோட்டுப்புத்தகங்களில் பேனா மையில் எழுதினாள். கையெழுத்து ஒரே மாதிரி சீராக இல்லாமல் கஷ்டப்பட்டு எழுதியதுபோல் மேலும் கீழுமாய் சில சமயம் படிக்கக் கடினமாய் இருந்தது. எந்தத் தடையுமில்லாமல் அவள் மகளுடன் பேசுவதுபோல் மனம்விட்டு எழுதினாள். ஆனால் அடிக்கடி எழுதிப் பழக்கமில்லாத கையைவிட வேகமாக அவள் எண்ண ஓட்டம் ஓடியது என்பது மொட்டையாக விட்ட வாக்கியங்களிலிருந்தும் முழுமையாகக் கூறப்படாத எண்ணங்களிலிருந்தும் தெரிகிறது. கோர்ஸெமெ பிராந்தியத்திலிருந்து வரும் ஒருத்தியாக இருந்ததால் அதன் மொழியில் எழுதப்படுவதுபோல் பெண்பால் சொற்களுக்கு ஆண்பாலுக்கான பயனிலைச் சொற்களைப் பயன்படுத்தினாள். பலமுறை இலக்கணத் தொடர்பைக் காட்டும் ஒருமை பன்மை அல்லது நிகழ்காலம் இறந்தகாலம் எதிர்காலம் இவற்றைச் சொல்லில் காட்டும் சொல்முடிவுகளை விட்டுவிட்டு எழுதினாள். இதனால் கடிதங்கள் மிகவும் நெருங்கிவந்து தொட்டன. அவற்றைப் படிக்கும்போது அவற்றிலிருந்த இப்போது புழக்கத்தில் இல்லாத சில சொற்கள் என் பாட்டி பேசும்போது எப்படி ஒலித்திருக்கும் என்பதை என்னால் கற்பனை செய்ய முடிகிறது. ஏனென்றால் எங்கள் குடும்பம் ஸைபீரியாவிலிருந்து திரும்பி வந்த பின் என் பாட்டியின் சகோதரி ஆனா பேசுவதைக் கேட்டபோது அதே போன்ற சொற்பிரயோகங்களை அவரும் செய்தார். கோர்ஸெமே பிராந்தியத்திலிருந்து வருபவர்கள் பேசுவதுபோல் சொற்களின் ஏற்ற இறக்கங்களை இழுத்து இழுத்துப் பேசினார். எமீலியாவின் கடிதங்களில் அவள் மென்மையான, நேர்மையான சுபாவம் வெளிப்படுகிறது. பாசம் மிகுந்த சொற்கள் கடிதம் முழுவதும் இறைந்திருக்கின்றன. இன்னும் பலவந்தக் குடியிருப்பில் இருக்கும் லிகிடாவின் தோழிகளை மறக்காமல் குறிப்பிட்டு ஒவ்வொரு கடிதமும் ஆயிரம் முத்தங்களுடன் முடிகிறது. ஒவ்வொரு கடிதத்திலும் அவர்கள் தங்கள் வாழ்த்துகளை லிகிடாவுக்கு அனுப்பினார்கள். மிகவும் முக்கியமாக எனக்குப்படுவது எமீலியா தன் கனவுகளை விவரிப்பதுதான். என் பாட்டியின் ஆழ்மனத்தை அதன் மூலம் என்னால் பார்க்கமுடிந்தது. அவள் கனவுகளில் அவள் மீண்டும் தன் குடும்பத்துடன் இருக்கிறாள். ஆனால்

இந்த மகிழ்ச்சியான காட்சிகளில் ஏதோ ஆபத்தின் அறிகுறி இருக்கிறது. அது நிறைவேறாத ஆசைகளாகவும் அவள் ஆசைக் குடும்பத்தினர் நலத்தைக் குறித்த கவலையாகவும் வெளிப்படுகிறது.

லிகிடாவும் நிறையக் கடிதங்களை அடிக்கடி எழுதினாள். அவளுக்கும் அவள் அம்மாவுக்கும் ரத்த உறவுக்கும் மேற்பட்ட ஒரு பிணைப்பு இருந்தது. வாழ்க்கையில் மிகக் கடினமான வேளைகளை உடன் அனுபவித்தவர்களிடையே ஏற்படும் பிணைப்பு அது. வேறு வேறு காலகட்டங்களில் சாவின் எல்லையைத் தொட்டு வந்தவர்கள் அவர்கள் இருவரும். அதனால் இருவரும் ஒருவருக்கொருவர் எவ்வளவு இன்றியமை யாதவர்கள் என்பது அவர்களுக்குத் தெரிந்திருந்தது. உன்னதமானது முதல் கீழ்மையானதுவரை எல்லாவற்றையும் அவர்கள் அனுபவித்திருந்தார்கள். தன் அம்மாவிடம் லிகிடா சொல்லமுடியாதது எதுவுமே இல்லை. எமீலியா அவளை நேசித்தாள்; அவளை அவள் எப்படியிருக்கிறாளோ அப்படியே ஏற்றுகொண்டாள் என்பது அவள் அடி மனத்தில் அவளுக்குத் தெரிந்திருந்தது.

எமீலியா கணக்கிட்டிருந்தபடி 10 ஜூன் தேதியில் லிகிடாவிடமிருந்து முதல் கடிதம் வரவேண்டும். ஏனென்றால் மே மாத முடிவில் அவள் லாட்வியா போய்ச்சேர்ந்திருப்பாள். ஒரு கடிதமும் வரவில்லை. ஒவ்வொரு நாள் கடந்தபோதும் எமீலியாவின் கவலை அதிகரித்தது. ஏதாவது வழியில் நடந்திருக்குமோ? ரயில் போகும் வழியில் இருந்த நோய்கள் பற்றிய பயங்கரக் கதைகள் உலவின. ஒரு வேளை அவள் குழந்தை நோய்வாய்ப்பட்டிருப்பாளோ? எமீலியா ஒரு நாள் விட்டு ஒரு நாள் தபால் நிலையத்துக்குப் போக ஆரம்பித்தாள். அங்கிருந்த நிலைய அதிகாரியான பெண் “யனோன்யா”விடம் அவள் கவலையைப் புரிந்துகொண்டு அன்யோன்யமாகப் பேசினாள். ஆனால் இந்தத் தபால் நிலையப் பயணங்கள் சிறிது நேர ஓய்வைத்தான் தந்தன. எமீலியா அவளுக்கு அவ்வப்போது கிடைத்த வீட்டு வேலைக்காரி வேலைக்குச் சீக்கிரமாகத் திரும்பவேண்டிவந்தது. வாரத்தில் இரண்டு நாட்கள் ஒரு வீட்டில் அவள் துணி துவைத்தாள். இன்னொரு வீட்டிலும் அதே வேலையைச் செய்தாள். முடிவில் ஜூன் 26ம் தேதியன்று மூன்று கடிதங்கள் ஒன்றாக வந்தன.

எமீலியா லிகிடாவின் தோழி ஐனாவைப் பார்க்க விரைந்தாள். கடிதங்கள் படிக்கப்பட்டன. டாம்ஸ்க்கில்தான் தொல்லைகள் ஆரம்பித்தன. அங்கிருந்து ரயிலில் நவாஸிபிர்ஸ்க் என்ற இடத்துக்கு அவள் போக வேண்டும். ரயிலுக்கான பயணச் சீட்டை வாங்க உடம்பில் பேன் இல்லை என்று கூறும் பேன் நீக்கச் சான்றிதழ் தேவைப்பட்டது. பொதுக் குளியல் கூடங்களில் இந்தச் சான்றிதழ் கிடைக்கும். அவளும் ஒலிட்டாவும் அங்கு விரைந்தனர். ஆனால் அவர்களுக்கு இருந்த அவசரத்தில் அவர்கள் ஆண்கள் பகுதிக்குச் சென்றுவிட்டனர். அப்போதுதான் “வேடிக்கை” ஆரம்பித்தது! சான்றிதழ் அதிகம் உதவவில்லை. ஏனென்றால் வரிசை மிக நீண்டதாக இருந்ததால் பல நாட்கள் வரிசையில் நிற்கவேண்டிவந்தது. எப்படியோ கடைசியில் வண்டி ஏறினார்கள். நவாஸிபிர்ஸ்க்கில் மீண்டும் தொல்லை ஆரம்பித்தது. ஆனால் இங்கு இன்னும் அதிகமாக இருந்தது. காரணம் அவர்களுக்கு உதவக் கூடிய லாட்வியர்கள் யாருமே அங்கில்லை.

வீடு திரும்பிக்கொண்டிருந்த ஒரு ரஷ்யப் படைவீரனை அவர்கள் சந்தித்தார்கள். லிகிடாவின் பொன்முடியால் பெரிதும் கவரப்பட்ட அவன் போர்முனையில் பணி செய்த சலுகைகளைப் பயன்படுத்தி அவர்களுக்கான பயணச்சீட்டுகளை ஏற்பாடு செய்தான். எமீலியா புன்னகைத்தாள். இதுதான் அவள் லிகுட்ஸிஸ். எந்தப் பயமுமில்லாமல் எதையும் செய்யக்கூடியவள். மாஸ்கோவில் இரு பெண்களும் ஆனாவின் நாத்தியின் வீட்டில் தங்கினார்கள். தன் சிறு வீட்டில் அவர்களை மிகவும் அன்புடன் வரவேற்று விருந்தோம்பல் செய்தாள் அந்தப் பெண்மணி. இதைப் படித்தவுடன் அவளைச் சந்தித்திருக்காவிட்டாலும் அலீட்டாவை எமீலியாவுக்கு மிகவும் பிடித்துப்போயிற்று. அலீட்டா லிகிடாவுக்கும் ஒலிட்டாவுக்கும் பட்டு மேஜோடுகளையும் தந்திருந்தாள்! ஆமாம். அவள் அருமைப் பெண் அணிந்துகொண்ட முதல் பட்டு மேஜோடுகள். அவர்கள் இதுவரை வாழ்ந்திருந்த இருண்ட இடங்களுடன் ஒப்பிடும்போது மாஸ்கோ மிகப் பெரிய அற்புதமான நகரமாகத் தோன்றியது அந்தப் பெண்களுக்கு. ரீகா போகும் வழியில் வண்டியில் முதல் முறையாக லாட்விய மொழி பேசப்படுவதை லிகிடா கேட்டாள் என்பதை ஐனா படித்ததும் எமீலியாவின் கண்களில் நீர் துளிர்த்தது. பயணிகளில் பலர் ரஷ்ய மொழிதான் பேசினார்கள் என்ற லிகிடாவின் கடிதத்தின் அடுத்த வரி கசப்பாக இருந்தது. எமீலியாவும் ஐனாவும் ஒருவரையொருவர் பார்த்துக்கொண்டு பெருமூச்சுவிட்டார்கள். தன் தாய்நாட்டில் காலடி வைத்து அதன் மண்ணைத் தன் காலடியில் உணரவும் அதன் நல்ல வசந்தக் காற்றில் மூச்சுவிடவும் லாட்விய எல்லையைத் தாண்டியதும் வரும் முதல் லாட்விய நகரமான ஸூலூப் நகரத்தின் ரயில் நிலையத்தில் லிகிடா இறங்கினாள். எமீலியாவுக்கு அவள் மகள் மனம் புரிந்தது. ஓ! லாட்விய மண்ணைத் தொடும் அந்த உணர்வு! ஐனாவின் குரல் எமீலியாவை அவள் பகற்கனவிலிருந்து எழுப்பியது. ஒரு ரஷ்யப் படைவீரன் ரயில்பெட்டியை விட்டு அனுமதியில்லாமல் இறங்கியதற்கு லிகிடாவைப் பார்த்துக் கத்தினான். அவளைக் காவற்படையிடம் கூட்டிச்செல்லப்போவதாகப் பயமுறுத்தினான். அழுதபடி அவள் குழந்தை வண்டிக்குள் மீண்டும் ஏறினாள். சரிதான். இப்படித்தானா லாட்வியா இருக்கிறது இப்போது!

ரயில் ரீகா ரயில் நிலையத்தில் வந்து நின்றது. எமீலியாவும் ஐனாவும் இன்னொரு முறை அழுதார்கள். இருவருக்கும் ரீகாவைப் பற்றியும் ரீகாவில் அவர்கள் கடந்தகால வாழ்க்கையையும் குறித்து வேறு வேறு நினைவுகள் இருந்தன. டுபுல்டியிலிருந்து அவள் வரும்போதெல்லாம் கடக்கும் ரயில் நிலையம்தான் ரீகா. அவ்வளவு ஆண்டுகளுக்குப் பிறகு அதில் நிற்கும்போது ஏற்பட்ட மகிழ்ச்சியையும் குழப்பத்தையும் பற்றி லிகிடா எழுதியிருந்தாள். அங்கு மக்கள் கூட்டம் அலைமோதியது. அவளுக்குத் தலை சுற்றியது. எங்கே போவது? ரீகாவிலோ யூர்மலாவிலோ உறவினர்கள் யாரும் இப்போது இல்லை. லியபாயவில் இருந்த அவள் சித்தி ஆனா வீட்டுக்கும் போக முடியாது. அங்கு செல்ல தடை விதிக்கப்பட்டிருந்தது. அங்கு செல்ல சிறப்பு அனுமதி தேவைப்பட்டது. ஒலிட்டா அவளைத் தன்னுடன் மஸ்ஸாச் வரும்படி கூறினாள். ஆனால் விதி வேறு விதமாக நினைத்தது. தற்செயலாக திருமதி எமர்ஸோன் ரயில்நிலையச் சதுக்கத்தில்

அவர்களை நோக்கி நடந்து வந்தார் அந்தச் சமயம். அவர்களுடன் நாடுகடத்தப்பட்டு லாட்வியா திரும்பிப் போக அனுமதி கிடைத்துப் போன அதே திருமதி எமர்ஸோன். உடனே லிகிடாவைத் தன்னுடன் வரும்படி அவர் சொன்னார். தான் நம்பிக்கை வைக்கும் ஒருவருடன் லிகிடா இருப்பதும் அவர் லிகிடாவுக்குச் சரியான அறிவுரை தர முடியும் என்பதும் எமீலியாவுக்கு உடனே தெரிந்துபோயிற்று.

சொல்வதற்கு மிகவும் கஷ்டமான விஷயம் ஒன்றைச் சொல்ல லிகிடா அதைக் கடைசியில் வைத்திருந்தாள். அவள் அப்பாவின் மரணம் பற்றிய செய்தி அது. அவள் தந்தையுடன் அதே சிறை முகாமிலிருந்த இன்னொரு லாட்வியரை டாம்ஸ்க்கில் அவள் சந்தித்தபோது அவர் அது பற்றிக் கூறியிருந்தார். 1941ம் ஆண்டின் முடிவிலேயே யானிஸ் ட்ரெய்ஃபெல்ட்ஸ் இறந்துபோயாகிவிட்டது. எமீலியாவால் நம்ப முடியவில்லை. ஒவ்வொரு முறை தளபதியின் அலுவலகத்தில் அவள் கணவர் என்ன ஆனார் என்று விசாரித்தபோதும் ஒரே பதில்தான் வந்திருந்தது: யானிஸ் க்ரிஸ்டாபோவிச் ட்ரெய்ஃபெல்ட்ஸ் பத்தாண்டு உச்சப் பாதுகாப்புச் சிறையில் தொடர்புகொள்ளும் உரிமை இல்லாமல் இருக்கும்படி தண்டிக்கப்பட்டுள்ளார். அதனால் அவர் உயிரோடுதான் இருக்கிறார்! குலாக் அறிவுறுத்தல்கள்படி ஒரு கிழவனின் மரணம் நெருங்கிய உறவினர்களுக்குகூடத் தெரிவிக்கப்படாமல் அது அரசு ரகசியமாக வகைப்படுத்தப்படும் என்பதை எமீலியாவால் நம்பமுடியவில்லை. ஆனால் லிகிடா கூறியதை மீண்டும் மீண்டும் நினைத்தபோது மெள்ள ஐயம் எழுந்தது. எமீலியாவே வயதாகி தோலெல்லாம் சுருங்கி, தளர்ந்துபோய் இவ்வளவு கிழவியாகிவிட்டாள் என்றால் யானிஸ் எப்படி இருப்பார்? என்ன இருந்தாலும் அவள் கணவர் அவளைவிட பதினாலு வயது மூத்தவர். ஒருவேளை அவர் இறந்திருக்கலாம்... ஓர் இரவு அவளுக்கு ஒரு தீர்க்கதரிசனமான கனவு வந்தது. அவள் டுபுல்டியில் அவர்கள் வீட்டில் இருந்தாள். படுக்கையறையில் அமர்ந்து தலைவாரிக்கொண்டிருந்தாள். அவள் கணவர் அறைக்குள் வேகமாக வந்தார். ஏதோ ரகசியத்தை அடக்கிக்கொண்டிருப்பதைப்போல் கண்களில் கள்ளம் இருந்தது. கட்டாயம் ஏதாவது அன்பளிப்பாக இருக்கும். "எந்தக் கை உனக்கு வேண்டும்? சொல்லு." கைவிரல்களை மூடிக்கொண்டு நீட்டப்பட்டக் கைகளில் ஒரு கையைத் தொட்டு சரசமாக அவள் பதிலளித்தாள். ஆனால் ஒவ்வொரு முறையும் அவள் தவறான கையைத் தொட்டாள். யானிஸ் என்ன செய்வது என்று தெரியாமல் மீண்டும் மீண்டும் கேட்டார். எமீலியாவுக்கும் வருத்தமாகப்போனது: எதற்காக அவள் கணவர் இந்த விளையாட்டை இவ்வளவு தூரம் இழுக்கிறார்? திடீரென்று தான் ஒவ்வொரு முறை தவறாகப் பதில் சொல்லும்போதும் யானிஸ் சிறுத்துப் போவதைக் கவனித்தாள். பயம் எமீலியாவைக் கவ்வியது அவரை அணைத்துக்கொள்ள, அவரைக் காப்பாற்ற அவள் விரைந்தாள். ஆனால் அது பயனில்லாமல் போயிற்று. யானிஸ் மாயமாய் மறைந்துவிட்டார். இருந்ததெல்லாம் அந்த அன்பளிப்புப் பொதிந்திருந்த பெட்டிதான். பெட்டிக்குள் பார்த்தபோது அந்த அற்புதமான இளம் நீல உடை இருந்தது. நண்பர் ஒருவரை அவர் மிகவும் வற்புறுத்தி பாரீஸிலிருந்து கொண்டுவரச்சொன்ன உடை.

எமீலியா எழுந்தாள். அது உண்மையாகத்தான் இருக்க வேண்டும். யானிஸ் இப்போது இல்லை.

சாதாரணமாகக் கடிதங்கள் போகவும் வரவும் மூன்று வாரங்களாயின. ஆகவே லிகிடாவும் எமீலியாவும் ஒருவருக்கொருவர் தகவல்களைப் பரிமாறிக்கொள்ள ஆறுவார காலம் ஆகியது. அந்தச் சமயத்தில் தன் மகள் உடைத்து வெளியே வரமுடியாத கொடிய வட்டம் ஒன்றில் சிக்கிக்கொண்டிருப்பது பற்றி எமீலியா கவலைப்பட்டுக்கொண்டே இருந்தாள்: வீட்டு முகவரி பதிவு செய்யாமல் வேலை கிடைக்காது; வேலை இல்லாமல் யாரும் வீடு தரத் தயாராக இல்லை. இடைக்காலத்தில் டுகும்ஸ் நகரத்தில் ஒரு பேக்கரியில் கணக்கர் வேலை கிடைத்தது. யாரோ ஒரு பெண்மணியுடன் இருக்கப் பதிவுசெய்துகொண்டாள். ஸைபீரியாவால் அவள் பெயர் கறைபட்டிருந்தாலும் அந்தப் பெண்மணி தன் வீட்டில் ஒரு கட்டிலை வாடகைக்குத் தரத் தைரியமாக முன்வந்தாள். டுபுல்டியில் மீண்டும்போய் இருப்பது பற்றிக் கனவு கண்டிருந்தாள் லிகிடா. ஆனால் அதற்கு அனுமதி கிடைக்கவில்லை. மேலும் பெரிய நகரங்களுக்குச் செல்ல நாடுகடத்தப்பட்டவர்களுக்கு அனுமதி இருக்கவில்லை. ஸைபீரியாவுக்கு நாடுகடத்தப்பட்டுத் திரும்பியிருந்த பலர் அடைக்கலம் அடைந்திருந்த டுகும்ஸ் நகரத்தில் இருப்பதோடு அவள் திருப்தியடைய வேண்டியிருந்தது. எமீலியா தன் மகளைச் சமாதானப்படுத்தினாள். நடந்தது நல்லதுதான்; டுபுல்டியில் வாழ்வது மகிழ்ச்சியாக இருக்காது. அங்கே இருப்பது எல்லாம் அவளுக்குக் கடந்தகாலத்தை நினைவூட்டியபடி இருக்கும்.

வாழ்க்கையில் முதன்முறையாக லிகிடாவுக்கு தான் செய்த வேலைக்கு ஊதியம் கிடைத்தது. ஆரம்பத்தில் தன் பெண்ணுக்குக் கிடைத்த 270 ரூபில்கள் எமீலியாவுக்கு ஒரு பெரிய தொகையாய்த் தோன்றியது. ஆனால் அவள் பணத்துக்கு மதிப்பே இல்லாத வேறு உலகத்தில் வாழ்ந்துகொண்டிருந்தாள். எல்லோரும் வாழ்வாதார விவசாயத்தில் எப்படியோ அவர்களுக்குத் தெரிந்த முறையில் வாழ முயன்றுகொண்டிருந்தனர். டகூரில் இருந்தவர்களுக்கு ஊதியம் மாதக்கணக்கில் ஏன் வருடக்கணக்கில் கூடக் கிடைக்கவில்லை. ஊதியத்துக்குப் பதிலாக பட்டியலிலிருந்த தொழிலாளிகளுக்கு 800 கிராம் ரொட்டி அளிக்கப்பட்டது; குடும்பத்தில் சார்ந்து இருந்த ஒவ்வொருவருக்கும் 300 கிராம் ரொட்டி அளிக்கப்பட்டது. எமீலியா யாரையும் சார்ந்து இருக்கவில்லை. எல்லாவற்றையும் அவளேதான் சமாளிக்கவேண்டிவந்தது. எப்படியாவது வேலைசெய்து தன் கட்டிலுக்கு 20 ரூபில்கள் சம்பாதிக்க வேண்டும். இரண்டு மூன்று கண்ணாடிக் குவளை நிறைய கொட்டையில்லாப் பழங்களைப் பொறுக்க அரை நாள் நடக்கவேண்டிவந்தது. ஒரு குவளைப் பழத்துக்கு ஒரு ரூபில் விலை. ஆனால் வாங்குபவர்கள் வெகு குறைவு. அதிலும் யாராவது போலீஸ்காரர் பழம் விற்று பணம் கைமாறுவதைப் பார்த்துவிடாமல் இருக்க வேண்டும். இல்லாவிட்டால் அவர் இப்படிப் பணத்தில் “ஆதாயம் பார்ப்பவர்களை” சிறையில் போடப்போவதாக மிரட்டுவார். மூன்று கிலோ காட்டுக் காளான்களை அவற்றைப் பெற்றுக்கொள்ளும் இடத்தில் கொண்டுசேர்த்ததற்கு அரைக்கிலோ ரொட்டியும் 57 கொபெக்ஸும் கிடைத்தன. பதப்படுத்தாத கம்பளியை கையால் முறுக்கி ஆக்கிய நூலில்

அவள் பின்னிய கையுறைகளுக்கு 10 ரூபில்கள் கிடைத்தன. வாடகை தந்த பின் ரொட்டி வாங்க எதுவும் எஞ்சவில்லை. என் பாட்டி வெறும் உருளைக்கிழங்கையும் உப்பிட்ட மீனையும் சாப்பிட்டுக்கொண்டு ஜீவித்திருந்தாள்.

வெகு சீக்கிரமே லிகிடாவின் ஊதியம் லாட்வியா சூழலில் மிகவும் குறைவானது என்பதை எமீலியா புரிந்துகொண்டாள். தன் குழந்தை எப்படி வாடகை கொடுத்து, விறகு வாங்கிய பின் ஏதாவது உடை வாங்க பணம் மீக்க முடியும் என்று கவலைப்பட்டாள். அவள் உணவு பற்றி அவள் கவலைப்படவில்லை. ஏனென்றால் பேக்கரியில் அவள் வயிறு நிறையச் சாப்பிடமுடியும். இது எமீலியாவுக்கு பெருத்த மகிழ்ச்சியைத் தந்தது. "என் அருமைக் குழந்தையே, உனக்கு வேண்டிய அளவு சாப்பிட ரொட்டி கிடைக்கிறது என்பது எனக்கு எவ்வளவு மகிழ்ச்சியைத் தருகிறது என்பது உனக்குத் தெரியாது. என்னிடம் சாப்பிட ரொட்டி எப்போதும் இருப்பதில்லை. வெறும் உருளைக்கிழங்குதான். அதுவும் நல்லதுதான்." தன்னால் ஒன்றும் செய்ய முடியாது என்ற கசப்பான உண்மை லிகிடாவுக்குத் தெரிந்திருந்தது. அவள் அம்மாவுக்கு உதவ அவளால் ஒன்றும், ஒன்றுமே செய்ய முடியாது.

எமீலியா தன்னந்தனியாக ஸைபீரியாவில் ஏங்கிக்கிடக்கவேண்டி வந்தது. மற்றவர்களின் கருணையில் கடினமாக உழைத்துக்கொண்டு. லிகிடாவால் கொஞ்சம் ரூபில்களைத்தான் சேமித்து வைத்து அவ்வப்போது அம்மாவுக்கு அனுப்ப முடிந்தது. ஒவ்வொரு முறை பணம் வரும்போதும் எமீலியாவுக்கு தன் மகளைப் பற்றிய பெருமை தாங்கவில்லை. வெறும் இரண்டு ரொட்டி வாங்கவோ ஒரு கைப்பிடி சர்க்கரை வாங்கவோ மட்டும் பயன்படும் ரூபில்கள் இல்லை அவை. அவை வெளிப்படையாகக் காட்டப்படும் அன்பின் அடையாளம். லிகிடா எவ்வளவு நல்ல மகள் என்பதன் சான்று. இப்படிப்பட்ட சைகை அவளுக்குத் தேவை இல்லைதான். ஆனால் அவள் சுய கௌரவத்துக்கு, யாரும் அவளைக் கைவிடப்பட்டவள் என்றோ எல்லோரும் மறந்துபோனவள் என்றோ சொல்லத் துணியாமல் இருப்பதற்கு அது முக்கியமாக இருந்தது. இருந்தாலும் அந்த முப்பது நாற்பது ரூபில்களைச் சேமிக்க லிகிடா எவ்வளவு கஷ்டப்பட்டாள் என்பது என் பாட்டிக்குத் தெரிந்தே இருந்தது. அது அவளுக்கு வேதனையாகவும் இருந்தது. பணம் கிடைத்த பின் எழுதும் கடிதத்தில் தனக்கு இனிமேல் பணம் தேவையில்லை என்றும் தன்னிடம் வேண்டிய அளவு எல்லாம் இருந்தது என்றும் எழுதினாள். ஆனால் லிகிடா அதைப் பொருட்படுத்தவில்லை. சில சமயம் எப்படியோ உணவுப் பார்சலுக்கான உணவுப் பொருட்களையும் சேகரித்து அனுப்பினாள். அந்தப் பார்சல்களில் தான் விட்டுவிட்டு வந்திருந்த தன் தோழிகளுக்கும் ஏதாவது சிறு பொருட்களை வைப்பாள். அங்கு அவள் வாழ்ந்திருந்த வாழ்க்கையை அவள் மறந்திருக்கவில்லை. டகூரில் வாழ்வதென்றால் என்ன என்பது அவளுக்குத் தெரியும்.

லிகிடாவின் புகைப்படங்களைப் பார்த்தபடி, அவற்றை லிகிடாவின் தோழிகளிடம் காட்டியபடி, அவற்றைப் பற்றிப் பேசியபடி இருப்பதும்

எமீலியாவைத் தன் மகளோடு எப்போதும் தொடர்பில் இருக்க உதவியது. சிறிது நேரம் கிடைத்தால் போதும், புகைப்படங்களை சன்னலருகே கொண்டுபோய் மங்கிய வெளிச்சத்தில் அவற்றைப் பார்ப்பதில் ஆழ்ந்து விடுவாள். அவள் பார்வை மிகவும் மங்கிவிட்டதால் சில சமயம் அவள் புகைப்படங்களைத் தலைகீழாகப் பார்ப்பதுகூட அவளுக்குத் தெரிய வில்லை. அவை தலைகீழாக இருப்பது அவற்றைப் பார்க்கும் அவள் இதயத்தின் அந்த நிமிட ஆசையை எந்த வகையிலும் பாதிக்கவில்லை. ஒவ்வொரு முறை பார்க்கும்போது அவள் மகளின் முகத்தில் ஏதாவது புதிதாகத் தெரிந்தது அவளுக்கு. அப்போதைய அவள் மனநிலை அல்லது லிகிடாவின் கடந்த கடிதம் மனத்தில் ஏற்படுத்திய தாக்கம் இவற்றைத்தான் அந்தப் புகைப்படங்கள் பிரதிபலித்தன; ஒரு காமெரா உறையவைத்த ஒரு கணத்தையல்ல. காலையும் இரவும் குடிசையின் இருட்டில் எதையும் பார்க்கமுடியாதபோது புகைப்படங்கள் அடுக்கப்பட்டிருந்த அலமாரியின் பக்கம் பார்த்தால் போதும் எந்தச் சிரமமில்லாமல் ஆழ்ந்த சிந்தனையில் மூழ்கி அவளால் அவள் பெண்ணின் முகம் அல்லது உடையின் ஒவ்வொரு சின்ன விவரத்தையும் மனக்கண்முன் கொண்டுவர முடிந்தது. எமீலியா மிகவும் சோகமாக இருக்கும்போது பிரிவதற்கு முன் எடுத்த புகைப்படத்தை நினைத்துக்கொள்வாள். லிகிடா போவதற்கு முன் இருவரும் கல்பாஷெவா சென்று ஸைபீரியாவில் அவ்வளவு காலம் கழித்த பிறகு முதன்முறையாக புகைப்படம் எடுத்துக்கொண்டார்கள். பிரிவின் கசப்பான மனநிலை புகைப்படத்தை நிறைத்திருந்தது. நாடுகடத்தப்படுதல் என்ற கொடுமை அவர்கள் இருவரையும் எப்படிப் பாதித்திருந்தது என்பது தெளிவாகத் தெரிந்தது. சில சமயம் தன்னையே கேட்டுக்கொண்டாள் வயதான, இளைத்துப்போன, கோணல் மூக்கோடு விரக்தியுடன் எதிரே இருந்த வெற்றிடத்தை வெறித்துப் பார்க்கும் அந்தப் பெண் உண்மையாகவே அவள்தானா? லிகிடாவும் விறைப்பாகவும் பாதி நாள் உருளைக்கிழங்கையே தின்னும் ஆரோக்கியமற்ற உணவை உட்கொண்டதால் ஊதிப்போயும் இருந்தாள்.

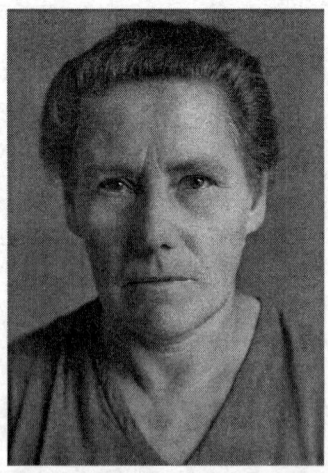

கடைசியாக எடுக்கப்பட்ட எமீலியா ட்ரெய்ஃபெல்டேயின் புகைப்படம் 1949

லிகிடா லாட்வியாவிலிருந்து அனுப்பிய புகைப்படங்களைப் பார்ப்பதை எமீலியா அதிகம் விரும்பினாள். அவள் செல்லக் குழந்தையின் அழகைப் பார்க்கும்போது அவளால் மகிழ்ச்சியை அடக்கமுடியவில்லை. அப்படித்தான் நல்ல குடும்பத்திலிருந்து வந்த ஒரு பெண் காணப்படுவாள். முதலில் நட்புவட்டத்தில் பெருமிதத்துடன் புகைப்படங்கள் பற்றிய பேச்சு எழும். நண்பர்களில் ஒவ்வொருவரும் லிகிடாவைப் பற்றி ஏதாவது நல்ல விஷயத்தைக் கூறி தனிமையில் இருக்கும் திருமதி ட்ரெய்ஃபெல்டேவை உற்சாகப்படுத்தப் பார்ப்பார்கள். தன்னைக் கட்டுப்படுத்திக்கொள்ள முடியாமல் எமீலியா கிராமத்துக்காரர்களிடம்கூட புகைப்படங்களைக் காட்டுவாள். அந்த ஏழை ஸின்ட்ரெல்லா பெண் எப்படி மாறிவிட்டாள் என்று அவர்களுக்கும்தான் தெரியட்டுமே! கிராமத்துக்காரர்கள் புகைப்படங்களை வாயைப் பிளந்தபடி பார்த்து அதிசயித்து வெகுவாகப் புகழ்ந்து பேசினார்கள்: சரியான நகரத்துப் பெண்ணாகிவிட்டாளே! அவர்கள் மதிப்பீடுகளைப் பொருத்தவரை அது எட்டவே முடியாத, மகிழ்ச்சியான சுக வாழ்க்கையின் குறியீடு.

போருக்குப் பின்னான வறுமையிலும் லிகிடாவை அன்புடன் வரவேற்று அவளுக்காகப் பரிசுகளை வாங்கிக் குவித்தத் தன் சகோதர சகோதரிகளை அன்புடனும் நன்றியுடனும் எமீலியா நினைவுகூர்ந்தாள். பின்னுவதற்குக் கம்பளி நூல் இருந்தால் போதும் லிகிடா பிரமாதமாக வேலை செய்வாள். அவர்கள் பெத்ராபாவ்லவ்ஸ்க்கில் இருந்தபோது கிராமத்து அதிகாரியின் சம்மதத்துடன் அவர்கள் கம்பளி பின்னும் கூட்டுறவு அமைப்புபோன்ற ஒன்றை ஏற்படுத்தினார்கள். சில பழைய கம்பளிச்சட்டைகளின் சிக்கலான தோரணிகளை கவனமாகப் பார்த்து அவற்றைத் தன் தோழிகளான ஐனா, மாரா மற்றும் ஒலிட்டாவுக்குக் கற்றுத்தந்தாள். எமீலியாவுடன் அவர்கள் நால்வரும் சேர்ந்து ஒரு நாளில் ஒரு கம்பளிச்சட்டையைப் பின்னிவிடுவார்கள். அதற்கு மூன்று வாளி உருளைக்கிழங்கு கிடைக்கும். எமீலியாவின் கைவிரல்கள் விறைத்துப்போய்விட்டதால் அவள் பங்கையும் லிகிடாவே பின்னுவாள். ஸைபீரியாவில் வேறு வழியில்லாததால் பழைய காலுறையிலிருந்து பிரித்த பருத்தி நூல் அல்லது வலைக்கயிறு இவற்றைக்கொண்டு பின்னியதுபோல் அல்லாமல் அவள் மகள் இப்போது எல்லோரும் வழக்கமாக உபயோகிக்கும் கம்பளி நூலில் தனக்காகப் பின்னிகொள்வாள். லியபாயவில் இருந்த உறவினர்கள் லிகிடாவுக்கு உடைகள் தைக்கச் சில மீட்டர் துணித்துண்டுகளையும் அன்பளிப்பாகத் தந்திருந்தார்கள். மணிக்கம்பளி இழையிலான கறுப்புத் துணியையும் கோட்டு தைத்துக்கொள்ளத் தந்திருந்தார்கள். கூடவே கொஞ்சம் பணமும் தந்திருந்தார்கள். பணத்தை உடனே தன் அம்மாவுக்கு அனுப்பிவிட்டாள் லிகிடா.

நாடு கடத்தப்படும் முன் தையல் வேலை செய்யும் ஒரு பெண்மணியிடம் எமீலியா தைப்பதற்காகச் சில துணிகளைத் தந்திருந்தாள். அவை வெட்டப்படாமலேயே இருந்தன. போர்க்கால வறுமையில் அவள் அதை விற்றிருந்தாள். அந்தத் தையற்காரப் பெண்மணி தன் கடனைத் தீர்க்க செல்வி. ட்ரெய்ஃபெல்டேவுக்கு இரு உடைகளைப் பணம் வாங்காமல் தைத்துத் தருவதை தனக்குத் தரப்பட்டக் கௌரவமாகக் கருதினாள்.

வேறு அதிகப்படி செலவழிக்காமல் புதிதான, நேர்த்தியான உடைகள் கிடைத்தன. தன் பெண்ணின் புகைப்படங்களைப் பார்த்து திருப்தியுடன் பெருமூச்சுவிட்டாள். "இப்போது நீ ஒரு பணக்காரப் பெண் என்று சொல்லிக்கொள்ளலாம். இப்போது உன்னிடம் எல்லாம் இருக்கிறது." ஆமாம். எமீலியா வாழ்ந்துகொண்டிருந்த உலகத்தில், இரண்டு நல்ல உடைகளும் ஒரு கோட்டும் பெருஞ்செல்வமாகக் கருதப்பட்டன. வாழ்ந்திருந்த எட்டு ஆண்டுகளின் பட்டினியும் ஏழ்மையும் எமீலியாவின் பிரக்ஞையைப் பாதித்திருந்தன. தன் கடந்தகால செல்வக்குறைவில்லாத வாழ்க்கை எங்கோ தூரத்தில், கிட்டத்தட்ட இல்லவே இல்லாத ஒன்றாய்ப் பட்டது. ஒட்டுக்கம்பளி வைத்துத் தைத்தக் காலணிகளை ஒக்கப்படுத்துவதும் பழைய பருத்தித் துணிகளை ஒட்டுப்போடுவதும் எப்படி ஒரு காலத்தில் செய்த சில நவீனப் பெண்களுக்கான சடங்குகளுடன் – ஆண்டுதோறும் தைக்கப்பட்ட அந்த ஆண்டின் மோஸ்தர் உடைகள், அழகான கையுறைகள், குதிகால் உயர்ந்த காலணிகள் மற்றும் வாரம்தோறும் அழகு நிலையத்துக்குப் போய் முடி வெட்டிக்கொண்டு நகங்களை வெட்டிவிட்டு ராவுதல் – ஒப்பிட முடியும்? நாடுகடத்தப்பட்ட எட்டு ஆண்டுகளுக்குப் பின்தான் முதல் முறையாக என் பாட்டிக்கு பேருந்தில் போகும் சந்தர்ப்பம் வாய்த்தது!

லிகிடா தங்கள் பரம்பரை வீடு பற்றி ஒன்றும் எழுதவில்லை. தங்கள் குடும்ப வீடு ஜூன் 14 அன்று தாங்கள் விட்டுவிட்டுப் போயிருந்தபோது எப்படி இருந்தது என்பது எமீலியாவுக்கு நினைவில் இருந்தது. அது மென் வண்ணத்தில் இருந்த கொத்துக் கட்டடம். கண்ணாடியால் மூடப்பட்ட அழகான வராந்தாக்களும் வெள்ளைத் திரைச்சீலைகளும் கொண்டது. பலமுறை அந்த வீடு அவள் கனவில் வந்தது. அந்தக் கனவுகளில் அவர்கள் எல்லோரும் ஒரே குடும்பமாய் வழக்கமாய் மகிழ்ச்சியுடன் கூடும் ஒரு வேனிற்கால மதியத்தில் கூடியிருந்தார்கள். அதீத உற்சாகத்தில் கத்திக்கொண்டும் எதற்கோ கூச்சலிட்டபடியும் கூத்தடித்துக்கொண்டிருந்த பையன்களை எமீலியாவும் யானிஸூம் அமைதியாகப் பார்த்துக்கொண்டிருந்தார்கள். லிகுட்ஸிஸ் நாயுடன் விளையாடிக்கொண்டிருந்தாள். எமீலியா கண்ட, சைபீரியாவின் நிழல் படியாத மகிழ்ச்சி பொங்கும் கனவுகளில் ஒன்று அது. இப்போது கட்டாயம் அங்கு வேறு யாராவது இருப்பார்களாக இருக்கும். அதை நினைத்துப் பார்க்க முடியவில்லை எமீலியாவால். சில சமயம் வேலிக்கருகே சிறிய வாயில் பக்கத்தில் அதைத் திறக்கத் துணிவில்லாமல் லிகிடா நின்றுகொண்டிருப்பதுபோல் ஒரு காட்சியை நினைத்துப் பார்ப்பாள். அவளுக்கும் அப்படித்தான் இருந்திருக்கும். உன்னுடைய சொந்த வீட்டிற்குள் எந்த உரிமையும் இல்லாத யாரோபோல் நுழைவது தாங்கமுடியாத வலியைத் தரும்தான். முடிவில் எமீலியா தன் பெண்ணிடம் ஒரு கடிதத்தில் கேட்டாள்: நம் வீட்டைப் பற்றித் தயவுசெய்து எழுது. பார்க்க எப்படி இருக்கிறது? நடைபாதை இன்னும் இருக்கிறதா? யார் இருக்கிறார்கள் நம் வீட்டில்? உன் அறைக்குள் சென்று பார்த்தாயா?"

லிகிடா அவள் லாட்வியா திரும்பி வந்த மறு நாள் ரயிலில் டுபுல்டி போயிருந்தாள். ரயிலில் உட்கார்ந்துகொண்டு லியலூப்ப திருப்பம் வரும் திசையை நோக்கிக் கண்ணை எடுக்காமல் பார்த்துக்கொண்டு

டுபுல்டியில் ட்ரெய்ஃபெல்ட்ஸ் குடும்பத்தின் வீடு

வந்தாள். அவளுக்கு நன்றாகப் பழக்கமான வீட்டின் ஒரு முனை அங்குதான் தெரிய ஆரம்பிக்கும். அதோ அங்கே தெரிகிறது! சிறு வயதில் மூக்கைச் சன்னல் கண்ணாடியில் அழுத்தி உற்சாகமாக அம்மாவையும் அப்பாவையும் "வீட்டுக்கு வந்திட்டேன்! வீட்டுக்கு வந்திட்டேன்!" என்று கூவியபடி அழைத்த அதே மகிழ்ச்சியுணர்வு இப்போதும் தோன்றியது. ரயிலிலிருந்து இறங்கிவிட்டு லிகிடா வெகு நேரம் தான் படித்த உயர்நிலைப் பள்ளியின் முன் நின்றாள். ரயிலடிக்கு நேர் எதிரே இருந்தது அது. இப்போது உலகெங்கிலும் சிதறிக்கிடந்த தன் வகுப்புத் தோழிகளை நினைத்துப் பார்த்தாள். அவர்களில் ஒன்றின் கீழ் மூன்று சதவிகிதம்பேர் தப்பித்து இப்போது வெளிநாடுகளில் இருந்தார்கள். அவளுடைய நெருங்கிய தோழி மரியன்னாவும் இப்போது வெளிநாட்டில் இருந்தாள். அவளுடைய வகுப்பில் உல்டிஸ் மட்டும்தான் லிகிடாவைப்போலவே நாடுகடத்தப்படும் அனுபவத்தை எதிர்கொண்டவன். அவன் இன்னும் உயிருடன் இருக்கிறானா என்று தெரியவில்லை. மற்றவர்களுக்கு என்ன ஆயிற்று என்பதும் தெரியவில்லை.

லிகிடா ஸ்லோகாஸ் இயலா தெருவில் நடக்க ஆரம்பித்தாள். அவள் நெற்றி நரம்பு துடித்துக்கொண்டிருந்தது. தொண்டை அடைத்தது. சீக்கிரம், வெகு சீக்கிரம், அவள் தன் பரம்பரை வீட்டை அடைவாள். ஒரு சக்கரத்தில் சுழல்வதுபோல் ஒன்றுக்கொன்று சம்பந்தமில்லாத பல காட்சிகள் அவள் தலைக்குள் ஓடின. அவள் ஆழ்மனது துல்லியமாக நிலைக்க வைத்திருந்த நினைவுகள். அவை மட்டும் ஏன் தேர்வு செய்யப்பட்டன என்பது ஆழ்மனது மட்டுமே அறிந்தது. அட்டாங்க விளையாட்டின் அட்டைப் பலகையைக் கையில் பிடித்தபடி, மீண்டும் விளையாட்டில் தோல்விதான் என்பது தெரிந்திருந்ததால் கதவைத் தட்டத் துணிவில்லாமல் அவள் தந்தையின் அலுவலகத்துக்கு வெளியே நின்ற ஒரு சின்னஞ்சிறு சிறுமியாய் தன்னைக் கண்டாள் லிகிடா. ஒரு கோழிக்குஞ்சு. அதன் துவண்டுபோன

ஸைபீரியப் பனியில் நடனக் காலணியுடன்...

இன்னும் சூடான உடல் குழந்தையின் கையில் – அதிக அன்புடன் அதை அணைத்ததால் அதைக் கொன்றுவிட்டு இப்போது ஒரே அழுகை. ஞாயிறு காலை. வீட்டில் வேலைக்கு வரும் பெண் சாப்பாட்டு அறையில் குவளைகளில் வைத்திருந்த சூடான கோக்கோவின் மேல் இருந்த ஆடையை எடுத்துத் தின்றுவிட்டக் குறும்புக்காரச் சிறுமியைச் செல்லமாகத் திட்டிக்கொண்டிருந்தாள். அம்மாவும் அப்பாவும் எங்கோ வெளியே போயிருக்கிறார்கள். அந்தச் சிறுமி அவர்கள் படுக்கையறையில் இருக்கும் கண்ணாடியில் வெகு குதூகலத்துடன் தன்னைப் பார்த்துக்கொண்டு நிற்கிறாள். அந்தக் குட்டிப்பெண் அம்மாவின் குதிகால் உயர்ந்த காலணிகளைப் போட்டுக்கொண்டிருக்கிறாள். உதடெல்லாம் சிவப்பு உதட்டுச் சாயம் அப்பிக்கொண்டிருக்கிறது. தான் இருக்கும் அலங்கோலம் புரியாமல் தன்னை ஒரு பெரிய பெண்ணாய் உணர்கிறாள் அந்தச் சிறுமி. மூலைக் கடையில் அம்மா தன் மகளுக்காக ஒரு கணக்கை ஆரம்பித்திருக்கிறாள். ஒவ்வொரு நாளும் அவள் மிட்டாய் வாங்கித் தின்னலாம். கடையில் கடன் ஏறிக்கொண்டிருப்பது லிகிடாவுக்குக் கவலையாக இருக்கிறது. ஆனால் மிட்டாய் சாப்பிடும் ஆசையையும் அடக்க முடியவில்லை. ஆனால் மம்மா அவள் செலவழித்துவிட்ட *ஸன்டிம்ஸ்* பற்றிக் கவலைப்படாமல் சிரிக்கிறாள். லிகிடா என்ன குறும்பு செய்தாலும் அவள் அப்படித்தான் சிரிப்பாள். பெற்றோர் அதிகம் செல்லம் தந்த வீம்புக்காரச் சிறுமி அவள்.

தோட்டக் கதவருகே லிகிடா நின்றாள். தோட்டம் முழுவதும் வேகமாகக் கண்களை ஓட்டினாள். குப்பை குவிந்திருந்தது. கொட்டில்கள் பாதி இடிந்த நிலையில் இருந்தன. வேலி சாயம் பூசப்படாமல் வெளிறியிருந்தது. தோட்டத்து நடைபாதை நடக்கமுடியாதபடி இருந்தது. ரஷ்ய மொழியில் எதையோ கூறி ஒரு பெண்மணி கத்திக்கொண்டிருப்பது சமையலறைச் சன்னல் வழியாகக் கேட்டது. லிகிடாவுக்குத் தொண்டை அடைத்தது. இப்படிபட்டப் பேரிடிக்கு அவள் தன்னைத் தயார்ப்படுத்திக் கொண்டிருக்கவில்லை. அவர்கள் வீடு ரஷ்யர்களுக்குத் தரப்பட்டிருக்கிறது! ஆக்கிரமிப்பாளர்கள்! அவர்களிடமிருந்து எல்லாவற்றையும் பறித்தவர்கள். அம்மாவும் அப்பாவும் இதைப் பார்க்க இங்கே இல்லாமல் இருப்பது அவர்கள் பெற்ற வரம். லிகிடா திரும்பி விரைவாக நடக்க ஆரம்பித்தாள். பிறகு நின்றுவிட்டு மீண்டும் திரும்பிவந்தாள். எப்படியிருந்தாலும் இது அப்பா தன் குடும்பத்துக்காகக் கட்டிய ட்ரெய்ஃபெல்ட்ஸ¬க்களுக்கான வீடு. அதில் நுழைய அவளுக்கு உரிமையுண்டு. மனத்தில் உறுதியுடன் லிகிடா கதவைத் தட்டினாள். யாரும் திறக்க வரவில்லை. கதவுப்பிடியைத் தயக்கத்துடன் திருப்ப முயன்றாள். கதவு திறந்துகொண்டது. கழிவறை நாற்றம், அழுகிய உணவின் கெட்ட வாசனை, பெட்ரோல் வாசனை எல்லாம் கலந்த ஒரு நெடி அவளை வந்து தாக்கியது. வயிற்றைப் புரட்டியது. முன்பு உலர்ந்த ஆரஞ்சுத் தோலும் புதினாவும் கலந்த மணம் அங்கே இருக்கும். லிகிடா சமையலறைக் கதவைத் திறந்தாள். பீங்கான் தட்டுகளும், கோப்பைகளும் கண்ணாடிக் குவளைகளும் வைக்கும் பச்சைக் கண்ணாடி போட்ட அலமாரி முன்பு இருந்த இடத்திலேயே இருந்தது. சமைத்துக்கொண்டிருந்த பெண்மணி முகத்தில் கேள்விக்குறியுடன் அவளைப் பார்த்தாள். லிகிடா சாமர்த்தியமாக தான் அந்த இடத்துக்குப் புதிதுபோலவும் வழி தெரியவில்லை என்பதுபோலவும் நடித்து பக்கத்தில்

இருக்கும் வீடு ஒன்றுக்கு வழி கேட்டாள். அவள் இதற்கு முன் அங்கு வாழ்ந்த அந்த வீட்டின் உரிமையாளரின் பெண் என்றும் முன்பின் அறியாதவர்கள் கையில் வீடு என்னவானது என்று பார்க்க வந்திருப்பதாகவும் அவள் கட்டாயம் கூறியிருக்க முடியாது. எப்படியோ வெளியே வந்த லிகிடா கடலைப் பார்க்க விரைந்தாள். வெகு நேரம் கடற்கரையில் அலைந்தபடி இருந்தாள். அவள் அம்மாவை இந்த அனுபவத்திலிருந்து காப்பாற்ற விரும்பினாள். அவள் அம்மாவின் கேள்விகளுக்கு எட்டு ஆண்டுகளுக்குப் பிறகு வீடு எப்படி இருக்கிறது என்பதைச் சில வரிகளில் சுருக்கமாக எழுதினாள். எமீலியாவுக்கு அவள் மகளின் எண்ணம் புரிந்தது. அதன் பின் மனத்தில் வலியை ஏற்படுத்தும் அந்த விஷயத்தைப் பற்றி தன் கடிதங்களில் அவள் பேசவே இல்லை. தங்கள் கிராமத்து வீடு "உபீடெஸ்" (ஆற்றுப் பண்ணை) எரிந்துபோய்விட்டது என்பதையும் லிகிடா தன் அம்மாவிடம் தெரிவிக்கவில்லை.

சந்தர்ப்பவசத்தால் ஆர்னால்ட்ஸின் மனைவி நெல்லியாவின் சகோதரி இரீனுக்கு ட்ரெய்ஃபெல்ட்ஸ் வீட்டில் இருக்க இடம் தந்திருந்தது நிர்வாகக் குழு. இப்போது லிகிடாவுக்கு அவள் இதயம் அந்த அனுபவத்தை எவ்வளவு முறை தாங்குமோ அவ்வளவு முறை அந்த வீட்டுக்குப் போகக் காரணம் அமைந்தது. இரீன் மேல் மாடியில் "பையன்கள்" இருந்த அறையில் வசித்தாள். தன் சகோதர்களை என் அம்மா பையன்கள் என்றுதான் எப்போதும் குறிப்பிடுவாள். இப்போதும் அப்படித்தான் குறிப்பிடுகிறாள். ஒவ்வொருமுறை லிகிடா அங்கே போனபோதும் அவள் முன்பு இருந்த ஒலிகளையும் சத்தங்களையும் கற்பனை செய்து பார்த்தாள். அவள் கேட்ட அந்த ஒலிகளும் சத்தங்களும் உண்மையாகவே தன் சகோதர்கள் எழுப்புபவை என்று அவளுக்குத் தோன்றத்தொடங்கியது. அது ஒரு வகை சுய வதை. ஆனால் குழந்தை பருவத்தைத் தொட்டுப்பார்க்க என் அம்மாவின் கால்கள் அவளை மீண்டும் மீண்டும் அங்கே இழுத்துச் சென்றன. அந்தக் கணத்தில் அவள் தன் சொந்த மனிதர்களுடன் ஒன்றி இருந்தாள்.

எங்கள் குடும்பம் 1957ல் லாட்வியாவுக்குத் திரும்பிவர அனுமதிக்கப்பட்ட போது, இரீன் அங்கு இன்னும் வசித்துக்கொண்டிருந்ததால் நானும் என் தாத்தாவின் வீட்டுக்கு அடிக்கடி போய்வந்தேன். அந்தச் சமயத்தில் முன்பு அங்கே இருந்தவர்களுக்கு நடந்த கொடுமை பற்றி நான் அறியாததால் புதிதாகக் குடியேறியவர்கள் வீட்டைப் பொருத்தவரை எவ்வளவு அக்கறையில்லாமலும் அலட்சியத்துடனும் இருக்கிறார்கள் என்பது என் அம்மாவை எவ்வளவு பாதித்தது என்பது எனக்குப் புரியவில்லை. பீங்கான் சாமான்களை வைக்கும் அந்தப் பழைய அலமாரி வெகுநாட்கள் உபயோகிக்கப்பட்டதால் கிடுகிடுத்துப்போயிருந்தாலும் அதே இடத்தில்தான் இருந்தது. அதன் வண்ணக் கண்ணாடிகள் இப்போது இல்லை. சகிக்கமுடியாத ஒருவித பச்சை வண்ணம் அதன்மேல் பூசப்பட்டிருந்தது. அங்கு போய்விட்டுத் திரும்பி வந்த பின் அந்த மோசமான அனுபவத்திலிருந்து மனத்தைத் தேற்றிக்கொள்ள என் அம்மாவுக்குப் பல நாட்களாவதை என் அப்பாவால் சும்மா பார்த்துக் கொண்டிருக்க முடியவில்லை. இனிமேல் தயவுசெய்து அங்கு போக வேண்டாமென்று கூறினார். ஆனால் அங்கு போன அனுபவத்தின் வலி

சிறிது நாட்களுக்குப் பின் மறைந்ததும் அம்மா மீண்டும் இரீனைப் பார்க்கப் போவார். என்னையும் கைபிடித்து அழைத்துப்போவார். சீக்கிரமே எனக்குச் சலிப்பு வந்துவிடும். வெளியே போய் மற்றக் குழந்தைகளுடன் தோட்டத்தில் விளையாட ஆசைப்படுவேன். அம்மா போகவே கூடாது என்றுவிடுவாள். நான் மூஞ்சியைத் தூக்கிக்கொண்டு முரண்டுபிடிப்பேன். தன் குழந்தைப் பருவ உலகத்தின் எந்த அடையாளமுமே எஞ்சியிராத அந்த அழிந்துபோயிருந்தத் தோட்டத்தில் என்னைப் பார்ப்பது என் அம்மாவை எவ்வளவு பாதித்தது என்பது எனக்குப் புரியவில்லை அப்போது. எதுவும் செய்ய முடியாத வேதனையில் என் அப்பாவிடம் அடிக்கடி அவள் சொல்வாள்: “என் பரம்பரை வீடு இருக்கிறது. அதில் எனக்கென்று ஓர் அறைகூட எனக்கு உரிமையில்லை!” கதவுகள் இல்லாத யாரும் நுழையக்கூடிய ரேழி போன்ற அறை ஒன்றில் அப்போது நாங்கள் நால்வரும் வாழ்ந்துகொண்டிருந்தோம். ஒரு பீரோவும் சில திரைச்சீலைகளும்தான் வீட்டுக்காரி உற்று உற்றுப் பார்ப்பதிலிருந்து எங்களைக் காப்பாற்றியது. அப்படிபட்ட நிலைமையில் தன் பரம்பரை வீட்டில் என் அம்மாவுக்கு ஓர் அறைகூட இல்லாமல் இருப்பது அநியாயமாகத்தான் பட்டது. வீடு கிடைப்பதற்காகக் காத்திருந்தவர்கள் பட்டியலில் சேர்க்கப்படுவோம் என்ற எந்த நம்பிக்கையும் என் குடும்பத்துக்கு இருக்கவில்லை. சோவியத் விதிகள்படி ஒரு நபருக்குத் தேவையான இடம் எங்கள் குடும்பத்துக்கு இருந்தது. அதனால் காத்திருப்போர் பட்டியலில் சேர்க்க முடியாது. என் பெற்றோர்கள் விடவில்லை. கூட்டுறவு முறையில் ஒரு வீட்டை வாங்கப் பணம் சேர்க்க ஆரம்பித்தார்கள். அதற்கு முதலில் கட்டவேண்டிய தொகை அப்போது மிகப்பெரிய தொகையாக பட்டிருக்க வேண்டும் – 1760 ரூபில்கள்! மிச்சம் 4600 ரூபில்கள் 16 ஆண்டுகளில் கட்டப்படவேண்டும்! அப்பா பல இடங்களில் வேலை செய்ய ஆரம்பித்தார். ஸைபீரியாவிலிருந்து திரும்பிய ஒன்பது ஆண்டுகளுக்குப் பிறகு, ஜனவரி 1966ல் என் அம்மாவின் ஆழ்ந்த விருப்பம் நிறைவேறியது – அவள் கையில் அவள் சொந்த வீட்டுக்கான ஒரு சாவி இருந்தது. தாத்தாவின் வீடு 1971ல் இடிக்கப்பட்டது. அங்கு சாம்பல் வண்ணத்தில் ஒரே மாதிரியான வீடுகள் இருக்கும் குடியிருப்பு ஒன்று கட்டப்பட்டது. இதே மாதிரியான வீடுகள்தாம் சோவியத் காலத்தில் லாட்வியா முழுவதும் கட்டப்பட்டன.

எமீலியாவின் எல்லாக் கடிதங்களிலும் தன் மகளுக்காக அவள் ஏங்கியது மீண்டும் மீண்டும் இடைவிடாது இசைக்கப்பட்டப் பாடல் வரிபோல் ஒலித்துக்கொண்டே இருந்தது – தேனைப்போன்ற அவள் கோழிக்குஞ்சு, அவள் குழந்தை, அவள் குட்டிப் பெண், அவள் தித்திப்பான கற்கண்டுக் கட்டி. தன் அம்மா எவ்வளவு வேலை செய்ய வேண்டியிருந்தது என்பதைப் படிப்பது லிகிடாவுக்கு மிகக் கஷ்டமாக இருந்தது. அவள் மகிழ்ச்சியாக இல்லை என்பதைப் படிக்க அதைவிடக் கஷ்டமாக இருந்தது: “என் எண்ணங்களில் நான் ஒவ்வொரு நாளும் உன்னுடன் இருக்கிறேன். முக்கியமாகக் காலைகளில் நான் சமையலறையில் உருளைக்கிழங்கு கழுவ உட்காரும்போது. அப்போது நீ உறங்கிக்கொண்டிருப்பாய். நான் உன்னுடன் இருக்கிறேன். உனக்குத் தெரியாமல் உன் சுருட்டை முடித் தலையைத் தட்டித்தருகிறேன். உன்னைப் பார்க்காமல் உன் குரலைக் கேட்காமல் ஒரு நீண்ட ஆண்டு கடந்து விட்டது. என்னை அம்மா

என்று கூப்பிட யாருமில்லை. இப்போது எல்லோரும் என்னை எமீலியா இவானவ்னா என்று கூப்பிடுகிறார்கள். என் வீட்டுக்காரியின் பெயர் ஓல்கா வஸில்யெவ்னா."[1] "எமீலியா இவானவ்னா" என்ற சொற்களில் தாங்கமுடியாத கசப்பும் விரக்தியும் இருந்தது. இவானவ்னா (இவானின் பெண்) பெட்ரொவ்னா (பெட்ரோவின் பெண்) விக்டரோவ்னா (விக்டோரின் பெண்) என்று தந்தையின் பெயருடன் லாட்வியப் பெயரை உடனே இணைத்துவிடும் ஸைபீரிய வழக்கத்தை அவள் எவ்வளவு வெறுத்தாள் என்பது லிகிடாவுக்குத் தெரியும். இப்போது லிகிடாவும் லாட்வியாவில் லிகிடா யனோவ்னா என்று அழைக்கப்படுகிறாள் என்பது நல்லகாலமாக எமீலியாவுக்குத் தெரியாது. அவள் அம்மாவை ஏன் லாட்வியாவுக்குத் திரும்ப விடுவதில்லை? திரும்பிவந்த உடனேயே லிகிடாவுடன் அவள் அம்மா வந்து லாட்வியாவில் அவளுடன் இருப்பதற்கு அதிகாரபூர்வமான அழைப்பை அனுப்பத் தேவைப்பட்ட எல்லா ஆவணங்களையும் அவள் உள்துறை அமைச்சகத்துக்கு அனுப்பியிருந்தாள். ஆனால் பதில் வரவில்லை. எந்த வகையிலும் விளக்கப்படாத அந்த வேதனையான பிரிவு தொடர்ந்தது. ஒவ்வொரு கடிதமும் வெவ்வேறு வகையான நினைவுகளையும் ஏக்கத்தின் வெளிப்பாடுகளையும் தாங்கிவந்தது. லிகிடாவின் அப்போதைய உணர்வுகளின் வலிய எதிரொலியாக அவை இருந்தன: "பேரன்புக்குக் காலை வணக்கம். எல்லோரும் இன்னும் உறங்கிக்கொண்டிருக்கிறார்கள். நீயும் தூங்கிக்கொண்டிருப்பாய். ஏழு மணிதான் ஆகிவிட்டது. ஆனால் நான் ஐந்து மணிக்கே எழுந்துவிட்டேன். உன்னருகில் வர நினைக்கிறேன். நான் அங்கே நடந்து வருவதற்குள் நீ எழுந்துகொள்ளும் நேரம் வந்துவிடும். உன்னை எழுப்பி, "எழுந்திரு, எழுந்திரு லிகுட்ஸி, காலைப் பலகாரம் தயார்" என்று சொல்ல எவ்வளவு ஆசையாக இருக்கிறது தெரியுமா? ஆனால் லிகுட்ஸிக்கோ இன்னும் கொஞ்ச நேரம் தூக்கம்போடவேண்டும். இது ஒரு நாள் நடக்கும் என்று நிச்சயமாக நம்பமுடியவில்லை." ஓ! அம்மா மெதுவாக அடியெடுத்து வந்து மென்மையாக அவளை மீண்டும் தொட்டால் எப்படி இருக்கும்!

தன் லிகிடாவைப் பற்றி எப்போதும் கவலைதான் எமீலியாவுக்கு. ஸைபீரியாவில் எட்டு ஆண்டுகள் இருந்த அசாதாரண ஆண்டுகளுக்குப் பின் அப்படித்தான் இருக்க முடியும் என்றாலும் தன் பெண் இன்னும் முதிர்ச்சி அடையாதது பற்றிக் கவலைப்பட்டாள். முற்கால வாழ்க்கையின் அனுபவங்களும் மதிப்பீடுகளும் அர்த்தமற்றுப்போய் சக்தி முழுவதும் உயிருடன் வாழ்வதில் செலவிடப்பட்டு முதிர்ச்சி அடையவோ ஆத்ம அனுபவம் பெறவோ எதுவுமில்லாத அந்தக் காலம் சராசரி வாழ்க்கை யிலிருந்து ஒரு கொடுமையான பிளவு. எல்லோரையும் உலுக்கிப்போட்ட அதிர்ச்சியாக இருந்தாலும் இந்தப் பிளவால் அதிகம் பாதிக்கப்பட்டது குழந்தைகளும் பதின்ம வயதினரும்தாம். எந்தவிதக் கவலையும் இல்லாத மென்மையான அவர்கள் உலகம் ஒரே நாளில் இடைவிடாத துன்பம், பசி, சாவு என்று மாறிவிட்டது. இந்தப் பெரும் அதிர்ச்சிதான் நாடுகடத்தப்பட்ட குழந்தைகளுக்கும் பதின்ம வயதினருக்கும் நாடுகடத்தப்படும் அனுபவம் இழைத்த அதிகபட்சக் கேடு. இன்னும் முதிர்ந்திராத அவர்கள் ஆளுமைகளில் அது அழிக்கவே முடியாதபடி முடக்கிப்போடும் எச்சங்களை விட்டுச் சென்றது. அவர்கள் ஆழ்மனத்தில் புதைபட்டிருக்கும் இந்தப் பெரும்

அதிர்ச்சி அவர்கள் சாகும்வரை உடன் வரும் ஒன்று. மறக்க நினைக்கலாம், ஆனால் முடியாது. ஸைபீரியாவில் வாழ்வதற்காகச் செய்த போராட்டம் லிகிடாவை வயதுவந்த ஒருத்தியின் வாழ்க்கையை வாழத் தயார் செய்யவில்லை என்பதை எமீலியா உணர்ந்திருந்தாள். சாதாரணமாக ஒவ்வொரு சிறுமியும் மெதுவாகக் கற்கும் எழுதப்படாத சமூக விதிகளும் உணர்ச்சிரீதியாகப் பெண்ணாக மலரும் அந்த உணர்ச்சிபூர்வமான அனுபவமும் லிகிடாவுக்குக் கிடையாது. ஸைபீரியா லிகிடாவிடமிருந்து இதையெல்லாம் பறித்திருந்தது. அவள் லாட்வியாவுக்கு வெளிப்பார்வைக்கு இருபது வயதுப் பெண்ணாக வந்திருந்தாலும் உலகத்தையும் மனித உறவுகளையும் அவள் ஒரு பதின்ம வயதுப் பெண்ணைப்போல்தான் புரிந்துகொண்டாள். அவள் மகள் ஒரு முறை காதல் வயப்பட்டிருந்தாலும் அதுகூட அசாதரணச் சூழ்நிலையில்தான் ஏற்பட்டது. அந்தச் சூழ்நிலையை மீறி வரமுடியாததால்தான் அது நிறைவுறாமல் போயிற்று.

மகிழ்ச்சி என்பது லிகிடாவுக்கு பலகாலம் மறுக்கப்பட்டதால் எவ்வளவு தூரம் அவள் மகிழ்ச்சியை அனுபவிக்க விரும்பினாள் என்பது எமீலியாவுக்குப் புரிந்தது. தான் இழந்த இளமை வாழ்க்கையை ஈடுகட்ட லிகிடா மனம்போன போக்கில் போவது எமீலியாவைப் பயமுறுத்தியது. கவனமாக இரு, குளிருக்கு இதமான ஆடைகளை அணிந்துகொள், சரியாகத் தூங்கு என்று அம்மா கெஞ்சியபடி நினைவுபடுத்திக்கொண்டேயிருப்பதைக் காதில் வாங்கிக்கொள்ள அவள் தயாராக இல்லை. லிகிடாவிடம் வாழ்க்கையை வாழவேண்டிய உற்சாகம் பொங்கிவழிந்துகொண்டிருந்தது. சிறைலிருந்து விடுவிக்கப்பட்டு இப்போது அவள் தன் கனவு நாடான லாட்வியாவில் இருந்தாள்; இங்கே எந்தக் கெடுதலான விஷயமும் நடக்காது. தன்னைச் சுற்றி தான் மற்றவர்களை எப்படி நடத்துகிறோமோ அதேபோன்று தன்னிடம் நடந்துகொள்ளும் நேர்மையான வெளிப்படையான மனிதர்கள் இருப்பதாக அவள் நினைத்தாள். அது தேவைப்பட்டதால் அவள் நாள் முழுவதும் சலிப்பூட்டும் வேலையில் நேர்மையாக உழைத்தாள். ஆனால் உண்மையான வாழ்வு என்பது வேலை முடிந்த பின் ஞாயிற்றுக்கிழமைதான் ஆரம்பித்தது. சனிக்கிழமை இரவு அருகில் எங்காவது நடக்கும் நடனமாடும் நிகழ்வுகளுக்குத் தன் தோழிகளுடன் போனாள். அங்கே சிறிதும் களைப்படையாமல் காலைவரை ஆடினாள்.

உயர்நிலைப் பள்ளியில் படித்தபோது செய்ததைப்போல் அங்கு வந்த இளைஞர்களைக் கேலி செய்து விளையாடினாள். சில சமயம் சரசமாகப் பேசி ஒருவனைச் சந்திப்பதாக ஏற்பாடு செய்த பின் தன் தோழியை அனுப்பினாள். அதில் எந்தத் தவறும் இல்லாவிட்டாலும் அது குழந்தைத்தனமானது. அதனால்தான் எமீலியா அது ஆபத்தானது என்று நினைத்தாள். லிகிடா மனம்விட்டு எழுதிய கடிதங்களிலிருந்து லிகிடாவின் இடைமறிக்கப்பட்ட வாழ்க்கை ஸைபீரியாவால் பிளவுபட்டுப்போன சுவடே இல்லாமல் மீண்டும் தொடங்கிவிட்டது எமீலியாவுக்குப் புரிந்தது. பதினைந்து வயதுப் பெண்ணின் உற்சாகத்தோடு அவள் விளையாட்டுத் தனமாக இருந்தாள். கல்நெஞ்சு கொண்ட, மற்றவர்களைச் சரியாக நடத்தாத நடவடிக்கை என்று இல்லாவிட்டாலும் அது பலரைத் தவறாக யூகிக்கவைத்து, குழப்பி, தூண்டிவிட்டது. அவர்கள் யாரும் டுபுல்டி

உயர்நிலைப் பள்ளியில் அவளுடன் படித்த வெள்ளந்திப் பையன்கள் இல்லை; அவளுள்ளே அனுபவமே இல்லாத ஒரு சிறுமி இருந்தாள் என்பது தெரியாமல் லிகிடாவை அழகிய இளம் பெண்ணாகப் பார்க்கும் ஆண்கள் அவர்கள். சைபீரியாவின் வாழ்க்கை அவளை வித்தியாசமானவளாய், மற்றவர்களிடமிருந்து வேறுபட்டவளாய், வாழ்நாள் முழுவதுக்குமாய் சூடு பட்டவளாய் மாற்றியிருந்ததைப் புரிந்துகொள்வது கடினமொன்றும் இல்லை. ஆனால் சிரிக்கும், ஒளிரும் லிகிடாவைப் பார்க்கும்போது அந்தப் பயங்கரமான நிழல் அவள் மேல் கவிந்திருப்பது வெளிப்பார்வைக்குத் தெரியவில்லை. சைபீரியாவைப் பற்றி அவள் யாரிடமும் பேசவில்லை. தனியாக இருக்கும்போதோ அம்மாவின் கடிதங்களைப் படிக்கும்போதோ அதைப் பீதியுடன் நினைவுகூர்ந்தாள். ஆனால் அந்தக் கணத்தின் சோகத்திற்குப் பிறகு புதுக் காலை பிறந்தது; உலகம் ஒளிமயமாகத் தெரிந்தது; மகிழ்ச்சிக்கானத் தேடல் தொடர்ந்தது.

உலக வாழ்க்கையின் சபலங்களிலிருந்து தன் மகளைக் காக்க எமீலியாவால் எதுவும் செய்யமுடியவில்லை. அவள் மகள் அருகிலிருந்து அவளைக் கவனித்துக்கொள்ளும் வாய்ப்பு அவளுக்கு மறுக்கப்பட்டிருந்தது. அவள் தங்கை ஆனா லியபாயவில் இருந்தாள். லிகிடாவின் அருகிலிருந்த உலகத்தை அறிந்த ஒரே நபர் திருமதி எமர்ஸோன்தான். அவரிடம் பலமுறை லிகிடா மனம் திறந்து பேசினாள். ஆனால் யாரும், யாருமே, அவள் அம்மாவின் இடத்தை எடுத்துக்கொள்ள முடியாது. அம்மாவை மிகவும் தேடியது லிகிடாவுக்கு. தன் கவலைகளையும் ஆதங்கங்களையும் எமீலியா எழுத முயற்சித்தாள். ஆனால் இரண்டொரு வரிகளில் எழுதக் கூடியவையாக இல்லை அவை. தன் மகளைக் குறித்து அவள் எவ்வளவு கவலைப்பட்டாள் என்பது மனத்தைத் திடப்படுத்திக்கொண்டு அவள் எழுதிய சில கடுமையான சொற்களில் தெரிகிறது. அப்படிச் செய்வது என் பாட்டிக்குக் கஷ்டமாகத்தான் இருந்தது. ஏனென்றால் சுபாவத்தில் அவள் மிகவும் மென்மையானவள். கடுமை, கண்டிப்பு, வசவு எல்லாம் அவள் அறியாதவை. இருந்தாலும் மகளைப் பற்றிய கவலையால் தன் கடிதத்தில் அவளுக்கு "உபதேசம்" செய்தாள்: "எப்போதுதான் உனக்குப் புத்தி வரப்போகிறது? உன்னை உன்னால் கட்டுப்படுத்திக்கொள்ள முடியவில்லை. மற்றவர்களை உன் இஷ்டத்துக்கு இழுக்கிறாய். இதை யாராவது உனக்குச் செய்தால் உனக்குப் பிடிக்குமா? எல்லோரும் ஒரு காலத்தில் இளமையுடன் உல்லாசமாக இருந்திருக்கிறார்கள். நானும் கூட. [...] என் அருமை மகளே, உனக்கு என்னிடம் கோபம் வரலாம். இருக்கட்டும். ஆனால் எந்த வகையிலும் புண்படுத்த இதைச் சொல்லவில்லை. உன்னை வெகுவாக நேசிப்பதால்தான் சொல்கிறேன். என் இதயம் துடிப்பது உன்னொருத்திக்காகத்தான்."

லிகிடா மண உறுதி செய்துகொண்டுவிட்டாள் என்ற செய்தி இடிபோல் வந்திறங்கியது. எமீலியா எதற்குப் பயந்தாளோ அது நடந்துவிட்டது. மணவாழ்க்கைக்கு இன்னும் மனத்தளவில் தயாராகாத அவள் மகள் திருமணம் செய்துகொள்ள முடிவெடுத்துவிட்டாள். தோழிகள், நடனங்கள், ஆண்களின் கவனம் என்று உல்லாசமான சமூக வாழ்க்கை இருந்தாலும் உள்ளூற லிகிடா தனிமைப் பட்டிருந்தாள். சைபீரியாவின் சோதனையான

நாட்களிலும் அவள் அம்மா எல்லாவகையிலும் குறைவில்லாமல் தந்த பாதுகாப்பு உணர்வு அவளுக்கு அப்போது சிறிதும் இல்லை. அதனால்தான் திருமணம் செய்துகொள்ளும் ஆசை வந்தது. லிகிடா தன் அம்மாவிடமிருந்து எதையும் மறைக்கவில்லை. தான் திருமணம் செய்துகொள்ள நிச்சயித்திருப்பவனைக் காதலிக்கிறாளா என்பது உறுதியாகத் தெரியவில்லை அவளுக்கு. ஆனால் தினமும் கணப்பு இல்லாத பொந்து வீட்டுக்குத் திரும்பி வருவதும் ஒவ்வொரு கொபெக்கையும் கஞ்சத்தனமாகச் செலவிடும் இழுபறியும் நாளை என்னவாகும் என்று தெரியாத நிலையும் அவளுக்கு அலுத்துப்போய்விட்டது. அவன் அவளுக்கு பாதுகாப்பைத் தரும் நிலையிலிருந்தான். லிகிடாவுக்கு அது தேவைப்பட்டது. அவன் திருமண வேண்டுகோளை அவள் ஏற்றுக்கொண்டபோது திருமணம் என்பது கூடவே உலாத்தப் போவதும் சில முத்தங்களும் மட்டுமல்ல என்பதை நினைத்துப் பார்க்காமல் இருக்க முயற்சித்தாள் லிகிடா. தன் மகள் எடுத்த முடிவு எமீலியாவின் நிம்மதியைக் குலைத்தது. அவள் திருமணம் செய்துகொண்ட நாட்களிலிருந்து உலகம் வெகுவாக மாறியிருந்தது. இருந்தாலும் அவள் திருமணத்தின் ஆரம்ப நாட்களில் அவளுக்கு ஏற்பட்டக் கவலையும் தத்தளிப்பும் அவளுக்கு நினைவிருந்தது. அது தன் மகளுக்கு நேரக்கூடாது என்று நினைத்தாள். லிகிடாவின் பிடிவாத குணம் தெரிந்திருந்தாலும் அவள் அம்மா அவள் மனத்தை மாற்ற மென்மையாக முயன்றாள். என் பாட்டியின் மென்மையான மறுப்புகள் எந்த வகையிலும் லிகிடாவை நிச்சயமாகப் பாதித்திருக்காது. ஆனால் இன்னொரு முறை விதி விளையாடி நடக்கவிருந்த திருமணத்தை நிறுத்தியது. அந்தச் சமயம் எமீலியாவுக்கோ லிகிடாவுக்கோ அடக்குமுறைக்கான அடுத்த அலை எழும்பப்போகிறது என்றும் அதற்கான கட்டளைகள் அரசு பாதுகாப்பு அமைச்சகத்தில் தயாராகிவந்தன என்றும் அது லிகிடாவையும் பாதிக்கும் என்பதும் தெரிந்திருக்க வழியில்லை.

எமீலியாவின் இதயம் அன்புக்காகவும் ஆதரவுக்காகவும் ஏங்கியது. அதைப் பெற அவள் மகளைத் தெரிந்தவர்களிடமும் அவளை விரும்புகிறவர்களிடமும் போனாள். தளபதியின் அலுவலகம் தடை விதித்திருந்தாலும் ஜனாவின் குழந்தை ஆன்ட்ரீடிஸ்ஸைக் கவனித்துக்கொள்ள எப்போதாவது கல்பாஷெவா போனாள். அவனை அணைத்துக்கொண்டபோது அது இதுவரை அவள் பார்க்காத தன் பேரன் ஆன்ட்ரீடிஸ் என்று கற்பனை செய்துகொண்டாள். ஆனால் அவள் மிக நெருக்கமாகப் பழகியது டகூரிலிருந்த தன் மகளின் இன்னொரு தோழியான மாராவுடன்தான். அவள் எமீலியாவைப் பார்க்க அடிக்கடி வருவாள். சந்திக்கும்போதெல்லாம் லிகிடாவின் கடிதங்களை மீண்டும் மீண்டும் படித்துவிட்டு, பழைய மகிழ்ச்சியும் துக்கமும் கலந்த நினைவுகளில் மூழ்கிப்போய் லாட்வியாவுக்கு வீடு திரும்புவது குறித்துக் கனவு காண்பார்கள். தன் மனத்தில் நிறைந்து வழியும் அன்பை மாராவுக்கும் தந்தாள் என் பாட்டி. நாடுகடத்தப்பட்ட முதல் ஆண்டிலேயே தன் தாயை இழந்திருந்த மாராவும் அதை மகிழ்ச்சியுடன் ஏற்றுக்கொண்டாள். எமீலியாவின் அன்பு அந்தப் பெரும் இழப்பை ஈடுகட்ட உதவியது. ஏதாவது தொடர்பைத் தேடும் மனித இயல்பின் இந்தக் கணங்கள் அவர்களை இதம் செய்து தன் தனிமையையும் தன்

சொந்த மகளிடமிருந்து பிரிந்திருப்பதையும் எமீலியா ஒரு கணமாவது மறக்க உதவின. ஆனால் சீக்கிரமே மாராவுக்கு வீட்டுக்குத் திரும்பவேண்டி இருக்கும். தன் ஏக்கத்தைத் தீர்க்கும் முயற்சிகள் எவ்வளவு சீக்கிரம் கைவிட்டுப் போய்விடுகின்றன என்பதை என் பாட்டி மீண்டும் மனவலியுடன் உணர்வாள். எங்கு போனாலும் என்ன செய்தாலும் அந்த ஏக்கம் அவளை விட்டுப் போகவில்லை. சில சமயம் அது திடீரென்று அலையாக வந்து தாக்கும் உடம்பு வலியாக வந்தது – அவள் இதயம் பலவீனமாகி, முட்டி இரண்டும் துவண்டுவிடும் அப்போது. பல்லைக் கடித்துக்கொண்டு அரற்றுவாள். ஆனால் அவள் ஆத்மாவையும் உடலையும் ஆக்கிரமித்திருந்த அந்த ஏமாற்ற உணர்வு குறைவதாக இல்லை. சோர்வும் வெறுமையும் அவளைக் கப்பிக்கொள்ள, மீண்டும் வலி வந்து உரக்கக் கத்தி அதைத் தீர்த்துக்கொள்ளும்வரை, அவள் தன் கடினமான வாழ்க்கை முறைக்குத் திரும்புவாள்.

டகூரிலிருந்த லாட்வியர்கள் திருமதி ட்ரெய்ஃபெல்டேயைப் பார்த்துப் பரிதாபப்பட்டார்கள். அவளைச் சமாதானப்படுத்தவும் உற்சாகமூட்டவும் முனைந்தார்கள். அவர்கள் ஆதரவு மட்டும் இல்லாமல் இருந்திருந்தால் என் பாட்டியின் வாழ்க்கை இதைவிட மோசமாக இருந்திருக்கும். அவள் வயதானவள், அவளுக்கு ஆதரவு யாருமில்லை என்று தெரிந்திருந்தும் இலையுதிர்காலத்தில் அவளை வெளியே துரத்திவிட்டு இளம்பெண் ஒருத்தியை வீட்டுவேலைக்கு வைத்துக்கொண்டாள் அவள் வீட்டுக்காரி. எமீலியா எதிர்பாராத அடி அது. ஏழ்மையில் இருந்த அந்தக் கிராமத்தில் குளிர்காலத்துக்குச் சற்று முன்பு வீட்டுவேலையும் தலைக்கு மேல் ஒரு கூரையும் கிடைப்பது முற்றிலும் சாத்தியமில்லாத ஒன்று. இருட்டிலும் மழையிலும் மூட்டை கட்டப்பட்ட அவள் சாமான்களுடன் நிர்க்கதியாய் எங்கே செல்வதென்று தெரியாமல் நின்றாள் என் பாட்டி. கிராமத்துக்காரர்களோ உதவ மாட்டார்கள். லாட்வியர்களோ அவர்களே நகரக்கூட இடமில்லாத வாடகைத் தொழுவங்களில் இருந்தார்கள். அவர்களுக்கு மேலும் பாரமாக எப்படி அவள் போக முடியும்? லிகிடா மாத்திரம் அப்போது அவள் வாழ்க்கையில் இருந்திராமல் போயிருந்தால் என்ன வேண்டுமானாலும் நடக்கட்டும், இந்தக் காரணமில்லாத, அவளுக்கு வரக்கூடாத வதைக்கும் அவமானத்துக்கும் கடைசியாக ஒரு முடிவாவது வரும் என்று எமீலியா வெளியில் அங்கேயே நின்றுகொண்டிருந்திருப்பாள். ஆனால் அவள் அருமைப் பெண் லாட்வியாவில் இருந்தாள். அவள் சீக்கிரமே அவள் பெண்ணுடன் இணைந்துவிடுவாள்.

தன் சோகத்தைத் தாங்கிக்கொண்டு சில நண்பர்களின் வீட்டுக் கதவைத் தட்டினாள். பரிவுடன் உள்ளே அழைத்து தங்களுடன் இருக்கச் சொன்னார்கள். சூடான தேநீர் தந்து இரவு அவள் படுக்க படுக்கை விரித்தார்கள். இருட்டிலிருந்தும் மழையிலிருந்தும் காப்பாற்றப்பட்டு ஒண்டிக்கொள்ள ஓரிடம் கிடைத்ததும் எமீலியாவின் மனத்தில் நன்றியுணர்வு நிறைந்தது. உணவு அளித்ததற்கும் அவள் தலை வைத்துப் படுக்க ஓர் இடம் தந்ததற்கும் அவள் பதிலுக்கு எதுவும் செய்ய முடியாது என்பது அவளுக்குத் தெரிந்தது. அவளிடம் இருந்த சொத்தெல்லாம் இலையுதிர்காலத்தில் செய்த வேலைக்குக் கூலியாகக் கிடைத்த பதினெட்டு

வாளி உருளைக்கிழங்குதான். அது குளிர்காலத்தைத் தாட்டக்கூடப் போதாது. உணவு சமைக்கவும் துணி தோய்க்கவும் நீர் கொண்டுவரவும் உதவிசெய்ய அவள் முயன்றாள். ஆனால் இந்த வேலைகளை அவளுக்கு ஆதரவளித்தவர்களே செய்துகொள்ள முடியும். மற்றவர்கள் தயவில் வாழ்வது மிகவும் கஷ்டமாக இருந்தது. காரணம் அவளுக்கு வேலை கிடைக்கவில்லை. முடிவில் வசந்தம் வரும்போதுதான் கிராமத்து டீச்சர் ஒருவர் எமீலியாவை வீட்டு வேலைக்கு வைத்துக்கொண்டார். தேடி தேடி கிடைத்த இந்த வேலை நிலைத்திருக்க என் பாட்டி காலை ஆறு மணியிலிருந்து இரவு பதினோரு மணிவரை வேலை செய்தாள்: பால் கறப்பாள், வண்ணமடிக்காதத் தரையைப் பெருக்குவாள், ஐந்துபேர் துணிகளைத் தோய்ப்பாள், இரண்டு குழந்தைகளைப் பார்த்துக்கொள்வாள், வீட்டைச் சுத்தம் செய்வாள். தவிர வீட்டுக்காரியின் அம்மாவின் கொடுமையையும் தாங்கிக்கொள்வாள். இதற்குப் பதிலாகக் கிடைத்தது அவள் இருந்துகொள்ள சமையலறையின் ஒரு மூலை. சராசரிக் கூலியும் கிடைத்தது – மாதத்துக்கு 50 ரூபில்கள், ஆண்டுக்கொரு முறை போட்டுக் களைந்த துணி மற்றும் பிழைத்திருக்க ஏதோ கொஞ்சம் சாப்பாடு தினமும்.

எந்த மாற்றமும் இல்லாமல் ஒன்றேபோல் நாட்கள் கடந்தன. லாட்வியாவில் இருக்கும் தன் பெண்ணுடன் இணையமுடியும் என்ற நம்பிக்கை குறைந்துகொண்டே வந்தது. லிகிடா லாட்வியாவுக்குத் திரும்பிய முதல் வேனிற்காலத்தில் எமீலியா கல்பாஷெவாவில் இருந்த தளபதியின் அலுவலகத்தில் ஒரு மனு தந்திருந்தாள். குடும்பத்தை இணைக்கும் காரணத்தை வைத்து தன் மகளுடன் தான் இணைய அனுமதி வேண்டுமென்றும் மகள்தான் அவளுக்கு ஒரே ஆதரவு என்றும் அதில் கூறியிருந்தாள். அந்த மனுவுக்கு எமீலியாவுக்குப் பதிலே வரவில்லை. காலம் செல்ல செல்ல நம்பிக்கை இழந்து மனச்சோர்வில் ஆழ்ந்தாள். அதை அவள் கடிதங்களில் உணர முடிகிறது: " நான் இங்கே இருக்கிறேன். ஆனால் என் இதயம் உன்னிடம் இருக்கிறது என் கண்ணே. சீக்கிரமே ஓராண்டு ஆகிவிடும். ஆனால் உன்னைப் பார்க்கும் ஏக்கம் வளர்ந்துகொண்டே போகிறது." ஏமாற்றத்தின் இருண்ட நேரத்தில் எமீலியாவுக்கு எல்லோருமே– அவள் தங்கை, சகோதரர்கள் மற்றும் அவள் பெண்கூட –அவளை மறந்துபோய்விட்டதாகப் பட்டது. உடனே லிகிடாவின் கடிதம் வந்ததும் நம்பிக்கையின் மென் ஒளி உலகமெங்கும் பரவும்; சிறிது காலம் சென்றதும் அது மறைந்துபோகும்; மீண்டும் எமீலியாவின் இதயம் கனத்துவிடும். திருமதி எமர்ஸோனை நினைக்கும்போது அவளுக்குப் பொறாமையாகக் கூட இருந்தது. அவள் மகளின் மகிழ்ச்சியையும் துக்கத்தையும் பகிர்ந்துகொள்ளும் பாக்கியம், அதற்கு அவள் தகுதியில்லையென்றாலும் அவளுக்குக் கிடைத்திருந்தது. எமீலியாவோ அவள் குழந்தையிடமிருந்து பிரிக்கப்பட்டு மனத்தைக் கல்லாக்கிக்கொண்டு இருந்தாள். பெருமளவில் வந்து அவளைத் தாக்கிய நுரையீரல் அழற்சியிலிருந்து மீண்ட பின் லிகிடாவுக்கு எழுதினாள்: "ஓ, என் அருமைக் குழந்தையே, எதுவும் செய்யமுடியாமல் போகும்போது ஒரு மென்மையான கை இல்லாமல் போவது எவ்வளவு கொடூரமானது! இந்த உலகத்தில் எதற்காகவும் நான் வருத்தப்படவில்லை. உன்னைபற்றி மட்டும்தான் என் கவலை;

நீ எப்படி அழுவாய் என்று நினைத்து. நோய்வாய்ப்பட்டு படுக்கையில் இருந்தபோது உன்னைப் பற்றிய பயங்கரக் கனவுகள் வந்தன." அம்மாவை உற்சாகப்படுத்த அடுத்த வசந்தத்தின்போது வருவதாக எழுதினாள் லிகிடா. எமீலியா மறுத்துவிட்டாள். "அது வேண்டாம். உன்னிடமிருந்து மீண்டும் பிரிய முடியாது. வந்து என்னைக் கூட்டிப்போ."

நிர்வாகம் தந்த குடியிருப்புகளில் இருந்த மக்கள் மேல் கண்காணிப்பு அரசின் பிடி இறுகத் தொடங்கியிருப்பதன் முதல் அறிகுறிகள் 1948ன் வேனிற்காலத்தில்தான் தோன்ற ஆரம்பித்தன. எமீலியாவின் கடிதத்திலிருந்து எனக்குத் தெரிவது: தளபதியின் அலுவலகம் பக்கத்தில் இருக்கும் கல்பாஷெவா நகரத்துக்கு அனுமதியில்லாமல் யாரும் இனிமேல் போக முடியாது என்று அறிவித்திருந்தது. ஜூலை மாதம் நகரங்களுக்கு மக்கள் செல்வதைத் தள்ளிப்போட கிராமத்தில் வசிப்பவர்களிடமிருந்து போருக்குப் பின் தரப்பட்டிருந்த கடவுச் சீட்டுகள் திருப்பி எடுத்துக்கொள்ளப்பட்டன. அடுத்த ஆண்டு மார்ச் மாதத்தில் குடியிருப்பை விட்டுத் தாங்களாகவே போவது இரண்டாண்டு சிறைத்தண்டனைக்கு உட்பட்டதாக இருக்கும் என்றெழுதிய காகிதத்தில் நாடுகடத்தப்பட்டவர்கள் கையெழுத்திட நேர்ந்தது. 1949ம் ஆண்டு மே மாதம் கால்நடைகளுக்கான ரயில் பெட்டிகளில் லாட்வியாவிலிருந்து நாடுகடத்தப்பட்டவர்கள் ஆயிரக்கணக்கில் வந்ததும் தானும் மற்ற நாடுகடத்தப்பட்டவர்களும் அடைந்த திகைப்பைப் பற்றி லிகிடாவுக்கு வெளிப்படையாக எழுத எமீலியாவுக்குத் துணிவிருக்கவில்லை. கடிதங்களில் விளக்கங்களில்லாத மறைமுகமான குறிப்புகள்தான் உள்ளன: "வந்திருப்பவர்களிடையே மரண விகிதம் அதிகமாக உள்ளது. முக்கியமாக வயதானவர்கள் மட்டும் குழந்தைகளிடையே" அல்லது "வந்திருப்பவர்களில் பாதிப்பேர் பாதிவழியிலேயே இருந்துவிட்டார்கள் என்ற வதந்தி உலவுகிறது. முக்கியமாக வயதில் இளையவர்களும் வயதானவர்களும் போக வேண்டிய இடத்துக்குப் போய்ச்சேரவேயில்லை." லிகிடாவின் அம்மாவின் குழப்பமான மொழி உடனே புரிந்துகொள்ளப்பட்டது. ஸைபீரியாவுக்கு அவர்கள் மேற்கொண்ட பயங்கரப் பயணத்தின் என்னவாகும் என்று தெரியாத நிலையும் வதையும் உடனே நினைவுக்கு வந்தது. விசித்திரமாகப் பட்டாலும், மார்ச் 25ம் தேதி 1949ல் நடந்த பெரிய அளவு நாடுகடத்தல் லிகிடாவைச் சிறிதும் பயம்கொள்ள வைக்கவில்லை. தன்னை அது எவ்வகையிலும் பாதிக்காது என்றே அவள் நினைத்தாள். அவள் கையில் அவள் சுதந்திரமாக்கப்பட்டதற்கான ஆவணங்கள் இருந்தன. மேலும் முதல் நாடுகடத்தும் நிகழ்வு ஒரு மோசமான தவறு என்றும் அது விளக்கப்பட்டுவிட்டது என்றும் இனி மீண்டும் நடக்காது என்றும் அவள் வெள்ளந்தித்தனமாக நம்பினாள். ஆனால் எமீலியாவுக்கு லிகிடாவைப்போல் பொய் நம்பிக்கைகள் இருக்கவில்லை. ஏனென்றால் புதிதாக நாடுகடத்தப்பட்டு வந்தவர்கள் கூறிய கதைகள் அவள் அனுபவங்களோடு ஒத்துப்போயின. ட்ரெய்ஃபெல்ட்ஸ் குடும்பத்தினர்போலவே அவர்கள் நள்ளிரவில் இழுத்துவரப்பட்டு, கால்நடைகளுக்கான ரயில்பெட்டிகளில் அடைக்கப்பட்டு எந்த விளக்கமுமில்லாமல் தெரியாத ஒரு திசையை நோக்கி வாரக்கணக்கில் பயணப்பட்டிருந்தார்கள். அதனால் அவள் அருமைப் பெண்ணுக்கும்

பாதுகாப்பு இல்லை. எந்தக் கணமும் அவளைக் கைதுசெய்து மீண்டும் நாடுகடத்தலாம். மார்ச் 25ம் தேதி நாடுகடத்தப்பட்டவர்களில் அவள் எதிர்கால மருமகன் ஐவர்ஸூம் இருந்தான் என்பது எமீலியாவுக்குத் தெரியாமலேயே போயிற்று. ஐவர்ஸ் அவன் அம்மா மில்டாவுடன் அதே இடத்தில் ஆப் ஆற்றின் மறுகரையில் டகூரிலிருந்து நூறு கிலோமீட்டர் தூரத்திலிருந்த ஸோட்டா கிராமத்தில் குடியேற்றப்பட்டிருந்தான்.

செப்டம்பர் மாதம் தன் கைப்பை எல்லா ஆவணங்களுடனும் ரயிலில் திருட்டுப்போய்விட்டதாக லிகிடா எழுதினாள். எமீலியாவின் இதயம் பயத்தில் துடித்தது. கடவுச் சீட்டைத் தொலைப்பது பெரிய குற்றமாகப் பார்க்கப்பட்டது. அது அவள் லாட்வியாவில் இருக்கும் உரிமையைப் பாதிக்கலாம். இந்த நிகழ்வுக்குப் பின் ஏதோ கெட்டது நடக்கப்போகிறது என்ற பயம் தரும் முன்னுணர்வு இதயத்தில் இருந்துகொண்டே இருக்க எமீலியா வாழ்ந்துகொண்டிருந்தாள். டிசம்பர் மாதம் லிகிடாவைப்போலவே லாட்வியாவுக்குத் திரும்ப அனுமதிக்கப்பட்டவர்கள் மீண்டும் சிறைக்குச் சிறை மாற்றப்பட்டு ஸைபீரியாவுக்கு அனுப்பப்படுகிறார்கள் என்ற வதந்தி பரவலாயிற்று. ஜனவரி மாதம் ஹோர்டென்ஸ் ஸ்ட்ராஸ்டின்யா கல்பாஷெவாவுக்குத் திரும்பிவந்துவிட்டதாக எமீலியா கேள்விப்பட்டாள். அவள் வண்டி டாம்ஸ்க் சிறைக்கு ஓர் இடத்திலிருந்து இன்னோர் இடத்துக்கு மாற்றப்படும் குறிப்பிட்ட காலத்தின் முடிவில் வந்திருந்தது. கைது செய்யப்பட்டவர்களை வைக்க இடமிருக்கவில்லை. அதனால் சிறை நிர்வாகம் அவர்களைச் சிறைகளுக்கோ கட்டாயக் குடியிருப்புகளுக்கோ நடத்திக்கொண்டு கூட்டிச்சென்றது. காவலாளிகளால் நடத்தப்பட்டு வந்த கைதிகளின் வரிசை அணியில் ஒருத்தியாக இருந்த ஹோர்டென்ஸ் டாம்ஸ்க்கிலிருந்து கல்பாஷெவாவுக்கு பல நூறு கிலோமீட்டர் தூரம் காலில் சரியான காலணி இல்லாததால் நொண்டிக்கொண்டு நடந்து வந்திருந்தாள். வதைபட்ட ஹோர்டென்ஸ் முகத்தைப் பார்த்து அவள் கூறிய பயங்கரக் கதையை பயத்தில் இதயம் உறையக் கேட்ட எமீலியா நினைத்தாள்: லிகிடாவுக்கும் இப்படியானால்?!

அந்தத் துரதிர்ஷ்டவசமான செய்தி ஜனவரி 15 அன்று எமீலியாவை எட்டியது. அவள் சீக்கிரமே வீடு மாற்றப்போவதாகவும் அல்லது தன் அம்மாவுடன் இருக்க அங்கேயே வரலாமென்றும் அவளுக்கு இனிமேல் எழுதவேண்டாமென்றும் லிகிடா கெஞ்சிக் கேட்டிருந்தாள். அது நடந்தேவிட்டது! அவள் குழந்தை, அவள் மகள், ஒரு கைதியைப்போல் மீண்டும் ஸைபீரியப் பனியில் நடக்கும்படி வற்புறுத்தப்பட்டு திரும்ப சித்திரவதை அனுபவித்த இடங்களுக்கு வருகிறாள். கம்பளிச்சட்டை சரியான காலணி எதுவுமே இல்லாமல். எப்படி அவள் தப்பிப் பிழைப்பாள்? உறைந்து போகாமல் எப்படியிருப்பாள்? திருமதி ட்ரெய்ஃபெல்ட்ஸின் மனவேதனையின் தீவிரத்தையும் ஆழத்தையும் பார்த்த மற்ற நாடுகடத்தப்பட்ட நண்பர்கள் அவள் மனம் பேதலித்துவிட்டதோ என்று கவலைப்பட்டார்கள். அவளைச் சமாதானப்படுத்த முனைந்த எல்லோரிடமும் அவள் புலம்பினாள்: "கம்பளிச் சட்டை இல்லை அவளிடம். காலிலும் எதுவும் இல்லை. என் சின்னப்பெண் எங்கே இருக்கிறாள் இப்போது?" சமாதான வார்த்தைகள் அவள் பிரக்ஞையை

எட்டவில்லை. அவள் கண்முன் ஒரு காட்சி ஓடிக்கொண்டிருந்தது – அவள் மகளின் இளைத்த உடல் முடிவேயில்லாத பனியில். தன் நினைவிழந்த நிலையில் இருப்பவளைப்போல் வேலையில் இருந்த வீட்டின் வேலையைச் செய்தாள் – தரையைப் பெருக்கித் துடைத்தாள்; சமைத்தாள்; , மிருகங்களைக் கவனித்துக்கொண்டாள். பிப்ரவரி 4ம் தேதி இரவு பத்து மணிக்கு ஒரு பால் கரக்கும் வாளியை எடுத்துக்கொண்டு கொட்டிலுக்குப் போனாள். பல மணி நேரங்களுக்குப் பிறகு வீட்டுக்காரி அவளை அங்கேதான் பார்த்தாள் – மயக்கமாக விழுந்துகிடந்தபடி.

என் பாட்டி எமீலியா தனியாக இறந்தாள். காற்றில்லாத, நாற்றம் அடிக்கும் ஒரு மாட்டுக் கொட்டிலில். அவள் தலை பசுவின் இளைத்த உடலின் ஒரு பக்கத்தை அழுத்தியபடி. பசுவின் சூடான மடியிலிருந்து அவள் கை நழுவி விழுந்திருந்தது. பசு ஆச்சரியத்துடன் திரும்பி மா என்று கத்தியது அலட்சியமாக. அதன் பிறகு மீண்டும் அசைபோட ஆரம்பித்தது. கத்திக்குத்துபோல் ஒரு வலி அவள் நெஞ்சைக் குத்தியது. அவள் உடம்பு தள்ளாடியது. கண்களை விரித்தபடி என் பாட்டி சாணி ஊறிய வைக்கோலில் விழுந்தாள். வெளியே பிப்ரவரி மாதத்தின் பனிப்புயல் வீசிக்கொண்டிருந்தது. எமீலியாவுக்கு அது கேட்கவில்லை. எதுவுமே இப்போது வலிக்கவில்லை. மங்கிக்கொண்டிருந்த பிரக்ஞையின் இறுதிச் சக்தியைத் திரட்டயபடி அவள் தன் மகளுக்கு உதவ விரைந்தாள். அவள் குழந்தை பனி மேலும் பனிக்கட்டி மேலும் வெறும் காலில் நடத்தப்படவில்லை என்பதை அவள் உறுதிசெய்துகொள்ளவேண்டும். காற்றில்லாத அந்தக் கொட்டிலுக்கும் டாம்ஸ்க் சிறைக்கும் இடையே இருந்த நூற்றுக்கணக்கான கிலோமீட்டர்களைக் ஒளிவேகத்தில் அவள் ஆத்மா விரைந்து கடந்தது. அதிவேகமாக விரைந்து சென்று எமீலியாவின் ஆத்மா ஒவ்வொரு புதரிலும் மலையிலும் வளையும் பாதையிலும் தெருவிலும் தேடிப் பார்த்தது. வினாடியே வினாடி கைதிகளின் வரிசை அணியில் மூடியபடி இருந்த வதைபட்ட ஒவ்வொரு முகத்தையும் பார்த்தாள். லிகிடா அங்கில்லை! இப்போது எமீலியாவுக்குத் தெரிந்தது அவள் மகள் இந்தச் சோதனையிலிருந்து காப்பாற்றப்பட்டுவிட்டாள் என்பது. எல்லாவற்றிலிருந்தும் விடுபட்டவளாய் நன்றியுடன் எமீலியா பெருமூச்செறிந்தாள். அதன் பின் தன் ஆத்மாவை இறைவனிடம் ஒப்படைத்தாள்.

அடுத்தநாள் லாட்வியர்கள் மரியாதையுடன் என் பாட்டியைப் புதைத்தார்கள். இந்த இறுதிச் சடங்குக்காகவே திருமதி ட்ஸெனேயால் தைக்கப்பட்ட அடர் வண்ண உடையில் அவள் இருந்தாள். லிகிடா வந்ததும் அவள் அம்மாவை நினைவுகூர ஏதாவது இருக்கவேண்டும் என்று கிராமத்துப் புகைப்படக்காரரைக் கூப்பிட்டு எமீலியாவைப் புகைப்படம் எடுக்கச் செய்ததும் திருமதி [ஃப்ரீடா] ட்ஸெனேதான். சவப்பெட்டியில் கம்பீரமாக, அமைதியுடன் காணப்பட்டாள் எமீலியா. அவள் விடுபட்டுவிட்டதைப்போல. சவப்பெட்டி குதிரைகளால் இழுக்கப்பட்ட பனிச்சறுக்கு வண்டியில் பக்கத்திலேயே கிராமத்திலிருந்து ஒன்றரைக் கிலோ மீட்டர் தூரத்திலிருந்த கல்லறைக்குப் போயிற்று. விடைதரும் சடங்கு எளிமையாகவும் ஆத்மார்த்தமாகவும் இருந்தது –

யாரோ ஒருவர் சிறு சொற்பொழிவு ஆற்றிய பின் பல லாட்வியப் பாடல்கள் பாடப்பட்டன. புதைத்து முடிந்த பின் பெரிய விருந்தாக இல்லாமல் சாதாரணமான சாப்பாடு வைக்கப்பட்டிருந்த ஒரு மேசையைச் சுற்றி அமர்ந்து லாட்விய வழக்கப்படி நண்பர்கள் எமீலியா பற்றிய நினைவுகளைப் பகிர்ந்துகொண்டார்கள்.

என் பாட்டியின் கல்லறை எனக்கு நினைவிருக்கிறது. என் குழந்தைப் பருவத்தில் என் அம்மாவுடன் அடிக்கடி அங்கே போவதுண்டு. கடைசி முறையாக அங்கு 1957ன் வசந்தகாலத்தில் போனேன். பனி உருகிப்போயிருந்தது. எளிமையான அந்தக் கல்லறை மண்ணின் மேல் நீண்டு வளர்ந்து பாதியாய் முறிந்திருந்த புல்லை காற்று வீசிச் சாய்த்துக் கொண்டிருந்தது. முட்டி போட்டு அமர்ந்து குனிந்தபடி என் அம்மா அழுதுகொண்டிருந்தாள். அவளைப் பார்த்தால் எனக்குப் பாவமாக இருந்தது. இதுதான் நாங்கள் கடைசியாகப் பாட்டி எமீலியாவிடம் விடை பெற்றது. சில நாட்களுக்குப் பின் எங்கள் குடும்பம் வீட்டை நோக்கிப் பயணமானது. லாட்வியாவுக்கு.

இறுதிக் குறிப்புகளும் அடிக்குறிப்புகளும்

இறுதிக் குறிப்புகள்:

இந்த அத்தியாயத்துக்கான தரவுகள்:

1. லாட்விய அரசுத் துறைகளின் தரவுகள்
2. ஜெர்மனியின் குனிக்ஸ்டைன் அன் டெளனஸ் நகரத்தில் உள்ள பால்டிக் கல்வி நிலையம் வெளியிடும் *ஆல்டா பால்டிகா* (பால்டிக் அறிக்கை) பகுதி 4 (1964) இதழ்.
3. *லப்ரீட்* பத்திரிகை 14 ஜூன் 1994 இதழ்
4. எமீலியா லிகிடாவுக்கு எழுதிய ஆகஸ்ட் 1948, 24 ஜனவரி, 17 பிப்ரவரி, 19 மார்ச், 20 மார்ச், மே, 17, 21 ஜூலை மற்றும் தேதியிடாத ஜூலை மற்றும் 2 செப்டம்பர் மற்றும் தேதியில்லா செப்டம்பர் 1949 கடிதங்கள்.
5. ஃப்ரீடா ட்ஸெனே ஆனா டும்பேவுக்கு 29 ஏப்ரல் 1950ல் எழுதிய கடிதம்.

அடிக்குறிப்புகள்:

1. சைபீரியாவில் பெண்கள் கணவனின் பெயருடன் இணைத்தே அழைக்கப்பட்டார்கள். யானிஸின் மனைவி இவ்வாறு யனோவ்னா என்று அழைக்கப்பட்டாள்.

கொள்ளைக்காரனின் குடும்ப உறுப்பினர்

1949ம் ஆண்டு மார்ச் 20ம் தேதியோ அல்லது அதற்கு முன்போ ஜூன் 14, 1941ல் நடந்த கதிகலங்கவைக்கும் நிகழ்வைப்போல் மீண்டும் நடக்கப்போகிறது என்ற வதந்தி பரவ ஆரம்பித்தது. சரக்கு ஏற்றும் ரயில் நிலையங்களில் கால்நடைகளை ஏற்றும் வண்டிகளை மீண்டும் ரயில் வண்டிகளாக மாற்ற “பயண முன்னேற்பாடுகள்” நடந்துகொண்டிருக்கின்றன என்ற தகவல் ரயில் துறையினருக்குத் தெரியவந்திருந்தது. என் தாத்தா அலெக்ஸான்டர்ஸ் கைதாகி அவர் விசாரணை முடிந்து மூன்றாண்டுகள் ஆகியிருந்தன. இருந்தாலும் ஒவ்வொரு முறை கைதுகள் பற்றியும் மறைந்துபோனவர்கள் பற்றியும் கதைகளைக் கேட்கும்போது ஒரு ஜில்லிட்டக் கை தன் இதயத்தைப் பிடித்து அழுத்துவதைப்போல் உணர்ந்தாள் என் அப்பாவின் அம்மா மில்டா. இதுவரை அவர்களை விட்டுவைத்திருந்தார்கள். அவள் கணவன் கைதான பின் அவர்கள் வீடு சோதனை போடப்பட்டது; மில்டா பலமுறை விசாரணைக்கு அழைக்கப்பட்டாள். ஆனால் அதன் பின் அரசு “யந்திரங்கள்” அந்தக் குடும்பம் குறித்து எந்த அக்கறையும் காட்டியிருக்கவில்லை. அவர்களிடம் அக்கறை காட்டிய சிலர் தன்னையும் மகன்களையும் அடக்குமுறைப் பயங்கரத்திலிருந்து காப்பாற்றிக்கொள்ள அவள் தன் கணவனை விவாகரத்துச் செய்யவேண்டும் என்று அறிவுரை கூறினார்கள். என் பாட்டியின் அம்மா மடில்டேயும் தன் மகளை இது குறித்து வற்புறுத்த முயன்றார் – “ஒரு கொள்ளைகாரன் மற்றும் சோவியத் அதிகாரத்தின் விரோதி”க்கும் அவளுக்கும் எந்தவிதத் தொடர்பும் இல்லை என்பதை விவாகரத்து உறுதிசெய்யும். ஆனால் மில்டாவால் இதைச் செய்ய முடியவில்லை. அலெக்ஸான்டர்ஸ் அவளுக்குப் பலமுறை தொல்லை தந்திருந்தார்தான். விவாகரத்து பற்றிய பேச்சு பலமுறை எழுந்திருந்ததும் உண்மை. ஆனால் போர்க்காலத்தின் குழப்பத்தில் அது குறித்து எதுவும் செய்ய

முடியவில்லை. அப்படிச் செய்யாதது அவள் குழந்தைகள் மற்றும் அவள் சொந்தப் பாதுகாப்பை பெரிய ஆபத்தில் ஆழ்த்தும் என்பது அவளுக்குத் தெரிந்தே இருந்தது. ஆனால் தற்போது அவள் கணவன் பெரிய இன்னலில் மாட்டிக்கொண்டிருக்கும்போது விவாகரத்துச் செய்வது அவனுக்குச் செய்யும் துரோகம் என்று மில்டா நினைத்தாள்.

மீண்டும் நாடுகடத்தல் நடக்கும் என்ற வதந்தி அதிகமாகப் பரவ ஆரம்பித்ததும் மார்ச் 25 காலையில் இளைய மகன் சிறுவன் ஆர்னிஸ்ஸை ஸிகுல்டாவில் இருக்கும் தன் அம்மாவிடம் அனுப்பத் தீர்மானித்தாள் மில்டா. ஐவர்ஸுக்குத் தொழிற்சாலை செல்லவேண்டியிருந்தது. அதனால் என் பாட்டி அவனிடம் தன் கவலைகளைப் பகிர்ந்துகொள்ளவில்லை. ஒரு வேளை வதந்திகள் ஆதாரமற்றவையாக இருந்தால் தகுந்த காரணமின்றி வேலைக்குப் போகாமல் இருந்தது அவனுக்குப் பல பிரச்சினைகளை உண்டாக்கலாம். விசாரணை செய்யப்பட்டு அவன் சிறையில்கூட அடைக்கப்படலாம். தான் எதுவும் பேசாமல் மௌனமாக இருந்ததை நினைத்துப் பிற்காலத்தில் மில்டா எவ்வளவு வருந்தினாள்! ஸைபீரியா தன் மகனின் இளமையையும் ஆரோக்கியத்தையும் குலைப்பதை எதுவும் செய்ய முடியாமல் அவள் பார்த்துக்கொண்டிருப்பதைவிட லாட்வியாவின் சிறை ஒன்றில் நூறு தடவை இருந்திருப்பது அவனைப் பொருத்தவரை எவ்வளவோ மேலாக இருந்திருக்கும்.

அந்த வசந்தகாலத்தின்போது ஐவர்ஸ் வெகு உற்சாகமாக இருந்தான். கடுமையான குளிர்காலம் முடிவடைந்திருந்தது. வசந்தத்தின் சூரிய ஒளியால் குளிப்பாட்டப்பட்ட உலகம் எந்த அனுபவமும் நேராததுபோல் வெள்ளந்தியாகத் தோற்றமளித்து மனத்தை ஈர்த்தது. அவனுக்கென்று ஒரு பெண் தோழி இருந்தாள். அவளுடன் நடக்கலாம், மாலையில் சினிமா பார்க்கப் போகலாம். அவன் இளமைக் கனவுகள், எதிர்காலத் திட்டங்கள், வேலை, படிப்பு இவற்றிலேயே அவன் முழுக் கவனமும் இருந்தது. தொழில் நுட்பக் கல்லூரியில் ஐவர்ஸ் நான்காம் ஆண்டு படித்துக் கொண்டிருந்தான். அரசு மின்னாற்றல் தொழிற்சாலையில் வேலையும் செய்துகொண்டிருந்தான். முதல் முறையாகச் சம்பாதிக்க ஆரம்பித்திருந்தான். பல ஆண்டுகளாக அவர்களைப் பீடித்திருந்த வறுமை குறையும் என்று சற்றுத் துணிவுடன் நம்ப ஆரம்பித்தாள் மில்டா. ஐவர்ஸ் வேலைக்குப் போக ஆரம்பிக்கும் முன் நர்ஸாகப் பணி புரிந்து என் பாட்டி சம்பாதித்தது மட்டும்தான் குடும்பத்தை நடத்த உதவியது. போதியும் போதாமுலும்தான் வாழ்க்கை ஓடியது. பட்டாணி சூப்தான் வயிற்றை நிரப்ப. எப்போதாவது அதில் கிள்ளிப்போட்ட ஒரு சிறு துண்டு பன்றி இறைச்சி மிதக்கும். வாழ்க்கையில் முதல் முறையாக தான் நல்ல உடை உடுத்தியிருப்பதாகத் தோன்றியது என் அப்பாவுக்கு. அது அவர் தன்னம்பிக்கையைக் கூட்டியது. புதிய இரு பான்ட்டுகளை பண்டமாற்று முறையில் கறுப்புச் சந்தையில் மாற்றி, எதிர்க்காற்றைத் தாங்கக்கூடிய, மணிக்கட்டில் மடக்கித் தைக்கப்படும் இரண்டு ஜாக்கெட்டுகளை நவீன முறையில் தைத்துக்கொண்டார். தோள் புடைத்துத் தெரியும்படி தோள்பட்டையில் திண்டுகள் வைத்து விர்ரென்று ஏறி இறங்கும் உலோகப் பல்லிணைவு வைத்த ஜாக்கெட்டுகள் அவை இரண்டும். கூடவே பாங்கான காலணிகளும் ஒரு மேல்கோட்டும்.

மார்ச் 25 மற்ற வேலை நாட்களைப்போலவே இருந்தது. ஐவர்ஸுடன் வேலை செய்தவர்களும் ஏதோ வதந்திகள் உலவுவதாகச் சொன்னார்கள். ஆனால் யாருக்கும் எதுவும் சரியாகத் தெரியவில்லை. தவிர இதைப்பற்றி யெல்லாம் பேச எல்லோரும் பயப்பட்டார்கள். அவர் கேள்விப்பட்ட வதந்திகளுக்கும் தனக்கும் எந்தச் சம்பந்தமும் இல்லை என்றே என் அப்பா நினைத்தார். அவரும் அவர் அம்மாவும் எந்தவிதப் பகட்டும் இல்லாதச் சாதாரண வாழ்க்கை வாழ்பவர்கள். காவற்படையினர் அல்லது சேக்காவைச் சேர்ந்தவர்கள் கவனிக்கும்படி அதில் ஒன்றுமே கிடையாது. அவர்களைப்போல் ஆயிரக்கணக்கானவர்கள் இருந்தார்கள். அவர்கள் எல்லோரையும் நாடுகடத்த முடியுமா என்ன? நிலைமையைத் தவறாகக் கணித்தான் ஐவர்ஸ். காரணம் முதல் ஆண்டு ஆக்கிரமிப்பின் காரணங்களும் விளைவுகளும் அவன் குழந்தை மனத்தில் போரைப்போல் குறிப்பிட்டுச் சொன்னால் போரின் இறுதிக்கட்டத்தின் தாக்கத்துடன் அவ்வளவு ஆழமாகப் பதிந்திருக்கவில்லை. ஒரு பதின்ம வயதுப் பையனின் கண்களுடன் பார்க்கும்போது போர் மற்ற எல்லாவற்றையும் பின்னுக்குத் தள்ளி, விமானத் தாக்குதல்கள், காயம்பட்டவர்கள், வரிசையாகச் சென்ற அகதிகளின் கூட்டம் இவற்றை உருவாக்கிய உச்சகட்ட பயமாகவே வாழ்நாள் முழுவதும் அவன் நினைவில் இருந்தது. இப்போது அதையெல்லாம் கடந்து வந்தாகிவிட்டது. அவன் வாழ ஆசைப்பட்டான்! ஸ்டாலினின் சூரியனின் கீழ் சில ஆண்டுகளே கழிந்திருந்தன. அந்தச் சமயத்தில் ஐவர்ஸ் மட்டுமல்ல யாருக்குமே சேக்காவின் பயங்கரச் செயல்பாடுகள் உண்மையாகவே எவ்வளவு தீவிரமாகத் திணிக்கப்பட்டுள்ளன என்பது பற்றிய புரிதல் எதுவும் இருக்கவில்லை. உண்மையான யதார்த்த நிலையைப் பற்றிய இந்தத் தகவல் இல்லாததும் அவர் இளமையும் சேர்ந்து பாதுகாப்பாக இல்லாமல் இருப்பதாக எப்போதும் உணர்ந்தபடி அதிகமான ஜாக்கிரதை உணர்வுடன் செயல்படுவதிலிருந்து என் அப்பாவைக் காப்பாற்றியது. பயங்கர ஆண்டை அனுபவித்திருந்தப் பழைய தலைமுறையினருக்கு பாதுகாப்பின்மை வாழ்க்கையின் ஓர் அங்கமாகிவிட்டிருந்தது. மார்ச் 25 மாலை வேலை முடிந்த பின் வீட்டுக்குத் திரும்பிக்கொண்டிருந்த ஐவர்ஸ் சற்றுச் சோர்வுடன் இருந்தான். ஆனால் மனத்தில் எந்தக் கவலையும் இருக்கவில்லை. அவனும் அம்மாவும் இரவுச் சாப்பாட்டை முடித்துக்கொண்ட பின் ஐவர்ஸ் பாடங்களைப் படிக்க உட்கார்ந்தான். ஒட்டுமொத்தமாகப் பலர் தடுப்புக்காவலில் வைக்கப்பட்டிருந்ததாக எந்தச் செய்தியும் வராததால் மில்டாவின் மனம் சற்று அமைதியடைந்திருந்தது. எல்லாமே வெறும் வதந்தியாகத்தான் இருந்திருக்கும் என்று தனக்குத்தானே சொல்லிக்கொண்டு தன்னைச் சமாதானப்படுத்திக்கொள்ள முயன்றாள். கதவு தட்டப்பட்டது...

"அன்று வெள்ளிகிழமை. இரவு ஒன்பது மணியளவில் சாதாரண உடையில் இருந்த இருவர் வீட்டுக்குள் நுழைந்து தயாராகி அவர்களுடன் வரும்படி சொன்னார்கள். நானும் அம்மாவும் அதிர்ச்சியில் இருந்தோம். என்ன செய்வதென்று தெரியவில்லை. நானோ அம்மாவோ கனமான எதையும் தூக்க முடியாது. அதனால் தேவையான மிகச் சிலவற்றையே எடுத்துக்கொண்டோம். இதைப் பார்த்த அந்த இருவரில் ஒருவன் சுவரில்

தொங்கிக்கொண்டிருந்த ஒரு விரிப்பைக் கீழே இழுத்துப்போட்டு அதில் மெத்தையையும் இன்னும் சில சாமான்களையும் போட்டான். என் தம்பியைப் பற்றிக் கேட்கவில்லை. [...] படிக்கட்டில் இன்னொரு காவலாளி நின்றுகொண்டிருந்தான். வீட்டுக்கு வெளியே நான்காம் காவலாளி. வீதிக்கு வந்து வண்டியில் அமர்ந்துகொண்டோம். சிவப்பு ராணுவ வீதியும் வால்டெமாரா இயலாவும் கூடும் முனைக்கு அழைத்துச்செல்லப்பட்டோம். [...] எல்லோரும் கூடும் அறையில் ஏற்கனவே பலர் இருந்தனர். இன்னும் பலர் கூட்டிவரப்பட்டுக்கொண்டே இருந்தனர். பூர்ஜுவா தேசியவாதி ஒருவரின் குடும்ப உறுப்பினர்களாக இருந்ததால் நாங்கள் நாடுகடத்தப்படுகிறோம் என்று இங்கு எங்களிடம் கூறப்பட்டது. இரவு ஒரு சிறு பேருந்தில் ரொபாஸி ரயில்நிலையத்துக்கு அழைத்துச் செல்லப்பட்டோம். இரவு மூன்று மணிக்கு சரக்கு ஏற்றிச்செல்லும் வண்டிக்குள் அமர்த்தப்பட்டோம். [...] அது கால்நடைகளை ஏற்றிச்செல்லும் ஒரு பெரிய பெட்டி. அதில் மரத்தால் செய்த அடுக்குப் படுக்கைகள் வைக்கோல் பரப்பப்பட்டு இருந்தன. பெட்டியின் நடுவே இரும்பு அடுப்பு ஒன்று இருந்தது. குப்பையை அகற்றும் வாளி ஒன்றும் அங்கே இருந்தது இயற்கை உபாதைகளுக்கு உபயோகிக்க. பிறகு அதை ஒரு கம்பளியால் மூடி வைத்தோம். [...] இந்தத் துன்பத்தை அனுபவித்தபடி எங்களுடன் பலர் இருந்தனர். எல்லோருமே அந்த இடத்திலுள்ளப் பண்ணைகளைச் சேர்ந்தவர்கள். பெட்டியில் ஐம்பது அறுபதுபேர் இருந்தார்கள். நடுத்தர வயதுக்காரர்கள் பலரும். ஆனால் வயதானவர்களும் இருந்தார்கள். இரண்டு சிறு குழந்தைகளுடன் – அதில் ஒரு குழந்தை கைக்குழந்தை – ஒரு குடும்பம் அங்கே இருந்தது அதிர்ச்சியாக இருந்தது. பிறகு அந்தக் குழந்தைகள் இறந்துவிட்டதாகக் கேள்விப்பட்டேன்.” இதுதான் நாடுகடத்தப்பட்ட அதிர்ச்சியைக் குறித்த என் அப்பாவின் நினைவுகள்.

சனிக்கிழமை வண்டி ரொபாஸியிலிருந்து ஸிகுல்டாவுக்குச் சென்றது. அங்கு இன்னும் “தயாராக்கப்பட்ட” பெட்டிகள் இணைக்கப்பட்டன. காலை நேரத்தில் மில்டாவும் ஐவர்ஸும் எங்கேயாவது ஆர்னிஸ் கண்ணில் படுவானா என்று பெட்டியின் சிறிய சன்னலூடே கண்ணகற்றாமல் பார்த்தபடி இருந்தனர். ஆர்னிஸ் ரயில் நிலையத்துக்கு வந்திருந்தான் என்றும் வரிசையாக இருந்த பல பெட்டிகளின் பக்கமாக அலைந்தபடி தேடி தேடி அலுத்துப்போனான் என்றும் பிறகு பாட்டி மடில்டேயிடமிருந்து வந்த கடிதத்திலிருந்து தெரிந்துகொண்டார்கள். ஞாயிறு அந்திமாலை நேரத்தில் இரண்டு எஞ்சின்கள் இழுக்க, ரயில் நகர ஆரம்பித்தது. லாட்வியாவில் கடைசி நிறுத்தம் ஸிகுல்டாதான். ஐவர்ஸ் நினைவுகூர்கிறான்: “ட்ஸேஸிஸ் ரயில் நிலையத்தை எட்டும்போது ரயில் தன் வேகத்தைக் குறைத்தது. நடைமேடையில் மக்கள் கண்களைத் துடைத்துக்கொண்டபடி நின்றுகொண்டிருந்தார்கள். எல்லையை எட்டியதும் விட்ஸெமெ நகரத்திலிருந்து விடைபெறும் பாடல் ஒன்று யார் குரலிலோ எழுந்தது. யாரும் கூடச் சேர்ந்து பாடவில்லை. இவ்வாறு வால்கா நகரத்தை இரவில் கடந்தபடி நாங்கள் கனத்த இதயங்களுடன் லாட்வியாவை விட்டுப்போனோம்.”

ஐவர்ஸ் எழுதிவைத்திருக்கும் நினைவுக்குறிப்புகளில் பக்கத்து வீட்டுக்காரர் யாரோ காட்டிக்கொடுத்ததால்தான் நாடுகடத்தல்

நேர்ந்தது என்ற அனுமானம் இருக்கிறது. ஆனால் ரஷ்யக் குழுமத்தின் மந்திரிகளின் மன்றமும் அரசு பாதுகாப்பு அமைச்சகமும் 1949ம் ஆண்டின் ஆரம்பத்தில் எடுத்த அதி ரகசிய முடிவுகள் தெரியவரும்போது ஒன்று தெளிவாகிறது. மில்டா மற்றும் அவள் மகன்கள் ஐவர்ஸ் மற்றும் ஆர்னிஸ்ஸின் விதி 13 நவம்பர் 1945ல் சேக்காவைச் சேர்ந்தவர்கள் என் தாத்தா அலெக்ஸான்டர்ஸை கைது செய்து கொள்ளைக்காரன் மற்றும் பூர்ஜுவா தேசியவாதி என்று அவர் குற்றஞ்சாட்டப்பட்டு, பத்து ஆண்டுகள் உச்சப் பாதுகாப்பு சிறை முகாமுக்கு அவர் அனுப்பப்பட்டபோதே நிர்ணயிக்கப்பட்டுவிட்டது. மில்டா தன் கணவனை விவாகரத்து செய்திருந்தால்கூட அதில் மாற்றம் இருந்திருக்காது. அவர்கள் மூவரும் என்றென்றைக்குமாக கொள்ளைகாரனின் குடும்ப உறுப்பினர் என்று முத்திரை குத்தப்பட்டாகிவிட்டது. என் அம்மாவின் வயிற்றில் நான் இருந்தபோதே எனக்கும் இந்த முத்திரை குத்தப்பட்டாகிவிட்டது. "சமூகத்துக்கு ஆபத்தான" யானிஸ் ட்ரெய்ஃபெல்ட்ஸ் மற்றும் "கொள்ளைக்காரன்" அலெக்ஸான்டர்ஸ் கால்னியடிஸ் என்ற இருவருக்கும் பேத்தியாகப் பிறந்ததால் ஸ்டாலின் காலத்து அளவுகோல்களின்படி என் வாழ்க்கைக் குறிப்பிலிருந்து எதுவும் இந்த அவமானகரமான கறையை அகற்ற முடியாது. மில்டா, ஐவர்ஸ், ஆர்னிஸ் இந்த மூவருக்குமான நாடுகடத்தல் உத்தரவு பிப்ரவரி 26 தேதியில் அவர்கள் கைது செய்யப்படுவதற்கு ஒரு மாதம் முன்பே எழுதப்பட்டுவிட்டது. மில்டா மாத்திரம் தாய்களுக்கே உரிய முன்யோசனையுடன் தன் இளைய மகன் ஆர்னிஸ்ஸை கிராமத்துப்புறம் அனுப்பியிருக்காவிட்டால் அவனும் அவர்களுடன் அந்தக் கால்நடைகளுக்கான பெட்டியில் இருந்திருப்பான். கடகடத்து ஓடும் ரயிலில் சேக்காவைச் சேர்ந்தவர்கள் மட்டுமே அறிந்த அவர்கள் பலவந்தக் குடியிருப்பை நோக்கிப் போகும் முடிவில்லாத அந்த 6000 கிலோமீட்டர் தூரப் பயணத்தில் என் பாட்டியும் அப்பாவும் நாடுகடத்தப்படுவது என்றால் என்ன என்ற உண்மையைத் தெரிந்துகொண்டார்கள். அவர்கள் வண்டி இடையிடையே ரயில்நிலையங்களில் நின்றபோது அடிக்கடி பக்கத்துத் தண்டவாளங்களில் நாடுகடத்தப்பட்ட இன்னும் பலருடன் இருந்த ரயில்வண்டிகளைப் பார்க்கமுடிந்தது. அவர்கள் யார் எங்கிருந்து வருகிறார்கள் போன்ற கேள்விகளுடன் உடனே சன்னல் வழியாக அவர்களுடன் பேச்சு ஆரம்பித்தது. அவர்கள் எஸ்டோனியா, லிதுவேனியா, லாட்வியா நாடுகளைச் சேர்ந்தவர்கள். பால்டிக் நாடுகள் மொத்தமாகக் காலியாக்கப்பட்டுக்கொண்டிருந்தன என்று தோன்றியது.

மார்ச் 1949 ஆண்டின் நாடுகடத்தல் 1941ல் நடந்த முதல் நாடுகடத்தலைவிட அதிகத் திறமையுடன் ஏற்பாடு செய்யப்பட்டிருந்தது. முந்தைய நாடுகடத்தலின்போது ஆக்கிரமிப்பு அரசும் ராணுவமும் பால்டிக் காடுகளிலிருந்து எதிர்ப்பு இயக்கத்தை தொடர்ந்து நடத்திக்கொண்டிருந்த "காட்டுச் சகோதரர்கள்" குறித்துக் கவலைப்பட வேண்டியிருக்கவில்லை. ஆயுதத் தாக்குதல்கள் மூலம் அவர்கள் மக்கள் நாடுகடத்தபடுவதில் தலையிட்டிருக்கலாம். ரஷ்யக் குழுமத்தின் பாதுகாப்பு அமைச்சகத்தின் மாநில மந்திரி 1949, பிப்ரவரி 28 தேதியில் அதி ரகசிய நடவடிக்கையான "க்ரஸ்தா பங்கா" என்று பெயரிடப்பட்ட "கடற்கரைப் பொங்கோதம்"

என்ற நடவடிக்கையை அங்கீகரித்திருந்தார். இந்த விரிவான நாடுகடத்தல் நடவடிக்கையின் மூலம் ரஷ்யத் தலைவர்கள் கூட்டுறவுத் திட்டத்தை ஏற்காத விவசாயிகளை அச்சுறுத்தி அவர்கள் வேறுவழியில்லாமல் கூட்டுப்பண்ணைகளில் சேரும்படி செய்தனர். இது காட்டுச் சகோதரர் களின் எண்ணிக்கையையும் குறைத்தது. இந்த இரண்டாம் அலை நாடுகடத்தலுக்கான ஏற்பாடுகள் அதி ரகசியமாக வைக்கப்பட்டன. லாட்வியப் பிரதேசம் பல பகுதிகளாகப் பிரிக்கப்பட்டு ஒவ்வொரு பகுதியிலும் ஒரு தளபதி நியமிக்கப்பட்டு அவர் கட்டளைக்கு ஏற்ப வேலை செய்ய ஒரு துணைச் செயற்குழு இருந்தது. மார்ச் 18 தேதியில் நடவடிக்கையின் உயர் அதிகாரிகளிக்கு விவரங்கள் அறிவிக்கப்பட்டு அடுத்த நாள் மேற்பார்வையாளர்கள் எல்லா ரயில்வண்டிகளையும் வழிநடத்திச்செல்ல ஆரம்பித்திருந்தார்கள். போர்ப்படைகளுக்கும் லாட்விய கம்யூனிஸ்ட் கட்சியில் தீவிரமாக இயங்கிய உறுப்பினர்களுக்கும் அவர்களுக்குத் தரப்பட்ட வேலையைச் செய்யும்படி கூறிய உத்தரவு நடவடிக்கை ஆரம்பிக்கும் ஆறு அல்லது பத்து மணி நேரத்துக்கு முன்தான் வந்தது. எல்லா இடங்களிலும் வசித்தவர்களுக்குத் தவறானத் தகவல் தரும் பொருட்டு உள்துறையின் ஆயுதப் படைகளும் மற்றச் சிறப்புக் குழுக்களும் இடம் மாற்றப்படுவது வழக்கமான வசந்தகால நடவடிக்கைகள்போல் செய்யப்பட்டன. தகவல்களைக் கடத்தும் 812 ரகசிய நிலையங்கள் நாடுகடத்தல் நடவடிக்கையை ஒருங்கிணைத்தன. லாட்வியா, எஸ்டோனியா, லிதுவேனியா எல்லைகளில் 8422 லாரிகள் நிற்கவைக்கப்பட்டிருந்தன. மார்ச் 25 காலையில் அவை கால்நடைகள் ஏற்றிச்செல்லப்படும் 4437 ரயில்வண்டிகள் நிறுத்தப்பட்டிருந்த 118 ரயில் நிலையங்களை நோக்கிச் செல்ல ஆரம்பித்தன. 25ம் தேதியிலிருந்து 1949 மார்ச் 29ம் தேதிவரை 43,000பேர் அல்லது லாட்வியாவின் ஜனத்தொகையில் 2.28% 33 ரயில்வண்டிகளில் நாடுகடத்தப்பட்டிருந்தனர். இதில் 4941 நபர்கள் அல்லது நாடுகடத்தப்பட்டவர்களில் 12% நாடுகடத்தப்படும்போதே இறந்தார்கள். லாட்வியா, எஸ்டோனியா மற்றும் லிதுவேனியாவில் சோவியத் குழுமம் செய்தது சரியான இனப்படுகொலை. பால்டிக் நாடுகளிலிருந்து நாடுகடத்தப்பட்டவர்களில் 69,071பேர் அல்லது 72.9% மக்கள் பெண்களும் குழந்தைகளும்.

“கடற்கரைப் பொங்கோதம்” நடவடிக்கை ஸ்டாலினும் அவர் ஒற்றர்களும் வெகுஜன அழிப்பில் மன்னர்களான மூன்றாவது ரய்ஷின் தலைவர்களிடமிருந்து எந்த அளவு கற்றுக்கொண்டிருந்தார்கள் என்பதற்குச் சான்று. ரகசியமாகவும் வெகு துல்லியமாகவும் நடவடிக்கையைத் திட்டமிட்டு பால்டிக் நாடுகளிலிருந்து செயலாக்கப்பட்ட நாடுகடத்தல்கள் எந்த வகையிலும் மூன்றாவது ரெய்ஷ் ஆக்கிரமித்த நாடுகளிலிருந்து அந்நாட்டு மக்களை, குறிப்பிட்டுச் சொன்னால் யூதர்களை, நாடுகடத்தி ஐரோப்பாவின் சாவு முகாம்களுக்குக் கொண்டுசெல்ல நாஸிகள் உருவாக்கியிருந்த “அப்பழுக்கில்லாத முறை”யைவிடக் குறைந்ததல்ல. நாஸி மற்றும் சோவியத்தின் அணுகுமுறை “இறுதித் தீர்ப்பு” கட்டத்தில்தான் வேறுபட்டது. ரய்ஷின் கவலை எல்லாம் கொல்லும் யந்திரங்கள் எவ்வளவு சிறப்பாகச் செயல்பட்டு, குறைந்த நேரத்தில் அதிகம் நபர்களைக் கொல்லும்

என்பதுதான். சோவியத் அரசுக்கோ "வர்க்க விரோதிகள்" எவ்வளவு காலம் மிகக் கடுமையான நிலைமையில் உயிர்வாழ முடியும் என்று சோதித்துப் பார்க்கும் அரிய வாய்ப்பு கிட்டியது. மேலும் இத்தகையச் சோதனையில் எந்தப் பண விரயமுமில்லை. பார்க்கப்போனால் அதில் லாபம் இருந்தது. ஏனென்றால் ஒரு "படைப் பிரிவு" உயிரோடு இருக்கும்வரை அது வேலையும் செய்யவேண்டும் இல்லையா? ஆமாம், பூகோளம் மிகவும் சக்தி வாய்ந்தது! ஜனத்தொகை அதிகமான ஐரோப்பாவில் அது நாஸிகளின் வீச்சைக் குறுக்கியது. ஆனால் சோவியத் அரசுக்கு எந்தவிதக் குறுக்கீடும் இல்லாமல் ஸைபீரியாவின் மிகப் பெரிய வெளியில் முழுவதுமாகப் பரவிச் செயல்படும் சாத்தியத்தைத் தந்தது. ஒரே ஓர் ஆபத்துதான் அதில் – மனிதர்கள் வாழவே முடியாத நிலைமையை சோவியத் அரசு அவர்களுக்குப் "பெருந்தன்மையுடன்" அளித்தும் பலவந்தமாகக் குடியிருத்தப்பட்டவர்களில் ஒரு பகுதியினர் எப்படியோ உயிர்பிழைத்து வாழ்ந்துவிட்டார்கள். அதனால் நாடுகடத்தப்பட்டவர்களை வாழ்நாள் முழுவதும் பலவந்தக் குடியிருப்பில் வைக்கவேண்டிவந்தது.

"கடற்கரைப் பொங்கோதம்" நடவடிக்கையைச் செயலாக்கியவர்களுக்கு சோவியத் குடியரசு "உறுதியையும் பேராண்மையையும் காட்டியதற்காக" உயர் கௌரவங்களை அளித்தது. எல்லாவற்றையும்விடக் கசப்பானது இந்த வெகுஜன நாடுகடத்தல் நிறைவேறுவதில் லாட்வியாவில் வாழ்ந்த 30,000 லாட்வியவாசிகள் பங்கேற்றிருந்தார்கள்: பிராந்திய மற்றும் நகராட்சியின் நாடுகடத்தல் தலைமை அலுவலகங்களின் தலைமைப் பொறுப்பில் இருந்தவர்கள், அவர்கள் பிரதிநிதிகள், அங்கு வேலை செய்த ஊழியர்கள், செயல்படுத்துவதற்கான தகவல்களைத் தொகுத்தவர்கள், வண்டியோட்டிகள் என்று பல பொறுப்புகளை ஏற்று.

பாதுகாப்பு நிறுவனத்தின் குடும்பம் பற்றிய பதிவிலும் "சமூகத்துக்கு ஆபத்தான கூறு" என்று கருதப்பட்ட யானிஸ் ட்ரெய்ஃபெல்ட்ஸ்ஸின் நாடுகடத்தல் வழக்குக் கோப்பிலும் என் அம்மா லிகிடாவும் பாட்டி எமீலியாவும் இணைக்கப்பட்டவர்களாக இருந்ததுபோலவே ஐவர்ஸும் மில்டாவும் தனிப்பட்ட முறையில் பதிவு செய்யப்பட்டிருக்கவில்லை. ஐவர்ஸ் கால்னியடிஸ் அல்லது மில்டா கால்னியடே பெயர்களில் இல்லாமல் "கொள்ளைக்கார எதிர்க்கொள்கை ஆதரவாளர்" கால்னியடிஸ் அலெக்ஸான்டர்ஸ் யானொவிச்ஸ்ஸின் குடும்பத்துக்காக விசாரணை வழக்கு எண் 8485 கோப்பு உருவாக்கப்பட்டது. மனிதர்களின் அடையாளங்கள் மறுக்கப்படுவது குறித்து எனக்கு இவ்வளவு மனவுளைச்சல் ஏற்படக்கூடாதுதான். வர்க்கங்களாக மனிதர்களைப் பார்ப்பதின் தர்க்கரீதியான விளைவு அது. இருந்தாலும் ஒவ்வொரு குற்றவாளிக்கும் அவனுக்கான பெயர், குடும்பப் பெயர், சொந்த வழக்குக் கோப்பு இருக்கும் உரிமையிருக்கும்போது, ஆயிரக்கணக்கான நல்ல மனிதர்கள், தனிமனிதர்களாக அல்லாமல் பொதுவான வர்க்கப் போராட்ட அடிப்படையின்படி பிரிக்கப்படுவதை ஒவ்வொரு முறை பார்க்கும்போதும் அது என்னைக் கோபப்படவைக்கிறது. ஐவர்ஸுக்கும் மில்டாவுக்கும் விடுதலை அளிக்கும் ஆவணத்தில்கூட ஸ்டாலின் காலத்தின் அடக்குமுறை அதீதத்திற்கு எந்தக் குற்றமும் செய்யாமல்

பலியாட்களானவர்கள் என் அப்பாவும் பாட்டியும் என்பதை விளக்கும் ஒரு சொல்கூட இல்லை. பலவந்தக் குடியிருப்பை ரத்து செய்ய லாட்விய சோவியத் சோஷியலிஸ குடியரசின் குற்றஞ்சாட்டு வழக்குரைஞர் யூரிஸ் ஸ்ப்ரோஜிஸ் செய்த சிபாரிசில் தரப்பட்ட அடிப்படைக் கோட்பாட்டு விளக்கத்தில் அலெக்ஸான்டர்ஸ் கால்னியடிஸ்ஸின் மரணம் அவர்கள் விடுவிக்கப்படவும் “அவர் குடும்பத்தை பலவந்தக் குடியிருப்பில் வைக்க எந்த ஆதாரமுமில்லை” என்று முடிவெடுக்கவும் போதுமான காரணம் என்றே இருக்கிறது. இத்தகைய மனப்பான்மை சோவியத்தின் ஏமாற்றும் தன்மையையும் அது எவ்வாறு எது முக்கியம் என்பதை வரிசைப்படுத்துகிறது என்பதையும் காட்டுகிறது.

கால்னியடிஸ் குடும்பத்தின் நாடுகடத்தல் கோப்பு மார்ச் மாதம் 25ம் தேதியில் துவக்கப்பட்டது. 35 பக்கங்களைக் கொண்டது. கோப்பின் முடிவில் பிப்ரவரி முடிவில் மில்டா, ஐவர்ஸ், ஆர்னிஸ் மூவரையும் கைது செய்ய எழுதப்பட்ட உத்தரவுகளும் அலெக்ஸான்டர்ஸின் குற்றப் பதிவேடு குறித்த தகவலும் போர்க் குழுவின் அறிக்கை ஒன்றும் இருக்கின்றன. போர்க்குழுவின் அறிக்கையில் கூறப்படுவது என்னவென்றால் – “கால்னியடிஸ்ஸின் குடும்பத்தில் சோவியத் ராணுவத்தில் முன்போ இப்போதோ யாரும் பணியாற்றவோ விருதுகளையோ் பதக்கங்களையோ பெற்றதில்லை. சோவியத் ஆதரவாளர்களின் இயக்கத்திலும் யாரும் இருந்ததில்லை.” கால்னியடிஸ் குடும்பத்தின் முகவரி தவறாகத் தரப்பட்டிருப்பது ஆச்சரியத்தைத் தருவது. செயற்குழுவில் முகவரிகளின் பட்டியல் செய்யும் வேலையைச் செய்த யாராவது வேண்டுமென்றே கைது செய்யப்படுபவர்களைத் தேடிப்போகும் குழுவைக் குழப்ப இதைச் செய்தாரா அல்லது இது கவனமின்மையாலும் வேலையை ஒழுங்காகச் செய்யாததாலும் நேர்ந்த தற்செயலான தவறா? இந்தப் பெரும் தவறு குடிப்படையில் கவனிக்கப்பட்டபோது 205வது வீட்டுவசதி மேற்பார்வையாளரான போரியெடிஸ் பயந்துகொண்டே அதில் கால்னியடிஸ் குடும்பத்துக்கு ஐந்து இடங்களில் வீடு உண்டு என்று குறிப்பு எழுதினார். இருந்தாலும் சரியான மேனெஸ் இயலா முகவரி அதில் அப்போதும் குறிப்பிடப்படவில்லை. ஆகவே 25 மார்ச் அன்று “செயல்பாட்டு அலகு” ஐந்து வீடுகளிலாவது கதவைத் தட்டி அங்கு வசித்தவர்களைக் கதிகலங்க வைத்தது. ஆரம்பகட்ட வேலைக்கான ஆவணங்களில் முகவரி இல்லாதபோது கடைசியில் சேக்காவைச் சேர்ந்தவர்கள் எப்படி மேனெஸ் இயலா 18க்கு வந்து சேர்ந்தார்கள் என்பது துரதிர்ஷ்டவசமாகக் கோப்பில் உள்ள காகிதங்களிலிருந்து தெரியவில்லை.

இரண்டாவது தவறு மில்டா மற்றும் ஐவர்ஸின் பலவந்தக் குடியிருப்புக்கான இடம் பற்றியது. “குழுக்களை” எங்கு சேர்ப்பிக்க வேண்டும் என்று தயாரிக்கப்பட்ட ஆவணங்களின்படி பாதுகாப்புக் குழுவின் தலைவன் அவர்கள் இருவரையும் ஆமுர் பிராந்தியத்திலிருந்த பேலய ரயில் நிலையத்துக்குக் கொண்டுசேர்க்கவேண்டும். ஆனால் என் அப்பாவும் பாட்டியும் வேறு ஒரு ரயிலில் “ஏற்றப்பட்டு” ஏப்ரல் 2ம் தேதி டாம்ஸ்க் பிராந்தியத்துக்கு வந்துசேர்ந்தார்கள். உடனேயே

தளபதி அலுவலகத்தில் இருந்த பதிவேட்டில் அவர்கள் பெயர்களும் சேர்க்கப்பட்டுவிட்டன. அந்தத் தவறு யார் கவனத்துக்கும் வரவில்லை. அவர்கள் ஆவணங்களில் அவர்கள் ஆமுரில் பதிவு செய்யப்பட்டதாகவே இருந்தது. 16 ஜூன் 1949ல் ஐக்கிய சோவியத் சோஷியலிஸ குடியரசின் அரசு பாதுகாப்பு அமைச்சகத்தின் சிறப்புக் குழு எடுத்த முடிவிலும் இந்தத் தவறு உறுதிப்படுத்தப்பட்டது. இந்தத் தவறு பிறகு கண்ணில் பட்டிருக்கலாம். ஆனால் அது பெரிய தவறாகப் பார்க்கப்படவில்லை. ஆமுரோ டாம்ஸ்க்கோ எந்தப் பிராந்தியமாக இருந்தால் என்ன? அவர்கள் "வெகுதூரத்தில் இருந்த ரஷ்ய நாட்டுப் பிரதேசங்களுக்கு மாற்றப்பட்டார்கள்" என்பதுதான் முக்கியம்.

அரசு பாதுகாப்பு அமைச்சகத்தின் தகவல் தொகுப்பில் குடும்பத்தின் மூன்றாவது உறுப்பினரான ஆர்னிஸ் கால்னியடிஸ்ஸின் பெயர் குறிக்கப்பட்டுள்ளது. நடவடிக்கை எடுத்து முடிந்த பின், ஆர்னிஸ் கைது செய்யப்படாதது குறித்து மந்திரிக்கு ஓர் அறிக்கை அனுப்பப்பட்டது. அதில் பதிவை மாற்றுவதற்குக் கோரிக்கை வைக்கப்பட்டது. இந்த "அதி ரகசிய" அறிக்கைக்குப் பதிலளித்தபோது லாட்விய அரசு பாதுகாப்பு மந்திரி ஆல்ஃப்ரெட்ஸ் நோவிக்ஸ் ஒரு புதிய தகவலைச் சேர்க்க ஏப்ரல் 26 தேதியில் அனுமதி அளித்தார். அந்தத் தகவலின்படி இரண்டு குடும்ப உறுப்பினர்கள் – மில்டா மற்றும் ஐவர்ஸ்–மட்டுமே குறிக்கப்பட்டுள்ளனர். கைது செய்யப்பட வேண்டிய யாராவது அந்தச் சமயத்தில் கிடைக்காமல்போய் கைது செய்யப்படாமல் விடப்பட்டுவிட்டால் இத்தகைய பல திருத்தங்கள் செய்யப்பட்டிருக்கலாம். நடவடிக்கை சமயத்தில் ஆரம்பித்துச் சமயத்தில் முடிய வேண்டும். செய்யாமல் விட்ட ஒவ்வொரு வகையும் ஒவ்வொரு விவரமும் "கடற்கரைப் பொங்கோதம்" நடவடிக்கையின் பிரமாதமான முன்னேற்றத்தைக் கறைப்படுத்தி அதில் செயலாற்றியவர்களுக்கு விருதுகள் வரும் வாய்ப்பைக் குலைக்கும். அதனால் சேக்காவைச் சேர்ந்தவர்கள் கைதுசெய்யப்படாமல் போனவர்களைத் தேடுவதில் நாட்டம் காட்டவில்லை. கையெழுத்திட்டத் தகவல் தொகுப்பின் ஒரு மூலையில் அவசரமாக எழுதிய குறிப்பில் மரணத்துக்கான உண்மைக் காரணம் பற்றிய தகவல் தர வேண்டிய அவசியம் இல்லை என்ற ரஷ்யக் குடியரசின் குற்றஞ்சாட்டு வழக்குரைஞரின் உத்தரவு சுட்டிக்காட்டப் படுகிறது. அப்படியென்றால் அதற்கான கணக்கு வைப்பு முறையின் சௌகரியத்துக்காக குலாக் ஆர்னிஸ் கால்னியடிஸ்ஸை இறந்த நபராக எடுத்துக்கொண்டதா? இருக்கலாம். இதனால் அதன் பிறகு ஆர்னிஸ் தொந்தரவு செய்யப்படவில்லை. 1946ல் திரும்பிவந்து மீண்டும் 1950ல் தேடப்பட்டு "குடும்பம் மீண்டும் இணையவேண்டும்" என்பதற்காக ஸைபீரியாவுக்குத் திரும்ப அனுப்பப்பட்ட மற்ற லாட்வியக் குழந்தைகளின் கதி அவனுக்கு நேரவில்லை.

கால்னியடிஸ் குடும்பத்துக் கோப்பிலேயே சேக்காவின் வேலையில் இருந்த மூன்று தவறுகள் தெரிகின்றன.

இதேமாதிரியான தவறுகள் நாடுகடத்தப்பட்டப் பலரின் கோப்புகளில் இருக்கலாம். பாட்டாளி வர்க்கத்துக்காகப் போராடுவதாகக் கூறிக்கொள்ளும் இந்த நியாய வீரர்கள் தந்த வேலையை எப்படிச் செய்தார்கள் என்பதை

இது காட்டுகிறது. ஸ்டாலின் அரசில் பயமுறுத்தப்பட்ட மற்ற எல்லா அதிகாரிகளையும்போலவே இவர்களும் தங்களைக் காத்துக்கொண்டார்கள். கொடுத்த வேலையைச் செய்யாமல் விட்டார்கள் என்று தாங்கள் குற்றஞ்சாட்டப்பட்டு அமைப்பின் பலியாட்களாகிவிடாமல் இருக்க சோவியத் உச்சத் தலைவர்களின் முடிவுகளை ஒரு வார்த்தை விடாமல் செயல்படுத்தவேண்டி இருந்தது. உத்தரவில் குறிப்பிட்டிருந்த எண்ணிக்கையைவிடக் குறைவான எண்ணிக்கையில் இருந்த மக்களை அவர்கள் நாடுகடத்த முடியாது. அதனால் எண்ணிக்கை குறைவதைவிட விடப்பட்டவர்களின் இடத்தில் மற்றவர்களை – பட்டியலில் அவர்கள் பெயர்கள் இல்லாவிட்டாலும்கூட – கூட்டிச்சென்று எண்ணிக்கையை அதிகமாக்குவது உசிதம் என்று கருதப்பட்டது. “கூலாக்கு”கள் என்று கூறப்பட்ட பணக்கார விவசாயிகளின் பட்டியலின் சரியான விவரங்கள் மாற்றப்பட்டு நாடுகடத்தப்படுவதற்கான உத்தரவுப் பட்டியலில் இருந்த எண்ணிக்கையைப் பூர்த்திசெய்ய “ஏழை” விவசாயிகளின் பெயர்கள் சேர்க்கப்பட்டன. முன்னாள் ராணுவ வீரர்களும் சோவியத் ராணுவத்தில் தற்போது அல்லது முன்பு ஊழியம் செய்தவர்களும் ரஷ்யக் குடியரசின் விருதுகளையும் பதக்கங்களையும் பெற்றவர்களும் சோவியத்தின் சிவப்பு ஆதரவாளர்களாக இருந்தவர்களும் நாடுகடத்தப்படக் கூடாது என்ற அறிவுறுத்தலையும் சேக்காவைச் சேர்ந்தவர்கள் மீறினார்கள். மேலும், நாடுகடத்தப்பட்டவர்கள் வயதானவர்களா நோயாளிகளா பால் குடிக்கும் குழந்தைகளா என்பது பற்றி அவர்களுக்கு அக்கறை இருக்கவில்லை. வயதானவர்கள் தூக்கிச்செல்லப்பட்டு லாரிகளில் ஏற்றப்பட்டார்கள். கைக்குழந்தைகளும் மற்றக் குழந்தைகளும் பெற்றோர்களின் பொறுப்பில் இருந்தார்கள். தவறாக அல்லது அதிகப்படி ஆர்வத்தின் காரணமாக நாடுகடத்தப்பட்டவர்கள் பிற்காலத்தில் அவர்கள் அல்லது அவர்கள் உறவினர்கள் நாடுகடத்தப்பட்ட “குழு”வின் பட்டியலில் இல்லை என்று நிரூபிக்க முயன்றார்கள். அதைச் செய்யப் பல ஆண்டுகள் பிடித்தன. எல்லா அதிகாரிகளும் வழக்கமாகச் செய்வதுபோல் நாடுகடத்தலைச் செயல்படுத்திய அதிகாரிகளும் தாங்கள் செய்த தவறை ஏற்காமல் “வழக்கு மறுபரிசீலனை”க்கு வருவதைத் தடுக்க அதை அரசுப் பணித்துறையின் சிவப்பு நாடாவில் கட்டிப்போட்டனர்.

இதையெல்லாம் பார்க்கும்போது 1950களில் “தவறாக”க் கட்டாயக் குடியிருப்புக்கு அனுப்பப்பட்டச் சிலர் திரும்பிவர அனுமதிக்கப்பட்டார்கள் என்பதையும் பறிமுதல் செய்யப்பட்ட அவர்கள் சொத்துகள் திருப்பித் தரப்பட்டன என்பது தெரியவரும்போது ஆச்சரியமாகத்தான் இருக்கிறது. நாடுகடத்தப்பட்டவர்களில் சிலர் சட்டத்தை மீறி லாட்வியாவுக்குத் திரும்பி வருவதில் வெற்றிபெற்றார்கள். அவர்களிடமிருந்து பறிமுதல் செய்யப்பட்ட கடவுச் சீட்டுக்குப் பதிலாக, லாட்வியா திரும்பும்போது அவர்கள் குடியிருப்பில் இருந்த நகரத்திடமிருந்தோ கிராம மன்றத்திடமிருந்தோ பெற்றச் சான்றிதழை அடையாளத்துக்கான சான்றாகப் பயன்படுத்தினார்கள். இவ்வாறு இரக்கம் காட்டப்படுவதைத் தவிர்க்க லாட்விய சோவியத் சோஷியலிஸ குடியரசின் மந்திரி மன்றம் “நவம்பர் 26, 1948ல் ஐக்கிய சோவியத் சோஷியலிஸ குடியரசின் உச்ச மன்ற

சபை எடுத்த முடிவின் ஆதாரத்தில் எந்தவகைச் சான்றிதழ்களையோ சிபாரிசுகளையோ லாட்விய சோவியத் சோஷியலிஸ குடியரசிலிருந்து நாடுகடத்தப்பட்டவர்களுக்குத் தருபவர்கள் மீது தப்பியோட உதவியதற்காகக் குற்ற நடவடிக்கை எடுக்கப்படும்" என்ற எச்சரிக்கை உத்தரவை அங்கீகரித்தது. அந்த ஆவணத்தின் மூலையில் ரஷ்ய மொழியில் லாட்விய சோவியத் சோஷியலிஸ குடியரசின் பிரதம மந்திரி விலிஸ் லாட்ஸிஸ் எழுதியிருந்தார்: "பிராந்தியக் குழுக்களுக்கு அனுப்பப்பட *வாய்மொழியாக* [மூலப் பிரதியில் தரப்பட்ட அழுத்தம்] நிர்வாகக் குழுவின் தலைவருக்கு விளக்கப்படவேண்டும்."

நாடுகடத்தப்பட்டவர்களின் நினைவுக்குறிப்புகளைப் படிக்கும்போது, சைபீரியாவுக்குப் போகும் வீதி மெல்ல நரகத்தில் இறங்கி, ஆத்மாவை மரத்துப்போக வைத்து, நாளை வரப்போகும் பேரிடரைவிட இன்றையப் பேரிடர் ஒருவேளை கடுமை குறைந்ததாக இருக்கலாம் என்று நினைக்க வைக்கும் ஒன்று என்று தோன்றுகிறது. ரயில் சக்கரங்களின் சலிப்பையூட்டும் இடைவிடாத கடகடத்த ஒலியில் நம்பிக்கையின்மையும் விதிக்குப் பணிந்துபோகும் மனநிலையும் மனிதர்களின் உடலையும் மனத்தையும் ஆட்கொண்டது. வண்டி முன்பின் தெரியாத நாடான ரஷ்யாவின் வறுமையும் அசுத்தமும் நிறைந்த அகண்ட உட்பிரதேசங்களுக்குள் போக போக "முடிவு வந்துவிட்டது. வாழ்க்கை முடிந்துவிட்டது," என்று என் அப்பா பதினேழு வயதில் நினைத்தார். நகரத்திலிருந்து சில குடும்பங்கள்தாம் பெட்டியில் இருந்தன. அவர்கள் மில்டா மற்றும் ஐவர்ஸைப்போல் கொடுக்கப்பட்ட 500 கிராம் ரொட்டி, வெந்நீர், எப்போதாவது நீர்த்துப்போன குழம்பு இவற்றையே சாப்பிட்டுக் காலந்தாட்டினார்கள். பெட்டியில் இருந்த மற்ற பலர் கிராமப்புறத்திலிருந்து வந்தவர்களாதலால் வழிக்குத் தேவைப்படலாம் என்று உணவு கொண்டுவந்திருந்தார்கள். கூடப் பயணித்த அவர்களைப்போலவே துன்பம் அனுபவித்துக்கொண்டிருக்கும் மற்றவர்கள் முன் சாப்பிடக் கூச்சப்பட்டுக்கொண்டு அந்தப் பக்கம் திரும்பிக்கொண்டு அவர்கள் சாப்பிட்டார்கள். இருந்தாலும் கறுப்புக் கம்பு ரொட்டி மற்றும் புகையில் சமைத்த பன்றி இறைச்சியின் சொர்க்கத்தை நினைவூட்டும் மணம் கழிவு வாளி மற்றும் குளிக்காத உடல்களின் வேர்வை இவற்றின் நாற்றத்தையும் மீறி காற்றில் கலந்து வந்தது. ஆசையைக் கிளப்பும் அந்த உணவின் நறுமணம் மில்டாவுக்கும் ஐவர்ஸுக்கும் சித்திரவதையாக இருந்தது: முதலில் அது சிறு காற்றாய் வந்து கன்னத்தைத் தொட்டு, பிறகு உடனே வாயை அழுத்தித் தாங்கமுடியாத பசியைக் கிளப்பியது. போர்க்காலத்திலும் அதன்பின்னும் வயிறு நிரம்பச் சாப்பிட்டிருக்காவிட்டாலும் என் அப்பா இதற்கு முன் இப்படிப்பட்ட பசியை அனுபவித்தது கிடையாது. நாடுகடத்தலின் ஒவ்வொரு நாளும் அவர்கள் பசி அதிகரித்தது. ஆரம்பத்தில் கொஞ்சம் கொஞ்சமாகப் பிய்த்து, மிகவும் மெள்ளத் தின்று தன் வயிற்றை ஏமாற்றப் பார்த்தான் ஐவர்ஸ். ஆனால் அவ்வளவு தூரம் தன்னைக் கட்டுப்படுத்திகொள்ளும் சக்தி அவனிடம் இருக்கவில்லை. சிறிது நாட்களுக்குப் பின் ஒரு நாளுக்குத் தரப்பட்ட உணவு சுவடே இல்லாமல் இரண்டொரு வாயில் மறைந்தது. தனக்குச் சிகரெட் பிடித்தால் போதும் என்று சாக்குச் சொல்லிவிட்டுச்

செங்கல் அளவிருந்த கம்பு ரொட்டியை அவனுக்காக வைத்துவிடுவாள் மில்டா.

ரயில்பெட்டியின் திறந்த வாசலருகே நின்றுகொண்டு தூரத்தில் எதையோ வெறித்தபடி ஒன்று மாற்றி ஒன்றாக அவளே சுருட்டிய சிகரெட்டைப் பிடித்தபடி நிற்பாள் என் பாட்டி. அதன் கடும் புகை அவள் கண்களைக் குத்தி அதன் கசப்பு வாயைச் சுட்டது. ஆனால் அந்தக் கடும் சுவை அப்போதைக்கு வயிற்றைப் பிறாண்டிக்கொண்டிருந்த பசியைக் கொஞ்சம் அடக்கியது. அவள் ஆத்மாவை வெட்டிக் கூறாக்கிக்கொண்டிருந்த சோகத்தைவிடப் பசி பெரிதாகத் தெரியவில்லை. வாழ்க்கை தன்னை ஏய்த்துவிட்டதாக மில்டா நினைத்தாள். தன் விதி இவ்வளவு குரூரமாக இருக்கவேண்டிய அவசியம் அவளுக்குப் புரியவில்லை. தன் வாழ்க்கையின் பக்கங்களை மீண்டும் மீண்டும் திருப்பிப் பார்த்தாள். கடந்த நாட்களின் சோக நிகழ்வுகளால் அவை இருண்ட பக்கங்களாகவே தெரிந்தன. முதல் குழந்தை பிறந்தபோது "குழந்தை சரியாக இருக்கிறானா?" என்பதுதான் அவள் வாயில் வந்த முதல் வாழ்த்துச் சொற்களாக இருந்தன. முதல் கணவன் சிறு வயதிலேயே இறந்துபோன பின் இருபத்திமூன்று வயது மில்டா அழுத அழுகை கொஞ்சமில்லை. அத்தனை அழுகையும் குழந்தையைப் பாதித்து அதைப் பலவீனப்படுத்தியிருக்கும் அல்லது ஏதோ வகையில் முடமாக்கியிருக்கும் என்று நினைத்தாள். அவள் இரண்டாம் கணவன் அலெக்ஸான்டர்ஸ் தன் பொறாமைக் குணத்தால் அவளைக் கொடுமைப் படுத்தியது கொஞ்சநஞ்சமா? அதன் பிறகு போர்க்கால வறுமையையும் அழிவையும் இரண்டு மகன்களுடன் எதிர்கொள்ள அவளை விட்டுவிட்டுப் போனான். சாய்ந்துகொள்ள ஆண் ஒருவனின் தோள் அவளுக்கு என்றுமே இருக்கவில்லை. அவள் அப்பாவைத் தவிர. அவரும் கல்லறைக்குப் போய் பலகாலமாகிவிட்டது. அவள் போராட்டத்தை எப்போதுமே அவளேதான் செய்யவேண்டி வந்தது. எப்படி யெல்லாம் வேலை செய்தாள் அவள்! உயிர் வாழ என்னதான் அவள் செய்யவில்லை? எல்லாம் இப்படி ஸைபீரியாவில் போய் முடியத்தான். இளைய மகனுக்கு என்ன ஆயிற்று என்று தெரியாததால் அவள் இதயமும் கனத்துக் கிடந்தது. ஒருவேளை அவனும் பிடிபட்டு நாடுகடத்தப்பட்டு வேறொரு ரயிலில் தனியாகப் போய்க்கொண்டிருக்கிறானோ என்னவோ? அப்படி ஒருவேளை ஆகியிருந்தால், அவர்கள் எல்லோரும் ஒன்றாகப் பிடிபட்டிருப்பது அந்தக் குழந்தை இப்படிப்பட்ட பயங்கரமானப் பயணத்தில் தனியாகப் போவதைவிட மேலாக இருந்திருக்கும். மகளின் உதவி இல்லாமல் தன்னந்தனியாக விடப்பட்ட அம்மா மடில்டேவையும் நினைத்துக் கொண்டாள். எப்படி வாழப்போகிறாள் அவள் வரும் நாட்களில்?

சுற்றியும் இருந்த இயற்கை மன அழுத்தத்தைச் சற்றுக் குறைத்தது. ஐரோப்பாவின் நீண்ட ஆறான வால்காவைப் பார்க்கவேண்டும் என்று ஆசைப்பட்டார் என் அப்பா. ஆனால் ரயில் அதை இரவில் கடந்தது. ஆனால் யூரல் மலையைக் காலையில் பார்க்கமுடிந்தது. பனி போர்த்திய மலைச் சிகரங்களை வியப்புடன் பார்த்தான் ஐவர்ஸ். சமநிலமான லாட்வியாவில் இருந்துவிட்டு இப்போது நாடுகடத்தப்பட்டவர்களில் பலர் அப்போதுதான் முதன்முதலாக மலைகளைப் பார்த்ததால் அந்தக்

காட்சி அவர்கள் மனத்தில் அழுத்தமாகப் பதிந்துபோயிற்று. மலைகளைக் கடந்ததும் முடிவில்லாத ஸைபீரியக் காடுகள் அல்லது அகன்ற சமவெளி வர ஆரம்பித்தன. அங்கு வீடுகளோ மக்கள் வாழும் அறிகுறிகளோ இருக்கவில்லை. அது மனத்தைச் சோர்வடைய வைத்தது. ஜூன் 14, 1941 நிகழ்வை அனுபவித்தவர்களாதலால் எங்கு கொண்டுசெல்லப்படுகிறோம் என்பதும் பயண முடிவில் அவர் எதிர்கொள்ளப் போவது எது என்பதும் அவர்களுக்குத் தெரிந்திருந்தது. நுழையவே முடியாத காடுகளைப் பார்த்தபோது இயற்கையுடன் ஒப்பிட்டால் மனிதர்கள் எவ்வளவு அற்பமாகிவிடுகிறார்கள் என்று மரியாதையுடன் நினைத்தான் ஐவர்ஸ். இதே மாதிரி ஒரு காட்டில்தான் அவன் வாழவேண்டி நேரிடும். இப்படி உலகத்திலிருந்து முற்றிலும் விலகி எப்படி வாழமுடியும்? இப்படி நினைத்ததாலோ என்னவோ சில நாட்கள் ரயில் பயணத்தின் பின் வீடுகளையும் மக்களையும் பார்த்தபோது அது என் அப்பாவின் நினைவில் ஆழமாகப் புதைந்த காட்சியாகிவிட்டது. "ஒரு முறை விடிகாலையில் நாங்கள் ஏதோ ஒரு நகரத்துக்கு வந்துசேர்ந்தோம். பல புகைபோக்கிகளைக் கண்டபோது அது தொழிற்சாலைகள் உள்ள ஒரு பெரிய மைய நகரம் என்பது புரிந்தது. சாம்பல் நிற கனத்த மேல்கோட்டும் தலையில் கட்டிய சிவப்பு வண்ணக் கைக்குட்டைகளுமாய் இளம் பெண்களைக் கொண்ட ஒரு "படை"யைப் பார்த்ததும் வியப்பாக இருந்தது. அவர்கள் பாடிக்கொண்டே வேலைக்குப் போய்க்கொண்டிருந்தார்கள்! இங்கேகூட மனித ஆத்மா சாகாமல் இருக்க முடிந்தது; பாட்டுபாடி உற்சாகமடைய முடிந்தது." அந்தக் காட்சி நம்பிக்கையை ஊட்டி ஐவர்ஸை உற்சாகப்படுத்தியது. முற்றிலும் விரக்தியில் ஆழ்ந்திருக்கும்போது வாழ்வதற்குப் பற்றிக்கொள்ள மனிதர்களுக்கு மிகச் சிறிய ஏதாவதுதான் தேவைப்படுறது போலும்!

20 ஏப்ரல்வாக்கில் மில்டாவும் ஐவர்ஸூம் இருந்த 97329 எண்ணுடைய ரயில்வண்டி டாம்ஸ்க்கை எட்டியது. ராணுவக் காவல் படை அவர்கள் கொண்டுவந்து தரவேண்டிய "சாமான்களை" அங்கிருந்த காவலாளிகளிடம் ஒப்படைத்தார்கள். நாடுகடத்தப்பட்டவர்கள் தற்காலிகமாகத் தங்க, குற்றக் கைதிகள் ஓர் இடத்திலிருந்து இன்னோர் இடத்துக்கு மாற்றப்படும்போது வைக்கப்படும் ஒரு சிறை முகாம் அவசரமாக ஏற்பாடு செய்யப்பட்டிருந்தது. போருக்குப் பின் சோவியத் கறுப்பு-வெள்ளைப் படங்களில் பார்த்திருந்த நாஸி வதை முகாம் காட்சிகளைப் பார்ப்பது போலவே இருந்தது என் அப்பாவுக்கு. அதேபோன்ற சிறைவாசல்களுக்குள் தானும் இருக்கவேண்டி நேரிடும் என்று அவர் கற்பனைகூடச் செய்ததில்லை. உயர்ந்து எழுந்த வேலியும் முள் கம்பிகளும் சூழ, இரண்டு பாகங்களாகப் பிரிக்கப்பட்ட இடத்தில் போர்வீரர்கள் தங்குவதற்குக் கட்டப்பட்டவைபோன்ற ஐந்தாறு மிகப் பெரிய பாசறைக் குடியிருப்புகள் இருந்தன. இரண்டு ரயில்வண்டிகளில் கொண்டுவரப்பட்டிருந்த சுமார் 6000பேர் அதில் குடியிருத்தப்பட்டனர். வழக்கமான குலாக் கட்டட அமைப்பு பாணியில் குறுகிய ரேழி, இரண்டடுக்குப் படுக்கைகள், நடுவே இயற்கை உபாதைக்காக வாளி மற்றும் இரும்பு அடுப்பு இவற்றுடன் இருந்தன அந்தக் குடியிருப்புகள். மில்டாவுக்கும் ஐவர்ஸூக்கும் தலைசாய்க்க ஓர் இடமாவது கிடைத்தது. பக்கத்துக் குடியிருப்புகளில் ஒருவர்

மாற்றி ஒருவர் தூங்கவேண்டி வந்தது. குறுகிய ரேழியில் கொண்டுவந்த சாமான் எதையும் வைக்க முடியவில்லை. அவை வெளியே திறந்த வெளியிலேயே கிடந்தன. சாமான்கள் திருட்டுப்போகாமல் இருக்க அவர்களே முறைவைத்துக்கொண்டு காவலும் காத்தார்கள். மில்டா, ஐவர்ஸ் இருவரிடமும் அதிகம் எதுவும் இருக்காததால் கொண்டு வந்த சாமான்கள் மேலேயே படுத்து உறங்கினார்கள். முதல் இரவிலேயே இத்தகைய முகாம்களின் சாபமான மூட்டைப்பூச்சி மற்றும் பேன்களின் கூட்டம் வந்துவிட்டது. எல்லோருக்குமாக ஒரே ஒரு குளியலறைதான் இருந்தது. ஜில்லென்ற தண்ணி வந்த குழாய்க்குப் போய் உடம்பில் படையாய்ப் படர்ந்திருந்த பயண அழுக்கைக் கொஞ்சம் தண்ணி தெளித்துக் கழுவிக்கொள்ள முடிந்தது. முகாமில் இறப்பவர்களின் சடலங்களை வைக்கும் பிணவறையாகவும் அந்தக் குளியலறை பயன்பட்டது. ஆப் நதியின் பனி உருகும்வரை இத்தகைய நிலைமையில் நாடுகடத்தப்பட்டவர்கள் காத்திருக்க நேரிட்டது. பனி உருகிய பின்தான் அவர்கள் இருக்கவேண்டிய பலவந்தக் குடியிருப்புகளுக்கு அவர்கள் படகுகளில் கொண்டுசெல்லப்படுவார்கள்.

மில்டாவின் லாட்விய கடவுச் சீட்டு முகாமில் பறிமுதல் செய்யப் பட்டது. ஐவர்ஸ் இன்னும் சிறியவன்; அதனால் அவனுக்குக் கடவுச் சீட்டு கிடையாது. அப்போதிலிருந்து 1957வரை அவனுக்கான ஒரே அடையாள ஆவணம் அவனுடைய பதிவுச் சான்றிதழாகவே இருந்தது. இரண்டு மாதங்களுக்கு ஒரு முறை அதில் “இந்த நாடுகடத்தப்பட்ட நபர் கட்டாயக் குடியிருப்பை விட்டு அவராகவே வெளியே போகவில்லை” என்று குறிப்பிடப்பட்டது. அவர்கள் இருவரும் கொள்ளைக்காரனின் குடும்ப அங்கத்தினர்களாதலால் ஆயுள் தண்டனையில் நாடுகடத்தப்பட்டவர்கள் என்று முகாமின் தளபதி கூறி கீழ்க்கண்டவாறு எழுதியிருந்த படிவத்தில் கையெழுத்துப் போடச் சொன்னார்:

> நாடுகடத்தப்பட்டிருக்கும் நான், ஐக்கிய சோவியத் சோஷியலிஸ குடியரசின் உச்ச நிர்வாக அமைப்புகளின் உத்தரவின் பேரில், முன்பு வாழ்ந்த இடத்துக்குத் திரும்பிப் போகும் எந்த உரிமையும் இல்லாமல் நான் ஆயுளுக்கும் நாடுகடத்தப்பட்டிருக்கும் தகவலை அறியப்பெற்றேன். இங்குள்ள உள்துறை அமைச்சு அதிகாரிகளிடமிருந்து அனுமதிப் பத்திரம் இல்லாமல் தற்காலிகமாகக்கூட இந்த இடத்தை விட்டுப் போகவோ வாழும் இடத்தை அல்லது வேலை செய்யும் இடத்தை மாற்றவோ எனக்கு உரிமை இல்லை என்ற தகவலையும் அறியப்பெற்றேன். இந்தக் கையெழுத்திட்ட ஒப்பந்தத்தை நான் மீறினால், நவம்பர் 26, 1948ல் ஐக்கிய சோவியத் சோஷியலிஸ குடியரசின் உச்ச மன்ற சபை எடுத்த முடிவின் ஆதாரத்தில் நான் அதற்காகப் பொறுப்பேற்று 20 ஆண்டு கடுங்காவல் தண்டனையில் வைக்கப்படுவேன் என்பதையும் அறிந்திருக்கிறேன். 26 நவம்பர் 1948ன் தீர்மானம் குறித்து எனக்கு விளக்கப்பட்டுள்ளது.

இந்தத் துன்ப நிலையில் அவர்களுடன் உழன்றுகொண்டிருந்த பலர் இந்த ஆவணத்தில் கையெழுத்திட்டிருந்தாலும் இதில் கையெழுத்திடும்போது இனி திறக்கவேபோகாத ஒரு கனத்த கதவு தன் பின்னால் அறைந்து சாத்தப்படுவதைப்போல் மில்டா உணர்ந்தாள். தன் தாயின் தோளில் கையைப்போட்டு அணைத்துக்கொண்ட ஐவர்ஸுக்குத் தொண்டையை அடைத்தது: இனி ரீகா, தன் தம்பி, பாட்டி எதையுமே பார்க்க முடியாது என்று நினைத்தான்.

முகாமில் நாட்கள் நீண்டன. எந்த மாறுபாடுமின்றி ஒன்றைப்போல் மற்றொன்று. இளையர்கள் விளையாட்டுகளில் ஈடுபட்டு இல்லாத மகிழ்ச்சியை உண்டாக்கிக்கொண்டு பொழுதைக் கழித்தார்கள். அவ்வப்போது அவர்களில் சிலர் முகாமின் வெளியே ஏதாவது வேலைக்கு அனுப்பப்பட்டார்கள். அதுவே சற்று ஆசுவாசத்தைத் தந்தது. ஒரு முறை ஐவர்ஸ் அந்த மாதிரி வேலையைச் செய்ய முன்வந்தான். அந்த நகரம் எப்படி இருந்தது அதில் வசிப்பவர்கள் எப்படிப்பட்டவர்கள் என்று தெரிந்துகொள்ள ஆசைப்பட்டான். உற்சாகத்தைத் தரும் என்று அவன் நினைத்த வேலை அவன் நினைவுகளில் தங்கிவிடும் சோகமான ஒன்றாகி விடும் என்பதை அவன் எதிர்பார்க்கவில்லை: முகாமில் ஆரம்பத்திலேயே இறந்துபோய்விட்டவர்களின் உடல்களை அகற்றும் வேலையை அவன் செய்யவேண்டிவந்தது. என் அப்பா அதைப் பற்றிய நினைவுகளைப் பதிவு செய்திருக்கிறார்: "பனிரெண்டு வயதுக் குழந்தைகள் அவர்கள். பிணப்பெட்டி இல்லாததால் குழந்தைகளின் உறவினர்கள் உடல்களை வெள்ளைத் துணியில் வைத்துக் கட்டியிருந்தார்கள். குளியலறைக்குப் போகும் வழியில் இருந்த அறையிலிருந்து உடல்களை எடுத்துச் செல்லவேண்டியிருந்தது. எலிகள் அவற்றின் முகங்களைத் தின்று விருந்துகொண்டாடியிருந்தன. ஒருவர் அருகிலிருந்த குடியிருப்பிலிருந்து விறகு தூக்குவதைப்போல் ஒரு குழந்தையின் உடலைத் தூக்கிக்கொண்டு வந்தார். உடல் இன்னும் விறைத்திருக்கவில்லை. ஐம்பது வயதிருக்கும் ஒருவரின் பருத்த கனமான மூடப்படாத உடலையும் அப்புறப்படுத்தவேண்டிவந்தது. டாம்ஸ்க் பல்கலைக்கழகத்தின் உடற்கூறியல் துறையில் உடல்களை ஒப்படைக்க ஒரு திறந்த லாரியில் போனோம். ஒரு சோகமான பயணம் அது. எங்கே பார்ப்பது எப்படி நடந்துகொள்வது என்று தெரியவில்லை. துப்பாக்கியுடன் உடன் வந்த காவலாளிகூடச் சங்கடப்பட்டார். பல்கலைக்கழகத்தில் இறந்தவர்களை வைத்துவிட்டு வந்தோம். உடல்களை வாங்கிக் கொண்டவர்கள் உடைகளை என்ன செய்வது என்று கேட்டார்கள். அவற்றை அங்கேயே போட்டுவிடும்படி சொன்னோம். பிறகு ஒருமுறை சரியான காலணி இல்லாமல் கஷ்டப்பட்டபோது அந்த ஐம்பது வயதுக்காரர் அணிந்திருந்த உறுதியான காலணி நினைவுக்கு வந்தது – எவ்வளவு உபயோகமாக இருந்திருக்கும் அவை! ஆனால் நல்லவேளையாக அவர் காலணியை நான் எடுத்துக்கொள்ளவில்லை. என் வாழ்நாள் முழுவதும் அந்தப் பாவம் பாறாங்கல்லாய் என் நெஞ்சை அழுத்தியிருக்கும்." சிறு வயதிலேயே சாவை நேரடியாகப் பார்த்துவிட்டான் ஐவர்ஸ். யூதர்கள், போரில் இறந்த படைவீரர்கள், போரின் கடைசி நாட்களில் விமானத்

தாக்குதல்களில் இறந்த ரீகாவாசிகள் இவர்கள் மொத்தமாகப் புதைக்கப்பட்ட இடத்தை அவன் ரும்புலாவில் பார்த்திருந்தான். ஆனால் நாடுகடத்தலின் முதல் பலியாட்களின் சடலங்களுடன் அவர்கள் இறுதிப்பயணத்தில் உடன்போகும்போதுதான் சாவு எவ்வளவு அநியாயமானது, நீதிநெறியற்றது என்று அவனுக்குத் தோன்றியது.

மே ஒன்றாம் தேதி ஆப் நதியின் பனிக்கட்டிகள் உடைந்து மிதக்கத் துவங்கின. முதலில் ஏதோ உடையும் சத்தம் கேட்டது. மரத்தின் மேல் அல்லது வீட்டின் ஏதாவது ஒரு மூலையில் படர்ந்திருக்கும் பனி பட்டென்று உடைவதைப்போல் ஒரு சத்தம். ஆனால் பல மடங்கு உரத்த ஒலியுடன். உடையும் சத்தம் மெள்ளப் பெருத்து பின் அதிகரிக்கத் தொடங்கியது. முடிவில் பனிக்கட்டி பெருத்த ஒலியுடன் வெடித்தது. உடைந்த பனிக்கட்டித் துண்டுகள் இன்னும் அசையாமல் பரவிக் கிடந்த பனிக்கட்டியைப் பின்னாலிருந்து வந்து வலுவாகத் தாக்கின. பனிக்குன்றுகள் உருவாகத் தொடங்கின. பனிக்கட்டிகள் மோதிக்கொள்ளும் சத்தமும் இடிபோன்ற பலத்த ஒலியும் எங்கும் கேட்டது. சத்தம் அதிகரித்துக்கொண்டேபோய் ஒரு கட்டத்தில் நதியில் இருந்த பனிப் பாலம் உடைந்து நதி தன் உச்ச வலிமையுடன் அடக்க முடியாத சக்தியாக உறுமிக்கொண்டே முன்னால் பாய்ந்தது. முகாம் உலகத்திலிருந்து முற்றிலும் ஒதுங்கிய இடத்தில் இருந்ததாலும் வெளியே பார்க்கமுடியாதபடி உயர்ந்த வேலிகளால் அடைக்கப்பட்டு இருந்ததாலும் அந்த வசந்தகாலத்தில் மில்டாவுக்கும் ஐவர்ஸுக்கும் இந்தப் பிரம்மாண்டக் காட்சியைப் பார்க்க முடியவில்லை. சில ஆண்டுகளுக்குப் பின் ஆப் நதியின் கரையில் இருந்தபோது ஐந்து வசந்தகாலங்களில் பனிக்கட்டி உடைவதை என் அப்பா பார்த்தார். ஒவ்வொரு முறையும் அடுத்த ஆண்டு இந்த நேரம் விடுவிக்கப்பட்டு சுதந்திரம் தரப்படும் செய்தி வருமோ கடைசியில் கப்பலில் ஏறி தன் நாட்டுக்குத் திரும்பும் வாய்ப்பு வருமோ என்று நினைத்தபடி. ஆறாவது வசந்தகாலத்தில்தான் அவர் விருப்பம் நிறைவேறியது. விடுவிக்கப்பட்டச் சான்றிதழ் என் பெற்றோர்களுக்குத் தரப்பட்டிருந்தது. பனிக்கட்டி நதியை விட்டுப்போகவும் ஆவலுடன் எதிர்பார்த்த கப்பல் வந்து அதில் வீடு திரும்பவும் பொறுமையிழந்து காத்திருந்தனர்.

பனிக்கட்டி உருகிப்போனதும் முகாமை மெள்ளக் காலியாக்கத் தொடங்கினார்கள். காவலாளிகள் உடன் வர நாடுகடத்தப்பட்டவர்கள் பெரிய குழுக்களாகச் சரக்குக் கப்பல்களில் ஏற்றப்பட்டார்கள். அந்தப் பெரிய கப்பல் அந்தக்காலத்து அகல்துடுப்புகளால் இயக்கப்பட்ட இழுவைப் படகுகளால் நதியில் இழுத்துச்செல்லப்பட்டது. அவ்வப்போது கப்பல் நிறுத்தப்பட்டு குழுக்களாகச் சிலர் கரையில் இறக்கப்பட்டனர். அங்கிருந்து அவர்கள் அவர்களுக்கான பலவந்தக் குடியிருப்புகளை நோக்கித் தங்கள் பயணத்தைத் தொடர்ந்தனர். சுற்றியும் எல்லையே இல்லாத நீர் பரவிக்கிடந்தது. அங்கங்கே சில மரங்களும் உயர்ந்த மேடுகளில் சில கிராமங்களும் தெரிந்தன. எவ்வளவு வீணாகிப்போன நிலம் அது என்று பார்க்கும்போது மனம் கஷ்டப்பட்டது. அந்த நீண்ட பயணத்தில் இவ்வளவு வறுமையை வேறெங்கும் பார்த்திருக்கவில்லை. கப்பலில் தான் முன்பு இடையனாக வேலை செய்த பண்ணையின்

கருணையான விவசாயியின் மனைவியைப் பார்த்தான் ஐவர்ஸ். அவளுடைய இரண்டு பெண் குழந்தைகளுடன் அவளைக் கைது செய்திருந்தார்கள். ஆறாவது நாள் இன்னொரு சிறிய சரக்குக் கப்பலுக்கு மாறிப்போகும்படி மில்டாவும் ஐவர்ஸூம் உத்தரவிடப்பட்டார்கள். அந்தக் கப்பல் ஆப் நதியின் கிளைநதியான கர்ஷானில் செல்லக்கூடிய தூரம்வரை சென்றது. கடைசி நிறுத்தத்தின் பெயர் "முப்பதாவது கிலோமீட்டர்" என்றிருந்தது. அக்கம்பக்கத்திலிருந்த கூட்டுப்பண்ணைகளின் உரிமையாளர்கள் அங்கு தங்கள் குதிரை வண்டிகளுடன் வந்து அவர்களைச் சந்தித்தார்கள். என் அப்பா இதுபற்றி எழுதுகிறார்: "[வசந்தகாலத்தில் புனித ஜார்ஜ் தினமான ஏப்ரல் 23 அன்று வழக்கமாக ஒரு பண்ணையில் வேலை செய்யும் பண்ணையாட்கள் வேறு ஒரு பண்ணைக்கு வேலை மாற்றிப்போகும்] யூர்கி தினக் கொண்டாட்டம்போல் எல்லாம் நடந்தது. "ப்ரிட்ஸடாட்டேல்" என்று அழைக்கப்பட்ட ஒவ்வொரு கூட்டுப் பண்ணையின் தலைவரும் அங்கிருப்போரில் சிறந்த தொழிலாளிகள் என்று அவர்கள் கருதிய அதிக உடைமைகள் உள்ள, வயதில் இளையவர்களைப் பெற முயற்சித்தார்கள். [...] எல்லா இடங்களையும்விட அதிக தூரத்தில் இருந்த ஸாஹ்டா கிராமம் எங்களுக்குத் தரப்பட்டிருந்தது. அங்கு போன பின்தான் அது எல்லாவற்றையும்விட வறுமையான கிராமமும்கூட என்பது தெரிந்தது." தக்க உணவில்லாமல் அத்தனை தூரம் கடினமான பயணம் மேற்கொண்ட நொண்டியபடி நடக்கும் ஒரு பையனும் பதின்ம வயதுப் பெண் ஒருத்தியின் எடை எவ்வளவு இருக்குமோ அவ்வளவு மெலிந்திருந்த ஒரு பெண்மணியும் நன்றாக வேலைசெய்யக்கூடியவர்களாக யார் கண்ணுக்கும் பட்டிருக்கமாட்டார்கள். மற்ற "ப்ரிட்ஸடாட்டேல்"கள் தங்களுக்கானத் தொழிலாளிகளைத் தேர்ந்தெடுத்த பின் மில்டாவுக்கும் ஐவர்ஸுக்கும் எஞ்சியது அந்தப் பிராந்தியத்தில் வெகு தூரத்தில் இருந்த அந்த கூட்டுப்பண்ணைதான். அந்தக் கிராமத்தை எட்ட "முப்பதாவது கிலோமீட்டர்" நிறுத்தத்திலிருந்து இன்னும் முப்பது கிலோமீட்டர் தூரம் நடக்கவேண்டியிருந்தது. வண்டியில் ஏற்றப்பட்ட அவர்கள் உடைமைகளுடன் மில்டாவும் குதிரைவண்டியில் உட்கார்ந்து வர அனுமதிக்கப்பட்டாள்.

ஸாஹ்டா கிராமம் யூரல் பிரதேசங்களின் ஆல்ட்டை மற்றும் கிழக்கு மலைச் சரிவுகளிலிருந்து நாடுகடத்தப்பட்ட "கூலாக்குக"ளுக்காக 1930களில் ஸ்டாலினால் உருவாக்கப்பட்டக் கிராமம். அந்தக் "கூலாக்குகள்" வந்தபோது உடன்வந்தவர் அவர்களை யாருமே இல்லாத ஊசியிலைப் புதர்க்காட்டின் சதுப்பு நிலத்தின் முனையில், இருப்பதற்கு ஒரு கூரைபோட்ட இடம் கூட இல்லாமல் உணவும் தராமல் விட்டுவிட்டுப் போயிருந்தார். இயற்கையுடன் செய்த போராட்டத்தில் அவர்களுடன் இருந்த கிட்டத்தட்ட எல்லா முதியவர்களும் குழந்தைகளும் இறந்துபோனார்கள். வலிமையுடையவர்கள் மட்டுமே தப்பிப் பிழைத்திருந்தனர். இப்போது நாடுகடத்தப்பட்டு வந்தவர்களுக்காவது தலைக்கு மேல் கூரையும் உருளைக்கிழங்கு பயிரிடும் நிலமும் அரசுக்குத் தரப்பட வேண்டிய அளவு வெண்ணெய்யும் இறைச்சியும் தர ஒரு பன்றியோ பசுவோ இருந்தது. தானியங்கள் பயிரிடப்பட்டாலும் கூட்டுப்பண்ணையில் இருந்தவர்களுக்குத் தானியங்கள் கிடைக்க

வில்லை. குறைந்த அறுவடையும் அரசுக்கே சென்றது. உருளைக்கிழங்கு, பட்டாணி மாவில் செய்த ரொட்டி, ஆடை முழுவதும் நீக்கப்பட்டப் பால், எப்போதாவது காட்டில் வலையில் விழும் பட்சிகள் அல்லது மிருகங்கள், பிடிக்கும் மீன்கள் இவற்றுடன் அவர்கள் திருப்தியடைய வேண்டியிருந்தது. உலகத்தாலும் கடவுளாலும் புறக்கணிக்கப்பட்ட அந்த உலக மூலையின் வாழ்க்கையை ஐவர்ஸ் மெல்ல அறிந்துகொண்டபோது அங்கிருந்தவர்கள் எவ்வளவு எளிமையாக வாழ்கிறார்கள் என்பதைப் பார்த்து அதிசயிக்கத்தான் முடிந்தது. அவர்கள் தங்கள் சோர்வூட்டும் பாடான அன்றாட வாழ்க்கையை ஏற்றுக்கொண்டிருந்தார்கள். வெளி உலகத்தைப் பற்றி எதுவும் தெரியாததால் தங்கள் வாழ்வு அவ்வளவு ஒன்றும் மோசமானது இல்லை என்றே நினைத்தார்கள். அவர்கள் இப்போது வர்க்க எதிரிகள் என்று பார்க்கப்படவில்லை. ஏனென்றால் போரின் கடைசிக் கட்டத்தில் போர்முனையில் ஆட்கள் குறைந்தபோது நாடுகடத்தப்பட்ட "கூலாக்குகள்" கிராமங்களிலிருந்து ராணுவ ஊழியத்துக்காக ராணுவம் ஆட்களைச் சேர்க்க முனைந்தது. அணிசேர்க்கப்பட்ட ஆண்களையும் அவர்கள் உறவினர்களையும் அது "வர்க்க எதிரி" என்ற கேடுகெட்ட அடையாளத்திலிருந்து மீட்டிருந்தாலும் அவர்கள் ஸைபீரியாவை விட்டுப் போகும் உரிமையை அது அளிக்கவில்லை. ஜாரிய காலத்து நிலவழி அடிமைகளைப்போல் சோவியத் சட்டத்துக்கு உட்பட்ட, நிலத்துடன் பிணைக்கப்பட்ட, கடவுச் சீட்டு இல்லாத கூட்டுப்பண்ணையாளர்கள் அவர்கள். இளையவர்கள் போரில் வீழ்ந்துவிட்டிருந்தனர். முதியவர்கள் இறந்தாயிற்று. சற்றுத் திறமையுள்ளவர்கள் திருமணம் செய்துகொண்டு நகரங்களுக்குப் போய்விட்டனர். சிலர் இன்னும் ராணுவ ஊழியத்திலிருந்து திரும்பவில்லை. ஸாஹ்டா மற்றும் அருகிலிருந்த கிராமங்களில் இருந்தவர்களில் பலர் தொழிலுக்கேற்ற ஊதியம் இல்லாமல் கடுமையாக உழைக்கும் முதியவர்கள் அல்லது பெண்கள். 1949ல் ஸாஹ்டா கூட்டுப்பண்ணையில் இருந்தவர்களுக்கு ஒரு நாள் வேலைக்கான கூலி 300 கிராம் தானியம்தான்! கிராமத்திலிருந்தவர்கள் போரில் உறவினர்களை இழந்திருந்தாலும் அவர்கள் நாடுகடத்தப்பட்டு வந்தவர்களை மோசமாக நடத்தவில்லை. ஒரே ஒரு முறைதான் போரில் தன் இரு மகன்களையும் இழந்திருந்த கிழவர் ஒருவர் "ஏய், என் மகன்களைக் கொன்ற ஃபாசிஸ்டே!" என்று கூவியபடி ஐவர்ஸ் மேல் தன் மண்வெட்டியுடன் பாய்ந்தார்.

அவர்கள் வாழ்க்கையில் புரிந்துகொள்ள முடியாத விசித்திரமான பல விஷயங்கள் இருந்தன. மழைக்காலமோ எங்கும் சேறாய் இருக்கும் காலமோ விதைகள் ஒரு குறிப்பிட்ட காலத்தில் விதைக்கப்பட வேண்டும். ஏதாவது வளர்கிறதா இல்லையா என்று அவர்கள் கவலைப்படவில்லை. அவர்கள் கவலை எல்லாம் பிராந்திய மையத்துக்கு வயல்களில் விதை ஊன்றியாகி விட்டது என்ற தகவல் அனுப்பப்படவேண்டும் என்பதுதான். அவர்கள் மிருகங்களைக் கருணையின்றி அடித்தும் திட்டியும் நடத்தினார்கள். லாட்வியப் பண்ணைப் பெண்கள் தங்கள் கபில நிறப் பசுக்களைப் பெயர் வைத்துக் கூப்பிட்டு அத்துடன் நெருங்கிப் பழகுவதற்கும் லாட்விய ஆண்கள் தங்கள் அருமைக் குதிரைகளிடம் பாசமாக இருப்பதற்கும் இதற்கும் பெருத்த வித்தியாசம் இருந்தது. கிராமத்துக் குழந்தைகள்

தாங்களே வளர்ந்ததுபோல் தோன்றியது. புட்டப் பகுதியில் தைக்காமல் உடற்கழிவுகள் வெளியே வர இடம் விடப்பட்ட ட்ராயர்களை சின்னக் குழந்தைகள் அணிந்துகொண்டார்கள். இப்படி அரைகுறை ஆடையில் அவர்கள் ஈக்களும் கொசுக்களும் கடித்த உடல்களுடன் அங்கும் இங்கும் ஓடினார்கள். வலிமையுள்ளவர்கள் உயிர்வாழ்வார்கள் என்ற இயற்கை நியதியை ஒட்டிய வாழ்க்கையில் வலிமையானவர்களே உயிர்பிழைத்த மிகவும் கொடுமையான தேர்வு அங்கு நடந்திருந்தது. போருக்குப் பின் பல ஸைபீரியக் கிராமங்களில் ஆண்களைவிடப் பெண்கள் அதிகமாக இருந்த நிலையில் திருமண உறவுகளும் அவ்வளவு உறுதியானவைகளாக இருக்கவில்லை. கிராமத்துக் காதல் மன்னன் பாவேல் இவனோவிச்சுக்கு கிட்டத்தட்ட ஒவ்வொரு பண்ணைவீட்டிலும் திருமண உறவில் பிறக்காத குழந்தை ஒன்று இருந்தது. எல்லோருக்கும் அது தெரிந்தும் இருந்தது. தன்னைச் சரியானபடி கவனித்துக்கொள்ளத் தவறிய ஒருவனை மன்னிக்கவோ அல்லது பெருந்தொல்லையில் மாட்டிவிடவோ அதிகாரம் உள்ள ஏதாவது பிராந்திய அதிகாரி கிராமத்துக்கு வரும்போது கிராமத்து "ப்ரிட்ஸடாட்டேல்" தானே முன்வந்து வீட்டில் வடித்த கள்ளையும் உணவையும் அளித்து, பார்வைக்கு நன்றாக இருக்கும் ஒரு பெண்ணை அதிகாரியுடன் படுக்கவும் அனுப்புவார்.

ஆண்களுக்கும் பெண்களுக்கும் இடையே இருந்த இந்த நாகரிகமற்ற உறவு ஐவர்ஸுக்குச் சிறிதும் பிடிக்கவிக்கவில்லை. லாட்வியாவில் இருந்த கட்டுப்பாடான, அடக்கமான ஆண்-பெண் உறவிலிருந்து இது வெகுவாக மாறுபட்டிருந்தது. ரஷ்ய மொழி பயிலும் முன் பெண்ணுடன் பழகும்போது சாதாரணமாக உபயோகிக்கப்பட்டக் கெட்ட வார்த்தை களும் ஆபாசமான இரட்டை அர்த்தமுள்ள சொற்களும் அவனுக்குப் புரியவில்லை. அவை வெளிப்படையாகப் பேசப்பட்டுப் புரியவும் ஆரம்பித்தபோது ஐவர்ஸ் அவற்றைக் காதில்வாங்காமல் இருக்க முயற்சித்தான். நாடுகடத்தப்படுவதற்கு முந்தைய வசந்தகாலத்தில் அவன் மனத்தில் அரும்பிய வெட்கம் கலந்த இளம் காதல் பற்றிய நினைவுகளை இந்த ஆபாசத்தால் அசிங்கப்படுத்த விரும்பவில்லை அவன். கூட்டுப்பண்ணைகளில் ஆண்கள் எண்ணிக்கை வெகு குறைவாக இருந்ததால் இளைத்துத் துரும்பாக இருந்த லாட்வியப் பையன்கள்கூட கூட்டுப்பண்ணைப் பெண்களுக்கு அழகன்களாகத் தெரிந்தார்கள். எங்கள் குடும்ப ஆவணக்காப்பகத்தில் ஒரு புகைப்படம் இருக்கிறது. பண்ணையில் பால் கறக்கும் வேலையைச் செய்யும் இரு பால்காரப் பெண்கள். நல்ல குண்டான, தாட்டியான உடல்வாகுடன் உருண்டையான களையே இல்லாத முகங்கள். அந்தப் பெண்கள் அவள் மகனைத் தங்களுக்குத் தரும்படி அவளிடம் கேட்டார்கள் என்று அதைப் பார்த்துவிட்டு என் பாட்டி பாதி சிரித்துக்கொண்டும் பாதி அதிர்ச்சியுடனும் என்னிடம் கூறினாள். இருவரும் அவனுக்குச் சரியான சாப்பாடு தந்து கணவனைப் பகிர்ந்துகொள்ளத் தயாராக இருந்தார்கள். தங்கள் மாமியாரையும் சரியாகப் பார்த்துக்கொள்வதாக உறுதியளித்தார்களாம். "அதைவிட ஐவர்ஸ் சாவது எனக்கு மேலாகப்பட்டது" என்றாள் என் பாட்டி அந்தக் கதையைக் கூறி முடிக்கும்போது. நான் சிறு பெண்ணாக அப்போது

இருந்தேன். இருந்தால்கூட நான் அறிந்திராத அந்தப் பெண்களின் தட்டையான முகங்களைப் பார்த்தபோது என் பாட்டியின் உணர்வு எனக்குப் புரிந்தது.

ஸாஹ்டாவில் குடியிருத்தப்பட்ட முக்கால்வாசி லாட்வியர்கள் பண்ணை வேலைகள் தெரியாத நகரவாசிகள். மில்டாவாவது தன் பெற்றோர் 1930களில் ரீகாவிலிருந்து கிராமத்துக்குப் போய் குத்தகைக்கு நிலம் எடுக்க ஆரம்பித்தபோது அவர்களுக்கு வேலையில் உதவியிருந்தாள். மண்ணைக் கிளறவும் கதிரடிக்கவும் அறுவடை செய்யவும் அவளுக்குத் தெரியும். ஐவர்ஸ் முழுவதும் நகரத்துப் பையன். அவனுக்கு மின்சாரக் கம்பிகளுடனும் மின்சார இணைப்புகளிலும் வேலை செய்யத் தெரியும்; ரேடியோவாங்கியைச் செய்யத் தெரியும்; கறுப்புச் சந்தையில் ஒரு பொருளுக்காகப் பேரம்பேசத் தெரியும். இப்போது அவன் ஒவ்வொரு நாளும் செய்யவேண்டிய வேலையான உழுவதற்கும் விதைப்பதற்கும் அறுவடை செய்வதற்கும் அது எந்த வகையிலும் உதவவில்லை. நாலு காளைகள் பூட்டிய ஒரு பெரிய ஏரில் உழும் வேலையைத்தான் அவன்

அய்வர்ஸ் கால்னியடிஸ் நாடுகடத்தப்பட்டவராக ஸைபீரியாவில் இருந்தபோது எடுக்கப்பட்ட முதல் புகைப்படம் 1949

முதலில் முறையாகச் செய்யக் கற்கவேண்டிவந்தது. காளைகள் நேராக நடக்க வேண்டும். யாராவது ஒரு பெண்ணோ பதின்ம வயதுடைய ஒரு பெண்ணோ பையனோ மூக்கணாங்கயிற்றைப் பிடித்துக்கொண்டு காளைகளை வழிநடத்தியபடி முன்னால் நடந்துபோவார்கள். ஏர் ஓட்டும் நபருக்கு காளைகளைப் பின்தொடரவும் ஆழமாக உழவும் தெரிந்திருக்கவேண்டும். லாட்வியாவில் செய்வதுபோல் அல்லாமல் இன்னும் மிகவும் ஆழமாக உழவேண்டும். அதற்கு ஒரு வளர்ந்த ஆணின் உடல் வலிமை தேவைப்பட்டது. ஐவர்ஸோ இளைத்துத் துரும்பாய் இருந்தான். தான் உழுத முதல் நாளைப் பற்றி நினைவுகூரும்போது

என் அப்பா தனக்குத் தொடர்ந்து தலைசுற்றியதாகக் கூறினார். மயங்கி விழாமல் இருக்க ஏரைக் கெட்டியாகப் பிடித்துக்கொண்டதாகக் கூறினார். ஏரைச் செலுத்தியது அவரல்ல; ஏர்தான் அவரை இழுத்துக்கொண்டு நாட்டியமாடியது!

அப்போது ஐவர்ஸுக்கு ஊட்டச்சத்துக் குறைவினால் வரும் சொறி கரப்பான் வந்திருந்தது. காலெல்லாம் சீழ் பிடித்தக் கட்டிகள். மில்டாவின் கால்களிலும் ஏகப்பட்டக் கட்டிகள். அதைக் கவனிக்காமல் இருந்தாள் அவள். எல்லாவற்றையும்விட, தன் மகன் தன் கண் முன்னால் உடல் நலிந்துபோவதைப் பார்த்துக்கொண்டு இருந்தும் தன்னால் ஒன்றும் செய்ய முடியவில்லையே என்பது மடில்டாவை வாட்டியது. அவளால் செய்யக்கூடியது எல்லாம் தனக்கான ஒன்றிரண்டு வாய் உணவை அவனுக்கு அளிப்பதுதான். ஒரு நர்ஸாக வாழ்நாள் முழுவதும் மற்றவர் பிணி தீர்க்க அவள் உழைத்திருந்தாள். நோயுற்றவர்களுக்கும் காயம் பட்டவர்களுக்கும் பேணுகை செய்த அவள் ஐவர்ஸ் படும் துன்பத்தை வெறுமே பார்த்துக்கொண்டிருக்கவேண்டியிருந்தது. என் பாட்டி எனக்குச் சொன்ன அந்தப் பீதியூட்டும் கதை எனக்கு என் குழந்தைப் பருவத்திலிருந்தே ஞாபகமிருக்கிறது. ஒரு விரலைக் கன்னத்தில் வைத்துக்கொண்டு ஸைபீரியாவில் என் அப்பாவின் பற்கள் மேலும் கீழுமாய் ஆட ஆரம்பித்ததைச் சொல்வாள்: “நான் ஒரு பக்கத்தில் அழுத்தினால் கிடுகிடுத்துக்கொண்டு பின்னால் போகும். அந்தப்பக்கம் அழுத்தினால் திரும்பவும் குதித்துக்கொண்டு முன்னால் வரும்.” கிராமத்தார்கள் ஊட்டச்சத்துக் குறைவுக்கும் சொறி கரப்பானுக்கும் அங்கு கிடைத்த “கல்பா” என்ற காட்டு உள்ளிப்பூண்டைப் பயன்படுத்தினார்கள். இந்த அதிசய மருந்து குறித்து நாடுகடத்தப்பட்டப் பலர் தங்கள் நினைவுக்குறிப்புகளில் குறிப்பிடுகிறார்கள். வேனிற்காலத்தில் அவர்கள் “கல்பா” இலைகளைச் சாப்பிட்டார்கள்; இலையுதிர்காலத்தில் அவற்றைப் பொறுக்கி ஊறுகாய் போட்டு குளிர்காலத்துக்காக வைத்துகொண்டார்கள். “கல்பா”வில் ஊட்டச்சத்து அதிகமாக இருந்ததால் அது உடலின் நோய் எதிர்ப்புச் சக்தியை அதிகப்படுத்தியது. காட்டு உள்ளிப்பூண்டு ஐவர்ஸுக்கு இந்தவகையில் உதவியாக இருந்தாலும் அது அவன் பசியைத் தணிக்கவில்லை. எவ்வளவு இளைத்துப்போன தொழிலாளியாக என் அப்பா இருந்திருந்தாலும் விதைப்பு முடிந்ததும் நன்றாக உழைத்ததற்கு அவருக்கு போனஸ் கிடைத்தது – 15 ரூபில்கள்! இப்போது மில்டாவுக்குச் சோப்பு வாங்க முடிந்தது.

“கல்பா” மாத்திரம் என் அப்பாவைக் காப்பாற்றியிருக்காது. ஆடையெடுத்த பாலும் உருளைக்கிழங்கும் அவரைக் காப்பாற்றியது. கூட்டுப்பண்ணையின் தலைவர் நல்ல மனிதராக இருந்தார். லாட்விய இளைஞர்களும் பெண்களும் இளைத்துக்கொண்டே வருவதைப் பார்த்த அவர் ஜூலை மாத இடையில் அவர்களைத் தூரத்தில் இருந்த வயல்களுக்கு வைக்கோலுக்காகப் புல் வெட்ட அனுப்பினார். ஐவர்ஸ் எலும்பும் தோலுமாக இருந்தான், அவனால் குதிரை மேல் ஏறக்கூட முடியவில்லை. அவனுக்குத் தலை சுற்றியது. கடிவாளத்தைப் பிடித்துக்கொள்ளும் சக்திகூட அவனிடம் இல்லை. குதிரை மேல் அமர்ந்திருந்த அவனுக்கும் அந்தக்

குதிரைக்கும் அதிக வித்தியாசம் இருக்கவில்லை. இருவரும் ஒன்றுபோல் இருந்தார்கள். அந்த நோஞ்சான் குதிரையின் விலா எலும்புகள் தோலைத் துருத்திக்கொண்டு இருந்தன. அதன் பின் எலும்புகள் ரம்பத்தின் பற்கள் போல் புடைத்துக்கொண்டு இருந்தன. ஊசியிலைப் புதர்க் காட்டினுள்ளும் சதுப்பு நிலத்திலும் பாதையே தெரியாத வழியில் போனார்கள். சதுப்பு நிலத்தைக் கடக்கும்போது குதிரை மெள்ள மெள்ள அமிழ்ந்துகொண்டேபோய் கழுத்தும் தலையும் மாத்திரம் வெளியே தெரிவதைப் பயத்துடன் பார்த்தபடி இருந்தான் ஐவர்ஸ். கொசுக்களும் கடிக்கும் சின்ன சின்னப் பூச்சிகளும் பெரும் படைகளாக வந்து பயணம் செய்பவர்கள் மேல் இறங்கின. பூச்சிகள் கடிக்க கடிக்க உடம்பெல்லாம் ரத்தம் பெருகி புண்ணாகியது. அவை கண்ணுக்குள் புகுந்தன; காதுக்குப் பின்னால் இருந்து கடித்தன. முகமெல்லாம் சிவப்பு சிவப்பாய்த் தடிப்புகள் முழைத்துக் கொண்டுவிட்டன. யாராவது பார்த்திருந்தால் அக்கி வந்துவிட்டது என்று நினைக்கும்படி இருந்தது அவர்கள் எல்லோரின் முகங்களும்.

இரண்டு நாள் பயணத்துக்குப் பிறகு அவர்கள் கூட்டுப்பண்ணையின் வயல்களை வந்தடைந்தார்கள். வயிறு நிறையச் சாப்பாடு கிடைத்ததும் பயணத்தில் பட்ட கஷ்டம் எல்லாம் மறந்துபோயிற்று. உலர்ந்த புல்லை வெட்டுவது மிகக் கடினமான வேலை. அதனால்தான் கூட்டுப்பண்ணையில் இருந்த மற்றத் தொழிலாளிகளைவிட இவர்களுக்கு நல்ல சாப்பாடு தரப்பட்டது. ஒவ்வொருவருக்கும் ஒரு நாள் வேலைக்குப் பட்டாணி மாவில் செய்த ரொட்டி அரைக் கிலோ தரப்பட்டது. அத்துடன் எவ்வளவு வேண்டுமோ அவ்வளவு உருளைக்கிழங்கும் ஆடை நீக்கப்பட்டப் பாலும். ஆடை நீக்கப்பட்டப் பாலைச் சில சமயம் திரியவிட்டுப் பிறகு சூடாக்கிப் பால்கட்டி செய்யப்பட்டது. ஒரு வேளைச் சாப்பாட்டுக்கு ஐவர்ஸும் அவன் தோழன் கார்லிஸும் ஒரு வாளி உருளைக்கிழங்கைக் கழுவி வேகவைத்து மசிப்பார்கள். பிறகு அதில் ஆடை நீக்கிய பாலை ஊற்றி கபளீகரம் செய்துவிடுவார்கள். அவர்களுக்கு இருந்த பசிக்கு அதேபோல் இன்னொரு வாளி உருளைக்கிழங்கைக்கூடச் சாப்பிட்டிருப்பார்கள். உலர்ந்த புல்லை வெட்டக் கற்றுக்கொள்ளவேண்டிவந்தது. அந்த நகரத்தில் வளர்ந்த பையன்களுக்கு அரிவாளால் சரியாக வெட்டக் கற்றுக்கொள்ளப் பல நாட்களாயிற்று. முதல் சில வாரங்கள் உடலில் வலுவில்லாததால் கிராமத்தார்களுடன் அவர்களால் ஈடு கொடுக்க முடியவில்லை. ஆனால் பிறகு லாட்வியர்கள் நன்றாக வேலை செய்தார்கள். அந்த நாளுக்கான வேலையையும் செய்து அதிகமும் செய்ய முடிந்தது. இந்த ஒழுங்கான வேலை மனிதர்களுக்கு வலுவைத் தந்ததோடு அல்லாமல் குதிரைகளுக்கும் காளைகளுக்கும் கூட வலுவூட்டியது. சதை பிடித்து அவற்றின் தோல் பளபளக்க ஆரம்பித்தது. நன்றாகச் சாப்பிட்டதும் அவை சில சமயம் விளையாடக்கூட ஆரம்பித்தன. வயலில் ஓடியும் பின்னங்கால்களைத் தூக்கியும் வைக்கோற்போர்களைக் குத்தியும் விளையாடின.

அக்டோபர் மாதத் துவக்கத்தில் கர்ஷான் ஆறு உறையத் தொடங்கி நிலமும் பனியால் உறையத் தொடங்கியபோது வயலில் வேலை செய்தவர்கள் கிராமத்தை நோக்கிச் சென்றார்கள். திரும்பி வரும் வழியில்

குதிரை மேல் உட்கார்ந்து ஆற்றைக் கடந்தபோது ஐவர்ஸ் அந்தச் சில்லென்ற பனிக்கட்டி நீருக்குள் விழுந்தான். உடைகளை உலர்த்த முடியாததால் ஈர உடைகளிலேயே பயணத்தைத் தொடரவேண்டிவந்தது. சிறிது நேரத்துக்குப் பிறகு உடைகள் உறைந்துபோய் சிக்கிமுக்கிக்கற்கள் உராய்வதைப்போல் ஒலியெழுப்ப ஆரம்பித்தன. ஐவர்ஸுக்குக் குளிர் தாங்கவில்லை. இந்தப் பனிக்கட்டிப் பயணத்துக்குப் பிறகு கட்டாயம் உடல்நிலை மீண்டும் கெடும் என்று கவலைப்பட்டான். அடிநாக்குச் சதையில் தொற்று வந்து வீங்கி அவன் நெருப்பாய்க் காய்ச்சல் சுட, வயல் மேல் கிடந்தது அவனுக்கு மறக்கவில்லை. மருந்தும் இல்லாமல் எந்த உதவியும் இல்லாமல் கடைசியில் ஓர் இரவு வீங்கிச் சீழ் பிடித்த அடிநாக்குச் சதை மூச்சுக் குழாயை அடைத்ததில் மூச்சுத் திணற ஆரம்பித்தது. பயத்திலும் என்ன செய்வது என்று தெரியாமலும் தன் கையாலேயே சீழ்பிடித்த அடிநாக்குச் சதையைக் கிழித்து எடுக்க காற்று உள்ளே பாய்ந்து உடலெங்கும் ஓடியது. இன்னொரு முறை அந்தப் பயத்தை அனுபவிக்க அவன் விரும்பவில்லை. அந்தப் பனிக்கட்டி நீரில் நீந்திய பின்னும் ஐவர்ஸுக்கு ஒன்றும் ஆகவில்லை என்பது ஆச்சரியம்தான். கடின உழைப்பும் சாதாரணமான ஆனால் தேவைக்கேற்ற அளவு உணவும் அவன் உடலின் எதிர்ப்புச் சக்தியைக் கூட்டியிருந்தது என்பதற்கு அது சான்று.

ஐவர்ஸின் உடல்நிலை தேறியது முன்பு அவளிடமிருந்த வாழ வேண்டும் என்ற குறைவில்லா ஆர்வத்தை என் பாட்டிக்கு மீண்டும் தந்தது. நெஞ்சு நிமிர்ந்து, தலை உயர்ந்து, மீண்டும் அவள் சுதந்திரமான மில்டாவாக மாறினாள். நகைச்சுவையாக எதையாவது கூறி மற்றவர்களை உற்சாகப்படுத்தும், பதற்றமடைந்த யாரையாவது சாந்தப்படுத்தச் சீட்டுக்கட்டை ஒருவரே ஆடும் சீட்டாட்ட வகைக்காகப் பிரித்துப்போடும் அல்லது சீட்டுக்கட்டின் சீட்டுகளை வைத்துக்கொண்டு எதிர்காலம் பற்றி ஜோசியம் சொல்லும் மில்டா. என் பாட்டிக்கு ஜோசியம் எல்லாம் தெரியாது. ஆனால் சீட்டுகளைப் பார்த்து ஜோசியம் சொல்வதை அவள் சைபீரியாவில் ஆரம்பித்தாள். அது அங்கு ஒரு தேவைப்பட்டச் சடங்காக மாறியது. ஆவிகளைத் தொடர்புகொள்ளும் கூட்டு அமர்வுபோல அது மனோதத்துவரீதியில் குணப்படுத்தும் ஒரு சடங்கு. வாழ்க்கையின் துயரங்களையும் சோதனைகளையும் எதிர்க்க அது அவளுக்கு உதவியது. மில்டாவின் சீட்டு வைத்தியம் மற்ற லாட்வியர்களுக்கும் இழந்த நம்பிக்கையை மீண்டும் பெறவும் மன பாரத்தை இறக்கிவைக்கவும் உதவியது. டயமெண்டு ஆறு, க்ளாவர் ஒன்பது அல்லது ஆர்ட்டீன் ராணியைப் பார்த்துக்கொண்டு மனத்தில் உள்ள நம்பிக்கை பற்றிப் பேசி, அறியமுடியாத எதிர்காலத்தில் என்ன இருக்கிறது என்று புரிந்துகொள்ள முயலலாம். அதற்கென்று சில சொற்றொடர்களை உருவாக்கினாள் மில்டா. அவை அவர்களின் அன்றாட வாழ்க்கையை ஒட்டி இருந்தன. "முக்கியச் செய்தி" என்றால் தளபதியின் அலுவலகத்திலிருந்து வந்து பார்க்கும்படி அழைப்பு; "சாப்பாட்டு வேளையில் நல்ல செய்தி" என்றால் வீட்டிலிருந்து கடிதம்; "க்ளாவர் ராஜா கொண்டுவரும் துர்ப்பாக்கியம்" என்றால் அரசு அதிகாரி யாரிடமிருந்தாவது கடிதம்; "முக்கியமான நீண்ட அதிகாலைப் பயணம்" என்றால் அங்கிருந்து மாற்றிப் போகவேண்டும்

அல்லது வேறு ஏதோ தொல்லை. ஒருவராக ஆடும் சீட்டாட்டத்தையும் ஜோசியம் சொல்வதையும் எனக்கும் கற்றுத் தந்தாள் என் பாட்டி. என் பள்ளி நாட்களில் மற்றப் பெண்களுக்கு நான் பெரிய மனுஷிபோல எதிர்காலம் பற்றி இதே சொற்றொடர்களை வைத்துக்கொண்டு ஜோசியம் சொல்வேன். ஆனால் நிலைமையும் சந்தர்ப்பங்களும் என்னிடம் வரும் வாடிக்கையாளர்களும் மாறிவிட்டதால் அதற்கு ஏற்ப சொற்றொடர்களின் பொருள் மாற்றப்பட்டது. "க்ளாவர் ராஜா கொண்டுவரும் துர்ப்பாக்கியம்" என்றால் டீச்சர் யாரையாவது ஏதாவது குறும்பு செய்யும்போதோ வேறு எதற்காவதோ பிடிப்பது; சாப்பாட்டு வேளையில் நல்ல செய்தி" ஒரு பையனிடமிருந்து பள்ளி முடிந்த பிறகு சந்திக்கலாம் என்று வரும் கடிதம் என்று மாறிவிட்டது. எனக்கு இதில் கிடைத்தப் பெரும் வெற்றியினால் உயர் வகுப்புகளிலிருந்து பெண்கள் சிலசமயம் என்னிடம் வந்து எதிர்காலத்தினுள் பார்க்கும் என் திறமையைப் பகிர்ந்துகொள்ளச் சொல்லி என்னைக் கௌரவப்படுத்தினார்கள்.

கிராமத்தில் அதிகாரம் செலுத்திய சிலர் – கூட்டுப்பண்ணையின் தலைவரும் ப்ரிகேடியர் என்று எல்லோரும் அழைத்த அவர் நிர்வாகியும் – ஆரம்பத்தில் என் பாட்டியை அலட்சியமாகவே பார்த்தார்கள். ஸைபீரியாவில் வழக்கமாகச் செய்வதுபோல் தங்கள் உயர் அதிகாரத்தைக் காட்ட கடுமையான உத்தரவுகளாலும் வசைமொழிகளாலும் அவளை வதைத்தார்கள். அவர்கள் அப்படிச் செய்ய முடிந்ததற்குக் காரணம் மில்டாவின் தோற்றம்தான். மில்டா மிகவும் ஒல்லியாக இருந்ததோடு ஒரு மீட்டர் நாற்பத்திமூன்று சென்டிமீட்டர் உயரம்தான் இருந்தாள். பார்வைக்குப் பலவீனமானவளாகப் பட்டாள். மெள்ளவும் நடந்தாள். இது மானேஜரின் சீண்டலை அதிகப்படுத்தியது. ஒரு முறை நெல் தூற்றும் இயந்திரத்தருகே என் பாட்டி இருந்தபோது அந்தச் "சோம்பேறி மாடு மற்றும் வேசை"யை வேகமாக வேலை செய்யவைக்கக் கூட்டுப்பண்ணைத் தலைவரின் வாயில் வந்த வசைகள் உச்சத்தை எட்டியிருந்தன. என் பாட்டியின் பொறுமையும் எல்லையைக் கடந்திருந்தது. அணை உடைந்தது. தொடர்ந்து கூறப்பட்ட – 'வேகமாகப் போடு', வசைகள், 'வேகமாகப் போடு', வசைகள் – இவற்றைக் கேட்டதும் என் பாட்டி "ப்ரிட்ஸடாட்டேல்" மீது தானியத்தை அள்ளும் தானியவாரியைக் கையில் பிடித்துக்கொண்டுப் பாய்ந்தாள். ஆஜானுபாகுவாக இருந்த அவர் பயந்துபோய் பின்வாங்கி, கண்களில் அனல் பறக்க நிற்கும் அந்தப் பலவீனமான பெண்ணை வெறித்துப் பார்த்தார். வாயிலிருந்து கொட்டவிருந்த வசை மொழிகள் அங்கேயே உறைந்துபோய்விட்டன. தன் மரியாதையைக் காப்பாற்றிக்கொள்ள "பைத்தியக்காரக் கிழவிகள்" என்று எதையோ முணுமுணுத்தபடி அவர் அங்கிருந்து அகன்றார். அந்தக் கணத்திலிருந்து மில்டாவின் வழிக்கு யாரும் வரவில்லை.

ஜூலை இறுதியில் அவள் அம்மா மடில்டேயிடமிருந்து முதல் கடிதம் வந்தது. ஆர்னிஸ் கைது செய்யப்படவில்லை என்ற செய்தி கேட்டு நிம்மதியாக இருந்தது. அவள் மகன் இப்போது கிராமத்தில் மடில்டேயுடன் இருந்தான். அவனைக் கவனித்துக்கொள்ள அவள்

ஒருத்திதான் இப்போது. மார்ச் 25 அன்று என் பாட்டி ஆர்னிஸ்ஸை அவசரமாக ஸிகுல்டாவுக்கு அனுப்பியிருந்ததால் மாற்று உடைகூட அவனிடம் கொடுத்து அனுப்பியிருக்கவில்லை. கடிதத்திலிருந்து அவர்கள் வீட்டின் எந்த சாமான்களும் கிடைக்கவில்லை என்று தெரிந்தது. எல்லாவற்றையும் யாரோ திருடியிருந்தார்கள். அவள் அம்மாவும் ஆர்னிஸ்ஸூம் எத்தகைய வறுமையில் வாழ்ந்துகொண்டிருந்தார்கள் என்பதைத் தெரிந்துகொண்டபோது அவள் இதயம் துடித்தது: "... ஒவ்வொரு நாளும் நாங்கள் சாப்பிட்டாக வேண்டும். ஆனால் போதுமான சாப்பாடு இல்லை. நாம் எல்லோரும் சேர்ந்தில்லையே என்று வருத்தமாக இருக்கிறது. இருக்க இடமும் சாப்பிட ரொட்டியும் எல்லோருக்கும் இங்கே இருக்கிறது. இது ஒரு கெட்ட கனவு; இதிலிருந்து நான் விழித்துக்கொள்ளவேண்டும் என்று எனக்குத் தோன்றுகிறது. [...] நான் பெற்ற அனுபவங்களினால் எப்போதும் ரத்தம் கொட்டும் ஒரு புண் என் இதயத்தில் இருக்கிறது. கல்லறையில்தான் அது ஆறும்."

1949ல் என் கொள்ளுப்பாட்டி மடில்டேவுக்கு எழுபது வயது ஆகிவிட்டது. கடின உழைப்பில் கழித்த வாழ்க்கையும் வாத நோயில் சிதைந்த எலும்புகளும் பாதிக் குருடான கண்களும் அந்த எழுபது ஆண்டுகளின் பின்னே இருந்தன. ஆனால் தன் மூதாதையரிடமிருந்து அவள் பெற்ற விடாமுயற்சியும் ஆத்மபலமும் விதியின் தொடர்ந்த அடிகளில் வீழாமல் அவளை இருக்கவைத்தன. கடவுளின் மேல் நம்பிக்கை வைத்து அவர் அநியாயத்தை வெற்றி பெற விடமாட்டார், தன் பெண்ணையும் பேரன்கள் இருவரையும் பாதுகாப்பார் அவர்களை அழிய விடமாட்டார் என்று நம்பினாள். தான் கடவுளின் கைப்பாவை என்றும் எப்படியோ தப்பிவிட்ட ஆர்னிஸ் பெரியவனாகித் தன் வாழ்க்கையைத் தன் கையில் எடுத்துக்கொண்டு எங்கோ ஸைபீரியாவில் இருக்கும் அவன் அம்மாவுக்கும் அண்ணாவுக்கும் உதவும் நிலைக்கு வரும்வரை அவனை வளர்க்கும் பொறுப்பு அவளுக்குத் தரப்பட்டிருப்பது ஏதோ ஓர் அற்புதம்தான் என்றும் நினைத்தாள். அவர்கள் ஆயுட்காலம் முழுவதற்கும் நாடுகடத்தப்பட்டிருக்கிறார்கள் என்று அவள் பெண் எழுதியிருந்தாள். ஆனால் மடில்டேயின் அனுபவம் எந்த அரசின் அதிகாரமும் நிரந்தரமானது அல்ல என்பதை அவளுக்கு உணர்த்தியது. மனிதர்களால் எடுக்கப்படும் முடிவுகளை மனிதர்கள் மாற்ற முடியும். வாழ்க்கையின் அடிப்படைத் தேவைகளுக்காகப் போராடி, உணவு, ஆர்னிஸ் அணிந்துகொள்ள ஏதோ உடை, நடப்பட்ட ஒரு வரிசை உருளைக்கிழங்கு, பசுவுக்கு ஒரு கை வைக்கோல் என்று ஒவ்வொரு சிறு விஷயமும் இன்னொரு குளிர்காலத்தைத் தாங்கிக்கொண்டு உயிர்பிழைத்து வேனிற்காலத்தில் ஆரோக்கியத்தை மீட்டுக்கொள்ளவைக்கும் பெரும் வெற்றியாய் மாறும் கதையைக் கூறும் மடில்டேயின் கடிதங்கள் மிகவும் உத்வேகத்தைத் தருபவை. அவள் அன்பு மில்டாவுக்கும் ஐவர்ஸூக்கும் அனுப்ப அவளிடம் எதுவும் இருக்கவில்லை. ஆனால் சில உறவினர்களிடமிருந்து எதையாவது கேட்டுப் பெற்று, தன் குழந்தைகளுக்கு ஒரு சின்ன பார்சலாவது அனுப்பினாள். உறவினர்கள் தந்ததிலிருந்து எதையும் அவள் தனக்கென்று வைத்துக்கொள்ளவில்லை. கம்பளி நூலால்

பின்னப்பட்ட காலணிகள் மற்றும் கையுறைகள், பதப்படுத்தப்பட்ட பன்றி இறைச்சித் துண்டு அல்லது மாவு என்று தரப்பட்ட எல்லாவற்றையும் தன் பெண்ணுக்கு அனுப்பினாள். தன் அம்மாவின் தியாகத்தை மில்டா ஏற்றுக்கொண்டபோது அவள் மனசாட்சி அவளை உறுத்தாமலில்லை. ஆனால் அவளும் ஒரு தாய். ஐவர்ஸுக்கு அவன் உயிர்வாழ காலணிகளும் உணவும் தேவைப்பட்டன. மடில்டேயின் கடிதங்களைக் கண்ணீருடன் படித்தாள்: "ஜூலை மாதத்திலிருந்து மாவோ பார்லியோ இல்லை. இன்று வில்மா வந்திருந்தாள். ஒரு லிட்டர் பார்லியும் ஆர்னிஸுக்கு பான்ட் தைக்கத் துணியும் கொண்டுவந்திருந்தாள். [...] விடுமுறை நாட்களில் சாப்பிட ரொட்டி இல்லை." அல்லது "என் சக்தி குறைந்துகொண்டே வருகிறது. ஆனால் குதிரையைப்போல் பசிக்கிறது."

அவள் மகள் நாடுகடத்தப்பட்ட முதல் ஆண்டில் வால்டெமார்ஸ் சிறையிலிருந்து விடுவிக்கப்பட்டதும் அவன் வந்து அவள் தோளில் ஏறியிருந்த பாரத்தை நீக்கி தன் அம்மாவையும் தங்கையையும் கவனித்துக்கொள்வான் என்று வெகுவாக நம்பினாள். அவள் மகன் குற்றவாளி கிடையாது. ஏதோ அவன் நினைத்தபடி எதுவும் நடக்கவில்லை. 1945ல் குடிப்படை வழக்கமாகச் செய்யும் கறுப்புச் சந்தை சோதனை ஒன்றில் "சூதாட்டம்" செய்த குற்றத்துக்காகக் கைதுசெய்யப்பட்டு ஐந்தாண்டு சிறைத் தண்டனை வழங்கப்பட்டது. இதை எப்படிச் சூதாட்டம் என்று சொல்ல முடியும்? போருக்குப் பின் கறுப்புச் சந்தையில் எதையாவது விற்கவோ பண்டமாற்று செய்துகொள்ளவோ எல்லோருமே முயன்றுகொண்டிருந்தார்கள் அப்போது.

சில நாட்களுக்குப் பின் வால்டெமார்ஸே சிறையிலிருந்து ஸைபீரியாவுக்கு ஒரு கடிதம் எழுதினான்: "நான் விடுவிக்கப்பட்ட பின் எல்லாவற்றையும் சரியாக்க என்னால் எவ்வளவு முடியுமோ அவ்வளவு முயல்வேன். [...] நாம் எல்லோரும் இணையும்போது சரியான வாழ்க்கையை அமைத்துக்கொள்ள ஒருவருக்கொருவர் உதவி செய்துகொள்ளலாம். என் தொழில்முறைத் தேர்ச்சி மற்றும் அனுபவம், மொழிகளில் எனக்குள்ள திறமை இவற்றை வைத்துக்கொண்டு எங்கு வேண்டுமானாலும் உழைத்து வாழ முடியும்." மில்டா அவள் அண்ணாவிடம் மிகுந்த பாசம் வைத்திருந்தாள். அவளைப் பொருத்தவரை பாசமும் ஒற்றுமையும் நிறைந்த அவள் குழந்தைப் பருவத்தில் தன் அண்ணா இருந்ததால் தான் பாதுகாப்புடன் இருந்ததாக உணர்ந்ததையும் அவன் எப்போதும் அவள் பக்கம் நின்று அவளைப் போற்றி ஆதரித்ததையும் எதுவும் கறைப்படுத்த முடியாது என்றே நினைத்தாள். வால்டிஸ் இத்தாலியர்கள் போன்ற கரிய நிறமும் ஒளிரும் பழுப்பு நிறக் கண்களுமாய் தன் அப்பாவைப்போல ஆஜானுபாகுவாக கம்பீரமாக இருப்பான். வேடிக்கையாகப் பேசி எல்லோரிடமும் நன்றாகப் பழகுவான். பெண்களுக்கு அவனைப் பிடித்துப்போனது இதனால்தான். அதனால் சாதாரண கைமின்யி குடும்பத்துப் பையன்போல் அல்லாமல் அவர்களை விட வசதியான குடும்பத்துப் பெண்ணை அவன் மணந்திருந்தான். விவசாயக் கல்வியில் பட்டம் பெற்றிருந்தான். மாணவர் குழு ஒன்றில் இருந்தான். ஆனால் அதிகத் திறமை இருந்து நினைத்தது எல்லாம் கைக்கு

எட்டும்போது சிலருக்கு நேர்வதைப்போல் அவள் அண்ணனுக்கும் நேர்ந்தது. ஆசையை அவனால் அடக்க முடியவில்லை. சிறந்த எதிர்காலம் இருந்த அவன் வாழ்க்கை வோட்காவில் மூழ்கிப்போயிற்று. பணக்காரக் குடும்பத்துப் பெண்ணுடன் செய்துகொண்ட திருமணம் முறிந்தது. அதன் பிறகு மாற்றவேமுடியாதபடி மெள்ள மெள்ள இறங்கு முக வீழ்ச்சிதான். தங்கள் மகனைப் பற்றி மிகவும் கர்வப்பட்டப் பெற்றோர்கள் மிகவும் ஏமாற்றமடைந்தனர். அண்ணாவை இனிமேல் நம்ப முடியாது என்று தெரிந்திருந்தாலும் எதுவுமே சாத்தியப்படாத, நம்பிக்கைகள் பொளிந்துபோன நிலைமையில் தன் அண்ணா அம்மாவுக்கும் ஸைபீரியாவில் உள்ள அவர்கள் இருவருக்கும் ஆதரவாக இருப்பேன் என்று தந்த வாக்கை உறுதியாகப் பிடித்துக்கொண்டாள். இப்படி நம்பியதால்தான் வால்டெமார்ஸ் சிறையிலிருந்து வெளியே வந்த பின் தன் அம்மாவின் வீட்டில் சில நாட்கள் இருந்துவிட்டு நீண்ட காலத்துக்கு மாயமாய் மறைந்துபோனதும் மில்டாவும் மடில்டேயும் அதிக ஏமாற்றமடைந்தனர். பிறகு மீண்டும் வந்தான். மீண்டும் பிரமாதமான வாக்குகளைத் தந்தான். மீண்டும் மறைந்துபோனான். வால்டிஸ்ஸை யெல்கவாவிலோ லியல்ஸ்ட்ராப்பிலோ யாரோ பார்த்ததாகவும் அல்லது அவன் ரஷ்யாவுக்குப் போய்விட்டதாகவும் அவ்வப்போது சேதி வரும். ஆனால் அம்மாவை வந்து பார்க்க மகனுக்கு நேரம் இருக்கவில்லை. அது போகட்டும் என்றால் அவளுக்கு ஒரு ரூபில் கூட அனுப்ப முடியவில்லை அவனால்.

வறுமையின் காரணமாக மடில்டேவும் ஆர்னிஸ்ஸும் பலமுறை வீடு மாறவேண்டிவந்தது. 1952ல் மடில்டே இறந்தபோது ரீகாவின் காட்டுக் கல்லறையில் இருந்த தன் கணவர் பேட்டரிஸ்ஸின் கல்லறை அருகே தான் அடக்கம் செய்யப்படவேண்டும் என்ற அவள் ஆசையை நிறைவேற்ற யாருமே இருக்கவில்லை. முன்பின் அறிமுகம் இல்லாத யாரோ சிலர் மடில்டேவை பேர்ஸேயில் இருந்த கல்லறையில் புதைத்தார்கள். பதிமூன்று வயது ஆர்னிஸ் அனாதையாக வாழ்க்கையுடன் போராடவேண்டிவந்தது. வால்டெமார்ஸ் தன் குடும்பத்தை இவ்வாறு ஏய்த்ததை என் பாட்டி மன்னிக்கவே இல்லை. லாட்வியா திரும்பியபின் தன் அண்ணாவை அவள் தேடவில்லை. அவள் வாழ்க்கையின் கடைசி நாட்களில் மரணம் இனி அதிக தூரமில்லை என்று உணர்ந்துகொண்டபோதுதான் தன்னை வந்து பார்க்கும்படி அண்ணாவுக்குக் கடிதம் எழுதினாள். வால்டெமார்ஸ் வந்தார். வயதாகி, குறுகிப்போய் கிட்டத்தட்டக் குருடாக இருந்தார். இந்தக் கோலத்தில்கூட பதின்ம வயதில் இருந்த என் கண்களுக்கு அவருடைய கடந்தகாலக் கவர்ச்சியின் சாயைகள் தெரிந்தன. வால்டெமார்ஸ் இறந்ததும் அவருடைய உடலைக் காட்டுக் கல்லறையில் அவருடைய அப்பாவுக்கும் தங்கைக்கும் அருகே அடக்கம் செய்யும் பொறுப்பை ஐவர்ஸ்தான் ஏற்றுக்கொண்டான்.

மடில்டேயின் கடிதங்களில் ஆர்னிஸ் குறித்த கவலையும் புகார்களும் நிறைந்திருந்தன. ஆர்னிஸ் சொல்வதைக் கேட்பதில்லை, அவன் சரியாகப் படிப்பதில்லை அவள் அவன் எப்படி நடந்துகொள்ளவேண்டும் என்று

நினைக்கிறாளோ அப்படி நடந்துகொள்வதில்லை. மில்டாவை இது வெகுவாகப் பாதித்தது. அவள் அம்மா கூறியது எவ்வளவு தூரம் அவள் கண்ணோட்டத்திலிருந்து மிகைப்படுத்தி எழுதப்பட்டது என்பது அவளுக்குத் தெரியவில்லை. ஆர்னிஸ் சோம்பேறியும் இல்லை. கெட்ட பையனும் இல்லை. அவன் வயதுப் பையன்களைப்போல் அவன் குறும்புகாரனாக இருந்தான். அவ்வளவுதான். ஆனால் அவனுக்குத் தன்னைக் கட்டுப்படுத்திக்கொள்ள முடியாது என்பது உண்மைதான். சில சமயம் மரியாதையில்லாமல் பேசிவிடுவான். ஆனால் இதற்குக் காரணமிருந்தது. முந்தைய தலைமுறையில் கடைப்பிடிக்கப்பட்ட பணிவு பற்றிய நியதிகளை மடில்டே கடைப்பிடித்தாள். அவளுக்கு அனுசரணையான, பெரிய எக்லீடிஸ் குடும்பம் தந்த பாதுகாப்பும் நிலையான வாழ்க்கையும் அமையும் பாக்கியம் இருந்தது. போரின் எதிர்மறையான அனுபவங்கள் குறிப்பிட்டுச் சொன்னால் அவன் அம்மாவும் அண்ணாவும் நாடுகடத்தப்பட்டது – பதினோரு வயது ஆர்னிஸ்ஸை எவ்வளவு தூரம் பாதித்திருந்தன என்பதை வயதாகிவிட்டதால் அவளால் புரிந்துகொள்ள முடியவில்லை. ஒரு சூழ்ச்சி வட்டம்போல் அவன் விதி அவன் அப்பா அலெக்ஸான்டர்ஸின் சோகமான குழந்தைப்பருவத்தை ஒத்திருந்தது. முதலாம் உலகப் போரில் அவர் பெற்றோர்களும் அவரிடமிருந்து பறிக்கப்பட்டிருந்தார்கள். ஒரே ஒரு வித்தியாசம் என்னவென்றால் பெற்றோர்கள் இருக்கும்போதே ஆர்னிஸ் அனாதையானான். அவன் அப்பா குலாக் சிறையிலும் அம்மா நாடுகடத்தப்பட்டு சைபீரியாவிலும் இருந்தார்கள். ஆர்னிஸ் எது குறித்தும் மகிழ்ச்சி அடையாத ஆழமான சோகத்தில் இருந்தான். மற்றப் பல குழந்தைகள் போலவே தன் மனத்தில் இருந்த ஒன்றுக்கொன்று முரணான உணர்ச்சிகளை அவனால் புரிந்துகொள்ளமுடியவில்லை. அவன் மனத்தில் பூதாகாரமாக உருப்பெற்றிருந்த அவனுக்கு இழைக்கப்பட்ட அநீதிக்குத் தான் உரியவனல்ல என்பதை எப்படி வெளிப்படுத்துவது என்று அவனுக்குத் தெரியவில்லை. கட்டுப்பாடில்லாமலும் பொருந்தாவகையிலும் பேசி நடந்துகொண்டு மடில்டேயை ஆழமாகப் புண்படுத்துவதில் அது முடிந்தது. சமாதானமடைந்ததும் அவன் தன்னைப் பழித்துக்கொண்டான் – ஏன் அவன் கெட்ட பையனாக இருந்தான்? ஏன் அருமைப் பாட்டியிடம் தவறாக நடந்துகொண்டான்? பிறகு தன் தவறுக்கு வருந்தி ஓடிப்போய் தன் பாட்டியைக் கட்டிக்கொள்வான்.

ஆர்னிஸ் தன் அம்மாவுக்கு எழுதிய கடிதங்கள் ஐந்தாவதோ ஆறாவதோ படிக்கும் பையனுடையதுபோல் அல்லாமல் மிகவும் தெளிவாகவும் வயதுக்கு மீறிய முதிர்ச்சியுடனும் இருந்தன. அந்தக் கடிதங்கள் மில்டாவைச் சாந்தப்படுத்தின. தன் மகன் பாதை தவறிப் போய்விடுவான் என்று அவள் பயப்படவேண்டிய தேவையிருக்கவில்லை. பள்ளியில் நன்றாகப் படித்துக்கொண்டு, விளையாட்டுகளில் பங்கெடுத்துக்கொண்டு பரிசுகள் வாங்கி, பண்ணையின் வேலைகளிலும் உதவுகிறான் என்றால் மடில்டேயின் புகார்கள் மிகைப்படுத்தப்பட்டவையாகத்தான் இருக்க வேண்டும். இதைப் பற்றிய மனபாரம் குறைந்தது. ஐவர்ஸும் அவளும் சைபீரியாவில் இருந்த முதலாம் ஆண்டில் உயிர் வாழச் செய்த போராட்டத்தின்போது எது அவளுக்கு முக்கியமாகப் பட்டதோ அதையே ஆர்னிஸ் விஷயத்திலும்

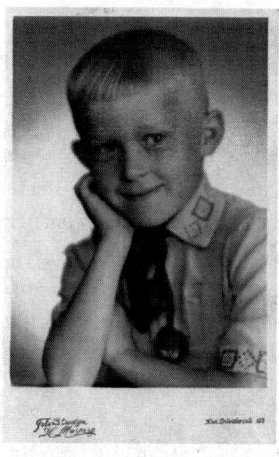

ஆர்னிஸ் கால்னியடிஸ்

கடைப்பிடித்தாள். ஆர்னிஸ்ஸின் சாப்பாட்டுத் தட்டில் பார்லியும் உருளைக்கிழங்கும் இருப்பது அவன் ஆழ்மனத்தில் என்ன ஓடுகிறது என்பதைவிட முக்கியமாகப் பட்டது. சிறிது காலம் சென்ற பிறகுதான் அவள் சின்னப் பையன் மகிழ்ச்சியே இல்லாமல் இருப்பது அவளுக்கு தெரிந்தது. தன் சோகத்தைத் தன் வார்த்தைகளிலேயே சொல்லத் தெரியாததால் ஒரு நீண்ட கவிதையைக் கவனமாகப் பிரதியெடுத்து அனுப்பியிருந்தான். அதன் முதல் வரிகளில் புதைந்திருந்த வலி மில்டாவைச் சுட்டது:

ஓரே ஒரு முறை மீண்டும் என் வாழ்வில்
என் பெற்றோர்களை நான் சந்திக்க மட்டும் முடிந்தால்

ஓ! அவள் வாழ்க்கையில் மீண்டும் அவளுடைய ஆர்னிஸ்ஸைச் சந்தித்து அவனைச் சமாதானப்படுத்த மட்டும் முடிந்தால்!

ஆர்னிஸ் அப்பாவைவிட அவன் அம்மாவுக்காக மிகவும் ஏங்கினான். போரினாலும் அப்பாவுக்கும் அம்மாவுக்கும் இடையே இருந்த மனக்கசப்பினாலும் அப்பாவுடன் அவன் அதிக நாட்கள் இருந்திருக்கவில்லை. அவன் அம்மாவும் அண்ணாவும் நாடுகடத்தப்பட அலெக்ஸான்டர்ஸ்தான் காரணம் என்பதை அவன் உணர்ந்து கொண்டிருந்தான். அப்படித்தான் மடில்டே கூறியிருந்தாள். இது போதாது என்று பள்ளியில் பூர்ஜுவா கொள்ளைக்காரர்கள் பற்றியும் எப்படி லாட்வியாவை ரத்த வெள்ளத்தில் மூழ்கடித்து அவர்கள் நாட்டை ஏகாதிபத்தியவாதிகளிடம் தர விரும்பினார்கள் என்பது பற்றியும் படிக்கவேண்டியிருந்தது. பேசுவதற்கு யாரும் இருக்கவில்லை ஆர்னிஸ்ஸுக்கு. “இதைப் பற்றி” பேசாமல் மௌனமாகவே இருந்தார்கள் எல்லோரும். தன் அப்பாவின் குற்றம் என்ன என்பதைத் தானே முயன்று தெரிந்துகொள்ளவேண்டிவந்தது அவனுக்கு. அவன் அப்பா யார்? குற்றவாளியா இல்லை அவன் அம்மாவையும் அண்ணனையும்போல குற்றமற்றவரா? அப்பாவிடமிருந்து எப்போதாவது வந்த கடிதங்களில்

இதற்கான பதில் இருக்கவில்லை.முரணான உணர்ச்சிகள் ஓடின அவன் மனத்தில். அவன் நல்ல மகனாக இருக்க ஆசைப்பட்டான். அதனால்தான் அப்பாவுக்கு அவர் சிறை முகாமில் இருந்தபோது கடிதம் எழுதும் கடமையைச் செய்தான். ஆனால் மனத்தினுள் அவன் அப்பா அவனைக் கைவிட்டுவிட்டுப் போனதும் அதைவிட அவரால் தன் அம்மா தன்னிடமிருந்து பறிக்கப்பட்டதும் அவன் மனத்தைப் புண்படுத்தி மனத்தில் கசப்பை ஏற்றியிருந்தது. மில்டாவைப் பற்றி நினைக்கும்போது முற்றிலும் வேறு மாதிரியான உணர்வுகள் அவன் மனத்தில் இருந்தன. அவளுடனும் கடிதம் மூலம் மட்டுமே தொடர்பு இருந்தது. அவள் கடிதத்துக்காக அவன் ஆவலுடன் காத்திருப்பான் எப்போதும். அவை எப்போதாவதுதான் வந்தன; சுருக்கமான கடிதங்களாக இருந்தன என்று தோன்றியது அவனுக்கு. "அன்புள்ள அம்மா, தயவு செய்து நீண்ட கடிதங்கள் எழுதுங்களேன். நான் அப்பாவுக்கு கடிதம் எழுதவேண்டும். நம் நாட்டிலிருந்து செய்திகளை எதிர்பார்க்கிறார் அப்பா. பிரிய அம்மா, நாங்கள் உங்களை மறக்கவில்லை. உங்கள் நாட்டிலிருந்து இன்னும் மகிழ்ச்சியான மற்றும் சோகமான தகவல்கள் வரும் உங்களுக்கு. அன்புள்ள அம்மா, உங்கள் புகைப்படங்களை அனுப்பவும்." காலப்போக்கில் அவன் சோகம் குறைந்துகொண்டேவருவதுபோல் தோன்றினாலும் தன்னைப் பாதுகாத்துக்கொள்ள ஆர்னிஸ் தன் சோகத்தை மனத்தின் மிக மிக ஆழமான இடத்தில் மறைத்து வைத்திருந்தான். அந்தச் சமயத்தில் அவன் எங்கு சென்றாலும் என்ன செய்தாலும் அந்தச் சோகம் நிரந்தரமாக அங்கே தங்கிவிடும் என்பது அவனுக்குப் புரியவில்லை. போக போக ஆழமாகப் புதைத்து வைத்திருந்த அந்தச் சோகத்தின் நிழல் அவன் முகத்தில், அவன் கண்களில் தெரிய ஆரம்பித்தது. எனக்குக்கூட இது நினைவிருக்கிறது: என் சித்தப்பா வாய்விட்டுச் சிரித்துக்கொண்டிருப்பார் இல்லாவிட்டால் முகம் உற்சாகத்தில் சிவக்க, நகைச்சுவை துணுக்குகளைச் சொல்லிக்கொண்டிருப்பார். ஆனால் அவர் மௌனமான உடனேயே எல்லோரையும் விட்டு விலகியிருப்பதுபோல் முகம் மாறிவிடும் – ஏதோ அந்த முகத்தில் மகிழ்ச்சியும் சிரிப்பும் இல்லாமலே இருந்ததுபோல்.

1952ம் ஆண்டின் வேனிற்காலத்தில் மடில்டேயின் மரணம் தந்த பெரிய அடி அந்தச் சிறுவன் தன்னைப் பாதுகாத்துக்கொள்ளும் கவசத்தை அணிவதற்கு மேலும் வலுவான காரணமாய் அமைந்தது. ஆர்னிஸ்ஸுக்கு அப்போது பதிமூன்று வயதுதான். இன்னும் சரியாகப் பதின்ம வயதைக்கூட எட்டாமல் அவன் ஒரு பெரிய மனிதனாக வாழ நேரிட்டது. இப்போது அவன் உலகத்தில் தனியாக இருந்தான். பேர்ஸேயில் இருந்த பக்டானவ்ஸ் குடும்பம் மாத்திரம் அவனைத் தங்கள் குடும்பத்தில் ஒருவனாக ஏற்றுக்கொண்டிராவிட்டால் ஆர்னிஸ் அனாதை ஆசிரமத்தில் சேர்க்கப்பட்டிருப்பான். அவனைக் கருணையுடன் ஆதரித்த அந்தக் குடும்பத்தால் பள்ளிக்கூட விடுமுறைகளில் வீடு திரும்பவும் நல்ல உணவு உண்ணவும் அவனுக்கு ஒரு வீடு அமைந்தது. மாலுமியாகும் ஆசையைத் துறந்து அவன் அவனுக்குப் பிடிக்காத தொழில் முறைக் கல்வி பயில வேண்டிவந்தது. அங்கு மதியம் இலவச உணவும் மாற்று உடையும் நீல நிறத்தில் முரட்டுக் கம்பளியாலான சீருடைக்கான ஒரு கோட்டும்

கிடைத்தன. அவன் அப்பா அலெக்ஸான்டர்ஸுக்கு ஆனதுபோலவே வாழ்க்கை ஆர்னிஸ்ஸுக்கு அதிகத் தேர்வுகளைத் தரவில்லை. இந்தக் கசப்பை என் சித்தப்பா தன் மன ஆழத்தில் எப்போதும் வைத்திருந்தார்.

தனக்கும் தன் மகனுக்கும் இடையே விதிவசத்தால் ஏற்பட்டுவிட்டப் பிளவை மில்டாவால் சரிப்படுத்தவே முடியவில்லை. அதை அவள் மகனுக்கும் உலகத்துக்கும் இடையே ஏற்பட்ட பிளவு என்று கூறுவதே சரியாக இருக்கும். அந்த உலகத்தினுள் தன் அம்மாவையும் அண்ணனையும் கூட அவன் வைத்துவிட்டான். 1954ல் ஆர்னிஸ் அவர்களைப் பார்க்க ஸைபீரியா வந்தபோது இதை உணரமுடிந்தது மில்டாவுக்கு. ஆனால் அதை அப்போது அவள் ஏற்றுக்கொள்ளவில்லை. அவளுக்கு மிகவும் நெருங்கிய ஆனால் இப்போது மாறிவிட்ட தன் மகனின் முகத்திலிருந்து கண்களைச் சிறிதும் விலக்காமல் கடந்த ஆண்டுகள் பற்றி அவன் கூறிய கதைகளைக் கேட்டாள் மில்டா. ஆனால் அவர்களுக்கிடையே ஒரு மெல்லிய திரை விழுந்துவிட்டதுபோல் தோன்றியது. அதனூடே அவர்களுக்குள் இருந்த உறவின் இதமான சூட்டை உணர முடிந்தது;

1954ல் ஆர்னிஸ் தன் அம்மாவைப் பார்க்க ஸைபீரியா வந்தபோது

ஒருவரையொருவர் பார்த்துக்கொள்ள முடிந்தது ஆனால் உண்மையான பிணைப்பு ஏற்படவில்லை. லாட்வியா திரும்பிய பின் இருவரும் ஒருவரைவிட்டு ஒருவர் விலகிப்போன இந்த நிலையிலிருந்து வெளியே வர இருவருமே முயற்சித்தனர். ஆனால் முழுவதுமாகச் செய்யமுடியாமல் அது அரைகுறையாகவே நின்றுவிட்டது. எப்போது அவள் மகனுக்கு அவள் முக்கியமாகத் தேவைப்பட்டாளோ அப்போது அவனுடன் இருக்கும் உரிமை அவளுக்கு மறுக்கப்பட்டது. அதன் பின் ஆர்னிஸ் தன் தனிமையைத் தாங்கிக்கொள்ளப் பழகிவிட்டான்.

ஸைபீரியாவில் முதல் வேனிற்காலம் நீண்டதாக இருக்கவில்லை. நன்றாக மூச்சுவிட்டு ஒரு நிலைக்கு வரும் முன் குளிர்காலம் வந்துவிட்டது. அக்டோபரிலேயே பனி கொட்ட ஆரம்பித்துவிட்டது. "ஸைபீரியாவின் அந்த முதல் குளிர்காலத்தில் நான் குளிரை உணர்ந்ததுபோல் வேறெப்போதுமே நான் உணர்ந்ததில்லை. சில சமயம் என் ஆத்மாவே உறைந்துபோய் விட்டதுபோல் தோன்றியது. ஆனால் நான் நோய்வாய்ப்படவில்லை," என்று என் அப்பா நினைவுகூர்கிறார். நாடுகடத்தப்படுவதற்கு முன் ஐவர்ஸின் சில மாத ஊதியம் தரப்படாமல் இருந்தது. அவனுடன் வேலை செய்தவர்கள் அதை அவனுக்கு ஸைபீரியாவுக்கு அனுப்பினார்கள். அந்தப் பணத்தில் இணைக்கம்பளி வைத்து இறுக்கமாக ஒட்டுத் தையல் போட்டுத் தைத்த ஜாக்கெட் ஒன்றும் அதேபோல் தைத்த பான்ட்டும் வாங்க முடிந்தது. நாடுகடத்தப்பட்டவர்கள் தங்கியிருந்த குடிசையில் பலர் இருந்ததால் ஏக நெருக்கடியாக இருந்தது. ஆனால் இது கூட குளிரைத் தாங்க உதவவில்லை. அங்கிருந்தவர்களிலேயே வயதிலும் அனுபவத்திலும் மூத்தவராக என் பாட்டி இருந்ததால் அவர்களுக்குத் தேவை ஓர் அடுப்புதான் என்று தீர்மானித்தார். எப்படி அதை இயக்குவது என்றெல்லாம் தெரியாமல் கிராமத்திலிருந்தவர்கள் செய்வதைப் பார்த்து அதேபோல் ஓர் அடுப்பைச் சாணியில் செய்தாள் மில்டா. ஆச்சரியப்படும் விதத்தில் அதிகம் புகைக்காமல் அது அறையைச் சூடாக்கியது. ஓர் இரவு ஐவர்ஸ் தன் பாதங்களை அடுப்புக்கு மிகவும் அருகில் வைத்துவிட்டதால் வேனிற்காலத்தில் அவன் வாங்கியிருந்த அவனிடமிருந்த ஒரே ரப்பர் காலணி எரிந்துபோய்விட்டது. ரஷ்யர்கள் "வாலங்க்கி" என்று கூறும் குளிர்காலத்தில் அணியும் ஒட்டுக்கம்பளம் வைத்த முட்டிவரை வரும் பூட்சுக்காலணிகள் வாங்க அவனிடம் பணம் இருக்கவில்லை. கிராமத்திலேயே செய்யப்படும் "சிர்கி" என்ற முட்டிவரை வராத குதிகால் தனியாக வைக்கப்படாத மென்தோல் காலணியை வைத்துச் சமாளிக்கவேண்டிவந்தது. கால்களுக்கு உரப்புத் துணியைச் சுற்றிக்கொண்டான். "சிர்கி" காலணிக்குள் முரட்டுச் சதுப்பு நிலப் புல்லை அடைத்து கால்களை உரப்புத் துணி வைத்துக் கட்டிக்கொண்டால் குளிருக்கு அடக்கமாக இருந்தது. அக்டோபரில் லாட்வியாவிலிருந்து வந்த பார்சலில் செம்மறியாட்டுத்தோலில் தைத்த உள்சட்டை ஒன்று வந்திருந்தது. விடாமல் அதையே அணிந்ததால் செம்மறியாட்டின் மென்மயிர் அங்கங்கே உதிர்ந்துபோய் உள்தோல் தெரிய ஆரம்பித்துவிட்டது என்றாலும் ஸைபீரியாவில் இருந்த எல்லா ஆண்டுகளிலும் அது என் அப்பாவுக்கு உபயோகமாக இருந்தது.

கூட்டுப்பண்ணையின் தலைவர் வயதில் மிகவும் இளையவர்களான லாட்வியர்கள் கிராமத்தைச் சுற்றி 30 கிலோமீட்டர் அளவு பரந்திருந்த காட்டில் வேலை செய்யவேண்டும் என்று கட்டாயப்படுத்தினார். காட்டில் வாழும் மரம்வெட்டி, விறகுவெட்டி போன்றவர்கள், நாடுகடத்தப்பட்டவர்கள், கிராமத்தார்கள் மற்றும் அக்கம்பக்கத்துக் கிராமத்திலிருந்து வேலை செய்து ஏதோ சிறிது சம்பாதிக்க வந்தவர்கள் இவர்கள் அனைவரும் போர்வீரர்களுக்காகக் கட்டப்படும் ஒரு மிகப் பெரிய பாசறைக் குடியிருப்பில் இருந்தனர். அதன் நடுவே எப்போதும் எரிந்துகொண்டிருந்த இரும்பு அடுப்பு ஒன்று இருந்தது. ஒரு முனையில்

சாதாரண மளிகைக்கடை ஒன்று இருந்தது. அதில் ஒரு நாளைக்கு இரண்டு கிலோகிராம் ரொட்டிக்குக் கணக்கு வைத்துக்கொள்ளலாம். ரவை, சீனி, எப்போதாவது சிறு துண்டு இறைச்சிகூட வாங்கிக்கொள்ளலாம். அவ்வப்போது ஒரு முயல் வலையில் விழும். அதை ரவையுடன் வேகவைத்துச் சுவையான புழுங்கலாகச் சாப்பிட்டார்கள். உணவுக்குப் பின் சாப்பிடப்படும் இனிப்புக்குச் சீனி கலந்த வெந்நீரைச் சாப்பிட்டார்கள். உருளைக்கிழங்கைப் பொருத்தவரை ஐவர்ஸ் முன்கூட்டி யோசிக்காதலால் அவன் செய்தது சரிவரவில்லை. அவன் சேமித்திருந்த உருளைக்கிழங்கு பனியில் உறைந்துபோய் நீலம்பாரித்திருந்தாலும் அவற்றை அப்படியே சாப்பிடவேண்டிவந்தது. கிராமத்தார் ஏன் உருளைக்கிழங்கை முதலில் வேகவைத்துப் பிறகு அதை மசித்து அதன் பின் உருண்டைகளாக்கி உறைந்துபோக வைக்கிறார்கள் என்பது இப்போது அவனுக்குப் புரிந்தது. அதைக் குளிர்காலம் முழுவதும் ஜெர்மானியர் சாப்பிடும் புளித்த “ஸொவ்வெர்க்ரெளட்”போல வைத்திருக்கலாம். அதைச் சுலபமாக எங்கும் எடுத்துச்செல்ல முடியும். பிற்காலத்தில் அவனும் அப்படியே செய்தான். ஸைபீரியர்களிடமிருந்து கற்றுக்கொள்ள நிறைய இருந்தது. அவர்கள் இந்தக் கடும் நிலைமைகளில் உயிர்வாழவும் ஊட்டச்சத்து இல்லாத, வகை வகையான உணவாக இல்லாமல் ஒரே மாதிரியான உணவைச் சாப்பிடுவதில் ஏற்படும் இழப்பை ஈடுகட்டவும் அவர்களுக்கேயான வழிகளை உருவாக்கியிருந்தார்கள். மீண்டும் சொறி கரப்பான் வந்துவிடுமோ என்று அஞ்சிய ஐவர்ஸ் தேவதாரு மரத்தின் ஊசிபோன்ற இலைகளைப் போட்டுக் காய்ச்சிய கஷாயத்தைக் குடிக்கவே முடியாமல் குடித்துவைத்தான். அந்தக் கார்ப்பான, காரவாசனை அடித்த பழுப்பும் பச்சையுமான திரவம் மிகவும் நல்ல மருந்தாய்ப் போய்விட்டது. மிகக் கடினமான அந்த வேலையில் அனுபவம் உள்ள பலர் உதவியிருக்காவிட்டால் அந்தந்த நாளுக்கான வேலையை என் அப்பாவால் செய்துமுடித்திருக்க முடியாது. காட்டிலிருந்து கட்டைகளை இழுத்துக்கொண்டுபோய் ஆற்றங்கரையில் போடும் வேலை அது. வேனிற்காலத்தில் அவை ஆற்றில் மிதக்கவிடப்பட்டு மரம் அறுக்கும் ஆலைகளுக்கு அனுப்பப்பட்டன. வந்த கூலியில் எதையும் சேமிக்க முடியவில்லை என்றாலும் ஐவர்ஸுக்கு நல்ல உணவு கிடைத்ததே அவன் அம்மாவுக்குச் செய்த உதவி ஆயிற்று.

டிசம்பர் மாதம் ஐவர்ஸ் காட்டில் இருந்தபோது அவன் அம்மாவின் கால் முறிந்து அவள் கல்பாஷெவாவில் ஆஸ்பத்திரியில் இருக்கிறாள் என்ற செய்தி வந்தது. நாடுகடத்தப்பட்டவர்களில் இருந்த ஒரு நர்ஸ் ஆஸ்பத்திரியில் அம்மாவைச் சேர்க்க உதவியிருந்தாள். கூட்டுப்பண்ணையின் தலைவர் பின்னாலேயேபோய் விடாமல் அவரைத் துளைத்துக்கொண்டே இருந்ததால் அவள் நச்சரிப்பைத் தாளாமல் அவர் பக்கத்துக் கிராமத்துக்குப் போய் அங்கிருந்த தபால் நிலையத்திலிருந்து விமான ஆம்புலன்ஸ் ஒன்றை வரவழைத்தார். குளிர்காலத்தின் ஏனைய மாதங்களை மில்டா ஆஸ்பத்திரியில் கழித்தாள். குளிராத ஓர் இடத்தில் ஏதோ கொஞ்சமாவது சாப்பிட்டுக்கொண்டு இருக்கமுடிந்தது. கிராமத்திலேயே இருந்திருந்தால் என் பாட்டிக்கு என்ன ஆகியிருக்கும் என்று நினைக்கக்கூடப் பயமாக இருக்கிறது. எளிதில் முறியும் எலும்பு மில்டாவின் சாபம். நான்காவது

தடவையாக அவள் எலும்பு முறிந்திருந்தது. இன்னும் நிறைய முறை முறிவு ஏற்பட்டது எதிர்காலத்தில். சைபீரியாவிலேயே இன்னொரு முறை எலும்பு முறிவு ஏற்பட்டது. லாட்வியா திரும்பிய பின்னர் மேலும் இரண்டு முறை. முடிவில் ரீகாவில் ஏதக்காயவியலுக்காக இருந்த மருத்துவ நிறுவனம் ஒன்று நோயை அறுதியிட்டபோது எலும்பு கல்லைப்போல் இறுகி அதே சமயம் வெகு எளிதாக, சிறிது பட்டால் கூட முறிந்துவிடும் அரிதான ஓர் எலும்பு நோய் அது என்று கூறினார்கள். சைபீரியாவிலிருந்து திரும்பிய பின் அவளுடன் ஆஸ்பத்திரியில் வேலை செய்த பலர் அவளை மகிழ்ச்சியுடன் வரவேற்றபோதும் ஆஸ்பத்திரியில் தொடர்ந்து வேலை செய்வதை இந்தப் “பளிங்கு எலும்பு” நோய் தடைசெய்துவிட்டது. அவளுக்கு மிகவும் பிடித்த நர்ஸ் வேலையை என் பாட்டி இரண்டே மாதம்தான் செய்திருந்தாள். அதற்குள் வீதியில் வீசி எறிந்திருந்த ஆப்பிள் மேல் கால் சறுக்கி விழுந்துவிட்டாள். இந்த முறை வெகு சிக்கலான முறிவாகிவிட்டது. டாக்டர்கள் பல ஆண்டுகள் உடைந்த எலும்பு சேர முயற்சித்தார்கள். ஆனால் பல நாட்கள் படுக்கையில் கிடந்து, பல அறுவை சிகிச்சைகளுக்குப் பின் உடைந்த காலை முட்டியில் மடக்க முடியாமல் போயிற்று. என் பாட்டி வேலை செய்ய முடியாத நோயாளி ஆனாள். மனரீதியாக ஒருவரை வெகுவாகப் பாதிக்கும் நிலை அது. கடைசிவரை மற்றவர்களைச் சார்ந்து இருப்பதை அவளால் ஏற்றுக்கொள்ளவே முடியவில்லை.

வாழ்க்கையில் அனுபவம் பெற்ற பிறகு, இப்போதுதான், என் பாட்டியின் அபூர்வ ஆளுமை எனக்குப் புரிகிறது. அவள் காலத்தைவிட அவள் ஒரு தலைமுறை முன்னேறி வந்துவிட்டாள். ஒரு பெண்ணின் வாழ்க்கையின் இலக்கு ஆண் ஒருவனுடன் இருப்பதாலோ திருமணத்தாலோ மட்டுமே அடையப்படுவதில்லை என்று அவள் நினைத்தாள். வேலைக்குப் போவது அவள் ஆளுமையை உறுதிப்படுத்தும் வெகு முக்கியமான ஒன்றாகவே அவளுக்கு இருந்தது. அது அவள் வாழ்க்கையை முழுமையாக்கும் ஒன்று. சரியான ஒருவனைத் தேர்வு செய்து திருமணம் செய்துகொள்வதில் வெற்றி பெற்றோ அல்லது வேறு வகையாக வாழ்க்கையில் நிலைபெற்றோ வாழும் முன் வரும் இடைப்பட்ட காலத்தைக் கஷ்டப்பட்டுக் கழிக்க வேறுவழியில்லாமல் செய்யப்படும் தேர்வு இல்லை வேலைக்குப் போவது. அதிசயிக்க வைக்கும் மன உறுதி அவளுக்கு இருந்தது. அவள் எதற்கும் கட்டுப்படாத சுதந்திரமானவளாக இருந்ததால் வன்முறை அவளை நெருங்காமல் எட்டவே நின்றது. அவளால் அதை அடக்க முடிந்தது. தங்களுக்கு ஏற்ப அவளை வளைக்க அவள் கணவனாலோ சேக்காவைச் சேர்ந்த குண்டர்களாலோ யாராலும் முடியவில்லை. அவள் உடம்பே அவளைக் கடைசியில் ஏய்த்துவிட்டது. அப்படியும் அவள் சுலபமாக விட்டுக்கொடுக்கவில்லை. அதீதப் பொறுமையுடன் பல ஆண்டுகள் படுத்தபடுக்கையாய் இருப்பதை அனுபவித்தாள். அப்போதும் இறுகிப்போன மூட்டுகளை இளகவைக்க விடாமல் உடற்பயிற்சி செய்தபடி இருந்தாள். தான் எழுந்து நடக்க முடியும் என்று உறுதியாக நம்பினாள். மீண்டும் நடக்க முடியும்! அடுத்த எலும்பு முறிவு இந்த வெற்றியைப் போக்கிவிடும். மீண்டும் மீண்டும் போக நேர்ந்த ஆஸ்பத்திரியில்கூட சிரிக்க சிரிக்கப்

பேசும் இயல்பாலும் அதீத வலியையும் தாங்கும் திறனாலும் எல்லோரின் பரிவையும் நல்லெண்ணத்தையும் அவளால் பெற முடிந்தது.

சைபீரிய நண்பர்களுடனும் தன் இளம் வயது நண்பர்களுடனும் உறவினர்களுடனும் ஆஸ்பத்திரியில் சந்தித்தவர்களுடனும் தொடர்ந்து கடிதத் தொடர்பு வைத்திருந்தாள் என் பாட்டி. அற்புதமாக எழுதும் திறனுக்கு உதாரணம் அவள் கடிதங்கள். நவீன காலத்தின் வேகவேகமான தொடர்பு கொள்ளும் முறையைப் பார்க்கும்போது வெகு அவசியமான மனிதத் தொடர்பு கொள்ளும் முறை இப்போது வரலாறாகிவிட்டது; மீண்டும் திரும்பாது என்பதை இக் கடிதங்கள் நமக்கு உணர்த்துகின்றன. சைபீரியாவிலிருந்து எழுதிய ஒரு கடிதத்தில் ஏகப் பசியில் இருந்த ஒரு முரட்டுக் கன்றுக்குட்டி ஆவிக்குளியல் செய்யும் அறையின் அடுத்த அறையில் இருந்த அவள் உடையை இழுத்துவந்து சாப்பிட்டதை விவரித்திருப்பாள். அந்தச் சமயத்தில் பைபிலில் கூறியிருக்கும் ஏவாளைப்போல் இருந்த என் பாட்டி தன் உடையை மீட்க அந்த முரட்டுக் கன்றுக்குட்டியின் பின்னால் ஓடினாள். பனி மூடியிருந்த வயலில் கோபத்துடன் ஒரு நிர்வாணமான பெண்ணும் பயந்துபோன ஒரு கன்றுக்குட்டியும் வேகமாக ஓடினார்கள். கடைசியில் கன்றுகுட்டியால் மெல்லப்பட்டு எச்சில் ஊறிய அந்த உடை அதன் வாயிலிருந்து இழுக்கப்பட்டு வெளியே வந்தது. இந்தக் கதை அந்த நிகழ்வை அடுத்த கடிதத்தில் படங்களாக வரைந்து அனுப்பும் உத்வேகத்தை அவள் தோழி ஒருத்திக்குத் தந்தது! பலவீனமடைந்த தன் கால்களை நம்பி வெளியே போகமுடியாமல் அவள் வாழ்க்கையின் கடைசிப் பத்து ஆண்டுகள் அவள் வீட்டிலேயே முடக்கப்பட்டுக் கிடந்தாள். ஆனால் வாழ்க்கையை முழுவதுமாக அனுபவிப்பதை அது எந்த வகையிலும் தடை செய்யவில்லை. உலக நிகழ்வுகளில் ஆர்வத்துடன் கவனம் செலுத்துவாள். விளையாட்டுப் போட்டிகளை வெகு உற்சாகத்துடன், கன்னங்கள் சிவக்க, அவளுக்குப் பிடித்த கூடைப்பந்தாட்டக் குழுவை உரத்துக் கூவி உற்சாகப்படுத்தியபடி பார்ப்பாள். இளம் வயதுக்கே உரிய எனக்கு எல்லாம் தெரியும் என்ற வீறாப்பில் நுண்ணுணர்வு மழுங்கிப்போய் நான் அவளிடம் பலமுறை தவறாக நடந்துகொண்டேன். பலவீனமான உடலில் சிறைப்பட்டிருக்கும் ஒரு சுதந்திர ஆத்மாவின் உணர்ச்சிகள் குறித்து எனக்கு எதுவும் தெரியவில்லை. எவ்வளவு துன்பப்பட்டாள் அவள்!

ஆஸ்பத்திரியிலிருந்து வந்த பின் கூட்டுப்பண்ணையின் கடினமான வேலைகளை மில்டாவால் செய்ய முடியவில்லை. ஐவர்ஸின் சம்பாத்தியத்தில் மட்டுமே அவர்கள் இருவரும் வாழவேண்டியிருந்தது. முந்தைய ஆண்டுபோல் பட்டினி அனுபவிக்காமல் இருக்கும் அளவுக்கு அவன் சம்பாதித்தது போதுமானதாக இருந்தது. ரஷ்யாவில் “வார்ஸா கட்டில்” என்று கூறப்பட்ட, பழைய, துருப்பிடித்துப்போன இரும்புக் கட்டில் ஒன்றில் படுத்துக்கிடந்தாள் மில்டா. விடாமல் சிகரெட் புகைத்தாள். நீலப் புகை அவள் கட்டிலிலிருந்து எழும்பியபடியே இருந்தது. ஆன்ட்ரெய்ஸ் உபீட்ஸ் எழுதிய *பசுமை நிலம்*[1] நாவல் எப்படியோ லாட்வியாவை விட்டு வரும்போது கையோடு வந்திருந்தது. அந்தப் பெரிய நாவலின் பக்கங்கள்தாம் சிகரெட் சுற்றுவதற்குக் கிடைத்த காகிதம். கிட்டத்தட்ட எல்லாப் பக்கங்களுமே தீர்ந்துவிட்டிருந்தன. கட்டிலின் தலைமாட்டில்

பூனை ப்ரிஸ்கா வழக்கமாக உட்காரும். கட்டிலின் கால் பக்கம் பனியிலிருந்து காப்பாற்றப்பட்டக் கோழி ட்ஸிபா உட்கார்ந்திருக்கும். இதைப் பற்றி நினைவுகூரும்போது இந்தக் காட்சியை "சூனியக்காரியின் கட்டில்" என்று குறிப்பிட்டாள் என் பாட்டி. அந்தப் பெயர் பலவிதமாகக் கற்பனை செய்ய வைத்தது. புகை குப்பென்று எழுவது, தீய எண்ணம் கொண்ட சூனியக்காரக் கிழவிகள் மந்திரம் போட்டு மனிதர்களை மிருகங்களாக மாற்றுவது இவை எல்லாம் இருக்கும் தேவதைக் கதைகளை என் குழந்தைப் பருவத்தில் இது எனக்கு நினைவூட்டியது. ஒரே ஒரு வித்தியாசம் என்னவென்றால் என் பாட்டி கெட்டவள் இல்லை. அவள் அன்பின் உருவம். நான் குறும்புசெய்து பிடிபடும்போது என் பெற்றோர்களின் கோபத்திலிருந்து என்னைக் காப்பவள்.

நாடுகடத்தலின் இரண்டாவது வேனிற்காலத்தில் வீட்டை நினைத்து மனம் அவ்வளவு ஏங்கவில்லை. காட்டில் உழுதல், விதைத்தல், வெட்டுதல் போன்ற காட்டுவேலை இப்போது ஐவர்ஸுக்குப் பழகிப்போய்விட்டதால் கஷ்டமாக இருக்கவில்லை. இரண்டு வாளி உருளைக்கிழங்கை அவனும் பயிரிட்டிருந்தான். வரும் குளிர்காலத்தில் குறைந்த பட்சம் உருளைக்கிழங்கையாவது வாங்க வேண்டிய அவசியம் இருக்காது. ஜூன் ஆரம்பத்தில் கப்பல்கள் நங்கூரமிடும் இன்கினோ என்ற இடத்துக்கு வேலைக்கு அனுப்பப்பட்டான். சிறிய சரக்குக் கப்பல்களில் தானியத்தை ஏற்றுவதுதான் வேலை. இன்கினோவிலிருந்து திரும்புவது கடினமாக இருந்தது. கர்ஷான் ஆற்றில் போக நீரோட்டத்துக்கு எதிராகத் துடுப்புப் போடவேண்டிவந்தது. "ஒரு துடுப்புக்கு இரண்டு ஆட்களாக உட்கார்ந்தோம். மொத்தம் பனிரெண்டு ஆட்களுடன் படகை இயக்கும் ஒருவர். துடுப்புப்போடும் அடிமைகளுடன் போகும் அந்தக்காலப் படகுபோல் இருந்தது. மெள்ளத்தான் போனோம் ஏனென்றால் ஆற்றில் பல இடத்தில் வளைவுகளும் திருப்பங்களும் இருந்தன. சில இடங்களில் பாயும் வேகமும் அதிகமாக இருந்தது. சில சமயம் கரைக்குப் போய் படகைக் கயிறுகொண்டு இழுக்கவேண்டிவந்தது. ஆழமான, உறையவைக்கும் ஊற்று நீரில் நடந்துபோனோம். இப்படி மூன்று நான்கு நாட்கள் பயணம் செய்தோம். என் பெற்றோரின் வாழ்க்கை விதி எப்படி ஒன்றுபோல் இருந்தது! இரண்டுபேரும் வேறு வேறு காலகட்டத்தில் பட்டினி கிடந்திருந்தார்கள்; தங்கள் சக்தியை மீறி காட்டிலும் வயலிலும் உழைத்திருந்தார்கள்; பெரிய சரக்குக் கப்பல்களை இழுத்திருந்தார்கள்! இன்கினோவில் தானிய மூட்டைகளை ஏற்றும்போது போர்க்காலத்தில் அடிபட்ட என் அப்பாவின் கால் சுளுக்கிக்கொண்டுவிட்டது. எலும்பு சிதைந்து கோணலாகப் போகும் நோயின் போக்கு மீண்டும் ஆரம்பித்தது. இதைத் தடுத்திருக்கலாம். ஆனால் கடினமான வேலையையும் கனமான சாமான்களைத் தூக்குவதையும் ஐவர்ஸ் செய்ய மறுக்க முடியவில்லை – இப்படிப்பட்டச் "சோம்பேறித்தனம்" ஸைபீரியாவில் எல்லாம் செல்லாது. அதிகமாக உபயோகப்படுத்தியதால் அவனுடைய ஒரு கால் மற்றதைவிடக் குட்டையாகி அதன் பின் பல ஆண்டுகள் தாங்க முடியாத வலியும் இருந்தது.

ஆரம்ப நாட்களில் கூட்டுப்பண்ணையின் தலைவர் நாடுகடத்தப்பட்ட லாட்வியர்களை ஏளனம் கலந்த வெறுப்புடனேயே பார்த்தார். அவரைப் பொருத்தவரை அவர்கள் எல்லோரும் முட்டாள்கள்; சோம்பேறி மடையன்கள். ஆனால் நோஞ்சான்களாக இருந்தாலும் விவசாய வேலையை லாட்வியர்கள் சீக்கிரம் கற்றுக்கொண்டு அதில் திறமை பெற்றுவிட்டார்கள் நன்றாக வேலை செய்யும் தொழிலாளிகள் ஆனார்கள். அது அவரைக் கனியவைத்தது. அதன் பிறகு அவரிடம் வேலைக்கு ஒப்படைக்கப்பட்டவர்களிடம் நன்றாக நடந்துகொண்டார். கூட்டுப்பண்ணையில் வறுமை இருந்தாலும் கூடிய அளவு அவர்களைப் புரிந்துகொள்ளவும் நிலைமைக்குத் தக்கபடி செயலாற்றவும் முனைந்தார். ஐவர்ஸ் மேல் அவருக்கு இரக்கம் பிறந்தது. அவன் கால் அவனை எந்தவித வேலையையும் செய்யவிடவில்லை. ஆகவே வயலில் விதைப்பு முடிந்து அதை வழக்கம்போல் கொண்டாடிய பின் கல்பாஷெவாவில் அரசுத்துறை செயல்பட்ட மையத்துக்கு அவருடன் ஐவர்ஸை கூட்டிபோக தளபதியை இணங்கவைத்தார். போகும்போது அங்கு ஒரு டாக்டரைப் போய்ப் பார்க்கவும் அவர்கள் திட்டமிட்டனர். அந்தப் பயணம் வெகு உற்சாகமான பயணமாக இருந்தது ஐவர்ஸுக்கு. ஓராண்டுக்கு மேலாகிவிட்டது அவன் ஒரு நகரத்தைப் பார்த்து. கல்பாஷெவா வறுமையான நகரமாக இருந்தாலும் அது லாட்வியா அளவு பெரிதான ஓர் அரசுத் துறையின் தலைநகரம். துறையின் பள்ளிகள், ஆஸ்பத்திரிகள், விமானதளம், துறையின் உற்பத்தி நிறுவனங்கள் என்று எல்லாமே அங்கு இருந்தன. அங்கு இருந்த கட்டடங்கள் எல்லாம் மரத்தால் கட்டபட்டிருந்ததுதான் ஆச்சரியம். “வெள்ளை” என்று பெயரிடப்பட்ட அங்காடி மாத்திரம் செங்கல்லால் கட்டப்பட்டிருந்தது. உயர்ந்த கட்டடங்கள் இரண்டு மாடிக் கட்டடங்கள். அவையும் மரத்தால் கட்டப்பட்டவைதான். பழைய கட்டடங்களின் சன்னல் சட்டங்கள் வெகு அழகான செதுக்கு வேலைகள் செய்யப்பட்டுத் தனித்துத் தெரிந்தன. மண்ணில் புதைக்கப்பட்ட வட்ட வடிவமான கம்புகள் மேல் கட்டடங்கள் நின்றன. கம்புகளை மண்ணோ மரத்தூளோ நிரப்பிய மரப்பெட்டிகளால் மூடியிருந்தார்கள். டாக்டரிடம் சென்றது உதவியதா இல்லையா என்பது என் அப்பாவுக்கு நினைவில்லை. ஆனால் அந்தப் பயணம் வேறு வகையில் முக்கியமாக அமைந்துபோனது – அது அவருடைய வாழ்க்கையையும் என் பாட்டியுடைய வாழ்க்கையையும் மாற்றியது.

கல்பாஷெவாவிலிருந்து எட்டு அல்லது பத்து கிலோமீட்டர் தூரத்தில் டகூர் கிராமம் இருந்தது. அங்குதான் ஸாஹ்டாவுக்கு நாடுகடத்தப்பட்டுப் பிறகு அங்கு செல்ல அனுமதிக்கப்பட்ட ரஸ்மா மற்றும் கார்லிஸ் மெல்பர்ஸ்டிஸ் இருந்தார்கள். அவர்களைப் பார்க்க மிகவும் ஆவலாக இருந்தான் ஐவர்ஸ். தளபதியின் அலுவலகத்தின் அனுமதி இல்லாமல் எங்கும் செல்வது ஆபத்துதான். இருந்தாலும் அனுமதி இல்லாமலேயே டகூரை நோக்கிப் போக ஆரம்பித்தான். ஞாயிற்றுக்கிழமை தளபதி அங்கு சுற்றிக்கொண்டிருப்பாரா என்ன? பிடிபடாமல் அங்கு போய்ச்சேரவேண்டுமே என்று நினைத்தான். அவன் பார்த்துப் பேசித் தெரிந்துகொண்டவரை டகூர் வாழ்க்கையில் உணவு

அதிகமாகக் கிடைத்தது. கூட்டுப்பண்ணையைவிட ஒரு தொழிலாளிக்கு வேலை செய்ய அதிக சௌகரியங்கள் இருந்தன. அப்போது மனத்தில் சின்ன ஆசை ஒன்று எழுந்தது: "... இங்கே வந்து வேலை செய்வது நன்றாக இருக்கும். இங்கே ஒரு மாதத்துக்கு 60 ரூபில்கள்கூடச் சம்பாதிக்க முடியும். அப்படியானால் ஒரு முழு ரொட்டி வாங்க முடியும்; உணவுக்குச் சுவையூட்டக் கொஞ்சம் எண்ணெய்கூட வாங்கலாம்." திரும்பிவரும் வழியில் பேருந்து நிறுத்தத்தில் டகூர் தளபதி அவனைப் பார்த்துவிட்டார். தான் மேற்பார்வையிடும் பிரதேசத்தைச் சேர்ந்தவன் இல்லை என்று உடனே தெரிந்துகொண்டுவிட்டார். "யார் நீ? உன் பதிவு ஆவணங்களைக் காட்டு!" என் அப்பா நிறுத்தப்பட்டு கல்பாஷெவாவின் குடிப்படைப் பகுதிக்கு அழைத்துச் செல்லப்பட்டார். அங்கே அவரைத் துருவி துருவி விசாரணை செய்தார்கள். நல்ல வேளையாக ஐவர்ஸ் ரஷ்ய மொழியில் பேசக் கற்றுக்கொண்டிருந்ததால் தடுமாறாமல் தான் டகூர் வந்த காரணம் பற்றியும் தன் கால் பற்றியும் நோயாளியான தன் அம்மாவைப் பற்றியும் கூறமுடிந்தது. தன் கதையைக் கூறி முடித்ததும் வேறு வழி தெரியாததால் தைரியத்தை வரவழைத்துக்கொண்டு டகூருக்கு மாற்றல் வேண்டும் என்ற கோரிக்கையை வைத்தான். தளபதி கோபத்தில் கத்தினார்: என்னதான் நினைத்துக்கொண்டிருக்கிறான் அவன்? குடியிருப்பின் நியதிகளை முறித்துவிட்டு எப்படி அவன் இப்படிக் கேட்கலாம்? பார்க்கப்போனால் தண்டிக்கப்பட்டு அவன் சிறையில் இருக்கவேண்டும். ஒவ்வொரு வாக்கியத்துக்குப் பிறகும் வசைமாரி பொழிந்தார். வேண்டிய அளவு கத்தி முடிந்ததும் அமைதியடைந்து முடிவில் வறண்ட குரலில் ஐவர்ஸை இரண்டு நாட்களுக்குப் பிறகு வரச்சொன்னார். மிகுந்த பயத்துடன் ஏற்பாடு செய்திருந்த அந்தச் சந்திப்புக்காகக் காத்திருந்தான் ஐவர்ஸ். இது சுபமாக முடியும் என்ற நம்பிக்கை சிறிதுகூட இருக்கவில்லை. தான் ஒரு சிறை முகாமில் இருப்பதாகக் கற்பனைகூடச் செய்துபார்த்துவிட்டான். ஆனால் அற்புதம் ஒன்று நடந்திருந்தது: ஐவர்ஸூம் மில்டாவும் டகூருக்கு வர தளபதி அனுமதி தந்தார். ஒரு வேளை அவர் அலுவலகத்தில் இருந்த ரேடியோ மேஜரின் இதயத்தில் கருணையை ஊட்டியிருக்கலாம். அந்த ரேடியோ நாடுகடத்தப்படும் முன் அவன் வேலை செய்திருந்த தொழிற்சாலையில் தயாரிக்கப்பட்டது என்றும் அந்தத் தொழிற்சாலையின் தொழிற்முறை கல்லூரியில் தான் நான்காம் ஆண்டில் படித்துக்கொண்டிருந்ததாகவும் ஐவர்ஸ் அவரிடம் கூறியிருந்தான். "ரொம்ப நல்ல ரேடியோ இது" என்று முணுமுணுத்துவிட்டு மேஜர் என் அப்பாவைச் சற்று உன்னிப்புடன் பார்த்தாராம். "ஹராஷொவ்" (நல்ல) என்ற சொல்லைப் பயன்படுத்தியபோது அது ஐவர்ஸைக் குறிப்பதாகவோ அல்லது அனைத்து லாட்வியர்களைக் குறிப்பதாகவோ கூட இருந்திருக்கலாம். அவர்கள் ஃபாசிஸ்டுகளாக இருந்தாலும் அவருக்கு எந்தக் கவலையையும் தரவில்லை; நன்றாக உழைத்தார்கள்; அமைதியாக இருந்தார்கள்.

இவ்வாறாக 1950ன் வேனிற்கால முடிவில் ஸாஹ்டாவின் சதுப்பு நிலத்திலிருந்தும் ஊசிமரக் காட்டிலிருந்தும் மீண்டு டகூருக்கு வரும் பாக்கியம் மில்டாவுக்கும் ஐவர்ஸூக்கும் கிடைத்தது. அங்கிருந்த மரம் அறுக்கும் ஆலை ஒன்றில் என் அப்பா வேலை செய்யத் தொடங்கினார்.

அடுப்புடன் கூடிய ஒரு சின்ன அறை தொழிலாளர்களுக்கான பாசறைக் குடியிருப்பில் தரப்பட்டது. அந்த அறைக்குள்தான் ஓராண்டுக்குப் பின் ஐவர்ஸ் திருமணம் செய்துகொண்டு கூட்டிவரும் அவன் மனைவி லிகிடா ட்ரெய்ஃபெல்டே காலடி எடுத்துவைத்து நுழைவாள். இன்னும் ஓராண்டுக்குப் பிறகு அவர்கள் மகள் ஸான்ட்ரா பிறந்து அவர்களுடன் இணைந்துகொள்வாள்.

இறுதிக்குறிப்புகளும் அடிக்குறிப்புகளும்

இறுதிக் குறிப்புகள்:

இந்த அத்தியாயத்துக்கான தரவுகள்:

1. லாட்விய அரசு ஆவணக்காப்பகத்தின் அலெக்ஸான்டர்ஸ் கால்னியடிஸ் மற்றும் மற்றவர்கள் குறித்த தரவுகள்.
2. ஸான்ட்ரா கால்னியடேயின் தனிப்பட்ட ஆவணக் காப்பகம்.
3. குடும்ப ஆவணக் காப்பகத்தில் இருக்கும் ஐவர்ஸ் கால்னியடிஸ் எழுதிய *இருண்ட ஆண்டுகள்: நாடுகடத்தல் குறித்த நினைவுகள், 1990.*
4. குடும்ப ஆவணக் காப்பகத்தில் இருக்கும் மடில்டே கைமின்யா மில்டா கால்னியடேவுக்கு எழுதிய 10 ஜூலை, 30 அக்டோபர் 1949 கடிதங்கள் மற்றும் 6 ஜனவரில்1951ல் எழுதிய கடிதம்;

   வால்டெமார்ஸ் கைமின்யாஸ் மில்டா கால்னியடேவுக்கு 12 செப்டம்பர் 1949ல் எழுதிய கடிதம்;

   ஆர்னிஸ் கால்னியடிஸ் மில்டா கால்னியடேவுக்கு எழுதிய 31 மார்ச் 1950, 9 ஜனவரி 1951 கடிதங்கள்.
5. *தொழிலாளர் சட்டம்: ரஷ்ய குழுமத்தின் தொழிலாளர் சட்டங்கள் மற்றும் ரஷ்யக் கூட்டமைப்பு சோவியத் சோஷியலிஸ குடியரசின் தொழிலாளர் சட்ட தொகுப்பேடு: விளக்கவுரை* (ரீகா, லாட்விய பல்கலைக் கழகத்தின் லாட்விய வரலாறு கல்வி நிலையம், 1950)
6. எல்மார்ஸ் பெல்கௌஸ் ஆக்கிரமிப்புச் செய்த நாடுகளின் கொள்கை பற்றி 1999ல் பதிப்பாசிரியராய் தொகுத்து லாட்விய அரசு ஆவணக்காப்பகம் வெளியிட்ட *ஆக்கிரமிப்பு நாடுகளின் கொள்கை 1939-1991: ஆவணங்களின் தொகுப்பு* புத்தகம்.
7. 10 ஜூன் 2000ல் நடந்த "சோவியத் மற்றும் ஜெர்மானிய ஆக்கிரமிப்புத் தறுவாயில் லாட்விய வரலாற்றில் லாட்வியப் படை 1940–1991" மாநாட்டில் இண்டுலிஸ் ஸலீடெயின் வழங்கிய "லாட்வியாவில் ஆக்கிரமிப்பு அரசுகளின் பலியாட்கள் 1940-91" கட்டுரை.
8. ஹைன்ரிஸ் ஸ்ட்ரோட்ஸ் மற்றும் மாத்யூ காட் எழுதி *பால்டிக் ஆய்வுகள் பத்திரிகை* (Journal of Baltic Studies) 2002ல் அதன் 33 தொகுதி; எண் 1ல் வெளியிட்ட "ப்ரிபாய்" நடவடிக்கை குறித்த கோப்பு: வெகுஜன நாடுகடத்தல்கள் குறித்த மறுமதிப்பீடு" கட்டுரை.

9. லாட்வியப் பல்கலைக்கழகம் வெளியிடும் *லாட்வியா வேஸ்டுரே* (லாட்விய சரித்திரம்) 1991, 1999 இதழ்கள்.

10. உள்துறை அமைச்சகத்தின் தினசரி *கௌயாஸ் பாஸ்டனி* 26 ஏப்ரல் 1990 வெளியிட்ட ஸெனொன்ஸ் இன்ட்ரிகொவ்ஸ் எழுதிய "கிழக்கே செல்லும் கடினமான வழி" கட்டுரை.

11. லாட்வியஸ் ஸினாட்ன்யு அகாடேமியா (லாட்விய அறிவியல் கல்வி நிலையம்) வெளியிடும் *லாட்வியாஸ் ஸா வேஸ்டிஸ்* (லாட்விய அறிவியல் கல்வி நிலைய பத்திரிகை) பாகம் ஏ, ½ இதழ் (2000)

12. 1997ல் மாஸ்கோவின் ரஷ்ய அரசு மானுடவியல் பல்கலைக் கழகம் வெளியிட்ட "சோவியத் சமூகத்தின் பிறப்பு, மேம்பாடு மற்றும் இறுதி மறைவு பாகம் 2, அரசியல் முகடும் ஸ்டாலினஸம் குறித்த பயமும்" வெளியீடு.

அடிக்குறிப்புகள்:

1. (என் குறிப்பு): ஆன்ட்ரெய் உபீட்ஸ் ஆசிரியாராகப் பணிபுரிந்தவர். கவிதை, சிறுகதை, நாடகம், ஊடகக் கட்டுரைகள், இலக்கிய விமர்சனம் என்று எழுதிய பல்துறை வல்லுனர். சோகம், நகைச்சுவை, அங்கதம் என்ற எல்லா வகைமைகளிலும் எழுதியவர். அவருடைய *ஸால்யா ஸெமெ* (பசுமை நிலம்) 1946ல் ரஷ்ய அரசுப் பரிசை வென்றது. லாட்விய சோவியத் சோஷியலிஸ குடியரசின் மக்கள் எழுத்தாளர் என்ற விருதைப் பெற்றவர். அந்த நாவல் பத்தொன்பதாம் நூற்றாண்டின் இறுதியில் இருந்த லாட்வியக் கிராம வாழ்க்கையில் விவசாயிகளின் வாழ்க்கையைக் குறித்தது. பூர்ஜுவா கூலக்குகள் ஏழை விவசாயிகளைச் சுரண்டியதை வெளிப்படுத்தியது. லாட்வியாவில் கூட்டுறவுப் பண்ணைகள் ஆரம்பிக்கப்பட்டபோது ஒரு பண்ணையின் பெயர் "பசுமை நிலம்" என்று வைக்கப்பட்டது.

"என் அம்மா என் கூந்தலை மழை நீரில் அலசுவாள்"

டுகும்ஸில் ப்ரீவீபஸ் லௌகும்ஸ் சுதந்திரச் சதுக்கத்தில் என் அம்மாவுடனும் அப்பாவுடனும் இருக்கிறேன். அங்கிருந்த லெனின் சிலை திடீரென்று மறைந்த பின் இப்பொது பல ஆண்டுகளாக அங்கு நீரூற்று ஒன்று இருக்கிறது. சோவியத் காலத்தில் அந்தச் சதுக்கம் சிவப்புச் சதுக்கம் என்று அழைக்கப்பட்டது. ஆனால் இப்போது பழைய பெயர் வந்துவிட்டது. எங்கள் மூன்றுபேரையும் புகைப்படம் எடுக்கும்படி அங்கிருந்த யாரையோ கேட்கிறேன். சதுக்கத்தைச் சுற்றியும் கடைகள். லாட்வியாவுக்கும் வளமான காலம் திரும்பும் என்ற நம்பிக்கையில் ஜொலிக்கும் முகப்புகளுடன் பத்து ஆண்டுகளுக்கு முன் கிடைக்கவே கிடைக்காத சாமான்கள் அவற்றில் நிரப்பப்பட்டிருந்தன. 1948ல் லாட்வியா திரும்பியபோது என் அம்மா வேலை செய்த டுகும்ஸ் நுகர்வோர் கூட்டுறவுச்சங்கக் கடைக்குப் பதிலாக அங்கு ஒரு பொம்மைக் கடை இருந்தது. குடிப்படைக்கான கட்டடம்தான் அங்கேயே இருந்தது. ஆனால் அது இப்போது காவல் நிலையமாக மாறியிருந்தது. பல ஆண்டுகளுக்கு முன் டிசம்பர் 7, 1949ல் லிகிடா ட்ரெய்ஃபெல்டேயின் வாழ்க்கை மீண்டும் ஒருமுறை அறுபட்டச் சமயத்தில் இருந்ததுபோல் இல்லாமல் எல்லாமே அடையாளம் தெரியாமல் மாறியிருந்தது. என் அம்மா தனக்கு நினைவில் இருப்பதைக் கூறுவதைக் கேட்கிறேன். ஸைபீரியாவுக்கு நாடுகடத்தப்பட்டு விடுதலை செய்யப்பட்ட ஒருவர் மீண்டும் கைது செய்யப்பட்டார் என்ற செய்தியைக் கேட்டவுடன் எவ்வளவு பதைபதைப்புடன் வாழ்க்கையின் அந்தக் கட்டத்தை அவள் கழித்தாள் என்பதை என் உடலில் என்னால் உணரமுடிகிறது. முதல் கைதின் பின் அடுத்தது என்று அடுத்தடுத்துக் கைதுகள் நடந்தபோது தன் முறையும் தூரத்தில் இல்லை என்று அவளுக்குத் தெரிந்தது. என் அம்மா வேலை செய்த கடையின் இரண்டாம் மாடி சன்னலிலிருந்து குடிப்படைக் கட்டடத்தை நன்றாகப் பார்க்க முடிந்தது. அதன் கதவு திறக்கப்பட்டபோதெல்லாம் லிகிடா

தலையைத் தூக்கிப் பார்த்து அதிலிருந்து வெளியே வரும் நபர் யார் என்று ஊன்றிக் கவனித்து, அது குடிப்படையைச் சேர்ந்த ஒருவராக இருந்து அவர் சதுக்கத்தைத் தாண்டி நுகர்வோர் சங்கத்தை நோக்கி வரும்போது பயத்தில் உறைந்துபோயும் இல்லாவிட்டால் நிம்மதிப் பேருமூச்சும் விட்டாள். இது பல நாட்கள் பல வாரங்கள் என்று நீண்டு போயிற்று. அந்தத் துர்ப்பாக்கியம் அவளுக்கு நேராது என்ற நம்பிக்கையும் எதுவேண்டுமானலும் நடக்கலாம் என்ற பரிதவிப்பும் மாறி மாறி வந்தபடி இருந்தது. அந்த மன அழுத்தம் தாங்க முடியாமல் இருந்தது. எங்கேயும் தப்பியோடவும் முடியாது ஏனென்றால் விடுதலை செய்யப்பட்ட நாடுகடத்தப்பட்டவர்கள் எங்கிருந்தாலும் அவர்கள் தேடிக் கண்டுபிடிக்கப்பட்டார்கள். வீடு மாற்றுவதோ திருமணம் செய்துகொண்டு கணவன் பெயரைத் தன் பெயரில் சேர்த்துக்கொள்வதோ எதுவுமே பயனில்லாமல் போயிற்று. ஆனால் அவளைக் கைது செய்யப்போகும் “அவளுக்கான குடிப்படைவீரன்” வந்தபோது என் அம்மா அவனைப் பார்க்கவில்லை. அவள் சாமான் வாங்க மார்க்கெட்டுக்குப் போயிருந்தாள். அவள் திரும்பிவந்தபோது அவன் அவள் அலுவலக மேசையருகே அவளுக்காகக் காத்துக்கொண்டு உட்கார்ந்திருந்தான்.

தெருவுக்கு எதிரே இருந்த குடிப்படை அலுவலகத்துக்கு லிகிடா கூட்டிச்செல்லப்பட்டாள். அங்கு அவளைச் சிறையில் வைத்துப் பூட்டினார்கள். அன்றே முதல் விசாரணை நடந்தது. குடிப்படையின் இளைய லெப்டினன்ட் பும்பே அவள் குடியிருத்தப்பட்ட இடத்திலிருந்து சட்டத்தை மீறித் தப்பி வந்திருப்பதாகக் குற்றம் சாட்டினார். டாம்ஸ்க் பிராந்தியத்தை விட்டுச் செல்லத் தரப்பட்டிருந்த அனுமதிச் சீட்டுடன் அவளுடைய எல்லா ஆவணங்களும் திருட்டுப்போய்விட்டதால் அவள் அனுமதியுடன்தான் டாம்ஸ்க் பிராந்தியத்தை விட்டு வந்திருந்தாள் என்று சொல்வதில் எந்தப் பயனும் இருக்கவில்லை. அந்த விசாரணையின் ஒரு பகுதி இவ்வாறு இருந்தது:

பதில்: 29.08.49 தினம் என் கடவுச் சீட்டும் மற்ற ஆவணங்களும் ரயிலில் தொலைந்துபோய்விட்டன.

கேள்வி: டாம்ஸ்க் பிராந்தியத்தை விட்டுச் செல்வதற்கான அனுமதிச் சீட்டு எங்கே?

பதில்: அது மற்ற ஆவணங்களுடன் தொலைந்துபோய்விட்டது. அதை டுகும்ஸ் மாவட்ட உள்துறைப் பிரிவின் கடவுச் சீட்டு அலுவகத்தில் காட்டி என் கடவுச் சீட்டை ஏப்ரல் 26, 1949ல் பெற்றுக்கொண்டேன் என்று இப்போதுதான் விளக்கினேன் உங்களுக்கு.

கேள்வி: இந்தச் சாட்சியத்தை உன்னால் எப்படி நிரூபிக்க முடியும்?

பதில்: என்னால் முடியாது. எனக்குக் கடவுச் சீட்டு அனுமதிச் சீட்டைக் காட்டியதால்தான் கிடைத்திருக்கும் என்பதைத் தயவுசெய்து கணக்கில் எடுத்துகொள்ளுங்கள்.

விசாரணை முறையைப் பார்க்கும்போது விசாரணை செய்யப்படும் பெண் கூறுவதை அந்த இளைய லெப்டினன்ட் கவனிக்கவே இல்லை என்பது தெரிகிறது. அனுமதிச் சீட்டு இல்லாமல் லிகிடா ட்ரெய்ஃபெல்டேவுக்கு கடவுச் சீட்டு கிடைத்திருக்காது; அது இல்லாமல் அவள் டுகும்ஸில் பதிவு செய்திருக்கமுடியாது; அது இல்லாமல் வேலையும் கிடைத்திருக்காது என்பது அவருக்குத் தெரியாமல் இருந்திருக்காது. தவிர, இதை வெகு எளிதாகக் கண்டுபிடித்திருக்கலாம். கடவுச் சீட்டு அலுவலகம் குடிப்படையின் அலுலகத்திலேயேதான் இருந்தது. அனுமதிச் சீட்டு உட்பட ஒப்படைக்கப்பட்ட எல்லா ஆவணங்களின் பிரதிகளும் அந்த அலுவலகத்தின் ஆவணக் காப்பகத்தில் நிச்சயமாக இருக்கும். ஆனால் அப்படித் தேடுவதிலெல்லாம் பும்பேவுக்கு அக்கறை இருக்கவில்லை. ஆவணங்கள் இல்லாமல் இருப்பது படிவங்களைச் "சரியாக" நிரப்ப உதவும் அருமையான சாக்கு மற்றும் சிறையில் வைப்பதை நியாயப்படுத்த உதவும் ஒன்று.[1] அவருக்குத் தந்த வேலையை அவர் செய்துமுடித்துவிட்டார். அதற்குமேல் எதிலும் அவருக்கு அக்கறை இருக்கவில்லை. லாட்வியாவிலும் சோவியத் குழுமத்திலும் இருந்த பல "பும்பேக்கள்" அப்படித்தான் இருந்தார்கள். சில நாட்களுக்குப் பின் லிகிடா, குடிப்படைவீரன் ஒருவன் காவலுடன் அவள் வீட்டுக்குக் கூட்டிச்செல்லப்பட்டாள். வீட்டை அடைந்ததும் சீக்கிரமாகப் பயணத்துக்குத் தேவையான சாமான்களை எடுத்துக்கொள்ளும்படி உத்தரவிடப்பட்டது. அதன் பின் ப்ரஸா ரயில் நிலையத்துக்கருகே இருந்த வழியிடைச் சிறைக்கு அவள் மாற்றப்பட்டாள்.

நாடுகடத்தப்பட்டவர்களில் ஒரு சிலருக்கு, குறிப்பிட்டுச் சொன்னால் இளையர்களுக்கு, ஏன் 1948ல் லாட்வியாவுக்குத் திரும்ப அனுமதி அளிக்கப்பட்டது என்பது இப்போது தெளிவாகத் தெரியவில்லை. ஒருவேளை ஐக்கிய சோவியத் சோஷியலிஸ குடியரசின் உள்துறை அல்லது வேறு ஏதாவது ஆட்சி வட்டாரத்தின் அதிரகசியத் தீர்மானமாக அது இருந்திருக்கலாம். இன்னொரு சாத்தியக்கூறும் இருக்கிறது. உள்துறையின் அறிவுறுத்தலாகவோ மாஸ்கோவிலிருந்து வந்த வாய்மொழி உத்தரவாகவோ டாம்ஸ்க் மற்றும் வேறு சில பலவந்தக் குடியிருப்புப் பிராந்தியங்களின் கண்காணிப்பு அமைப்புக்கு வந்து, மற்ற அனைத்துக் கண்காணிப்பு ஆட்சி வட்டாரங்களுக்கும் அனுப்பப்பட்டு, சர்வாதிகார அமைப்பில் வழக்கமாக நடப்பதுபோல் துளிக்கூடப் பிசகில்லாமல் நிறைவேற்றப்பட்டிருக்கலாம். விடுவிக்கப்பட்ட இளையர்கள் நாடுகடத்தப்பட்டச் சமயத்தில் வயதுக்கு வராதவர்களாக இருந்திருக்கலாம். போர்க்காலக் குழப்பத்தில் பதினாறு வயதுக்குப் பின் அவர்களையும் கண்காணிப்பில் வைக்கும் உத்தரவு வராமல் இருந்திருக்கலாம். அதனால் "பட்டியலில் இல்லாதவர்களை" என்ன செய்வது என்று தெரியாமல் உள்துறை அமைச்சகம் வழங்கிய அதிகாரத்துடன் பிராந்திய மற்றும் மாவட்ட அதிகாரிகள் டாம்ஸ்க் பிராந்தியத்தில் அனுமதிச் சீட்டுகளை வழங்கியிருக்கலாம். இப்படித்தான் நினைக்கத் தோன்றுகிறது. காரணம் மேஜர்-ஜெனரல் எக்லீடிஸ் மற்றும் குற்றஞ்சாட்டு வழக்குரைஞர் மிஷுடின்னின் கருத்துப்படி "கல்பாஷெவா நகரத்து உள்துறைப் பிரிவு யானிஸின் பெண்ணான லிகிடா ட்ரெய்ஃபெல்டேவுக்குத் தந்த அனுமதிச் சீட்டு சட்டப்படி செல்லாது." ஐக்கிய சோவியத் சோஷியலிஸ குடியரசின் புதிய

தேவைகளுக்கு ஏற்ப அப்போது எடுத்த முடிவைத் தவறு என்று கூறும் கருத்தாகவும் இது இருக்கலாம். 1948வரை “குறிப்பிட்டுச் சொல்லும் முறையில் குடியிருத்தப்பட்ட” அனைவரும் உள்துறை அமைச்சகத்தின் முதல் சிறப்புப் பிரிவின் பட்டியலில் சேர்க்கப்பட்டிருந்தார்கள். அதன் பின் 1949ல் அந்தப் பட்டியலில் இருந்தவர்கள் ஐக்கிய சோவியத் சோஷியலிஸ குடியரசின் அரசுப் பாதுகாப்பு அமைச்சகத்தின் அதிகாரத்தின் கீழ் கொண்டுவரப்பட்டார்கள். அந்த அமைச்சகம் குறிப்பிட்டுச் சொல்லும் முறையில் குடியிருத்தப்பட்ட நாடுகடத்தப்படவர்களை மறுபதிவு செய்ய ஆரம்பித்தது. அந்த நடைமுறையில் பல “முறைகேடுகள்” கண்டுபிடிக்கப்பட்டன: மரணங்கள் பதிவு செய்யப்பட்டிருக்கவில்லை; வயதுக்கு வந்த இளையர்கள் பட்டியலிடப்பட்டிருக்கவில்லை; தப்பிச் சென்றவர்கள் கண்டுபிடிக்கப்பட்டிருக்கவில்லை. தவிர, எந்தக் காரணமும் காட்டப்படாமல் சிலர் விடுவிக்கப்பட்டிருந்தார்கள். இறந்தவர்கள் பட்டியலிலிருந்து நீக்கப்பட்டார்கள். தொலைந்துபோனவர்களைத் தேடும் வேலை ஆரம்பித்தது. பதினாறு வயதை எட்டிவிட்டவர்களும் தொலைந்துபோனவர்கள் பட்டியலில் இணைக்கப்பட்டார்கள். முதலில் அந்தந்தக் கிராமங்களில் தேடல் ஆரம்பித்துப் பின் அனைத்து ஒன்றியத்துக்குமான தேடல் அறிவிக்கப்பட்டது.

அவளைத் தேடிக் கண்டுபிடிக்க அனைத்து ஒன்றிய அறிவிப்பு 10 மே 1949ல் பிறப்பிக்கப்பட்டிருந்தது தெரியாமல் லிகிடா டுகும்ஸில் எந்தக் கவலையுமில்லாமல் இருந்துகொண்டிருந்தாள். மிகவும் மெதுவாக இழுத்துக்கொண்டு செயல்படும் சோவியத் அரசுத் துறை இயந்திரத்தின் செயல்பாட்டினால் என் அம்மாவுக்குத் தன் இளமைக்காலத்தின் மிக அற்புதமான வேனிற்காலத்தை லாட்வியாவில் செலவிடும் அதிர்ஷ்டம் கிட்டியது: கடற்கரையில் உலா போவது, நடனமாடுவது, அழகான உடைகளையும் காலணிகளையும் அணிவது, உறவினர்களைச் சந்திப்பது இவையெல்லாவற்றுடன் காதலித்துத் திருமண உறுதி செய்துகொள்வதுகூடச் சாத்தியமாயிற்று. அக்டோபர் 8ம் தேதி டுகும்ஸ் மாவட்டத்தின் குடிப்படைப் பிரிவின் அதிகாரியாக இருந்த லெப்டினன்ட் கர்னல் கேய்லிஸ் டாம்ஸ்கிலிருந்து லிகிடா ட்ரெய்ஃபெல்ட்ஸ் இருக்கும் இடம் குறித்த விசாரிப்புக்குச் சரியான தகவல் கொடுத்துப் பதிலளித்தபோது லிகிடா “கண்டுபிடிக்கப்பட்டாள்.” அக்டோபர் 25 தேதி ஐக்கிய சோவியத் சோஷியலிஸ குடியரசின் உள்துறை அமைச்சகத்திலிருந்து ஒரு கடிதம் வந்தது. அதில் “பதினாறு வயதான பின், குடியிருத்தப்பட்டவர்களின் குழந்தைகள் கண்காணிப்புக்கு உட்படுத்தப்பட நிர்வாக ரீதியில் குடியிருத்தப் பட்டவர்களின் பட்டியலில் பதிவு செய்யப்படவேண்டும். இந்த அறிக்கையின்படி 1926ல் பிறந்த, யானிஸின் பெண்ணான, லிகிடா ட்ரெய்ஃபெல்டே இருக்கும் இடத்தை நீங்கள் கண்டுபிடித்துவிட்டதால் அவள் முன்பு குடியிருத்தப்பட்ட டாம்ஸ்க் பிராந்தியத்தின் கல்பாஷெவா துறைக்கு அவள் அனுப்பப்படவேண்டும். நாடுகடத்தப்பட்டுக் குடியிருத்தப் பட்டிருக்கும், இன்ட்ரிசிஸ்ஸின் மகளான அவள் தாய், இல்ஸே எமீலியா ட்ரெய்ஃபெல்டே அங்கு இருக்கிறார்” என்று குறிக்கப்பட்டிருந்தது.

நான் இந்தப் புத்தகத்துக்கான வேலையை ஆரம்பித்ததும் எங்கள் குடும்ப ஆவணக்காப்பகத்தில் இருந்த குறைந்த அளவேயான ஆவணங்களை என்

பெற்றோர்களுடன் பார்த்தேன். அங்கே காலப்போக்கில் மறந்துபோய்விட்ட மிகவும் அபூர்வமான சில ஆவணங்கள் கிடைத்தன. அதில் பச்சை வண்ணத்தில் ஒரு சிறிய நோட்டுப் புத்தகம் கிடைத்தது. அது இரண்டாம் முறை ஸைபீரியா சென்ற பயணத்தின்போது எழுதப்பட்ட என் அம்மாவின் டயரி. யாருக்கும் அதைக் காட்ட விரும்பாததுபோல் அம்மா உடனே அதை எடுத்துக்கொண்டுவிட்டாள். அவள் அப்படிச் செய்ததை என்னால் புரிந்துகொள்ள முடிந்தது. எனக்கு மிக நெருங்கியவர்கள் கூட என் அந்தரங்க உணர்வுகளைக் காட்டும் அனுபவங்களைத் தெரிந்துகொள்வதை அனுமதிப்பது எனக்கும் கஷ்டமாகத்தான் இருக்கும். அந்த ஆவணத்தில் இருக்கும் விவரங்கள் என் புத்தகத்துக்குத் தேவையானவை என்று தெரிந்தாலும் நாகரிகமில்லாமல் என் அம்மாவுக்கு மட்டுமேயான ஒன்றைத் தெரிந்துகொள்ள நான் ஆர்வம் காட்டவில்லை. சில நாட்களுக்குப் பின், ஒரு மாலையில், என் அம்மா அந்த டயரியில் இருந்ததை எனக்கும் என் அப்பாவுக்கும் படித்துக்காட்டினாள். வெகு தூரத்தில் இருந்த கடந்தகாலத்திலிருந்து வந்த சொற்களை என் அம்மாவின் குரலில் கேட்கும் உணர்ச்சிமயமான அந்த அனுபவம் மீண்டும் ஒரு முறை என் முன்னால் எப்போதுமே நேரவில்லை. அடிக்கடி என் அம்மாவின் குரல் அடைத்துக்கொண்டது அல்லது கண்ணீரில் கரைந்துபோயிற்று. சிலசமயம் திருப்தியும் சிரிப்பும் கூட அதில் பிரகாசிப்பது தெரிந்தது. சில இடங்களில் அதில் எழுதியிருந்தது ஞாபகப்படுத்திய சில விவரங்களையோ அல்லது வேறு ஏதாவது முக்கியமான கருத்தையோ கூறினாள். அதில் எழுதப்பட்டவைக்கே உரிய மதிப்புக்காகவும் இப்போதும் அதில் இருப்பது கடந்தகாலத்திலிருந்து இன்றுவரை தொடர்ந்து இருப்பதாலும் இதை நான் என் புத்தகத்தில் சேர்த்திருக்கிறேன். மிகவும் தயக்கத்துக்குப் பின்தான் டயரிக் குறிப்புகளின் சில பகுதிகள் இந்தப் புத்தகத்தில் சேர்க்கப்படுவதை என் அம்மா ஒப்புக்கொண்டாள். இந்த டயரி அவளுக்கு மட்டுமே உரியதல்ல சோவியத் அரசு எந்தக் குற்றமும் செய்யாதவர்கள் மீது திணித்த தீமைக்கான உண்மையான சான்றாக அது இருப்பதால் அது வரலாற்றுக்கு உரியது என்பதை நான் அவளுக்குப் புரியவைத்த பின் இது வெளிவருவது குறித்த வெட்கம் கலந்த தயக்கத்திலிருந்து வெளிவந்தாள்.

டயரியை நான் திரும்ப திரும்பப் பலமுறை படித்தேன். ஒவ்வொரு முறையும் அதில் புதிய நுணுக்கமான சில விஷயங்கள், உணர்ச்சிகளின் தெறிப்பு மற்றும் சில உண்மைகள் தென்பட்டு என் அம்மா அனுபவித்த தொடர்ந்த கொடுமையைச் சொல்லி என்னை ஆழமாகப் பாதித்து நிலைகுலைய வைக்கின்றன. ஒரு குற்றவாளிபோல் அவள் ஒரு சிறையிலிருந்து இன்னொரு சிறைக்கு மாற்றப்பட்டுக்கொண்டே இருந்தாள். எந்தவித உரிமைகளும் இல்லாமல் அவமானப்படுத்தப்பட்டு கிட்டத்தட்ட ஐந்து மாதங்கள் அவள் சிறையிலிருந்தாள். அவள் ஆரம்பத்தில் உணர்ந்த பரிதவிப்பு பின்பு முற்றிலும் விரக்தியாக மாறியது. அசாதாரண குற்ற உலகில் வீசப்பட்டுத் தொடர்ந்த உணர்ச்சிரீதியான தாக்குதலிலிருந்து தன்னைப் பாதுகாத்துக்கொள்ள அவளுக்கு வேறு வழியிருக்கவில்லை. அந்த ஆவணத்தில் இருந்த சில பழுப்படைந்த பக்கங்களில் பென்சிலில் எழுதப்பட்ட அவள் உணர்ச்சிகரமான அனுபவங்கள் பாதுகாக்கப் பட்டுள்ளன: அவள் பட்ட அவமானங்கள், உடல் ரீதியில் ஏற்பட்ட

பயவுணர்ச்சி, மன அழுத்தம், நம்பிக்கை, பிடிவாதம், அடியெடுப்பு, செயலற்றுப்போன நிலை எல்லாம். இவற்றையும் மற்ற உணர்ச்சி பாதிப்புகளையும் என் அம்மாவின் மற்றும் மற்ற நாடுகடத்தப்பட்டவர்களின் பிரக்ஞையிலிருந்தும் ஆழ்மனத்திலிருந்தும் யாராலும் துடைத்தெறிய முடியாது. நாடுகடத்தப்பட்டவர்களின் இப்போதைய வாழ்க்கையில் அதனால் ஏற்பட்ட விளைவுகளோ பாதிப்புகளோ அல்லது நாடுகடத்தலை அனுபவிக்காத ஆனால் ஸைபீரியாவுக்குப் போன வலி மிகுந்த பாதையை அனுபவித்தவர்களுடன் நெருங்கிய தொடர்பில் இருந்துகொண்டு வளர்ந்த அடுத்த தலைமுறையைச் சேர்ந்தவர்களுக்கு ஏற்பட்ட பாதிப்பு குறித்தோ தற்சமயம் லாட்வியாவில் எந்தவித ஆராய்ச்சியும் செய்யப்படவில்லை என்று கூறலாம். நாடுகடத்தல் அதன் சாயைகளை என்னுள்ளும் என் தலைமுறையின் மனோதத்துவ மற்றும் மதிப்பீடுகள் அமையும் முறையிலும் கட்டாயம் பதிந்திருக்கிறது.

லிகிடா தான் திருமணம் செய்துகொள்ளத் தீர்மானித்தத் தன் காதலனுக்கு எழுதும் கடிதங்களாக டயரி எழுதப்பட்டிருக்கிறது. அவை அவனுக்கு அனுப்பப்படவே இல்லை. கடிதம் எழுதவோ பெறவோ உரிமை மறுக்கப்பட்டதால் சிறைக்கு வெளியே உள்ள புற உலகத்துடன் தொடர்பு வைத்துக்கொள்ளும் ஒரு வழியாய் எழுதப்பட்ட கடிதங்கள். டயரி எழுதுவது அவளை உயிர்வாழ வைத்தது; நம்பிக்கை இழக்காமல் இருக்க வைத்தது. எதுவும் செய்ய முடியாத கைதியாக அல்லாமல் ஒரு மனுஷியாக அவளை உணரவைத்தது.

ஜனவரி 19, 1950.

> *இன்று முதன்முறையாக உனக்கு எழுதுகிறேன். என் இதயம் நிரம்பியிருந்ததால் நேற்றே எழுத நினைத்தேன். என்னுடன் கொண்டு வந்திருந்த உன் எல்லாக் கடிதங்களையும் நேற்று படித்தேன். என் மோசமான விதியை நினைத்து அழத்தோன்றுகிறது. [. . .] இன்று நீ அனுப்பிய பார்சலும் வந்தது. அது வந்ததில் மகிழ்ச்சிதான். ஆனால் எனக்கு எதுவும் தேவையில்லை; நீ இங்கு எதுவும் அனுப்புவதை நான் விரும்பவும் இல்லை. என் கற்பனையில் நீ சிறைக்கு வெளியே நின்றுகொண்டு எனக்காகக் காத்திருப்பதைக் கண்டேன். ஆனால் உன்னை எட்டமுடியவில்லை. சில சமயம் நீ உண்மையாகவே கல்பாஷெவாவில் என்னிடம் வருவாய் என்று நினைக்கத் துணிகிறேன். ஆனால் அது சிலசமயம்தான்.*

ஜனவரி 25, 1950.

> *வெளியே என்ன நடக்கிறது என்று பார்க்க சன்னல்வரை ஏறிப் பார்த்தேன். அந்தச் சமயம் பார்த்து ஒரு மின் ஆற்றல் தள்ளுப் பேருந்து அந்த வழியாகப் போயிற்று. சில நினைவுகளை அது மேலெழுப்பியது. உனக்கு நினைவிருக்கிறதா? வேனிற்காலத்தில் ரயிலைப் பிடிக்கும் முன் எனக்குக் கொஞ்ச நேரம் இருந்தது. ஏதாவது செய்ய நாம் தள்ளுப் பேருந்தில் பயணம் போனோம். அப்போது நீ சொன்னாய், கடைசி நிறுத்தம்வரை போக வேண்டாம்; அங்கேதான் சிறை இருக்கிறது. இப்போது நான் ஒரு தள்ளுப் பேருந்தைப் பார்த்தேன்.*

எந்தக் கவலையும் இல்லாமல் நாம் போன அதே பேருந்தாக அது இருக்கலாம். சன்னலிலிருந்து பின் வந்து என் மரக்கட்டிலில் படுத்துக்கொண்டு அழ நினைத்தேன். என் மனப்புண் எல்லாவற்றையும் மெல்ல அழுது தீர்க்க. இங்கே நான் இருப்பது எத்தகைய கொடுமை! சில சமயம் முற்றிலும் அமைதியாக இருக்க முடிகிறது என்னால். அப்போதுதான் என் மனத்தை வெறுமையாக்கிக்கொள்வேன். ஆனால் நினைத்துக்கொண்டே இருப்பது என்னை எதுவுமே செய்யாமல் உணர்ச்சிகளே அற்றுப்போகவைக்கிறது. வெளியே சென்று நடக்கக்கூட மனமில்லை. அது ஏன் என்றுகூடத் தெரியவில்லை. ஒரு வேளை சிறையின் சுவர்கள் உணர்ச்சிகளை மரத்துப்போக வைத்துவிடுகிறது போலும். இதை எல்லாம் அனுபவித்துவிட்டு விடுதலையாகி வருபவர்கள் ஏன் அவ்வளவு எச்சரிக்கையுடன் இருக்கிறார்கள், எப்போதும் புதிய அவமானங்களை எதிர்பார்த்தபடி இருக்கிறார்கள் என்று நான் நினைக்க வேண்டியதில்லை இனிமேல்.

ஜனவரி 27, 1950.

இன்று நான் இங்கிருந்து போகிறேன். இதன் பின் என்ன ஆகப்போகிறது என்று தெரியவில்லை. நான் நினைக்க வேண்டியதில்லை. மற்றவர்கள் எனக்காக நினைக்கிறார்கள். அதுவும் நல்லதுதான். ஏனென்றால் என்னால் எதையுமே தொடர்ந்து செய்ய முடியவில்லை. இப்போது நமக்கிடையே இருக்கப்போகும் பெரும் தூரம் நம்மைப் பிரிக்கும். இதுவரை சிறைச் சுவர்களும் சில நிமிட தள்ளுப்பேருந்துப் பயணமும்தான் நம்மைப் பிரித்தது. இப்போது வசந்தகாலம்வரை சிறைச் சுவர்களும் நீளும் தூரமும் நம்மைப் பிரிக்கும்.

ஜனவரி 28, 1950.

நேற்று மாலை நாடுகடத்தப்படுவதற்காகக் கூட்டிவரப்பட்ட எங்கள் எல்லோரையும் அருகிலிருந்த ரயில் நிலையத்துக்குக் கூட்டிபோனார்கள். இந்தத்தெரு வழியாக நான் முதல் முறையாகப் போய்க்கொண்டிருந்தேன். ஆனால் இது கடைசி முறையாக இருக்காது. எங்கள் சாமான்கள் எல்லாம் ஒரு பனிச்சறுக்கு வண்டியில் வைக்கப்பட்டன. நாங்களே அதை இழுக்கவேண்டி வந்தது. தார்மீகரீதியான இந்த அவமானம் என்னை வெகுவாகத் துன்புறுத்தியது. புண்படவே முடியாதபடி நான் மரத்துப்போக வேண்டும். இப்போதுதான் வேலிகே யூகியைத் தாண்டிப் போனோம். இந்த வேனிற்காலத்தில் நீ என்னைப் பார்க்க வந்தால் இந்த வழியில்தான் நீ வரவேண்டும். அப்போது இதையெல்லாம் நானும் பார்த்திருக்கிறேன் என்று நினைவு வைத்துக்கொள். ஆனால் சிறைக் கம்பிகளுனூடே மட்டுமே.

பிப்ரவரி 1, 1950.

இப்போது நான் கூய்பிஷவ் சிறையில் இருக்கிறேன். ஒரு குற்றமும் செய்யாத ஒரு நபர் திருடர்களுடனும் கொள்ளைக்காரர்களுடனும் ஒரு சிறையில் உட்கார்ந்திருப்பது எவ்வளவு அசாதாரணமான

ஒன்று என்று நினைக்கிறேன். எல்லாவற்றையும் ஆரம்பத்திலிருந்து உன்னிடம் சொல்ல நினைக்கிறேன். மாஸ்கோவில் நாங்கள், அதாவது நானும் இல்கா என்ற இன்னொரு பெண்ணும், வண்டியிலிருந்து இறக்கப்பட்டு இன்னொரு ரயில் பெட்டியில் ஏற்றப்பட்டோம். அங்கு ஒரு பெட்டியில் பதினேழுபேர் இருந்தோம். ஒரு பெட்டியில் பதினேழுபேர் எப்படி இருக்கலாம் என்பது உனக்குப் புரியாது. [என் அம்மா எனக்கு விளக்குகிறாள்: "அது ஒரு சாதாரண மூன்றடுக்குப் படுக்கைகள் கொண்ட ரயில்பெட்டி. மேலேயிருந்த படுக்கையை ஐந்துபேர் படுக்கும்படி மூடியிருந்தார்கள். நான் முழு நேரமும் அழுதுகொண்டே இருந்தேன்."] தாகம் வாட்டும்போது பொறுக்க முடியாத சூட்டில் ஒருவர் மேல் ஒருவர் படுத்திருப்பது எப்படிப்பட்டது என்பதை உன்னால் கற்பனை செய்ய முடியாது. உயிர்வாழ முடியாது என்று நினைத்து அழலாம் ஆனால் ஒரு மனித உயிர் எவ்வளவு தாங்கிக்கொள்ளமுடியும் என்பது நம்பமுடியாதது.

எங்கள் கூட்டிலிருந்து எங்களை "அவர்கள் உத்தரவுப்படி" இயற்கை உபாதைகளைத் தீர்த்துக்கொள்ள வெளியே விட்டு ஒரு சிறிய பாத்திரத்தில் தண்ணீர் தந்ததும் எனக்கு மகிழ்ச்சி தாளவில்லை. பாய்ந்து அதை ஒரு சொட்டு விடாமல் குடித்துத் தீர்த்தேன். அவ்வளவு தாகம் எடுத்தால் எப்படி இருக்கும் என்பதை என்னால் விவரிக்க முடியவில்லை. [படிப்பதை நிறுத்திவிட்டு என் அம்மா கூறினாள்: அந்தத் தண்ணீர் எனக்கு ஞாபகம் இருக்கிறது. அது கழிவறையிலிருந்த வாளியில் இருந்தது. பார்க்கவே மிகவும் அருவருப்பாக இருந்தது. ஏதாவது சாக்கடையிலிருந்து கொண்டுவந்ததாக இருக்கும். அந்தப் பச்சையும் சாம்பலுமாக இருந்த தண்ணீரில் சில பனித் துண்டுகள் மிதந்தபடி இருந்தன. எனக்கு இருந்த தாங்கமுடியாத தாகத்தில் அதை நான் குடித்தேன்."]

இரண்டாவது கொடுமை எல்லா நேரமும் யாராவது இப்போது வசைகளை கத்தி கத்திச் சொல்லப்போகிறார்கள் என்ற திகிலிலும் பயத்திலும் அங்கே படுத்துக் கிடப்பது. [மீண்டும் ஒரு விளக்கம்: "ஆமாம், பல தரப்பட்ட பெண் குற்றவாளிகளுடன் எங்களை ஓரிடத்திலிருந்து இன்னோர் இடத்துக்கு மாற்றிகொண்டிருந்தார்கள். அவர்களுக்கு சாதாரணமாக எல்லோரும் பேசுவதைப்போல் பேசக்கூடத் தெரியவில்லை. வெறும் வசைகள்தான் வாயில் வந்தது. அடுத்த பெட்டியில் ஜெர்மானியப் பெண்கள் இருந்தார்கள். எங்களைப்போல அவர்களும் குற்றவாளிகள் இல்லை."] முதல் சில நாட்கள் நான் சாக ஆசைப்பட்டேன். எல்லாம் முடியும் வரை உயிர்வாழ முடியும் என்று தோன்றவில்லை. ஆனால் எல்லா வகையான சூழ்நிலைகளுக்கும் ஒத்துப்போக முடிகிறது. பின்வந்த நாட்களில் காவலாளிகளின் கோணல் கேள்விகளுக்கு என்னால் சுட சுடப் பதில்சொல்ல முடிந்தது. ஒரு நாள் என்னைப் பெட்டிக்கு வெளியே வரச் சொல்லி தரையைக் கழுவும்படி கூறினார்கள். துளிக்கூட வருத்தப்படாமல் மகிழ்ச்சியுடன் புன்னகை ததும்பும் முகத்துடன் நான் இருந்தது காவளாளியைச் சற்று ஏமாற்றமடைய

வைத்தது. என்னைச் சீண்ட தரையைக் கழுவுவது எப்படிப் பிடித்திருக்கிறது என்று கேட்டபோது நான் சிரித்தபடி இதைச் செய்யத்தான் நான் எப்போதுமே ரகசியமாக ஆசைப்பட்டேன்; தரையைக் கழுவுவதுதான் எனக்குப் பிடித்த வேலை என்றேன். [அந்த உரையாடலை நினைத்து தான் வெற்றி பெற்ற திருப்தியில் என் அம்மா சிரித்தாள். "அவன் என்னைக் கேட்டான்: "உன்னிடம் ஒரு வேளை குடிசையும் பசுவும் இருந்ததோ என்னவோ?" அதுதான் பணக்காரராக இருப்பதற்கு அடையாளம் போல! வெடுக்கென்று நான் பதில் சொன்னேன்: "இல்லை, என்னிடம் பியானோ இருந்தது!" அது என்னவென்று அவனுக்கு நிச்சயமாகத் தெரியவில்லை. அந்தக் காவலாளி பல மாதிரி என்னைச் சீண்ட முயன்றான். ஒரு முறை என் சிறிய பெட்டியைத் திறந்து அதில் ஏதாவது சட்டத்துக்குப் புறம்பான விஷயம் ஒளித்துவைக்கப்பட்டிருந்ததா என்று பார்த்தான். ஏதோ துணிமணி, ஒன்றிரண்டு சாமான்கள் தவிர அதில் என்ன இருந்திருக்க முடியும்?"]

[...] இப்படிப் பயணம் செய்ய ஏதோ ஒரு வகையில் பிறழ்ந்துபோன மனிதர்களால்தான் முடியும். என்னிடம் சாமான்கள் அதிகமாக இருந்தது எனக்கு வருத்தமாக இருந்தது. என்னால் அதையெல்லாம் தூக்க முடியவில்லை. இருந்தாலும் ரயிலிலிருந்து லாரிவரை அதைத் தூக்கிக்கொண்டுதான் போகவேண்டிவந்தது. அதற்கு ஒரு ஜன்மம் பிடித்தது. வழியில் மயங்கிவிழ இருந்தேன். அப்போது குடிப்படையைச் சேர்ந்த ஒருவர் ரொம்பக் கனமான சாமான்களை என்னிடமிருந்து வாங்கிக்கொண்டு அவற்றைச் சில ஆண்களிடம் தந்து தூக்கிவரச் சொன்னார். [என் அம்மா பெருமூச்சு விட்டார்: "நான் சக்தி இல்லாமல் தள்ளாடுவதை அவர் பார்த்திருப்பார். ஒரு ஜெர்மானியர் என் பெட்டியைத் தூக்கிவந்தார். அவர் ஒரு அக்கார்டியன் இசைக்கருவியைக் கொண்டுவந்திருந்தார். தன் கைகளை உறைந்துபோகாமலிருக்கக் கந்தல் துணிகளால் கட்டிக்கொண்டிருந்தார். இல்லாவிட்டால் அதை வாசிக்க முடியாது. பிறகு லாரியில் நிற்கக்கூட இடமில்லாததால் அவர் மடியில் உட்காரவேண்டிவந்தது எனக்கு.] [. . .] மயக்கம்போட்டு விழ விரும்பவில்லை நான். நான் இருந்த பலவீனமான நிலையில் மயக்கம் போட்டு விழுந்திருந்தால் அது அவர்களுக்குத் திருப்தியாக இருந்திருக்கும். லாரியிலும் மீண்டும் ஒருவர் மேல் ஒருவர் உட்காரவேண்டிவந்தது. இவ்வாறு சிறைக்குக் கூட்டிச்செல்லப்பட்டோம். இப்போது ஒரு கனவு காண்பதுபோல் நான் ரீகாவின் சிறையை நினைத்துப் பார்க்கிறேன். இத்துடன் ஒப்பிட்டால் அது ஒரு மாளிகை. ரீகாவின் சூழலும் இந்தச் சூழலைவிட வித்தியாசமானது. ஆபாசமான வசைகள்தாம் இங்கு கேட்பதெல்லாம். அதை உன்னால் கற்பனைகூடச் செய்யமுடியாது. ["எவ்வளவு மோசமான அனுபவம்!" என்று வெறுப்பில் ஒரு நிமிடம் உடல் பதற, சொன்னாள் என் அம்மா. "ரீகாவில் நாடுகடத்தப்பட்ட நாங்கள் எல்லோரும் ஒரே சிறையில் இருந்தோம். எல்லோருமே நல்ல மனிதர்கள். ஆனால் அங்கே திருடர்களோடும் கொள்ளைக்காரர்களோடும் இருந்தோம்."]

பிப்ரவரி 3, 1950.

தாங்கமுடியவில்லை எனக்கு. வசைகளைப் பேசவும் திருடவும் மட்டுமே தெரிந்த, ஏதோ தங்கள் வீட்டில் இருப்பதுபோல் இங்கே இருக்கும் இப்படிப்பட்டவர்கள் நடுவே இருப்பது சாத்தியமேயில்லை. என்னால் உனக்கு ஒரு கடிதம் எழுத முடியாது. ஏனென்றால் என் கையில் ஒரு காகிதம் இருப்பதைப் பார்த்தால் போதும் என்னைச் சுற்றி நின்றுகொண்டு திசைக்கொருவராக இழுத்துவிடுவார்கள். ஏதாவது நடக்காவிட்டால் எனக்குப் பைத்தியம் பிடித்துவிடும் என்று தோன்றுகிறது. எல்லாம் திருட்டுப்போய்விடும், இல்காவும் நானும் கொல்லப்படுவோம் என்பதுதான் நான் எதிர்பார்ப்பது. எங்களில் ஒருவர் காவலில் இல்லாமல் நாங்கள் இருக்கும் இடத்தை விட்டு நாங்கள் நகர்வதில்லை. இப்போதைக்கு இந்தத் திருட்டுக் கும்பலைச் சேர்ந்தவர்கள் யாருமில்லாதபோது என் சாமான்களைத் திருடக் காத்திருந்தாலும் அதிக நாட்கள் காத்திருக்க மாட்டார்கள். நாங்கள் இருக்கும்போதே திருடும் நாள் சீக்கிரமே வரும். சிறை நிர்வாகியிடம் போய் எங்களை நாடுகடத்தப்பட்டவர்கள் உள்ள சிறைக்கு அனுப்பும்படி வேண்டிக் கேட்டுக்கொண்டேன். செய்வதாகச் சொன்னார். என்னை இன்னொரு சிறையில் போடும்வரை நான் உயிரோடு இருந்தால் ஒருவேளை நான் உயிர்பிழைத்து வாழ்வேன். நான் எப்படி இந்தச் சமயத்தில் உணர்கிறேன் என்பதைச் சொல்லமுடியவில்லை. [...] என் சிறையில் இருப்பவர்களைப்போன்ற மனிதர்கள் உலகத்தில் இருக்கிறார்கள் என்பதை என்னால் கற்பனைகூடச் செய்திருக்க முடியாது. யாராவது அவர்களைப் பற்றி என்னிடம் கூறியிருந்தால் எனக்குப் புரிந்திருக்காது. எப்போதும் பயத்திலும் மன அழுத்தத்திலும் இருக்கிறேன்.

பிப்ரவரி 4, 1950

இங்குதான் இருக்கிறேன் இன்னும். சீக்கீரமே இதைவிட்டுப் போவோம் என்ற எந்த நம்பிக்கையும் இல்லை. இல்காவும் நானும் எல்லாவற்றையும் ரகசியமாகச் செய்யவேண்டியிருக்கிறது. நாங்கள் எதையாவது சாப்பிடுவதைப் பார்த்துவிட்டால் உடனே எங்களைச் சூழ்ந்துகொண்டுவிடுவார்கள். [. . .] இந்தச் சமயத்தில் கல்பாஷெவாவும் அங்கிருக்கும் மற்றவையும் ஏதோ தேவதைக் கதைபோல் இருக்கிறது. நம்பமுடியாத தூரத்தில் இருக்கிறது. அங்கு போய்ச்சேருவேன் என்று கற்பனைகூடச் செய்ய முடியவில்லை.

பிப்ரவரி 5, 1950.

இன்று ஞாயிற்றுக்கிழமை. ரீகாவை விட்டுவந்த எட்டாம் நாள். நான் இப்போது ரீகாவில் இருந்திருந்தால் இதுதான் நீ என்னை வந்து சந்திப்பதாய்ச் சொன்ன நாள். மீண்டும் என் நினைவுகளில் நான் கற்பனை செய்கிறேன் அந்தத் தள்ளுப் பேருந்து ரீகாவின் அந்தச் சிறையைக் கடந்துபோவதுபோலவும் நீ அந்தத் தள்ளுப் பேருந்தில் இருப்பதாகவும். இந்த அற்ப வாழ்க்கையில் எனக்கிருக்கும் ஒரே திருப்தி நான் உன்னை கல்பாஷெவாவில் சந்திப்பேன் என்ற எதிர்பார்ப்புதான்.

இந்த எண்ணம் ஒரு கற்பனையாகவே இருந்துவிடலாம். ஏனென்றால் நீ அதற்குள் என்னை மறந்துபோய்விடலாம்.

பிப்ரவரி 7, 1950.

நேற்று நான் சிறைச் சன்னல் வழியாக கூய்பிஷவ் வீடுகளைப் பார்த்தேன். சிறையை நான்கு பக்கமும் மலைகள் சூழ்ந்திருப்பதால் மலைகளின் மேலுள்ள வீடுகளைப் பார்ப்பது எளிது. மிகவும் அழகான மூன்று மாடி, நான்கு மாடி செங்கல் கட்டடங்கள் அவை. அங்கு மக்கள் மகிழ்ச்சியுடன் வாழ்ந்துகொண்டிருப்பார்கள்.[என் அம்மாவின் முகம் கனவில் லயிப்பதுபோல் மாறியது: "எங்களோடு ஒப்பிட்டால் அவர்கள் மகிழ்ச்சியாகவே இருந்தார்கள். மனிதர்கள் யாரையும் நான் பார்க்கவில்லை. சிறு நட்சத்திரங்கள் போல் ஒளிரும் விளக்குகளைத்தான் பார்த்தேன். எப்போதும் நினைப்பேன்: இப்போது அங்குள்ளவர்கள் இரவு உணவைச் சாப்பிட்டுக்கொண்டிருப்பார்கள் வழக்கமான வாழ்க்கையை வாழ்ந்துகொண்டு. அந்தக்கால ரஷ்யாவில் மக்கள் எவ்வளவு தூரம் வழக்கமான வாழ்க்கையை வாழ்ந்திருக்க முடியும்? ஆனால் எங்களுடன் ஒப்பிடும்போது அது வேறு மாதிரி வாழ்க்கைபோல் பட்டது."

பிப்ரவரி 22, 1950.

[. . .] நேற்று என்ன நடந்ததென்று என்னால் சொல்லக்கூட முடியவில்லை. என் சிறையில் என்னைப்போலவே பலர் இருந்தார்கள். ஏழுபேர்தான் அந்தத் திருட்டுக் கும்பலைச் சேர்ந்தவர்கள். [என் அம்மா விளக்கினாள். "என்னைப்போல் இருந்தவர்கள் எல்லோருமே ஒரு சிறையில் வைக்கப்பட்டு இருந்தார்கள். எத்தனைபேர் என்று நினைவில்லை. ஆனால் நாங்கள் நிறையபேர் இருந்தோம். படுப்பதற்கு இடம் இருக்கவில்லை. சிறையின் நடுவே படுக்கும் திருட்டுப் பெண்கள் அருகே போக எங்களுக்குப் பயமாக இருந்தது. நாங்கள் சுவரருகே தரையில் இருந்துகொண்டோம்.] எங்கள் சிறையின் சுவரின் பின்னால் கிட்டத்தட்ட 170 12-18 வயதுப் பையன்கள் இருந்தார்கள். காலையில் அவர்கள் சுவரை உடைக்க ஆரம்பித்தார்கள். அவர்களில் சிலர் தனிச் சிறையில் வைக்கப்பட்டார்கள். இது அவர்கள் சினத்தைத் தூண்டிவிட்டது. அவர்கள் கதவை உடைத்து விட்டார்கள். எங்கள் விதிப்படி நடக்க எங்களை விட்டுவிட்டுக் காவலாளிகள் ஓடிப்போய்விட்டார்கள். [அந்தத் தினத்தின் அதிர்ச்சியை என் அம்மா நினைவுகூர்ந்தார். "அவர்கள் சுவரை உடைத்துவிட்டார்கள். மரப்படுக்கைகளை உடைத்து சுவரில் இடித்துக்கொண்டே இருந்ததில் அது முடிவில் உடைந்து விழுந்தது. நல்லவேளையாக யார் மேலும் விழவில்லை. ஆனால் "பராஷா" [இயற்கை உபாதைகளுக்கான வாளி] தட்டையாகிவிட்டது. வலிந்து உள்ளே புகுந்த அந்தப் பையன்கள் சின்னப் பையன்களைப்போல் உடை உடுத்திருக்கவில்லை. தொளதொளவென்றிருந்த சிறிதும் பொருந்தாத பெரியவர்களுக்கான உடைகளைப் போட்டிருந்தார்கள். வயதில் பெரிய ரஷ்ய நாட்டு நடிகைகள் வயதில் சிறிய பெண்களை

முகத்தில் எதையாவது அப்பிக்கொண்டு தலையைக் கந்தல் துணிகளால் கட்டிக்கொள்ளச் சொன்னார்கள். நாங்கள் அவர்கள் சொன்னபடி செய்தோம்."] கடைசியாக ஒரு காவலாளி கதவைத் திறந்து எங்களைச் சீக்கிரமாக வெளியெ போகச் சொன்னார். சுவர் இடிந்தபோது நாங்கள் எல்லோரும் தூங்கிக்கொண்டிருந்தோம். எப்படிப்பட்டக் குழப்பம் ஏற்பட்டிருக்கும் என்று நீ கற்பனை செய்துகொள்ளலாம். என் கைகள் நடுங்கிக்கொண்டிருந்தன. என்னால் எதுவும் செய்ய முடியவில்லை. எங்களில் பாதிப்பேர் வெளியே ஓடினோம். மற்றவர்கள் உள்ளே இருந்தார்கள். அதனால் படுக்கைகளிலிருந்து உடைத்த மரக்கட்டைகளுடன் அவர்கள் உள்ளே வந்தபோது நாங்கள் அதை எதிர்பார்க்கவில்லை. எங்களை அவர்கள் தொடவில்லை. அந்த ஏழு திருடிகளை வன்புணர்வு செய்வதுதான் அவர்களுக்குத் தேவையாக இருந்தது. ஆனால் எனக்கு இன்னும் பயமாக இருந்தது. முடிவில் எதுவும் நேராமல் நாங்கள் தப்பினோம். ["நாங்கள் அடுக்குப் படுக்கைகளில் மேலே இருந்த படுக்கையில்தான் இரவு படுத்துக்கொள்வோம். சுவரை உடைத்து அவர்கள் உள்ளே புகுந்ததும் பக்கத்துச் சிறையில் நாங்கள் ஒளிந்துகொண்டோம். அந்தத் திருடிகளை அவர்கள் படுத்திய கொடுமையில் அவர்களால் காலையில் நடக்கக்கூட முடியவில்லை."]

பிப்ரவரி 26, 1950

நான் இன்னும் இங்கேதான் இருக்கிறேன். நேற்று அதிகாலையில் உன்னை என் கனவில் கண்டேன். உன்னைப் பற்றிக் கனவு கண்டு வெகு நாட்களாயிற்று. நீ என்னைப் பற்றி நினைக்காமல் இருக்கலாம் ஒருவேளை. நீ என்மேல் குனிந்தபடி சொன்னாய்: : "லிகுட்ஸி, நாம் கிராமப்புறம் சென்று வாழ்ந்தால் நன்றாக இருக்கும்." அது எப்படி இருக்கும் என்று நினைத்து நான் மௌனமாக இருந்தேன். அது மிகவும் திருப்தியைத் தரும் என்ற முடிவுக்குப் வந்த பின் மகிழ்ச்சியுடன் கூறினேன்: "ஆமாம். நானும் அப்படித்தான் நினைக்கிறேன்." [. . . .]

மார்ச் 8, 1950

இன்று நவாஸிபிர்ஸ்க்கில் என் இரண்டாம் நாள். நான் ஐந்து நாட்கள் பயணித்தேன். இந்த முறை பயணம் அவ்வளவு பயங்கரமாக இருக்கவில்லை. நாங்கள் பத்துபேர்தான் இருந்தோம் ஒரு பெட்டியில். எப்படி அழுவது என்று மறந்துபோகும் அளவுக்கு என்னை நான் கடினப்படுத்திக்கொண்டிருந்தாலும் இந்த முறையும் அழாமல் இருக்க முடியவில்லை. [அம்மா மௌனத்தில் ஆழ்ந்தாள்: ஒவ்வொரு முறை என்னை ஒரு வண்டியில் ஏற்றும்போதும் எனக்கு அழவேண்டும் போலிருந்தது. மாற்றப்படுபவர்களில் ஒரு ரஷ்ய நடிகை இருந்தாள். என் தலையைத் தட்டி என்னைச் சமாதானப்படுத்த முயன்றாள்: "எல்லாம் சரியாகிப் போகும். எல்லாம் சரியாகிப் போகும் . . ." எதுதான் சரியாகிப்போகும்!] யாராவது என் மனம் நோக ஏதாவது கூறினால் நான் குத்துவதுபோல் சொல்லும் பதிலில் அவர்கள் மௌனமாகிவிடுகிறார்கள். நான் மாலை ஆறு மணிவாக்கில்

நவாஸிபிர்ஸ்க் வந்துசேர்ந்தேன். கம்பிகள் வழியாக அந்த அழகான ரயில்நிலையத்தைப் பார்ப்பது மிகவும் வலியைத் தந்தது. இரண்டு ஆண்டுகள் முன்பு நம்பிக்கையுடனும் மகிழ்ச்சியுடனும் இனி திரும்பி வரமாட்டோம் என்ற உறுதியுடன் நான் கிளம்பிப்போன அதே ரயில் நிலையம். [என் அம்மா அழுதுகொண்டிருந்தாள்] இப்போதும் நான் நம்பிக்கை இழக்கவில்லை; இந்த ரயில் நிலையம் ஒரு நாள் மீண்டும் நான் மகிழ்ச்சியுடன் இருப்பதைப் பார்க்கும் ... இப்போது நான் சிறையில் இருக்கப்போகிறேன். என் அம்மாவுக்காக மனம் ஏங்குகிறது. ["என் அம்மா இறந்து அப்போது ஒரு மாதம் ஆகிவிட்டிருந்தது." கூறிவிட்டு அம்மா விம்முகிறாள்.] நான் அவளிடமிருந்து 600 கிலோமீட்டர் தூரத்தில்தான் இருக்கிறேன். கூய்பிஷவ்வில் என் அம்மா வெகு தூரத்தில் இருக்கிறாள் என்பதை நான் ஏற்றுகொண்டுவிட்டதால் அது அவ்வளவு கடினமாக இருக்கவில்லை. இங்கு அப்படியில்லை. ஒவ்வொரு நாளும் என்னை டாம்ஸ்க் செல்ல அழைப்பார்கள் என்று காத்திருக்கிறேன். அங்கிருந்து மேலே எப்படிப் போவேன் என்று தெரியாது. ஏப்ரல் இடையில்தான் படகு போக ஆரம்பிக்கும். அம்மாவுக்கு ஒரு கடிதம் எழுத மிகவும் ஆசைப்படுகிறேன். நான் இங்கிருக்கிறேன் என்பதை அவளிடம் சொல்ல விரும்பவில்லை. ஆனால் ஒரு பக்கம் முழுவதும் அம்மா என்று எழுதி நிரப்ப விரும்புகிறேன். இன்று மார்ச் 8ம் தேதி. கடந்த ஆண்டு நான் வேலை செய்த இடத்தில் [ரஷ்யாவில் கொண்டாடப்படும் அனைத்துலகப் பெண்கள் தின விடுமுறைக்] கொண்டாட்டம் இருந்தது – இந்த ஆண்டு வெறும் நினைவுகள்தாம் எஞ்சுகின்றன – அதுவும் நல்லதுதான்! ஒரு வேளை நான் நடக்கும் என்று நினைப்பதெல்லாம் முடிவில் என்னைப் பொருத்தவரை இப்படி மாறலாம் – நினைவுகளாக.

டயரி இங்கு முடிகிறது. மூன்று மாதங்கள் திருடர்களுடனும் கொள்ளைக்காரர்களுடன் கழித்த பலவந்தச் சிறைவாசத்தில் என் அம்மா எதிலும் பிடிப்பற்றுப் போயிருந்தாள். அவள் டயரி எழுதுவதை நிறுத்திவிட்டாள். இத்தனையெல்லாம் அனுபவித்த பிறகு லாட்வியாவும் அதை ஒட்டியிருந்த அனைத்தும், அவள் காதலன் உட்பட, அடையமுடியாத கனவாகத் தோன்றியது. அந்தச் சமயத்தில் அவள் வாழ்க்கையுடன் அதற்கு எந்தவிதச் சம்பந்தமும் இருக்கவில்லை. அவள் விரைவில் தன் அம்மாவுடன் இருப்பாள் என்பதுதான் லிகிடாவுக்கு வாழவேண்டிய சக்தியைத் தந்தது. நவாஸிபிர்ஸ்க் சிறையில் இருப்பது மிகக் கடினமாக இருந்தது. ஆனால் டாம்ஸ்க் சிறையில் முன்னூறே கிலோமீட்டர் தூரம் அம்மாவுக்கும் அவளுக்கும் இடையே இருந்தபோது இன்னும் கூடக் கடினமாக இருந்தது. லிகிடாவின் உலகம் சிறையிலேயே கழிந்தது. அங்கு ஒன்றோடொன்று பொருந்தாத இரு சமூகங்கள் – ஒன்று நாகரிகமானதும் பண்பட்டதும் இன்னொன்று குற்றம் செய்யும் இயல்புள்ளது – அடுத்தடுத்து வாழ்ந்தன. சிறைச் சூழல் என் அம்மாவை எவ்வளவு பாதித்தது என்பது ஒரு ரஷ்யக் கைதியின் அர்த்தமற்ற சில வரிகளை எழுதிவைத்திருப்பதிலிருந்து புரிகிறது:

நான் இப்போது சிறையிலிருப்பதால்
எல்லோரும் உட்காருகிறார்கள் – நானும்தான்,

காரணம் சிறையில்லை என்றால்
யாரும் இங்கும் இல்லை அங்குமில்லை

முதலில் விசாரணை
பிறகு முகாம்கள் முகாம்கள் என்றென்றைக்கும்

இந்த வரிகள் அலெக்ஸான்டர் புஷ்கின் எழுதிய அற்புதமான காதல் கவிதை இருக்கும் அதே பக்கத்தில் இருக்கின்றன:

நான் உன்னை நேசித்தேன்: நான் நினைக்கிறேன்
ஆண்டுகள் பல கடந்தாலும் இந்தக் காதல்
சுடர் விடுமோ என் இதயத்தில்

ஏப்ரல் மாத முடிவில், ஆப் ஆற்றில் பனிக்கட்டிகள் போய்விட்டன. அதில் பயணிக்கும் பருவம் தொடங்கிவிட்டது. இடம் மாறி வந்த நாடுகடத்தப்பட்டவர்கள் அவரவர்களுக்கான குடியிருப்புக்கோ சிறைக்கோ படகில் கூட்டிச்செல்லப்பட்டார்கள். அவள் கைதான டிசம்பர் 7 தேதிக்குப் பின் முதல் முறையாக ஆயுதம் ஏந்திய காவலாளி ஒருவன் அவளைக் கண்காணிக்கவில்லை. அவளும் மற்ற நாடுகடத்தப்பட்டவர்களும் படகின் மேல் தளத்தில் நடக்கவோ, அதன் கிராதியருகே நிற்கவோ எங்கு வேண்டுமானாலும் உட்காரவோ முடிந்தது. லிகிடா நீரினுள் நோக்கினாள். வழியில் வரும் கிராமங்களைப் பார்த்தாள். ஒவ்வொரு கிலோமீட்டர் தூரத்தைக் கடக்கும்போதும் அவள் அம்மாவின் அருகில் வந்துகொண்டிருந்தாள். அவளுக்குக் குளிக்கவேண்டும்போல் இருந்தது. ஏனென்றால் சிறையில் குளியலறைக்குப் போய் ஒரு வாரமாகியிருந்தது. ஆனால் அற்புதமான காட்சி ஒன்று அவள் மனத்தில் உருவாக்கி அவள் தன்னைச் சமாதானப்படுத்திக்கொண்டாள்: “என் அம்மா என் முடியை மழை நீரில் அலசுவாள், என் அம்மா என் முடியை மழை நீரில் அலசுவாள் . . .,” என்று லிகிடா தனக்குள் பாடிக்கொண்டாள். எமிலியாவிடமிருந்தும் பாதுகாப்பான வீட்டிலிருந்தும் ஒரே ஒரு நாள்தான் அவளைப் பிரித்தது.

படகு கல்பாஷெவாவுக்கு மதியம் வந்தது. லிகிடா இறங்கும்படி உத்தரவிடப்பட்டாள். துறையில் சிறிது நேரம் குழப்பத்துடன் நின்றாள். ஒரு பாதுகாப்புக் குழு வந்து அவளை அழைத்துச் செல்லும் என்று காத்திருந்தாள். அது வரவில்லை! பிறகு அங்கும் இங்கும் நடந்து பார்த்தாள் யாராவது, “நில்!” என்று கத்துகிறார்களா என்று பார்க்க. யாரும் கத்தவில்லை. எந்தக் காவலும் இல்லாமல் இனி அவள் தெருவில் நடக்கலாம். முதலில் தன் பலவந்தக் குடியிருப்புக்கு அவள் வந்துவிட்டாள் என்று பதிவு செய்துகொள்ள கல்பாஷெவா தளபதியின் அலுவலகத்துக்குப் போகவேண்டியிருந்தது. அவள் ஆவணங்களைப் பார்த்துவிட்டு தன் பதிவுப் புத்தகத்தில் எதையோ எழுதிவிட்டு, தளபதி இதில் விளக்க ஒன்றுமில்லை என்ற தொனியில் லிகிடா ட்ரெய்ஃபெல்டே கல்பாஷெவாவில் இருக்க வேண்டும் என்றார். “கல்பாஷெவாவில் ஏன் இருக்கவேண்டும்? நான் டகூரில் இருக்கும் என் அம்மாவிடம் போக விரும்புகிறேன்” என்று கூறினாள் லிகிடா. ஒரு கணம் மௌனமாகக் கழிந்தது. அதன்பின் தளபதி சற்றுச் சங்கடத்துடன் சிரித்தபடி கூறினார்: “உன் அம்மா இறந்துபோனது தெரியாதா உனக்கு?” லிகிடாவுக்கு எதுவும் புரியவில்லை. தளபதி சற்றுப்

பொறுமையிழந்த தொனியில் மீண்டும் சொன்னார்: “உன் அம்மா எமீலியா ட்ரெய்ஃபெல்டே பிப்ரவரி 5ம் தேதி இறந்து விட்டார்.”

லிகிடா தள்ளாடியபடி வீதிக்கு வந்தாள். அவளுடைய மம்மா இனி இல்லை. அவள் தன்னந்தனியாக விடப்பட்டிருக்கிறாள்.

பல மாதங்களுக்குப் பின் வேனிற்காலத்தின் கடைசிப் பகுதியில் லிகிடா அவள் வழக்கமாகப் போவதுபோல் கல்லறைக்குப் போனாள். அங்கு அவள் அடிக்கடி போனாள். ஞாயிற்றுக் கிழமையாக இருந்ததால் எப்போதும்போல் இருப்பதிலேயே நல்ல உடையை அணிந்திருந்தாள். அம்மாவின் கல்லறையின் மேல் வைக்கக் காட்டு முனையில் அவள் பறித்திருந்த பூக்களைக் கையில் பிடித்துக்கொண்டிருந்தாள். அவளுக்குத் தெரிந்த சில லாட்விய இளையர்கள் அவளை நோக்கி வந்துகொண்டிருந்தார்கள். அவளுக்கு அறிமுகமில்லாத ஒருவன் அவர்களுடன் இருப்பதைப் பார்த்தாள். அது ஐவர்ஸ் கால்னியடிஸ். தன் அம்மாவுடன் சமீபத்தில்தான் டகூரில் இருக்க வந்திருந்தான். ஐவர்ஸ் எப்படியாவது அந்த அழகிய பெண்ணின் கவனத்தைக் கவர நினைத்தான். அவளுக்கு நேர்ந்த சோகம் பற்றி அவன் தன் நண்பர்கள் சொல்லக் கேட்டிருந்தான். வெகுளியாக அவன் கேலி செய்தான்: “பூக்களோடு போகும் பெண் யாரையாவது சந்திக்கப் போகிறாளா என்ன?” பட்டென்று லிகிடா பதிலளித்தாள்: “இல்லை. என் அம்மாவின் கல்லறைக்குப் போகிறேன்.” அவள் திரும்பி நடந்தாள். இப்படித்தான் என் பெற்றோர்கள் டகூரின் ஒரு தெருவில் சந்தித்தார்கள்.

இறுதிக் குறிப்புகளும் அடிக்குறிப்புகளும்

இறுதிக் குறிப்புகள்:

இந்த அத்தியாயத்தின் தரவுகள்:

1. லாட்விய அரசு ஆவணக்காப்பகத்தின் தரவுகள்
2. மாரா விட்னெரெ இத்தகைய மன அழுத்தமும் கொடூரமும் வேதனையும் நிறைந்த பொழுதில் எது அவர்களுக்கு வாழச் சக்தியைத் தந்தது என்று நாடுகடத்தப்பட்டவர்களின் ஆளுமைகளைப் பற்றி எழுதி லாட்வியப் பல்கலைக் கழகம் 1997ல் வெளியிட்ட *கண்ணீர் மட்டுமே சாட்சியாகாது* நூல்.

அடிக்குறிப்புகள்:

1. லாட்விய அரசு ஆவணக்காப்பகம் 2001ல் வெளியிட்ட எல்மார்ஸ் பெல்கெளஸ் பதிப்பாசிரியராக இருந்து எழுதிய *நாடுகடத்தப் பட்டவர்கள்: ஜூன் 14, 1941* புத்தகத்தில் யானிஸ் ட்ரெய்ஃபெல்ட்ஸின் கோப்பில் இருக்கும் முழுமை பெறாத தகவல்களால் 15 ஏப்ரலில் 1947ல் லிகிடா ட்ரெய்ஃபெல்டே தப்பிக்க முயற்சி செய்ததாகக் கூறப்படும் தவறான தகவல் குறித்து கூறுகிறார் ஸான்ட்ரா கால்னியடே. அந்த நேரத்தில் அவள் டகூரில்தான் இருந்தாள்.

“மேலும் அடிமைகளை நாம் பெற்றுக்கொள்ளப்போவதில்லை”

டகூர் கிராமம் ஆப் ஆற்றின் அருகில் இருந்த ஒரு செங்குத்தான மலை மேல் இருந்தது. சுமார் ஆயிரம்பேர் அங்கு வாழ்ந்தார்கள். அதில் பாதிப்பேர் அங்கிருந்த மரம் அறுக்கும் ஆலையில் வேலை பார்த்தார்கள். கிராம ஸோவியத் என்ற கிராம சபை கிராமத்தை நிர்வாகம் செய்தது. குடிப்படை இருந்த அதே கட்டடத்தில் அதன் அலுவலகம் இருந்தது. நாடுகடத்தப்பட்டவர்களுக்கு மிக முக்கியமான அரசு முகமை தளபதியின் அலுவலகம்தான். விருப்பம் இல்லாவிட்டாலும் மாதத்துக்கு இரு முறை அங்கு பதிவு செய்யக் கட்டாயம் போயே ஆகவேண்டும். தவிர, ஒவ்வொரு முறை அருகில் உள்ள கல்பாஷெவாவுக்கோ வேறு எங்காவதோ போக

டகூரில் வசந்தகாலச் சகதி. லிகிடா மற்றும் ஸான்ட்ரா 1956

வேண்டும் என்றால் தளபதியின் அலுவலகத்திலிருந்து குடியிருப்பை விட்டு வெளியே போக அனுமதி அளிக்கும் விவரம் எழுதப்பட்ட அனுமதிச் சீட்டை வாங்கவேண்டும். அந்தக் கிராமத்தில் முன்பிருந்தே வசித்த குடும்பங்கள் மரத்தால் கட்டப்பட்டத் தனி வீடுகளில் வசித்தார்கள். மிகவும் அழகான செதுக்கு வேலைகள் செய்யப்பட்டச் சன்னல்கள் கொண்ட வீடுகள் அவை. நாடுகடத்தப்பட்டவர்கள் உட்பட, புதிதாக வந்தவர்கள் மரம் அறுக்கும் ஆலைக்குச் சொந்தமான போர்வீரர்களுக்குக் கட்டப்படும் குடியிருப்புப் பாசறைகளில் நெருக்கியடித்துக்கொண்டு வாழ்ந்தார்கள். கிராமத்தின் நடுவில் இருந்த சதுக்கத்தில் ஒலிபெருக்கியுடன் ஒரு ரேடியோ வைக்கப்பட்டிருந்தது. அதிலிருந்து அடிக்கடி பெருமை வாய்ந்த ஸ்டாலின் கீழ் வாழ அவர்கள் எல்லோரும் எவ்வளவு பாக்கியம் செய்தவர்கள் என்ற அறிவிப்பு வந்தபடி இருக்கும். அவரைப் போற்ற சோவியத் பாடல்கள் தொடர்ந்து ஒலிபரப்பப்பட்டன. சதுக்கத்திலிருந்து நட்சத்திர வடிவில் தெருக்கள் பிரிந்தன. தெருக்கள் என்று கூறப்படத் தகுதியற்றவை அவை. இலையுதிர்காலத்திலும் வசந்தகாலத்திலும் வாகனங்கள் போகக் கூடிய தெருவின் பகுதிகள் சகதிக் குழிகளாகிவிடும். அதன் மேல் அவ்வப்போது மரத்தூள் கொட்டப்படும். இந்த மரத்தூள் மரம் அறுக்கும் ஆலையிலிருந்து வேண்டிய அளவு கிடைத்தது. வருடக்கணக்காக ஆலையில் குவிந்துபோய் பல மீட்டர் கனத்துக்கு அங்கே மரத்தூள் கிடந்தது. ஒரு முறை அந்தக் குவியலில் தீப்பிடித்து பல வாரங்கள்வரை எரிந்தபடி இருந்தது. அதை அணைக்க முயன்று தோற்றனர் கிராமவாசிகள். மட்கரிச் சதுப்புபோல்தான் இதுவும். மேலாக தீயை அணைக்க முடியும். ஆனால் உள்ளே அது புகைந்துகொண்டே இருக்கும். குவித்து வைத்திருக்கும் மரத்தூளின் சில பகுதிகள் எரிந்துபோய் அதில் ஓட்டைகள் விழுந்து அது பிறகு மொத்தமாகக் கீழே விழும். அது தீ அணைப்பவர்களை அடிமட்டமே இல்லாத படுகுழியைப்போன்ற ஆழத்துக்கு இழுத்துவிடும். டகூரின் முக்கிய வீதி ஒழுங்காக இருக்கும் தோற்றம் கொண்டது. அதையொட்டி மரப்பலகைகளாலான நடைபாதை ஒன்று ஓடியது. வசந்தகாலத்தில் பனி உருகத் தொடங்கும்போது எல்லாத் தெருக்களும் கிளையாறுகளாக மாறிவிடும். அதில் நடக்க மரக்கட்டைகள் மேல் மரப்பலகைகளை வைத்தால்தான் முடியும்.

கூட்டுப்பண்ணைக் கிராமங்களைப்போல் அல்லாமல் விறகு அறுக்கும் ஆலைக்குச் சொந்தமான குடியிருப்புப் பாசறைகளிலும், கிராம மையத்திலும் மின்சாரம் இருந்தது. அது இருண்ட குளிர்கால மாலைகளைத் தாங்கிக்கொள்ள உதவியது. அப்போது படிக்கவோ, ரேடியோ கேட்கவோ முடியும். ரேடியோவின் ஒலியை ஐவர்ஸ் சீராக்கியிருந்தான். மாஸ்கோ ரேடியோவில் லாட்வியா அல்லது ரீகா குறிப்பிடப்படும்போதோ லாட்வியப் பாடல் ஒலிக்கும்போதோ அவர்கள் நாட்டுடனான இந்த நேரடியல்லாதத் தொடர்பு முடிவுக்கே வரக்கூடாது என்ற ஆசையோடு என் பெற்றோர்களும் மில்டாவும் மனம் நெகிழக் கேட்பார்கள். ரேடியோ அலையில் ரீகாவைப் பிடிக்க முடியாது என்று தெரிந்திருந்தும் மனச் சோர்வுற்றிருக்கும் வேளைகளில் ஏதாவது அற்புதம் நேர்ந்து மின்சார அசைவில்லாத கரகரப்பினூடே தூரத்திலிருந்து “இது

ரேடியோ ரீகாவின் ஒலிபரப்பு” என்ற அறிவிப்பு கேட்கும் என்ற ஆசையில் ஐவர்ஸ் ரேடியோவின் குமிழ்களைத் திருப்பியபடி இருப்பான்.

இரண்டாவதாக அவர்கள் வாழ்க்கையில் வெகு முக்கியமானதாக அமைந்தது தபால் நிலையம். ஆசையையும் நம்பிக்கையையும் வளர்க்கும் இடம் அது. அங்கு லாட்வியாவிலிருந்து பார்சல்களும் கடிதங்களும் வந்தன. சரியான செய்திகள் அதன் மூலம்தான் பெற முடிந்தது. ரேஷன் அட்டை வழங்கும் முறை ஒழிக்கப்பட்ட பின் முன்பு பார்க்காத சாமான்கள் எல்லாம் கடைகளில் தோன்ற ஆரம்பித்தன: காலணிகள், ஆடைகள், உலோகப் பாத்திரங்கள் போன்றவை. பிறகு துணிச் சுருள்கள்கூட வர ஆரம்பித்தன. பணம் இருந்த சிலர் 1950களில் தபால் ஆர்டர் மூலம் சாமான்கள் வரவழைக்கும் அமைப்பான “போஸில்டார்க்”கின் அட்டவணையைப் பார்த்துத் தேர்ந்தெடுத்து தபால் மூலம்கூட சாமான்களை வரவழைக்கலாம். இதன் மூலம் என் அம்மா ஒரு தையல் இயந்திரம் வாங்கி அது இன்றுவரை வேலை செய்கிறது. கிராமத்துக் கடையில் சற்றுப் புளித்த சுவையோடு செங்கல் அளவில் கம்பு ரொட்டியும் கிடைத்தது. “ப்ரியானிகி” என்ற சர்க்கரைப்பாகில் முக்கி எடுத்த ரஷ்ய இனிப்புப் பண்டமும் கிராமத்துக் கடையில் கிடைக்கும். என் குழந்தைப் பருவத்தில் எனக்கு மிகவும் பிடித்த அரிய இனிப்பு அது.

கிராமத்து ஆஸ்பத்திரி அது இருக்கவேண்டும் என்று என் பாட்டி மிகவும் ஆசைப்பட்ட இடம். அங்கு அறுவைச் சிகைச்சைக்கான அறையும் பிரசவ அறையும் இருந்தன. பல டாக்டர்களும், நர்சுகளும் மருத்துவ உதவியாளர்களும் அங்கு வேலை செய்தனர். மில்டாவுக்கு நர்சாக வேலை செய்யவேண்டும் என்ற ஆசை மிகவும் இருந்தது. ஆனால் அங்கு வேலை காலியாக இருக்கவில்லை. அப்படி இருந்திருந்தாலும் அங்குள்ளவர்களுக்கு வேலை தரப்பட்டிருக்குமே ஒழிய நாடுகடத்தப்பட்டவர்களுக்குக் கிடைக்காது. பிற்காலத்தில் நர்சுகள் தகுதியை மேம்படுத்திக்கொள்ளும் கல்வி பெறப் போனபோது மில்டாவுக்கு இரண்டொரு மாத வேலை வாய்ப்பு சில முறை கிடைத்தது. இந்தச் சமயத்தில் என் பாட்டியால் அங்குள்ள டாக்டர்கள் மற்றும் மற்ற நர்சுகளின் முழு நம்பிக்கையைப் பெற முடிந்தது.

டகூர் சமூகத்தைப் பொருத்தவரை மர அறுவை ஆலையின் க்ளப் ஒரு முக்கிய இடமாக இருந்தது. அக்டோபர் புரட்சிக்கும் மே தின கொண்டாட்டத்துக்கும் கொண்டாட்டக் கூட்டங்கள் அங்கே நடந்தன. ஸ்டாலினும் மற்றும் அவர் தலைமை தாங்கி வழிநடத்திய கம்யூனிஸ்ட் கட்சியும் அவர்களிடம் காட்டும் சோர்வில்லாத அக்கறை குறித்து கிராமத்துவாசிகளுக்கு அந்தத் தருணங்களில் நினைவூட்டப்பட்டது. விடுமுறை நாட்களில் கலாசார நிகழ்வுகளும் இளையர்களின் நடன நிகழ்வுகளும் க்ளப்பில் ஏற்பாடு செய்யப்பட்டன. அப்போது கிராமத்துப் பாணியில் இளையர்கள் சரஸமாடுவதும் கள்ளத்தனமாகக் காய்ச்சிய கள்ளையோ சட்டத்துக்குப் புறம்பாகத் தயாரித்த வோட்காவையோ குடிப்பதும் நடக்கும். லாட்விய இளையர்கள் இந்த மாதிரி நடன நிகழ்வுகளுக்குப் பெரும்பாலும் போவதில்லை. தங்கள் வீடுகளிலேயே

அவர்கள் தங்களுக்கான நிகழ்வுகளை ஏற்பாடு செய்துகொண்டார்கள். க்ளப்பில் ரஷ்யப் படங்கள் அடிக்கடித் திரையிடப்பட்டன. கம்யூனிஸ்ட் கட்சி வெகுஜன மூளைச் சலவை செய்வதற்கு மிகவும் ஏற்ற முறையாகப் படங்களையே கருதியது. சோவியத் குழுமத்தின் ஏதோ ஒரு மூலையில்கூட பயணப் படங்கள் கிடைக்கும்படி பார்த்துக்கொண்டது. ஒவ்வொரு திரையிடலுக்கு முன்பும் அரசியல் செய்திகளைத் தாங்கிய செய்திப்படங்கள் காட்டப்பட்டன. அப்படிக் காட்டப்பட்டப் படங்கள் எடுத்து ஆறு மாதமாவது ஆன படங்களாக இருக்கும். செய்திப் படத்துக்குப் பின் மிகவும் எதிர்பார்த்த படம் காட்டப்படும். அது சோவியத் பாணி "ஹாலிவுட் கனவுகள்": அழகான உடையணிந்து, அலங்கார முடியுடன் இருந்த கூட்டுப்பண்ணைப் பெண்களுக்கும் சாயம் பூசி, ராவிவிடப்பட்டு வடிவமைக்கப்பட்ட விரல் நகங்கள் கொண்ட, வேலைக்குச் செல்லும் மற்றப் பெண்களுக்கும் அவர்கள் அரிய சாதனைகளால் மாஸ்கோவின் கதவு திறக்கப்பட்டு நல்ல ரசனையையும் வாழ்க்கையையும் தந்ததைக் கூறும் படங்கள்.

லிகிடா, ஐவர்ஸ் மற்றும் மில்டா 1952

லிகிடாவும் ஐவர்ஸும் டகூரில் மே 1951ல் திருமணம் செய்து கொண்டார்கள். மணமகள் சுருக்கங்களுடன் இருக்கும் மெல்லிய பட்டுத்துணியான மென் கம்பளி க்ரேப் துணியில் முன்பே லாட்வியாவில் தைக்கப்பட்ட உடையை அணிந்திருந்தாள். மணமகனின் உடை ஆடம்பரமாக இல்லாமல் எளிமையான உடையாக இருந்தது – லாட்விய கறுப்புச் சந்தையில் பண்டமாற்று முறையில் வாங்கிய பான்ட்டும் எதிர்க்காற்றைத் தாங்கக்கூடிய, உலோகப் பல்லிணைவு வைத்த ஜாக்கெட்டும்.

அவர்களைப் பொருத்தவரை அரசர்கள் உண்ணக்கூடிய உணவாக இருந்தது அவர்கள் திருமண விருந்து: வறுத்த உருளைக்கிழங்கும் அதன் பின் சீனி சேர்த்த ரவைக் கஞ்சியும். திருமணங்களில் வழக்கமாக அருந்தும் ஷாம்பேய்னுக்குப் பதிலாக பியரும் பால், பாலாடை, சீனி இவற்றுடன் அடிக்கப்பட்ட முட்டை வெள்ளையும் மஞ்சள் கருவும் சேர்த்துச் செய்யும் ஐங்கலவைப் பானமும் அருந்தினார்கள். விருந்தினர்கள் யாரும் இல்லை. ஏனென்றால் திருமணத் தேதி அங்கிருந்த லாட்வியச் சமூகத்துக்குத் தெரியாமல் ரகசியமாக வைக்கப்பட்டது. மாலையில் இருட்டத் தொடங்கியதும் ஐவர்ஸும் லிகிடாவும் மணமகளின் எளிமையான சீர்வரிசைகளைக் கொண்டுவரப் போனார்கள்: இரண்டு படுக்கை விரிப்புகள், ஒரு கம்பளி, இரண்டு முக்காலிகள், தேநீர்க் கெண்டி மற்றும் கொதி கெண்டி. அவர்கள் திருமண இரவன்று திருமணத் தம்பதிகளின் கட்டிலின் அருகே தரையில் மணமகனின் தாய் படுத்துக்கொண்டாள். அந்த இளம் தம்பதிகளை தனிமையில் இருக்கவிட்டு மகிழ்ச்சியுடன் போயிருப்பாள் மில்டா ஆனால் அவளுக்குப் போக இடம் இருக்கவில்லை.

தங்கள் திருமணச் சடங்கை நினைவுகூர்வது என் பெற்றோர்களுக்கு மிகவும் சிரிப்பையூட்டும் ஒன்று. அவர்கள் இருவரும் கிராம சபையின் செயலாளரிடம் சிறிது வெட்கத்துடன் திருமணம் புரிந்துகொள்ள அனுமதி கேட்டதும் அந்தப் பெண் சற்றுக் காத்திருக்கும்படியும் வயதான ஒரு பெண்மணியின் ஆட்டை வீட்டு மிருகங்களின் பதிவுப் புத்தகத்தில் பதிவு செய்ய வேண்டும் என்றும் கூறினாள். அதைச் செய்துவிட்டுத் திருமணம் புரிந்துகொள்ள விரும்பிய லாட்வியர்கள் பக்கம் திரும்பினாள். செயலாளர் சற்றுப் பதற்றத்தில் இருந்தாள். அவள் கண்காளிப்பாளர் முத்திரையைப் பூட்டிவிட்டுப் போயிருந்தார். திருமணச் சான்றிதழ் போன்ற ஆவணங்கள் எப்படி எழுதப்பட வேண்டும் என்ற அனுபவம் அவளுக்கு இல்லை. திருமணப் பதிவும் ஆட்டின் பதிவும் ஒரே பதிவுப் புத்தகத்தில் செய்யக்கூடாது என்பது மட்டும் அவளுக்குப் புரிந்திருந்தது. கண்காளிப்பாளரின் அறைக்குள் அவர்களை அழைக்கவும் செய்தாள். லிகிடா மற்றும் ஐவர்ஸின் திருமணம் ஒரு புத்தகத்தில் எழுதப்பட்டது என்றாலும் இதை உறுதி செய்யும் ஒரு சான்றிதழ் அவர்களுக்குத் தரப்படவில்லை. மேலும் அதிகாரப் பகட்டுடன் கூறப்படும் “ஐக்கிய சோவியத் சோஷியலிஸ குடியரசின் பெயரில் நீங்கள் கணவன் மனைவியாக இருக்கக் கடவீர்கள் . . .” என்ற சொற்களை இணைக்க வேண்டும் என்பது மறந்துபோய்விட்டது. மறந்துபோன இன்னொன்று வழக்கமான முத்தமிட்டுக்கொள்ளும் சடங்கு. என் பெற்றோர்கள் முடிவில் தெருவுக்கு வந்ததும் அவர்கள் விழுந்து விழுந்து சிரித்தார்கள். குடியிருப்புப் பாசறையில் இருந்த தங்கள் அறைவரை சிரித்துக்கொண்டே போனார்கள். அங்கே மில்டா சம்பிரதாயமான அமைதியுடன் காத்திருந்தாள். முத்திரை பற்றியும் ஆடு பற்றியும் சொல்லத் தொடங்கியதும் அவளும் கிண்டலடித்தபடி அவர்களுடன் சிரிக்க ஆரம்பித்தாள். சட்டப்படி சோவியத் குழுமத்தைச் சேர்ந்த எல்லாப் புதுமணத் தம்பதிகளுக்கும் மூன்று நாள் விடுமுறை உண்டு. ஆனால் ஐவர்ஸுக்கு விடுமுறை தரப்படாததால் அவர்கள் திருமணத்துக்கான விடுமுறையை லிகிடா தனியே கழித்தாள்.

முதன்முறை வேனிற்காலத்தில் லிகிடாவைச் சந்தித்து அதிகம் பேசமுடியாமல்போன பின் இலையுதிர்காலத்தில் ஒரு வீட்டில் நடந்த பார்ட்டியின் போது ஐவர்ஸ் மீண்டும் அவளை அணுகினான். அதன் பின் இருவரும் நண்பர்களாகி பலமுறை சேர்ந்து வெளியிடங்களுக்குப் போனார்கள். அங்கிருந்த லாட்வியச் சமூகம் அவர்கள் காதலின் போக்கை மிகவும் ஆவலுடன் பார்த்துவந்தது. அவர்கள் இருவரும் ஒருவரையொருவர் அறிந்துகொள்ள முயலும் கட்டம் டகூரின் சலிப்பூட்டும் வாழ்க்கையில் சுவாரசியத்தைக் கொண்டுவந்தது. சில காலம் பலரின் உரையாடல்களில் அவர்கள் காதல் பேசப்பட்டது. பெண் தோழிகள் அவர்கள் காதலின் உண்மையான அல்லது கற்பனை செய்த விவரங்களைக் குறித்துப் பேசினர். லாட்விய வீடுகளிலும் ஞாயிற்றுக்கிழமைக் கூடல்களிலும் உணவுக்குப் பின் சாப்பிடும் இனிப்புப்போலாயிற்று அவர்கள் காதல். டகூரில் நடப்பது கல்பாஷெவாவையும் எட்டி, அங்கிருந்த லாட்வியர்கள் ஐவர்ஸ் மற்றும் லிகிடாவின் குண இயல்புகளில் இருந்த நல்ல தன்மைகளையும் கெட்ட தன்மைகளையும் அலசி எடுத்தனர். இப்படி எல்லோரும் கூடி காதல் உருவாக்கத்தில் ஈடுபட்டதில் பாதிக்கப்பட்ட நபர் என் பாட்டிதான். அவள் தோழிகள் அவளிடம் அவள் மகன் தேர்ந்தெடுத்தப் பெண்ணைப் புகழ்ந்தும் இகழ்ந்தும் முரண்பாடான தகவல்களைக் கூறினார்கள். முடிவில் அடிபடாமல் எஞ்சியதை மீட்கவும் அல்லது இன்னும் உதவ முடியுமானால் உதவவும் மில்டா தன் மகனிடம் பேசத் தீர்மானித்தாள். அவள் மகன் ஆழ்ந்த உணர்ச்சியோடு பேசியதைக் கேட்டதும் ஐவர்ஸ் அவன் வாழ்க்கையில் முதன்முறையாகக் காதல் பற்றிய ஆழ்ந்த உணர்ச்சிகளை உணர்கிறான் என்று தெரிந்துகொண்ட மில்டா அவள் மகனின் இளம் வயது குறித்தும் அவர்கள் இருவருக்கும் பொருத்தம் இருக்குமா என்பதைக் குறித்தும் எழுந்த கவலை கலந்த பெருமூச்சை அடக்கிக்கொண்டு லிகிடாவிடம் பழகவும் அவளை ஏற்றுக்கொள்ளவும் தீர்மானித்தாள்.

முதல் சந்திப்புக்கும் அவர்கள் திருமணத்துக்கும் இடையே ஆறு மாதங்கள் இருந்தன. அந்த ஆறு மாதங்களும் ஆழ்ந்த காதலை உணரும் காலமாக ஆத்ம எழுச்சியை அடையும் காலமாக இருந்தன. அவர்கள் தங்கள் இணைந்த எதிர்காலத்தைக் குறித்து ஒருவிதக் கிறக்கத்தில் இருந்தார்கள். அவர்கள் பிரக்ஞையிலிருந்து கடக்க முடியாத, தப்ப முடியாத சொற்களான "வாழ்நாள் முழுவதும் நாடுகடத்தப்பட்டவர்கள்" என்பதை நீக்க முயற்சி செய்தனர். வேறு எந்தச் சுதந்திரம் அவர்களுக்கு இல்லாவிட்டாலும் காதல் அவர்களைச் சுதந்திரமாக்கியது. இதனால்தானோ என்னவோ அவர்கள் திருமணத்துக்கு முன் பழகிய காலத்தில் சைபீரியா பற்றிய பேச்சை அவர்கள் எடுக்கவே இல்லை. மீண்டும் மீண்டும் "அது" நடக்கும் முன்னிருந்த அவர்கள் வாழ்க்கையின் மகிழ்ச்சியான காலத்துக்கே திரும்பினார்கள். ஒளிமயமான கணங்களை நினைவுகூரும் இந்த அதீத மகிழ்ச்சியில் லிகிடா கோர்வையாகக் கூறாத பட்டினி, கடும் உழைப்பு, அவள் அம்மாவின் மரணம் போன்ற விவரங்கள் அவ்வப்போது சோக அபஸ்வரமாக ஒலித்தன. அதைக் கேட்டதும் 1941ல் நாடுகடத்தப்பட்ட லிகிடாவும் மற்றவர்களும் அனுபவித்தத் தாளமுடியாத துயரத்தோடு

ஒப்பிடும்போது தானும் மில்டாவும் எதிர்கொண்ட பேரிடரும் அதிலிருந்து மீண்டு உயிர்வாழ அவர்கள் பட்ட கஷ்டமும் அதிகமில்லை என்றே தோன்றியது ஐவர்ஸுக்கு. அப்போது என் அப்பா வயதில் சிறியவராக இருந்ததால் மனிதர்களுக்கு நேரக்கூடாத இந்தத் துன்பம் எவ்வளவு தூரம் லிகிடாவைப் பாதித்திருக்கிறது எப்படி அது அவள் ஆளுமையிலும் இயல்பிலும் அழிக்கமுடியாதபடி உறைந்துபோயிருக்கிறது என்பதை அவரால் புரிந்துகொள்ளமுடியவில்லை. பிரகாசமான, ஈர்க்கும், நொடியில் மாறும், தன்னிச்சையாகச் செயல்படும், மகிழ்ச்சி பொங்கும் அவர் லிகிடாவின் முகத்திலிருந்து அவரால் தன் கண்களை அகற்ற முடியவில்லை. இந்த அற்புதமான உயிரை அவர் அடைந்தது எவ்வளவு பெரிய பாக்கியம் என்று எண்ணியெண்ணி மகிழ்ந்தார். எவ்வளவு தொட்டால் உடையும் தன்மையுடையவள் என் அம்மா எப்படி அவளுக்கு வாழ்நாள் எல்லாம் ஆதரவு தேவைப்படும் என்பதை ஐவர்ஸ் அப்போது அறிந்திருக்கவில்லை; அறியவும் சாத்தியமில்லை. லிகிடா ஒரு வயதுவந்த பெண்ணின் வாழ்க்கையை வாழ்வாள் ஆனால் முதிர்ச்சி அடைந்த ஒரு நபரின் ஆளுமையிலுள்ள சக்தியும் முழுமையும் அவளுக்கு எட்டாமலே போகும். இந்த இயல்புகள் ஸைபீரியாவிலேயே தங்கிவிட்டன.

திரும்பிப் பார்க்கும்போது என் பெற்றோர்களின் வாழ்க்கையில் எல்லா எதிர்மறையான சந்தர்ப்பங்களும் ஒன்றாகக் கலந்திருந்தன. திருமண வாழ்க்கையின் முதல் ஆண்டில் ஒத்துப்போவதும் ஒருவருக்கொருவர் இணங்கிப்போவதும் கடினமாக இருந்தது. முடியவே முடியாது என்று தோன்றியது. அப்போதுதான் திருமணம் செய்துகொண்ட அவர்களும் மில்டாவும் குடியிருப்புப் பாசறையின் ஒரு சிறிய அறையில் வாழ்ந்தனர். அங்கு இரண்டு படுக்கைகள், ஒரு மேசை தவிர வேறு ஒன்றும் வைக்க இடம் இருக்கவில்லை. மில்டாவுக்கு வேலை கிடைக்காததால் ஐவர்ஸுக்கும் லிகிடாவுக்கும் தனிமையில் இருக்க வழியிருக்கவில்லை. எவ்வளவுதான் அவள் யாரையாவது பார்க்கப்போக முடியும்? அதனால் அவள் எப்போதும் அங்கேயேதான் இருந்தாள் – காலையில் படுக்கையில் அமர்ந்தபடியோ அல்லது மேசை அருகே அமர்ந்தபடியோ இருப்பாள். இரவில் அடுத்த கட்டிலில் படுத்திருப்பாள். தவிர அவர்கள் வேலையும் அவர்களைச் சேர்ந்திருக்க விடவில்லை. ஐவர்ஸ் மூன்று ஷிப்டுகளில் வேலை செய்யவேண்டியிருந்தது. லிகிடாவுக்கோ இரண்டு ஷிப்டுகளில் வேலை. ஒருவர் ஆலைக்கு வேலைக்குக் கிளம்பிப் போகும்போது மற்றொருவர் திரும்பிவரும் நேரமாக இருக்கும். மரம் அறுக்கும் ஆலையில் இருவரும் உடலளவில் கடினமான, களைப்பூட்டும் வேலையைச் செய்தார்கள். என் அம்மா மிகவும் கஷ்டப்பட்டாள். கனமான மரப் பலகைகளை பத்து மணி நேரம் தூக்கிய பின் அவள் முகத்தில் ஒரு மாதிரியான பச்சை நிறம் ஏறியது. ஷிப்டின் முடிவில் அவளால் நிற்கவே முடியவில்லை. குடியிருப்புப் பாசறையிலிருந்த அவர்கள் அறைக்கு வந்ததும் அவள் ஆசைப்பட்டதெல்லாம் யாராவது அவளைப் பார்த்துப் பரிதாபப்பட்டு எமீலியா செய்ததுபோல் பரிவு காட்ட வேண்டும் என்பதுதான். ஆனால் யாருக்குமே அது முடியவில்லை. மிகவும் கருணையுடன் இயல்பாகப் பழகும் மில்டாவால் கூட அதைச் செய்ய முடியவில்லை. எதையும்

எதிர்பார்க்காமல் கிடைக்கும் அன்புக்கான லிகிடாவின் தேவை நிறைவேறவே இல்லை. சில சமயம் ஐவர்ஸ் கூட பரிவு காட்டவில்லை என்று தோன்றியது அவளுக்கு. அதை அவனிடம் சொல்லவும் தயங்கவில்லை அவள். ஐவர்ஸுக்கு அம்மா இருக்கும்போது தனக்கு இல்லையே என்று ஒருவேளை அடி மனத்தில் அவளுக்குப் பொறாமை இருந்திருக்கலாம்.

ஐவர்ஸுக்கும் உள்ளுக்குள் பாதுகாப்பற்ற உணர்வு இருந்தது. திருமணமாகியிருந்தாலும் ஒரு கணவன் போலவோ குடும்பத் தலைவன் போலவோ அவன் உணரவில்லை. உள்ளுக்குள் தான் திருமணமானவன் என்பது அவனுக்குக் கர்வமாக இருந்தது. ஆனால் திருமணத்துக்குப் பிறகு வேலை செய்யும் இடத்தில் அவனை நோக்கி எய்யப்பட்ட சம்பிரதாயமான இரட்டை அர்த்தமுள்ள கேலிகளுக்கு அவனால் எந்தவிதக் கூச்சமும் இல்லாமல் பதில் சொல்ல முடியவில்லை. டகூரில் திருமண உறவுகள் லாட்விய சமூகத்தைவிட பெரிய அளவில் மாறுபட்டிருந்தன. கிராமத்தார் அவர்கள் மனைவியிடம் மரியாதையோ அன்போ காட்டவில்லை. மாறாக மற்றவர்கள் எதிரே “அந்தக் கிழவி” எந்த வகையிலும் அவர்களுக்கு முக்கியமானவள் இல்லை என்பதையே காட்டுவார்கள். அவர்கள் மனைவிகளும் இதை எதிர்க்கவில்லை. அவர்களுக்குத் தெரியும் இந்த “ஓட்டைவாயன்” வீட்டில் வந்து நான்கு சுவர்களுக்குள்ளே வேறு மாதிரி பேசுவான் என்று. லாட்வியர்கள் இடையே இருக்கும்போது லாட்வியாவில் இருப்பதுபோல் நடந்துகொண்டான் ஐவர்ஸ். கிராமத்தாரோடு இருக்கும்போது ஒரு வகை வெட்கம் அவனுக்கு வந்தது. லிகிடாவிடமிருந்து சற்று விலகியே இருந்தான் அப்போதெல்லாம். இது லிகிடாவைப் பாதித்தது. அவளை ஆத்திரமூட்டியது. அவள் கணவன் ஏன் இப்படி “முட்டாள்” போல் நடந்துகொள்கிறான் என்று அவளுக்குப் புரியவில்லை. அந்த நாகரிகமில்லாத ரஷ்ய விவசாயி “மஸிக்”குகளுக்கு உண்மையான ஆண் எப்படி நடந்துகொள்வான் என்பதைக் காட்டவேண்டியதுதானே? அந்தச் சமயத்தில் என் பெற்றோர் இருவரும் நிறையச் சண்டைபோட்டார்கள். ஆனால் பிறகு சமாதானமும் செய்துகொண்டார்கள். இப்படிச் சண்டையும் சமாதானமுமாக ஒருவருக்கொருவர் நெருங்கிவந்தார்கள். ஒரு கட்டத்தில் “நான்” போய் “நாம்” ஆனது. வேறு மாதிரியான சாதகமான சூழலில், வேறு வகைத் தேர்வுகள் இருந்திருக்ககூடிய நிலைமையில் இந்த “நாம்” ஆகப் பிணைவது நடக்காமல் போயிருக்கலாம். ஐவர்ஸும் லிகிடாவும் அவரவர் உணர்ந்த உண்மையின்படி சமரசம் செய்துகொள்ளாமலோ புரிந்துகொள்ளாமலோ இருந்திருப்பார்கள். ஆனால் அவர்கள் “வாழ்நாளுக்கும் குடியிருத்தப்பட்டிருந்தார்கள்”; இருவருக்குமான இந்த விதி அன்புக்கும் நெருங்கியவருக்குமான மதிப்பைக் கூட்டியது. காரணம் குடும்பம் ஒன்றுதான் நாடுகடத்தலையும் உரிமை இல்லாத நிலைமையையும் தாங்கிக்கொள்ளும் சக்தியைத் தரவல்லது.

ஒரு பெண் குழந்தை வேண்டுமென்று மிகவும் ஆசைப்பட்டாள் லிகிடா. பெண் குழந்தை இருந்தால் அவளுக்கே அவளுக்கென்று ஒருயிரும் அதற்கு அவள் மட்டுமேதான் அவளை விட்டால் வேறு யாருமில்லை என்ற நிலைமையும் ஏற்படும் என்று அவள் நினைத்தாள். ஒருவேளை எமீலியாவின் மரணத்துக்குப் பின் அவளுக்கு மகள் வேண்டும் என்ற ஆசை

தோன்றியிருக்கலாம். மனத்தினுள் அவனுக்கு உடன்பாடில்லாவிட்டாலும் குட்டிப் பெண் குழந்தை பிள்ளையைவிட மேல் என்பதை ஐவர்ஸும் ஏற்றுகொண்டான். குழந்தை பற்றிய எண்ணம் யதார்த்த உண்மையாக இல்லாமல் ஏதோ தூரத்தில் இருக்கும் ஒன்றாகத் தோன்றியது. ஆனால் அவன் மனைவி இவ்வளவு ஆசைப்படுகிறாள் என்றால் இருந்துவிட்டுப் போகட்டும். முடிவில் அவர்கள் ஆசை நிறைவேறும் என்று டாக்டர் கூறினார். டிசம்பர் மாத முடிவில் லிகிடா தாயாவாள் என்று கூறினார். லிகிடாவின் கணவன் வேலைக்குப் போயிருந்தான். அந்த நல்ல செய்தியைக் கூற அவனுக்காகப் பல மணி நேரம் காத்திருக்கவேண்டிவந்தது. அவர்கள் முதல் சந்திப்பைப்போலவே இந்த வாழ்க்கையையே புரட்டிபோடும் நிகழ்வு பற்றிய செய்தியும் டகூரின் தெருவில்தான் ஐவர்ஸை எட்டியது – ஒருவர் வேலைக்குப் போய்க்கொண்டும் ஒருவர் வந்துகொண்டும் இருந்தபோது. செய்தியைக் கேட்டதும் மனைவியிடம் ஒரு வார்த்தை அன்பாகக் கூடப் பேச முடியாமல், பிரமித்துப்போய், வீட்டை நோக்கித் தொடர்ந்து நடந்தான். தனக்கு மகிழ்ச்சியாகவும் அதீத உற்சாகமாகவும் இருக்கவேண்டும் என்று அவனுக்குத் தோன்றினாலும் ஒரு பெரிய பாரம் மேலே வந்து இறங்கியதுபோல் பட்டது. ஓர் ஆண்டுக்குள் இன்னோர் உயிருக்குத் தான் பொறுப்பேற்க வேண்டும் என்ற எண்ணம் அவனுக்குப் பீதியையூட்டியது. என் அப்பா அதற்குத் தயாராக இருக்கவில்லை. எல்லாமே மிகவும் துரித கதியில் நடந்துகொண்டிருந்தது.

தன் கனவுகளில் என் அம்மா அழகாக உடையணிந்து வெளிச்சம் நிரம்பிய அறையில் இருந்த குழந்தையின் அழகுசொட்டும் பிம்பங்களைக் கண்டிருந்தாள். அந்தக் குழந்தை புன்னகைத்தபடி தன் குண்டுக் குட்டிக் கைகளை தன் அம்மாவின் பக்கம் நீட்டுகிறது. அவள் கர்ப்ப காலம் எந்தக் குறையுமில்லை என்ற மென்மையான உணர்வுகள் நிரம்பிய காலமாக இருக்கும் என்று அவள் கற்பனை செய்திருந்தாள். அவள் முகம் ஒளியுடன் பூரித்திருக்கும்; அவள் மாமியாரும் கணவனும் அவளிடம் பரிவுடன் அக்கறை காட்டுவதை அவள் ஏற்றுக்கொள்வாள் – அது கால்நோகாமல் நடந்து அன்பான வார்த்தைகளைக் கேட்கும் காலமாக இருக்கும். யதார்த்தம் முற்றிலும் வேறாக இருந்தது. ஒவ்வொரு நாளும் மர அறுவை ஆலைக்குப்போய் கனமான மரப் பலகைகளைத் தூக்கவேண்டிவந்தது. கர்ப்பமாக இருப்பதைக் காரணம் காட்டி கடின உழைப்பு செய்யாமல் இருக்க முடியாது. அவள் குடும்பம் சுவையான பதார்த்தங்களையும் அவளுக்குச் சக்தி தரும் உணவு வகைகளையும் வாங்கி முடிந்தவரை அவளுக்குச் செல்லங் கொடுக்கத்தான் செய்தது. ஆனால் வாந்தி வரும் உணர்வு அவள் பசியைப் போக்கிவிட்டது. லிகிடாவுக்குச் சாப்பிடவே பிடிக்கவில்லை. அதிகரித்துக்கொண்டேபோன பலவீன உணர்வு அவளை கவலைகொள்ளவைத்தது. ஆரம்பத்தில் ஷிப்ட் முடியும் வரை எப்படியோ வேலை செய்வாள். வீடு திரும்பி ஓய்வெடுத்ததும் சரியாகப்போய்விடும். ஆனால் இப்போதோ முழு ஷிப்டும் வேலை செய்முடியும் என்று தோன்றவில்லை. வீடு திரும்பி படுக்கையில் விழுந்து அடித்துப்போட்டதைப்போல் தூங்கிவிடுவாள். வேலை செய்யும் இடத்தில் பல முறை மயங்கிவிழுந்தாள். முடிவில் கிராமத்து நர்ஸ் அவளைப்

பார்த்து மனம் இரங்கி மானேஜரிடம் லிகிடாவுக்கு எளிதான வேலை தரும்படி சிபாரிசு செய்தாள்.

தன் மருமகள் பலவீனமாகிக்கொண்டே போவதை கவலையுடன் பார்த்துக்கொண்டிருந்த மில்டா முதல் சில மாதங்களுக்குப் பின் உடம்பு தேறிவிடும் என்று நினைத்துத் தன்னைத்தானே சமாதானப்படுத்திக் கொண்டாள். மாறாக, பலவீனம் குறையவேயில்லை. ஜூலை மாதம் லிகிடாவின் நிலைமை மிகவும் மோசமாகி அவளால் வெளியேகூடத் தனியாகப் போக முடியவில்லை. என் அம்மாவின் கன்னங்கள் சிவந்திருந்தன. அடிக்கடி காய்ச்சலும் வந்தது. முதல் தடவை இது க்ஷயமாக இருக்கலாம் என்ற எண்ணம் வந்தபோது மில்டா அந்த எண்ணத்தை உடனே அடக்கிக்கொண்டாள். அப்படி ஏதாவது லிகிடாவுக்கு ஆனால் அது நிச்சயமாகத் தகாத அநியாயம்தான். ஆனால் மீண்டும் மீண்டும் லிகிடாவின் நெற்றியைத் தொட்டுப்பார்த்து காய்ச்சல் எவ்வளவு டிகிரி இருக்கிறது என்று பார்த்தாள். நாடியைத் தொட்டுப் பார்த்தாள். அவளுக்கு இந்த வியாதியை நன்றாகத் தெரியும். அது அவள் கணவன் அலெக்ஸான்டர்ஸ்ஸையும் பலவீனப்படுத்திய

வேலை முடிந்து வீட்டுக்கு வந்தபின் லிகிடா

ஒன்று. தன் ஐயங்கள் குறித்து மகனிடம் ஏதும் கூறவில்லை. முடிவில் நோயின் அறிகுறிகளை இனிமேலும் அலட்சியப்படுத்தமுடியாது என்று மில்டாவுக்குத் தோன்றியதும் லிகிடாவை கல்பாஷெவாவில் இருந்த ஆஸ்பத்திரிக்கு உடனே கொண்டுசெல்லவேண்டும் என்பது புரிந்தது. என் அம்மா பேருந்தில் உட்காரக்கூட முடியாதபடி பலவீனப்பட்டிருந்தாள். என் அப்பா ஆலையிலிருந்து ஒரு குதிரையும் வண்டியும் வேண்டும் என்று கேட்டு வாங்கிக்கொண்டார். வண்டியில் மனைவியைப் படுக்கவைத்த

பின் வீண் எண்ணங்கள் வந்து தாக்கியபடி இருக்க இருண்ட மனத்துடன் ஆஸ்பத்திரியை நோக்கிப் போனார்.

நல்லவேளையாக அது க்ஷயம் இல்லை. ப்லூரஸி என்னும் நுரையீரல் சவ்வின் அழற்சிதான். அதைக் குணப்படுத்திவிட்டார்கள். அவள் உடம்பு தேற கனலி அல்லது கலோரிகள் அதிகமுள்ள உணவு லிகிடாவுக்குத் தரப்பட வேண்டும் என்று கூறினார் டாக்டர்: வெண்ணெய், இறைச்சி மற்றும் சீனி இவை டகூர் கடையிலேயே 1952ல் கிடைக்கும் பொருட்கள்தாம். அதற்குத் தேவையான ரூபில்களைச் சேர்க்க ஐவர்ஸூம் மில்டாவும் பழைய உருளைக்கிழங்கு உணவுக்கு மாறினார்கள். ஆரம்பத்தில் ஏதோ தந்த வேலையைச் செய்பவள்போல் எந்த உற்சாகமோ பசியோ இல்லாமல் சாப்பிட்டாள் லிகிடா. சாப்பிட வேண்டும் என்று இவ்வளவு நாளும் ஏங்கிய உணவு இந்த நோயால் எப்படிப் பிடிக்காமல் போயிற்று என்று நினைத்துக்கொண்டாள் லிகிடா. ஆனால் நாக்கு ருசி மெல்ல மெல்லத் திரும்பி வந்தது. அத்துடன் அவள் சக்தியும். கடைசி மாதங்களில் என் அம்மாவின் உடம்பும் மனமும் நன்றாகத் தேறிவிட்டது. அவள் கர்ப்பத்தில் இருந்த குழந்தைக்குக் கெட்ட கனவுகள் வராமல் அது உற்சாகத்துடன் அவளை வயிற்றில் உதைக்கத் தொடங்கியது. அது பெண்தான் என்பதில் அவளுக்கு எள்ளளவும் சந்தேகம் இருக்கவில்லை. அவள் ஒரு பெயரை ஏற்கனவே தேர்ந்தெடுத்திருந்தாள்: ஸோன்ட்ரா. தியடோர் ட்ரெய்ஸரின் அமெரிக்க நாவலான *ஓர் அமெரிக்கச் சோகக் கதை* நாவலில் அந்தப் பெயரைப் பார்த்திருந்தாள். லாட்விய மொழியில் மொழிபெயர்க்கப்பட்டு வந்த அயல் மொழி நாவல்கள் வெகு சிலவற்றில் அதுவும் ஒன்று. அது அங்கிருந்த லாட்வியச் சமூகத்தில் பலர் கைமாறிப்போயிற்று. என் அம்மா அதைப் பலமுறை படித்திருந்தாள். அது அவளை அழகிய உடைகள் உடுத்து, மோட்டார் காரில் போய் சாதாரண வாழ்க்கையை வாழும் பெண்களின் உலகத்துக்குக் கொண்டுசென்றது. ஸோன்ட்ரா! அது எவ்வளவு தூயதாக, கைக்கு எட்டாததாக இருந்தது! ஐவர்ஸ் உடன்படவில்லை. அந்தப்பெயர் அவனுக்குத் தெரியாததாக இருந்தது. கடைசியில் இருவரும் சமரசம் செய்துகொண்டு ஓர் உடன்பாட்டுக்கு வந்தனர். உணர்ச்சியற்று, நெருக்க உணர்வைத் தராத ஸோன்ட்ரா பெயரில் இருந்த "ஓ" ஒலி "ஆ" என்று மாற்றப்பட்டு லாட்வியப் பெயராக ஒலிக்கும் "ஸான்ட்ரா" ஆகியது. எனக்கு இந்தப் பெயர் பிடித்திருக்கிறது. அதன் தாளகதியும் திடமும் என்னுடைய எதற்கும் அசையாத, உறுதியான இயல்பை ஒத்திருக்கிறது.

1952ல் போர் முடிந்து ஏழு ஆண்டுகள் ஆகிவிட்டிருந்தன. இருந்தாலும் ஏகாதிபத்தியத்தின் மேல் கம்யூனிசம் அடைந்த வெற்றியைக் கொண்டாட, ஸ்டாலின் தன் மக்களுக்கு எதிரான பயங்கரத்தைத் தொடர்ந்துகொண்டிருந்தார். பல்ஷவிக் புரட்சிக்குப் பின் வந்த இரண்டாம் தலைமுறை மனிதர்கள் செய்ய முடியாத வேலையில் ஈடுபடுத்தப்பட்டு அடிமைப்படுத்தப்பட்டு, மனிதர்கள் வாழ வேண்டிய சூழலில் வாழ்வோம் என்ற நம்பிக்கையை இழந்திருந்தாலும் சில முன்னேற்றங்கள் டகூரையும் எட்டியிருந்தன. என் பெற்றோர்கள் பட்டினி கிடக்க வேண்டியிருக்கவில்லை. இப்போது சாப்பாடு கிடைத்தது. வேலைக்கான ஊதியம் முன்னைவிட

ஒழுங்காகக் கிடைத்தது. ஐவர்ஸ் ஒரு மின் வினைஞராக வேலை பார்க்க ஆரம்பித்திருந்தான். அது மிகவும் பொறுப்பான, நல்ல ஊதியம் கிடைக்கும் வேலை அப்போது. லாட்வியாவில் மிகவும் மோசமான நிலைமையில் விடப்பட்டிருந்த ஆர்னிஸ் மற்றும் மடில்டே பற்றிக் கவலைப்பட்ட அவன் அவர்களுக்காக இருநூறு ரூபில்கள் சேமித்து அனுப்பக்கூட முடிந்தது. நாடுகடத்தப்பட்டவர்களில் பலர் உலகத்தின் இந்தப் பகுதியில் இன்னும் பல ஆண்டுகள் கழிக்க நேரும் என்பதை ஏற்றுக்கொண்டிருந்தார்கள். வேறு வழி இல்லாததால் அந்தச் சூழலில் ஓரளவு நல்ல முறையில் வாழ முயன்றுகொண்டிருந்தார்கள். அவர்களைச் சுற்றியிருந்த சிலர் ஆடு, பன்றி வாங்கி வைத்துக்கொண்டு முட்டைக்கோஸும் உருளைக்கிழங்கும் பயிரிட்டார்கள். எப்படியாவது இருக்கும் பணத்தில் வாழும் முயற்சி. ஆனால் எல்லோருடைய கனவும் அவர்களுக்கென்று ஒரு வீடு கட்டுவதுதான். ஏனென்றால் வீடு கட்ட மனை தரத் தொடங்கியிருந்தது மர அறுவை ஆலை. ஐவர்ஸும் ஆலையில் மனைக்காக ஒரு கோரிக்கை வைத்திருந்தான். மனத்துக்குப் பிடிக்காத பாசறைக் குடியிருப்பிலிருந்து வெளியேற அவர்களுக்குத் தரப்பட்ட ஓர் அரிய சந்தர்ப்பம் இது என்று என் பெற்றோர் இருவருக்குமே தோன்றியது. சன்னலுக்குப் பின்னால் வாழ்ந்த வீட்டாரின் நாற்றமும் சத்தமுமில்லாமல் அவர்கள் குடும்பம் மட்டும் சூழ வாழும் வாழ்வு. என் அப்பாவுக்கு அந்த முடிவை எடுப்பது கடினமாகத்தான் இருந்தது. எனென்றால் வீடு கட்டுவதில் தன் நண்பர்கள் சிலரின் உதவி மட்டும்தான் இருந்தது. வீடு கட்டுபவரை அணுக அவர்களிடம் பணம் இருக்கவில்லை.

ஸான்ட்ராவின் அப்பா டகூரில் கட்டிய வீடு

ஐவர்ஸ் மற்றும் லிகிடாவின் கனவுகளைக் கேட்டுவிட்டுத் தலையை மறுப்பதுபோல் ஆட்டினாள் மில்டா. அவள் மகன் தன் திறமையைப் பற்றி அதிக உயர்வாக நினைக்கிறானா? வீடு கட்டுவது பற்றி அவனுக்கு என்ன தெரியும்? ஆனால் ஐவர்ஸ் உறுதியாக இருந்தான். நான் பிறப்பதற்கு

முந்தைய ஆண்டின் இலையுதிர்காலத்தில் வீட்டுக்கான அஸ்திவாரம் போட்டிருந்தார்கள். குளிர்காலம் ஆரம்பிக்கும் முன் மொட்டைமாடி கட்டிவிடலாம் என்று என் அப்பா திட்டமிட்டிருந்தார். ஆனால் தான் என்ன செய்ய முடியும் என்பதைச் சற்று அதிகப்படியாகக் கணக்கிட்டுவிட்டார். ஆலையில் செய்யும் முழுநாள் வேலைஅவர் சக்தியைக் குடித்தது. பனியும் எதிர்பார்த்த நேரத்துக்கு முன்பே வந்துவிட்டது. கட்டட வேலையை நிறுத்தவேண்டி வந்தது. உடல் தேறிவிட்டதால் லிகிடா வீடு கட்டுமிடம்வரை நடந்துபோய் என்ன வேலை நடந்திருக்கிறது என்று பார்த்துவிட்டு வருவாள். அவள் மகிழ்ச்சியுடன் பார்த்துக்கொண்டேவர, நான்கு மரக்கட்டைகள் பனியிலிருந்து மேலெழும்பி நின்றன. இவ்வளவு நாட்கள் ஏதேதோ யாருமில்லாத மூலைகளில் வாழ்ந்த பின் முடிவில் அவளுக்கென்று ஒரு வீடு இருக்கப் போகிறது.

நெருக்கமான பாசறைக் குடியிருப்புகளுடன் ஒப்பிட்டால் இந்த இருபத்தைந்து மீட்டர் அளவு இருந்த இடம் பெரிய இடமாகத் தோன்றியது. எல்லாமே திட்டமிடப்பட்டிருந்தது. அவள் மாமியாருக்கு ஒரு சிறிய அறை, ஒரு சமையலறை மற்றும் வரவேற்பறை. அவள் கற்பனையில் என் அம்மா கட்டிமுடித்த ஒரு வீட்டைக் கண்டாள். அறையில் அவள் கஞ்சி போட்ட சல்லடைத் துணியில் சன்னல் திரைகளைப் போடுவாள். மில்டாவின் பூப்போட்ட மோல்டாவியா நாட்டுக் கம்பளத்தைச் சுவரில் மாட்டுவாள். மேசையைச் சன்னலருகில் வைப்பாள். மூலையில் அவள் குழந்தையின் தொட்டில் இருக்கும். வீடு என்பது கண் முன்னால் இருக்கும் ஒன்றாக ஆன பின், லிகிடாவின் பிரக்ஞையில் கைக்கு எட்டாத மாயமாகத் தொலைவில் ஏதோ முந்தைய ஜன்மத்தில் இருந்துபோல் தோன்றும் அவள் பரம்பரை வீட்டின் நினைவுகளை இந்த வீடு பின்னே தள்ளியது. பின் திரும்பிப் பார்க்க விரும்பவில்லை அவள். ஏனென்றால் அவள் இனிமேல் அவள் வாழப்போகும் இடத்தில் அவள் இருந்தாள். .

என் அம்மாவின் மிக முக்கியமான கணம் நள்ளிரவுக்குச் சிறிது முன் அவள் குடியிருப்புப் பாசறையில் தனியாக இருந்தபோது வந்தது. அந்த வாரம் ஐவர்ஸ் இரவு ஷிப்ட் வேலையில் இருந்தான். மில்டாவும் வீட்டில் இல்லை. அவளுக்கு ஆஸ்பத்திரியில் ஒரு மாத வேலை கிடைத்திருந்தது. விதிவசத்தால் அதுதான் என் பாட்டியின் வேலையின் கடைசி நாள். ஆரம்பத்தில் வரும் சுரீரென்ற வலி தொடங்கியதும் என் அம்மா பயந்துவிட்டாள். இவ்வளவு வலிக்குமா என்ன, ஏதாவது விபரீதமாக நடக்கப்போகிறது என்று பயந்தாள். அவள் அம்மா அருகில் இருக்க வேண்டும் என்று எவ்வளவு நினைத்தாள் அப்போது! அவளுக்கு எப்படி உதவ வேண்டுமென்று எமீலியாவுக்குத் தெரிந்திருக்கும். “அம்மா, என் அம்மாவே!” என்று வாய்விட்டுக் கத்தினாள். யாராவது பக்கத்தில் இருந்து அவளைச் சமாதானப்படுத்தி என்ன செய்ய வேண்டும் என்று கூறி உதவினால் எவ்வளவு நன்றாக இருக்கும்! வலி அதிகரித்தது. வழவழவென்று ஏதோ ஒரு திரவம் அவள் கால்கள் வழியாக ஓடியது. அதைப் பார்த்ததும் லிகிடாவுக்குக் குழப்பத்தில் தலையே வெடித்துவிடும்போல் இருந்தது. அது ரத்தம் என்று நினைத்து, சீக்கிரமே தான் சாகப்போகிறோம் என்று நினைத்தாள். உரத்த குரலில் கத்த ஆரம்பித்தாள். ஆனால்

எந்தப் பலனும் இருக்கவில்லை. அவள் கூக்குரலைக் கேட்க அங்கு யாருமில்லை. யாரும் உதவ வரவில்லை. திடீரென்று கூக்குரலிடுவது நின்றது. என் அம்மா மௌனமாகிப்போனாள். படுக்கையில் விழுந்து, காலை வளைத்துக்கட்டிக்கொண்டு குனிந்து உட்கார்ந்துகொண்டாள். காத்திருப்பதில் பயனில்லை. பலத்தையெல்லாம் திரட்டிக்கொண்டு ஆஸ்பத்திரிக்கு அவளேதான் போகவேண்டும். எப்படியோ உடை உடுத்திக்கொண்டு பனியில் தடுமாறியபடி நடந்தாள். ஒரு நூறு மீட்டர்தான் நடக்கவேண்டும். ஆனால் ஏதோ முடிவே இல்லாமல் நடப்பதுபோல் தோன்றியது. வரவேற்பு அறையில் இருந்த நர்ஸ் அவளிடம் வழக்கமான கேள்விகளைக் கேட்க ஆரம்பித்தவள் லிகிடாவைப் பார்த்ததும் நிலைமையைப் புரிந்துகொண்டு அழுதுகொண்டிருந்த அவளை மகப்பேறு பிரிவுக்கு அழைத்துச் சென்றாள். அவள் உடையை மாற்றி ஆஸ்பத்திரி உடையை அணிவித்துப் பிரசவத்துக்கு முன் இருக்கும் அறையில் அவளைத் தனியாக விட்டுவிட்டுச் சென்றாள். நட்ட நடுநிசி.

அடுத்த நாள் காலையில் இரவு வேலையிலிருந்து திரும்பிய மில்டா மருமளைக் காணாததும் கவலைப்பட்டுப்போய் மீண்டும் வேலை செய்யுமிடத்துக்கு வந்தாள். ஒரு பேரக் குழந்தை பிறந்திருக்கும் செய்தி அவளை அங்கு வரவேற்கும் என்று நம்பிக்கொண்டு போனாள். ஆனால் பிரசவம் இன்னும் நடந்து முடியவில்லை. பிரசவ அறைக்குள் போக அனுமதிக்கும்படி கெஞ்சினாள். ஆனால் தொற்று வராதிருக்க அதைத் தனிப்படுத்தி வைத்திருந்தார்கள். வராந்தாவிலேயே அவள் மருமகள் வலியில் கூவுவது கேட்டது. டாக்டர் கவலையில் பதறிக்கொண்டிருந்த மில்டா பெட்ரோவ்னாவைச் சமாதானப்படுத்த முயன்றார்: எல்லாம் நல்லபடி நடக்கும். மற்றவர்களின் வலி அவளுக்குப் பழகிப்போயிருந்தாலும் தன் மருமகளின் வழக்கமான குரல் மாறி காட்டுக்கத்தலாய் வந்த கூவலை அவளால் காதுகொண்டு கேட்க முடியவில்லை. மர அறுவை ஆலையிலிருந்து வந்துகொண்டிருந்த மகனைப் பார்க்கத் தெருவுக்கு ஓடிவந்தாள். பதட்டமடைந்த குரலில் கோர்வையாக இல்லாமல் பேசியபடி எல்லாம் நடுநிசியில் ஆரம்பித்தது என்றும் எப்போது எல்லாம் நடந்து முடியும் என்று அவர்களுக்குச் சொல்ல முடியவில்லை என்றும் லிகிடா எப்படித் தவித்துக்கொண்டிருக்கிறாள் என்றும் கூறினாள். இருவரும் ஆஸ்பத்திரிக்குக் கிட்டத்தட்ட ஓடி வந்தார்கள். பல மணி நேரம் கடந்தது. ஆனால் நிலைமை மாறவில்லை. தாங்கமுடியாத பதற்றத்தில், பித்துப் பிடித்தவர்போல், என் அப்பா ஆஸ்பத்திரியைச் சுற்றி சுற்றி வந்தார். அந்த மரக்கட்டைச் சுவருக்குப் பின்னால் அவர் அருமை லிகிடா நோவில் அவதிப்பட்டுக்கொண்டிருக்கத் தன்னால் ஒன்றுமே செய்ய முடியவில்லை; அவள் கையைப் பிடித்துக்கொண்டு அன்பாகச் சில வார்த்தைகளைக்கூடச் சொல்லமுடியவில்லை என்பது அவரை வாட்டி வதைத்தது. அவளைப் பரிவுடன் சமாதானப்படுத்தக்கூட அவரை அனுமதிக்கவில்லை. இந்த வேளையில் லிகிடாவின் கூக்குரல் கேட்பதாய் அவர் கற்பனை செய்துகொண்டார். ஆனால் அவர் காதில் கேட்டது அவர் பதற்றத்தில் வந்த கற்பனையில் எழுந்த எதிரொலியின் அதிர்வுகள்தாம். மீண்டும் மீண்டும் பிரசவ அறையின் சன்னலைத் தட்டினார். ஆனால்

ஒரே பதில்தான் வந்தது: இன்னும் முடியவில்லை. இன்னும் கொஞ்சம் காத்திருக்கவேண்டும்.

இரவு முழுவதும் பிரசவ வேதனையில் கடந்து மறுநாள் மதியம்வரை தொடர்ந்தது. அலைபோல் வந்த இரண்டு வலிகளுக்கு இடையே என் அம்மா கொஞ்சம் தூங்கியிருந்தாள். ஆனால் அதிக நேரமில்லை. மீண்டும் வலி வந்தது. ஆனால் நடந்தால் அதைப் பொறுத்துக்கொள்ள முடிந்தது. கத்துவது உதவியது. கத்தும்போது அவள் உடல் முறுக்கிக்கொண்டு வலி குறைவதுபோல் இருந்தது. இது முடியப்போவதே இல்லை என்று நினைத்தாள் லிகிடா. அவ்வப்போது மணி என்ன என்று கேட்டுக் கொண்டாள். எட்டு மணி நேரம் கடந்திருந்தது! அதன் பின் பத்து மணி நேரம்! எதுவுமே மாறவில்லை! வலிதான் அதிகரித்திருந்தது. எழுந்து நிற்கக்கூட முடியவில்லை. மெத்தைக்குக் கீழே இருந்த மரப்பலகையைக் கெட்டியாகப் பிடித்துக்கொண்டாள் என் அம்மா. கண் முன்னால் கரிய வட்டங்கள் ஓடின. கத்தி கத்திக் குரல் கரகரத்துப் போயிருந்தது. அதன் பின் அவள் கத்தியது இறைப்பதைப்போல் கேட்டது. அந்தப் பெண் டாக்டர் குறுகிப்போன, சரியான வளர்ச்சி இல்லாத, குழந்தையை வெளியே வர அனுமதிக்காத உடலின் ஒக்கலைப் பகுதி பற்றி விளக்கிக்கொண்டிருந்தார். ஆனால் அது லிகிடாவின் பிரக்ஞையை எட்டவில்லை.[1] அவள் சக்தி குறைந்துகொண்டே வந்தது. அவ்வப்போது பிரக்ஞை இழக்க ஆரம்பித்தாள். அப்போது மருத்துவச்சியாக இருந்த நர்ஸ் அவளைப் பட்டென்று அடித்து எழுப்பினாள். ஆனால் அது கொஞ்ச நேரத்துக்குத்தான் உதவியது. டாக்டருக்குப் புரிந்தது பிரசவ வேகம் மிகவும் குறைந்து ஆபத்து நிலையை எட்டியிருந்தது என்று. அவர் உடனே ஏதாவது செய்தாக வேண்டும். பிறப்புப் பாதையைச் சில இடங்களில் அறுவைக் கத்தியால் வெட்டி, கையால் பலமாக அழுத்தி, குழந்தையை வலிந்து வெளியே வரவைத்தாள். இவ்வாறு டிசம்பர் 22ம்தேதி இரவு 12:30 மணிக்கு நான் இந்த உலகத்துக்கு வந்துசேர்ந்தேன். என் அழும் குரலைக் கேட்டதும் பலவீனமான குரலில் என் அம்மா கேட்டாள்: “பையனா பெண்ணா?”

“எனக்குப் பிறந்த மகள்!” 1954

பெண் என்று தெரிந்ததும் திருப்தியுடனும் மகிழ்ச்சியுடனும் அங்கேயே பிரசவ மேசையிலேயே உறங்கிப்போனாள்.

படுக்கையில் கண்விழித்தாள் லிகிடா. "எனக்குப் பெண் பிறந்திருக் கிறாள்! குட்டிப்பெண்!" என்று நினைத்துப் புன்னகைத்தாள். உடனே குழந்தையுடன் இருக்க ஏங்கினாள். அவள் குழந்தையைச் சரியாகப் பார்க்க விரும்பினாள். குட்டி ஸான்ட்ரா உலகத்தில் நுழைந்தபோது பார்வைதான் அவள் மீது பட்டிருந்தது. அவளைச் சரியாகப் பார்க்க முடியவில்லை. லிகிடாவுக்கு அவள் பட்ட வலியெல்லாம் இல்லாமல் போயிருந்தது. மருத்துவச்சி நர்ஸிடமிருந்து அவள் குழந்தையை நள்ளிரவில் பால் குடிக்க அவளிடம் கொண்டுவருவார்கள் என்று தெரிந்துகொண்டாள். முடிவில் அந்த முதல் சந்திப்பு நேர்ந்தது. சிவந்த குட்டி முகம் வெளியே தெரிய வெள்ளைத் துணியில் பொதியப்பட்ட பொட்டலம் ஒன்று லிகிடாவின் படுக்கையில் வைக்கப்பட்டது. "ஸான்ட்ரா, என் சர்க்கரைக் குட்டியே!" என்று முணுமுணுத்தபடி குழந்தையின் நீலக் கண்களில் மூழ்கிப்போனாள் குழந்தையின் அம்மா. "எவ்வளவு கறுப்பு உன் முடி! எனக்குப் பிடிக்கவே இல்லை," என்றாள் கவலையுடன். என்னை நன்றாகப் பொதிந்திருந்தாலும் என் குண்டுக் கையை மூட்டைக்கு வெளியே நீட்டியிருந்தேன். என் கையை ஒரு விரலால் மென்மையாகத் தொட்டாள் என் அம்மா. பிறந்த குழந்தைக்கு இவ்வளவு பலமா என்று அதிசயித்துப் போகும்படி அவள் விரலைக் கெட்டியாகப் பிடித்துக்கொண்டேன். ஆறு நாட்களுக்குப் பின் என் அம்மா ஆஸ்பத்திரியிலிருந்து அனுப்பப்பட்டாள்.

அந்தத் தினத்தில் டகூர் கிராமத்தில் என்னைத் தவிர இரண்டு ஆண் குழந்தைகள் பிறந்திருந்தார்கள்: ஒன்று ரஷ்யக் குழந்தை, இன்னொன்று ஜெர்மானியக் குழந்தை. அந்தக் குழந்தைகளின் கதி என்ன ஆயிற்று என்று பலமுறை என் அம்மா யோசிப்பாள். ஜெர்மானியக் குடும்பம் ஜெர்மனி போய் அவர்கள் மகனுக்கு நல்ல கல்வியும் நல்ல வேலையும் கிடைத்திருக்கலாம். ரஷ்யக் குழந்தை டகூரிலோ அல்லது அக்கம்பக்கப் பிரதேசங்களிலோ இருந்திருந்தால் 1950களில் இருந்ததுபோல் பரிதாபகரமான வாழ்க்கைதான் வாழ்ந்துகொண்டிருப்பான் இப்போது. 1941ல் நாடுகடத்தப்பட்டக் குழந்தைகளைப் பற்றிய படம் ஒன்று சமீபத்தில் எடுக்கப்பட்டபோது ஒரு படக் குழு லாட்வியர்கள் நாடுகடத்தப்பட்ட இடங்களுக்கெல்லாம் சென்றிருந்தது. அவர்கள் படமெடுத்தக் காட்சிகள் அதிர்ச்சியைத் தருகின்றன. அந்தக் காட்சிகள் எதையும் மறைக்காமல் காட்டுவது தலைமுறை தலைமுறையாய்ப் பழமைவாதத்திலும் துன்பத்திலும் தொடர்ந்து வாழும் வாழ்க்கையை. ஸ்டாலினிஸம் அதன் உச்சத்தில் இருந்தபோது இருந்தபடியே மக்கள் பிரசாரத்தினால் முட்டாளாக்கப்பட்டு அவர்கள் வாழ்க்கைதான் சிறந்தது என்றும் அன்னை ரஷ்யாவை ஏய்த்து வாழும் உலகெங்கிலும் இருக்கும் ஏகாதிபத்தியவாதிகள்தான் அவர்கள் வாழ்க்கையின் துரதிர்ஷடமான விஷயங்களுக்குக் குற்றம்சாட்டப்படவேண்டியவர்கள் என்றும் நினைக்கிறார்கள்.

அவர் மனைவி ஆஸ்பத்திரியை விட்டு வந்ததும் என் அப்பா என் பிறப்புச் சான்றிதழ் வாங்க கிராம சபைக்குப் போனார். சம்பிரதாயமாகச்

செய்ய வேண்டிய எல்லாவற்றையும் செய்துவிட்டுத் தளபதி கூறினார்: "ஐவர் அலெக்ஸான்டரோவிச், ஒவ்வொரு மாதமும் 15ம் தேதி மற்றும் 30ம் தேதி நீ வந்து உன் மகளைப் பதிவு செய்ய வேண்டும்." கூறிய பின் அவரால் சிரிப்பை அடக்க முடியவில்லை. பிறகு கூறினார்: "அப்போதுதான் அவள் குடியிருப்பை விட்டு ஓடவில்லை என்பதை நாங்கள் உறுதிசெய்ய முடியும்." என் அப்பா அதிர்ந்துபோனார். என் வரவை எதிர்பார்த்திருந்தபோது அவருக்கோ என் அம்மாவுக்கோ பிறந்தவுடனேயே அவர்கள் குழந்தை "வாழ்நாளுக்கும் நாடுகடத்தப்பட்ட" நபராகிவிடும் என்ற கசப்பான உண்மை தெரிந்திருக்கவில்லை. கனத்த இதயத்துடன் என் அப்பா குடியிருப்புப் பாசறையை நோக்கித் திரும்பி நடந்தார். சற்றும் யோசிக்காமல், மகிழ்ச்சியான வாழ்க்கை என்ற பிரமையில் மூழ்கி, அதன் பொருட்டுத் தன் மகளை வாழ்நாளுக்கும் சைபீரியாவில் வாழும்படி விதித்துவிட்டதற்குத் தன்னையே நொந்துகொண்டார். "பிணந்தின்னிக் காக்கைகள்! முட்டாள்கள்! அப்பனுக்குப் பிறக்காதவர்கள்!" என்று ஓசையில்லாமல் கத்தினார். வீடு திரும்பியதும், ஒளியை இழந்த கண்களுடன் என் அம்மாவை நோக்கி, கோபமாகக் கூறினார்: "மேலும் அடிமைகளை நாம் பெற்றுக்கொள்ளப்போவதில்லை!" எனக்குத் தம்பியோ தங்கையோ கிடையாது.

இறுதிக் குறிப்புகளும் அடிக்குறிப்புகளும்

இறுதிக் குறிப்புகள்:

இந்த அத்தியாயத்துக்கான தரவுகள்

1. லாட்விய அறிவியல் கல்வி நிலையம் வெளியிட்ட *லாட்விய சோவியத் சோஷியலிஸ குடியரசு வரலாறு*, இரண்டாம் பாகம், 1986.

அடிக்குறிப்புகள்

1. நாடுகடத்தப்பட்டப் பெண்கள் தங்கள் பதின்மப் பருவத்தில் அனுபவித்தப் பட்டினியால் அவர்கள் ஒக்கலைப் பகுதி, கருமுட்டைப்பை மற்றும் கருப்பை முற்றிலும் வளர்ச்சி பெறாமல் போய் அவர்களை மலடாக்கியது. மனத்துக்கு பெரும் வேதனை தரும் இந்த விஷயத்தை நாடுகடத்தப்பட்டப் பல பெண்கள் நினைவுகூர விரும்புவதில்லை.

வீடு திரும்பும் நீண்ட பாதை

ஸைபீரிய வாழ்க்கையில் என் பெற்றோரின் வீடு மாத்திரம்தான் எனக்கு நினைவிருக்கிறது. 1953ன் இலையுதிர்காலத்தில் அது கட்டி முடிக்கப்பட்டபோது என் அம்மாவின் கையைப் பிடித்துக்கொண்டு வாசற்படியைத் தாண்டி வீட்டினுள்ளே நானே நுழையும் அளவுக்கு நான் வளர்ந்திருந்தேன். அந்தக் கணத்தை என் அம்மா மிகவும் பெருமிதத்துடன் ஞாபகம் வைத்துக்கொண்டிருக்கிறாள். இது பெண் வேலை இது ஆண் வேலை என்ற எந்தப் பாகுபாடுமில்லாமல் என் அம்மாவும் அப்பாவும் தங்கள் சொந்தக் கைகளால் கட்டிய வீடு அது. தோட்டத்திலிருந்து களிமண் எடுத்துச் செங்கல்கூடச் செய்தார்கள். பிறகு அதில் மண்ணைச் சேர்த்து அடுப்பு, கணப்படுப்பு இரண்டையும் செய்தார்கள். வெப்பம், பனி, மின்சாரம் இவற்றிலிருந்து காப்புறை செய்ய சதுப்பு நிலப் பாசியை எடுத்து உலர வைத்து விறகுக் கட்டைகளின் இடுக்குகளில் அடைத்தார்கள். சாணியும் களிமண்ணும் கலந்து என் அம்மா சுவரில் பூசினாள். அது உலர்ந்ததும் வெள்ளை அடித்தாள். ஒரு மேசை, இரண்டு நாற்காலிகள், முக்காலிகள், கட்டில்கள் மற்றும் ஒரு பீரோ எல்லாவற்றையும் அப்பாவே செய்தார். மின்சாரம் இல்லாத பகுதியில் எங்கள் வீட்டுக்கு மின்சாரம் கொண்டுவர மர அறுவை ஆலையில் தனக்கிருந்த செல்வாக்கை உபயோகித்துக்கொண்டார். டகூரின் ஒரு மூலையில் இருந்த அந்த இடத்தில் வசித்த மற்றவர்களும் இதனால் பயனடைந்தார்கள். சட்டத்துக்குப் புறம்பானது என்றாலும் புதிதாக நிறுவப்பட்டிருந்த மின் இணைப்புகளிலிருந்து அவரவர் வீடுகளுக்கு மின்சாரத்தை இழுத்துக்கொண்டார்கள். வாளிகளின் தண்ணீரை வெகு தூரத்திலிருந்து கொண்டு வரும் சிரமத்தைத் தீர்க்க என் பெற்றோர் தோட்டத்தில் ஒரு கிணறு வெட்டினார்கள். குளிர்காலத்தில் கிணறு உறைந்துபோயிற்று. அப்போதெல்லாம் பனியிலிருந்துதான் தண்ணீரைப் பெற வேண்டும். வாளிகள் நிறைய பனியை நிரப்பிக்கொண்டு வந்து அது உருகுவதற்கு வெதுவெதுப்பான முன்னறையில் இருந்த பெரிய பீப்பாயில் போட்டுவிடுவார்கள். குளிர்கால

ஆரம்பத்தில் பொழியும் பனி என்றால் தண்ணீர் சுத்தமாக இருக்கும். ஆனால் வசந்தகாலம் நெருங்க நெருங்க ஆலைகளிலும் வீடுகளிலும் இருக்கும் புகைபோக்கிகளிலிருந்து பனிமேல் விழும் கரி பனிக்குச் சாம்பல் நிறத்தைத் தந்துவிடும். அப்போதெல்லாம் தண்ணீர்ப் பீப்பாயின் அடியே நிறையக் கசடு தேங்கிவிடும்.

அக்கம்பக்கத்து மற்ற வீடுகளைப்போல் அல்லாமல் வேனிற்காலத்தில் எங்கள் வீட்டுச் சன்னல்கள் வெளியே தொட்டிகளில் வளரும் செடிகளில் மலர்கள் பூத்துக் குலுங்கும். லாட்வியாவிலிருந்து நண்பர்கள் செடி வளர்க்க விதைகளை அனுப்பியிருப்பார்கள். தோட்டக் கதவிலிருந்து வீடுவரை வரும் பாதையின் இரு மருங்கும் பாத்தி கட்டியிருக்கும் பூச்செடிகளுக்கு. சாப்பிட முடியாத எந்த உபயோகமுமில்லாத இந்த மலர்களுக்கு இத்தனைச் சக்தியைச் செலவழிக்க வேண்டுமா என்று அங்குள்ளவர்கள் வியந்தார்கள். வீட்டின் பக்கத்தில் இருந்த தோட்டத்தில் என் பெற்றோர் பச்சைக் காய்கறிகளையும் உருளைக்கிழங்கையும் பயிரிட்டார்கள். ஸைபீரியாவின் அந்தப் பகுதி மற்றப் பகுதிகளைப்போல் அல்லாமல் மிகவும் வளமானது. மிகவும் குறைந்த கால கோடையில் கூட 150 கிலோ உருளைக்கிழங்கை நட்டால் ஐந்து டன் உருளைக்கிழங்கைத் தோண்டி எடுக்கலாம். எங்கள் தேவைகளைப் பூர்த்தி செய்வதோடல்லாமல் ஒரு பெரிய பன்றிக்கும் அதை இரையாகப் போடலாம். அதை வெட்டினால் ஒவ்வொரு நாளுக்குமான இறைச்சி கிடைக்கும். இவற்றைத் தவிர மிகவும் முக்கியமான இரண்டாவது வகை உணவு “ஸொவ்வெர்க்ரௌட்”தான். பதினைந்து வாளி கொள்ளும் மிகப் பெரிய பீப்பாயில் இதைச் செய்வார்கள் அம்மாவும் அப்பாவும். அந்தப் பீப்பாய் நுழையும் வழியில் குளிரில் வைக்கப்படும். எப்போது “ஸொவ்வெர்க்ரௌட்” செய்யவேண்டுமோ அப்போதெல்லாம் அதிலிருந்து உறைந்துபோன பெரிய துண்டு ஒன்றை வெட்டியெடுத்துக்கொள்வார்கள். அப்போது வெட்டிய இறைச்சியையும் அப்படித்தான் சேமித்துவைத்தார்கள். அதன் மணம் எங்கள் வீட்டுக் கடுவன் பூனையைப் பாடாய்ப் படுத்தியது. பனிக்கட்டியைத் தன் மெல்லிய நகங்களால் கீறி கீறிப் பார்க்கும் அது. அத்தனைக் கஷ்டப்பட்டும் கிடைப்பதெல்லாம் இறைச்சியின் மணத்துடன் இருக்கும் சில ஐஸ் கட்டிகளாக இருக்கும். எனக்கு எப்போதும் அன்று கறந்த பால் இருக்க என் பெற்றோர் ஆடு ஒன்றை வளர்த்தனர்.

எங்கள் வீடு என் மனத்தில் வெள்ளையாக, கதகதப்பும் வெளிச்சமும் கூடிய ஒன்றாக இருக்கிறது. இந்த மனப் பதிவுகள் பாதுகாப்பும் அன்பும் நிறைந்த உலகில் நான் வாழ்ந்து அந்த உலகத்தை ஆண்டதைப் பிரதிபலிக்கின்றன. என் காலை “ஓ மா… மா… ஆஆ” என்ற கத்தலுடன் ஆரம்பித்தது. அதுதான் வீட்டின் தேவி எழுந்துவிட்டாள் என்று வீட்டில் எல்லோருக்கும் அறிவிக்கும் சத்தம். அம்மாவும் அப்பாவும் எப்போதும் வேலை செய்யப் போய்விடுவதால் என் பாட்டிதான் சத்தம் கேட்டு வருவாள். பூனையும் உடனே ஓடி வரும். பாட்டியைவிட பூனை வேகமாக வரமுடியும் என்பதால் அது ஓடி வந்து செல்லமாக உறுமி நான் அதைத் தடவித் தருவதற்கு வாகாக என் மேல் சாய்ந்துகொள்ள, என் படுக்கையில் குதிக்கும். பூனைக்கு அப்படிச் செய்ய அனுமதி கிடையாது. என் படுக்கையைச் சுற்றியிருக்கும் வெள்ளைத் திரைச்சீலைகளை என் பாட்டி

அகற்றியதும் பூனை வெளியே குதித்து அழுவதுபோல் மென் உறுமல் உறுமியபடி தரையில் புரளும். பூனையைப் பார்த்து என் பாட்டி விரலை ஆட்டி எச்சரிப்பாள். அதைப் பூனை கண்டுகொள்ளவே செய்யாது. அந்த வீட்டில் யார் செல்லம் என்று அதற்குத் தெரியாதா என்ன?

என் பாட்டி கறந்த ஆட்டுப்பாலை இதமான சூட்டில் தருவாள். குடிக்கும்போது உதட்டின் மேல் வரும் மீசையை ரசித்தபடி அதை சந்தோஷமாகக் குடிப்பேன். மீசையைக் காட்டிக் கேலி செய்வாள் பாட்டி. காலைக்கடன்கள் முடிந்து பலகாரம் சாப்பிட்டு முடிந்ததும் அந்த வீட்டின் "பெரிய மனுஷி" "நல்ல காரியம்" ஏதாவது செய்யும் நேரம் வரும். கை நிறைய ரொட்டித் துண்டுகளையும் பால் கட்டித் துறுவல்களையும் நிரப்பித் தந்தால் நான் எதிர்வீட்டில் இருக்கும் கோழிகளுக்குப் போடுவேன். என் உரத்தக் குரலைக் கேட்டதும் கோழிகளின் சொந்தக்காரியான ஆன்ட்ரேயெவ்னா என் பாட்டியிடம் பேச தெருவைத் தாண்டி வருவாள். மிகவும் அன்பான பல்லில்லாக் கிழவி அவள். வாழ்க்கை முழுவதும் சோதனைகளையும் துன்பத்தையும் அனுபவித்தவள். ஒரு குடிகாரனுக்குப் பதினைந்து வயதில் வாழ்க்கைப்பட்டு பதினாறு குழந்தைகளைப் பெற்று அதில் ஒன்றுதான் பிழைத்திருந்தது. அவனும் அப்பனின் குடிப்பழக்கத்தால் மூளை வளர்ச்சி குன்றிய பையன்.

காலையில் அக்கம்பக்கத்தில் சுற்றிவிட்டு வந்த பின் எனக்கு உடை மாற்றுவாள் என் பாட்டி. பிறகு கடைக்குப் போவோம். வழியில் எதிர்ப்படும் எல்லோருடனும் பேசியாகவேண்டும் எனக்கு. அவர்களும் பிஞ்சில் பழுத்தவளைப்போல் நடந்துகொண்டு வெடுக்வெடுக்கென்று பேசும் என்னைப் பார்த்துப் புன்னகைத்தபடியே போவார்கள். நான் பேசுவதையெல்லாம் கேட்டு என் பாட்டிக்குப் பெருமை தாங்காது. எனக்கு அந்தக் கடை பிடிக்கும். அங்கு பார்க்கப் பலவித சாமான்கள் இருக்கும். அங்கு விற்பனையாளராக இருந்த டார்யாவும் கடுக்முடுக்கென்று கடித்துச் சாப்பிடும் மிட்டாயை எனக்குத் தருவாள். என் அம்மாவுக்கு மதிய ஷிப்ட் இருந்தால் காலையில் அவள் படுக்கையில் என்னைத் தூக்கி வைத்துக்கொள்வாள். நாங்களாகவே இட்டுக்கட்டிய தேவதைக் கதைகளைச் சொல்லிக்கொண்டு பொழுதைக் கழிப்போம். என் கதைகளில் முக்கிய பாத்திரம் ஸின்ட்ரெல்லாதான். அவள் ராஜகுமாரனுடன் "டேங்கோ" நடனம் இல்லாவிட்டால் "பூகி வூகி" நடனம் ஆடுவாள். அவ்வப்போது ஒரு சிறு பறவை அவளுக்கு நைலான் மேஜோடுகளோ, மிட்டாயோ அல்லது வேறு எதாவது பட்சணமோ தன் அலகில் கவ்விக்கொண்டு கொண்டுவரும். என் தேவதைக் கதைகள் எப்போதும் கதை முடிவில் ஸின்ட்ரெல்லா தன் கனவு நாடான லாட்வியாவுக்குப் போவதாக முடியும். என் பெற்றோர்கள் மூலமும் எனக்கு அங்கிருந்து அனுப்பப்பட்டக் குழந்தைகளுக்கான புத்தகங்களிலிருந்தும் நான் தெரிந்துகொண்ட லாட்வியா.

என் அம்மா ஸைபீரியாவை ஏற்க மறுத்தாள். நாடுகடத்தப்பட்டவர்களின் வாழ்க்கை முறையில் முதலில் சில மாற்றங்கள் வர ஆரம்பித்தபோது சிறு விஷயங்களைக்கூட வெகு பிடிவாதத்துடன் கடைப்பிடித்தாள். அதுதான் வாழ்க்கை வழக்கமான முறையில் போய்க்கொண்டிருக்கிறது

வேலைக்குப் போகும் உடையில் லிகிடா

என்பதன் குறியீடு அவளைப் பொருத்தவரையில். அதாவது ஐரோப்பிய பழக்க வழக்கங்களிலிருந்து வழுவாமல் இருப்பது; வறுமையினால் விதிக்கப்பட்ட உடையணியும் முறையை ஏற்காமல் இருப்பது. தகரக் கோப்பையில் தேநீர் குடித்தாலும் கீழே ஏந்து தட்டு ஒன்று இருக்க வேண்டும். அதுவும் தகரத்தில்தான் இருக்குமென்றாலும் அது ஓர் ஏந்து தட்டு. ஏனென்றால் “ட்ரெய்ஃபெல்ட்ஸ் குடும்பத்தில் ஏந்து தட்டில்லாத கோப்பையிலிருந்து அருந்துவதை நினைத்துக்கூடப் பார்க்க முடியாது.” வாழ்க்கைமுறையில் சில மாற்றங்கள் வந்ததும். ஞாயிற்றுக் கிழமை மதியச் சாப்பாட்டிலாவது “ஸொவ்வெர்க்ரௌட்” அல்லது உருளைக்கிழங்கு சாப்பிட்ட பின் சாப்பாட்டின் முடிவில் சாப்பிடும் இனிப்புப் பதார்த்தம் ஏதாவது இருக்கும். அமிர்தம் போன்ற ரவையுடன் கொட்டையில்லாத க்ரான்பெர்ரி பழங்களைப் பொங்கிவரும் வரை நன்றாக அடித்துச் செய்த இனிப்பு, கொட்டையில்லாப் பழங்களின் கெட்டியான கூழ் அல்லது கம்பு ரொட்டியின் துண்டுகளைப் போட்டுச் செய்த இனிப்பு ரொட்டிப் பாயசம். பஞ்சுறை வைத்துத் தைத்த பான்ட்டுகளை வெறுத்தாள் அம்மா. அதேபோல் தைக்கப்பட்ட, “ஃபுஃபைகா” என்று ரஷ்ய மொழியில் கூறப்பட்ட, தொழிலாளிகள், ராணுவத்தைச் சேர்ந்தவர்கள் மற்றும் போர்க் கைதிகள் அணிந்த தொளதொளவென்றிருக்கும் கம்பளி ஜாக்கெட்டுகள், கனத்த சால்வைகள், பூட்சுக்காலணி மேல் தெரியும் ஒட்டுக்கம்பளம் வைத்தக் காலுறைகள் இவற்றையும் வெறுத்தாள். அவள் பெண்மையின் அழகை அவை சிறைப்படுத்துவதாக உணர்ந்தாள். வேலை செய்து முடித்ததும் இவற்றைக் களைந்து இந்த ஓட்டிலிருந்து விடுபட்டு, தானே தைத்த உடை ஒன்றை அணிந்துகொண்டு, லாட்வியாவிலிருந்து கொண்டுவந்த காலணி ஒன்றை அணிந்துகொண்ட பின்தான் தன்னைப் பெண்ணாக உணர்ந்தாள். லாட்வியாவிலிருந்து வந்த அந்த முதல் பார்சலுக்குப் பின் அம்மா தைக்கக் கற்றுக்கொண்டிருந்தாள். பட்டினியில் காலத்தை ஓட்டிக்கொண்டு, செலவைக் குறைக்க உடைகளின் அணைத்துணிகளைப் பிரித்தெடுத்து சட்டைகளையும் மேல்கோட்டுகளையும் தைத்துக்கொண்டு வாழ்ந்துகொண்டிருந்த எமீலியாவுக்கும் லிகிடாவுக்கும் அங்கிருந்து வந்த துணிகள் மிகவும் விலைபிடித்தவையாகப் பட்டன. அப்போது லிகிடாவுக்குத்

தையல் வேலை தெரியாது. ஆனால் நல்ல கற்பனையும் உறுதியும் இருந்தது அவளிடம். அவளுடைய தோழி மாராவைத் தரையில் படுக்க வைத்து அவள் உடலைச் சுற்றி கோடு வரைந்த பின் உடைக்கான ஒரு மாதிரியை அவள் "படைத்து"விட்டாள். மெள்ள அவள் திறமை வளர்ந்தது. பிறகு மற்றவர்களுக்குக்கூடத் தைத்துத் தர ஆரம்பித்தாள். எவ்வளவு மோசமான நிலைமையிலிருந்தாலும் அம்மா தளரவில்லை. அவள் குழந்தைப் பருவத்தில் போட்டுக்கொண்ட உடைகளை இன்னும் ஞாபகத்தில் வைத்திருந்து, அந்த உடைகளைப்போலவே எனக்கும் உடையணிவித்தாள்: மிருகத்தின் மென் மயிரில் கழுத்துப்பட்டி வைத்தக் கோட்டுகள் மற்றும் கம்பளிக் கையுறைகள். அந்தக் காலத்துப் புகைப்படங்களைப் பார்க்கும்போது நான் அணிந்திருக்கும் கொண்டாட்ட நிகழ்வுக்கான ஆடை என் அப்பாவின் சாயம் போடப்பட்ட பழைய பான்ட்டிலிருந்து தைக்கப்பட்டது என்றும் அலங்காரமான மென்மயிர் தொப்பி யாரோ ஒரு லாட்வியப் பெண்மணி தந்த கிழிந்த ஆடைத் துண்டுகளின் மென்மயிர் பகுதியை வெட்டி எடுத்து என் அம்மா வெகு கவனமாக ஒட்டுப்போட்டுத் தைத்ததுதான் என்றும் நம்ப முடியவில்லை. கிராமத்தில் இருந்த மற்றக் குழந்தைகள்போல் அல்லாமல் சிறுநீர் மலம் கழித்தால் உறிஞ்சிக் கொள்ளும் அரைத்துணியை நான் அணிந்துகொண்டிருப்பதைப் பார்த்து குழந்தைகளுக்கான சுகாதார முறைகளைக் கூறியிருக்கும் புத்தகங்களில் இருப்பதை யாரோ கடைப்பிடிக்கிறார்களே என்று டகூர் டாக்டரும் நர்ஸூம் ஆச்சரியப்பட்டுப்போனார்கள். தினம் இரவில் ஒரு தொட்டியில் வைத்து என்னைக் குளிப்பாட்டுவார்கள். குடியிருப்புப் பாசறைகளின் நெருக்கடியான இடத்தில் இதைச் செய்வது மிகவும் கடினம். உருகும் பனியிலிருந்து வெந்நீர் தயாரிப்பதும் எளிதில்லை. என் உடைகள் இஸ்திரி போட்ட, சுத்தமான உடைகளாக எப்போதும் இருக்கும். 1956ல் கனடாவில் இருக்கும் என் அம்மாவின் அண்ணன்களிடமிருந்து பார்சல் வந்தபோது அதிலிருந்த அழகான உடைகளையும் காலணிகளையும் என் அம்மா ஏதோ எப்போதும் அவற்றை அணிபவளைப்போல் வெகு இயல்பாக ஏற்றுக்கொண்டாள். அவற்றை டகூரின் பிரதான வீதிக்குப் போகும்போதோ அல்லது எப்போதாவது கல்பாஷெவா போகும் போதோதான் அணிந்துகொள்ளமுடியும் என்பது அவள் உற்சாகத்தைக் குறைக்கவில்லை. வெகு நேர்த்தியான மேற்கத்திய மேல்கோட்டை எனக்கு அணிவித்துத் தானும் அணிந்துகொண்டு தலைநிமிர்ந்து என் அம்மா நடக்க, நானும் அவளும் பாசறைப் பகுதிகள், மரவீடுகள், மர வேலிகள் இவற்றைத் தாண்டி உலாத்தப் போவோம். வழியில் எதிர்ப்படுபவர்கள் மலைத்துப்போவார்கள். சன்னல் வழியாகப் பலர் வியப்புடன் வெறித்துப் பார்ப்பார்கள். ஐரோப்பாவுக்கே அப்போதுதான் புதிதாக வந்திருந்த உடை ஒன்று கிராமத்தார்களின் மனத்தில் எத்தகைய பாதிப்பை ஏற்படுத்தியிருக்கும் என்பதை என்னால் யூகிக்க முடிகிறது – நான் அணிந்திருந்தது கடும்பனியிலிருந்து பாதுகாக்க கனேடியர்கள் குழந்தைகளுக்கு அணிவிக்கும் பனிக்கான கோட்டு.

நாகரீகமான வாழ்க்கையில் என் அம்மாவுக்கு இருந்த அதீதப் பற்றுக்கும் அத்தகைய வாழ்க்கைக்கு மீண்டும் திரும்பும் அற்புதம் நடக்கும் என்ற அவள் குருட்டுத்தனமான நம்பிக்கைக்கும் எங்களைச்

சுற்றி இருந்த யதார்த்த வாழ்க்கையில் எந்த ஆதாரமும் இருக்கவில்லை. ஸைபீரியாவை முற்றிலும் ஒதுக்கும் மனப்பான்மை அவள் ஆழ்மனத்தில் வேர்விட்டிருந்தது. செயலிலும் சொற்களிலும் அவளுடைய இந்த நம்பிக்கை வெளிப்பட்டபோது தர்க்கரீதியாக அதை ஏற்றுக்கொள்ளும் அவள் பக்குவத்துக்கு முரணாய் அது இருந்தது. வீடு திரும்புவோம் என்ற என் அம்மாவின் அசைக்கமுடியாத நம்பிக்கை வெளிப்படும் ஒரு நிகழ்வை நினைத்தால் எனக்கு எப்போதும் கண்ணீர் பெருகும். எனக்கு ஒரு வயது ஆகும்போது அம்மை குத்த என் அம்மா என்னை ஆஸ்பத்திரிக்கு அழைத்துப் போனாள். என் கையில் அம்மை குத்துவதை அவள் அனுமதிக்கவில்லை. காலில் குத்தச் சொன்னாள். ஆச்சரியப்பட்டுபோன ரஷ்ய நர்ஸிடம் என் அம்மா விளக்கினாள்: "என் பெண்ணுக்கு அழகான தோள் இருக்க வேண்டும். கொண்டாட்டங்களுக்குப் போகும்போது அணியும் உடையை ஒரு நாள் அவள் அணியவேண்டி வரும் இல்லையா?"

என் அம்மாவும் அப்பாவும் வேறு வேறு நேரங்களில் ஷிப்ட் வேலை செய்ததால் என்னை வளர்ப்பது என் பாட்டியின் பொறுப்பாக இருந்தது. விடுமுறை அபூர்வமாகத்தான் கிடைத்தது. அதுவும் ஒரே தினத்தில் வரவில்லை. மற்ற எல்லா சோவியத் தொழிற்சாலைகள் போலவே டகூரில் இருந்த மர அறுவை ஆலையும் திட்டத்தில் குறிப்பிட்ட இலக்கை எட்டும் சோஷியலிஸப் போட்டியில் இருந்தது. அனைத்துப் பிராந்தியப் போட்டியில் முதலிடத்தில் வந்திருந்ததால் நிர்வாக முடிவின்படி முதலிடத்தை இழக்காமல் இருக்க, பல தொழிலாளிகள்

ஸான்ட்ராவும் மில்டாவும் 1954

விடுமுறை நாட்களிலும் வேலை செய்ய "முன்வந்தார்கள்." என் அம்மாவின் கருத்துப்படி என் பாட்டி என்னைச் செல்லம் கொடுத்துக் கெடுத்துக்கொண்டிருந்தாள். "ஸான்ட்ரா பாப்பாக்கு ஆசையா இருக்கு" "ஸான்ட்ரா பாப்பாக்கு இது வேணும்" என்று கொஞ்சியபடி நான் என் பாட்டியின் கண்ணில் விரலை விட்டு ஆட்டிக்கொண்டிருந்தேன்

என்று அவள் நினைத்தாள். என் பாட்டியை நான் ஏகத்துக்கு அதிகாரம் செய்தேன். எனக்காகத் தன் ஒரே ஒரு பலவீனமான சிகரெட் பிடிப்பதை நிறுத்திவிட்டாள். சிகரெட் புகையால் என் தலை வலிக்கும் என்று என் அம்மா கூறியதைக் கேட்டுவிட்டு, குழந்தைகளுக்கே உரிய வேடிக்கையான கண்டிப்புடன் நான் அதை என் பாட்டியிடம் கூறியதும் என் ஓமாமா தான் அப்போதுதான் பற்றவைத்திருந்த சிகரெட்டை அணைத்துவிட்டாள். சற்றுப் புன்னகைத்தபடி, தான் முத்தம் தரும் செல்லத்துக்கு அது கெடுதி என்றால் இனிமேல் சிகரெட் பிடிக்கப்போவதில்லை என்றாள். தான் கொடுத்த வாக்கை அவள் மீறவில்லை. அதன் பின் அவள் சிகரெட்டே பிடிக்கவில்லை.

எதற்கும் பிடிவாதம் பிடிக்கும் குணம் எனக்கு இருந்தது. என் அம்மா அதை மாற்ற எவ்வளவோ முயன்றும் எந்தப் பலனும் இருக்கவில்லை. நன்றாக ஓர் அடி வைத்துவிட்டு மூலையில் நிற்கவைத்தாலும் நான் செய்ததுதான் சரி என்று வீம்பு பிடிப்பேன். இத்தகைய நாடகத்தன்மை வாய்ந்த தண்டனை எல்லாம் எதிர்மறையாகச் செயல்பட்டது என்று நான் இப்போது உறுதியாக நம்புகிறேன்: என் மன உறுதியை வளர்த்து என் கருத்துகளுக்காகவும் எனக்காகவும் நான் வாழ்க்கையில் எதற்கும் அசைந்துகொடுக்காமல் நிற்க அது எனக்கு உதவியது. சுவர்கள் எதிர்ப்பட்டால் தயங்காமல் போய் அதை முட்டுவதற்குத் தேவையான திண்மையை எனக்கு அளித்தது. தலையில் அடிபட்டு வீங்கிவிட்டாலும் சில சமயம் சுவர் உடைந்தும் விழுந்தது. என் பாட்டி எனக்கு எழுதக் கற்றுத் தந்தாள். நாலு வயதில் எனக்கு நன்றாக எழுத வந்தது. எனக்கு எழுத மிகவும் பிடித்தது. ஒருமுறை என் அப்பாவின் நோட்டுப் புத்தகங்களில் எல்லாம் கிறுக்கிவைத்தேன். அவர் இரவு வகுப்புப் “பாடங்களில்” நான் உதவியதற்கு என்னைப் பாராட்டுவார் என்று எதிர்பார்த்திருந்த எனக்கு நன்றாகத் திட்டுதான் விழுந்தது. எல்லாவற்றையும் முதலிலிருந்து எழுதவேண்டிவந்தது அவருக்கு. தவிர, நோட்டுப் புத்தகங்கள் அவ்வளவு எளிதாகக் கிடைக்கவும் செய்யாது.

கிறிஸ்மஸ் விழா நெருங்கிவந்துகொண்டிருந்ததால் என் பாட்டி கிறிஸ்மஸ் மரத்தின் பக்கத்தில் நின்றுகொண்டு சொல்ல சில எளிதான செய்யுள்களைப் படிக்கக் கற்றுக்கொடுத்தாள். கிறிஸ்மஸ் அன்று அவர்களை வியப்பில் ஆழ்த்த இதைச் செய்திருந்ததால் இதை அவர்களிடம் சொல்லக்கூடாது என்று என்னிடம் மிகவும் கண்டிப்பாகச் சொல்லி யிருந்தாள். ஆனால் பீற்றிக்கொள்ளாமல் இருக்க முடியவில்லை எனக்கு. ஆனால் என் பெற்றோர் கிறிஸ்மஸ் அன்று எவ்வளவு சமர்த்து நான் என்று மகிழ்ந்து “வியந்து போகவும்” செய்தார்கள். முதல் கிறிஸ்மஸ் சோகத்தில் முடிந்தது எனக்கு. நான் ஸான்டா க்லாஸ் மனத்தைப் புண்படுத்தி விட்டேன். என் பாட்டி கொட்டிலில் இருந்த பன்றிக்குட்டிக்குத் தீனி போடப்போகும் சமயம் பார்த்து கிறிஸ்மஸ் தாத்தா வந்தார். கிறிஸ்மஸ் தாத்தாவை உள்ளே வரச் சொன்னதும் வெளிச்சம் அவர் முகத்தில் விழுந்தது. அவர் என் பாட்டியைப்போலவே இருந்தார்! நான் ஓடிப்போய் அவர் தாடியை இழுத்து, “ஓமாமா, ஏன் இப்படி வைக்கோலை வாயில் வெச்சுக்கிட்டிருக்கீங்க?” என்று கேட்டேன். இப்படி நான் ஒழுங்கீனமாக

நடந்துகொண்டது கிறிஸ்மஸ் தாத்தாவுக்குத் துளிக்கூடப் பிடிக்கவில்லை. வேகமாய் வெளியே போய்விட்டார். ஆனால் குழப்பத்தில் அன்பளிப்புகள் இருந்த பையை விட்டுவிட்டுப் போய்விட்டார். நான் அழுதுகொண்டே மன்னிப்புக் கேட்டும் கிறிஸ்மஸ் தாத்தா என் குற்றத்தை மன்னிக்கவில்லை. பிறகு அவர் வரவே இல்லை. இனிமேல் சமர்த்தாக நடந்துகொள்வதாகத் தீர்மானித்து, பல ஆண்டுகள் அவர் வரும் அற்புதம் மீண்டும் நேரும் என்று நான் காத்திருந்தேன் என்றாலும் அவர் என் பாட்டியைப் போலவே இருந்தது என்னைப் படுத்தத்தான் செய்தது. இருந்தாலும் உசிதமாக இருக்காது என்று கருதி என் சந்தேகம் பற்றி யாரிடமும் சொல்லவில்லை. அடுத்த முறை நான் ஸான்டா க்லாஸைச் சந்தித்தது பல ஆண்டுகளுக்குப் பிறகு லாட்வியாவில் என் மகன் யானிஸைச் சந்திக்க அவர் ஒரு பை நிறைய அன்பளிப்புகளோடு வந்தபோதுதான். அவர் என்னை மன்னித்துவிட்டார் என்றுதான் நினைக்கிறேன்...

கிறிஸ்மஸ் 1956

என் பெற்றோர்கள் கிராமத்தில் இருந்த குழந்தைகள் கூட யாருமில்லாமல் தனியாக அலைவதுபோல் அங்கும் இங்கும் போவது ஆபத்தானது என்று கருதியதால் கூட விளையாட யாரும் இல்லாமல்தான் நான் வளர்ந்தேன். நடக்கத் தெரிந்தவுடனேயே தங்கள் கூட்டாளிகளுடன் முழு நாளும் காணாமல்போய்விடுவார்கள் குழந்தைகள். ஸைபீரியாவில் நான் கழித்த குழந்தைப் பருவத்தின் உற்சாகமான ஒரு நாளில் நானும் என் பாட்டியிடமிருந்து தப்பி, குழந்தைகள் இருந்த ஒரு குழுவுடன் ஓடிப்போய்விட்டேன். சதுப்பு நிலத்தின் ஓரத்தில் விளையாடினோம்; குச்சிகளை விட்டெறிந்தோம்; யார் அதிக தூரம் சிறுநீரைப் பீச்சி அடிக்க முடியும் என்று போட்டி வைத்தோம். அப்போதுதான் பையன்கள் இந்த விளையாட்டை ஆட அதிகத் திறமை பெற்றவர்கள் என்பது எனக்குப் புரிந்தது. ஏனென்றால் இந்த விளையாட்டில் எல்லோரையும் தோற்கடித்து முதலாக வரும்படி ஒரு சாதனத்தை அவர்களுக்கு இயற்கை

தந்திருந்தது. அது நியாயமாகப் படவில்லை எனக்கு. திரும்பி வரும் வழியில் மக்கள் நிறைந்த குடியிருப்புப் பாசறை அருகே கொஞ்சம் ஓடியாடினோம். அங்கே சிரமப்பட்டு வாங்கிய என் காலணிகளை மறந்துபோய் விட்டுவிட்டு வந்துவிட்டேன். வீட்டுக்கு வரும் வழியில்தான் எல்லை மீறிப் போயிருந்தேன் என்பதும் நல்ல திட்டு விழப்போகிறது என்றும் தோன்றியது. என்னைப் பார்த்ததும் என் பாட்டி மகிழ்ச்சி அடைந்தாள் ஆனால் என் ஒரே ஒரு ஜதை காலணி தொலைந்துபோனதை என் பெற்றோர்களிடமிருந்து மறைக்கமுடியவில்லை. அதனால் திட்டு விழத்தான் செய்தது. என் பெற்றோர் மற்றக் குழந்தைகளுடன் என்னை விளையாட விடாததற்குக் காரணம் ரஷ்யப் பழக்க வழக்கங்கள் எனக்கு வந்துவிடக்கூடாது என்பதற்காகத்தான் என்பது அப்போது எனக்குத் தெரிந்திருக்கவில்லை. வாழ்க்கையில் மாற்றம் எதுவும் நேராவிட்டால் அது எப்படித் தவிர்க்கப்பட்டிருக்கும் என்பது வேறு விஷயம். நான் ரஷ்ய மொழி லாட்விய மொழி இரண்டையுமே நன்றாகப் பேசுவதைக் கவலையுடன் பார்த்தார்கள். நான் குழந்தைகள் பேசுவதுபோல் பேசிய லாட்விய மொழியில் ரஷ்ய மொழி உச்சரிப்பின் தாக்கம் இருக்கவில்லைதான் ஆனால் அவ்வப்போது லாட்விய மொழிபோல் அமைந்த ரஷ்யச் சொல் ஒன்று வெளிவரும் என் பேச்சில். நான் ரஷ்ய மொழிப் பள்ளிக்குப் போகவேண்டிவரும் அதனால் என் லாட்விய அடையாளம் அழிந்துவிடும்

டகூரில் ஸான்ட்ராவின் விளையாட்டு மைதானம்

என்று நினைத்துப் பார்ப்பதே ஒரு பயங்கரக் கனவுபோல் இருந்தது என் பெற்றோருக்கு. இப்போது நினைத்துப் பார்க்கும்போது லாட்விய அடையாளத்தை இழப்பதுதான் எனக்கு நேர்ந்திருக்கக் கூடிய வெகு கொடிய ஒன்றாய் எனக்குப் படுகிறது.

என் பெற்றோர்களின் அரவணைப்பிலும் அன்பிலும் நான் பாதுகாப்பாக இருந்ததால் என் ஸைபீரிய நினைவுகளில் கரும்புள்ளிகள் ஏதுமில்லை. எங்கள் எதிர்காலம் குறித்து அவர்கள் என்ன நினைத்தார்கள்

என்பது தெரியவில்லை. அங்கு கிராமத்தில் இருப்பவர்கள் வாழும் தரத்தைப் பார்த்தால் நாங்கள் வசதியுடன் இருப்பதாகவே கருதப்படும் சாத்தியம் இருக்கிறது. அவ்வளவு ஆண்டுகளுக்குப் பிறகு கடைசியாக சுமாரான ஊதியம் கிடைத்தது என் பெற்றோருக்கு. சொந்த வீடு இருந்தது; குளிருக்குக் கம்பளி ஆடைகள் இருந்தன; வயிற்றுக்கு ஏற்ற உணவு கிடைத்தது. ஆனால் முன்புபோல் உயிர்வாழவே எல்லா சக்தியும் செலவிடப்படாததால் சுதந்திரம் இல்லாததும் ஆழமில்லாத அன்றாட வாழ்க்கையும் அதிகமாக அவர்களைப் பாதித்தது. என் பெற்றோர்கள் இளமைப் பருவத்தில் இருந்தார்கள். அதிகம் கற்கவும் பயணம் போகவும் உலகத்தைப் பார்க்கவும் ஏங்கினார்கள். ஆனால் ஒரு சிறு பிராந்தியத்தின் மூலையில் இருந்த ஒரு கிராமத்துடன் அவர்கள் வாழ்க்கை பிணைந்திருந்தது. அதை விட்டு பக்கத்தில் இருந்த ஏதாவது நகரம் ஒன்றுக்கு அது எப்படிப்பட்ட திராபையான நகரமாக இருந்தாலும் தளபதியின் அனுமதியில்லாமல் அவர்களால் போக முடியாது. வெளியுலகத்துடன் அவர்களுக்கிருந்த ஒரே ஒரு தொடர்பு ரேடியோ மட்டும்தான். ஒரே பொழுதுபோக்கு திரைப்படங்களும் வாசகசாலையும்தான். அவர்கள் பார்த்த படங்கள் அழகூட்டப்பட்ட சோவியத் படங்கள். அவற்றில் குறையொன்றுமில்லாத வாழ்க்கையை வாழ்வதுபோல் உணரும் குழந்தைத்தனமான நம்பிக்கை தெரிந்தது. ஆனால் அதில் மாஸ்கோவிலும் லெனின்க்ராடிலும் உள்ள வேறு வகையான வாழ்க்கையையாவது பார்க்க முடிந்தது. வாசகசாலையில் இருந்த புத்தகங்கள் கம்யூனிசக் கருத்துகளை மக்களிடையே புகுத்த கவனமாகத் தேர்ந்தெடுக்கப்பட்டவை என்றாலும் என் பெற்றோர் புத்தகங்களை அதிகமாகப் படித்தார்கள். சாரமில்லாத வாழ்க்கையை வாழ அது அவர்களுக்கு உதவியது. காலம் கடந்துதான் தினசரிகள் டகூருக்கு வந்தன. ஆனால் உலகத்தில் நடப்பவை எல்லாம் எங்கோ தூரத்தில் உண்மையாக நடப்பவைபோல் அல்லாமல் இருந்ததால் அதனால் ஒரு நஷ்டமும் இல்லை. நேற்றோ ஒரு வாரம் முன்போ என்ன நடந்தது என்று தெரிந்துகொண்டு என்ன ஆகப்போகிறது? மந்த கதியில் நகரும் அந்த வாழ்க்கை எல்லாவற்றையும் உறிஞ்சிக்கொண்டுக் கட்டிப்போட்டது. சாம்பல் பூத்த அன்றாட வாழ்க்கை லாட்வியா திரும்பும் நம்பிக்கையை குறைத்துக்கொண்டே போயிற்று. எதுவேண்டுமானலும் நடக்கட்டும் என்ற விட்டேற்றியான மனநிலை என்னும் கவசத்தை அணிந்துகொண்டு நிறைவேறாத ஏக்கங்கள் வருத்தாமல் இருக்கும்படி அந்த நம்பிக்கை ஒரு பாறாங்கல்லால் அழுத்தப்பட்டு, ஆத்மாவின் கடைசி மூலையில் உள்ள வெளிறிப்போன பொய்த்தோற்றமாகியது.

மார்ச் 5, 1953ல் நிகழ்ந்த ஸ்டாலினின் மரணம் என் பெற்றோர்களுக்கோ மற்ற நாடுகடத்தப்பட்டவர்களுக்கோ எந்தவித நம்பிக்கையையும் ஊட்டவில்லை. அவர்கள் மனத்தில் அந்தப் பயங்கரம் உயிருடன் வாழும் ஒரு நபருடன் மட்டும் தொடர்பு உடையது அல்ல; அது பொதுவாக கம்யூனிஸ அரசாங்கத்தைச் சார்ந்தது. ஒரு நபரின் மரணம் எந்த வகையிலும் அமைப்பில் இருக்கும் எதையும் மாற்றாது. மற்றவர்கள் அவர் இடத்துக்கு வருவார்கள்; அவர்களும் கம்யூனிஸத்தின் எதிரிகளுடன் தங்கள் போரை அதே கொடுமையுடன் தொடர்வார்கள். ஸ்டாலின் மரணமடையப்போகிறார் என்பதை அதன் முன்னாலேயே உணரமுடிந்தது.

நாள் முழுவதும் ரேடியோவில் சோகப்பாட்டுகள், தலைவரின் உடல்நிலை பற்றிய செய்தி அறிக்கைகள், தொழிலாளர்கள், கூட்டுறவுப் பண்ணையைச் சேர்ந்தவர்கள் மற்றும் சோஷியலிஸ அறிவுஜீவிகளின் கடிதங்கள் இவை ஒலிபரப்பப்பட்டபடி இருந்தன. கடிதங்கள் அன்புள்ள காம்ரேட் ஸ்டாலின் விரைவில் குணமாக வேண்டும் என்று வேண்டிக்கொண்டு அவருடைய மிகச் சிறந்த படைப்பான "சோவியத் சோஷியலிஸ குழுமத்தில் சோஷியலிஸத்தின் பொருளாதாரப் பிரச்சினைகள்" புத்தகத்தைப் படிப்பதாக உறுதியளித்தன.

"கட்சிக்கும் சோவியத் நாட்டுக்கும் உலகம் முழுவதும் உள்ள உழைக்கும் வர்க்கத்தினருக்கும் ஏற்பட்ட மகத்தான இழப்பு" பற்றிய செய்தி டகூரில் மார்ச் 6ம் தேதி ஒலிபரப்பப்பட்டது. *ப்ராவ்டா* தினசரியில் கறுப்புக் கரையிட்டு வந்த அறிக்கை டகூருக்கு வழக்கம்போல் நாள் கடந்து வந்தது. அது தாங்க முடியாத மனக்கிலேசத்தை தரும் செய்தியாக நோக்கப்பட்டது. பல ஆண்டுகளாக மக்களின் தந்தையின் சோர்வில்லாத அக்கறை குறித்தும் உள்ளே இருக்கும் பகைவர்களுடன் அவர் நடத்திய சண்டையைக் குறித்தும் பல கதைகளைக் கேட்ட பின் அனாதைகளாக விடப்பட்டதுபோல் உணர்ந்தார்கள் மக்கள். அவர் அதிகாரிகள் செய்த எதுவும் அவருக்குத் தெரியாது என்று நினைத்து, நல்ல ஜார் மன்னரிடம் ரஷ்ய விவசாயிகள் வைத்த நம்பிக்கைபோலவே சோவியத் நாட்டு மக்களில் பலர் இன்னும் அதிக மடங்குத் தீமை அவர்களைத் தாக்காமல் இருந்ததற்குத் தலைவர் மட்டுமே காரணம் என்று அப்பாவித்தனமாக முற்றிலும் நம்பினார்கள். அவர்கள் அருமை அப்பா அவர் புத்திகூர்மையுடன் முகமூடியைக் கிழித்துக் காட்டிய கொடுமைக்காரர்களிடம் அவர்களை எந்தப் பாதுகாப்புமில்லாமல் விட்டுவிட்டுப் போனபின் அவர்களுக்கு எதிர்காலத்தில் என்னதான் நடக்குமோ, ஏதுதான் வருத்துமோ? கிராமத்துப் பெண்கள் ஸ்லாவிய ஒப்பாரிப் பாடல்களைப் பாடியபடி வாய்விட்டு அழுதார்கள்: "எங்கள் கண்ணின் மணியே, எங்கள் பருந்தே, எங்களை விட்டு ஏன் போனாய்?... இந்த அனாதை இனி யாரிடம் போகமுடியும்?. . ." அதீத நாடகத்தன்மையுடன் நடந்த இந்த ஒப்பாரி குழப்பத்தையும் அறியாமையையும் ஒளித்துக்கொள்ளக்கூடிய மகத்தான நிகழ்வாக இருந்தது. எவ்வளவு நேர்மையுடன் ஒரு நபர் சோகம் கொண்டாடுகிறார் என்பதை யாரோ கண்காணித்துக்கொண்டுதான் இருக்கிறார்கள். பிறகு அதற்குப் பதில் சொல்லவேண்டிவரும். நாடு கடத்தப்பட்டவர்களின் முகங்கள் எந்த முகபாவத்தையும் காட்டாமல் இறுகிப்போயின. அதைச் சோகத்தின் அதிர்ச்சியாகவும் கொள்ளலாம். பொது இடங்களில் ஒன்றிரண்டுபேர் கண்ணைக்கூடத் துடைத்துக்கொண்டார்கள். பாதுகாப்பு கருதி எந்தவிதமான உணர்ச்சிகளையும் வெளிக்காட்டாமல் இருந்தார்கள். எல்லோரும் "சோகம் கொண்டாடினார்கள்." அதை எப்படிச் செய்யவேண்டும் என்பது அவர்களுக்குத்தெரிந்ததிருந்தது.

அன்று மதியமே மர அறுவை ஆலையில் சோகம் கொண்டாடும் கூட்டம் நடந்தது. ஆலையின் இயக்குநர் ஸ்டாலின் மரணம் குறித்த கட்சியின் மற்றும் அரசின் அரசுரீதியான அறிவிப்பைப் படித்தார். அதன் பிறகு கட்சிச் செயலாளர், தொழிலாளர்கள் சங்கத்தின் தலைவர், "யூடார்நீக்"

என்று அரசால் கௌரவிக்கப்பட்ட மிகச் சிறந்த தொழிலாளர்கள் இவர்கள் எல்லோரும் மேடைக்கு வந்து ஒருவரையொருவர் மிஞ்சும்படி உரையாற்றினார்கள். அவர்கள் காகிதத்தில் எழுதிக் கொண்டுவந்திருந்த குறிப்புகளிலிருந்து "அந்த யுகத்தின் மிகச் சிறந்த மனிதர்", மார்க்ஸிய அறிவியலின் மிகச் சிறந்த மேதை", "பெருமை வாய்ந்த ஜெனரல்" "எல்லா காலத்துக்குமான மேன்மை வாய்ந்த போர்த் தலைவர்", "உலகத்தின் அனைத்துத் தொழிலாளர்களின் சிறந்த தோழர்", "அடக்கியொடுக்கப்பட்ட ஏழைத் துர்ப்பாக்கிய மக்களின் நம்பிக்கை நட்சத்திரம்", இந்த உலகத்தை விட்டுப் போனதால் அவர்கள் மேலும் மனித குலத்தின் மேலும் வந்து கவிந்திருக்கும் தேற்றிக்கொள்ள முடியாத சோகம் பற்றிப் பேசினார்கள். ஆனால் எவ்வளவுதான் அழுத்தும் சோகமாக அது இருந்தாலும் அதில் அமிழ்ந்துபோய்விடக் கூடாது. உலகத்தின் ஏகாதிபத்தியவாதிகளின் கெட்ட நோக்கங்கள் குறித்து எச்சரிக்கையாக இருக்க வேண்டும். அவர்கள் சோவியத்தின் இந்தப் பெரும் சோகத்திலிருந்து பலன்பெற முயற்சிப்பார்கள். அதனால் தேவதைக் கதைகளில் வரும் மாயாஜால மரம்போல், அதன் வேர்கள் அனைத்து மக்களினுள்ளும் மனித குலத்தின் இதயத்தினுள்ளும் ஆழமாக ஊன்றி தொழிலில் புது வெற்றிகளை அடைய அவர்களை உத்வேகப்படுத்தி, தன் கிளைகளின் கீழ் உலகத்தைப் பாதுகாத்துக்கொண்டிருக்கும் அந்தப் பிரதேசத்துக் கம்யூனிஸ்ட் கட்சியுடன் எல்லோரும் இணைந்திருக்கவேண்டும். காம்ரேட் ஸ்டாலின் அவர்கள் இதயத்தில் என்றென்றும் இருப்பார் என்பதைக் காட்டுவதற்கான ஒரே வழி அதுதான். சோகம் கொண்டாடும் நிகழ்வு முடிந்ததும் எல்லோரும் ஒரே மனதாக சோவியத் குழுமத்தின் கம்யூனிஸ்ட் கட்சியின் மையக் குழுவுக்கும் ஐக்கிய சோவியத் சோஷியலிஸ குடியரசின் உச்ச மன்றத்தின் சபைக்கும் சோவியத் குழுமத்தின் மந்திரி மன்றத்துக்கும் அனுப்ப வேண்டிய கடிதத்துக்கு ஒப்புதல் தந்தார்கள். அதில் சொன்ன தேதிக்கு முன்னால் செய்துமுடிக்க வேண்டிய வேலைக்கான இலக்கை முடித்துத் தருவதாகவும் வர்க்க எதிரி குறித்து எச்சரிக்கையாக இருப்பதாகவும் அந்தப் பிரதேசத்துக் கம்யூனிஸ்ட் கட்சிக்கு வாக்குறுதி அளித்தனர். இத்தகையக் கடிதங்கள் எல்லா இடங்களிலும் எழுதப்பட்டுத் தொடர்ந்து மாஸ்கோவுக்கு அனுப்பப்பட்டபடி இருந்தன. பல்லாண்டு காலத்துக்குப் பின் முதல் தடவையாகக் கடிதங்கள் யோஸிஃப் விஸ்ஸரியோனவிச் ஸ்டாலினுக்கு அனுப்பப்படவில்லை; அதுவே ஏதோ இயற்கைக்கு மாறான ஒரு நிகழ்வுபோல் பட்டது.

கூட்டத்துக்குப் பின் மின் நிலையத்தின் இயக்குநர் அப்பாவிடம் ஏதோ பேசுவதற்கு இருப்பதாகக் கூறி அப்பாவை அழைத்தார். "ஐவர் அலெக்ஸான்ட்ரோவிச், கிராமத்து மையச் சதுக்கத்தில் அதிகப்படியான ரேடியோ ஒலிபெருக்கிகளை நிறுவும் பொறுப்பான வேலை உனக்கு அளிக்கப்படுகிறது. மாஸ்கோவில் நினைவுக் கூட்டத்தில் பேசும் ஒவ்வொரு வார்த்தையும் தெளிவாகக் கேட்க வேண்டும்! ஏதாவது தவறு நேர்ந்தால் உன்னைத்தான் குற்றம்சாட்ட நேரிடும்!" ஏதோ நடக்கப்போகிறது என்ற ஒருவித பயத்துடன் என் அப்பா தன் இயக்குநர் கூறுவதைக் கேட்டார். ஏனென்றால் இறுதிச் சடங்கின் ஒலிபரப்பில் ஒரு சிறு தவறு நேர்ந்துவிட்டால்கூட அது அவரையும் அவர் குடும்பத்தையும்

ஆபத்தில் தள்ளிவிடும். ஏன் இந்தப் பொறுப்புச் சுமையை ஏற்க அவரைத் தேர்ந்தெடுக்க வேண்டும்?

வர்க்கப் போராட்டத்தைப் பற்றிய பிரசார முறைகளைப் பார்த்தால் இயக்குநரின் தேர்வு வழமைக்கு மாறானதாகத்தான் இருக்கிறது. ஏனென்றால் என் அப்பா அரசியல்ரீதியில் நம்ப முடியாத ஒரு நாடுகடத்தப்பட்ட நபர். அவருக்கு ஸ்டாலினின் இறுதிச் சடங்குதான் தன் வெறுப்பைக் காட்டி நாச வேலையில் ஈடுபடக்கூடிய சரியான சமயம். ஆனால் வாழ்க்கையில் சோவியத் பிரசாரப் படங்களிலோ "தலைசிறந்த" கதைப்படங்களிலோ நடப்பதைப்போல் நடப்பதில்லை. ஐவர்ஸ்தான் அறுவை ஆலையிலிருந்த மின் நிலையத்தின் சரியான தொழில்முறை மின்னியல் வல்லுனர். இயக்குநர் என்ற முறையில் தானே தொல்லையில் அகப்பட்டுக்கொள்ளாமல் இருக்க எந்தத் தவறும் நேராமல் வேலை சரியாக செய்து முடிக்கப்படவேண்டும் என்ற கவலையில் ஐவர்ஸின் தொழில் திறமை அரசியல் ரீதியில் எச்சரிக்கையாக இருப்பதைவிட முக்கியமாகப் பட்டது மின் நிலைய இயக்குநருக்கு. இந்தச் சாதாரண நிகழ்வு சோவியத் அரசின் வஞ்சகக் குணத்தைத் துல்லியமாகக் காட்டுகிறது: சொல்லிலும் செயலிலும் பழித்துவிட்டு வர்க்க எதிரி தேவைப்படும்போது பழித்ததை மறந்துவிடுவது.

ஐவர்ஸ் தன் கால்களில் அரிவாள் வடிவத்தில் கொக்கிகளை மாட்டிக்கொண்டான். அவை இடுக்கிகள்போல் மின் கம்பங்களைப் பிடித்துக்கொள்ள கம்பத்தின் மேல் ஏற முடிந்தது. மற்ற மின்னியல் வல்லுனர்கள் உதவியுடன் மின்சாரக் கம்பிகளை இழுத்து ஒலிபெருக்கிகளைக் கட்டினான். பல தடவை எல்லாம் சரியாக இருக்கிறதா என்று பார்த்துவிட்டு இதயம் நடுங்க, தலைவரின் இறுதிச் சடங்கு நிகழ்வு சோவியத் நாடு முழுவதும் நேரடி ஒலிபரப்பாக வரப்போகும் மார்ச் 9 மதிய நேரத்துக்குக் காத்திருந்தான்.

மதியம் சுமார் இரண்டு மணிக்குக் கிராமத்தில் நடந்து வரக்கூடிய எல்லோரும் கிராமச் சதுக்கத்தில் இருந்த ஸ்டாலின் நினைவுச் சின்னத்தருகே கூடினர். அது வழக்கமான வெங்கல நிறம் பூசப்பட்ட விரிசுதைச் சிலை. சோவியத் பிரசாரத்தின் சரியான உதாரணம். சிறிது மாற்றங்களுடன் – கையில் பிடித்த தொப்பி அல்லது தலை மேல் வைத்த தொப்பி, மேல்கோட்டுடன் அல்லது இல்லாமல் – அத்தகையச் சிலை சோவியத்தின் ஒவ்வொரு சிறு கிராமத்திலும் சிறு நகரத்திலும் இருக்கும். தலைவர்களை எல்லோரும் அறியவும் விரும்பவும் வேண்டும் என்பதே அதன் நோக்கம். ஒரு மின்சாரக் கம்பத்தின் மேல் அமர்ந்துகொண்டு என் அப்பா எல்லாவற்றையும் பார்த்துக்கொண்டிருந்தார். எதிர்பாராத இடையூறு எதுவும் நேர்ந்துவிடாமல் இருக்க அங்கே அமர்ந்துகொண்டிருந்தார். மாஸ்கோவிலிருந்து டகூருக்கு நேரடி ஒலிபரப்பு நிகழ்வது இதுவரை நடக்காத ஒன்று. எல்லோரும் மூச்சை அடக்கிக்கொண்டு அறிவிப்பாளர் லெவிடான்[1] தன் துயரம் நிரம்பிய குரலில் இறுதிச் சடங்கு நிகழ்வுக்கான அலங்காரங்களுடன் சிவப்புச் சதுக்கம் எப்படிக் காணப்படுகிறது என்று கூறுவதைக் கேட்டுக்கொண்டிருந்தார்கள். ஸ்டாலினின் உடல் வைத்த சவப்பெட்டி ஒரு பீரங்கி வண்டியில் வைக்கப்பட்டிருந்தது. லெனினுக்கான

கல்லறை மண்டபத்தருகே சிவப்பு மலர்களால் முற்றிலும் மறைக்கப்பட்டு நிறுத்தப்பட்டிருந்தது. மார்ச் 7 அன்று இறுதி வணக்கம் கூற அலையலையாய் எழுந்துவந்த கூட்டம் அடக்க முடியாத அளவுக்குப் பெருகி கூட்டத்தினுள் ஏற்பட்ட முட்டல் மோதல்களில் பலர் மிதிபட்டு இறந்து பலருக்குக் காயம் பட்டச் சோக நிகழ்வை அறிவிப்பாளர் கூறவில்லை.

லெனினின் நினைவு மண்டபத்தின் மேலே இருந்த மேடையில் உச்ச ஆட்சிக்குழு உறுப்பினர்கள் வந்து அமர்ந்ததும் கூட்டம் ஆரம்பித்தது. முதலில் பேசியவர்கள் மிகவும் "நம்பிக்கைக்குப் பாத்திரமான காம்ரேட்களான" [கியார்கி மக்ஸ்மிலியானவிச்] மலென்கொவ், [லாவ்ரென்டி] பெரியா, [நிகிடா] க்ருஷ்சவ், மற்றும் [வ்யசஸ்லாவ் மிஹைலவிச்] மோலடவ். அதன் பிறகு "தன்னிச்சையாக"த் துக்கம் கொண்டாட வந்த "நம்பிக்கைக்குப் பாத்திரமான சீடர்கள்", தொழிலாளிகள் மற்றும் கூட்டுப்பண்ணையைச் சேர்ந்தவர்கள், மாஸ்கோவாசிகள், லெனின்க்ராட் மற்றும் ஸ்டாலினின் சொந்த ஊரான கடியிலிருந்து வந்த மக்கள் போன்றவர்கள் மற்றும் இன்னும் பலர். இறுதிச் சடங்கு இரண்டு மணி நேரத்துக்கு மேல் நடந்தது. குளிராக இருந்தாலும் கிராமத்தார் நின்றுகொண்டிருந்தார்கள். நகரக்கூட இல்லை. அந்தக் கணம் மிகவும் முக்கியமான ஒன்று. பனி, குளிர் போன்ற விஷயங்கள் எல்லாம் அதில் குறுக்கிடக்கூடாது என்பதைப் புரிந்துகொண்டிருந்தார்கள். முடிவில் ஷோப்பாவின் இறுதி ஊர்வலப் பாட்டு ஒலித்தது. அறிவிப்பாளர் பெருமை வாய்ந்த தலைவரின் தோழர்களான மலென்கொவ், பெரியா மற்றும் மோலடவ் சவப்பெட்டியைத் தூக்கிக்கொண்டு அதை நினைவு மண்டபத்தினுள் எடுத்துப் போகிறார்கள் என்று அறிவித்தார். சரியாக 12 மணி மாஸ்கோ நேரத்தில் தொழிற்சாலைகளின் சங்கொலி சோவியத் குழுமம் முழுவதும் ஒலித்தது. ஒலிபெருக்கிகள் மூலம் கேட்டச் சங்கொலிகளுடன் டகூரின் அறுவை ஆலையின் க்ரீச்டும் சங்கொலியும் கேட்டது. சோவியத் குழுமத்தின் பாடல் முடிந்ததும் ஐந்து நிமிடங்களுக்கு எல்லா இயக்கங்களும் ஐந்து நிமிடங்களுக்கு நின்றுபோயின: ரயில் வண்டிகள், பேருந்துகள், பட்டறைகளின் பணி இழுப்பறைப் பெட்டிகள், மோட்டார் வண்டிகள் மற்றும் மக்கள். க்ரெம்லினின் துப்பாக்கிக் குண்டுகளின் சத்தம் மட்டுமே ரேடியோவில் கேட்டது. "எல்லாம் முடிந்து விட்டது. அவரைப் புதைத்தாகிவிட்டது" என்று நினைத்துக்கொண்டார் என் அப்பா. மின்சாரக்கம்பத்தின் மேல் அமர்ந்திருந்ததால் சோகமாக முகத்தை வைத்துக்கொள்ளும் அவசியம் அவருக்கு இருக்கவில்லை. மற்றவர்கள் அவர் மனத்தில் ஓடும் எண்ணங்களை யூகித்துவிடுவார்களோ என்ற கவலையும் இருக்கவில்லை. நம்பவே முடியாத சுமைத் தணிவு ஏற்பட்டது: ஒலிபெருக்கிகள் சரியாக வேலை செய்ததால் எந்த எதிர்மறை விளைவுகளும் இருக்காது. மின்சாரக்கம்பத்திலிருந்து மெல்ல இறங்கி வீட்டுக்குப் போகலாம்.

ஸ்டாலின் இறந்துபோன மறுநாள் டகூர் அதற்கு முன் இருந்த நாட்களைப்போலவும் இனி வரப்போகும் பல நாட்களில் இருக்கப் போவதைப்போலவும் தன் வழக்கமான நிலைக்குத் திரும்பியது. க்ரெம்லினின் நான்கு சுவர்களுக்குள் "காம்ரேட்கள்" "சக படைவீரர்களான காம்ரேட்கள்" மற்றும் "சீடர்கள்" இவர்களுக்கிடையே நடந்துகொண்டிருந்த

அதிகாரத்துக்கான போட்டியின் எதிரொலிகள் சோவியத் குழுமத்தின் இந்த மூலையை எட்டவேயில்லை என்று கூறலாம். ஸ்டாலினின் பெயர் பத்திரிகைகளில் அதிகம் குறிக்கப்படுவதில்லை என்பதை என் பெற்றோர்கள் கவனிக்கவில்லை. அதற்குப் பதிலாக லெனினின் பெயரும் கம்யூனிஸ்ட் கட்சி எப்படித் தலைமைப் பொறுப்பில் நின்று வழிநடத்துகிறது என்று அழுத்திச் சொல்வதும் பத்திரிகைகளில் இருந்தன. ஸ்டாலினின் வாரிசாகத் தொடரப்போவது கியார்கி மலென்கொவ்தான் என்று பரவலாகக் கருதப்பட்டாலும் அவர் பெயருடன் லாவ்ரென்டி பெரியா, வ்யசஸ்லாவ் மோலடவ் மற்றும் நிகிடா க்ருஷ்சவ் பெயர்களும் அடிபட்டன. அப்படியென்றால் அதிகாரம் ஒருவர் கையில் மட்டுமல்ல பலராலும் பகிர்ந்துகொள்ளப்படப்போகிறது என்று தெரிந்தது. ஏப்ரலின் ஆரம்பத்தில் *ப்ராவ்டா* (உண்மை) பத்திரிகையில் "டாக்டரின் வழக்கு" முடிந்துபோனதைப் பற்றியும் "தவறாகக் குற்றஞ்சாட்டப்பட்ட" சிலர் விடுவிக்கப்பட்டதையும் குறித்து ஒரு கட்டுரை வந்தது.[2] நாடுகடத்தப்பட்டவர்கள் இந்த மாதிரிச் செய்திகளை ஆவலுடன் படித்தனர். அவர்கள் விதியும் மாறப்போகிறதா?

முதலில் வந்த ஆச்சரியப்படுத்தும் நிகழ்வு மிகுந்த அதிகாரத்துடன் அரசு பாதுகாப்பு மந்திரியாக இருந்த லாவ்ரென்டி பெரியாவின் கொடுமையான நடவடிக்கைகள் குறித்து கம்யூனிஸ்ட் கட்சியின் மையக் குழுவின் ஜூலை மாத முழுமையான அமர்வில் கூறப்பட்ட விமர்சனங்கள். "பண்பு சிதைந்த பூர்ஜுவா" மற்றும் "அனைத்துலக எகாதிபத்தியத்தின் கைக்கூலி" என்றும் அவர் விமர்சிக்கப்பட்டிருந்தார். முழுமையான அமர்வில் தலைவர்கள் "எப்போதுமே குற்றம் செய்யாதவர்கள்" என்பதை ஐயப்படுவதற்கு விதிக்கப்பட்டத் தடை ரத்து செய்துவிட்டதுபோல் பட்டது. டிசம்பர் மாத முடிவில் பெரியா சுட்டுக் கொல்லப்பட்டபோது என் பெற்றோர்களும் மற்றவர்களும் இழந்திருந்த நம்பிக்கை மீண்டும் தலைதூக்க ஆரம்பித்தது. மற்ற நிகழ்வுகளும் ஏதோ நடக்கப்போகிறது என்பதைக் காட்டின. கண்காணிப்புக் குறைகிறதென்றும் சிறை முகாமில் இருந்த கைதிகள் குடியிருப்புப் பகுதிகளுக்குப் போக அனுமதிக்கப்பட்டுள்ளார்கள் என்றும் வதந்திகள் பரவ ஆரம்பித்தன. தண்டனைக் காலம் முடியும் முன்பே சிலர் விடுதலை செய்யப்பட்டார்கள் என்றும் பக்கத்தில் இருந்த கிராமங்களிலோ நகரங்களிலோ வாழ அனுமதிக்கப்பட்டார்கள் என்றும் அங்கு வேலை செய்து அதற்கான சம்பளம் பெற்றுக்கொள்ளக்கூட முடிந்தது என்றும் செய்திகள் காதில் விழுந்தன.

ஆகஸ்ட் 1, 1954 தேதி தளபதியின் அலுவகத்தில் என் பெற்றோர்களை ஆச்சரியத்தில் ஆழ்த்தப்போகும் செய்தி ஒன்று காத்திருந்தது: என்னைப் பதிவு செய்யவேண்டிய அவசியம் இனி கிடையாது. பதினாறு வயதுவரை எனக்கு விடுதலை அளிக்கப்பட்டிருந்தது! அவர்களும் மாதம் இருமுறை வந்து பதிவு செய்யவேண்டியதில்லை. ஆண்டுக்கு ஒரு முறை வந்தால் போதும். டாம்ஸ்க் பிராந்தியத்தில் எங்கு வேண்டுமானாலும் போய்க் குடியிருக்க அவர்களுக்குச் சுதந்திரம் அளிக்கப்பட்டிருந்தது. விஷயம் தெரிந்த ஒருவர் "வாழ்நாள் தண்டனை" என்ற சட்ட விதி ரத்துசெய்யப்பட்டுவிட்டது என்றார். நடக்கும் சம்பவங்களைக் கண்டு நம்பிக்கைச் சிறகுகள் மீண்டும் முளைத்தன. நாடுகடத்தபட்டவர்கள் எப்போது சந்தித்தாலும் வாயில்

வரும் வார்த்தைகள் "இதைக் கேள்விப்பட்டீர்களா...?" என்று தொடங்கி யாரோ கேள்விப்பட்ட யாருக்கோ நடந்த அற்புதமான அனுபவம்... என்று போகும். இப்படித்தான் வீடு திரும்புவதற்கான ஆயத்தங்கள் தொடங்கின. இவை மூன்றாண்டுக் காலம் தொடர்ந்து "மேலே" என்ன நடக்கிறது என்று தெரியாததால் அதைவிட நீண்டன.

மாற்றங்களைப் பற்றிக் கேள்விப்பட்டப் பலர் மீண்டும் தைரியத்தை வரவழைத்துக்கொண்டு நிர்வாகக் குடியிருப்புகளிலிருந்து விடுதலை செய்யப்பட விண்ணப்பங்களை எழுத ஆரம்பித்தனர். என் அம்மாவும் மீண்டும் முயற்சி செய்யத் தீர்மானித்தாள். உச்ச மன்ற சபையின் தலைவரான க்ளிமியன்ட் வராஷிலவ் பெயருக்கு ஒரு விண்ணப்பத்தை தளபதியின் அலுவலகத்தில் தந்தாள். ஜூன் 1954ல் எழுதப்பட்ட அந்தக் கடிதத்தில் தான் நாடுகடத்தப்பட்ட விவரங்களை விவரமாகக் குறிப்பிட்டுவிட்டு தன் விதியைத் தீர்மானிப்பவர்களிடம் இவ்வாறு கூறி முடித்தாள்: "1952ல் எனக்குப் பெண் குழந்தை பிறந்தது. [...] இந்தக் கொடுமையான தண்டனையிலிருந்து என் மகளும் நானும் விலக்கப்பட உங்களை மன்றாடிக் கேட்டுக்கொள்கிறேன். நாங்கள் அனுபவித்துக்கொண்டிருக்கும் இந்தத் தண்டனை இறந்துபோன என் பெற்றோர்கள் மூலம் எங்களுக்கு வந்திருப்பது. ஒரு சுதந்திரமான சோவியத் குடிமகளாக இருக்கும் நிலைமையை எனக்கு அளிக்கவும்." போரின் ஆரம்ப நாட்களில் எழுதிய விண்ணப்பங்களைப்போல் அல்லாமல் இந்த விண்ணப்பம் ட்ரெய்ஃபெல்ட்ஸின் வழக்குக் கோப்பில் வைத்திருக்கப்பட்டிருந்தது. அதைப் படித்தவர் கவனமாகப் படித்திருந்தார் என்று தெரிகிறது. சில பகுதிகள் சிவப்புப் பென்சிலில் குறிக்கப்பட்டிருந்தன. என் அம்மா சிறப்புப் பதிவிலிருந்து 1948ல் நீக்கப்பட்டிருந்தாள் என்பது அவருக்கு முக்கியமாகத் தோன்றியது. "ட்ரெய்ஃபெல்ட்ஸ்" என்ற குடும்பப் பெயர் பல இடங்களில் பல மாதிரி எழுதப்பட்டிருப்பது அந்தச் சேக்கா அதிகாரியின் கழுகுக் கண்களிலிருந்து தப்பவில்லை. அது ஒரே நபர்தான் என்பதை உறுதிசெய்துகொண்ட பின் அதை மறுபரிசீலனைக்கு லாட்விய சோவியத் சோஷியலிஸ குடியரசுக்கு அனுப்பத் தீர்மானித்திருந்தார். கடிதத்துடன் அவள் வேலை செய்யும் ஆலையின் தலைவரிடமிருந்தும் தளபதியின் அலுவலகத்திலிருந்தும் கடிதங்கள் இணைக்கப்பட்டிருந்தன. இரண்டு கடிதங்களுமே நேர்மறையான விஷயங்களைக் கூறின: நாடு கடத்தப்பட்டப் பெண் "குடியிருத்தப்பட்ட காலம் முழுவதும் சமூகத்துக்கு உபயோகமான வேலையைச் செய்திருந்தார். அரசின் எந்த விதிகளையும் மீறவில்லை." ஆனால் இந்த நல்ல சிபாரிசுகள் எதுவும் லாட்விய சோவியத் சோஷியலிஸ குடியரசின் உள்துறை அமைச்சகத்தில் இருந்த மேஜரைப் பாதிக்கவில்லை. டுகும்ஸ் குடிப்படை லெஃப்டினன்ட் பும்பே அவள் 1948ல் தன் குடியிருப்பை விட்டு சட்டத்தை மீறி வெளியே வந்தாள் என்று தவறாக எழுதிய குறிப்பு அவருக்கு உபயோகமாக இருந்தது. இதைக் கவனத்தில் கொண்டு "லிகிடா யனோவ்னா சிறப்புக் குடியிருப்பு ஆணையை ரத்து செய்ய தன் தரப்பிலிருந்து எந்த வாதங்களையும் முன்வைக்கவில்லை" என்று கூறி அவள் கோரிக்கையை ரத்துசெய்யுமாறு சிபாரிசு செய்தார் மேஜர். இப்படி கோரிக்கை மறுக்கப்பட்டது என் அம்மாவுக்கு மட்டுமல்ல. பொதுவான இந்த மறுப்பு பலரை அதிர்ச்சிக்குள்ளாகியது. நாடுகடத்தப்பட்டவர்களின்

நிலைமை மேற்போக்கான மாற்றங்களைப் பெறலாம்; வாழ்நாளுக்கும் நாடுகடத்தப்பட்ட தண்டனை ரத்து செய்யப்படலாம்; ஆனால் லாட்வியா திரும்புவது சாத்தியம் இல்லை. அது கசப்பான உண்மையாக இருந்தது. 1954ன் வேனிற்காலத்தில் ஒன்றரை ஆண்டுக்குப் பின் சோவியத் குழுமம் கம்யூனிஸ்ட் கட்சியின் 20வது மாநாட்டில் முற்றிலும் ஆட்டம் கண்டுவிடும் என்றும் அது என் குடும்பம் லாட்வியா திரும்புவதற்கான பாதையைத் திறக்கும் என்பதையும் யாரும் கற்பனைகூடச் செய்திருக்க முடியாது.

அரசின் இறுக்கமான சுவரில் விழுந்திருந்த சில விரிசல்களை உபயோகித்து வாழும் நிலையை மேம்படுத்திக்கொள்ளும் முயற்சிகளை மேற்கொண்டு டகூரில் தொடர்ந்து வாழவேண்டியிருந்தது அவர்களுக்கு. விதிகள் தளர்த்தப்பட்டிருகின்றன என்பதற்கு அறிகுறியாய் மர அறுவை ஆலை நிர்வாகம் லிகிடா யனோவ்னா தொழில்முறை மேம்பாட்டுக் கல்வியைப் பெற அனுமதித்தது. அந்தக் கல்வி முடிந்ததும் அறுவை ஆலையின் மர உற்பத்திப் பொருட்களின் தரக் கட்டுப்பாட்டாளராக வேலை உயர்வு கிட்டும். இந்த வேலை ஓரளவுக்குக் கடின உடல் உழைப்பிலிருந்து என் அம்மாவை விடுவித்தது எனலாம். என் அப்பாவும் சாதாரண மின்னியல் வல்லுநர் வேலையிலிருந்து தலைமை மின்னியல் வல்லுநராக உயர்த்தப்பட்டார். இந்த வேலை உயர்வுகளுக்குப் பிறகு கணிசமான வருமானம் கிடைத்ததில் சோவியத் நாட்டின் ஆடம்பரப் பொருட்கள் எங்கள் வீட்டில் தென்படலாயின: கைக்கடிகாரம், கேமரா, மிருக மென்மயிர் கோட்டுகள் போன்றவை. எதிர்பாராத விதத்தில் கம்யூனிஸ்ட் இளைஞர்கள் சங்கத்தில் சேரும்படி அழைப்பு வந்தது. அதை மறுக்கும் தைரியம் யாருக்கு உண்டு? அவர் சேரத்தான் வேண்டியிருந்தது. 1950ன் இறுதியில் இதே மாதிரி ஓர் அழைப்பு அவர் லாட்வியா திரும்பிய பின் கம்யூனிஸ்ட் கட்சியில் சேரும்படி என் அப்பாவுக்கு வந்தது. தான் "கொள்ளைக்காரக் குடும்பத்தின் உறுப்பினர்" என்ற சரித்திரத்தைக் காட்டி தான் மக்களை வழிநடத்தும் முன்னணிக் கட்சியில் இருக்கத் தகுதியில்லாதவன் என்று கூறிவிட்டார். இவ்வாறு எந்தவிதத்தொல்லையிலும் சிக்கிக்கொள்ளாமல் தன் வாழ்வை அழித்தவர்களுடன் கைகோர்த்துக்கொள்ளும், அவரால் ஏற்றுக்கொள்ள முடியாத செயலைத் தவிர்த்தார்.

டாம்ஸ்க் தொழிற்கல்வி நிறுவனத்தில் நாடுகடத்தப்பட்டவர்களில் சிலர் ஏற்றுக்கொள்ளப்படுவார்கள் என்று தெரியவந்ததும் என் அப்பா அதில் சேர முயற்சி செய்ய விரும்பினார். எப்படியாவது இதிலிருந்து விடுபட்டு இருக்கும் வழி கல்வி மட்டுமே என்று தோன்றியது அவருக்கு. பொறியாளராகவும் ஆங்கிலம் படிக்கவும் ரேடியோ செய்வது பற்றி துறை சார்பற்ற ரேடியோ ஆர்வலர்களுக்காக ஒரு கையேடு எழுதவும் கனவு கண்டார் அவர். நாடு கடத்தப்படும் முன் தொழிற்துறைக் கல்லூரியில் மூன்றாண்டு கல்வியை முடித்திருந்தார். கிராமத்திலிருந்த தொழிலாளர்களுக்கான பள்ளியின் மாலை வகுப்புகளுக்குப் போனால் அவர் மேற்படிப்புக்குத் தயார் செய்துகொள்ளப் போதுமாக இருக்கும் என்று தோன்றியது. ஆனால் அவருக்குப் படித்தது நிறைய மறந்துபோயிருந்தது. தவிர ரஷ்ய மொழியைச் சரியாக எழுதவும் கற்க வேண்டியிருந்தது. இல்லாவிட்டால் தொழிற்துறை நிறுவனத்தின் நுழைவுத் தேர்வில் அவர் தேர்ச்சி பெற முடியாது. என்

அப்பாவின் ஊக்கமும் விடாமுயற்சியும் போற்றத்தக்கது. ஏனென்றால் படிப்புக்காக நேரம் ஒதுக்க அவர் தான் தூங்கும் நேரத்தை நாலைந்து மணி நேரமாக மட்டுமே குறைக்கவேண்டிவந்தது. இப்போதும் மூன்று ஷிப்ட் வேலை இருந்தது. ஆனால் நாளொன்றின் வேலை நேரம் எட்டு மணி நேரமாக குறைக்கப்பட்டிருந்தது. வாரத்தில் ஒரு நாள் தொழிலாளர்களுக்கு விடுமுறையும் இருந்தது. இரண்டு ஆண்டுகளில் மாலைக் கல்விக்கான படிப்பை முடித்துவிட்டு டாம்ஸ்க் செல்லத் தயாரானார். என்ன செய்தி வரும் என்று ஆர்வத்துடன் எதிர்பார்த்துக்கொண்டு நாங்கள் வீட்டில் இருந்தோம். என்ன ஆகுமோ என்று தெரியாததால் வரும் பதற்றத்தைக் குறைக்க என் ஓமாமாவும் அம்மாவும் சீட்டுக் கட்டு வைத்து விளையாடும் மனோதத்துவ சிகிச்சை முறைக்குப் போனார்கள். ஒவ்வொரு முறை சீட்டு சரியாக விழாத போது மனம் கிடந்து அடித்துக்கொண்டது. நல்ல சீட்டு விழுந்தபோது நிம்மதியாக இருந்தது. அப்பா எல்லாத் தேர்வுகளிலும் அதிக மதிப்பெண்களுடன் மிகச்சிறப்பாகத் தேர்ச்சி பெற்றுவிட்டார் என்பது எங்களுக்குத் தெரிந்திருந்தது. அவர் மிகவும்

ஐவர்ஸும் ஸான்ட்ராவும் 1955

பயந்த, கடினமான பரீட்சை கடைசியில் இருந்தது. அது ரஷ்ய மொழியில் கட்டுரை எழுதுவது. அதில் தோல்வியுற்றால் மற்றப் பரீட்சைகளில் பெற்ற வெற்றி நீக்கப்பட்டுவிடும். கடைசியில் ஒரு தந்தி வந்தது: விதியின் சவாலை ஏற்று அப்பா வெற்றிபெற்றுவிட்டார்!

ஸைபீரியாவில் ஒரு வருடப் படிப்பை முடிக்க முடிந்தது அப்பாவுக்கு. 1957ல் நாங்கள் லாட்வியா திரும்பியபோது ரீகா தொழிற்துறைக் கல்வி நிறுவனம் அவரை மேலும் படிக்க அனுமதிக்காதது பெருத்த ஏமாற்றமாக இருந்தது. நிர்வாகக் குடியிருப்பிலிருந்து விடுவிக்கப்பட்டது அவர் எந்தக் குற்றமும் செய்யாதவர் என்பதை நிரூபிக்கப் போதிய சான்று

இல்லை என்றும் "கொள்ளைக்காரக் குடும்பத்தின் உறவினர்" ஒருவருக்கு நேர்மையான சோவியத் மாணவர்களுடன் அமரும் தகுதி இல்லை என்றும் கல்லூரியின் சேர்க்கைக் குழு கூறிவிட்டது. இவ்வாறாக க்ருஷ்சவ்வின் அரசியல் "இளக்கம்" லாட்வியாவரை அப்போது எட்டாமல்போயிற்று. மாறாக சோவியத் கல்லூரிகளில் சேர்வதற்கு வர்க்க அடிப்படை மீண்டும் புகுத்தப்படவேண்டும் என்ற தீர்மானம் லாட்வியாவை எட்டியிருந்தது. துறைத் தலைவரை சென்று சந்தித்த பின்தான் ஐவர்ஸ் கால்னியடிஸ்ஸுக்கு கல்வியைத் தொடர, ரஷ்ய மாணவர்களுடன் சேர்ந்து படிக்கவேண்டியிருந்தாலும், அனுமதி அளிக்கப்பட்டது.

போர்க்காலத்தில் நொண்டியான கால், நாடுகடத்தலால் அவர் இளமையாண்டுகள் இல்லாமல்போனது லாட்வியா திரும்பியதும் குடும்பத்தை நடத்த பட்ட கஷ்டங்கள் இவை அனைத்திலிருந்தும் என் அப்பாவால் மீண்டுவர முடிந்தது. அவர் உள்ளொளியை அவர் எப்போதுமே தக்கவைத்துக்கொண்டார். அவருடன் பழகுபவர்கள் அதை உணரமுடியும். உற்சாகமாய் ஒளிர்ந்து ஆனால் உள்ளுக்குள் பலவீனமான என் அம்மாவுடன் ஒப்பிடும்போது அவர் எங்கள் குடும்பத்தின் உறுதியான தூணாக இருந்திருக்கிறார். குடும்பத்தின் எல்லா முக்கியமான முடிவுகளையும் தயங்காமல் தான் எடுத்து ஆனால் மற்றவர்களை அவர்கள்தாம் முடிவெடுப்பவர்கள்போல் உணரவைப்பவர் அவர். எப்படி அவர் குடும்பத் தந்திரங்கள் செய்யாமல் நீண்ட நேரம் வாய்ச்சண்டைபோடாமல் அதைச் சாதித்தார் என்பது எனக்குப் புரிந்ததே இல்லை. அவர் வாயில் வரும் அதிகபட்ச வசைச்சொல் "காக்கா" அல்லது நீண்ட மௌனம்தான். நான் சந்தித்தவர்களிலேயே எதற்குமே சீறிவிழாமல் அமைதியாக இருந்து செயல்படும் அதிபுத்திசாலியாக நான் கருதும் நபர் என் அப்பாதான். என் உற்ற தோழனும் அவர்தான். வீம்பு பிடித்த, சஞ்சல புத்தியுடைய, யாராலும் அடக்கமுடியாத என்னை நானாகவே ஏற்றுக்கொள்பவர். என் அந்தரங்க அனுபவங்களிலிருந்து யதார்த்தத்தோடு என் கொள்கைகள் மோதும்போது நான் இன்னொரு முட்டுச்சந்தில் நிற்கும்போது ஏற்படும் வாழ்க்கைப் பிரச்சினைகள்வரை எதையும் நான் அவரிடம் பேச முடியும். மிகவும் லாவகத்துடன் என் வாழ்க்கையின் மிகக் கடினமான கணங்களில் என்னை வழிநடத்தியிருக்கிறார்; ஒவ்வொரு தோல்விக்குப் பின்னும் நான் சக்தியுடன் எழுந்துவர அக்கறையுடன் என்னைப் புரிந்துகொண்டு உதவியிருக்கிறார். எதற்கும் வளைந்துகொடுக்காமல் உறுதியுடன் செயல்படும் என் இயல்பு அவரிடமிருந்து பெற்றதுதான், அதுதான் என்னைக் கட்டுப்படுத்திக்கொள்ள உதவியிருக்கிறது என்று இவ்வளவு ஆண்டுகளுக்குப் பிறகு இப்போதுதான் எனக்குப் புரிகிறது. அபூர்வமான பன்முகத் தன்மை கொண்ட என் வாழ்க்கையில் என்னைக் கடந்து செல்லும் மனத்தை ஈர்ப்பவற்றிலிருந்து எதைத் தேர்ந்தெடுப்பது எங்கே போவது என்று தறுதலையாக நான் இருந்த இளமைப்பருவத்தில் எனக்குத் தெரிந்திருக்கவிலை. ஆனால் என் மனத்தின் ஆழத்தில் பிம்பம் ஒன்று இருந்தது – தன் கனவு நிறைவேற புத்தகங்களின் மேல் தலையைக் கவிழ்த்துக்கொண்டு பல ஆண்டுகள் படித்த என் அப்பாவின் ஒளிவிடும் பிம்பம். எப்போதாவது ஒரு பெரிய முடிவை எடுக்கவோ, வேலையைச் செய்யவோ பொறுப்பை ஏற்கவோ எனக்குப் பயமாக இருக்கும்போது

என் பிரக்ஞையில் இருக்கும் என் அப்பா சரியான முடிவை எடுக்க எனக்கு வலுவூட்டியிருக்கிறார். அப்படித்தான் அது எப்போதும் இருக்கும். நித்தியமான காலம் ஒரு நாள் எங்களைக் கொஞ்ச காலத்துக்குப் பிரிக்கும்போதும்.

நாடுகடத்தப்பட்டவர்களில் ஒருவருக்கு வெளிநாட்டிலிருந்த தன் உறவினர்களிடமிருந்து கடிதம் வந்திருக்கிறது என்ற செய்திதான் 1955ன் வசந்தகாலத்தில் முக்கியமான மாற்றங்களைப் பற்றிய தகவலை டகூர் கிராமம் முழுவதும் பரப்பும் தூதன் ஆகியது. இந்தச் செய்தி என் அம்மாவை மிக ஆழமாகப் பாதித்தது – 1948ல் தொடர்பு விட்டுப்போன தன் அண்ணன்களைப் பற்றிய தகவலைக் கடைசியாகக் கண்டுபிடிக்கமுடியுமோ என்னவோ? அவர்கள் லாட்வியாவில் இருக்கும் உறவினர்களுக்குக் கூட கடிதம் எழுதியிருக்கவில்லை. அவர்கள் முடிவில் எந்த நாட்டில் தஞ்சம் புகுந்தார்கள் என்பது யாருக்கும் தெரிந்திருக்கவில்லை. கனடாவிலிருந்து ஒரு கடிதம் நவம்பர் 3ம்தேதி வந்தது. இதுவரை பாராத கோடு போட்ட முனைகள் உள்ள கடிதவுறை கையில் வந்ததுமே என் அம்மா விக்டோர்ஸின் கையெழுத்தை அடையாளம் கண்டுகொண்டாள். அவள் இதயம் வேகமாகத் துடிக்க ஆரம்பித்தது. முடிவில் அவளுடைய அண்ணாக்கள் அவளிருக்கும் இடத்தைக் கண்டுபிடித்துவிட்டார்கள்! அழுதுகொண்டே அவள் வீட்டை நோக்கி விரைந்தாள். கதவின் பக்கத்தில் கோட்டை வீசிவிட்டு நடுங்கும் கைகளுடன் கடிதத்தைக் கிழித்துப் பிரித்தாள். என் அருமை அருமை உறவுகளே! இவ்வளவு ஆண்டுகளுக்குப் பிறகு தன்னை யாராவது “என் அன்பு குட்டித் தங்கையே!” என்று அழைக்கமுடியும் என்பதை நம்பமுடியவில்லை. வால்டெமார்ஸூம் விக்டோர்ஸூம் கனடாவில் இருந்தார்கள்; ஆர்னால்ட்ஸ் இங்கிலாந்தில் இருந்தான். மூத்த அண்ணா வால்டெமார்ஸூக்கு யூரிஸ், யானிஸ் என்று இரு மகன்கள். தவிர, ரூட்டா, பேடெரிஸ் என்று இரட்டைக் குழந்தைகள். விக்டோர்ஸ் இரண்டாம் முறையாக ஔஸ்ட்ராவைத் திருமணம் செய்துகொண்டிருந்தான். அவனுக்கும் குன்டா, டாய்னா என்று இரட்டைக் குழந்தைகள். ஓராண்டு கழிந்ததும் அவனுக்கும் அவன் மனைவிக்கும் ஒரு மகனும் பிறந்தான். அந்தச் சமயத்தில் ஆர்னால்ட்ஸ் மட்டும்தான் மீண்டும் திருமணம் செய்துகொண்டிருக்கவில்லை. சில ஆண்டுகளுக்குப் பின் அவன் மார்ட்டாவை மணந்துகொண்டு அவனுக்கு மூன்று பெண்கள் பிறந்தார்கள் – லிகிடா, மார்ட்டா மற்றும் ஸீலே.

ஆழமான உணர்ச்சிப்பெருக்கிலிருந்து மீண்ட பின் என் அம்மா அந்தக் கடிதத்தைப் பலமுறை என் அப்பாவுக்கும், பாட்டிக்கும் எனக்கும் படித்துக்காட்டினாள். உரக்கப் படிக்கப்படும்போது அதன் மதிப்பு வேறுவகையாக மாறியது. அந்தச் சொற்கள் எங்கள் பிரக்ஞையில் படிந்துபோய் அம்மா முன்பு சொல்லியிருந்த கதைகளுடன் கலந்து அவற்றுக்குப் புது அர்த்தம் தந்து அவற்றை உயிர்ப்பித்தன. இந்த முதல் கடிதத்துக்குப் பிறகு எங்கள் வீட்டில் நல்லது கெட்டது எது நடந்தாலும் கண்ணுக்குத் தெரியாதபடி அவர்கள் அங்கே இருந்தார்கள். நான் பெரியவளானதும் அவர்கள் கடிதங்களுக்காக என் அம்மா ஆவலுடன் காத்திருப்பதைப் பார்த்து எனக்கு என் மாமாக்களை நினைத்துப்

பொறாமையாகக்கூட இருந்தது. என்னைப் பற்றியே நான் எப்போதும் நினைத்ததால் அவள் மனத்தில் எனக்காகப் போதிய இடம் இல்லை என்று நினைத்துக்கொண்டேன். அவள் பாசம் துண்டுத் துண்டாகச் சிதறிய நினைவுகளிலும் கடிதங்களிலும்தான் வாழ முடியும் என்றுணர்ந்ததால் என் அம்மா அனுபவித்திருந்த நிறைவேறாத ஏக்கங்களிலிருந்து வரும் மனத்தை அழுத்தும் சோகம் பற்றி எனக்கு எப்படித் தெரியும்?

என் அம்மா தன் அண்ணன்களுக்கு எழுதிய பதிலை என்னால் அழாமல் படிக்க முடியவில்லை. சில பக்கங்களில் எழுதப்பட்டிருந்த விதியால் அலைக்கழிக்கப்பட்ட அவர்கள் பெற்றோர் மற்றும் தங்கையின் வாழ்க்கைச் சுருக்கத்தில் நெய்யப்பட்டிருந்த விவரிக்கமுடியாத வலியைப் பற்றிப் படித்ததும் அவர்களும் அழுதார்கள்:

> *“இத்தனை ஆண்டுகள் கடந்தும் இந்த ஆண்டுகளில் என்னைத் தேட நீங்கள் முயற்சி செய்யாதது என்னைப் புண்படுத்துகிறது. என்னைவிட உங்களுக்கு அது எளிதாக இருந்திருக்கும். கடைசி முறை நான் உங்களிடமிருந்து வாழ்த்துகளைப் பெற்றது ஏழு ஆண்டுகளுக்கு முன்பு. அப்போது நான் லாட்வியாவில் இருந்தேன். இப்போது மீண்டும் டாம்ஸ்க் பகுதிக்கு நான் வந்துவிட்டேன். இரண்டாம் முறையாக திரும்பி வந்தபோது என்னைச் சந்திக்க அம்மா உயிருடன் இல்லை. 1950, பிப்ரவரி 5ம் தேதி இதய அதிர்ச்சியில் அவள் இறந்துபோனாள். நான் தனியாக விடப்பட்டேன், தன்னந்தனியாக... திரும்பி வரும் வழியில் நான் பட்ட கஷ்டங்களுக்குப் பிறகு அம்மாவைப் பார்க்கத் துடித்துக்கொண்டிருந்தேன். ஆனால் என் பயணத்தின் முடிவில் எனக்குக் கிடைத்தது அவள் மரணத்தைத் தெரிவிக்கும் அதிகாரபூர்வமான அறிக்கைதான். என் வாழ்க்கையின் மிகப் பெரிய அதிர்ச்சி அது. இன்றுவரை என்னால் அதை ஏற்றுக்கொள்ள முடியவில்லை.*
>
> *நான் உன் ஒரே கடிதத்தை மீண்டும் மீண்டும் படிப்பேன் விக்டோர். அது எனக்கு மனப்பாடமாகிவிட்டது. நீ 1947ல் எழுதியது. அம்மாவும் நானும் சேர்ந்து அதை அழுதுகொண்டே படித்தோம். இப்போது எனக்குத் திருமணமாகி நான்கு ஆண்டுகளாகிவிட்டன. திருமணமான பின் என் குடும்பப் பெயர் கால்னியடிஸ். எங்களுக்கு ஸான்ட்ரா என்று ஒரு அருமைப் பெண் இருக்கிறாள். இந்தக் கிறிஸ்மஸ் சமயத்தில் அவளுக்கு மூன்று வயதாகும். நாங்கள் இருவரும் மர அறுவை ஆலையில் வேலை செய்கிறோம். ஆரம்பத்தில் நான் மரப் பலகைகளைத் தூக்கினேன். இப்போது இரண்டு ஆண்டுகளாக வகை பிரிப்பாளராக இருக்கிறேன். என் கணவன் ஐவர்ஸ் வேலையும் செய்து எதிர்காலத்தில் பொறியாளராக இரவுப் பள்ளியில் படிக்கவும் செய்கிறான்.*
>
> *[...] தயவுசெய்து, தயவுசெய்து எனக்கு எழுதுங்கள் – உங்கள் கடிதத்தை கையில் பிடித்திருப்பது எனக்கு எவ்வளவு மகிழ்ச்சியைத்*

தருகிறது என்பது உங்களுக்குப் புரியவே புரியாது. உங்கள் "குட்டிகள்" பற்றி எழுதுங்கள். அவர்களை அணைத்துக்கொள்ள அம்மா எவ்வளவு ஆசைப்பட்டாள் – தன் பேரக் குழந்தைகள் யாரையுமே பார்க்காமல் அவள் இறந்துபோனாள். பதினைந்து ஆண்டுகளுக்கு முன்பு இருந்ததுபோலவே நான் உங்களைப் பார்க்கிறேன். இருபத்தெட்டு வயதில் எனக்கு நிறைய நரை முடி வந்துவிட்டது. உங்களுக்கு இன்னும் நிறைய இருக்கும். வாழ்க்கை நம்மைச் சீராட்டவில்லை. உங்கள் புகைப்படங்களை அனுப்புங்கள். அப்போதுதான் உங்களை நினைக்கும்போது பார்ப்பதற்கு என்னிடம் ஏதாவது இருக்கும்.

[...] இதை எழுதும்போது அழுகிறேன். நடந்தது எல்லாவற்றையும் நினைத்து. மீண்டும் அதிலுள்ள எதையும் வாழ முடியாது என்பது எனக்குப் புரிகிறது. சிறு விவரமாகி விட்ட அந்த நிகழ்வைக்கூட – டுபுல்டி உயர்நிலைப் பள்ளியில் உங்கள் எல்லோருடனும் மிகப் பெருமையுடன் நான் நடனமாடியது. உங்களுக்கு அது நிச்சயமாக மறந்திருக்கும். இப்போது நமக்கு வயதாகிவிட்டது. என் வயதில் நான் இப்போதும் ஆடலாம்தான். ஆனால் கடுமையான அன்றாட வாழ்க்கை நடனத்தை மறக்கடித்து விட்டது. விக்டோர், என்னைத் மேலே தூக்கிப்போட்டுப் பிடிப்பாயே, நினைவிருக்கிறதா? மேலே போகும்போது நான் சிறுத்துப்போவதைக் கண்டுபிடித்தாய். கடைசி மாலையில் நீ எனக்குக் காலணி வாங்கிவந்தபோது உன்னை எப்படிக் கட்டிக்கொண்டேன்! உனக்குத் தெரிந்திருந்தது போலும்: அது ஒரு நீண்ட பயணத்துக்கானது என்று.

தயவு செய்து எனக்கு எழுதுங்கள். அதனால் எனக்கு ஏதாவது தொல்லை வரும் என்று நினைக்காதீர்கள். [...] உங்கள் பெயருக்கான தினங்களையும் பிறந்த நாட்களையும் ஒவ்வோர் ஆண்டும் நினைத்துக்கொள்கிறேன் – என்னை யாருக்கும் நினைவிருக்கிறதோ இல்லையோ. [...] அடுத்த கடிதத்துடன் அம்மா சவப்பெட்டியில் இருக்கும் புகைப்படத்தை அனுப்புகிறேன். தயவு செய்து எழுதுங்கள்." [...]

வசந்தகாலத்தில் ஆப் ஆறிலிருந்து பனிக்கட்டி நீங்கியதும் பயணம் போகும் பருவம் ஆரம்பித்ததும் என் அம்மாவின் சகோதரர்களிடமிருந்து ஒரு பார்சல் வந்தது. ஆவலுடன் எதிர்பார்த்த ஒன்று அது. ஏனென்றால் வேறு வேறு தேதிகளில் நிறையப் பார்சல்கள் அனுப்பியிருப்பதாக அவர்கள் எழுதியிருந்தார்கள். கல்பாஷெவாவிலிருந்து அந்தக் கனமான பார்சலைக் கொண்டுவர என் அப்பா அம்மாவுக்கு உதவினார். அதன் பிறகு அவசரமாக வேலைக்குப் போய்விட்டார். பார்சலைப் பிரிக்கும் கொண்டாட்டத்தையும் மகிழ்ச்சியையும் அவர் பார்க்க முடியவில்லை. என் பாட்டியும் நானும் இதுவரை அனுபவித்திராத பார்சலைப் பிரிக்கும் குதூகலத்தை அனுபவிக்கும் கௌரவத்தைப் பெற்றோம். ஒவ்வொரு உடையையும் அம்மா வெளியே எடுத்துக் காற்றில் வீசும்போதும் உற்சாகக் கூச்சல். இன்றைக்கும் பாதி உலகத்துக்கு நான் பயணம் சென்று

லிகிடாவின் சகோதரர்கள் அனுப்பிய மேல்கோட்டுகள்
அணிந்துகொண்டு லிகிடாவும் ஸான்ட்ராவும்

எத்தனையோ அழகான விஷயங்களைப் பார்த்திருந்தும் நான் இதுவரை பார்க்காத சாமான்களைப் பார்க்கும், என் அம்மாவைத் தேவதைக் கதை உலக ராணியாகக் காட்டிய, வெளி உலகத்துடன் கொண்ட அந்த முதல் தொடர்பின் வியப்புக்கு ஈடாகவோ அதைப் பின்தள்ளும்படியோ எதையும் கூற முடியாது. பார்சலில் உடைகளும் இழுத்தால் நீளும் நைலான் மேஜோடுகளும் லேஸ் வைத்த உள்ளாடைகளும் நேர்த்தியான கோட்டும் வெள்ளைப் பட்டுச் சட்டைகளும் மடிப்புகள் உள்ள ஸ்கர்ட்டுகளும் இருந்தன. "இத்தனை அழகும் எனக்கா?" என்று கேட்டபடி என் அம்மா உடைகளை ஒன்று மாற்றி ஒன்று உடுத்துப் பார்த்தாள். குடும்பத்தில் இருந்த மற்றவர்களையும் மறக்கவில்லை. அன்பளிப்புகள் பெறுவதில் இரண்டாம் இடம் எனக்கு. என் அப்பா இரவு ஷிப்டிலிருந்து காலையில் வந்தபோது என் அம்மா வேலைக்குப் போயாகிவிட்டது. நான் தூங்கிக்கொண்டிருந்தேன். என் அப்பா மௌனமாக, வெகு கவனமாக ஒன்றொன்றாகத் தொட்டுப் பார்த்துவிட்டு பிறகு மென்மையாகத் தடவித் தருவதுபோல் எல்லாவற்றையும் மடித்துவைத்தார். "என்ன மாதிரி பொருட்கள்; எவ்வளவு அழகு!" என்று நினைத்தார். "இந்த முட்டாள் நாட்டில் இதை மாதிரி எப்போதும் செய்ய முடியாது!"

உலகத்தின் மற்றப் பகுதிகளில் கிடைக்கும் அந்த அன்றாட வாழ்க்கையின் பொருட்களைப் பார்த்துக் கூறிய அந்த முக்கியத்துவம் இல்லாத வார்த்தைகளைக் கூறும்போது எவ்வளவு தூரம் அது சோவியத் குழுமத்துக்கும் சராசரி உலகத்துக்கும் இடையே உள்ள கடக்க முடியாத பாதாளத்தைக் குறிக்கிறது என்பதை என் அப்பா உணர்ந்திருப்பாரா என்பது சந்தேகம்தான். என் அப்பாவின் கடினமான வாழ்க்கையில் சமூக மற்றும் வரலாற்று மாற்றங்களின் அடிப்படை

ஏரணம் குறித்து விவாதிக்க நேரமோ விருப்பமோ இருக்கவில்லை. சோவியத் அமைப்பு குறித்த அவர் அவநம்பிக்கை அவருடைய சொந்த சோக அனுபவங்களிலிருந்து இயல்பாய் வந்தது. ஸ்டாலின் வழிபாடு மற்றும் அதன் பெருங்குற்றங்களும் பிப்ரவரி 25, 1956ல் கம்யூனிஸ்ட் கட்சியின் 20ம் மாநாடு முகமூடியை விலக்கிக் காட்டிய பின்னும் சோவியத் அமைப்பை மாற்ற முடியவில்லை. சிலர் நம்பிக்கையுடனும் அப்பாவித்தனத்துடனும் எல்லா தீமைகளுக்கும் முடிவுகட்டிவிட்டு நீதி மற்றும் சமத்துவம் உள்ள உலகை இது கொண்டுவரும் என்று நம்பினார்கள். முதல் கம்யூனிஸ்டுகள் கற்பனை செய்ததும் அதைத்தான். ஆனால் கெட்ட எண்ணம் கொண்ட சிலரால் புரட்சிக்குப் பின் அத்தகைய உலகைக் கட்டமுடியவில்லை. மாநாட்டு விவரங்கள் அதி ரகசியமாக இருந்ததால் மாநாட்டுக்கு வந்திருந்த மையக் குழு உறுப்பினர்களைத் தவிர மற்றச் சாதாரணக் கட்சி உறுப்பினர்களுக்கு மாநாட்டு விவரங்கள் எதுவுமே தெரிவிக்கப்படவில்லை. எல்லோருக்கும் கல்வி இருந்த, தினசரிகள் ஏகமாக வெளியிடப்பட்ட, ரேடியோ ஒலிபரப்புகளைச் சுலபமாக பெறக்கூடிய ஓர் உலகத்தில் க்ருஷ்சவ்வின் ரகசிய அறிக்கை ஜார் காலம்போல் வாய்வழிச் செய்தியாக அனைவருக்கும் போயிற்று என்பதை இப்போது நோக்கும்போது வினோதமாக இருக்கிறது. மார்ச் மாத ஆரம்பத்தில் அங்கங்கு இருந்த கட்சிக் குழுக்களுக்கு குறைந்த எண்ணிக்கையில் “ஊடகத்தில் வெளியிட அல்ல” என்று குறிக்கப்பட்டு சிற்றேடுகள் வந்தன. கட்சி உறுப்பினர்கள், இளைஞர்கள் கம்யூனிஸ்ட் சங்க உறுப்பினர்கள் மற்றும் கட்சிச் செயல்பாட்டாளர்கள் எல்லோரும் அவரவர் கூட்டங்களில் சேர்ந்து படிக்க வேண்டும் என்ற ஆணையோடு சிற்றேடுகள் வந்தன. இது “நாமன்க்லடூரா” என்று அழைக்கப்பட்ட அரசுத் துறையில் உயர் பதவி வகித்த, கம்யூனிஸ்ட் கட்சியால் நியமிக்கப்பட்ட கம்யூனிஸ்ட் கட்சி உறுப்பினர்களையும் “அப்பராசிக்” என்று அழைக்கப்பட்ட அதேபோல நியமிக்கப்பட்ட கம்யூனிஸ்ட் கட்சி உறுப்பினர்களான இடைநிலை மற்றும் கடைநிலை அரசு ஊழியர்களையும் அதிர்ச்சிக்கு உள்ளாகியது. ஆனால் மேலிடத்திலிருந்து வந்த கட்சியின் உத்தரவுகளை நிறைவேற்றுவது அவர்களுக்கு வழக்கமான ஒன்று. ஆகையால் சோவியத் குழுமம் முழுவதும் கூட்டத்துக்கு மேல் கூட்டங்கள் நடந்தன. மொத்த சமூகமும் இதில் ஆட்டம் கண்டு முகமூடி கிழிக்கும் அறிக்கையை ஆதரிப்பவர்கள் எதிர்ப்பவர்கள் என்று பிளவுபட்டுப்போயிற்று. இன்றும் ரஷ்யாவில் பெருமை வாய்ந்த ஸ்டாலின் அநியாயமாகக் குற்றம் சாட்டப்பட்டார் என்று நம்புபவர்கள் உண்டு. அறுவை ஆலையின் கட்சி மற்றும் கட்சிச் செயல்பாட்டாளர்கள் இணைந்த கூட்டத்தில் அறிக்கை படிக்கப்பட்டபோது என் அப்பாவும் அழைக்கப்பட்டிருந்தார்.

ஐவர்ஸ் இயக்குநரின் அறைக்குள் நுழைந்தபோது அறிக்கையைப் படிக்க ஆரம்பித்துவிட்டிருந்தார்கள். அவன் கதவருகிலேயே நின்றான் மற்றவர்கள் கண்ணில் படாமல் நிழலில் முகம் பாதி மறைந்தபடி. கட்சிச் செயலாளர் சிற்றேட்டிலிருந்து படித்துக்கொண்டிருந்தார். அந்தச் சொற்களை உரக்கப் பேசுவது இருக்கட்டும், நினைக்கக்கூட மக்கள் பயந்திருப்பார்கள். அறையில் கனத்த மௌனம் கவிந்திருந்தது. கண்களைத் தாழ்த்திக்கொண்டு வெற்று முகங்களோடு அனைவரும் அமர்ந்திருந்தார்கள். உலர்ந்துபோன

உதடுகளை அடிக்கடி நக்கிக்கொண்டு கரகரத்த குரலில் “பார்டோர்க்” என்ற கட்சி அதிகாரி மேடையில் இருந்து, முப்பது ஆண்டுகளாக இந்த ராட்சத நாட்டின் மக்களின் விதியைத் தீர்மானித்த, ஆயிரக்கணக்கான குற்றமற்றவர்களைக் கொன்ற “கருணையே வடிவான மனிதநேயம் மிக்க” ஒருவரைக் கிழித்துப்போடுவதை என் அப்பா கேட்டார். என் அப்பாவின் நெற்றி நரம்பு துடித்துக்கொண்டிருந்தது. அவ்வப்போது அவர் நினைவு அங்கிருந்து விலகி தான் அனுபவித்ததைச் சுற்றி வந்தது. ஆமாம், லாட்விய கம்யூனிஸ்ட் தலைவர்களான ஐஹெ, ருட்ஸூடக்ஸ் மற்றும் மேஷ்லெளக்ஸ் மேல் ஜோடிக்கப்பட்ட வழக்குகள் பற்றியும் அறிக்கையில் இருந்தது. 1937வரை சோவியத் அரசுக்கு விசுவாசமாய் இருந்தவர்கள் அவர்கள். ஐக்கிய சோவியத் சோஷியலிஸ குடியரசில் தங்கிவிட்ட மற்ற பல லாட்விய அரசியல் ஊழியர்களோடு அவர்கள் கொல்லப்பட்டார்கள். அரசாட்சி செய்தவர்கள் தங்களைச் சேர்ந்தவர்களையே இப்படி நடத்தியபோது உரிமைகளே இல்லாத வர்க்க எதிரிகள் எதை எதிர்ப்பார்க்கமுடியும்? அறிக்கை ஒட்டு மொத்தமாகச் செய்யப்பட்ட நாடுகடத்தல்கள் பற்றியும் அவனைப் போன்ற துர்பாக்கிசாலிகளைப் பற்றியும் ஏதாவது சொல்லுமா என்று அறிய ஐவர்ஸ் பொறுமையாகக் காத்திருந்தான். கம்யூனிஸ்டுகள், அரசியல் தலைவர்கள், ராணுவத் தலைவர்கள் இவர்கள் பெயர்கள் வந்தபடி இருந்தன. பிறகு கடைசியாக அவன் கேட்க முடிந்தது: “...சோவியத் நாட்டுக்கான லெனினின் தேசியக் கொள்கைக்கு எதிரான மொத்தமான மீறல்கள். இது நாடுகளையே அவரவர் நிலங்களிலிருந்து நாடுகடத்தியதைக் குறித்தது.” என் அப்பாவின் அடி வயிற்றை எதுவோ அழுத்தியது. “...ஒரு நபர் அல்லது ஒரு குழு செய்த எதிர்ப்புச் செயல்களுக்கு எப்படி மொத்த நாடுகளும், மொத்தமாக அடக்குமுறைக்கும், இழப்புகளுக்கும் துன்பங்களுக்கும் உட்படுத்தப்பட்ட அந்த நாட்டின் பெண்கள், குழந்தைகள், வயதானவர்கள் உட்பட, பொறுப்பாக முடியும்? [...] செசென்யர்கள், இங்குஷ்[3] மக்கள், ஜார்ஜியர்கள் பெயர்கள் கூறப்பட்டது. ஆனால் லாட்வியர்கள், லிதுவேனியர்கள், எஸ்டோனியர்கள் பற்றி ஒரு வார்த்தை இல்லை. நாங்கள் இல்லவே இல்லாததுபோல் என்று மனம் கசந்துபோனார் என் அப்பா. தனி நபர் வழிபாட்டிலிருந்து மீண்டுவர என்ன செய்ய வேண்டும் என்பது குறித்த அறிக்கையின் முடிவுகள் மேலும் ஏய்ப்பதாகத் தோன்றியது என் அப்பாவுக்கு. பொதுவாகக் கூறப்பட்ட நீர்த்துப்போன முடிவுகள் அவை. இந்த “மீண்டுவரும்” செயல்பாட்டில் நாடுகடத்தப்பட்டவர்கள் சேர்க்கப்படுவார்களா என்பது தெளிவாக இருக்கவில்லை. “சோவியத் சொஷியலிஸ சட்டபூர்வமான நிலையைப் புதுப்பித்தல் அதைக் குலைக்கச் செய்யும் மீறல்களைத் தடுத்தல்” என்று கூறியது ஒருவகை வாக்குறுதிதானா? எல்லாம் “அவர்கள்” எதிர்காலத்தில் எதை சோவியத் சோஷியலிஸ சட்டபூர்வமான நிலை என்று கருதுகிறார்கள் என்பதைப் பொறுத்திருந்தது.

அந்தப் பகுதியின் “பார்டோர்க்” படித்து முடித்தார். சிவந்துபோன முகத்துடன் அவையோரை நோக்கித் திரும்பி விவாதங்களுக்காகக் கேட்க வேண்டிய கேள்வியைக் கேட்டார்: “யாருக்காவது ஏதாவது சொல்ல விருப்பமா?” யாருக்கும் எதுவும் சொல்ல விருப்பமிருக்கவில்லை; இருக்கவும் முடியாது ஏனென்றால் விவாதங்கள் நடக்கும் என்று யாரும்

எதிர்பார்க்கவில்லை. யாருக்கும் எதையும் சொல்ல முற்கூட்டியே சொல்லியும் வைத்திருக்கவில்லை. பிறகு அவர் கூறினார்: "நிகிடா ஸெர்கேயெவிச் க்ருஷ்சவ்வின் 20வது மாநாட்டு அறிக்கையை முற்றிலும் ஆதரிக்கும் தீர்மானம் ஒன்று இருக்கிறது. யார் யார் இதை ஆதரிப்பவர்கள்…" எல்லோரும் ஒருமனதாக ஆதரித்தார்கள். ஒருவர் முகத்தை ஒருவர் பார்த்துக்கொள்ளாமல் மக்கள் மௌனமாக எழுந்துபோனார்கள்.

கம்யூனிஸ ஆட்சி 1991ல் வீழ்ந்த பிறகு வரலாற்றாசிரியர்களுக்கு கம்யூனிஸ்ட் கட்சியின் ஆவணக்காப்பகம் திறக்கப்பட்ட பின் க்ருஷ்சவ்வின் அரசியல் "இளக்கம்" பற்றி நிறைய ஆராய்ச்சி செய்யப்பட்டிருக்கிறது. அது ஒரு முரண்பாடான செயல்முறை. அரசு செய்த குழுக்களுக்குள்ளேயே அதிகாரத்துக்காக தனிமனிதர்கள் அல்லது குழுக்கள் – மலென்கொவ், க்ருஷ்சவ், பெரியா, மோலடவ் முதலியோர் – செய்த போராட்டம் சோவியத் குழுமம் பொருளாதார வீழ்ச்சியைச் சந்திக்கப்போகிறது, அந்த வீழ்ச்சி அரசு செய்யும் உயர்ந்தோர் குழாமையும் தன் வேகத்தில் அடித்துக்கொண்டுபோய்விடும் என்ற எச்சரிக்கை உணர்வோடு கலந்துபோயிற்று. குலாக் எந்த லாபத்தையும் தராத நிலையை எட்டி யிருந்தது. அதன் அடக்குமுறை அமைப்பு பல பரிமாணங்களை எட்டி, அதை நிர்வகிக்கும் செலவு அடிமைகளின் உற்பத்தித் திறன் இல்லாத வேலையிலிருந்து வரும் வரவைவிட அதிகமாக இருந்தது. மேலும் அமெரிக்காவுடனும் அதன் நேச நாடுகளுடனும் தொடர்ந்த மோதல் செய்வதற்கான ஆற்றல் சோவியத்துக்கு அப்போது இல்லை. பொதுவெளியில் எல்லோரும் அறிந்த அதன் வருடாந்திர வரவு-செலவு திட்டத்தில் சுமார் மூன்றில் ஒரு பங்கு ராணுவத் தேவைகளுக்காகச் செலவழிக்கப்பட்டிருந்தது. இதில் கொரியா மற்றும் வேறு இடங்களில் நடந்த போர்களும் அடக்கம். பார்க்கப்போனால் செலவுகள் இதைவிட அதிகமாகவே இருந்தன. ஏனென்றால் ஒரு ரகசியமான ராணுவச் செலவுத் திட்டம் இருந்தது. க்ருஷ்சவ்வும் சோவியத்தின் உச்ச ஆட்சிகுழு 1955ன் வேனிற்காலத்தில் 20வது கட்சி மாநாட்டில் ஸ்டாலினின் தனிநபர் வழிபாட்டு முறையின் முகமூடியை விலக்கிக் காட்டத் திட்டமிட்டபோது அதன் பின்னால் இருந்தது மனிதநேயமோ வரலாற்று உண்மையை விளக்கும் நோக்கமோ அல்ல. வேறு எதுவும் செய்ய முடியாத அப்போதைய நிலைமையால் விளைந்த தேவை அது. அதிகாரம்தான் அதற்கான விலை. "முகமூடியை விலக்குபவர்கள்" பல ஆண்டுகள் ஸ்டாலினின் ஒடுக்குமுறையில் பங்கேற்ற சக குற்றவாளிகள். அவர்கள் செய்துகொண்ட வெளியில் கூறப்படாத ஓர் உடன்பாட்டின்படி ஒடுக்குமுறையில் அவர்கள் சொந்தப் பொறுப்பு மறைக்கப்பட்டது. தேவைப்பட்டபோது அரசியல் ரீதியில் சிலரைப் பழிவாங்க மட்டுமே அவர்கள் பொறுப்பு குறித்துப் பேசப்பட்டது. இப்படி உண்மைகளை மறைப்பது "நாமன்க்லடூரா"வில் கீழ்மட்டப் பதவிகளில் இருந்த உறுப்பினர்களுக்கு ஒடுக்குமுறையின் வீச்சு எவ்வளவு தூரம் இருந்தது என்பது தங்களுக்குத் தெரியாது என்ற சாக்கில் அவர்கள் பொறுப்பைத் தட்டிக்கழிக்க உதவியது. யூக்ரைனில் அநியாயமாகத் துன்பப்பட்டு பலி உயிர்களாக ஆக்கப்பட்ட பலருக்கு க்ருஷ்சவ்வின் மனசாட்சி பொறுப்பு. அவர் எடுத்த முயற்சியால்தான் ஐக்கிய சோவியத் சோஷியலிஸ குடியரசின் உச்ச மன்ற சபை வெகுஜன நாடுகடத்தல்களை

எஸ்டோனியா, லாட்வியா மற்றும் லிதுவேனியாவிலிருந்து 1949ல் நடத்த ரகசிய முடிவை எடுத்தது.

அறிக்கை பொதுவெளியில் விவாதிக்கப்பட்ட சில மாதங்களிலேயே "மக்கள் போதிய அளவு மனசாட்சியின்படி இல்லை" என்றும் அவர்கள் இக்கட்டில் ஆழ்த்தும் கேள்விகளைக் கேட்கிறார்கள் என்றும் தவிர மேலும் ஜனநாயகப்படுத்த முனைகிறார்கள் என்றும் தெரிந்தது. அதனல் ஜூன் மாதம் கம்யூனிஸ்ட் கட்சியின் மையக் குழு "தனிநபர் வழிபாடு குறித்தும் அதன் விளைவுகளை நீக்குவது குறித்தும்" ஒரு தீர்மானம் கொண்டுவந்தது. இந்தத் தீர்மானத்தில் எல்லா துர்ப்பாக்கிய நிகழ்வுகளுக்கும் குற்றங்களுக்கும் ஸ்டாலினே பொறுப்பாகிறார் என்று கூறப்பட்டது. இதனால் "காம்ரேட்கள்" "ராணுவப் படையில் காம்ரேட்கள்" "சீடர்கள்" யாருமே இதற்கு பொறுப்பில்லை என்றாகியது. ஆனால் இந்தத் தீர்மானத்தால் அறிவுஜீவிகளிடையே உண்மையான ஜனநாயகத்தை நிறுவும் ஆபத்தான கருத்துகளும் தீங்கு விளைவிக்கும் ஆர்வமும் குறையவில்லை. கம்யூனிஸ்ட் கட்சிக்கு இதை முடிவுக்குக் கொண்டுவரவேண்டிவந்தது. 1957ல் ஸ்டாலினுக்குப் பின்னான ஒடுக்குமுறைகள் ஆரம்பித்தன. கட்சியின் கொள்கைக்கு எதிரான திரிபுவாதிகள் அவற்றின் இலக்கானார்கள். க்ருஷ்சவ் தலைமை தாங்கிய அரசின் காலத்தில்தான் புதுவகை ஒடுக்குமுறை ஒன்று கைதுகள் மற்றும் சிறை முகாம்களுடன் சேர்க்கப்பட்டது – மனச்சிகிச்சைக்கான ஆஸ்பத்திரிகள். இங்கு தைரியமான சோவியத் அறிவுஜீவிகளும் கருத்து வேறுபாடு உடையவர்களும் பல ஆண்டுகள் சிறைவைக்கப்பட்டார்கள்.

20வது கட்சி மாநாட்டுக்குப் பின் எதிர்பார்ப்பு அதிகமாயிற்று. செய்திக்காகக் காத்திருப்பது பெருந்துன்பமாக இருந்தது. "சிறப்புக் குடியிருப்பு"ப் பிரிவுகளில் இருப்பவர்கள் விடுவிக்கப்படுவதற்கோ அல்லது அவர்களுக்கான நடைமுறை விதிகள் தளர்த்தப்படுவதற்கோ ஆன எல்லா முடிவுகளும் கட்டுப்பாடுகளும் ரகசியமாகச் செய்யப்பட்டன. நாடுகடத்தப்பட்டவர்களுக்கு என்ன நடக்கிறது என்பது பற்றிய அதிகாரபூர்வ மான தகவல் எதுவும் கிடைக்கவில்லை. வெறும் வதந்திகள், யூகங்கள், தற்செயல் நிகழ்வுகள் இவற்றைக் கூட்டிக் கழித்துப் பார்க்கும்போது சீக்கிரமே விடுதலை கிடைத்துவிடும் என்ற முடிவுக்கு வரத் தோன்றியது. 7 ஜூலை அன்று என் அப்பா க்ருஷ்சவ்வுக்கு உணர்ச்சி கொப்பளிக்கும் ஒரு கடிதத்தை எழுதினார். அதில் தான் குற்றமற்றவன் என்று நிரூபிக்க சோவியத் நாட்டில் வழக்கமாக உபயோகிக்கப்படும் வெற்றுச் சொற்றொடர்களை அவர் உப்யோகித்திருந்தாலும் அவற்றையும் மீறி அவர் அனுபவங்களின் யதார்த்த உண்மை வெளிப்படுகிறது: "அங்கே [பள்ளியில்] லெனின் மற்றும் கார்க்கியின் மனிதநேயம் மிக்கக் கருத்துகளை எங்களுக்குக் கற்பித்தார்கள். ஒரு நபரில் இருக்கும் நல்லவற்றையே நாம் கொள்ளவேண்டும் என்று அவை கூறுகின்றன. அப்படி இருக்கும்போது என் விஷயத்தில் எது மோசமானதோ அது மட்டுமே ஏன் பார்க்கப்படுகிறது? [...] ஒரு சின்னப் பெண் எங்களுக்குப் பிறந்திருக்கிறாள்; குட்டியாக, குண்டாக – அவளை நான் வெகுவாக நேசிக்கிறேன். ஓராண்டுக்கு முன் பதிவுப் பட்டியலிலிருந்து அவள் நீக்கப்பட்டாள். ஆனால் என் இரண்டாம் தந்தையின் வாழ்க்கையின்

கறை என்னைத் துரத்துவதுபோல் அவளையும் பழிக்கு ஆளாக்கும். சோவியத் அரசை நான் எந்த வகையில் அச்சுறுத்துகிறேன்? நான் செய்த குற்றம் என்ன? நான் ஏன் நாடுகடத்தப்பட்டேன்? இந்தக் கேள்விகள் ஒவ்வொரு நாளும் என்னைக் கவலையில் ஆழ்த்துகின்றன. அவற்றுக்கு ஒரு தர்க்கரீதியான பதில் எனக்குக் கிடைக்கவில்லை. என் அம்மாவும், என் பள்ளியும் இளைஞர் கம்யூனிஸ்ட் சங்கமும் எனக்குக் கற்பித்த நியாயத்தில் நம்புகிறேன். நிகிடா ஸெர்கேயெவிச், நியாயத்தின் வெற்றியில் நம்பும் ஒருவனான நான், உங்களை மன்றாடிக் கேட்டுக்கொள்கிறேன். தயவுசெய்து இந்தக் கடிதத்தில் கவனம் செலுத்துங்கள்." என் பாட்டியிடமிருந்தும் ஒரு விண்ணப்பம் என் அப்பாவின் விண்ணப்பத்துடன் இணைக்கப்பட்டது. முதலில் மாஸ்கோவுக்குப் போய் பிறகு எல்லா "உண்மைகளும்" தெளிவுபடுத்தபட்ட பின் அது ரீகாவுக்குப் போயிற்று. என் பாட்டியின் விண்ணப்பத்தின் மேல் எழுதப்பட்டிருந்தது: "மில்டா கால்னியடேயின் முறையீட்டைப் பரிசீலனை செய்து இறுதியான முடிவெடுக்கத் தயார் செய்யவும்." பல மாதங்கள் பல அலுவலகங்களில் அலைந்த பின் கோப்பு கடைசியில் தயாராகியது. 1956, டிசம்பர் 4ம்தேதியில் லாட்விய சோவியத் சோஷியலிஸ குடியரசின் உச்ச நீதி மன்றத்தின் குற்ற வழக்கு மன்றம் தனியடக்க முறையில் நடத்திய கூட்டத்தில் "பேடெரிஸ்ஸின் பெண்ணான மில்டா கால்னியடேவையும் அலெக்ஸான்டர்ஸின் மகனான ஐவர்ஸ் கால்னியடிஸ்ஸையும் பலவந்தக் குடியிருப்பில் மேலும் தடுப்புக்காவலில் இருப்பதிலிருந்து விடுதலை செய்யுங்கள்."

சிறிது நாட்களுக்குப் பின் என் அம்மாவின் வழக்கும் பரிசீலனை செய்யப்பட்டது. பரிசீலனையின் முடிவில், "யானிஸ் ட்ரெய்ஃபெல்ட்ஸ் வ்யட்லாகில் 1941, டிசம்பர் 31ம் தேதியில் இறந்துவிட்டதாலும், எமீலியா ட்ரெய்ஃபெல்டேவும் பலவந்தக் குடியிருப்பில் இறந்துவிட்டதாலும், நாடுகடத்தப்பட்டப் பெண் ஐவர்ஸ் கால்னியடிஸ்ஸைத் திருமணம் செய்துகொண்டிருப்பதாலும், குடியிருப்பில் வேறு காரணங்களுக்காக அவர் இருப்பதாலும், லாட்விய சோவியத் சோஷியலிஸ குடியரசின் குற்றஞ்சாட்டு வழக்குரைஞர் லாட்விய சோவியத் சோஷியலிஸ குடியரசின் உச்ச நீதி மன்றத்துக்கு அவர் சிறப்புக் குடியிருப்பின் கைதிக்காவலில் இனிமேலும் இருப்பதிலிருந்து விடுவிக்கப்படவேண்டும் என்ற சிபாரிசுடன் உறுதி அறிவிக்கை சமர்ப்பித்திருப்பதாலும், லிகிடா ட்ரெய்ஃபெல்டே–கால்னியடே சிறப்புக் குடியிருப்பின் பதிவுப் பட்டியலிலிருந்து நீக்கப்பட்டு விசாரணையாளர் சிபாரிசு செய்கிறார்" என்று கூறப்பட்டது. 25 டிசம்பர் தேதியில் பரிசீலனையில் எடுக்கப்பட்ட முடிவுகளை லாட்விய சோவியத் சோஷியலிஸ குடியரசின் உள்துறை மந்திரியும் லாட்விய சோவியத் சோஷியலிஸ குடியரசின் குற்றஞ்சாட்டு வழக்குரைஞரும் ஏற்றுக்கொண்டனர்.

நிர்ணயிக்க முடியாத காரணங்களால் என் பெற்றோர்களின் விண்ணப்பங்களுக்கான எதிர்வினை காலம்தள்ளிப் போயிற்று. மிகுந்த மனச்சோர்வுடன் ஆற்றில் பயணப் பருவம் முடிவுக்கு வருவதைப் பார்த்துக் கொண்டிருந்தனர். நாடுகடத்தப்பட்டவர்களில் பலர் வெளியேறுவதில் வெற்றி பெற்றிருந்தனர். நவம்பர் 10ம்தேதி என் அம்மா 1942 முதல்

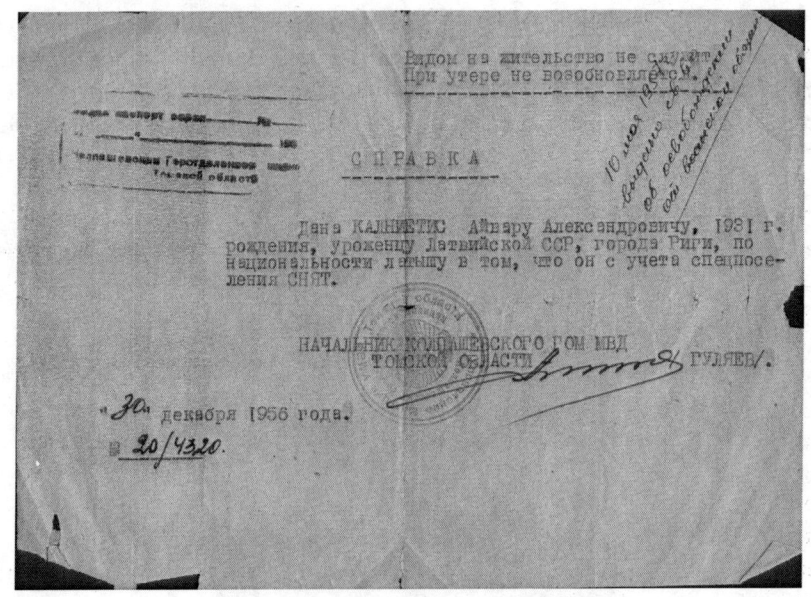

Видом на жительство не служит.
При утере не возобновляется.

СПРАВКА

Дана КАЛНИЕТИС Айвару Александровичу, 1931 г. рождения, уроженцу Латвийской ССР, города Риги, по национальности латышу в том, что он с учета спецпоселения СНЯТ.

НАЧАЛЬНИК КОЛПАШЕВСКОГО ГОМ МВД
ТОМСКОЙ ОБЛАСТИ /ГУЛЯЕВ/.

«30» декабря 1956 года.

№ 20/4320.

ஐவர்ஸ் கால்னியடிஸ் சிறப்புக் குடியிருப்பிலிருந்து நீக்கப்பட்டதற்கான அறிவிப்பு

அறிந்த, அவள் நெருங்கிய தோழி மாரா க்ரமீன்யா, விமானத்தில் ரீகா போனாள். அவர்கள் பிரிவு மகிழ்ச்சியும் சோகமும் கலந்ததாக இருந்தது. ஏனென்றால் என் பெற்றோரின் விண்ணப்பங்களுக்கு இன்னும் பதில் வந்திருக்கவில்லை. என் அம்மா விக்டோர்ஸுக்கு எழுதினாள்: "என் நண்பர்கள் இங்கிருந்து போவதால் மிகவும் தவிப்பிலும் சோகத்திலுமிருக்கிறேன். குளிர்காலத்தில் இங்கிருக்கப்போவது நாங்கள் மட்டும்தான். குளிர்காலம் மே மாதம்வரை போகும். அமைதியுற்று இதை ஏற்றுக்கொள்வோம்தான். ஆனால் தற்போது குளிர்காலத்தை மிகுந்த பயத்துடன் எதிர்பார்க்கிறேன்." கிறிஸ்மஸ் வந்தது ஆனால் வீடு திரும்ப அனுமதிக் கடிதம் வரவில்லை. என் பெற்றோர் பரிதவிப்பில் இருந்தார்கள். என் அம்மாவின் அண்ணா விக்டோர்ஸுக்கு எழுதிய கிறிஸ்மஸ் வாழ்த்தில் தன் மனக்கிடக்கையை என் அப்பாவால் மறைக்க முடியவில்லை: "புத்தாண்டு எதைக் கொண்டுவருகிறது என்று பார்க்கலாம். நிறைய எதிர்பார்க்கிறோம் ஆனால் எதுவும் நடக்கப்போவதில்லை. இப்படித்தான் ஒவ்வோர் ஆண்டும் எதிர்பார்க்கிறோம். ஏனென்றால் இதெல்லாம் கூடிய சீக்கிரமே முடிந்துபோகவேண்டும் என்று வெகுவாக விரும்புகிறோம். [...] என் வீட்டுப் பெண்கள் மிகவும் எதிர்பார்ப்புடன் இருக்கிறார்கள். ஆனால் இந்த விஷயத்தையே குறித்து எனக்கு நிறைய ஐயங்கள் உள்ளன – ஆனால் வெளியேதான் அப்படிக் காட்டிக்கொள்கிறேன். என் மன ஆழத்தில் உள்ள உள் குரல் மகிழ்ச்சியான முடிவை எதிர்பார்க்க என்னைத் தூண்டுகிறது. அதை நான் காட்டிக்கொள்ள விரும்பவில்லை, அவ்வளவுதான். [. . .] ஏமாற்றம்தான் ஏற்படப்போகிறது என்றால் அது அவ்வளவு வலிக்காது."

என் அப்பாவுக்கும் பாட்டிக்கும் அவர்கள் விடுதலைச் சான்றிதழ் டிசம்பர் 30ம்தேதி வந்தது. என் அம்மாவுக்கு இன்னும் எந்தப் பதிலும் வரவில்லை. அவள் கவலையுடன் காத்திருந்தாள். ரகசியமாக தன்னிடமே கேட்டுக்கொண்டாள்: அவள் மட்டும் இங்கே தனியாக இருக்கவேண்டும்

லிகிடா கால்னியடே. லாட்வியா திரும்பும் முன்
எடுத்த கடைசிப் புகைப்படம் 1957

என்றால் என்ன ஆகும்? என் அப்பா அவளைச் சமாதானப்படுத்த முயன்றார். ஆனால் அவர் சொல்வதை அவராலேயே நம்பமுடியவில்லை. "அவர்கள்" என்ன வேண்டுமானாலும் செய்யக்கூடியவர்கள். முன்பு

ஐவார்ஸ் கால்னியடிஸ். லாட்வியா திரும்பும் முன்
எடுத்த கடைசிப் புகைப்படம் 1957

குடும்பங்களைப் பிரித்தவர்கள். இப்போது மட்டும் அது ஏன் மாறவேண்டும்? முடிவில் ஜனவரி 12ம்தேதி என் அம்மா தளபதியின் அலுவலகத்துக்கு அழைக்கப்பட்டாள். அவள் விடுதலையாகிவிட்டாள்! அந்த விடுதலைப் பத்திரம் எவ்வளவு சாதாரணமானதாகத் தோன்றுகிறது! ஒரு சிறிய, மங்கிப்போன அரைப்பக்க அளவு காகிதத்தில் ரஷ்ய மொழியில் போலிப் பகட்டு இலக்கிய நடையில் சில வரிகள் தட்டச்சுச் செய்யப்பட்டிருந்தன: "லாட்விய சோவியத் சோஷியலிச குடியரசின் ரீகாவைப் பிறப்பிடமாகக் கொண்ட அலெக்ஸான்டர்ஸின் மகனான ஐவர்ஸ் கால்னியடிஸுக்கு அவர் சிறப்புக் குடியிருப்பின் பதிவுப் பட்டியலிலிருந்து நீக்கப்படுகிறார் என்று அறிவிக்கப்படுகிறது." பத்திரத்தின் மேலே மூலையில் எழுதப்பட்டிருந்தது: "இருப்பதற்கு இடம் உத்திரவாதமில்லை. ஒருவேளை தொலைந்துபோனால் சான்று மீண்டும் வழங்கப்படமாட்டாது."

1957, மே 20ம்தேதி நாங்கள் கல்பாஷெவாவில் படகில் ஏறினோம். என் அம்மாவுக்கு பதினாறு ஆண்டுக் காலமும் என் அப்பாவுக்கும் பாட்டிக்கும் எட்டாண்டு மூன்று மாதக் காலமும் எனக்கு நான்காண்டு ஐந்து மாதக் காலமும் பிடித்த அந்த வீடு திரும்பும் நீண்ட பயணம் தொடங்கிவிட்டது.

இறுதிக் குறிப்புகளும் அடிக்குறிப்புகளும்

இறுதிக் குறிப்புகள்:

இந்த அத்தியாயத்துக்கான தரவுகள்:

1. லாட்விய அரசு ஆவணக்காப்பகத் தரவுகள்
2. மாஸ்கோவின் இஸ்வெஸ்டியா பல தொகுப்புகளாக வெளியிட்ட *சோவியத் ஒன்றியத்தின் சட்டம் மற்றும் சோவியத் ஒன்றியத்தின் உச்ச சோவியத் சபையின் ஆணைகள் 1938-75*, 3வது பாகம் 1976, மற்றும் அதே ஆண்டு வெளியிட்ட *அரசியல் ஒடுக்குமுறையின் பலியாட்களின் ஒடுக்குமுறை மற்றும் விடுவித்தல் குறித்த சட்டமன்ற சட்டங்கள் மற்றும் இயல்பான சட்டங்கள் தொகுப்பு.*
3. எட்வர்ட் ரட்ஸின்ஸ்கியின் *ஸ்டாலின்* (மாஸ்கோ, வாக்ரியஸ், 1997) புத்தகம்.
4. மரியா ஸெஸினா எழுதிய *மின்சார அதிர்ச்சி சிகிச்சை 1953-56*, 1995.
5. ஓட்டொ ஜே. போல், *ஸ்டாலினிய குற்றவியல் அமைப்பு: சோவியத் ஒடுக்குமுறை மற்றும் பயங்கரத்தின் புள்ளிவிவர வரலாறு 1930-53* (ஜெஃபர்ஸன், வடக்கு காரலீனா, மாக்ஃபர்லாண்ட், 1997).
6. டிமிட்ரி வால்காகொனவ், *வெற்றியும் சோகமும்: ஐ.வி. ஸ்டாலினின் அரசியல் சித்தரிப்பு* 2ம் பாகம், பகுதி 2 (மாஸ்கோ, 1989).
7. யூரி ஸுகவ், "1953ன் வசந்தகாலத்தில் கட்சிக்கும் அரசுத் தலைமைக்கும் இடையே நடந்த அதிகாரத்துக்கான போராட்டம்" *வோப்ரோஸி இஸ்டோரியா*, தொகுதி 5/6, 1996; வ்ளாடிமீர் நவ்மவ், "என். எஸ்.

க்ருஷ்சவ் மற்றும் வெகுஜன அரசியல் ஒடுக்குமுறையின் பலியாட்களின் விடுவிப்பு" *வாப்ரோஸி இஸ்டோரியா*, தொகுதி 4, 1997. கட்டுரைகள்.

(என் குறிப்பு): *வாப்ரோஸி இஸ்டோரியா* ரஷ்ய அறிவியல் கல்விக் கழகத்தின் பொது வரலாற்றுக் கல்வி நிலையத்தின் பத்திரிகை. இது 1926இலிருந்து வேறு வேறு பெயர்களில் வெளிவந்து 1945இலிருந்து இந்தப் பெயரில் வெளிவருகிறது.

8. *ப்ராவ்டா* தினசரி 2 ஜூலை 1956.

9. லிகிடா கால்னினியடே விக்டோர்ஸ் ட்ரெய்ஃபெல்ட்ஸுக்கு எழுதிய 3 அக்டோபர் 1956 கடிதம்.

10. ஐவர்ஸ் கால்னியடிஸ் விக்டோர்ஸ் கால்னியடேவுக்கு எழுதிய 25 டிசம்பர் 1956 கடிதம்.

11. லிகிடா கால்னியடே வால்டெமார்ஸ் ட்ரெய்ஃபெல்ட்ஸுக்கு எழுதிய 28–30 டிசம்பர் 1956 கடிதம்.

அடிக்குறிப்புகள்:

1. வை. லெவிடானின் உரத்த, கணீரென்ற குரல் சரித்திர முக்கியத்துவம் வாய்ந்த நிகழ்வுகளுடன் இணைந்த ஒன்று. ஸ்டாலினின் மிக முக்கியமான அறிவிப்புகள் அல்லது கம்யூனிஸ்ட் கட்சியின் அறிவிப்புகள் ரேடியோவில் ஒலிபரப்பட்டது இவர் குரலில்தான்.

2. "டாக்டர் வழக்கு" என்பது டாக்டர்களையும் அவர்கள் குடும்ப உறுப்பினர்களையும் ஒற்றர்களாகவும் பயங்கரவாதிகளாகவும் குற்றம் சாட்டிய மிகப் பெரிய ஒடுக்குமுறைத் திட்டம். முடிவில் 1953ல் கம்யூனிஸ்ட் கட்சியின் மையக் குழுவின் உச்ச சபை வழக்கை முடிவுக்குக்கொண்டுவரத் தீர்மானித்து 37 நபர்கள் குற்றச்சாட்டிலிருந்து நீக்கப்பட்டார்கள்.

3. (என் குறிப்பு): இங்குஷ் மக்கள் என்று கூறப்படுகிறவர்கள் இங்குஷேடியா நாட்டைச் சேர்ந்தவர்கள். வடகிழக்குப் காக்கேஷியப் பகுதியைச் சேர்ந்த இனக் குழுவைச் சேர்ந்தவர்கள். இது ரஷ்ய கூட்டமைப்பில் கூட்டமைப்பாக்கப்பட்ட குடியரசு. இங்கு இருப்பவர்கள் ஸூஃபி பின்னணி கொண்ட ஸுன்னி இஸ்லாமியர்கள். 1810ல் இவர்கள் ரஷ்ய அரசின் கீழ் வந்தார்கள். ஆனால் இரண்டாம் உலகப் போரின்போது நாஸிகளுடன் உடன்போனவர்களாகக் குற்றஞ்சாட்டப்பட்டு கஸக் மற்றும் கிர்கிஸ் சோவியத் சோஷியலிசக் குடியரசுகளுக்கு நாடுகடத்தப்பட்டார்கள். ஐம்பதுகளில் இவர்களுக்கு மறுசீரமைப்புக்கு உட்படுத்தப்பட்டார்கள். ஸ்டாலின் இறந்தபிறகு 1957ல் இவர்கள் மீண்டும் வீடு திரும்ப அனுமதிக்கப்பட்டார்கள். அதற்குள் மேற்கு இங்குஷ் நிலங்கள் முழுவதும் வடக்கு ஒஸ்ஸேடியாவுக்குத் தரப்பட்டிருந்தன.

அன்புள்ள வால்டின்யா!

[. . .] முடிவில் நான் வீட்டுக்குப் போகும் ரயில் வண்டியில் இருக்கிறேன்.[. . .] பயணத்தின் துவக்கம் நன்றாகவே போயிற்று. ஆனால் படகிலிருந்து இறங்கியதும் பிரச்சினைகள் ஆரம்பமாயின. இப்போது எல்லாம் கடந்துவிட்டது. நாங்கள் இப்போது மூன்றாவது நாளாக ரயிலில் உட்கார்ந்திருக்கிறோம். ஆசியா-ஐரோப்பா எல்லைக்கு அருகே வந்துகொண்டிருக்கிறோம். டாம்ஸ்க்கை விட்டு நாங்கள் புறப்பட்டபோது இன்னும் மழையும் பனியுமாக இருந்தது. எதுவுமே இன்னும் பச்சையாக மாறவில்லை. இங்கு எல்லாமே பச்சையாக இருக்கிறது. கிண்ணை மரம்[1] பூத்திருக்கிறது – எவ்வளவு அழகான காட்சி! யூரல் மலைகளில் நுழைந்துகொண்டிருக்கிறோம். அதன் பிறகு ஐரோப்பாவில் இருப்போம். ஐவர்ஸின் பரீட்சை ஜூன் மாதம் ஒன்றாம் தேதி ஆரம்பிப்பதால் ஐவர்ஸ் டாம்ஸ்கில் இருக்கிறான்.

ரீகாவில் வீடு கிடைப்பது மிகவும் கஷ்டம் என்பதை ஏற்கனவே உனக்கு எழுதிவிட்டேன் என்று நினைக்கிறேன். எங்கள் எல்லோரையும் பதிவு செய்யவும் வீடு தேடவும் ஐவர்ஸ் முயற்சி செய்யும்போது ஸான்ட்ராவும் நானும் லியபாயவில் சித்தி வீட்டுக்குப் போகலாம் என்று நினைத்தேன். ஆனால் நடந்தது என்னவோ வேறு. ஐவர்ஸுடன் முன்பு படித்த ஒருவர் ஒரு வீட்டை வாடகைக்கு எடுத்திருக்கிறார் – ஓர் அறையும் சமையலறையும் உள்ள வீடு. அதனால் இப்போது நாங்கள் "எங்கள் வீட்டை" நோக்கிப் போய்க்கொண்டிருக்கிறோம். [...]

இப்பொது ஐரோப்பாவுக்கு வந்துவிட்டோம். ஐரோப்பா தொடங்கும் இடத்தில் ஆசியா-ஐரோப்பா என்று எழுதப்பட்ட ஒரு வெள்ளை நிறக் கம்பம் இருக்கிறது. இளஞ்சிவப்பில் லைலாக் பூக்கள் பூத்திருக்கின்றன. எங்கள் எதிரே உள்ள மேசையில் லைலாக்கின் ஒரு குச்சி ஒரு கண்ணாடிக் குப்பியில் வைக்கப்பட்டிருக்கிறது. இயற்கை இங்கு வெகு அழகாக இருக்கிறது. சன்னல் வெளியே பார்த்து பார்த்து மாளவில்லை எனக்கு. நாளைக்கு நாங்கள் மாஸ்கோவில் இருப்போம். நேரம் மிகவும் வினோதமானது. இங்கு இப்போது மாஸ்கோ நேரம். அதாவது டாம்ஸ்கைவிட நான்கு மணி நேரம் தாண்டி இருக்கிறது. இரவே வரவில்லை. எப்போதும்

வெளிச்சமாகவே இருந்தது. [...] எல்லாம் சரியாகப் போனால் ரீகாவுக்கு நேராகப் போகமுடியும். விரைவு வண்டி அங்கு சென்றடைய 19 மணி நேரம்தான் ஆகிறது. இன்னும் சிறிது நாட்களில் ரீகாவில் இருப்போம் என்ற மகிழ்ச்சியான உணர்வுகள் எதுவுமே இல்லாமல் ஒரு விதச் சோர்வுடனேயே பயணப்பட்டுக்கொண்டிருக்கிறேன். ரீகாவை நெருங்க நெருங்க இது மாறலாம்.

29.05 [தொடர்ச்சி] வால்டின்யா, இந்தக் கடிதத்தை மாஸ்கோவில் தபாலில் போட நினைத்தேன். ஆனால் ஒரு நிமிடம் கூட நேரம் இருக்கவில்லை. நேற்றிரவு 11 மணிக்கு நாங்கள் மாஸ்கோ வந்து சேர்ந்தோம். ஒரு மணிக்குப் புறப்படும் ரீகா வண்டியைப் பிடிக்க தலைதெறிக்க ஓடவேண்டிவந்தது. நாங்கள் இறங்கிய ரயில் நிலையத்திலிருந்து ரீகா வண்டி போகும் ரயில் நிலையத்துக்குப் போகவேண்டியிருந்தது. அதிக தூரமில்லை. அந்தச் சிறிது நேரப் பயணத்தை இன்று நினைத்தாலும் கடுப்பாக இருக்கிறது. டாக்ஸியில் மீட்டர் இருந்தது. அதன்படி ஐந்து ரூபில்கள் தர வேண்டும். ஆனால் டாக்ஸியோட்டி 15 ரூபில்கள் வேண்டுமென்று கேட்டார். கடைசியில் 10 ரூபில்கள் தந்தேன். ஆனால் ஏன் கொடுத்தேன் என்று தோன்றியது. அதிகம் பணம் வாங்க அவருக்கு எந்த உரிமையும் கிடையாது. இன்றுவரைக்கும் இப்படி வெறுப்பூட்டும்படி அடாவடித்தனம்செய்வது பிடிக்கவில்லை. அதேபோல் ரயில் நிலையக் கூலித் தொழிலாளியும் எங்களிடமிருந்து 20 ரூபில்களைப் பறித்துக்கொண்டுவிட்டார்.[...] ரயிலிலும் பதைபதைப்பாய் இருந்தது – ரீகாவை நோக்கிப் போகிறது ரயில் ஆனால் ரயிலில் நாங்கள் மட்டும்தான் லாட்வியர்கள். நாளைக் காலை வீட்டில் இருப்போம் – ரீகாவில். எவ்வளவு வினோதமாக இருக்கிறது – வெளியே பனி பெய்கிறது. எல்லாம் பச்சையாக இருக்கிறது அப்படியும் பனி எப்படிப் பெய்கிறது என்று புரியவில்லை.

நவம்பரில் ரீகாவுக்குப் பயணமான என் தோழி மாரா எனக்காகக் கைகளை விரித்துக்கொண்டு காத்திருக்கிறாள். கல்பாஷெவாவில் இருந்த அவளுடனும் மற்றவர்களுடனும் எனக்குப் பல விஷயங்கள் வெகுவாக ஒத்துப்போகின்றன. மாரா நாங்கள் வரும் நாளுக்காக நாட்களை எண்ணிக்கொண்டிருக்கிறாள். நெருங்கிப் பழக வேறு யாருமே இல்லை அவளுக்கு. அங்கிருக்கும் ரீகாவாசிகளுடன் பொதுவாக அவளுக்கு எதுவுமே இல்லை. [...] இந்தக் கடிதத்தை இப்போது முடிக்கமாட்டேன். எல்லையைக் கடக்கும்போது ஏற்படும் உணர்ச்சிகளை எழுத விரும்புகிறேன். நான்காம் முறையாக எல்லையைக் கடக்கிறேன். இதுவே கடைசியாக இருக்கும் என்று நம்புகிறேன்.

30.5 ரீகாவில். வால்டின்யா, நாங்கள் ரீகாவில் இருக்கிறோம் – நம்பவே முடியாத மகிழ்ச்சியில் இருக்கிறேன்! இப்போது என் தோழி மாரா வீட்டில் இருக்கிறேன். இது சொர்க்கம்போல் படுகிறது. அவள் பெற்றோர்களின் வீட்டில் எப்படியோ ஓர் அறையை வாடகைக்கு எடுத்துவிட்டாள். அவள் அம்மாவின் வரவேற்பறை சாமான்களையும் தன்னுடையது என்று கேட்டு வாங்கிவிட்டாள். அவள் வீட்டை மிகவும் சௌகரியமாக அமைத்துக்கொண்டிருக்கிறாள். நாங்கள் ரயிலடியில் மிகவும்

அன்புடன் வரவேற்கப்பட்டோம். எங்களை மீண்டும் காணப்போகும் மனக்கிளர்ச்சியில் நாங்கள் வருவதற்கு முன் பல இரவுகள் அவளுக்குத் தூக்கமே பிடிக்கவில்லை. அவள் நண்பர்களிடம் மோட்டார் வண்டி இருப்பதால் அனைவரும் எங்களைப் பார்க்க வந்தார்கள். அழகான மலர்க்கொத்துகளை எங்களுக்குத் தந்தார்கள். ரீகா தெருக்களில் போவது பிரமாதமான உணர்வாக இருக்கிறது. எங்களை வரவேற்க அருமையான உணவைத் தயாரிக்க மாரா ஏகப்பட்டப் பணத்தைச் செலவழித்திருந்தாள். அதற்குத் தேவையே இருக்கவில்லை. ஆனால் இவ்வளவு ஆத்மார்த்தமாகவும் அன்புடனும் வரவேற்கப்பட்டது மனத்துக்கு நன்றாக இருந்தது. மதியம் மாராவும் ஸான்ட்ராவும் நானும் உலாத்தப் போனோம். அற்புதமான ரீகாவைப் பார்த்த அந்தக் கணம் உலகத்திலேயே எல்லோரையும்விட மகிழ்ச்சியான நபர் நானாகத்தான் இருந்திருப்பேன். அவ்வப்போது மக்கள் லாட்விய மொழியில் பேசுவது காதில் விழுந்தது. கடைகளில் லாட்விய மொழியில் எழுதப்பட்ட அறிவிப்புப் பலகைகள் இருக்கின்றன. ரேடியோவில்கூட லாட்விய மொழி கேட்கிறது. இன்னும் நகரத்தின் மையத்துக்குப் போகவில்லை. காரணம் உடுக்கச் சரியான உடைகள் இல்லை. எங்கள் சாமான் இன்னும் கல்பாஷெவாவிலிருந்து வரவில்லை. அநேகமாகச் இப்போது எந்த நேரமும் வந்துவிடும். அப்போது நகரத்தின் மையத்துக்கும் யூர்மலா முதலிய இடங்களுக்குப் போவோம். அதைப் பற்றி அடுத்த கடிதத்தில் விவரமாக எழுதுகிறேன். இன்று காலை மாராவுடன் வேலைக்குப் போகும்போது அவளுடன் போனேன் (அவள் இமன்டாவில் வசிக்கிறாள்). இருப்புப்பாதை வழியாக நடந்தோம் பத்து நிடங்களுக்கு ஒரு முறை வண்டி வேகமாக கடந்துபோயிற்று. ரயில் நிலையத்திலிருந்து நாங்கள் வரும்போது மோட்டார் கார் சன்னல் வழியாக நான் பார்த்தபோது ரீகா நிறைய மாறிப்போயிருப்பது தெரிந்தது. ஆனால் என் கண்களுக்கு அது முன்னைவிட அழகாக இருப்பதாகப்பட்டது.[...] உன் லிகிடா.[2]

அடிக்குறிப்புகள்:

1. *(என் குறிப்பு) கிண்ணை மரம் அலையாத்திக் காடுவகையைச் சேர்ந்தது. இதன் பழம் கிண்ணம் என்று கூறப்படுகிறது. ஆங்கிலத்தில் வுட் ஆப்பிள் என்று கூறப்படும் மரம்.*

2. *லிகிடா அவள் அண்ணன் வால்டின்யாவுக்குப் பயணத்தின் மூன்றாம் நாளிலிருந்து 30 மே 1957 தேதியிட்டக் கடிதம்வரை எழுதிய கடிதம்.*

என் அம்மாவுக்கு மூன்றே மூன்று ஆசைகள்தாம் இருந்தன. லாட்வியா திரும்புவது, அவள் அண்ணன்களைப் பார்ப்பது, எங்கள் குடும்பத்துக்கென்று ஒரு வீடு இருப்பது. இந்த எல்லா ஆசைகளும் நிறைவேறிவிட்டன. ஆனால் இன்றும் என் அம்மா கொடுங்கனவிலிருந்து விழித்துக்கொள்கிறாள். மீண்டும் இரவு. யாரோ கதவைத் தட்டுகிறார்கள். முன்பின் அறியாத ஆண்கள் உள்ளே நுழைந்து அவளைத் தயாராகும்படி உத்தரவிடுகின்றனர். நாடுகடத்தப்படும் துர்க்கனவு தொடங்குகிறது. முற்றிலும் மனம் முறிந்துபோய் என் அம்மா நினைக்கிறாள்: "கடந்த முறை நடந்தது கனவு. இதுதான் நிஜம்." எழுந்து வெகு நேரம் ஏதுமில்லா இருட்டினுள் வெறித்த பின் அவள் அமைதியடைந்து புரிந்துகொள்கிறாள். அவள் வீடு திரும்பியாகிவிட்டது. லாட்வியாவில் உள்ள வீட்டுக்கு.

பாரீஸ். ஆகஸ்ட் 23, 2001.

சைபீரியாவிலிருந்து பிழைத்து வந்த காவ்னியடிஸ் குடும்பத்தினர் நாடுகடத்தப்பட்டிருந்த ஆண்டுகள்

லிகிடா காவ்னியடே

வருடம்	ஜன	பிப்	மார்ச்	ஏப்ரல்	மே	ஜூன்	ஜூலை	ஆகஸ்ட்	செப்	அக்	நவ	டிச
1941						14.06	x	x	x	x	x	x
1942	x	x	x	x	x	x	x	x	x	x	x	x
1943	x	x	x	x	x	x	x	x	x	x	x	x
1944	x	x	x	x	x	x	x	x	x	x	x	x
1945	x	x	x	x	x	x	x	x	x	x	x	x
1946	x	x	x	x	x	x	x	x	x	x	x	x
1947	x	x	x	x	x	x	x	x	x	x	x	x
1948	x	x	x	x	x	x						
1949												07.12
1950	x	x	x	x	x	x	x	x	x	x	x	x
1951	x	x	x	x	x	x	x	x	x	x	x	x
1952	x	x	x	x	x	x	x	x	x	x	x	x
1953	x	x	x	x	x	x	x	x	x	x	x	x
1954	x	x	x	x	x	x	x	x	x	x	x	x
1955	x	x	x	x	x	x	x	x	x	x	x	x
1956	x	x	x	x	x	x	x	x	x	x	x	x
1957	x	x	x	x	30.05							

ஜவர்ஸ் காவ்னியடே

வருடம்	ஜன	பிப்	மார்ச்	ஏப்ரல்	மே	ஜூன்	ஜூலை	ஆகஸ்ட்	செப்	அக்	நவ	டிச
1949			23.03	x	x	x	x	x	x	x	x	x
1950	x	x	x	x	x	x	x	x	x	x	x	x
1951	x	x	x	x	x	x	x	x	x	x	x	x
1952	x	x	x	x	x	x	x	x	x	x	x	x
1953	x	x	x	x	x	x	x	x	x	x	x	x
1954	x	x	x	x	x	x	x	x	x	x	x	x
1955	x	x	x	x	x	x	x	x	x	x	x	x
1956	x	x	x	x	x	x	x	x	x	x	x	x
1957	x	x	x	x	x	x	11.07					

மில்டா கால்னியடே

வருடம்	ஜன	பிப்	மார்ச்	ஏப்ரல்	மே	ஜூன்	ஜூலை	ஆகஸ்ட்	செப்	அக்	நவ	டிச
1949			23.03	x	x	x	x	x	x	x	x	x
1950	x	x	x	x	x	x	x	x	x	x	x	x
1951	x	x	x	x	x	x	x	x	x	x	x	x
1952	x	x	x	x	x	x	x	x	x	x	x	x
1953	x	x	x	x	x	x	x	x	x	x	x	x
1954	x	x	x	x	x	x	x	x	x	x	x	x
1955	x	x	x	x	x	x	x	x	x	x	x	x
1956	x	x	x	x	x	x	x	x	x	x	x	x
1957	x	x	x	x	30.05							

ஸான்ட்ரா கால்னியடே

வருடம்	ஜன	பிப்	மார்ச்	ஏப்ரல்	மே	ஜூன்	ஜூலை	ஆகஸ்ட்	செப்	அக்	நவ	டிச
1952												22.12
1953	x	x	x	x	x	x	x	x	x	x	x	x
1954	x	x	x	x	x	x	x	x	x	x	x	x
1955	x	x	x	x	x	x	x	x	x	x	x	x
1956	x	x	x	x	x	x	x	x	x	x	x	x
1957	x	x	x	x	30.05							

நிகழ்வுகளின் கால வரிசை

குறிப்பிடப்பட்டிருக்கும் தகவல்களும் புள்ளிவிவரங்களும் கூடியவரை அண்மையில் செய்யப்பட்ட வரலாற்று ஆராய்ச்சிக் கண்டுபிடிப்புகள் மற்றும் முடிவுகளைப் பிரதிபலிப்பவை ஆகும்

ஆண்டு	**குடும்ப நிகழ்வுகள்**	**வரலாற்று அரசியல் நிகழ்வுகள்**
ஜனவரி 6, 1878	க்ரிஸ்டாப்ஸ் மற்றும் பௌலீன் ட்ரய்ஃபெல்ட்ஸுக்கு யானிஸ் ட்ரய்ஃபெல்ட்ஸ் பிறப்பு.	
ஜனவரி 14, 1891	இன்ட்ரீட்யெஸ் மற்றும் லீபா காலின்யாஸுக்கு இல்ஸே எமீலியா காலின்யா பிறப்பு.	
மார்ச் 5, 1907	அலெக்ஸான்டர்ஸ் கால்னியடிஸ் பிறப்பு.	
மே 7, 1908	பேட்டரிஸ் மற்றும் மில்டா கைமின்யாஷுக்கு மில்டா ஹர்மீனெ கைமின்யா பிறப்பு.	
நவம்பர் 10, 1912	யானிஸ் ட்ரய்ஃபெல்ட்ஸ் மற்றும் இல்ஸே எமீலியா காலின்யாவின் திருமணம். புதுமணத் தம்பதிகள் திருமணத்துக்குப் பின் ரஷ்யா செல்கிறார்கள்.	
ஆகஸ்ட் 1, 1914		முதல் உலகப்போர் தொடக்கம். *850,000* லாட்வியர்கள் ரஷ்யாவில் அகதிகளாகிறார்கள். படைப்பிரிவு நடவடிக்கையில் *30,000* லாட்விய துப்பாக்கிப் படைவீரர்களும் பொதுமக்களும் மரணம்.
நவம்பர் 1, 1914	யானிஸுக்கும் எமீலியா ட்ரய்ஃபெல்ட்ஸுக்கும் மகன் வால்டெமார்ஸ். பிறப்பு.	

பிப்ரவரி 25, 1917		ரஷ்ய ஜார் நிக்கொலஸ் II அரியணையிலிருந்து இறக்கப்பட்டு ரஷ்யாவில் ஜனநாயகக் குடியரசு அமைப்பு.
நவம்பர் 18, 1918		லாட்வியக் குடியரசின் சுதந்திர பிரகடனம்.
ஜூன் 8, 1919	யானிஸுக்கும் எமீலியா ட்ரய்ஃபெல்ட்ஸுக்கும் மகன் விக்டோர்ஸ் பிறப்பு.	
1919 இறுதி	ட்ரய்ஃபெல்ட்ஸ் குடும்பம் ரஷ்யாவிலிருந்து லாட்வியா திரும்புகிறது.	
பிப்ரவரி 1920		சோவியத் மற்றும் ஜெர்மனியின் தலையீட்டிலிருந்து லாட்வியா விடுவிக்கப்படுகிறது.
1920	கைமின்யாஸ் குடும்பம் ரஷ்யாவிலிருந்து லாட்வியா திரும்புகிறது.	
ஆகஸ்ட் 11, 1920		"லாட்வியா மற்றும் ரஷ்யாவுக்கு இடையே அமைதி ஒப்பந்தம்" கையெழுத்திடப்படுகிறது. அதன்படி ரஷ்யா "எப்போதைக்குமாக லாட்விய நாட்டிலும் பிரதேசத்திலும் உள்ள உரிமைகளைக் கைவிடுகிறது."
ஜனவரி 26, 1921		பாரீஸில் நடந்த நேச நாடுகளின் மாநாட்டில் சட்டப்படி லாட்வியக் குடியரசைஅங்கீகரிக்கும் தீர்மானத்தை ஏற்கிறது.
டிசம்பர் 9, 1926	யானிஸுக்கும் எமீலியா ட்ரெய்ஃபெல்ட்ஸுக்கும் மகள் லிகிடா பிறப்பு.	
மே 10, 1931	மில்டா கைமின்யாவுக்கு மகன் ஐவர்ஸ் பிறப்பு.	

1937	யானிஸ் ட்ரெய்ஃபெல்ட்ஸின் அக்கா அலெக்ஸான்ட்ரினா வில்னீடே ரஷ்யக் குழுமத்தில் நடந்த ஸ்டாலினிய ஒடுக்குமுறையில் கொல்லபட்டார் என்று நம்பப்படுகிறது.	
டிசம்பர் 18, 1937	அலெக்ஸான்டர்ஸ் கால்னியடிஸ் மற்றும் மில்டா கைமின்யாவின் திருமணம்.	
ஜூன் 22, 1938	அலெக்ஸான்டர்ஸ் மற்றும் மில்டா கைமின்யாவுக்கு மகன் ஆர்னிஸ் பிறப்பு.	
ஆகஸ்ட் 23, 1939		கிழக்கு ஐரோப்பாவை அதிகாரம் செலுத்தும் நிலப்பரப்புகளாய் பங்கீடு செய்யும் ரகசிய நடவடிக்கைகள் இணைக்கப்பட்ட பரஸ்பர தாக்குதல்-மறுப்பு ஒப்பந்தத்தில் சோவியத் குழுமமும் ஜெர்மனியும் கையெழுத்திடுகின்றன.
செப்டெம்பர் 1, 1939		ஜெர்மனி போலந்தைத் தாக்குகிறது. இரண்டாம் உலகப் போர் தொடக்கம்.
அக்டோபர் 5, 1939	லாட்வியா	லாட்வியா சோவியத் குழுமத்துடன் பரஸ்பர உதவிக்கான உடன்படிக்கை செய்துகொள்ளும்படி வற்புறுத்தப்படுகிறது. *21,000* சோவியத் படைவீரர்கள் முழுவதும் சோவியத் காவற்படைகளில் இருத்தப்பட்டார்கள்.

அக்டோபர் 11, 1939	ரஷ்யக் குழுமத்தின் அரசுப் பாதுகாப்பு 1ன் மக்கள் துணைப் பொறுப்பாளர், ஸெரவ், "லிதுவேனியா, லாட்வியா மற்றும் எஸ்டோனியாவில் உள்ள சோவியத் எதிர்ப்பாளர்களை நாடுகடத்தும் நடவடிக்கைகளை விளக்கும்" எண் 001223 ஆணையை வழங்கினார்.
அக்டோபர் 30, 1939	லாட்வியாவும் ஜெர்மனியும் "ஜெர்மானிய லாட்விய குடிமக்களை ஜெர்மனிக்கு இடம் மாற்றும் உடன்படிக்கை"யில் கையெழுத்திடுகின்றன. சில மாதங்களிலேயே 45,000 ஜெர்மானியர்கள் லாட்வியாவை விட்டுச் செல்கின்றனர்.
ஜூன் 16, 1940	பரஸ்பர உதவி ஒப்பந்தத்தை மீறியதாக குற்றஞ்சாட்டி ஐக்கிய சோவியத் சோஷியலிஸ குடியரசு சோவியத் படைகள் லாட்வியாவில் நுழையவும் புதிய அரசாங்கத்தை நிர்மாணிக்கவும் இறுதி எச்சரிக்கை விடுக்கிறது. லாட்விய அரசு இறுதி எச்சரிக்கையில் உள்ள நிபந்தனைகளை ஏற்கிறது.
ஜூன் 17, 1940	ரஷ்யக் குழுமத்தின் படைகள் லாட்வியாவை ஆக்கிரமித்துக் கொள்கின்றன.
ஜூலை 14 மற்றும் 15, 1940	ஜனநாயகமுறையில் அல்லாத "ஸாயெய்மா" (பாராளுமன்றம்) தேர்தல். தேர்தலில் "உழைக்கும்

		மக்கள் வட்டகையை"ச் சேர்ந்தவர்கள் மட்டுமே போட்டியிட அனுமதிக்கப்படுகிறார்கள்.
ஜூலை 21, 1940		"ஸாயெய்மா" ரஷ்யக் குழுமத்தை லாட்வியாவில் அனுமதிக்கும் பிரகடனத்தை ஏற்றுக்கொள்கிறது.
ஆகஸ்ட் 5, 1940		லாட்வியா சோவியத் குழுமத்தில் இணைக்கப்படுகிறது.
ஜூன் 9, 1941	மக்கள் அரசு பாதுகாப்புத் துறையின் கேப்டன் எஸ். ஷுஸ்டின், யானிஸ், விக்டோர்ஸ், எமீலியா மற்றும் லிகிடா ட்ரய்ஃபெல்ட்ஸை கைது செய்யும் தீர்மானத்தில் கையெழுத்திடுகிறார்.	
ஜூன் 14, 1941	யானிஸ், எமீலியா மற்றும் லிகிடா கைதுசெய்யப்பட்டு ஸைபீரியா அனுப்பப்படுகிறார்கள்.	*15,424* மக்கள் லாட்வியாவிலிருந்து நாடுகடத்தப்படுகிறார்கள். "பயங்கர ஆண்டி"ல் *34,250* லாட்வியவாசிகள் ஒடுக்குமுறைக்கு ஆளாகிறார்கள்.
ஜூன் 20, 1941	யானிஸ் ட்ரய்ஃபெல்ட்ஸ் பபினினோ ரயில் நிலையத்தில் எமீலியாவிடமிருந்தும் லிகிடாவிடமிருந்தும் பிரிக்கப்படுகிறார்.	
ஜூன் 22, 1941	யானிஸ் ட்ரய்ஃபெல்ட்ஸ் யூக்னவ் சிறை முகாமில் சிறையிடப்படுகிறார்.	
ஜூன் இறுதி, 1941	யானிஸ் ட்ரய்ஃபெல்ட்ஸ் யூக்னவ் சிறை முகாமிலிருந்து வ்யட்லாகுக்கு மாற்றப்படுகிறார்.	சுமார் *8000* லாட்விய மக்கள் யூக்னவ்வில் சிறையிடப்படுகிறார்கள். லாட்வியா, லிதுவேனியா மற்றும் எஸ்டோனியாவில்

		முன்பு ராணுவத்திலிருந்த சுமார் *1000* அதிகாரிகள் வேலியிடப்பட்டப் பகுதியொன்றில் வைக்கப்படுகிறார்கள்.
ஜூலை *1, 1941*		ஜெர்மானியப் படைகள் லாட்வியாவினுள் நுழைகின்றன. லாட்வியாவின் இரண்டாம்ஆக்கிரமிப்பு தொடங்குகிறது.
ஜூலை *10, 1941*	யானிஸ் ட்ரய்ஃபெல்ட்ஸ் வ்யட்லாக் *7* சிறை முகாமில் சிறையிடப்படுகிறார். மொத்தம் *3281* லாட்வியர்கள் வ்யட்லாகில் சிறையிடப்பட்டிருக்கிறார்கள்.	
ஜூலை *10, 1941*	எமீலியாவும் லிகிடாவும் நவாஸிபிர்ஸ்க் பிராந்தியத்தில் பராபெல் மாவட்டத்தில் உள்ள "உன்னத சீகாஸ்" கூட்டுப்பண்ணையில் குடியிருத்தப்படுகிறார்கள்.	
ஜூலை *17, 1941*		ஆக்கிரமிக்கப்பட்ட கிழக்குப் பகுதிகளை நிர்வாகம் செய்ய ஹிட்லர் ஆஸ்ட்லண்ட் மந்திரிசபையை உருவாக்குகிறார். ஆல்ஃப்ரெட் ரோஸென்பர்க் ரய்ஷ் மந்திரியாக நியமிக்கப்படுகிறார். *25,000* ஜெர்மானிய அதிகாரிகள் புதிதாக உருவான பகுதியை நிர்வாகம் செய்ய வருகிறார்கள்.
நவம்பர் *30* மற்றும் டிசம்பர் *8, 1941*	மடில்டே கைமின்யா யூதர்கள் ரும்புலா காட்டில் கொல்லப்பட	ஒரு ஜெர்மானிய ஆணையின்படி *70,000* லாட்விய யூதர்கள்

	ஒரு கூட்டமாய்ப் பாதுகாப்புடன் அழைத்துச் செல்லப்படுவதைப் பார்க்கிறாள். இரண்டு நாட்களில் 25,000 யூதர்கள் அங்கு தீர்த்துக்கட்டப்படுகிறார்கள்.	லாட்விய நிலத்தில் கொல்லப்படுகிறார்கள். அது தவிர 20,000 மேற்கு ஐரோப்பாவின் யூதர்களும் கொல்லப்படுகிறார்கள்.
டிசம்பர் 31, 1941	யானிஸ் ட்ரய்ஃபெல்ட்ஸ் வ்யட்லாகில் மரணம்.	ஜூலை 1941லிருந்து ஜூலை 1942வரை 2337 லாட்வியவாசிகள் வ்யட்லாகில் மரிக்கிறார்கள்.
பிப்ரவரி 10, 1943		ஹிட்லர் லாட்விய தன்னார்வப்படையணி அமைக்கப்பட ஆணை வழங்குகிறார். மார்ச் 9 தேதி ஆரம்ப கட்ட தன்னார்வலர்கள் அணிசேர்க்கப்படுகிறார்கள்.
ஜூன் 1943	எமீலியாவும் லிகிடாவும் சாவுத் தீவு பிலீனாவில் குடியிருத்தப்படுகிறார்கள். மார்ச் 1944வரை அங்கேயே இருக்கிறார்கள்.	
மார்ச் 26, 1944	அலெக்ஸான்டர்ஸ் கால்னியடிஸ் லாட்வியப் படையணியில் அணிசேர்க்கப்படுகிறார்.	சுமார் 110-115000 படைவீரர்கள், அதில் முக்கால்வாசிப்பேர் கட்டாயச் சேர்க்கையில் சேர்க்கப்பட்டவர்கள், பல ஜெர்மானியப் படை அணிவகுப்புகளில் இணைந்து போரிடுகிறார்கள். சுமார் 100,000 நபர்கள் சோவியத் ராணுவத்தில் சேர்க்கப்படுகிறார்கள். இறந்துபோனவர்கள் எண்ணிக்கை மிக அதிகமாக இருக்கிறது. சுமார் 25,000 லாட்வியப் படை வீரர்கள் மேற்கு நேச நாடுகளிடம் சரணடைவு செய்கிறார்கள்.

		ஜெர்மானியப் படையில் இருந்த லாட்வியப் படை வீரர்கள் சோவியத் முகாம்களில் சிறையிடப்படுகிறார்கள்.
அக்டோபர் 13, 1944		சோவியத் ராணுவம் ரீகாவைக் கைப்பற்றுகிறது. லாட்வியாவின் மூன்றாவது ஆக்கிரமிப்பு துவங்கிறது.
வசந்தம் 1945	வால்டெமார்ஸ், ஆர்னால்ட்ஸ் மற்றும் விக்டோர்ஸ் ட்ரய்ஃபெல்ட்ஸ் மற்றும் அவர்கள் குடும்பங்கள் அகதிகளாகி வேறு வேறு வழிகளில் ஜெர்மனியை நோக்கிப் போகிறார்கள்.	போர் முடிந்தபின் ஜெர்மனியில் 100,000 லாட்விய அகதிகள் இருக்கிறர்கள்.
மே 8, 1945		அட்மிரல் டோனிட்ஸ் ஜெர்மனியின் நிபந்தனையற்றச் சரணடைவுக்குக் கையெழுத்திடுகிறார்.
மே 9, 1945	அலெக்ஸான்டர்ஸ் கால்னியடிஸ் கோர்ஸெமெ காடுகளில் தன் கிளர்ச்சிசெய்யும் நாட்களைத் துவங்குகிறார்.	ஜெர்மானியப் படை கோர்ஸெமெயில் சரணடைந்ததும், சுமார் 4000 லாட்வியப் படை வீரர்கள் கிளர்ச்சியாளர்கள் இயக்கத்தில் இணைகிறார்கள். 20,000பேர் என்று கணக்கிடப்பட்ட லாட்வியர்கள் 1944–46 வரை நடந்த கிளர்ச்சியாளர்கள் போரில் போரிடுகிறார்கள்.
அக்டோபர் 30, 1945	அலெக்ஸான்டர்ஸ் கால்னியடிஸ் ரீகாவில் உள்ள தன் குடும்பத்துக்குத் திரும்புகிறார்.	

நவம்பர் 13, 1945	அரசு பாதுகாப்பு மக்கள் துறையின் செயல்பாட்டுக் குழு அலெக்ஸான்டர்ஸ் கால்னியடிஸ்ஸைக் கைது செய்கிறது.	
பனிக்காலம் 1946	எமீலியா ட்ரெய்ஃபெல்டே ஸைபீரியக் காடுகளில் மூன்று நாட்கள் தொலைந்துபோய், பனிக்கடுப்பால் பாதிக்கப்பட்டுக் கவலைக்கிடமாக நோய்வாய்ப்படுகிறாள்.	
வசந்தம் 1946	எமீலியாவுக்கும் லிகிடாவுக்கும் லாட்வியாவிலிருந்து முதல் பார்சல் வருகிறது.	
மே 6, 1946	சோவியத் போர் தீர்ப்பாயம் உயர் பாதுகாப்புச் சிறை முகாமில் பத்தாண்டுகளும் கட்டாயக் குடியிருப்பில் ஐந்து ஆண்டுகளும் இருக்க அலெக்ஸான்டர்ஸ் கால்னியடிஸ்ஸுக்குத் தண்டனை வழங்குகிறது.	
அக்டோபர் 26, 1946	குலாக் மருத்துவக் குழு அலெக்ஸான்டர்ஸ் கால்னியடிஸ் வேலை செய்யத் தகுதியற்றவர் என்று கண்டறிகிறது.	
மே, 1947	எமீலியா மற்றும் லிகிடா ட்ரெய்ஃபெல்டே வால்டெமார்ஸ், ஆர்னால்ட்ஸ், விக்டோர்ஸ் மூவரும் மேற்கு நாடுகளில் இருப்பதைக் கண்டறிகிறார்கள்.	வெளிநாடுகளில் அகதிகளாகும் லாட்வியர்கள் எண்ணிக்கை மொத்தம் *120,000*ஐ எட்டுகிறது.

வசந்தம் 1947	எமீலியா மற்றும் லிகிடா ட்ரெய்ஃபெல்டே டகூர் கிராமத்துக்கு மாற்றப்படுகிறார்கள்.	
ஏப்ரல் 1948	லிகிடா ட்ரெய்ஃபெல்டே லாட்வியாவுக்குத் திரும்ப அனுமதிச் சீட்டு கிடைக்கிறது.	
ஜூன் 1948	லிகிடா ட்ரெய்ஃபெல்டே லாட்வியா திரும்புகிறாள்.	
ஜனவரி 29, 1949		சோவியத் குழுமத்தின் மந்திரிக் குழு லாட்வியா, லிதுவேனியா மற்றும் எஸ்டோனியாவில் வாழ்பவர்களின் பல “பிரிவுகளை” நாடுகடத்த அதி ரகசியத் தீர்மானத்தை எடுக்கிறது.
மார்ச் 25, 1949	மில்டா மற்றும் ஐவர்ஸ் கால்னியடிஸ் கைது செய்யப்பட்டு சைபீரியாவுக்கு அனுப்பப்படுகிறார்கள்.	சோவியத் குழுமத்தின் உள் விவகார பாதுகாப்பு துறையின் அதி ரகசிய நடவடிக்கையான “கடற்கரைப் பொங்கோதம்” (“ப்ரிபாய்”) செயல்படுத்தப்படுகிறது. அதில் 43,000 லாட்விய மக்கள் அல்லது லாட்விய மக்கட் தொகையில் 2.28% லாட்வியர்கள் சைபீரியாவுக்கு நாடுகடத்தப்படுகிறார்கள்.
ஏப்ரல் 20, 1949	மில்டா மற்றும் ஐவர்ஸ் கால்னியடிஸ் டாம்ஸ்க் மாற்று முகாமில் சிறையிடப்பட்டு அவர்கள் வாழ்நாளுக்கும் நாடுகடத்தப்பட்டிருப்பதாக அங்கு அவர்களுக்கு அறிவிக்கப்படுகிறது.	
மே 1949	மில்டா மற்றும் ஐவர்ஸ் கால்னியடிஸ் இருவரும் டாம்ஸ்க் பிராந்தியத்தின்	

	கல்பாஷெவா மாவட்டத்தின் ஸாஹ்டா கிராமத்தில் குடியிருத்தப்படுகிறார்கள்.
மே 10, 1949	டாம்ஸ்க் பிராந்தியத்தின் உள் விவகாரப் பிரிவு லிகிடா ட்ரெய்ஃபெல்டேவுக்கான அனைத்து-ஒன்றியத் தேடலை ஆரம்பிக்கிறது.
ஜுலை 1949	மில்டாவுக்கும் ஐவர்ஸ் கால்னியடிஸ்ஸுக்கும் லாட்வியாவிலிருந்து முதல் கடிதம் வருகிறது.
டிசம்பர் 7, 1949	டுகும்ஸில் லிகிடா ட்ரெய்ஃபெல்டே கைதுசெய்யப்பட்டு பல சிறைகள் மாறி முன்பு அவள் பலவந்தக் குடியிருப்பில் இருந்த டாம்ஸ்க் பிராந்தியத்தின் கல்பாஷெவா மாவட்டத்திலிருந்த டகூர் கிராமத்துக்கு மே 1950ல் திரும்புகிறாள்.
பிப்ரவரி 5, 1950	எமீலியா இல்ஸே ட்ரெய்ஃபெல்டே டகூரில் மரணம்.
மே 1950	லிகிடா ட்ரெய்ஃபெல்டே கல்பாஷெவா வந்து சேர்ந்து கைதிகளின் குழுவிலிருந்து விடுவிக்கப்படுகிறாள்.
ஆகஸ்ட் 1950	லிகிடா ட்ரெய்ஃபெல்டேவும் ஐவர்ஸ் கால்னியடிஸ்ஸும் சந்திக்கிறார்கள்.
மே 25, 1951	லிகிடா ட்ரெய்ஃபெல்டே மற்றும் ஐவர்ஸ் கால்னியடிஸ்ஸின் திருமணம்.
வேனிற்காலம் 1952	லாட்வியாவில் மடில்டே கைமின்யாவின் மரணம் ஆர்னிஸ் கால்னியடிஸ் அனாதையாக்கப்படுகிறான்.

டிசம்பர் 22, 1952	ஐவர்ஸ் மற்றும் லிகிடா கால்னியடிஸ்ஸுக்கு மகள் ஸான்ட்ரா பிறக்கிறாள்.	
பிப்ரவரி 18, 1953	அலெக்ஸான்டர்ஸ் கால்னியடிஸ் பெசோர்லாக் ஏஏ–274 சிறை முகாமில் மரணம்.	
மார்ச் 5, 1953		சோவியத் குழுமத்தின் கம்யூனிஸ்ட் கட்சியின் மையக் குழுவின் பொதுச் செயலாளர் ஜோசப் ஸ்டாலின் மரணம்.
மார்ச் 27, 1953		சோவியத் ஒன்றியத்தின் உச்ச மன்ற சபை “மன்னிப்பைக் குறித்த” ஒரு ஆணையை அங்கீகரிக்கிறது. அதன்பின் குலாக்கில் சிறைப்படுத்தப்பட்ட அல்லது குடியிருத்தப்பட்ட கைதிகளின் சில பிரிவினருக்கு வாழ்நிலை மேம்படுத்தப்படுகிறது.
ஜூன் 2, 1954	லிகிடா கால்னியடே சோவியத் ஒன்றியத்தின் உச்ச மன்ற சபையின் தலைவர் கே. வராஷிலொவ்வுக்கு சிறப்புக் குடியிருப்பிலிருந்து விடுதலை கோரி விண்ணப்பக் கடிதம் எழுதுகிறாள். விண்ணப்பம் நிராகரிக்கப்படுகிறது.	
ஜூலை 5, 1954		“சிறப்புக் குடியிருப்பில் இருப்பவர்களின் சட்டரீதியான நிலையில் உள்ள சில தடைகளை நீக்க” சோவியத் குழுமத்தின் மந்திரிக் குழு தீர்மானிக்கிறது.

ஆகஸ்ட் 1954	ஸான்ட்ரா கால்னியடே சிறப்புக் குடியிருப்பின் பதிவுப் பட்டியலிலிருந்து நீக்கப்படுகிறாள். லிகிடா, ஐவர்ஸ் மற்றும் மில்டா கால்னியடிஸ்ஸுக்கு டாம்ஸ்க் பிராந்தியத்தில் எங்கும் சுதந்திரமாகச் செல்லும் உரிமைகள் வழங்கப்படுகின்றன. மாதம் இரு முறை பதிவு செய்து கொள்ளவேண்டிய தேவையும் நீக்கப்படுகிறது.
நவம்பர் 3, 1955	ஏழு ஆண்டுகளுக்குப் பின் லிகிடா கால்னியடே தன் சகோதரர்களுடன் தொடர்பு கொள்கிறாள்.
பிப்ரவரி 25, 1956	சோவியத் ஒன்றிய கம்யூனிஸ்ட் கட்சியின் 20ம் மாநாட்டில் "தனிநபர் வழிபாடும் அதன் விளைவுகளைக் களைவதும்" என்ற ஸ்டாலினிய ஒடுக்குமுறையின் முகமூடியை அகற்றும் அறிக்கையை நிகிடா க்ருஷ்சவ் படிக்கிறார்.
மார்ச் 24, 1956	சோவியத் ஒன்றிய உச்ச மன்ற சபை "அரசியல், வேலை சார்ந்த மற்றும் சமூகக் குற்றங்களுக்காக தண்டனை அனுபவித்து வருபவர்களின் கோப்புகளை மறுபரிசீலனை செய்தலைக் குறித்த" ஆணையை அங்கீகரிக்கிறது. இந்தத் தீர்மானம் சிறப்புக் குடியிருப்பில் இருப்பவர்களுக்கு வெளியே செல்லும் கதவுகளைத் திறக்கிறது.

ஆகஸ்ட் 1956	ஐவர்ஸ் கால்னியடிஸ் டாம்ஸ்க் தொழில்நுணுக்க கல்வியின் சுரங்கத் தொழிற்துறை மற்றும் மின் பொறியியல் துறையில் சேர்கிறார்.
டிசம்பர் 30, 1956	மில்டா மற்றும் ஐவர்ஸ் கால்னியடிஸ் சிறப்புக் குடியிருப்புப் பதிவுப் பட்டியலிலிருந்து நீக்கப்படுகிறார்கள்.
மே 20, 1957	கால்னியடிஸ் குடும்பம் லாட்வியா திரும்பும் பயணத்தைத் துவக்குகிறது.
நவம்பர் 5, 1975	ரீகாவில் மில்டா கால்னியடேவின் மரணம்.
ஜூன் 8, 1989	"லாட்வியா சோவியத் சோஷியலிஸ குடியரசுப் பரப்பிலிருந்து 1940களிலும் 1950களிலும் நாடுகடத்தப்பட்ட குடிமக்களின் மறுசீரமைப்பு குறித்த" ஆணையை லாட்விய சோவியத் சோஷியலிச குடியரசின் உச்ச மன்ற சபை மேற்கொள்கிறது.
டிசம்பர் 24, 1989	"ரஷ்யக் குழுமத்துக்கும் ஜெர்மனிக்கும் இடையே நடந்த 1939ன் தாக்குதல்-மறுக்கும் உடன்படிக்கையின் அரசியல் மற்றும் சட்டரீதியான கணிப்பு" குறித்த தீர்மானத்தை சோவியத் ஒன்றியத்தின் மக்கள் பிரதிநிதிகளின் பேராயம் மேற்கொண்டது. அதன்படி ரிப்பன்ட்ராப்-மோலடவ் உடன்படிக்கையின் ரகசிய நடவடிக்கைகள்

	இணைப்பு அதைக் கையெழுத்திட்ட நாளிலிருந்து சட்டரீதியாகச் செல்லாது போகிறது.
ஏப்ரல் 5, 1990	யானிஸ் ட்ரெய்ஃபெட்ஸுக்கு எதிரான குற்ற வழக்கு எண் 20 முடிவுக்குக் கொண்டுவரப்பட்டு அவர் தன் பழைய குடிமகன் நிலையை எட்டும் மறுசீரமைப்புக்கு உரியவராகிறார்.
ஏப்ரல் 21, 1990	லாட்விய சோவியத் சோஷியலிஸ குடியரசின் உள்துறை விவகாரங்கள் அமைச்சகத்தின் அநியாயமாக ஒடுக்கப்பட்ட குடிகளின் மறுசீரமைப்பு பிரிவு லிகிடா கால்னியடே நாடுகடத்தப்பட்டுப் பலவந்தக் குடியிருப்பில் இருத்தப்பட்டது சட்டப்படி செல்லாது என்று கண்டறிந்து அவரைத் தன் பழைய குடிமகள் நிலையை எட்டும் மறுசீரமைப்புக்கு உரியவராக்குகிறது.
மே 4, 1990	"லாட்வியாவின் சுதந்திரப் புதுப்பிப்பு குறித்த" பிரகடனத்தை லாட்விய சோவியத் சோஷியலிஸ குடியரசின் உச்ச மன்றம் அங்கீகரிக்கிறது.
ஆகஸ்ட் 3, 1990	லாட்வியக் குடியரசின் உச்ச மன்றம் "சட்டத்தை மீறிய ஒடுக்குமுறைக்கு உள்ளாக்கப்பட்டவர்களின் மறுசீரமைப்பு குறித்த" சட்டத்தை மேற்கொள்கிறது.

பிப்ரவரி 28, 1991

லாட்விய சோவியத்
சோஷியலிஸ குடியரசின்
உள்துறை விவகாரங்கள்
அமைச்சகத்தின் அநியாயமாக
ஒடுக்கப்பட்ட குடிமக்களின்
மறுசீரமைப்பு பிரிவு
ஐவர்ஸ் கால்னியடிஸ்
நாடுகடத்தப்பட்டுப்
பலவந்தக் குடியிருப்பில்
இருத்தப்பட்டது சட்டப்படி
செல்லாது என்று
கண்டறிந்து அவரைத் தன்
பழைய குடிமகன்
நிலையை எட்டும்
மறுசீரமைப்புக்கு
உரியவராக்குகிறது.

செப்டம்பர் 6, 1991

ரஷ்ய ஒன்றியத்தின்
உச்ச மன்றம்
“லாட்வியக் குடியரசின்
சுதந்திரத்தை
ஏற்றுக்கொள்வதைக்
குறித்த” தீர்மானத்தை
ஏற்றுக்கொள்கிறது.

செப்டம்பர் 26, 1994

லாட்வியக் குடியரசின்
சட்டத்தின் ஆதாரத்தில்
“சட்டத்தை மீறி
ஒடுக்கப்பட்டவர்களுக்கான
மறுசீரமைப்பு குறித்து”
மறுபரிசீலனை
செய்யப்பட்டு
அலெக்ஸான்டர்ஸ்
கால்னியடிஸ் அவர்
பழைய குடிமகன்
நிலையை எட்டும்
மறுசீரமைப்புக்கு
உரியவர் என்று
கண்டறியப்பட்டது.

உயவுத்துணை

தன் புத்தகத்தில் உயவுத்துணையாக லாட்விய அரசு ஆவணக்காப்பகத் தரவுகள், வெளியீடுகள் மற்றும் லாட்விய ஆக்கிரமிப்பு அருங்காட்சியக வெளியீடுகள், ரஷ்ய மற்றும் ஜெர்மானிய ஆக்கிரமிப்பின் போது லாட்வியப் படையணி பற்றிய மாநாட்டில் படிக்கப்பட்ட கட்டுரை இவற்றுடன் ஸான்ட்ரா கால்னியடே 71 லாட்விய மொழிப் புத்தகங்களையும் கட்டுரைகளையும் 35 பிறமொழிப் புத்தகங்களையும் கட்டுரைகளையும் குறிப்பிடுகிறார். இவற்றில் முக்கியமானவை அடிக்குறிப்புகளிலும் இறுதிக் குறிப்புகளிலும் குறிப்பிடப்பட்டிருக்கின்றன.

புத்தகத்துக்காக உபயோகப்பட்ட இதழ்கள் மற்றும் தினசரிகள் பட்டியலில் குறிக்கப்பட்டுள்ளவை கீழே தரப்பட்டிருக்கின்றன என் விளக்கக் குறிப்புகளுடனும் ஒரு நீண்ட குறிப்புடனும்:

1. அட்பூடா (பொழுதுபோக்கு) உயர் மட்ட வாழ்க்கையை ஒட்டிய சமூக வரலாற்றைப் பிரதிபலித்த 1924-1941வரை வெளியிடப்பட்ட வார இதழ்) 5 ஜனவரி 1940-டிசம்பர் 1940; 3 ஜனவரி 1941-20 ஜூன் 1941.

2. ட்ஸீன்யா (லாட்வியாவில் வெளியிடப்பட்ட தினசரி) 26 ஜூன் 1940-31 டிசம்பர் 1940; 1 ஜனவரி 1941-27 ஜூன் 1941.

3. டௌகவஸ் வனகி (டௌகவா ஆற்றின் பருந்துகள்) லாட்வியப் படைவீரர்களின் போர்முனைப் பத்திரிகை. 27 மார்ச் 1942-24 டிசம்பர் 1944.

4. *யௌனாகாஸ் ஸீன்யாஸ்*, (உடனடிச் செய்திகள்), ரீகாவிலிருந்து 1911-1940 வரை வெளியிடப்பட்டு மிகப் பிரபலமான வெகுஜன தினசரி) 2 ஜனவரி 1939-30 டிசம்பர் 1939; 2 ஜனவரி 1940-9 ஆகஸ்ட் 1940.

5. லாட்விய அரசு ஆவணக்காப்பகத்தின் அனுபந்தங்கள். [ஒடுக்கப் பட்டோரின் பட்டியல். 1949], 3 (1995). [லிம்பஸி பிராந்தியம் – டுகும்ஸ் பிராந்தியம்].

6. *லாட்வியாஸ் வேஸ்டுரே* (லாட்வியப் பல்கலைக் கழகத்தின் லாட்விய வரலாற்றுக் கல்வி நிலையத்தின் வெளியீடு) பாகம் 1 (1991); பாகம் 4 (2000).

7. *லிகுமு உன் வல்டீபஸ் ரீகொயுமு க்ராயும்ஸ்* (சட்டங்கள் மற்றும் ஆணைகளின் தொகுப்பு), 18 செப்டம்பர் 1920.

8. *ரீகாஸ் யூர்மலாஸ் வேஸ்ட்னெஸிஸ்* (ரீகாவின் கடற்புற அறிவிப்பு), 14 மே 1938; 31 டிசம்பர் 1938; 6 ஜனவரி 1939; 7 அக்டோபர் 1939.

[என் நீண்ட குறிப்பு: *யௌனாகாஸ் ஸீன்யாஸ்* தினசரியையும் *அட்பூடா* வார இதழையும் வெளியிட்ட ஆன்டன்ஸ் பெஞ்சமின்யாஷ் மற்றும் எமீலியா ஸிம்ஸோனின் வாழ்க்கையும் வீழ்ச்சியும் ஒரு சோகக் காவியம்போல் இருக்கிறது. குறிப்பிட்டுச் சொன்னால் எமீலியா ஸிம்ஸோனின் (10 செப்டம்பர் 1881-23 செப்டம்பர் 1941) வாழ்க்கை. எமீலியா லாட்வியாவில் வியாபாரத்தில் அதீத வெற்றி பெற்ற பெண்மணி. ”ஊடக ராணி” என்று அறியப்பட்டவர். இரு உலகப் போர்களின் இடைப்பட்ட காலத்தில் ஐரோப்பாவிலேயே பெரும் பணக்காரியாக இருந்தவர்.

ஆன்ட்ரிஸ் ஸிம்ப்ஸன்ஸ் மற்றும் ஏடே உஸினிஷ் இருவருக்கும் மூன்று மகள்களில் ஒருவராகப் பிறந்தார். கீழ்மட்ட அரசு ஊழியராக இருந்தார் எமீலியாவின் தந்தை. கைக்கும் வாய்க்கும் எட்டாத வாழ்க்கையாகவே இருந்தது. எமீலியாவின் அக்காவும் தங்கையும் மேடைக் கலைஞர்களாக இருந்தார்கள். அக்கா மினா “டுஸ்னெல்டா” என்ற பெயரில் ஆபெரா பாடகியாகவும் தங்கை அன்னியா (ஐக்கர்) லாட்விய மற்றும் ஜெர்மானிய நாடகங்களில் நடிகராகவும் நல்ல பெயரெடுத்தவர்கள். அவர் சகோதரிகளைப்போல் அல்லாமல் எமீலியாவுக்கு ஊடகத் துறையில் ஆர்வம் இருந்தது. 17 வயதிலேயே விளம்பர ஏஜண்டாகவும் நாடக விமர்சகராகவும் ஜெர்மானிய தினசரி *ரீகாஸ் டாக்ப்லட்டி*ல் வேலை செய்ய ஆரம்பித்தார். இளம் வயதிலேயே திருமணம் செய்துகொண்டார். எமீலியா எல்க்ஸ் என்று பெயர் மாறியது. அது அவர் கனவு கண்டபடியான திருமணமாக அமையவில்லை. கணவர் ஒரு குடிகாரர். அடிக்கவும் தயங்காதவர்.

1904 அல்லது 1905ல் எமீலியா அவரைவிட இருபத்தொன்று வயது மூத்த ஆன்டன் பெஞ்சாமின்யாஷைச் சந்தித்தார். பள்ளி ஆசிரியராகவும்

கடை முதலாளியாகவும் இருந்து தோற்றவர். ரீகாவுக்கு வேலை தேடி வந்தார். எமீலியா வேலை செய்த அதே தினசரியில் நிருபராக வேலைக்குச் சேர்ந்தார். அவருக்குத் திருமணமாகி மூன்று குழந்தைகள் இருந்தன. தினசரியை நடத்தும் பொறுப்பை இருவரும் ஏற்று நடத்த ஆரம்பித்தனர். எமீலியா வியாபாரத்தையும் ஆன்டன் ஆசிரியப் பொறுப்பையும் ஏற்றனர். 1909ல் எமீலியா எல்க்ஸ்ஸை விவாகரத்து செய்தார். ஆன்டனால் அது முடியவில்லை. அவர் மனைவி ஒப்புக்கொள்ள மறுத்தார். 1911ல் அவர்கள் சேர்ந்து வாழ முடிவுசெய்தனர். தனக்கு விவாகரத்து மூலம் வந்த பணத்தில் தன் சொந்த தினசரி ஒன்றை ஆரம்பித்து லாட்வியாவில் இருந்த பல ஜெர்மானிய மற்றும் லாட்விய ஊடகவியலாளர்களை ஆரம்பத்தில் பணம் பெற்றுக்கொள்ளாமல் எழுதச் சொல்லி ஒரு லாட்விய தினசரியை 1911ல் (சில குறிப்புகள் 1912 என்று கூறுகின்றன) ஆரம்பிப்பதில் வெற்றி பெற்றார். அதுதான் *யௌனகாஸ் ஸீன்யாஸ்* (உடனடிச் செய்திகள்). ஆன்டன் அதன் ஆசிரியப் பொறுப்பை ஏற்றார். லாட்வியாவின் முதல் பிரபல வெகுஜன செய்திப் பத்திரிகையாக அது மாறியது. அதனுடன் இணைந்து வேலை செய்த பலர் லாட்விய இலக்கிய உலகில் மிகப் பெரிய எழுத்தாளர்களாகப் பிற்காலத்தில் அறியப்பட்டனர்.

முதல் உலகப் போரில் தொடர்ந்து வெளியிடப்பட்டது *யௌனகாஸ் ஸீன்யாஸ்*. அகதிகள் தங்கள் குடும்ப உறுப்பினர்களைத் தேடுவதற்கு உதவ, அவர்கள் பெயர்கள் கொண்ட பட்டியலைக் கட்டணமில்லாமல் வெளியிட்டுப் பத்திரிகைச் சந்தையில் நல்ல பெயர் தேடிக்கொண்டது. ஆனால் நான்கு பக்கங்களிலிருந்தும் படைகள் ஒன்றன் பின் ஒன்றாக (ஜெர்மானியப் பேரரசின் படைகள், பல்ஷவிக்குகளின் படைகள், ஜெர்மனியை ஆதரித்த உள்ளூர் படைகள் பிறகு லாட்வியக் குடியரசின் படைகள்) ரீகாவின் தெருக்களில் அணிவகுத்துச் சென்றபோது பத்திரிகை மூடப்பட்டது. பல்ஷவிக் ஆக்கிரமிப்பின்போது எமீலியாவும் ஆன்டன் பெஞ்சமின்யாஷும் பெர்லினில் அடைக்கலம் புகுந்தனர்.

போர் ஆரம்பமாகும் முன் *யௌனகாஸ் ஸீன்யாஸ்* அலுவலகத்துக்கு ஜெர்மனியிலிருந்து புத்தம் புதிய அச்சு இயந்திரம் வந்து இறங்கியிருந்தது. ரஷ்யப் பேரரசின் எதிரியாக ஜெர்மனி மாறிவிட்டதால் அதற்கான விலையைக் கட்டவேண்டியிருக்கவில்லை. போர் முடிவில் அந்த ஜெர்மன் நிறுவனம் திவாலாகிவிட்டது. பிறகு பல்ஷவிக்குகள் அச்சு இயந்திரத்தைக் கைப்பற்றிப் பிரசாரப் பிரசுரங்களைக் கொண்டுவந்தார்கள். அவர்கள் துரத்தப்பட்டதும் டன் கணக்கில் காகிதங்களை விட்டுவிட்டுப் போனார்கள். *யௌனகாஸ் ஸீன்யாஸ்* மீண்டும் ஆரம்பிக்கப்பட்டபோது ஓராண்டு வரை அதற்கு காகிதம் வாங்கவேண்டிய அவசியம் இருக்கவில்லை. அப்போதைய பொருளாதார நிலைமையில் அது மிகப் பெரிய உதவியாக இருந்தது.

ஆன்டன் பெஞ்சமின்யாஷுக்கு 1922ல் விவாகரத்து கிடைத்தது. எமீலியாவும் ஆன்டனும் சட்டப்படி திருமணம் புரிந்துகொண்டனர்.

தங்கள் வெளியீட்டு வியாபாரத்தை ஓர் அச்சு ராச்சியமாக்க இருவரும் வெகுவாக உழைத்தனர். 1924ல் *அட்பூடா* (பொழுதுபோக்கு) ஆரம்பிக்கப் பட்டது. ரீகாவிலேயே மிகப் பெரிய ஆறு மாடிக் கட்டடம், யூர்மலா கடற்கரையை ஒட்டி விடுமுறை நாட்களுக்கான பங்களா, ரீகாவில் இன்னும் சில கட்டடங்கள், கிராமப்புறப் பண்ணை வீடு என்று அவர்கள் சொத்துகள் பெருகின. முப்பதுகளில் லாட்விய ஊடகச் சந்தையில் அவர்கள் பெயர்களே பேசப்பட்டன. ஊடக மன்னர் என்று கருதப்படும் வில்லியம் ராண்டால்ப்ஃ ஹர்ஸ்ட்டை எமீலியா ஒரு முறை பாரீஸில் சந்தித்ததாகவும் அவர் அவள் அளவு தனக்குத் தன் நாட்டில் சந்தையில் இடமில்லை என்று கூறியதாகவும் சொல்லப்படுகிறது.

முப்பதுகளில் டௌகவா ஆற்றின் அருகே பத்து ஹெக்டேர் அளவு தொழிற்பேட்டை வாங்கி ரசாயன உற்பத்தி, மற்றும் வண்ணப் புகைப்படங்களின் நேர்மறைப் பிரதிகளை உருவாக்கும் தொழில் என்று வியாபாரத்தைப் பெருக்க நினைத்தார் எமீலியா. புகழும் பணமும் பெருக பெருகச் சமூகத்தில் மிக உயர்ந்த அந்தஸ்தும் வந்தது. பிரதமர் கார்லிஸ் உல்மானிஸ்ஸின் காலத்தில், உல்மானிஸ் திருமணப் புரிந்துகொள்ளாதவர் என்பதால் அரசு விருந்துகளில் நாட்டின் பிரதானப் பெண்ணாக இருந்து விருந்துகளை நடத்தியது எமீலியாதான். அவர் மாளிகை வீட்டிலும் விருந்துகளுக்கும் கேளிக்கைகளுக்கும் குறைவில்லை. இப்படிப்பட்ட விருந்து ஒன்றில் எதிர்காலத்தைக் கூறும் ஐஷன்ஸ் ஃபின்க்ஸ் என்பவரை எமீலியா அழைத்திருந்தார் என்றும் அவர் "நீங்கள் மெத்தையில்லாத மரப்பலகையில் பட்டினியால் இறப்பீர்கள்" என்று சோதிடம் கூறியதாகவும் ஒரு கதை உலவுகிறது.

1939ல் ஆன்டன் மரணமடைந்தார். 23 ஆகஸ்ட் 1939ல் ரிப்பன்ட்ராப்-மோலடவ் உடன்படிக்கையில் கையெழுத்து இடப்பட்டது. 17 ஜூன் 1940ல் சிவப்புப் படை லாட்வியாவை ஆக்கிரமித்தது. எமீலியாவின் அனைத்துச் சொத்துகளும் நாட்டுடமையாக்கப்பட்டன. *யௌனகாஸ் ஸீன்யாஸ்* கடைசி முறையாக 9 ஆகஸ்ட் 1940ல் வெளியிடப்பட்டது. எமீலியா ஒரு சிறு வீட்டுக்குக் குடிபெயர்ந்திருந்தார். நாட்டை விட்டுப் போகும்படி அவருக்குப் பலர் ஆலோசனை தந்தபோதும் தான் எந்தத் தவறும் செய்யவில்லை, தனக்கு ஒன்றும் ஆகாது என்று பிடிவாதமாக நாட்டை விட்டுப் போக மறுத்தார் எமீலியா. பத்திரிகை நடத்திய நாட்களில் அவர்கள் வெகுவாக ஊக்குவித்த மூவர் அப்போது பெரிய பதவிகளில் இருந்தனர். கம்யூனிஸ ஆட்சியில் பெரிய பதவிகளில் இருந்த அந்த மூவரையும் சந்திக்கப் பல நாட்கள் அவர்கள் அலுவலகங்கள் வெளியே காத்திருந்தார் எமீலியா. ஆனால் சந்திப்பு நடக்கவே இல்லை.

ஆன்டன் மரணமடைந்த இரண்டே ஆண்டுகளில் 14 ஜூன் 1941ல் அவர் வீட்டில் புகுந்தவர்கள் அவரை கால்நடைகளுக்கான பெட்டிகளுக்குள் தள்ளினார்கள். அவர் ஸைபீரியாவுக்கு நாடுகடத்தப்பட்டார். அவர்

நாடுகடத்தப்பட வேண்டும் என்ற உத்தரவில் கையெழுத்திட்டிருந்தது வேறு யாருமில்லை; அவர் வெகுவாக ஊக்குவித்த மூவரில் ஒருவரான, கம்யூனிஸ அரசில் உள்துறை மந்திரியாக பதவி ஏற்றிருந்த வில்லிஸ் லாட்ஸிஸ்தான்.

கைது செய்யப்பட்டபோது எமீலியா வேனிற்கால உடையை அணிந்துகொண்டிருந்தார். அவர் கையோடு எந்த வகை உணவையும் எடுத்துகொள்ளவில்லை. அவர் பக்கத்து வீட்டுக்காரர்களான மிகப் பணக்கார யூதக் குடும்பமும் அவருடன் கால்நடைகளுக்கான அந்தப் பெட்டியில் இருந்தது. அந்தக் குடும்பத்து இளைஞன் ஒருவன் குலாக்கிலிருந்து பிழைத்து வந்து எமீலியாவைப் பற்றிக் கூறியபோது, ரயிலிலிருந்து இறங்கியபோது எமீலியாவால் அவர் பெட்டியைத் தூக்க முடியவில்லை என்றும், யாரோ உதவ முன்வந்தபோது, "இனிமேல் என் விதியை நான்தான் சுமக்கவேண்டும்" என்று பதிலளித்ததாகவும் கூறினார். 23 செப்டம்பர் 1941ல் குலாக்கின் ஸலிகம்ஸ்க் உழைப்புச் சிறை முகாமில் தன் அறுபதாம் பிறந்த நாள் கழிந்து ஒரு வாரமும் சில நாட்களும் ஆகியிருந்தபோது மெத்தையில்லாத உறுத்தும் மரப்பலகை மேல் படுத்தபடி பட்டினியால் இறந்துபோனார் எமீலியா.

அட்பூடா வார இதழும் 1940களில் *யௌனகாஸ் ஸீன்யாஸ்* தினசரியுடன் நிறுத்தப்பட்டிருக்கவேண்டும். ஆனால் தன் உயவுத்துணையின் பத்திரிகை மற்றும் இதழ்கள் பற்றிய குறிப்பில் 20 ஜூன் *அட்பூடா* இதழை உபயோகித்ததாக ஸான்ட்ரா கால்னியடே கூறுகிறார். சனிக்கிழமை, 14 ஜூன் '1941ல் தான் கைது செய்யப்படும் முன் அடுத்த வாரத் தேதியில் எமீலியா வெளியிட்ட இதழாக அது இருக்கலாம். இதை உறுதிசெய்துகொள்ள முடியவில்லை.]

குடும்ப ஆவணக்காப்பகம்

1. ஐவர்ஸ் கால்னியடிஸ், *இருண்ட ஆண்டுகள்: நாடுகடத்தல் பற்றிய நினைவுகள்*, 1990, இலையுதிர்காலம்.

2. அலெக்ஸான்டர்ஸ் கால்னியடிஸ் மில்டா கால்னியடிஸ்ஸுக்கு எழுதிய கடிதங்கள், 5 மே 1950; 27 ஏப்ரல் 1951.

3. ஆர்னிஸ் கால்னியடிஸ் மில்டா கால்னியடிஸ்ஸுக்கு எழுதிய கடிதங்கள், 9 ஜனவரி 1951; 20 ஜூலை 1952.

4. எமீலியா ட்ரெய்ஃபெல்டே லிகிடா ட்ரெய்ஃபெல்டேவுக்கு எழுதிய கடிதங்கள், 5 ஜூலை 1948; 2 செப்டம்பர் 1949.

5. ப்ரீடா ட்ஸெனே அன்னா டும்பேவுக்கு எழுதிய கடிதம் 29 ஏப்ரல் 1950.

6. ஆனிஸ் டும்பேவும் அன்னா டும்பேவும் விக்டோர்ஸுக்கு எழுதிய கடிதங்கள், 7 ஜூலை 1947; 22 ஜனவரி 1956; 19 அக்டோபர் 1959.

7. லிகிடா கால்னியடேவின் டயரி, 9 ஜனவரி 1950–8 மார்ச் 1950வரை.

8. லிகிடா கால்னியடே விக்டோர்ஸ் ட்ரெய்ஃபெல்ட்ஸுக்கு எழுதிய கடிதங்கள், 1947-1957.

9. லிகிடா கால்னியடே வால்டெமார்ஸ் ட்ரெய்ஃபெல்ட்ஸுக்கு எழுதிய கடிதங்கள், 1956-1957.

10. மடில்டே கைமின்யா மில்டா கால்னியடேவுக்கு எழுதிய கடிதங்கள், 10 ஜூலை 1949-19 ஜூலை 1952.